ഇന്ദുലേഖ

indulekha

•

o chandumenon

•

novel pazhama series editor
n santhosh kumar

•

first chintha edition
january 2013

•

third edition
january 2017

•

fourth edition
april 2018

•

typesetting & published
chintha publishers, thiruvananthapuram

•

•

cover
black mole

Rights reserved

വിതരണം
ദേശാഭിമാനി ബുക്ക് ഹൗസ്
H O തിരുവനന്തപുരം-695 035
Ph: 0471-2303026, 6063020
www.chinthapublishers.com
chinthapublishers@gmail.com

ബ്രാഞ്ചുകൾ

ഹെഡ്ഡാഫീസ് ബ്രാഞ്ച് കുന്നുകുഴി • സ്റ്റാച്യു തിരുവനന്തപുരം • കെ എസ് ആർ ടി സി ബസ് സ്റ്റേഷൻ ആലപ്പുഴ • കെ എസ് ആർ ടി സി ബസ് സ്റ്റേഷൻ എറണാകുളം • മച്ചിങ്ങൽ ലെയ്ൻ തൃശൂർ • ഐ ജി റോഡ് കോഴിക്കോട് • മാവൂർ റോഡ് കോഴിക്കോട് • എൻ ജി ഒ യൂണിയൻ ബിൽഡിങ് കണ്ണൂർ • സെൻട്രൽ ബസ് ടെർമിനൽ കോംപ്ലക്സ് താവക്കര കണ്ണൂർ

CR - 1856 / 4639
ISBN - 978-93-82808-65-5

ഇന്ദുലേഖ

നോവൽ പഴമ : 5
1889

ഒ ചന്തുമേനോൻ

നോവൽ പഴമ സീരീസ് എഡിറ്റർ
എൻ സന്തോഷ് കുമാർ

പഠനം
വിനീത മേനോൻ

ചിന്ത പബ്ലിഷേഴ്സ്
തിരുവനന്തപുരം-695 035

പ്രസാധകക്കുറിപ്പ്

പത്തൊമ്പതാം നൂറ്റാണ്ടിൽ മലയാളഭാഷയിൽ രചിക്കപ്പെട്ട പതിനഞ്ചു നോവലുകളാണ് 'നോവൽ പഴമ' എന്ന പേരിൽ ചിന്ത പബ്ലിഷേഴ്സ് പുനഃപ്രസിദ്ധീകരിക്കുന്നത്. കൊളോണിയൽ ആധിപത്യവും അതിന്റെ സാംസ്കാരികാധിനിവേശവും കേരളത്തിന്റെ സാമൂഹിക ജീവിതത്തിൽ സൃഷ്ടിച്ച ആഘാതങ്ങളും നിർമിതികളും ഈ നോവലുകളിൽ വായിച്ചെടുക്കാവുന്നതാണ്. കേരളത്തിന്റെ ഉൽപ്പാദന ബന്ധങ്ങൾ, ആൺ-പെൺ ബന്ധം, കുടുംബജീവിതം, ലൈംഗികത, ജാതിവ്യവസ്ഥ, ആചാരങ്ങൾ, ആരാധനാരീതികൾ, വാമൊഴിവഴക്കങ്ങൾ, സൗന്ദര്യദർശനം, രാഷ്ട്രീയബോധം, ആഖ്യാനസമ്പ്രദായങ്ങൾ തുടങ്ങിയവയെല്ലാം വിശദമായി ചർച്ചചെയ്യപ്പെടുന്ന കൃതികളാണിവ. കൊളോണിയൽ സാംസ്കാരികവ്യവസായം എങ്ങനെയാണ് തദ്ദേശീയ ജനകീയ സംസ്കാരങ്ങളുടെമേൽ മേൽക്കൈ നേടിയതെന്നും വിക്ടോറിയൻ സദാചാരബോധത്തിന്റെയും കൊളോണിയൽ ആധുനികതയുടെയും അച്ചിൽ മലയാളികളുടെ സാംസ്കാരിക-സാമൂഹിക ജീവിതത്തെ എങ്ങനെയാണ് പുനർനിർമിച്ചതെന്നും മനസിലാക്കാൻ ഈ കൃതികൾ നമ്മെ സഹായിക്കുന്നതാണ്. ഏഷ്യാറ്റിക് ലോകങ്ങളെയെല്ലാം പ്രാകൃത സമൂഹങ്ങളായും പാശ്ചാത്യലോകത്തെ സാംസ്കാരത്തിന്റെ സ്രോതസായും വിഭാവനം ചെയ്യുന്ന പാശ്ചാത്യയുക്തി ഇന്നും പ്രബലമായി ലോകത്തിൽ നിലനിൽക്കുകയാണ്. അധിനിവേശം എന്ന ഹിംസാത്മകത അതിന്റെ സഹജമായ വംശീയാഹന്തയോടെ ലോകത്തിനുമേൽ നടത്തുന്ന സംഹാരതാണ്ഡവത്തെ പ്രശ്നവൽക്കരിക്കേണ്ട ഈ കാലഘട്ടത്തിൽ മലയാള സാഹിത്യത്തിലെ ഈ അപൂർവ വസന്തങ്ങൾ പുനർവായിക്കപ്പെടേണ്ടത് അത്യാവശ്യമാണ്. കേരളീയ സമൂഹം ഒരു ആധുനിക സമൂഹമായി പരിവർത്തിക്കപ്പെടുമ്പോൾ അതിന് അനിവാര്യമായും അഭിമുഖീകരിക്കേ

ണ്ടിവന്ന പുതിയ പ്രശ്നങ്ങളെയും ഈ നോവലുകൾ അനാവരണം ചെയ്യുന്നുണ്ട്. എന്നാൽ അതേസമയംതന്നെ നവോത്ഥാനത്തിന് തിരി കൊളുത്തിയ കാലഘട്ടത്തിലാണ് ഈ നോവലുകൾ രചിക്കപ്പെട്ടത്. ബ്രാഹ്മണാധിപത്യത്തിനും ജാതിമർദനത്തിനുമെതിരായ നവോത്ഥാ ന-കീഴാള ഉയിർപ്പുകളെ സാക്ഷ്യപ്പെടുത്തുകയും ചെയ്യുന്നവയാണ് ഇതിലെ പല കൃതികളും.

ഈ പുസ്തകങ്ങളും ഇവയെക്കുറിച്ചുള്ള പഠനക്കുറിപ്പുകളും സമാ ഹരിച്ചു നൽകിയ എൻ സന്തോഷ് കുമാറിന്റെ ശ്രമം മലയാള സാഹിത്യ ചരിത്രത്തിലെ ഒരു വലിയ സംഭവമായി ഞങ്ങൾ കരുതുന്നു.

ഇന്ദുലേഖയുടെ ഒന്നും രണ്ടും പതിപ്പുകൾക്ക് ലഭിച്ച സ്വീകരണം മൂന്നാം പതിപ്പിനും ലഭിക്കുമെന്ന് ഞങ്ങൾക്ക് ഉറപ്പുണ്ട്. ഈ കൃതിയുടെ നാലാം ചിന്ത പതിപ്പ് മലയാള വായനാസമൂഹത്തിനു മുന്നിൽ സസ ന്തോഷം സമർപ്പിക്കുന്നു.

ചിന്ത പബ്ലിഷേഴ്സ്

കേരളീയ നവോത്ഥാനത്തിന്റെ ഭൂമിക
പത്തൊമ്പതാം നൂറ്റാണ്ടിലെ മലയാള നോവലുകൾ
ഇന്ന് വായിക്കുമ്പോൾ

രണ്ടുതരം ആഖ്യാനലക്ഷ്യങ്ങളാണ് തങ്ങളുടെ രചനകളെക്കുറിച്ച് വിശദീകരിക്കുമ്പോൾ പത്തൊമ്പതാം നൂറ്റാണ്ടിലെ മലയാള നോവലിസ്റ്റുകൾ സൂചിപ്പിച്ചിട്ടുള്ളത്. അപ്പുനെടുങ്ങാടിയെയും ചന്തുമേനോനെയും പോലെയുള്ളവർ ഇഷ്ടജനങ്ങളുടെ വിനോദത്തിനായി നോവലുകൾ രചിച്ചപ്പോൾ പോത്തേരി കുഞ്ഞമ്പുവും ജോസഫ് മൂളിയിലും സോദ്ദേശ്യാധിഷ്ഠിതമായിത്തന്നെയാണ് തങ്ങളുടെ രചനകൾ എന്നു തുറന്നുപറയുന്നുണ്ട്. നോവൽ രചനയ്ക്കു പിന്നാലെ പരസ്പരപൂരകങ്ങളായ രണ്ടു ധർമങ്ങളെയും കൂട്ടിയിണക്കുകയായിരുന്നു ഈ എഴുത്തുകാരെല്ലാം തന്നെ. നോവൽ എന്ന സാഹിത്യശാഖ ഇന്ത്യൻ ഭാഷകളിൽ രൂപപ്പെടാനും വളർന്നുവികസിക്കാനും ഈ രണ്ടുഘടകങ്ങളും ഒരുപോലെ കാരണമായിട്ടുണ്ട്. ഒരു നൂറ്റാണ്ടിന് ഇപ്പുറത്തുനിന്ന് ആ നോവലുകൾ വായിക്കുമ്പോൾ അവ കേവലം വിനോദത്തിനുമപ്പുറം അക്കാലത്തെ ചരിത്രപരവും രാഷ്ട്രീയവും സാംസ്കാരികവുമായ വ്യവഹാരങ്ങൾകൂടിയായി മാറുന്നതെങ്ങനെയെന്ന് തിരിച്ചറിയാൻ കഴിയുന്നുണ്ട്.

ഇന്ത്യൻ നവോത്ഥാനമാണ് ആദ്യകാല ഇന്ത്യൻ നോവലുകൾക്ക് ജന്മം നൽകിയതെന്ന വസ്തുത വിസ്മരിച്ചുകൊണ്ട് അവയെ സമീപിക്കുന്നത് ചരിത്രവിരുദ്ധമാണ്. യൂറോപ്യൻ നോവലുകളുടെ കേവലാനുകരണമാണ് ആദ്യകാല ഇന്ത്യൻ നോവലുകൾ എന്ന വാദം അതുകൊണ്ടുതന്നെ അപ്രസക്തമായിത്തീരുന്നു. നോവലുകൾ മുന്നോട്ടുവയ്ക്കുന്ന ആധുനികമായ ഭാവുകത്വവും അനുഭവപരിസരവും കൊളോണിയൽ വിദ്യാഭ്യാസം ലഭിച്ച ഇന്ത്യൻ ഉപരിവർഗത്തിനിടയിലെങ്കിലും വേരോടിയിരുന്നു എന്നതിന്റെ ശക്തമായ തെളിവുകൾകൂടിയാണ് അവ. അത്തരം അനുഭവപരിസരം ബ്രിട്ടീഷ് ഇന്ത്യയിൽ എങ്ങനെ രൂപപ്പെട്ടു എന്നതിന്റെ

രേഖകൾകൂടിയായി സ്വാഭാവികമായും പത്തൊമ്പതാം നൂറ്റാണ്ടിലെ മലയാള നോവലുകൾ മാറുന്നുണ്ട്. അതുകൊണ്ടുതന്നെ കേരളീയമായ നവോത്ഥാനശ്രമങ്ങളുടെ ഒരു മുന്നോടിയായി ഈ നോവലുകളെ വായിച്ചെടുക്കാൻ കഴിയും.

ബംഗാളി ഭാഷയിൽ മിസിസ്സ് കാതറീൻ ഹന്നാ മുല്ലൻസ് രചിച്ച *ഫുൽമോനി ഓ കരുണാർ ബിബരണിന്* റവ. ജോസഫ് പീറ്റ് നിർവഹിച്ച *ഫുൽമോനി എന്നും കോരുണ എന്നും പേരായ രണ്ടു സ്ത്രീകളുടെ കഥ* (1858) വിവർത്തനം ചെയ്യപ്പെട്ടതോടെ ആരംഭിക്കുന്നു മലയാള നോവലുകളുടെ ചരിത്രം എന്നു പറയാം. ബംഗാളിഭാഷയിൽനിന്നും മലയാളവൽക്കരിക്കുമ്പോൾ മലയാള സമൂഹത്തേക്കൂടി അഭിസംബോധന ചെയ്യുന്ന എഴുത്തായി അത് മാറുന്നു. പിൽക്കാലത്ത് 1894-ൽ കേരളവർമ വലിയകോയിത്തമ്പുരാൻ വാൻലിം ബർഗ് ബ്യൂവറുടെ ഡച്ച് നോവലായ *അക്ബർ* ഇംഗ്ലീഷിൽനിന്ന് മലയാളത്തിലേക്ക് വിവർത്തനം ചെയ്തപ്പോൾ ഇല്ലാതെപോയതും ഈയൊരു ഗുണമാണ്. ഇങ്ങനെയാണ് റവ. ജോസഫ് പീറ്റ് മൊഴിമാറ്റം നിർവഹിച്ച *ഫുൽമോനിയുടെയും കോരുണയുടെയും കഥ* പത്തൊമ്പതാം നൂറ്റാണ്ടിലെ മലയാള നോവലുകളുടെ സമഗ്രസമാഹാരമായ നോവൽ പഴമയിലെ ആദ്യനോവലായി പരിണമിച്ചത്. പി പി രവീന്ദ്രന്റെ ആമുഖപഠനം വിവർത്തന നോവലുകൾ ഭാഷാനോവലുകളായിത്തീർന്നതിന്റെ പശ്ചാത്തലം വ്യക്തമായിത്തന്നെ വിശദമാക്കുന്നുണ്ട്. ഇങ്ങനെ *ഫുൽമോനിയുടെയും കോരുണ*യുടെയും കഥ എന്ന വിവർത്തനത്തിൽ തുടങ്ങുന്ന പതിനഞ്ച് നോവലുകളുടെ സമാഹാരമാണ് നോവൽ പഴമ എന്ന പത്തൊമ്പതാം നൂറ്റാണ്ടിൽ പ്രസിദ്ധീകരിച്ച മലയാള നോവലുകളുടെ ഒരു പാക്കേജിൽ ഉൾപ്പെടുത്തിയിരിക്കുന്നത്.

നോവലിന്റെ രൂപഘടനയെക്കുറിച്ചുള്ള സാമ്പ്രദായിക വീക്ഷണങ്ങൾ ഇല്ലാതായ പുതിയ കാലത്ത്, നോവലിന്റെ സ്വരൂപഘടനയെക്കുറിച്ചുള്ള അപ്രസക്തമായ വിചാരങ്ങൾക്കപ്പുറത്ത് പത്തൊമ്പതാം നൂറ്റാണ്ടിലെ മലയാള നോവലുകളെ ഇന്നു വായിക്കുമ്പോൾ അക്കാലത്തെ ചരിത്രവും സംസ്കാരവും രൂപപ്പെട്ടതിന്റെ വ്യക്തമായ ദിശാബോധം ലഭിക്കുന്നുണ്ട്. ഒറ്റയൊറ്റയായി വായിക്കുന്നതിനേക്കാൾ ഒരു സമഗ്രസമാഹാരമായി വായിക്കുമ്പോൾ പത്തൊമ്പതാം നൂറ്റാണ്ടിലെ ചരിത്രത്തിന്റെയും സംസ്കാരത്തിന്റെയും തുടർച്ച അതിൽ കണ്ടെത്താനാവും. ആധുനിക കേരളീയ സമൂഹത്തിന്റെ രൂപപ്പെടലും അതിനെ നിയന്ത്രിച്ച വിവിധ ശക്തികളും ഘടകങ്ങളുമെല്ലാം ഈ സമഗ്രവായനയിൽ തെളിയുന്നുണ്ട്. ഈ വായനയ്ക്ക് സഹായകമാകുന്ന തരത്തിൽ തന്നെയാണ് ഇവയുടെ ആമുഖപഠനങ്ങളും രേഖപ്പെടുത്തിയെടുത്തിട്ടുള്ളത്. ഇക്കാര്യങ്ങളെല്ലാം ഓരോ നോവലിന്റെയും ആമുഖ പഠനങ്ങൾ വളരെ വിശദമായി ചർച്ച ചെയ്യുന്നുണ്ട്. പത്തൊമ്പതാം നൂറ്റാണ്ടിലെ നോവലുകളുടെ സമഗ്രതയായ നോവൽ പഴമ പുറത്തുവരുന്നതോടുകൂടി നമ്മുടെ സാഹിത്യ

പാരമ്പര്യത്തിന്റെ പൊതു അന്തരീക്ഷത്തിൽ ഒരു സംവാദം രൂപപ്പെടുമെന്ന് ഉറപ്പുണ്ട്. അധിനിവേശം/ദേശീയ, മേലാളൻ/കീഴാളൻ, സവർണ്ണൻ/അവർണ്ണൻ, പുരുഷൻ/സ്ത്രീ, ആധുനികത/പാരമ്പര്യം തുടങ്ങിയ സംവർഗങ്ങൾ പല പ്രകാരത്തിൽ സംഘർഷത്തിലേർപ്പെടുന്നതിന്റെ സൂചനകൾ ഈ നോവലുകളിൽ തെളിയുന്നുണ്ട്. സ്ത്രീ വിദ്യാഭ്യാസവും സ്ത്രീ സ്വാതന്ത്ര്യവും ഉൾപ്പെടുന്ന വിഷയങ്ങൾ മലയാളത്തിൽ ആദ്യമായി ചർച്ച ചെയ്ത മാധ്യമവും ഈ നോവലുകൾ തന്നെ. കീഴാളരുടെ ഉദ്ഗ്രഥനവും മതപരിവർത്തനവും അടക്കമുള്ള വിഷയങ്ങളും ഇവയെ സജീവമാക്കുന്നു. ഒപ്പം മാറിവരുന്ന ലോകബോധവും നീതിന്യായക്രമങ്ങളും സജീവമായ ചർച്ചയാവുന്നു. വൃത്തിയും വെടിപ്പും ആധുനികമായ കുടുംബവും വിദ്യാഭ്യാസവുമൊക്കെ ഉൾപ്പെടുന്ന ആധുനികവൽക്കരണ പ്രക്രിയയും നിരന്തര സംവാദമായിത്തീരുന്നുണ്ട്. ഒപ്പം പിൽക്കാലത്ത് കേരളീയ നവോത്ഥാന പ്രക്രിയയുടെ രൂപീകരണത്തിലേക്ക് നയിച്ച സാഹചര്യങ്ങളും പരിഗണിക്കപ്പെടുന്നുണ്ട്. ഇങ്ങനെ പത്തൊമ്പതാം നൂറ്റാണ്ടിനെ സാംസ്കാരികമായി വായിക്കാനുള്ള മികച്ച ഉപാധികൂടിയാണ് അക്കാലത്തെ നോവലുകളുടെ സമഗ്രതയായ നോവൽ പഴമ എന്ന ഈ സമാഹാരം.

ഈ നോവലുകൾക്ക് വിശദമായ ആമുഖപഠനം തയാറാക്കിത്തന്ന വിശിഷ്ടരായ എഴുത്തുകാർക്കും ഇത്തരമൊരു സമഗ്രതയുടെ പ്രസക്തി മനസിലാക്കി പ്രസാധനത്തിന് മുൻകൈയെടുത്ത ചിന്ത പബ്ലിഷേഴ്സിനും ഞാൻ നന്ദി രേഖപ്പെടുത്തുന്നു. കേരളീയ വായനാസമൂഹം പത്തൊമ്പതാം നൂറ്റാണ്ടിലെ നോവലുകളുടെ സമഗ്രതയായ നോവൽ പഴമയെ സ്വീകരിക്കുമെന്ന പ്രത്യാശയോടെ.

പിലിക്കോട്
04-01-2013

എൻ സന്തോഷ് കുമാർ
നോവൽ പഴമ സീരീസ് എഡിറ്റർ

പഠനം

അതേ *ഇന്ദുലേഖ*യിലെ പുതിയ സന്ദേഹങ്ങൾ

വിനീത മേനോൻ

സാമൂഹ്യവിശകലനത്തിന് ഒരു അക്ഷയഖനിയാണ് ഒ ചന്തുമേനോന്റെ *ഇന്ദുലേഖ* എന്ന നോവൽ. നോവൽ എന്ന സാഹിത്യരൂപം എങ്ങനെയിരിക്കണം എന്നതിനെക്കുറിച്ച് ഒരു വീക്ഷണം മലയാളികൾക്ക് ഇല്ലാതിരുന്ന ഒരു കാലത്ത് ഇംഗ്ലീഷ് സാഹിത്യത്തിൽനിന്നും മാർഗരേഖ ഉൾക്കൊണ്ട്, പ്രിയമുള്ളവരെ രസിപ്പിക്കുവാൻ വേണ്ടി രചിച്ചതെന്ന് ചന്തുമേനോൻ രേഖപ്പെടുത്തിയിട്ടുള്ള ഈ കൃതിയിൽ, ആമുഖവും അവസാനഭാഗത്ത് പതിനെട്ടാം അധ്യായത്തിൽ ഉണ്ടാകുന്ന താത്വിക-മൂല്യസംബന്ധിയായ വാദപ്രതിവാദങ്ങളും സൂചിപ്പിക്കുന്നത് ഒരു വിനോദോപാധി എന്നതിനപ്പുറത്തായി, സമൂഹത്തിൽ ആശയപരമായ പലതരം സംവാദങ്ങൾക്ക് തിരി തെളിയിക്കുന്ന ഒരു കൃതി എന്ന ലക്ഷ്യംകൂടി *ഇന്ദുലേഖ* രചിക്കുമ്പോൾ ചന്തുമേനോന് ഉണ്ടായിരുന്നു എന്നാണ്. കേരളത്തിലെ പ്രമുഖമായ നായർ-നമ്പൂതിരി സമുദായങ്ങൾക്കുള്ളിൽ അസംതൃപ്തി പുകഞ്ഞുകൊണ്ടിരുന്ന ഈ കാലത്ത് കുടുംബവ്യവസ്ഥിതിയെപ്പറ്റി മാത്രമല്ല വിവാഹ വ്യവസ്ഥകളെക്കുറിച്ചുകൂടി ചർച്ച ആവശ്യമാണെന്ന് പല അഭ്യസ്തവിദ്യരും കരുതിയിരുന്നു. നമ്പൂതിരി സമുദായത്തിനുള്ളിൽ മൂത്തപുത്രനുമാത്രമേ വിവാഹം കഴിക്കാവൂ എന്നും ഇളയവരായ അപ്ഫന്മാർ; നായർ മുതലായ സമുദായങ്ങളിൽനിന്നും സംബന്ധത്തിലേർപ്പെടുകമാത്രമേ പാടുള്ളൂ എന്നുമുള്ള സാമുദായിക നിലപാട് അന്തർജനങ്ങളുടെ ദുരിതത്തിനുമാത്രമല്ല അപ്ഫന്മാരുടെ എതിർപ്പിനുകൂടി കാരണമായി. ഇത് സമുദായത്തിലെ ഉൽപ്പതിഷ്ണുക്കളെ സാമുദായിക പരിഷ്കരണത്തിനുവേണ്ടി പ്രയത്നിക്കാൻ പ്രേരിപ്പിച്ചു. നായർ സമുദായത്തിനുള്ളിൽനിന്നുതന്നെയും വ്യവസ്ഥാപിതമായ ഏക ഭാര്യാ-ഭർതൃ വിവാഹനിയമത്തിനുവേണ്ടി വാദിക്കാൻ ബ്രിട്ടീഷുകാർ കൊണ്ടുവന്ന വിദ്യാഭ്യാസരീതിയിൽ അഭ്യ

സ്തവിദ്യരായ പുരുഷന്മാർ മുന്നോട്ടുവന്നു. നീണ്ടുനിൽക്കുന്ന ഏകഭാര്യാ-ഭർതൃ ബന്ധമാണ് വിവാഹമെന്നും സ്ത്രീകൾക്ക് സ്വന്തം ഇഷ്ട പ്രകാരം എപ്പോൾ വേണമെങ്കിലും തുടങ്ങുകയും അവസാനിപ്പിക്കുകയും ചെയ്യാവുന്ന സ്ത്രീപുരുഷ സംബന്ധം ഒരു അഭ്യസ്ത സമൂഹത്തിന്റെ സന്മാർഗവ്യവസ്ഥയ്ക്കു യോജിച്ചതല്ല എന്ന കാഴ്ചപ്പാടും പൊതുചർച്ചയ്ക്കു കൊണ്ടുവരാൻ ഇവരിൽ പലരും മുതിർന്നതിനൊരു പ്രധാന കാരണം സംബന്ധത്തിനകത്തുള്ള സ്ത്രീപുരുഷബന്ധത്തെയും കുടുംബവ്യവസ്ഥയെയും വിവാഹമായോ കുടുംബവ്യവസ്ഥയായോ കണക്കാക്കാൻ ഒരുക്കമായിരുന്നില്ല എന്നതുതന്നെ. വ്യക്തിപ്രാധാന്യവും വ്യക്തിസ്വാതന്ത്ര്യവും ഉയർത്തിപ്പിടിക്കുന്ന ഒരു വിദ്യാഭ്യാസരീതി പ്രചാരത്തിൽ വരുത്തുന്ന ഭരണകൂടത്തിന്റെ കണ്ണിൽ ഇത്തരം ബന്ധങ്ങളുടെ ന്യായാന്യായങ്ങളും ധർമവിചാരങ്ങളും ഇതിലടങ്ങിയ സ്വത്തുഘടനയും കുടുംബവ്യവസ്ഥിതിയുമൊക്കെ വ്യക്തിസമത്വം നിഷേധിക്കുന്നതും പൊളിച്ചെഴുത്തിനു വിധേയമാക്കപ്പെടേണ്ടതുമായിരുന്നു.

ഒരു കാലഘട്ടം അതുൽപ്പാദിപ്പിക്കുന്ന വിജ്ഞാനത്തെ രൂപപ്പെടുത്തുന്നുണ്ട് എന്നത് അംഗീകരിക്കപ്പെട്ടിട്ടുള്ള വസ്തുതയാണ്. വിജ്ഞാനം ഒരു കാലഘട്ടത്തിന്റെ, സംസ്കൃതിയുടെ, സാംസ്കാരിക രാഷ്ട്രീയത്തിന്റെ, നിർമിതിയാണ്. *ഓറിയന്റലിസം* എന്ന ഏറെ ശ്രദ്ധിക്കപ്പെട്ടതും ചർച്ച ചെയ്യപ്പെട്ടതുമായ കൃതിയിലൂടെ എഡ്വേർഡ് സയ്യീദ് സൂചിപ്പിച്ചതുപോലെ 'ദ ഓറിയന്റി'നെ—കിഴക്കിനെ—രൂപപ്പെടുത്തിയത് പാശ്ചാത്യരും അവരുടെ ചിന്തകളും ആ ചിന്തകളുടെ സ്വാധീനത്തിൽപ്പെട്ട കിഴക്കിന്റെതന്നെ വിജ്ഞാനോൽപ്പാദകരുമാണ്. എന്നാൽ മറിച്ചൊരു വാദമുഖത്തിൽ കിഴക്കിനെ രൂപപ്പെടുത്തിയ പടിഞ്ഞാറിനോ, കിഴക്കിനുതന്നെയോ ഒരു ഏകീകൃത തനതുഭാവമോ തനതുമുഖമോ, ശബ്ദമോ ഇല്ല. കേരളത്തിലെ മരുമക്കത്തായ വ്യവസ്ഥയെക്കുറിച്ചും വിവിധഭാഗങ്ങളിൽ വ്യത്യസ്തതകളോടെ നിലനിന്നിരുന്ന നായർ-നമ്പൂതിരി സംബന്ധത്തിനെക്കുറിച്ചും നരവംശശാസ്ത്രജ്ഞരും ചരിത്രകാരന്മാരും ഉൽപ്പാദിപ്പിച്ച വിജ്ഞാനങ്ങളും, അവരുടെയിടയിലുണ്ടായ വാദപ്രതിവാദങ്ങളുംതന്നെ ഇതിനൊരു ഉദാഹരണമായിക്കാണാം. നായന്മാരുടെയിടയിൽ നിലനിന്നിരുന്ന വിവാഹ-കുടുംബ സമ്പ്രദായങ്ങൾ വിവാഹം എന്ന സാമൂഹ്യസ്ഥാപനത്തെക്കുറിച്ചുള്ള നിർവചനത്തെത്തന്നെ പുനർവിചിന്തനത്തിന് ഇടയാക്കിയിട്ടുള്ള ഒന്നാണ്. രക്തബന്ധമാണോ വംശപരമ്പരയാണോ നായന്മാർക്കു പ്രധാനം എന്നതായിരുന്നു ഒരു ചോദ്യം. ഒരു നായർക്ക് തന്റെ വളരെ പ്രധാനബന്ധുവായ അമ്മാവന്റെ 'സഹോദരീഭർത്താവ്' എന്ന നിലയിൽ മാത്രമാണോ അച്ഛനുമായുള്ള ബന്ധം? നരവംശശാസ്ത്രത്തിൽ സൈദ്ധാന്തിക വാദപ്രതിവാദങ്ങളുണ്ടാക്കിയ ഒരു ചോദ്യമാണിത്. നായർ സമുദായത്തിൽ നിലനിന്നിരുന്ന താലികെട്ടു കല്യാണത്തിന്റെയും അതിനെത്തുടർന്ന് പിന്നീടു

ണ്ടാകുന്ന സംബന്ധങ്ങളുടെയും അർഥതലങ്ങളിലേക്കുവരെ ഈ ചോദ്യം നീണ്ടു. നായർ വിവാഹബന്ധം *ഇന്ദുലേഖ*യിൽ ഒരു ചർച്ചയാവുന്നതിനാൽ മാത്രമാണ് ഈ നരവംശശാസ്ത്ര ചർച്ചകൾ ഇവിടെ പ്രസക്തമാവുന്നത്. ഇന്ദുലേഖയ്ക്കും കല്യാണിക്കുട്ടിക്കും കുടുംബത്തിൽ വ്യത്യസ്തസ്ഥാനങ്ങളുണ്ടാകുന്നത് കാരണവരായ പഞ്ചുമേനോന്റെ പ്രീതിയുടെയും അദ്ദേഹത്തിന് അപ്രിയനായിരുന്ന സഹോദരീഭർത്താവായ, 'കോമട്ടി' എന്നു ശകാരപൂർവം വിളിക്കപ്പെട്ടിരുന്ന ശീനുപട്ടരുടെ മകളും എന്ന വ്യത്യാസം കൊണ്ടാണോ? ഇത് ഒരു വ്യക്തിയുടെ പ്രിയാനിഷ്ടങ്ങളുടെ മാത്രം കാര്യമല്ല, സാമൂഹ്യപദവിയുടെ കൂടിയാണ് എന്ന് ഫ്രഞ്ചു നരവംശശാസ്ത്രജ്ഞനായ ലൂയി ഡ്യൂമോണ്ടിന്റെ ചില വാദങ്ങൾ കൂട്ടിച്ചേർത്തു വായിച്ചാൽ സംശയംതോന്നും.

അനുലോമ-പ്രതിലോമ വിവാഹസമ്പ്രദായങ്ങൾ നിലനിന്നിരുന്ന കാലത്ത് (പുരുഷൻ സാമൂഹ്യപദവിയിൽ തനിക്കു താഴെയുള്ള സ്ത്രീയെ വിവാഹം കഴിക്കുകയും, സ്ത്രീ അതിനു വിപരീതമായി തനിക്കു മുകളിൽ സാമൂഹ്യപദവിയുള്ള ഒരാളെ വിവാഹം കഴിക്കുകയും ചെയ്തിരുന്ന സമ്പ്രദായങ്ങൾ) നമ്പൂതിരി-നായർ സമുദായങ്ങളുടെ മധ്യത്തിൽ കിടന്നിരുന്ന സമുദായമാണ് ക്ഷത്രിയ സമുദായം. ഒരു ക്ഷത്രിയ യുവതി സംബന്ധത്തിന്റെ നീതിവ്യവസ്ഥയിൽ നമ്പൂതിരിക്കു പ്രാപ്യയും നായർക്ക് അപ്രാപ്യയുമെന്നു കണക്കാക്കപ്പെട്ടിരുന്നതായി രേഖപ്പെടുത്തപ്പെട്ടിട്ടുണ്ട്. "കിളിമാനൂർ ഒരു രാജാവവർകളുടെ മകളായിരുന്നു" എന്ന് ചന്തുമേനോൻ ഇന്ദുലേഖയെ അവതരിപ്പിച്ചുകൊണ്ടു വിശേഷിപ്പിച്ചിരിക്കുന്നത് അത്രയൊന്നും ശ്രദ്ധിക്കപ്പെട്ടിട്ടില്ലാത്ത ഒരു വെറും പരാമർശം മാത്രമായി നിലനിൽക്കുകയാണ്. പക്ഷേ, ലൂയി ഡ്യൂമോണ്ടിന്റെ വാദം അംഗീകരിക്കുകയാണെങ്കിൽ, ഈ ഒരൊറ്റ വാക്യത്തിന് അപാരമായ സാമൂഹ്യമാനങ്ങളുണ്ട്. ആചാരപരവും ആർഭാടവുമായും സാമൂഹ്യനിയന്ത്രണത്തിനു വിധേയമായും നടത്തുന്ന പ്രധാന വിവാഹത്തിനും (Primary marriage) ദ്വിതീയ പ്രാധാന്യം മാത്രമുള്ള സംബന്ധങ്ങൾക്കും (Secondary marriage) തമ്മിൽ സാമൂഹ്യമായി നിലനിന്നുപോന്ന വ്യത്യാസം ഇത്തരം ബന്ധങ്ങൾക്കും അതിൽ ജനിക്കുന്ന കുട്ടികൾക്കും നിയമസാധുതയുള്ളത്, അതില്ലാത്തത് എന്ന സാമൂഹ്യപദവി വ്യത്യാസംകൂടി ഉണ്ടാക്കുന്നു. തന്റെ ദിവാൻജി അമ്മാവന്റെ കൂടെ കുട്ടിപ്പട്ടരായി നടന്നവനാണെന്നും കടക്കൊള്ളി ഉന്തിക്കഴിഞ്ഞ എരപ്പാളിയാണെന്നും കോമട്ടിയാണെന്നും പഞ്ചുമേനോൻ വിശേഷിപ്പിക്കുന്ന പെങ്ങളുടെ സംബന്ധക്കാരനാണ് ശീനുപട്ടർ. സ്വന്തം ഇല്ലത്തിലെ സ്വത്തിനവകാശമില്ലാത്ത ശീനുപട്ടരുടെ മകളായ കല്യാണിക്കുട്ടിയും, അച്ഛൻ കൊടുത്ത ആഭരണങ്ങൾ അമ്മയുടെ വകയായി കിട്ടുന്ന ഇന്ദുലേഖയും ഒരേ തറവാട്ടിലുള്ളവരെങ്കിലും സാമൂഹ്യനീതിയിൽ തുല്യരായിരുന്നില്ലെന്നു വേണം കരുതാൻ; അവർ തമ്മിലുള്ള വ്യത്യാസം പഞ്ചുമേനോന്റെ പക്ഷപാതപരമായ സ്നേഹദോഷങ്ങളുടെ

സംഗതിയായിരുന്നില്ല. അമ്മ വഴി മക്കളിലേക്കു കൈമാറ്റം ചെയ്യപ്പെടുന്ന അവകാശങ്ങൾക്ക് സാമൂഹ്യസ്ഥിരീകരണം ആവശ്യമായി വരുന്നുവെന്നും ഡ്യൂമോണ്ട് ചൂണ്ടിക്കാണിച്ചിട്ടുണ്ട്.

*ഇന്ദുലേഖ*യുടെ കഥ നടക്കുന്ന കാലത്തെ സാമൂഹ്യപരിവർത്തനത്തിന്റെ ഒരു മുഴുനീളൻ ചിത്രം നോവലിൽ എമ്പാടും കാണാൻ സാധിക്കും. മരുമക്കത്തായമാണെങ്കിലും, മാധവൻ ബി എൽ പാസാകുമ്പോൾ 500 രൂപ വിലയുള്ള ചുവപ്പുകല്ലു കടുക്കൻ സമ്മാനിക്കുന്ന അച്ഛനും, പൂവള്ളിത്തറവാട്ടിൽ താമസിക്കുന്ന ഇന്ദുലേഖയുടെ അമ്മയുടെ സംബന്ധക്കാരൻ കേശവൻനമ്പൂതിരിയും, സംബന്ധം ചെയ്ത കല്യാണിക്കുട്ടിയെ കൂടെ പാർപ്പിക്കാൻ കൊണ്ടുപോകുന്ന സൂരിനമ്പൂതിരിയുമൊക്കെ നായർ-നമ്പൂതിരി കൂട്ടുകുടുംബ വ്യവസ്ഥകളുടെയും മരുമക്കത്തായ വ്യവസ്ഥകളുടെയും നീതിക്കുള്ളിൽ നിലനിന്നിരുന്ന വ്യത്യസ്തതകളെ ദ്യോതിപ്പിക്കുന്നു.

ബ്രിട്ടീഷ് അധിനിവേശത്തിനു കീഴിൽ ബ്രിട്ടീഷ് വിദ്യാഭ്യാസരീതിയിൽ അഭ്യസ്തവിദ്യരായ കുലീന-സമ്പന്നകുടുംബങ്ങളിലെ പുരുഷന്മാരിൽ പലരും പുതിയ ഉദ്യോഗസ്ഥ വർഗത്തിന്റെ ഭാഗമാകാൻ ആഗ്രഹിച്ചവരായിരുന്നു. ഇവരെ സംബന്ധിച്ചിടത്തോളം നായർ-നമ്പൂതിരി ബന്ധം മാത്രമല്ല പുരുഷമേധാവിത്വമില്ലാത്ത ഒരു കുടുംബവ്യവസ്ഥ തന്നെ അപകർഷത ഉളവാക്കിയ ഒന്നായിരുന്നു. പുരോഗമനം, ഉന്നതി, സാമൂഹ്യനീതി തുടങ്ങിയവയെക്കുറിച്ചുള്ള സങ്കൽപ്പനങ്ങൾ ആ കാലഘട്ടത്തിൽ രൂപപ്പെട്ടത്, വിക്ടോറിയൻ സംസ്കൃതിയാണ് സംസ്കാരത്തിന്റെ പരമകാഷ്ഠയെന്നു കരുതിയ ഒരു പരിണാമസിദ്ധാന്തവാദത്തിന്റെ കാലത്തായിരുന്നു. *ഇന്ദുലേഖ*യിൽ വ്യക്തമായിത്തന്നെ ഡാർവിനെക്കുറിച്ചുള്ള ചർച്ചവരുന്നുണ്ട്.

> വാള്ളെസ്റ്റ്, ഡാർവ്വിൻ മുതലായ പലേ ശാസ്ത്രജ്ഞന്മാർ ജഗദുല്പത്തിയെപ്പറ്റി പറഞ്ഞിട്ടുള്ളത് സൂക്ഷ്മമായി ആലോചിച്ചാൽ ഈ കാണുന്ന സകല ചരാചരങ്ങളും 'ഇവല്യൂഷൻ' എന്ന ഉല്പത്തി സമ്പ്രദായപ്രകാരം താനേ ഉത്ഭവിച്ചു വന്നതായിക്കാണാം എന്നു വിശ്വസിയ്ക്കുന്നു ഗോവിന്ദൻകുട്ടിമേനവൻ. ബ്രാഹ്മണരുടെ പ്രാധാന്യതയ്ക്കും യോഗ്യതയ്ക്കും വേണ്ടി മാത്രം അവരിൽ ചിലർ എഴുതിയിട്ടുള്ള പുസ്തകങ്ങളല്ലാതെ (ഈവക സംഗതികളെപ്പറ്റി) അറിവിന്നു വേറെ യാതൊരു മാർഗ്ഗവും ഇല്ലല്ലോ. പിന്നെ എന്തുചെയ്യും? വിഡ്ഢിത്തം എഴുതിക്കാണുന്നത് എല്ലാം സാധുക്കൾ വിശ്വസിയ്ക്കുന്നു എന്നു പരിതപിയ്ക്കുന്ന മാധവൻ പക്ഷേ, ഇതിനെ ഖണ്ഡിയ്ക്കുന്നുണ്ട്: ബ്രാഹ്മണർ എഴുതീട്ടുള്ള ചില വിലപിടിച്ച പുസ്തകങ്ങളെക്കുറിച്ച് സ്വല്പമെങ്കിലും ഗോവിന്ദൻകുട്ടിയ്ക്ക് അറിവുണ്ടായിരുന്നെങ്കിൽ ഈവിധം പറയുന്നതല്ല.....

എന്നു പറയുന്ന മാധവനോടു ഗോവിന്ദൻകുട്ടിമേനവൻ വീണ്ടും തർക്കിക്കുന്നു:

> ഡാർവ്വിൻ മുതലായ മഹാശാസ്ത്രജ്ഞന്മാർ ഉണ്ടാക്കിയ പുസ്തകങ്ങളും, നമ്മളുടെ സംസ്കൃതത്തിൽ അയുക്തികളാലും അസംഭവ്യ വ്യവസ്ഥകളാലും നിറയപ്പെട്ടിട്ടുള്ളതായ ഭാരതം, ഭാഗവതം, രാമായണം, സ്കാന്ദം മുതലായ പുരാണങ്ങളും ഒരുപോലെയാണെന്നു മാധവൻ പറയുന്നുവോ?

എന്നു ചോദിക്കുന്ന ഗോവിന്ദൻകുട്ടിമേനവനോട് ഉറപ്പിച്ചുതന്നെയാണ് മാധവൻ മറുപടി പറയുന്നത്:

> അസംബന്ധമായി ധൃതഗതിയായി സംസാരിക്കരുത്. സാവധാനത്തിൽ ആലോചിച്ചു പറയൂ. ഹർബർട്ട് സ്പെൻസർ മുതലായവർ എഴുതിയത് ഇയ്യിടെയാണ് നുമ്മളുടെ, ഹിന്ദുക്കളുടെയിടയിൽ മഹാന്മാരായ ഗ്രന്ഥകർത്താക്കന്മാരും അദ്വൈതികളും ഉണ്ടായിട്ട് ഇപ്പോഴേയ്ക്കു ഒന്നുരണ്ടായിരം സംവത്സരങ്ങൾ കഴിഞ്ഞു.

പക്ഷേ, തുടർന്ന് “ഈ ഒന്നുരണ്ടായിരം സംവത്സരങ്ങളിൽ കിട്ടിയ അറിവുകൾകൂടി ഇപ്പോഴത്തെ ഇംക്ലീഷ് വിദ്വാന്മാർക്ക് ഉണ്ട്. അവർ മുമ്പുള്ള വിദ്വാന്മാരേക്കാൾ അധികം അറിവുള്ളവർ തന്നെ, അതിന്റെ കാരണം അവർ പിമ്പുള്ള വിദ്വാന്മാരാകയാൽ” എന്നു കൂട്ടിച്ചേർത്ത് ഇംഗ്ലീഷിന്റെ ഔന്നത്യത്തെ സാധൂകരിക്കുകയും ചെയ്യുന്നു. ഉത്തരാധുനിക സാഹിത്യത്തിന്റെ ബഹുസ്വരത (multiple voice) ഈ കൃതിയിൽ കണ്ടെത്താൻ കഴിയുന്നു എന്നത് ആശ്ചര്യകരമാണ്.

കാർഷിക വ്യവസ്ഥയ്ക്കു മുകളിൽ വ്യവസായ പ്രധാനമായ ഒരു സമ്പദ്വ്യവസ്ഥയിലൂടെ വരുമാനം വർധിപ്പിക്കുക എന്ന ഭരണകൂടതാൽപ്പര്യം, കൃഷിഭൂമിയുമായി ബന്ധപ്പെട്ടുകിടക്കുന്ന കൂട്ടുകുടുംബവ്യവസ്ഥയിൽ സ്വത്തു കൈകാര്യം ചെയ്യാനുള്ള സ്വാതന്ത്ര്യം, പുതുതായി തുറന്നുവരുന്ന വ്യക്തികേന്ദ്രീകൃതമായ ജീവനോപാധികൾ തേടി തറവാടും ഗ്രാമങ്ങളും വിട്ട് ബാഹ്യലോകത്തിന്റെ അനന്തമായ വിശാലതയിലേക്കു പോകാനുള്ള സ്വാതന്ത്ര്യം, തറവാട്ടുകാരണവരുടെ അധികാരശ്രേണിക്കുള്ളിൽ നിന്നാൽ ഇംഗ്ലീഷ് വിദ്യാഭ്യാസത്തിലൂടെ കൈവരാൻ സാധ്യതയുള്ള ജീവന/ജീവിത അവസരങ്ങളെ ത്യജിക്കുകയായിരിക്കുമെന്നുള്ള ചിലരുടെ തിരിച്ചറിവ്—ഇവയൊക്കെ കൂട്ടിമുട്ടുന്നിടത്തുനിന്നാണ് കേരളത്തിലെ സാമൂഹികപരിവർത്തനങ്ങൾ തുടങ്ങുന്നത്. മറ്റൊരു ദിശയിൽനിന്നും പുറപ്പെട്ടുവന്ന് ഇതുമായി കൂടിക്കുഴഞ്ഞ് ഈ പരിവർത്തന പ്രക്രിയയ്ക്ക് ആക്കം കൂട്ടിയതാകട്ടെ, നായർ കുടുംബങ്ങളുമായി സംബന്ധങ്ങളിലേർപ്പെട്ടിരുന്നതും, മക്കത്തായ സമ്പ്രദായം നിലനിന്നിരുന്നതുമായ നമ്പൂതിരി സമുദായത്തിൽ നിന്നുയർന്നു വന്ന പരിവർത്തനങ്ങളും. സമൂഹത്തിൽ ബ്രിട്ടീഷ് ഭരണകൂടവും, ഇംഗ്ലീഷ്

വിദ്യാഭ്യാസത്തിലും അതു തുറക്കുന്ന ലോകത്തിലും ആകൃഷ്ടരാകുന്ന യുവത്വവും ത്വരിതപ്പെടുത്തുന്ന ഒരു സാമൂഹ്യചർച്ചയുടെ, സാമൂഹിക നിരൂപണങ്ങളുടെ, സമുദായങ്ങളുടെ സ്വയം വിമർശനാത്മകമായ വിശകലനത്തിലേക്കുള്ള പ്രേരകം, നോവൽ എന്ന വർണക്കടലാസിൽ പൊതിഞ്ഞ് മലയാളിയുടെ മുന്നിലേക്കു വെച്ചുകൊടുക്കുകയാണ് ചന്തു മേനോൻ ചെയ്തത്. "ശിന്നനെ ഞാൻ ഒന്നിച്ചുകൊണ്ടുപോവുന്നു, അവനെ ഞാൻ പഠിപ്പിയ്ക്കും" എന്നു മാധവന്റെ പ്രഖ്യാപനത്തോടെ തുടങ്ങുന്ന കഥാഗതി ചെന്നവസാനിക്കുന്നത് സാമൂഹ്യവ്യവസ്ഥയുടെ നിരൂപണത്തിലും ഇംഗ്ലീഷ് വിദ്യാഭ്യാസത്തിന്റെ ഗുണദോഷങ്ങളുടെ വിലയിരുത്തലിലും ഭാരതത്തിന്റെയും പാശ്ചാത്യരുടെയും വൈജ്ഞാനികപ്രബുദ്ധതയുടെ താരതമ്യത്തിലും ദൈവവിശ്വാസം, മതം എന്നിവയിലൂടെ സംസ്കൃതിയെക്കുറിച്ചും മൂല്യങ്ങളെക്കുറിച്ചുമുള്ള തുറന്ന വാദപ്രതിവാദങ്ങളിലുമാണെന്നതു ശ്രദ്ധേയമാണ്. ഈ തർക്കങ്ങൾ വർണക്കടലാസു തുറന്ന് അകത്തുള്ളതിനെ വെളിപ്പെടുത്തുന്ന ഒരു പ്രക്രിയയാണ്. ഇതു വെളിപ്പെടുത്തുന്നതാകട്ടെ, ചിട്ടപ്പെടുത്തി കെട്ടിയുറപ്പിക്കപ്പെടാത്ത ചിതറിക്കിടക്കുന്ന കുറേ വികാരങ്ങളുടെയും വിചാരങ്ങളുടെയും യുക്തിചിന്തകളുടെയും സ്വാതന്ത്ര്യബോധത്തിന്റെയും സ്നേഹബന്ധങ്ങളുടെ പ്രക്ഷുബ്ധതയുടെയുമൊക്കെ കൂർത്തുമൂർത്ത ശകലങ്ങളാണ്.

1889 ലാണ് ഇന്ദുലേഖയുടെ ആദ്യപതിപ്പ് പുറത്തുവരുന്നത്. 1896 ൽ മലബാർ മാര്യേജ് ആക്ട്, 1898 ൽ മലബാർ സിവിൽസ് ആക്ട് എന്നിവ വരുന്നതിന്റെ മുന്നോടിയാണ് ഈ സാമൂഹ്യസംവാദം.

1893 നും 1913 നും ഇടയ്ക്കായി മാത്രം നാലോളം സ്മാർത്ത വിചാരങ്ങൾ നമ്പൂതിരി സമുദായത്തിൽ നടന്നിട്ടുള്ളതായി രേഖപ്പെടുത്തപ്പെട്ടിട്ടുണ്ട്; തുണക്കാരിയില്ലാതെ ഒറ്റയ്ക്കു അമ്പലത്തിൽ പോയി എന്നതിനുകൂടി അന്തർജനം വിചാരണ ചെയ്യപ്പെട്ടിട്ടുണ്ട്. "സ്മൃതിയുടെ കോയ്മയും പുരുഷന്റെ കോയ്മയും ജന്മിയുടെ കോയ്മയും ഒന്നിച്ചു ചേർന്ന് പശതേച്ചുറപ്പിച്ചത്" എന്നു വി ടി ഭട്ടതിരിപ്പാട് വിശേഷിപ്പിച്ച ബ്രാഹ്മണ്യത്തെ ആക്ഷേപഹാസ്യത്തിലൂടെ വിശകലനത്തിനായി സമൂഹത്തിനു മുന്നിലേക്ക് ഇട്ടുകൊടുക്കുകയാണ് സൂരിനമ്പൂതിരിപ്പാട് എന്ന കഥാപാത്രത്തിലൂടെ ചന്തുമേനോൻ ചെയ്തത്. "നമ്പൂതിരി സമുദായത്തിലെ പാതിയിലധികം വരുന്ന സ്ത്രീകൾ പുറത്തേക്കു വാതിലുകളില്ലാത്ത അകത്തളങ്ങളിൽ കൊട്ടിയടയ്ക്കപ്പെട്ടപ്പോൾ ഏതാണ്ട് അത്രയും വരുന്ന അപ്ഫന്മാർ അകം തന്നെയില്ലാത്ത പുറന്തളങ്ങളിൽ ബഹിഷ്കൃതരായി അലഞ്ഞു. അകത്തളങ്ങളിലൊതുങ്ങിയ അന്തർജനങ്ങളും പുറത്തേക്കു തള്ളപ്പെട്ട അപ്ഫന്മാരും—ഈ സ്ത്രീപുരുഷന്മാരുടെ കൈകോർക്കലായിരുന്നു ഈ നൂറ്റാണ്ടിന്റെ ആദ്യശതകങ്ങളിൽ നമ്പൂതിരി സമുദായത്തിലുണ്ടായ മഹാപരിവർത്തനം" എന്ന് വി ടി യുടെ സമ്പൂർണകൃതികൾക്ക് കെ സി നാരായണനെഴുതിയ അവതാരി

കയിൽ പറയുന്നതു ശ്രദ്ധേയമാണ്. നായർ സമുദായത്തിൽ അത്തരം ഒരു സ്ത്രീ-പുരുഷ കൈകോർക്കലുണ്ടായിരുന്നതായി കരുതുക വയ്യ. *ഇന്ദുലേഖ*യിൽ ഇന്ദുലേഖയും മാധവനും തമ്മിലുണ്ടാകുന്ന സംവാദ ത്തിൽ ഇന്ദുലേഖ പറയുന്നു: "ഭർത്താവിനെ ഇഷ്ടംപോലെ എടുക്കു കയും ഉപേക്ഷിക്കുകയും ചെയ്യുന്നവരാണ് ഞങ്ങൾ എന്ന് മാധവൻ ഒരു ദോഷം പറയുന്നുണ്ട്. മര്യാദയില്ലാത്ത ചില സ്ത്രീകൾ ഇങ്ങനെ ചെയ്യുന്നുണ്ടായിരിക്കാം. എന്നാൽ ഇങ്ങനെ ചെയ്യുവാനുള്ള ഒരു സ്വത ന്ത്രത ഞങ്ങൾക്കുള്ളത് എത്രയോ ശ്ലാഘനീയമായ ഒരു അവസ്ഥയാ ണ്. യൂറോപ്പിൽക്കൂടി ഈ സ്വതന്ത്രത ഇല്ല. യൂറോപ്പിലെ ബുദ്ധിശാലി കളായ ചില ആളുകളും അമേരിക്ക രാജ്യത്തുള്ള വളരെ മഹാന്മാരും ഈ സ്വതന്ത്രത എല്ലായ്പോഴും ഉണ്ടായിരിക്കേണ്ടതാണെന്ന് അഭിപ്രാ യപ്പെട്ടതായി ഞാൻ വായിച്ചിട്ടുണ്ട്."

പാശ്ചാത്യരുടെ കണ്ണിൽ മലബാറിന്റെ കുടുംബവ്യവസ്ഥ അത്ര തരംതാണതല്ലെന്നും സ്ത്രീകളുടെ സ്വാതന്ത്ര്യത്തെ അവരിൽ ബുദ്ധി യുള്ളവരും മഹാന്മാരും അംഗീകരിക്കുന്നു എന്നും ഇന്ദുലേഖ പറയുന്ന തിൽ ശ്രദ്ധിക്കപ്പെടേണ്ട ഒന്നുണ്ട്: ഒരു വ്യക്തിയുടെ, സാമൂഹ്യ ആചാര ങ്ങളുടെ, സമാന്യത ബാഹ്യദൃഷ്ടിയുടെ അംഗീകാരത്തിനു വിധേയമാ യതും അതിനെ ആശ്രയിച്ചിരിക്കുന്ന ഒന്നാണെന്നും, പലപ്പോഴും ഈ സമാന്യതയും നിയമത്തിലൂടെയുള്ള സാധൂകരണവും വേർതിരിക്കാനാ വാത്തവിധം ഇഴചേർന്നിരിക്കുന്നുവെന്നതും, നിയമവ്യവസ്ഥയിലൂടെ ഈ സമാന്യത ഉറപ്പിക്കാനുള്ള സാമൂഹ്യ-രാഷ്ട്രീയപ്രബലത ഒരു സമൂഹത്തിന്റെ വ്യവസ്ഥകളെയും ആചാരങ്ങളെയും ചിട്ടപ്പെടുത്തുന്ന തിൽ ഒരു ശക്തമായ ഘടകവുമാണ് എന്നതാണ്. നിയമവ്യവസ്ഥയു ടെയും ഭരണകൂടത്തിന്റെയും ഭാഗമായി അവയുടെ കാഴ്ചപ്പാടിനെ സ്വാധീനിക്കുന്ന വിധത്തിൽ പ്രബലതയാർജിക്കുന്നതിലൂടെയാണ് ഒരു സമൂഹത്തിന്റെ വിജയം എന്ന തിരിച്ചറിവ് ഇന്ത്യയിലെ സമൂഹങ്ങളിൽ ഉണ്ടാകുന്നതിന്റെ ഒരു ആരംഭവും കൂടിയാണ് *ഇന്ദുലേഖ*യുടെ കാല ഘട്ടം. സാമുദായിക കൂട്ടായ്മകളുടെയും അവയുടെ രാഷ്ട്രീയ പ്രവേ ശത്തിന്റെയും തുടക്കവുംകൂടി ഈ കാലഘട്ടത്തിന്റെ ചരിത്രത്തിൽ ആലേഖനം ചെയ്യപ്പെടുന്നുണ്ട്.

*ഇന്ദുലേഖ*യുടെ സാമൂഹ്യനിരൂപണം നടത്തിയ പല സാഹിത്യ-ചരിത്രകാരന്മാർ ചൂണ്ടിക്കാണിച്ച ഒന്നുണ്ട്: "സ്ത്രീയുടെ ഈ 'സ്വാതന്ത്ര്യം' ബ്രാഹ്മണമേധാവിത്വത്തിന് അടിമപ്പെട്ടു നിൽക്കുന്നു. ബ്രാഹ്മണസമുദായത്തിൽ സ്ത്രീ ഒരു ഭോഗവസ്തു മാത്രമാണ്; അന്തർജനങ്ങളുടെ ലൈംഗികത ഇല്ലങ്ങൾക്കുള്ളിൽ തളച്ചിടപ്പെടുകയും നായർസ്ത്രീകൾ ബ്രാഹ്മണമേധാവിത്വത്തിനു കീഴിൽ വരികയും ചെയ്ത ഒരു വ്യവസ്ഥയാണത്.' ഇത്തരമൊരു വായനയുമായി തർക്കിക്കുക പ്രയാസമാണ്. എന്നിരിക്കിലും, സൂരിനമ്പൂതിരിപ്പാട് എന്ന പരിഹാസകഥാപാത്രം ഒരു മേധാവിത്വത്തിന്റെ അംഗീകാരമോ അതി

നോടുള്ള കീഴടങ്ങലോ സൂചിപ്പിക്കുന്നില്ല. ഇന്ദുലേഖയെ മോഹിച്ചു വന്ന് കല്യാണിക്കുട്ടിയെ ബാന്ധവിച്ചു കൂടെക്കൊണ്ടുപോകേണ്ടി വരുന്ന സൂരിനമ്പൂതിരി, ഇന്ദുലേഖയെത്തന്നെയാണ് താൻ കൂടെക്കൊണ്ടുപോകുന്നത് എന്നു മാലോകരെ വിശ്വസിപ്പിക്കാൻ ശ്രമിക്കുന്നത് 'സംബന്ധ'ത്തിൽ നമ്പൂതിരിക്കുണ്ടായിരുന്നുവെന്നും കരുതപ്പെടുന്ന മേൽക്കോയ്മയ്ക്ക് ഒരു ചോദ്യചിഹ്നമായി നിലകൊള്ളുകയാണ്. 'മെതമ്മ സായ്വ്' സൂരിനമ്പൂതിരിയുടെ കൈപിടിക്കുമ്പോൾ നമ്പൂതിരിക്ക് "ശരീരമാസകലം രോമാഞ്ചമുണ്ടായി..... കൈയും കുറേ നേരം പിടിച്ചുകൊണ്ടുതന്നെ നിന്നു. വിഡ്ഢി (മക്ഷാമൻ സായ്വ്) ഇതെല്ലാം കണ്ടുകൊണ്ട് മന്ദഹാസത്തോടെ അടുക്കെത്തന്നെ നിന്നു." എന്ന് സൂരിനമ്പൂതിരിപ്പാടു പറയുന്നുണ്ട്. "വിഡ്ഢി മക്ഷാമൻ" എന്ന ആ ഒരു പദം ആ സന്ദർഭത്തിൽ പ്രയോഗിക്കുന്നതുകൊണ്ട് ദ്യോതിപ്പിക്കുന്നത് രണ്ടു സംസ്കാരങ്ങളുടെ, സ്ത്രീപുരുഷബന്ധങ്ങളെക്കുറിച്ചുള്ള മൂല്യവ്യത്യാസമാണ്. ഒരു കരസ്പർശത്തിൽ സ്ത്രീയിൽ ചാരിത്ര്യദോഷം കാണുന്ന സംസ്കാരവീക്ഷണവും സദാചാരചിന്തയും ഒരുവശത്തും, മറുവശത്ത് തന്റെ ഭാര്യയുടെ കരസ്പർശത്തിൽ പുളകിതനായി നിൽക്കുന്ന നമ്പൂതിരിയെ നോക്കി മന്ദഹസിച്ചു നിൽക്കുന്ന മക്ഷാമനും അതിലൂടെ വെളിവാക്കപ്പെടുന്ന ഇത്തരമൊരു ചാരിത്ര്യചിന്തയുടെ മൂല്യവീക്ഷണത്തിന്റെ അന്തഃസാരശൂന്യതയും. "ഞങ്ങൾ നായന്മാരുടെ സ്ത്രീകൾ അന്തർജനങ്ങളെപ്പോലെ അന്യജനങ്ങളോടു സംസാരിക്കാതെയും വിദ്യാഭ്യാസം ചെയ്യാതെയും ശുദ്ധമൃഗപ്രായമായി നടക്കുന്നില്ലാത്തതുകൊണ്ട് വ്യഭിചാരിണികളാണെന്നോ പതിവ്രതാധർമ്മം ഇല്ലെന്നോ മാധവൻ വിചാരിക്കുന്നുവെങ്കിൽ ഇത്ര അബദ്ധമായ വിചാരം വേറെ യാതൊന്നുമില്ല" എന്ന ഇന്ദുലേഖയുടെ വാക്കുകളിൽ നായർ സ്ത്രീകൾ അന്തർജനങ്ങളേക്കാൾ ബാഹ്യലോകവുമായി ബന്ധമുള്ളവരാണ് എന്ന അവകാശവാദമുണ്ട്. 'പതിവ്രതാധർമം' എന്ന ഒരു ആധുനിക കാഴ്ചപ്പാടിനോടൊരു കീഴ്വഴങ്ങലുമുണ്ട്. അത് എന്താണ്, എങ്ങനെയായിരിക്കണം എന്നൊക്കെയുള്ള സാമൂഹ്യനിർമിതികൾ പുരുഷകേന്ദ്രീകൃതമായ മൂല്യസാധൂകരണത്തിലേക്കുള്ള ദിശയിലേക്കു നീങ്ങുമ്പോൾ എവിടെയോ സ്ത്രീയുടെ സ്വയംനിർണയാവകാശം കൈമോശം വന്നുപോയി എന്നതു പിൽക്കാലചരിത്രം. ഭിന്നാഭിപ്രായങ്ങളെ തന്മയത്വത്തോടെ അവതരിപ്പിച്ചും തുല്യപ്രാധാന്യത്തോടെയും യുക്തിഭദ്രതയോടും വ്യത്യസ്തകാഴ്ചപ്പാടുകളെ അവതരിപ്പിച്ചുമാണ് ഈ നോവലിലെ പലതരം ആശയങ്ങളുടെ സംഘർഷങ്ങൾ സാമൂഹ്യചർച്ചയ്ക്കു പാകപ്പെടുത്തിയിരിക്കുന്നത്. ഇനിയൊരു സംഭാഷണം കൂടി ശ്രദ്ധിക്കുക:

"ഈ നൂൽക്കമ്പനി എന്ന് ഇത്ര ഘോഷമായി കേൾക്കുന്നതെല്ലാം ഒരു ഇരുമ്പുചക്രമാണ്. ആ ചക്രം ഈ നൂൽ ഒക്കെയും ഉണ്ടാക്കുന്നു. ആ ചക്രത്തെ തിരിക്കുന്നത് പൊകയാണ്. ഈ പൊകപോക്കാൻ വലിയ

ഒരു കൊടിമരം പോലെ ഒരു വാല് ഉണ്ടാക്കിവെച്ചിട്ടുള്ളതിന്റെ ഉള്ളിൽ വല്ല വിഗ്രഹങ്ങളോ ചക്രങ്ങളോ വെച്ചിട്ടുണ്ടായിരിക്കാം, അതിന് ഈ ഹോമം വളരെ പ്രിയമായിരിക്കാം, അതിന്റെ പ്രസാധത്തിലാവാം ഈ കമ്പനി തിരിയുന്നത്." ഇതുപറയുന്ന കേശവൻ നമ്പൂതിരി എന്നിട്ടും ആ കമ്പനിയിൽ പണം ഓഹരിക്കു നിക്ഷേപിച്ചിരിക്കുന്നു! അന്യമായ തിനെ സ്വന്തം യുക്തിയിലൂടെ മനസിലാക്കുകയും അതിനെ ആ യുക്തി ക്കനുസരിച്ച് അംഗീകരിക്കുകയോ തിരസ്കരിക്കുകയോ ചെയ്യുന്ന പ്രവൃത്തിയും പ്രക്രിയയും സംസ്കാരവിനിമയത്തിൽ സർവ്വസാധാര ണമാണ്. ഇംഗ്ലീഷ് വിദ്യാഭ്യാസത്തെക്കുറിച്ചുള്ള തർക്കവിതർക്കങ്ങ ളിലും ഇതുകാണാം. സംസ്കാരങ്ങൾ തമ്മിൽ മാത്രമല്ല, വ്യക്തികൾ തമ്മിലും വ്യത്യസ്തതകളുണ്ടെന്ന് ഇത് ബോധ്യമാക്കുന്നു. ഒരു മത ത്തിനോ ഭാഷയ്ക്കോ സംസ്കാരത്തിനോ, ഒരു വിദ്യാഭ്യാസസമ്പ്രദായ ത്തിനു തന്നെയോ ആ വ്യത്യസ്തതകളെ പൂർണമായും ഇല്ലാതാക്കാൻ കഴിയുന്നില്ല. "സ്വന്തം അനുഭവങ്ങളിലൂടെയും ലോകപരിജ്ഞാനത്തി ലൂടെയും കാലക്രമം കൊണ്ടുമാത്രം അറിയേണ്ടുന്ന, സൂക്ഷ്മമായി ആലോചിച്ച് സ്വയം ഗ്രഹിക്കേണ്ടതായ, കാര്യങ്ങളെ ബുദ്ധിയുടെ ചാപല്യം തീരാത്ത കാലത്ത് പുസ്തകങ്ങളിലൂടെ വായിച്ചും മറ്റുമറി ഞ്ഞ്, ആ അന്ധാളിപ്പിൽ ലൗകികാചാരങ്ങളേയും മതങ്ങളേയും വിട്ട്, എന്തും പറയുകയും ചെയ്യുകയുമാവാം എന്ന ഒരു സ്ഥിതിയിലേയ്ക്കു പോകുന്നത് ഇംഗ്ലീഷ് പഠിപ്പിച്ചു അറിവു വരുത്തുന്നതിന്റെ ദോഷമാണ്" എന്നു മാധവന്റെ അച്ഛൻ പരിതപിക്കുന്നുണ്ട്. ഇംഗ്ലീഷ് പഠിപ്പുകൊണ്ടു വരുന്ന മറ്റൊരു ദോഷം ഗുരുജനങ്ങളിലും ബന്ധുവർഗങ്ങളിലുമുണ്ടാ കേണ്ടുന്ന ഭക്തിയും വിശ്വാസവും സ്നേഹവുമൊക്കെ കേവലം ഇല്ലാ താവുക എന്നതും "സന്മാർഗസദാചാരവിദ്വേഷം" ഉണ്ടാക്കുന്നതുമാണ് അദ്ദേഹത്തിന്റെ കണ്ണിൽ. ഇവിടേയും അഭിപ്രായങ്ങൾ പലവിധം. ഇത്തരം ചർച്ചകൾ ഇന്നും കേരളത്തിൽ നടക്കുന്നു. ദൃശ്യ-മാധ്യമങ്ങളെ നിയന്ത്രിക്കേണ്ടതുണ്ടോ, ലൈംഗികവിദ്യാഭ്യാസം കുട്ടികൾക്കു യോജി ച്ചതാണോ, രക്ഷിതാക്കളുടെ നിയന്ത്രണത്തിൽ വേണമോ ഇന്റർനെറ്റ് ഉപയോഗിക്കേണ്ടത് തുടങ്ങിയ പലതരം ചർച്ചകളിൽ സ്വഭാവരൂപീകര ണത്തെക്കുറിച്ചും സംസ്കാരത്തെക്കുറിച്ചുമൊക്കെയുള്ള ആകുലതകൾ ഇപ്പോഴും തുടർന്നുവരുന്നതായി കാണാം. മറ്റൊരു തറവാട്ടിലെ കുട്ടി യായ 'ശിന്നനെ' ഇംഗ്ലീഷു പഠിപ്പിക്കാൻ പണം മുടക്കാൻ തയാറാവുന്ന ഒരാളിൽ നിന്നാണ് ഇത്തരം ദോഷങ്ങളെക്കുറിച്ചുള്ള വിചാരങ്ങൾ പുറ പ്പെടുന്നത് എന്നത് മനുഷ്യമനസിന്റെ, സംസ്കാരത്തിന്റെ സങ്കീർണത കളിലേക്കു വിരൽ ചൂണ്ടുന്നു. വ്യക്തിയെ, പുരുഷനെ, സ്ത്രീയെ, രൂപ പ്പെടുത്തിയെടുക്കാനും സംസ്കാരത്തിന് അനുയോജ്യമാക്കി പാകപ്പെ ടുത്തിയെടുക്കാനും സാമൂഹ്യസമ്പർക്കങ്ങളും വിദ്യാഭ്യാസവും ഒരു പോലെ പ്രധാനമാണ്. ഇന്ദുലേഖ എന്ന ആദർശവനിതയെ അവളുടെ അമ്മാമനായ ദിവാൻ പേഷ്കാർ കൊച്ചുകൃഷ്ണമേനോൻ രൂപപ്പെടു

ത്തിയെടുത്തത് ഇപ്രകാരമായിരുന്നു: "ഇംഗ്ലീഷ് നല്ലവണ്ണം പഠിപ്പിച്ചു സംഗീതത്തിൽ പല്ലവി രാഗവിസ്താരം വരെ പാടാനും പിയാനോ, ഫിഡിൽ, വീണ ഇതുകൾ വിശേഷമായി വായിപ്പാനും ആക്കിവെച്ചു. പിന്നെ ചില്ലറയായി സ്ത്രീകളെ യൂറോപ്പിൽ അഭ്യസിപ്പിയ്ക്കുന്ന തുന്നൽ, ചിത്രം മുതലായതുകളിലും പരിചയപ്പെടുത്തി. ബിലാത്തിയിൽ ഒരു ഇംഗ്ലീഷു സ്ത്രീയെ അഭ്യസിപ്പിക്കുന്ന വിധമുള്ള പഠിപ്പുകളും അറിവുകളും സമ്പ്രദായങ്ങളും ഇന്ദുലേഖയ്ക്കും ഉണ്ടാക്കിവെക്കേണമെന്നുള്ള ആഗ്രഹം മഹാനും ബുദ്ധിശാലിയുമായിരുന്ന ആ കൊച്ചുകൃഷ്ണമേനോന് ഇന്ദുലേഖയുടെ പതിനാറാം വയസ്സിലകത്തു സാധിപ്പാൻ കഴിയുന്നേടത്തോളം സാധിച്ചുവെന്നുതന്നെ പറയാം." എന്നാണ് ചന്തുമേനോൻ വിശദീകരിച്ചിരിക്കുന്നത്.

ഒരു പുസ്തകം വായിക്കുന്നതുപോലെ സംസ്കാരത്തെ വായിക്കുകയാണു വേണ്ടതെന്ന് നരവംശശാസ്ത്രജ്ഞനായ ക്ലിഫോർഡ് ഗിർട്ട്സ് അഭിപ്രായപ്പെട്ടിട്ടുണ്ട്. വാക്കുകളുടെ, വസ്തുക്കളുടെ, പ്രവൃത്തികളുടെ അർഥം മനസിലാക്കിയാൽ മാത്രമേ സംസ്കാരം മനസിലാക്കാൻ കഴിയൂ. ഒരു സംസ്കാരത്തെ മനസിലാക്കുന്നതിൽ ഭാഷയും പ്രധാനമാണ്. എഡ്വേർഡ് സഫീർ, ബെഞ്ചമീൻ വോഫ് എന്നീ ഭാഷാ നരവംശശാസ്ത്രജ്ഞന്മാർ മുന്നോട്ടുവച്ച ഭാഷാ ആപേക്ഷികതാസിദ്ധാന്തത്തിൽ ഒരു ഭാഷയുടെ വ്യാകരണത്തിലൂടെയാണ് ഒരു ജനതയുടെ ലോകവീക്ഷണം രൂപപ്പെടുന്നതെന്ന വാദഗതി മുന്നോട്ടു വെച്ചു. എന്നാൽ ഭാഷയുടെ വ്യാകരണത്തിന്റെ മാറ്റത്തിനനുസരിച്ച് അതിന്റെ തോതിനനുസരിച്ച് മാത്രമേ സംസ്കാരം മാറുകയുള്ളോ എന്ന ചോദ്യത്തിലൂടെ ഭാഷാ ആപേക്ഷിക സിദ്ധാന്തത്തെ പിൽക്കാല നരവംശശാസ്ത്രജ്ഞർ തിരസ്കരിച്ചു. എന്നിരിക്കിലും ഒരു ഭാഷയിലെ വാക്കുകളുടെ പരിമിതി അനുഭവത്തിന്റെ പരിമിതിയാണ് എന്നു സമ്മതിച്ചേ മതിയാവൂ. ആർട്ടിക്കിലെ ഇനുയിറ്റ് വംശജർക്ക് (Eskimo) മഞ്ഞിന് അനവധി വാക്കുകളുണ്ട്. ആ വാക്കുകളുടെ വ്യത്യസ്തതകൾ മനസിലാക്കിയാൽ മാത്രമേ മഞ്ഞിന്റെ വകഭേദങ്ങൾ അതനുഭവിച്ചറിയാത്ത ഉഷ്ണമേഖലാ പ്രദേശത്തെ ജനങ്ങൾക്ക് അറിയാനാവൂ. മലയാളത്തിൽ മഞ്ഞ്, മൂടൽമഞ്ഞ് എന്നീ പദങ്ങൾക്കപ്പുറമായി മഞ്ഞിനുണ്ടാകുന്ന വ്യത്യാസങ്ങളിലേക്കു ഭാഷ കടക്കുന്നില്ലെന്നു പറയുന്നതിൽ തെറ്റില്ലെന്നു തോന്നുന്നു. ഭാഷയിലൂടെയും സഞ്ചാരത്തിലൂടെയും മനുഷ്യർ തമ്മിലുള്ള പരസ്പരബന്ധങ്ങൾ വികസിക്കുന്നതിനൊപ്പം മറ്റു സംസ്കാരങ്ങളുടെ അന്തഃസത്ത ഉൾക്കൊള്ളാനുള്ള ഒരു ഹൃദയവിശാലതയും ഒരു ജനതയ്ക്കു കൈവരുമെന്നു നരവംശശാസ്ത്രജ്ഞർ സമർഥിക്കുന്നുണ്ട്. *ഇന്ദുലേഖ*യിലെ ഭാഷാചർച്ചയെ ഇതുമായി ബന്ധപ്പെടുത്തി വായിക്കുമ്പോൾ വെറും ഒരു നോവലെഴുതി സാഹിത്യത്തിൽ ഇടം പിടിക്കുക മാത്രമല്ല ചന്തുമേനോൻ ചെയ്തത് എന്നു ബോധ്യമാവും.

'ബോമ്പായിലെ ബന്തറിനെ' വിവരിച്ചിരിക്കുന്നതു ഓർമിക്കുക:

"നമ്മുടെ മലയാളത്തിൽ കോഴിക്കോട്ടു മുതലായ ദിക്കിലെ കടപ്പു

റങ്ങൾ മാത്രം കണ്ടവർക്കു ബോമ്പായി ബന്തറിന്റെ സ്വഭാവം എങ്ങിനെ എന്നു മനസ്സിൽ യാതൊരു അനുമാനവും ചെയ്‌വാൻ കഴികയില്ല. ഇന്ത്യയിൽനിന്നു ബിലാത്തിയിലേക്കും ബിലാത്തിയിൽനിന്ന് ഇന്ത്യയിലേയ്ക്കും നടക്കുന്ന സകല വ്യാപാരകപ്പലുകളും ഒന്നാമത് എത്തുന്നത് ബോമ്പായിൽ ആണ്. എല്ലാ സമയവും ഈ ബന്തറിൽ അതിഗംഭീരങ്ങളായ കപ്പലുകൾ നിറഞ്ഞുനിന്നുകൊണ്ടേ ഇരിക്കും.....വൈകുന്നേരം നാലുമണി മുതൽ ഏഴുമണിവരെ ഈ ബന്തറിൽ നടന്നു നോക്കിയാൽ കാണാവുന്ന കാഴ്ച വേറെ ഭൂമിയിൽ ഒരേടത്തും കാണാൻ പാടില്ലെന്നു പറവാൻ പാടില്ലെങ്കിൽ, ഇന്ത്യയിൽ വേറെ ഒരു സ്ഥലത്തും ഇല്ലെന്നു തീർച്ചയായും ഞാൻ പറയുന്നു..... ആ ഗാഡികളിൽത്തന്നെ ഇരുന്നു കാറ്റുകൊള്ളുന്നവരുടെയും പുറത്തിറങ്ങി നടന്നിട്ടും കടൽവക്കത്തു കെട്ടിയിട്ടുണ്ടാക്കീട്ടുള്ള അതിമനോഹരമായ ഇരിപ്പിടങ്ങളിൽ ഇരുന്നിട്ടും കാണാവുന്ന മഹാന്മാരായ പുരുഷന്മാരുടേയും ചന്ദ്രമുഖികളായ സ്ത്രീകളുടേയും വികസിച്ചു നില്ക്കുന്ന ചെന്താമരകളെപ്പോലെ ശോഭിച്ചു കാണുന്ന മുഖങ്ങളോടുകൂടിയ ചെറിയ കിടാങ്ങളുടെയും സംഘം സമുദ്രത്തിൽനിന്നു വരുന്ന മന്ദസമീരനെ ഏറ്റു രസിച്ചു സല്ലപിച്ചിരിക്കുന്നതിനെ കാണുന്ന ആനന്ദകരമായ ഒരു കാഴ്ച, നിരന്നു ഞാനോ നിയ്യോ വലിയത് എന്നുള്ള ശണ്ഠയോടുകൂടിയെന്നു തോന്നും, വരിവരിയായി നില്ക്കുന്ന ഇംഗ്ലീഷ് സ്റ്റീമർ, ഫ്രഞ്ചുസ്റ്റീമർ, ജർമ്മൻ സ്റ്റീമർ, മറ്റോരോ യൂറോപ്യൻ രാജ്യത്തിലുള്ള വലിയ കപ്പലുകൾ.....ആ കപ്പലുകളേയും ധൂമത്തേയും ക്രമേണ കാണാതെയായി വരുന്ന ഒരു കാഴ്ച: അങ്ങിനെ തന്നെ ബന്തറിലേയ്ക്കു വരുന്ന കപ്പലുകൾ ക്രമേണ അതുകളുടെ വലിപ്പത്തെ കാണിച്ചുംകൊണ്ട് കരയോടും അടുക്കുന്നതു കാണുന്ന കാഴ്ച......ഒരേടത്തു സമുദ്രസഞ്ചാരത്തിനു പുറപ്പെടുന്ന അതിമനോഹരന്മാരായ ജനങ്ങളും പരിവാരങ്ങളും കപ്പലിൽ കയറുവാൻ പുറപ്പെടുന്നതും അനുയാത്രക്കുവന്നവർ ആശീർവചനങ്ങളോടുകൂടി യാത്ര പറഞ്ഞു വ്യസനിച്ചുകൊണ്ടു പിരിഞ്ഞു പോവുന്നതും കാണാം. മറ്റൊരേടത്ത് അധികം കാലമായി ബിലാത്തിയിൽ സംഗതിവശാൽ പോയി താമസിക്കേണ്ടിവന്നവളും തന്റെ പ്രാണപ്രിയയും ആയ ഭാര്യ കപ്പലിൽ നിന്ന് ഇറങ്ങുമ്പോൾ അത്യന്തം ആഗ്രഹത്തോടെ എതിരേല്ക്കുവാൻ ചെന്നുനില്ക്കുന്ന ഭർത്താവ്, ഭാര്യയെ ബോട്ടിൽനിന്ന് ഇറക്കി ഗാഢാലിംഗനം ചെയ്ത് വിമാനസദൃശമായ ഗാഡിയിൽ കയറ്റി അതിസന്തോഷത്തോടുകൂടി ഓടിച്ചുംകൊണ്ടു പോകുന്നതു കാണാം. മറ്റൊരേടത്ത് അപ്പോൾ കപ്പലിൽ നിന്നിറങ്ങിയവരും നാലും അഞ്ചും കൊല്ലം അച്ഛനമ്മമാരെ ഒരുനോക്കു കണ്ടിട്ടില്ലാത്തവരും ആയ കിടാങ്ങളെ അച്ഛനമ്മമാർ വന്ന് എടുത്ത് അത്യന്തഹർഷത്തോടുകൂടി ചുംബിച്ചു സന്തോഷാശ്രുക്കളോടും ഗൾഗദാക്ഷരങ്ങളായ വാക്കുകളോടും കൂടി അന്യോന്യ പ്രേമപരവശരായി നില്ക്കുന്നതു കാണാം......"

കാർഷികപ്രധാനമായ ഒരു സമ്പദ്‌വ്യവസ്ഥയിൽ നിന്നും പുറത്തു

കടക്കാൻ തുടങ്ങിയ മലയാളിയെ ലോകത്തോളം വളരാൻ സഹായിക്കുന്ന സഞ്ചാരത്തിനു പ്രേരിപ്പിക്കുന്ന വാക്കുകൾ. അണുകുടുംബത്തിന്റെ, പുറത്തെ വിശാലതയിലുള്ള ആനന്ദത്തിന്റെ ഒരു കാഴ്ച; വിദേശത്തുനിന്നും വരുന്ന ഭാര്യയെ സ്വീകരിക്കാൻ കാത്തുനിൽക്കുന്ന ഭർത്താവ്. അച്ഛനമ്മമാരിൽനിന്നും വേർപെട്ട മക്കളുമായുള്ള അവരുടെ പുനഃസമാഗമം, വേർപിരിയലിന്റെ ദുഃഖം പുനഃസമാഗമത്തെ മധുരതരമാക്കുന്നു. ഇംഗ്ലീഷ് വിദ്യാഭ്യാസം ഇത്തരം സഞ്ചാരങ്ങളെ സഹായിക്കുന്ന ഘടകമാണ്. ഇംഗ്ലീഷ് വിദ്യാഭ്യാസംകൊണ്ട് മക്കൾ അച്ഛനമ്മമാരെ ഉപേക്ഷിച്ച് നാടുവിട്ടുപോകുമെന്ന ആകുലത ഗോവിന്ദപ്പണിക്കരിലൂടെ പുറത്തു വന്നിരുന്നതിന് ഒരു മറുപടിയാണിതെന്നു വേണമെങ്കിൽ കരുതാം. ഭർത്താവിനെ വിട്ട് ഒറ്റയ്ക്കു വിദേശത്തുപോയി മടങ്ങുന്ന സ്ത്രീയുടെ ചിത്രങ്ങളും പ്രധാനമായി കാണണം. ഇന്നും സമൂഹത്തിൽ അംഗീകരിക്കപ്പെട്ടിട്ടില്ലാത്ത ഒന്നാണ് ഈ സ്ത്രീചിത്രം. അത്തരം സഞ്ചാരസ്വാതന്ത്ര്യം ഉപയോഗിക്കുന്ന സ്ത്രീകൾ സമൂഹത്തിന്റെ ആരോപണത്തിനു വിധേയയായേക്കാമെന്ന സാധ്യതയുടെ ഭാരം ഇന്നും പേറുന്നുണ്ട് എന്നതുകൊണ്ടുതന്നെ ആ കാലഘട്ടത്തിൽനിന്നും മുന്നേറുന്നതിനുപകരം സ്ത്രീസ്വാതന്ത്ര്യത്തിന്റെ കാര്യത്തിൽ നാം പിന്നോട്ടേക്കാണു സഞ്ചരിച്ചുകൊണ്ടിരിക്കുന്നത് എന്ന തോന്നലുണ്ടാകുന്നു. ഇന്ദുലേഖയുടെ വിവാഹത്തെക്കുറിച്ചു സംസാരിക്കുന്ന പഞ്ചുമേനോനോട് മകൻ കൊച്ചുകൃഷ്ണമേനോൻ പറയുന്ന ഉത്തരം, “ഇന്ദുലേഖയുടെ വിദ്യാഭ്യാസങ്ങൾ മുഴുവനും ആയിട്ടില്ലെന്നും അതു കഴിഞ്ഞശേഷമേ ആ ആലോചനതന്നെ ചെയ്‌വാൻ ആവശ്യമുള്ളൂ എന്നും വിദ്യാഭ്യാസം ചെയ്ത് ഇന്ദുലേഖയെ യോഗ്യതയുള്ളവളാക്കിത്തീർക്കേണ്ടുന്ന ഭാരമാണു തനിക്കുള്ളത് എന്നും ആ യോഗ്യത അവൾക്കെത്തിയാൽ ഇന്ദുലേഖതന്നെ പിന്നെ അവൾക്കു വേണ്ടതെല്ലാം യഥോചിതം പ്രവർത്തിച്ചുകൊള്ളും” എന്നാണ്. ഇന്ന് ഇത്തരമൊരു മറുപടി കേരളത്തിലെ എത്ര പെൺകുട്ടികളുടെ രക്ഷിതാക്കൾ പറയാൻ തയാറാകും എന്നാലോചിക്കേണ്ടതുണ്ട്.

ഇന്ദുലേഖ എന്ന നോവലിന്റെ വായനയ്ക്കുപകരം ഈ ലേഖികയുൾപ്പെടെ എല്ലാവരും ആ നോവൽ, സമൂഹത്തിന്റെ നേർപ്രതിഫലനമെന്ന നിലയിലുള്ള വായനയിലേക്കാണ് പോകുന്നത് എന്നത് യാദൃച്ഛികമല്ല. എഴുത്തുകാരന്റെ മനോധർമവും സൃഷ്ടിയിലുള്ള കരവിരുതും യഥാർഥജീവിതത്തിലെ അനുഭവങ്ങളുമൊക്കെക്കൂടിച്ചേർന്നതാണ് ഒരു സാഹിത്യസൃഷ്ടിയെന്ന് അറിയുമ്പോൾപ്പോലും, ഭൂതകാലത്തിന്റെ നേർപ്പകർപ്പു കോറിയിട്ടതിൽ തെളിഞ്ഞു വരുന്ന ചിത്രങ്ങൾ എന്നപോലെ ഇതിന്റെ വിവിധ ഭാഗങ്ങളെയും സംഭാഷണശകലങ്ങളെത്തന്നെയും കീറിമുറിച്ചു പരിശോധിക്കുന്ന വായനകൾ ഉണ്ടാകുന്നത് പ്രധാനമായും, അസാമാന്യ ഉൾക്കാഴ്ച നൽകുന്ന 18-ാം അധ്യായത്തിലെ സംഭാഷണങ്ങളിലെ ധർമാധർമവിചാരങ്ങളും മൂല്യചിന്തകളും ലോക

വീക്ഷണങ്ങളിലെ വൈവിധ്യങ്ങളുംകൊണ്ടാണ്. നോവലിസ്റ്റിന്റെ ജീവി തംതന്നെ പാരമ്പര്യത്തിന്റെയും പരിണാമങ്ങളുടെയും വഴികൾ കൂട്ടിമു ട്ടുന്ന ഇടങ്ങളിലായിരുന്നു എന്ന് അദ്ദേഹത്തിന്റെ ജീവചരിത്രം വെളി വാക്കുന്നു. പിതാവ് നിർമിച്ച ഒയ്യാരത്ത് എന്ന വീട്ടിൽ പാർക്കുന്നതു കൊണ്ട് അല്ലെങ്കിൽ ചിറ്റെഴുത്തു ചന്തുമേനോൻ ആകുമായിരുന്ന എഴു ത്തുകാരൻ ഒയ്യാരത്തു ചന്തുമേനോൻ ആയി 'താസിൽദാർ' ഉദ്യോഗം വഹിച്ചിരുന്ന പിതാവിന്റെ പാതകൾ പിന്തുടർന്ന് തഹസീൽദാരായി, ജഡ്ജിയായി മലബാറിന്റെ ഭാഗധേയത്തിൽ ഒരു പ്രധാനിയായി മാറു ന്നത്. ആ ഉത്തരവാദിത്വങ്ങളാണ് താൻ ജീവിച്ചിരുന്ന കാലത്തെ മല ബാറിന്റെ വർത്തമാനത്തെ കാണുന്നതിനോടൊപ്പം ഭാവിയിലേക്കുകൂടി കണ്ണോടിക്കാൻ നോവലിസ്റ്റിന്റെ പ്രേരിപ്പിച്ചിട്ടുണ്ടാവുക. ഇന്നും സമകാ ലിക പ്രസക്തിയോടെ വാദപ്രതിവാദങ്ങളിലേർപ്പെടാൻ ഏറെ വിഷയ ങ്ങൾ *ഇന്ദുലേഖ*യുടെ വായനയിൽ കണ്ടുകിട്ടുന്നത് അതുകൊണ്ടാവ ണം. വികസനസംവാദങ്ങളിലൂടെ ഇതരമാർഗങ്ങൾ വിലയിരുത്തി മുന്നോട്ടു പോകുമ്പോൾ മാത്രമേ സമൂഹം വികസിക്കുകയുള്ളൂ എന്നുള്ള പുതിയകാല കാഴ്ചപ്പാട് ജനസമക്ഷം വായിച്ചുരസിക്കാനുള്ള ഒരു നോവൽ എന്ന ദ്വാരേണ അവതരിപ്പിക്കുകയാണ് *ഇന്ദുലേഖ* എന്ന കൃതി. കല്യാണിക്കുട്ടിയെപ്പോലെ സ്വന്തം ഭാഗധേയത്തെ തിരഞ്ഞെടു ക്കാൻ കെൽപ്പുനേടാൻ കഴിയാതെ, കർതൃത്വമേതുമില്ലാതെ, 'ഒരു പന്നി യേയോ മറ്റോ കൂട്ടിലേക്കു തള്ളിയിടുന്നതു പോലെ' തള്ളിയിടപ്പെടാ നായി, പ്രതിഷേധമോ ശബ്ദം തന്നെയോ ഇല്ലാതെ കേരളത്തിലെ ഭൂരി പക്ഷം വരുന്ന മധ്യവർഗ സ്ത്രീകൾ പാരമ്പര്യം, സാമൂഹ്യസമ്മാന്യത, സമ്പന്നതയുടെ ആകർഷകത എന്നിവയുടെയൊക്കെ സ്വാധീനത്തിൽ കെട്ടപ്പെട്ട് കീഴടങ്ങുന്നതു കാണുമ്പോൾ, ഒന്നേ ചോദിക്കാൻ തോന്നു ന്നുള്ളൂ: നമ്മുടെ വിദ്യാഭ്യാസവും പുരോഗതിയും തുറന്നുതന്ന ലോക മാണോ ഇത്? സ്ത്രീയെ സംബന്ധിച്ചുമാത്രമല്ല, നായർ-നമ്പൂതിരി- ക്ഷത്രിയൻ എന്നൊക്കെയുള്ള വിഭാഗീയതകളിലെ അസമത്വങ്ങൾക്ക പ്പുറമായി ഒരു ദേശത്തിലേക്ക് ഒരു മുഴുവൻ ലോകത്തിന്റെ വിശാലത കളിലേക്ക് സഞ്ചരിക്കുകയും ഉള്ളിലേക്കുവരികയും ചെയ്യാൻ സ്റ്റീമറു കളും കപ്പലുകളും മാത്രമല്ല, വിമാനങ്ങളുമുണ്ടായിട്ടും വ്യത്യസ്തത കൾക്കപ്പുറമുള്ള സാഹോദര്യവും സമഭാവനയും കാണാൻ കഴിയാതെ ചെറിയ ചെറിയ അറകൾക്കുള്ളിലേക്ക് സ്വന്തം സ്വത്വത്തിന്റെ ആകുല തകളിലേക്കു മാത്രം നാം തള്ളപ്പെടുന്നതെന്തുകൊണ്ട്? *ഇന്ദുലേഖ* എന്ന നോവലിന്റെ സമകാലിക വായന എന്നെ എത്തിക്കുന്നത്, ഒടു വിൽ, ഈ ആകുലതയിലേക്കാണ് എന്നത് എത്ര ദൗർഭാഗ്യകരമാണ്.

ഇന്ദുലേഖ
ഒന്നാം അച്ചടിപ്പിന്റെ അവതാരിക

ആയിരത്തി എണ്ണൂറ്റി എൺപത്തി ആറ് ഒടുവിൽ കോഴിക്കോട്ടു വിട്ടമുതൽ ഇംക്ലീഷ് നോവൽപുസ്തകങ്ങൾ അധികമായി വായിപ്പാൻ തുടങ്ങി. ഗവർമ്മെണ്ട് ഉദ്യോഗമൂലമായ പ്രവൃത്തി ഇല്ലാതെ വീട്ടിൽ സ്വസ്ഥമായി ഇരിക്കുന്ന എല്ലാ സമയത്തും നോവൽ വായനകൊണ്ടു തന്നെ കാലക്ഷേപമായി. ഇതു നിമിത്തം സാധാരണ ഞാനുമായി സംസാരിച്ചു വിനോദിച്ചു സമയം കഴിക്കുന്ന എന്റെ ചില പ്രിയപ്പെട്ട ആളുകൾക്കു കുറെ കുണ്ഠിതം ഉണ്ടായതായി കാണപ്പെട്ടു. അതുകൊണ്ടു ഞാൻ നോവൽ വായനയെ ഒട്ടും ചുരുക്കിയില്ലെങ്കിലും ഇവരുടെ പരിഭവം വേറെ വല്ലവിധത്തിലും തീർക്കാൻ കഴിയുമോ എന്നു ശ്രമിച്ചു. ആ ശ്രമങ്ങളിൽ ഒന്ന് ചില നോവൽബുക്കു വായിച്ചു കഥയുടെ സാരം ഇവരെ മലയാളത്തിൽ തർജ്ജമചെയ്തു ഗ്രഹിപ്പിക്കുന്നതായിരുന്നു. രണ്ടു മൂന്നു നോവൽബുക്കുകൾ അവിടവിടെ ഇങ്ങിനെ തർജ്ജമ ചെയ്തു പറഞ്ഞു കേട്ടതിൽ ഇവർ അത്ര രസിച്ചതായി കാണപ്പെട്ടില്ല. ഒടുവിൽ ദൈവഗത്യാ ലോർഡ് ബീക്കൻസ് ഫീൽഡ് ഉണ്ടാക്കിയ ‘ഹെൻറിയിട്ട് ടെംപൾ’ എന്ന നോവൽ ഇവരിൽ ഒരാൾക്കു രസിച്ചു. അതുമുതൽ ആ ആൾക്കു നോവൽ വായിച്ചു കേൾക്കാൻ ബഹുതാത്പര്യം തുടങ്ങി, ക്രമേണ കലശലായിത്തീർന്നു. തർജ്ജമ പറഞ്ഞുകേൾക്കേണമെന്നുള്ള തിരക്കിനാൽ എനിക്കു സ്വൈരമായി ഒരു ബുക്കും വായിപ്പാൻ പലപ്പോഴും നിവൃത്തിയില്ലാതെ ആയിവന്നു. ചിലപ്പോൾ വല്ല ‘ലോ ബുക്കും’ താനെ ഇരുന്നു വായിക്കുമ്പോൾക്കൂടി അതു “നോവൽ ആണ്, തർജ്ജമ പറയണം,” എന്നു പറഞ്ഞു ശാഠ്യം തുടങ്ങി. ഏതെങ്കിലും, മുമ്പുണ്ടായിരുന്ന പരിഭവം തീർക്കാൻ ശ്രമിച്ചതു വലിയ തരക്കേടായിത്തീർന്നു എന്ന് എനിക്കുതന്നെ തോന്നി. ഒടുവിൽ ഞാൻ മേല്പറഞ്ഞ ബീക്കൻസ്

ഫീൽഡിന്റെ നോവൽ ഒന്നു തർജ്ജമ ചെയ്ത് എഴുതിക്കൊടുക്കണമെന്ന് ആവശ്യപ്പെട്ടു. ഇതിന് ഞാൻ ആദ്യത്തിൽ സമ്മതിച്ചു. പിന്നെ കുറെ തർജ്ജമചെയ്തുനോക്കിയപ്പോൾ അങ്ങനെ തർജ്ജമചെയ്യുന്നതു കേവലം നിഷ്പ്രയോജനമാണെന്ന് എനിക്കു തോന്നി.

ഇംക്ലീഷ് അറിഞ്ഞുകൂടാത്ത എന്റെ ഇഷ്ടജനങ്ങളെ ഒരു ഇംക്ലീഷ് നോവൽ വായിച്ചു തർജ്ജമയാക്കി പറഞ്ഞ് ഒരുവിധം ശരിയായി മനസ്സിലാക്കാൻ അത്ര പ്രയാസമുണ്ടെന്ന് എനിക്ക് തോന്നുന്നില്ല. എന്നാൽ തർജ്ജമയായി എഴുതി കഥയെ ശരിയായി ഇവരെ മനസ്സിലാക്കാൻ കേവലം അസാദ്ധ്യമാണ് എന്നു ഞാൻ വിചാരിക്കുന്നു. തർജ്ജമയായി എഴുതിയതു വായിക്കുമ്പോൾ ആ എഴുതിയതു മാത്രമേ മനസ്സിലാകയുള്ളു. അതുകൊണ്ടു മതിയാകയില്ല. ഇംക്ലീഷിന്റെ ശരിയായ അർത്ഥം അപ്പപ്പോൾ തർജ്ജമയായി പറഞ്ഞു മനസ്സിലാക്കുന്നതാണെങ്കിൽ ഓരോ സംഗതി തർജ്ജമചെയ്തു പറയുന്നതോടുകൂടി അതിന്റെ വിവരണങ്ങൾ പലേ ഉപസംഗതികളെക്കൊണ്ട് ഉദാഹരിച്ചും വാക്കുകളുടെ ഉച്ചാരണഭേദങ്ങൾ കൊണ്ടും ഭാവംകൊണ്ടും മറ്റും കഥയുടെ സാരം ഒരുവിധം ശരിയായി അറിയിപ്പാൻ സാധിക്കുന്നതാണ്. അങ്ങിനെയുള്ള വിവരണങ്ങളും പരിഭാഷകളും ഉപസംഗതികളും മറ്റും നേർ തർജ്ജമയായി വരുമെന്നുള്ളതിനു സംശയമില്ലാത്തതാകുന്നു. പിന്നെ ഇംക്ലീഷ് നോവൽ പുസ്തകങ്ങളിൽ ശൃംഗാരരസപ്രധാനമായ ഘട്ടങ്ങൾ മലയാളഭാഷയിൽ നേർതർജ്ജമയാക്കി എഴുതിയാൽ വളരെ ഭംഗിയുണ്ടാകയില്ല. ഈ സംഗതികളെ എല്ലാംകൂടി ആലോചിച്ച് ഒരു നോവൽബുക്ക് ഏകദേശം ഇംക്ലീഷ് നോവൽ ബുക്കുകളുടെ മാതിരിയിൽ മലയാളത്തിൽ എഴുതാമെന്ന് ഞാൻ നിശ്ചയിച്ച് എന്നെ ബുദ്ധിമുട്ടിച്ചാളോടു വാഗ്ദത്തംചെയ്തു. ഈ കരാർ ഉണ്ടായത് കഴിഞ്ഞ ജനുവരിയിലാണ്. ഓരോ സംഗതി പറഞ്ഞ് ജൂൺമാസം വരെ താമസിച്ചു. പിന്നെ ബുദ്ധിമുട്ടു നിവൃത്തിയില്ലാതെ ആയി. ജൂൺ 11-ാം തീയതി മുതൽ ഈ ബുക്കു ഞാൻ എഴുതിത്തുടങ്ങി; ആഗസ്റ്റ് 17-ാം തീയതി അവസാനിപ്പിച്ചു. ഇങ്ങിനെയാണ് ഈ പുസ്തകത്തിന്റെ ഉത്ഭവത്തിനുള്ള കാരണം.

ഈമാതിരി ഒരു ബുക്കിനെപ്പറ്റി എന്റെ നാട്ടുകാർക്ക് എന്ത് അഭിപ്രായമുണ്ടാവുമോ എന്നു ഞാൻ അറിയുന്നില്ല. ഇംക്ലീഷ് അറിവില്ലാത്തവർ ഈ മാതിരിയിലുള്ള കഥകൾ വായിച്ചിരിക്കാൻ എടയില്ല. ഈവക കഥകളെ ആദ്യമായി വായിക്കുമ്പോൾ അതുകളിൽ അഭിരുചി ഉണ്ടാവുമോ എന്നും സംശയമാണ്.

ഈ പുസ്തകം ഞാൻ എഴുതുന്നകാലം ഇംക്ലീഷ് പരിജ്ഞാനമില്ലാത്ത എന്റെ ചില സ്നേഹിതന്മാർ എന്നോട്, എന്തു സംഗതിയെപ്പറ്റിയാണ് പുസ്തകം എഴുതുന്നതെന്നു ചോദിച്ചിട്ടുണ്ടായിരുന്നു. ഇതിൽ ഒന്നുരണ്ടാളോടു ഞാൻ സൂക്ഷ്മസ്ഥിതി പറഞ്ഞതിൽ അവർക്ക് എന്റെ ഈ ശ്രമം വളരെ രസിച്ചതായി എനിക്കു തോന്നീട്ടില്ല. "ഇതെന്തു സാരം -ഇതിന്നാണ് ഇത്ര ബുദ്ധിമുട്ടുന്നത്-യഥാർത്ഥത്തിൽ ഉണ്ടാവാത്ത ഒരു

കഥ എഴുതുന്നതുകൊണ്ട് എന്തു പ്രയോജനം?" എന്ന് ഇതിൽ ഒരാൾ പറഞ്ഞതായി ഞാൻ അറിയും. എന്നാൽ ഇതിന്നു സമാധാനമായി എനിക്കു പറവാനുള്ളത് ഒരു സംഗതി മാത്രമാണ്. ലോകത്തിൽ ഉള്ള പുസ്തകങ്ങളിൽ അധികവും കഥകളെ എഴുതീട്ടുള്ള പുസ്തകങ്ങളാണ്. ഇതുകളിൽ ചിലതിൽ ചരിത്രങ്ങൾ എന്നു പറയപ്പെടുന്നതും യഥാർത്ഥത്തിൽ ഉണ്ടായതെന്നു വിശ്വസിക്കപ്പെടുന്നതും ആയ കഥകൾ അടങ്ങിയിരിക്കുന്നു. ഇതു കഴിച്ചു മറ്റുള്ള ബുക്കുകളിൽ കാണപ്പെടുന്ന കഥകൾ എല്ലാം യഥാർത്ഥത്തിൽ നടന്നതാണെന്നു വിശ്വസിക്കപ്പെടാത്തതോ സംശയിക്കപ്പെടുന്നതോ ആയ കഥകളാകുന്നു.

എന്നാൽ സാധാരണയായി കഥകൾ വാസ്തവത്തിൽ നടന്നതായാലും അല്ലെങ്കിലും, കഥകൾ പറഞ്ഞിട്ടുള്ളതിന്റെ ചാതുര്യം പോലെ മനുഷ്യർക്കു രസിക്കുന്നതായിട്ടാണു കാണപ്പെടുന്നത്. അല്ലെങ്കിൽ ഇത്ര അധികം പുസ്തകങ്ങൾ ഈവിധം കഥകളെക്കൊണ്ടു ചമയ്ക്കപ്പെടുവാൻ സംഗതി ഉണ്ടാവുന്നതല്ല. കഥ വാസ്തവത്തിൽ നടന്നതോ അല്ലയോ എന്നുള്ള സൂക്ഷ്മവിചാരം, അറിവുള്ളവർ ഈവക ബുക്കുകളെ വായിക്കുമ്പോൾ ചെയ്യുന്നതേ ഇല്ല. കവനത്തിന്റെ ചാതുര്യം, കഥയുടെ ഭംഗി ഇതുകൾ മനുഷ്യരുടെ മനസ്സിനെ ലയിപ്പിക്കുന്നു. നല്ല ഭംഗിയായി എഴുതീട്ടുള്ള ഒരു കഥയെ ബുദ്ധിക്കു രസികത്വമുള്ള ഒരുവൻ വായിക്കുമ്പോൾ ആ കഥ വാസ്തവത്തിൽ ഉണ്ടാവാത്ത ഒരു കഥയാണെന്നുള്ള പൂർണ്ണബോദ്ധ്യം അവന്റെ മനസ്സിന് എല്ലായ്പോഴും ഉണ്ടെങ്കിലും, ആ കഥയിൽ കാണിച്ച സംഗതികൾ, അവകൾ വാസ്തവത്തിൽ ഉണ്ടായതായി അറിയുമ്പോൾ അവന്റെ മനസ്സിന്ന് എന്തെല്ലാം സ്തോഭങ്ങളെ ഉണ്ടാക്കുമോ ആ സ്തോഭങ്ങളെത്തന്നെ നിശ്ചയമായി ഉണ്ടാക്കുമെന്നുള്ളതിനു സംശയമില്ല. എത്ര ഗംഭീരബുദ്ധികളായ വിദ്വാന്മാർ തങ്ങൾ വായിക്കുന്ന കഥ വാസ്തവത്തിൽ ഉണ്ടായതല്ലെന്നുള്ള ബോദ്ധ്യത്തോടുകൂടിത്തന്നെ ആ കഥകളിൽ ഓരോ ഘട്ടങ്ങൾ വായിക്കുമ്പോൾ ആ ഗ്രന്ഥകർത്താവിന്റെ പ്രയോഗസാമർത്ഥ്യത്തിന്നനുസരിച്ചു രസിക്കുന്നു. ഈവക പുസ്തകങ്ങളിൽ ചില ദുഃഖരസപ്രധാനമായ ഘട്ടങ്ങൾ വായിക്കുമ്പോൾ എത്ര യോഗ്യരായ മനുഷ്യർക്കും മനസ്സ് വ്യസനിച്ചു കണ്ണിൽനിന്നു ജലം താനെ ഒഴുകിപ്പോവുന്നു. ഹാസ്യരസപ്രധാനമായ ഘട്ടങ്ങൾ വായിച്ച് എത്ര മനുഷ്യർ ഒറക്കെ ചിരിച്ചുപോകും. ഇതെല്ലാം സാധാരണ അറിവുള്ളാളുകളുടെ ഇടയിൽ ദിവസംപ്രതി ഉണ്ടായിക്കാണുന്ന കാര്യങ്ങളാണ്. ഈവക കഥകൾ ഭംഗിയായി എഴുതിയാൽ സാധാരണ മനുഷ്യന്റെ മനസ്സിനെ വിനോദിപ്പിക്കുവാനും മനുഷ്യർക്ക് അറിവുണ്ടാക്കുവാനും വളരെ ഉപയോഗമുള്ളതാണെന്ന് ഞാൻ വിചാരിക്കുന്നു. അതുകൊണ്ടു കഥ വാസ്തവത്തിൽ നടക്കാത്തതാകയാൽ പ്രയോജനമില്ലാത്തതാണെന്നു പറയുന്നതു ശരിയല്ലെന്ന് എനിക്കു തോന്നുന്നു. ആ കഥ എഴുതിയമാതിരി ഭംഗിയായിട്ടുണ്ടോ എന്നു മാത്രമാണ് ആലോചിച്ചുനോക്കേണ്ടത്.

എന്റെ മറ്റൊരു സ്നേഹിതൻ ഇയ്യിടെ ഒരു ദിവസം ഞാൻ ഈ പുസ്തകത്തിന്റെ അച്ചടി പരിശോധിച്ചുകൊണ്ടിരിക്കുമ്പോൾ ഈ ബുക്ക് എന്തു സംഗതിയെപ്പറ്റിയാണ് എന്ന് എന്നോടു ചോദിച്ചു. പുസ്തകം അച്ചടിച്ചുതീർന്നാൽ ഒരു പകർപ്പ് ഞാൻ അദ്ദേഹത്തിന് അയച്ചുകൊടുക്കാമെന്നും അപ്പോൾ സംഗതി മനസ്സിലാവുമെന്നും മാത്രം ഞാൻ മറുപടി പറഞ്ഞു. അതിന് അദ്ദേഹം എന്നോടു മറുപടി പറഞ്ഞ വാക്കുകൾ ഇവിടെ ചേർക്കുന്നു:

"സയൻസ് എന്നു പറയപ്പെടുന്ന ഇംക്ലീഷ്ശാസ്ത്രവിദ്യകളെക്കുറിച്ചാണ് ഈ പുസ്തകം എഴുതുന്നത് എങ്കിൽ കൊള്ളാം. അല്ലാതെ മറ്റൊരു സംഗതിയെപ്പറ്റിയും മലയാളത്തിൽ ഇപ്പോൾ പുസ്തകങ്ങൾ ആവശ്യമില്ല."

ഞാൻ ഈ വാക്കുകൾ കേട്ട് ആശ്ചര്യപ്പെട്ടു.

സാധാരണ ഈ കാലങ്ങളിൽ നടക്കുന്നമാതിരിയുള്ള സംഗതികളെ മാത്രം കാണിച്ചും ആശ്ചര്യകരമായ യാതൊരു അവസ്ഥകളേയും കാണിക്കാതെയും ഒരു കഥ എഴുതിയാൽ അത് എങ്ങിനെ ആളുകൾക്കു രസിക്കും എന്ന് ഈ പുസ്തകം എഴുതുന്ന കാലത്തു മറ്റു ചിലർ എന്നോടു ചോദിച്ചിട്ടുണ്ട്. അതിന് ഞാൻ അവരോടു മറുപടി പറഞ്ഞത്, എണ്ണച്ചായ ചിത്രങ്ങൾ യൂറോപ്പിൽ എഴുതുന്നമാതിരി ഈ ദിക്കിൽ കണ്ടു രസിച്ചു തുടങ്ങിയതിനുമുമ്പ്, ഉണ്ടാവാൻ പാടില്ലാത്തവിധമുള്ള ആകൃതിയിൽ എഴുതീട്ടുള്ള നരസിംഹമൂർത്തിയുടെ ചിത്രം, വേട്ടയ്ക്കൊരുമകന്റെ ചിത്രം, ചില വ്യാളമുഖചിത്രം, ശ്രീകൃഷ്ണൻ സാധാരണ രണ്ടു കാൽ ഉള്ളവർക്കു നില്ക്കാൻ ഒരുവിധവും പാടില്ലാത്തവിധം കാൽ പിണച്ചുവെച്ച് ഓടക്കുഴൽ ഊതുന്നമാതിരി കാണിക്കുന്ന ചിത്രം, വലിയ ഫണമുള്ള അനന്തന്റെ ചിത്രം, വലിയ രാക്ഷസന്മാരുടെ ചിത്രം ഇതുകളെ നിഴലും വെളിച്ചവും നിമ്നോന്നതസ്വഭാവങ്ങളും സ്ഫുരിക്കപ്പെടാത്ത മാതിരിയിൽ രൂക്ഷങ്ങളായ ചായങ്ങൾക്കൊണ്ട് എഴുതിയതു കണ്ടു രസിച്ച് ആവക എഴുത്തുകാർക്ക് പലവിധ സമ്മാനങ്ങൾ കൊടുത്തുവന്നിരുന്ന പലർക്കും ഇപ്പോൾ അതുകളിൽ വിരക്തിവന്ന് മനുഷ്യന്റെയോ മൃഗത്തിന്റെയോ വേറെ വസ്തുക്കളുടെയോ സാധാരണ സ്വഭാവങ്ങൾ കാണിക്കുന്ന എണ്ണച്ചായചിത്രം, വെള്ളച്ചായചിത്രം ഇതുകളെ ക്കുറിച്ചു കൗതുകപ്പെട്ട് എത്രണ്ടു സൃഷ്ടിസ്വഭാവങ്ങൾക്ക് ചിത്രങ്ങൾ ഒത്തുവരുന്നുവോ അത്രണ്ട് ആ ചിത്രകർത്താക്കന്മാരെ ബഹുമാനിച്ചു വരുന്നതു കാണിന്നില്ലയോ, അതുപ്രകാരംതന്നെ കഥകൾ സ്വാഭാവികമായി ഉണ്ടാവാൻ പാടുള്ള വൃത്താന്തങ്ങളെക്കൊണ്ടുതന്നെ ഭംഗിയായി ചമച്ചാൽ കാലക്രമേണ ആവക കഥകളെ അസംഭവ്യസംഗതികളെ ക്കൊണ്ടു ചമയ്ക്കപ്പെട്ട പഴയ കഥകളെക്കാൾ രുചിക്കുമെന്നാകുന്നു.

എന്നാൽ ഞാൻ എഴുതിയ ഈ കഥ ഭംഗിയായിട്ടുണ്ടെന്നു ലേശംപോലും എനിക്കു വിശ്വാസമില്ല. അങ്ങിനെ ഒരു വിശ്വാസം എനിക്കു വന്നിട്ടുണ്ടെന്നു മേൽപറഞ്ഞ സംഗതികളാൽ എന്റെ വായനക്കാർക്ക്

തോന്നുന്നുണ്ടെങ്കിൽ അത് എനിക്കു പരമസങ്കടമാണ്. ഈമാതിരി കഥകൾ ഭംഗിയായി എഴുതുവാൻ യോഗ്യതയുള്ളവർ ശ്രദ്ധവെച്ച് എഴുതിയാൽ വായിപ്പാൻ ആളുകൾക്കു രുചി ഉണ്ടാവുമെന്നാണ് ഞാൻ പറയുന്നതിന്റെ സാരം.

ഈ പുസ്തകം എഴുതീട്ടുള്ളത് ഞാൻ വീട്ടിൽ സാധാരണ സംസാരിക്കുന്ന മലയാളഭാഷയിൽ ആകുന്നു. അല്പം സംസ്കൃതപരിജ്ഞാനം എനിക്ക് ഉണ്ടെങ്കിലും പലേ സംസ്കൃതവാക്കുകളും മലയാളഭാഷയിൽ നോം മലയാളികൾ സംസാരിച്ചുവരുമ്പോൾ ഉപയോഗിക്കുന്ന മാതിരിയിലാണ് ഈ പുസ്തകത്തിൽ സാധാരണയായി ഞാൻ ഉപയോഗിച്ചിട്ടുള്ളത്. ദൃഷ്ടാന്തം, 'വ്യുൽപത്തി' എന്നു ശരിയായി സംസ്കൃതത്തിൽ ഉച്ചരിക്കേണ്ട പദത്തെ 'വില്പത്തി' എന്നാണ് സാധാരണ നോം പറയാറ്. അത് ആ സാധാരണമാതിരിയിൽത്തന്നെയാണ് ഈ പുസ്തകത്തിൽ എഴുതിയിരിക്കുന്നത്. ഇതുപോലെ പലേ വാക്കുകളെയും കാണാം. 'പടു,' 'ധൃതഗതി,' 'ധൃതഗതിക്കാരൻ,' 'യോഗ്യമായ സഭ' ഈവക പലേ പദങ്ങളും സമാസങ്ങളും സംസ്കൃതസിദ്ധമായ മാതിരിയിൽ അല്ല, മലയാളത്തോടു ചേർത്തു പറയുമ്പോൾ ഉച്ചരിക്കുന്നതും അർത്ഥം ഗ്രഹിക്കുന്നതും. അതുകൊണ്ടു സാധാരണ മലയാളഭാഷ സംസാരിക്കുമ്പോൾ ഈവക വാക്കുകളെ ഉച്ചരിക്കുന്നപ്രകാരംതന്നെയാകുന്നു ഈ പുസ്തകത്തിൽ ഉപയോഗിച്ചിരിക്കുന്നത് എന്നു മുൻകൂട്ടി എന്റെ വായനക്കാരെ ഗ്രഹിപ്പിക്കാൻ ഞാൻ ആഗ്രഹിക്കുന്നു. ഇതുകൂടാതെ കർത്തൃകർമ്മക്രിയകളെയും അകർമ്മക സകർമ്മകക്രിയാ പദങ്ങളെയും സാധാരണ സംസാരിക്കുമ്പോൾ ഉപയോഗിക്കുന്നമാതിരിയിൽത്തന്നെയാണ് ഈ പുസ്തകത്തിൽ പലേടങ്ങളിലും ഉപയോഗിച്ചുവന്നിരിക്കുന്നത് എന്നും കൂടി ഞാൻ ഇവിടെ പ്രസ്താവിക്കുന്നു. മലയാളവാചകങ്ങൾ മലയാളികൾ സംസാരിക്കുന്നമാതിരി വിട്ട്, സംസ്കൃത ഗദ്യങ്ങളുടെ സ്വഭാവത്തിൽ പരിശുദ്ധമാക്കി എഴുതുവാൻ ഞാൻ ശ്രമിച്ചിട്ടില്ല.

ഈ പുസ്തകം അച്ചടിക്കുന്നതിൽ സ്പെക്ടെറ്റർ അച്ചുകൂടം സൂപ്രണ്ട് മിസ്റ്റർ കൊച്ചുകുഞ്ഞനാൽ എനിക്കു വളരെ ഉപകാരം ഉണ്ടായിട്ടുണ്ട്. എഴുത്തിൽ ബദ്ധപ്പാടു നിമിത്തം വന്നു പോയിട്ടുള്ള തെറ്റുകളെ ഈ പുസ്തകം അച്ചടിക്കുമ്പോൾ അതാതു സമയം ഈ സാമർത്ഥ്യമുള്ള ചെറുപ്പക്കാരൻ എന്റെ അറിവിൽ കൊണ്ടുവന്നിട്ടുണ്ടെന്ന് നന്ദിപൂർവ്വം ഞാൻ ഇവിടെ പ്രസ്താവിക്കുന്നു.

ഒ ചന്തുമേനോൻ

പരപ്പനങ്ങാടി
1889 ഡിസംബർ 9

ഇന്ദുലേഖ
രണ്ടാം അച്ചടിപ്പിന്റെ അവതാരിക

ആയിരത്തി എണ്ണൂറ്റി എൺപത്തി ഒമ്പത് ഡിസംബർ 9-ാം തീയതി ഈ പുസ്തകത്തിന്റെ ഒന്നാമത്തെ അവതാരിക എഴുതിക്കഴിഞ്ഞപ്പോൾ ഈ പുസ്തകത്തെപ്പറ്റി രണ്ടാമത് ഒരു അവതാരിക എഴുതേണ്ടിവരുമെന്ന് വിചാരിപ്പാൻ ഞാൻ അധികം സംഗതികളെ കണ്ടിരുന്നില്ല. അഥവാ എഴുതേണ്ടിവന്നാൽതന്നെ ഇത്രവേഗം വേണ്ടിവരുമെന്ന് സ്വപ്നേപി ഞാൻ ഓർത്തിട്ടില്ല. 1890 ജനുവരി ആദ്യത്തിൽ വില്പാൻ തുടങ്ങിയ ഈ പുസ്തകത്തിന്റെ ഒന്നാം അച്ചടിപ്പ് മുഴുവൻ പ്രതികളും മാർച്ച് 30-ാം തീയതിക്കു മുമ്പു ചിലവായിപ്പോയതിനാലും, പുസ്തകത്തിന്നു പിന്നെയും അധികമായി ആവശ്യം ഉണ്ടെന്നു കാണുകയാലും ഇത്രവേഗം ബുക്ക് രണ്ടാമത് അച്ചടിപ്പാനും ഈ അവതാരിക എഴുതുവാനും എടയായിത്തീർന്നിരിക്കുന്നു.

ഇതുവരെ മലയാളഭാഷയിൽ തീരെ ഇംക്ലീഷുനോവൽമാതിരിയുള്ള യാതൊരു പുസ്തകവും വായിച്ചിട്ടില്ലാത്ത മലയാളികൾ ഇത്ര ക്ഷണേന എന്റെ ഈ പുസ്തകത്തെ വായിച്ചു രസിച്ച് അതിനെക്കുറിച്ചു ശ്ലാഘിച്ചു എന്ന് അറിയുന്നതിൽ ഞാൻ ചെയ്ത പ്രയത്നത്തിന്റെ പ്രതിഫലം ആഗ്രഹിച്ചതിലധികം എനിക്കു സിദ്ധിച്ചു എന്നു നന്ദിപൂർവ്വം ഞാൻ ഇവിടെ പ്രസ്താവിക്കുന്നു.

'മദ്രാസ്സ് മെയിൽ', 'ഹിന്തു', 'സ്റ്റാൻഡാർഡ്', 'കേരളപത്രിക', 'കേരള സഞ്ചാരി' മുതലായ അനേക വർത്തമാനക്കടലാസ്സുകളിൽ എന്റെ പുസ്തകത്തെക്കുറിച്ചു വളരെ ശ്ലാഘിച്ച് എഴുതിയതും മലയാളഭാഷ ഭംഗിയായി എഴുതുവാനും ഭംഗിയായി എഴുതിയാൽ അറിഞ്ഞ് സഹൃദയഹൃദയാഹ്ലാദത്തോടെ രസിപ്പാനും കഴിയുന്ന പലേ മഹാജനങ്ങളും സ്നേഹപൂർവ്വം പുസ്തകത്തെപ്പറ്റി അഭിനന്ദിച്ച് എനിക്ക് എഴുതിയ പലേ കത്തുകളും

നോക്കുമ്പോഴും വിശേഷിച്ച് എന്നെക്കുറിച്ചു യാതൊരു അറിവും പരിച യവും ഇല്ലാത്ത 'ദേശാഭിമാനി' മുതലായ രസികന്മാരായ ചില ലേഖക ന്മാർ ഓരോ വർത്തമാനക്കടലാസ്സുകളിൽ എന്റെ പുസ്തകത്തെ പ്രശം സിച്ചതിനേയും പുസ്തകത്തെപ്പറ്റി ചില ജനങ്ങൾ സംഗതികൂടാതെ ദുരാ ക്ഷേപം ചെയ്തതിനെ ബലമായി എതിർത്തു പുസ്തകത്തിന്റെ കീർത്തിയെ പരിപാലിപ്പാൻ ചെയ്ത ശ്രമങ്ങളെയും കാണുമ്പോഴും ഈ രാജ്യക്കാർ എന്റെ ശ്രമത്തെപ്പറ്റി അഭിനന്ദിച്ചു സന്തോഷിപ്പാൻ പ്രയാസ മായി വരുമോ എന്ന് ആദ്യത്തിൽ ഞാൻ അല്പം ശങ്കിച്ച് അതിനെ സൂചി പ്പിക്കുന്ന ഒരു പ്രസ്താവന ഒന്നാമത്തെ അവതാരികയിൽ ചെയ്തതു കേവലം അബദ്ധമായിപ്പോയി എന്നു ലജ്ജാസമ്മിശ്രമായ അത്യന്തസ ന്തോഷത്തോടെ ഞാൻ ഇവിടെ സമ്മതിക്കുന്നു.

ചില ജനങ്ങൾ എന്റെ പുസ്തകത്തെക്കുറിച്ചുചെയ്ത ആക്ഷേപ ങ്ങളേയും ഞാൻ ശ്രദ്ധയോടെ കേട്ട്, അതുകളുടെ ഗുണദോഷങ്ങളെ ക്കുറിച്ച് എന്റെ ബുദ്ധി എത്തുന്നേടത്തോളം ആലോചിച്ചു സ്വീകാരയോ ഗ്യമെന്ന് എനിക്കു ബോദ്ധ്യമായ സംഗതികളെ നന്ദിയോടെ സ്വീകരിച്ച്, ആവശ്യമുള്ള ചില ഭേദങ്ങളെ ഞാൻ രണ്ടാമത്തെ അച്ചടിപ്പിൽ ചെയ്തിട്ടും ഉണ്ട്.

എന്നാൽ ഒരു പുസ്തകത്തിന്റെ ഗുണദോഷങ്ങളെക്കുറിച്ചു പറവാൻ യോഗ്യതയുള്ളവരും ഇല്ലാത്തവരും ഈ പുസ്തകത്തെപ്പറ്റി സ്തുത്യവും ആക്ഷേപങ്ങളും ചെയ്തുവരുന്നതു ലോകത്തിൽ സാധാരണയാകുന്നു. ആക്ഷേപമോ സ്തുത്യമോ ചെയ്യുന്നവന് പുസ്തകത്തിന്റെ ഗുണദോ ഷങ്ങൾ ഗ്രഹിപ്പാൻ ശക്തി ഉണ്ടോ എന്ന് ആയാളും ആയാളുടെ ആക്ഷേ പത്തേയോ സ്തുത്യത്തേയോ കേൾക്കുന്നവരും അത്ര സൂക്ഷ്മമായി ആലോചിക്കാറില്ല. ഇതു ഗ്രന്ഥകർത്താക്കന്മാർക്ക് വ്യസനകരമായ ഒരു അവസ്ഥയാണെന്നുള്ളതിലേക്കു സംശയമില്ല. എന്റെ പുസ്തകത്തെപ്പറ്റി ഈവിധം അസംബന്ധമായ ആക്ഷേപങ്ങളും ഉണ്ടായിട്ടുണ്ട്.

ഈ കഥയിലെ നായകീനായകന്മാരായ മാധവീമാധവന്മാർക്ക് അന്യോന്യം ഉണ്ടായ അനുരാഗവ്യാപാരങ്ങളെ കാണിക്കുന്നതായ രണ്ടാ മദ്ധ്യായത്തിലെ ശൃംഗാരരസപ്രധാനഘട്ടങ്ങളിൽ മന്മഥോന്മഥിതമനസ്സായ മാധവന്റെ ചില വിധുരപ്രലാപങ്ങളിൽ മാധവന്റെ വാക്കുകൾക്കു ഗാംഭീര്യം പോരാതെ വന്നുപോയി എന്നും മാധവന്റെ വാക്കുകൾ കേട്ടാൽ മാധവൻ ഘനബുദ്ധിയില്ലാത്ത ഒരു വിഡ്ഢിയാണെന്നു തോന്നിപ്പോവും എന്നും ചിലർ ആക്ഷേപിച്ചതിനേയും,

പിന്നെ വാചകങ്ങളിൽ ചിലതിനു സമാസസംബന്ധം ഇല്ലാതെ വന്നു പോയിരിക്കുന്നതിനാൽ മനസ്സിലാവാൻ പ്രയാസമെന്ന് ഒരു വിദ്വാൻ ചെയ്ത ആക്ഷേപത്തേയും അതിനു ദൃഷ്ടാന്തമായി അദ്ദേഹം ഇന്ദു ലേഖ 1-ാം അച്ചടിപ്പ് 2-ാം അദ്ധ്യായം 9-ാം ഭാഗത്തു കാണുന്ന:

"സുന്ദരിമാരായിട്ടുള്ള നായികമാരെ വർണ്ണിക്കുന്നതിനുള്ള

സാമർത്ഥ്യം ഒട്ടും എനിക്ക് ഇല്ലെന്ന് ഈ അദ്ധ്യായം എഴുതേണ്ടിവരുമെന്ന് ഓർത്തപ്പോൾ എനിക്കുണ്ടായ ഭയം എന്നെ നല്ലവണ്ണം മനസ്സിലാക്കിയിരിക്കുന്നു.

എന്നുള്ള വാചകം എടുത്തുകാണിച്ച അവസ്ഥയേയും,

ഇന്ദുലേഖയുടെ പ്രാണവല്ലഭനായ മാധവൻ അനുരാഗപാരവശ്യത്താൽ വലഞ്ഞിരിക്കുന്ന സമയം അസംബന്ധമായി ഒരു വാക്കു പറഞ്ഞുപോയതിന്നു ഉത്തരമായി ഇന്ദുലേഖ ആ പ്രേമകലഹത്തിൽ മാധവനെപ്പറ്റി 'ശപ്പൻ' എന്നു ശകാരിച്ചതു വളരെ അപമര്യാദയായിപ്പോയി എന്നു രണ്ടുമൂന്നു രസികന്മാർ ചെയ്ത ആക്ഷേപത്തേയും.

ഇതുകൂടാതെ 'ബാന്ധവിക്കുക' എന്ന ക്രിയാപദം, ലക്ഷ്മിക്കുട്ടി അമ്മ നമ്പൂതിരിപ്പാടു വന്ന വിവരത്തെക്കുറിച്ച് ഇന്ദുലേഖയോട് അതിപരിഹാസത്തോടും പുച്ഛരസത്തോടും പറഞ്ഞേടത്തും (ഇന്ദുലേഖ 1-ാം അച്ചടിപ്പ് 175-ാം ഭാഗം) ചെറുശ്ശേരിനമ്പൂതിരി, നമ്പൂതിരിപ്പാട് അതിചാപല്യത്തോടെ ലക്ഷ്മിക്കുട്ടിഅമ്മയെക്കുറിച്ചു പറഞ്ഞേടത്തും (ഇന്ദുലേഖ 1-ാം അച്ചടിപ്പ് 239-ാം ഭാഗം) ഞാൻ ഉപയോഗിച്ചതു വെടിപ്പായിട്ടില്ലെന്ന് ആക്ഷേപിച്ചതിനേയും മറ്റും കേട്ടപ്പോൾ അലക്സാണ്ടർ പോപ്പ് എന്ന ഇംക്ലീഷ് മഹാകവിയാൽ ഉണ്ടാക്കപ്പെട്ട ഒരു ശ്ലോകത്തെ എനിക്ക് ഓർമ്മ തോന്നിയതു താഴെ ചേർക്കുന്നു.

"In Poets as true genius is but rare
True taste as seldom is the Critics' share
Both must alike from Heaven derive their light
These born to judge as well as those to write."

ഇതിന്റെ തർജ്ജമ:

"കവികളിൽ യഥാർത്ഥമായ കവിതാവാസന എത്ര ദുർല്ലഭമായി കാണുന്നുവോ അതുപ്രകാരംതന്നെ ഒരു കവിതയെക്കുറിച്ചു ഗുണദോഷം പറയുന്നതിൽ അങ്ങനെ പറവാനുള്ള ബുദ്ധിശക്തിയും വിദഗ്ദ്ധതയും അത്യന്തദുർല്ലഭമായിട്ടുതന്നെ കാണപ്പെടുന്നു. കവനം ചെയ്‌വാനുള്ള വാസന കവിക്കും, ആ കവനത്തെ അറിഞ്ഞു രസിപ്പാനോ അപഹസിപ്പാനോ ഉള്ള ബുദ്ധിവിദഗ്ദ്ധതയും സാമർത്ഥ്യവും ഗുണദോഷം പറയുന്നവനും ഒരുപോലെ ദൈവീകമായി ജനനാൽതന്നെ ഉണ്ടായിരിക്കേണ്ടതാണ്."

ഈ അവതാരിക അവസാനിക്കുന്നതിനു മുമ്പ് എനിക്ക് ഒരു സംഗതികൂടി പ്രസ്താവിപ്പാനുണ്ട്:

ഈ പുസ്തകത്തിന്റെ ഒന്നാമത്തെ പീഠികയിൽ "ജൂൺ 11-ന് മുതൽ ഈ ബുക്കു ഞാൻ എഴുതിത്തുടങ്ങി, ആഗസ്റ്റ് 17-ന് അവസാനിപ്പിച്ചു." എന്നു ഞാൻ എഴുതിയതു ശരിയായി ഇരിക്കയില്ലെന്നു ചിലർ പറഞ്ഞതായി ഞാൻ അറിയുന്നു. ഇതിനെക്കുറിച്ചു ഞാൻ മുമ്പു സമാധാനം പറയാനായി വിചാരിച്ചിരുന്നില്ല. എന്നാൽ ഇയ്യിടെ എന്റെ ഒരു സ്നേഹി

തനായ ബാരിസ്റ്റർ മാസ്റ്റർ ആൽഫ്രണ്ട് ജി. ഗോവർസായ്‌വ് അവർകൾ സന്തോഷപൂർവ്വം എന്റെ പുസ്തകത്തെക്കുറിച്ച് എനിക്കെഴുതിയിരുന്ന ഒരു കത്തിൽക്കൂടി പുസ്തകം ഇത്രവേഗം എഴുതിത്തീർന്നത് ഏറ്റവും ആശ്ചര്യകരമായിരിക്കുന്നു എന്ന് എഴുതിക്കണ്ടതിനാൽ ഇതിനെപ്പറ്റി ഇപ്പോൾ ഞാൻ പ്രസ്താവിക്കുന്നതാണ്. ഈ പുസ്തകത്തിലെ കഥ യെപ്പറ്റി ഞാൻ ആലോചിച്ചു തുടങ്ങിയതു ജൂൺമാസത്തിന് എത്രയോ മുമ്പുതന്നെ ആയിരുന്നു. അതാതു സമയം വേണ്ടുന്ന നോട്സുകളും കുറിച്ചെടുത്തുവെച്ചിട്ടുണ്ടായിരുന്നു. ജൂൺ 11-ാം തീയതി മുതല്ക്കാണു യഥാർത്ഥത്തിൽ പുസ്തകമായി എഴുതുവാൻ തുടങ്ങിയത്. കുറെ കഴി ഞ്ഞതിന്റെ ശേഷം അച്ചടിപ്പാനും തുടങ്ങി. പതിനെട്ടാമദ്ധ്യായം എഴുതു ന്നതിൽ ചില പുസ്തകങ്ങൾ വരുത്തേണ്ടതിന്നു താമസം നേരിട്ടിട്ടുണ്ടാ യിരുന്നില്ലെങ്കിൽ ഈ പുസ്തകം ജൂലായ് 10-ാം തീയതിക്കു മുമ്പെ എഴു തിത്തീരുന്നതായിരുന്നു. എഴുതിത്തുടങ്ങിയതിന്റെയും, അച്ചടിപ്പാൻ ഏല്പിച്ചതിന്റെയും, അതാതു സമയം അച്ചടിപ്പാൻ ഓരോ അദ്ധ്യായം എഴുതി അയച്ചുകൊടുത്തിട്ടുള്ളതിന്റെയും തീയതികളുടെ വിവരങ്ങൾ സ്പെക്ടെറ്റർ ആപ്പീസിൽ ഉണ്ടെങ്കിൽ അതും എന്റെ പക്കൽ ഉള്ളതും പരിശോധിച്ചാൽ ഈ സംഗതി അധികം സംശയിപ്പാൻ എടയുണ്ടാകു ന്നതല്ല.

ഇന്ദുലേഖ ഈ രണ്ടാം അച്ചടിപ്പിന്റെ ഇംക്ലീഷുതർജ്ജമ മലയാജില്ല ആക്ടിംഗ് കലക്ടർ മഹാരാജശ്രീ ഡബ്ലിയു. ഡ്യൂമർഗ്ഗ് സായ്‌വ് അവർകൾ ചെയ്യുന്നുണ്ടെന്ന് എന്റെ വായനക്കാർ അറിഞ്ഞിരിക്കാം. തർജ്ജമ പകുതിയിൽ അധികവും കഴിഞ്ഞിരിക്കുന്നു. തർജ്ജമ കഴി ഞ്ഞേടത്തോളം ഞാൻ വായിച്ചതിൽ മലയാളവാചകങ്ങളിലുള്ള ധ്വന്യർത്ഥ ങ്ങൾകൂടി സൂക്ഷ്മമായി ഗ്രഹിച്ചു സരസമായും നിഷ്പ്രയാസമായും ഇംക്ലീഷുഭാഷയിൽ അതിലളിതമായ വാചകങ്ങളിൽ സ്ഫുരിപ്പിച്ച് എഴു തുവാൻ ശക്തനായ ഈ സായ്‌വവർകൾ എന്റെ പുസ്തകത്തെ തർജ്ജ മചെയ്‌വാൻ എടയായതു പുസ്തകത്തിന്റെ ഒരു വിശേഷ ഭാഗ്യവും എനിക്കു പരമസന്തോഷത്തിനും തൃപ്തിക്കും ഒരു കാരണവും ആയി ത്തീർന്നിരിക്കുന്നു എന്നു നന്ദിപൂർവ്വം ഇവിടെ പ്രസ്താവിക്കുന്നതിൽ ഞാൻ ഒട്ടും സംശയിക്കുന്നില്ല.

ഇന്ദുലേഖയുടെ രണ്ടാം അച്ചടിപ്പായ ഈ പുസ്തകം അച്ചടിപ്പാ നുള്ള അവകാശത്തേയും കർത്തൃത്വത്തേയും ഞാൻ കോഴിക്കോട് എഡ്യൂക്കേഷനൽ ആൻഡ് ജനറൽ ബുക്ക്ഡിപ്പോവിലേക്കു കൈമാറ്റം ചെയ്തത് ഒരു വലിയ ദ്രവ്യപ്രതിഫലത്തെ ആഗ്രഹിച്ചിട്ടല്ല. ഡിപ്പോവിന്റെ ഉടമസ്ഥന്മാരും ഞാനുമായുള്ള സ്നേഹം നിമിത്തവും ഈ പ്രവൃത്തി അവർക്കു കൊടുത്താൽ അവർ ശ്രദ്ധയോടെ വെടിപ്പായി നടത്തുമെ ന്നുള്ള വിശ്വാസത്തിന്മേലും ആഗ്രഹത്താലും ആകുന്നു. പുസ്തകം ഇത്ര ക്ഷണേന ഇത്ര വെടിപ്പായി അച്ചടിപ്പിച്ചു പ്രസിദ്ധപ്പെടുത്താൻ ഒരുങ്ങി

യതു കാണുന്നതിൽ എന്റെ ആഗ്രഹം മുഴുവനും സഫലമായിരിക്കുന്നു. അന്യദേശക്കാരായ ഈ ഡിപ്പോ ഉടമസ്ഥന്മാർ മലയാളഭാഷയുടെ അഭിവൃദ്ധിക്കും മലയാളികളുടെ ആവശ്യത്തിനും വേണ്ടി ചെയ്ത ഈ പ്രയത്നത്തെ യോഗ്യരായ മലയാളികൾ അറിഞ്ഞു സന്തോഷിക്കുമെന്നു ഞാൻ പൂർണ്ണമായി വിശ്വസിക്കുന്നു.

ഒ. ചന്തുമേനോൻ

പരപ്പനങ്ങാടി,
1890 മേയ് 31-ാം തീയതി

1

പ്രാരംഭം

ചാത്തരമേനോൻ: എന്താണു മാധവാ ഇങ്ങിനെ സാഹസമായി വാക്കുപറഞ്ഞത്? ഛീ ഒട്ടും നന്നായില്ല. അദ്ദേഹത്തിന്റെ മനസ്സുപോലെ ചെയ്യട്ടെ. കാരണവന്മാർക്കു നോം കീഴടങ്ങണ്ടേ? നിന്റെ വാക്കു കുറേ കവിഞ്ഞുപോയി.

മാധവൻ: അശേഷം കവിഞ്ഞിട്ടില്ലാ. സിദ്ധാന്തം ആരും കാണിക്കരുത്. അദ്ദേഹത്തിന് മനസ്സില്ലെങ്കിൽ ചെയ്യേണ്ട. ശിന്നനെ ഞാൻ ഒന്നിച്ചു കൊണ്ടുപോവുന്നു. അവനെ ഞാൻ പഠിപ്പിക്കും.

കുമ്മിണിഅമ്മ: വേണ്ട കുട്ടാ, അവൻ എന്നെ പിരിഞ്ഞു പാർക്കാൻ ആയില്ലാ. നീ ചാത്തരെയോ ഗോപാലനെയോ കൊണ്ടുപോയി പഠിപ്പിച്ചൊ. ഏതായാലും നിന്നോടു കാരണവർക്കു മുഷിഞ്ഞു. ഞങ്ങളോടു മുമ്പുതന്നെ മുഷിഞ്ഞിട്ടാണെങ്കിലും നിന്നെ ഇതുവരെ അദ്ദേഹത്തിനു വളരെ താൽപര്യമായിരുന്നു.

മാധവൻ: ശരി. ചാത്തരജേഷ്ടനെയും ഗോപാലനെയും എനി ഇംക്ലീഷ് പഠിപ്പിക്കാൻ കൊണ്ടുപോയാൽ വിചിത്രംതന്നെ.

ഇങ്ങിനെ ഇവർ സംസാരിച്ചുകൊണ്ടു നില്ക്കുന്ന മദ്ധ്യേ ഒരു ഭൃത്യൻ വന്നു മാധവനെ അമ്മാമൻ ശങ്കരമേനോൻ വിളിക്കുന്നു എന്നു പറഞ്ഞു. ഉടനെ മാധവൻ അമ്മാമന്റെ മുറിയിലേക്കു പോയി.

ഈ കഥ എനിയും പരക്കുന്നതിന്നു മുമ്പ് മാധവന്റെ അവസ്ഥയെക്കുറിച്ചു സ്വല്പമായി ഇവിടെ പ്രസ്താവിക്കേണ്ടി വന്നിരിക്കുന്നു.

മാധവന്റെ വയസ്സ്, പഞ്ചുമേനവനുമായുള്ള സംബന്ധവിവരം, പാസ്സായപരീക്ഷകളുടെ വിവരം ഇവകളെപ്പറ്റി പീഠികയിൽ പറഞ്ഞിട്ടുണ്ടല്ലോ. എനി ഇയ്യാളെക്കുറിച്ചു പറവാനുള്ളതു ചുരുക്കത്തിൽ പറയാം.

മാധവൻ അതിബുദ്ധിമാനും അതികോമളനും ആയ ഒരു യുവാവാകുന്നു. ഇയാളുടെ ബുദ്ധിസാമർത്ഥ്യത്തിന്റെ വിശേഷതയെ ഇംക്ലീഷു

പഠിപ്പു തുടങ്ങിയ മുതൽ ബി.എൽ. പാസ്സാവുന്നതുവരെ സ്കൂളിൽ അയാൾക്കു ശ്ലാഘനീയമായി ക്രമോൽകർഷമായി വന്നു ചേർന്ന കീർത്തി തന്നെ സ്പഷ്ടമായും പൂർത്തിയായും വെളിവാക്കിയിരുന്നു. ഒരു പരീക്ഷയിലെങ്കിലും മാധവൻ ഒന്നാമതു പോയ പ്രാവശ്യം ജയിക്കാതിരുന്നിട്ടില്ലാ. എഫ്.എ., ബി.എ. ഇതുകൾ രണ്ടും ഒന്നാംക്ലാസ്സായിട്ടു ജയിച്ചു ബി.എ. പരീക്ഷയ്ക്ക് അന്യഭാഷ സംസ്കൃതമായിരുന്നു. സംസ്കൃതത്തിൽ മാധവന് ഒന്നാംതരം വില്പത്തി ഉണ്ടായി. ബി.എൽ. ഒന്നാം ക്ലാസ്സിൽ ഒന്നാമനായി ജയിച്ചു. ഇതു കൂടാതെ സ്കൂൾവകയായ പല വക പരീക്ഷകളും പലപ്പൊഴും ജയിച്ചതിനാൽ മാധവനു പലേ സമ്മാനങ്ങളും വിദ്യാഭിവൃദ്ധിക്കു നിയമപ്പെടുത്തീട്ടുള്ള പലേവക മാസ്പടികളും കിട്ടീട്ടുണ്ടായിരുന്നു. സ്കൂളിൽ മാധവനെ പഠിപ്പിച്ച എല്ലാ ഗുരുനാഥന്മാർക്കും മാധവനെക്കാൾ സാമർത്ഥ്യവും യോഗ്യതയും ഉണ്ടായിട്ട് അവരുടെ ശിഷ്യന്മാരിൽ ഒരുവനും ഒരിക്കലും ഉണ്ടായിട്ടില്ലെന്നുള്ള ബോദ്ധ്യമാണ് ഉണ്ടായിരുന്നത്.

ഈ വിശേഷവിധിയായ ബുദ്ധിക്കു പാർപ്പിടമായിരിപ്പാൻ തദനുരൂപമായി സൃഷ്ടിച്ചതോ മാധവന്റെ ദേഹം എന്ന് അയാളെ കണ്ടു പരിചയമായ ഏവനും തോന്നും. ഒരു പുരുഷന്റെ ഗുണദോഷങ്ങളെ വിവരിക്കുന്നതിൽ അവന്റെ ശരീരസൗന്ദര്യവർണ്ണന വിശേഷവിധിയായി ചെയ്യുന്നതു സാധാരണ അനാവശ്യമാകുന്നു. ബുദ്ധി, സാമർത്ഥ്യം, പഠിപ്പ്, പൗരുഷം, വിനയാദിഗുണങ്ങൾ ഇതുകളെപ്പറ്റി പറഞ്ഞാൽ മതിയാവുന്നതാണ്. എന്നാലും മാധവന്റെ ദേഹകാന്തിയെപ്പറ്റി രണ്ടക്ഷരം ഇവിടെ പറയാതിരിക്കുന്നത് ഈ കഥയുടെ അവസ്ഥയ്ക്ക് മതിയായില്ലെന്ന് ഒരു സമയം എന്റെ വായനക്കാർ അഭിപ്രായപ്പെടുമോ എന്നു ഞാൻ ശങ്കിക്കുന്നതിനാൽ ചുരുക്കി പറയുന്നു.

ദേഹം തങ്കവർണ്ണം. ദിനംപ്രതി ശരീരത്തിന്റെ ഗുണത്തിന്നുവേണ്ടി ആചരിച്ചുവന്ന വ്യായാമങ്ങളാൽ ഈ യൗവനകാലത്ത് മാധവന്റെ ദേഹം അതിമോഹനമായിരുന്നു. വേണ്ടതിലധികം അശേഷം തടിക്കാതെയും അശേഷം മെലിവു തോന്നാതെയും കാണപ്പെടുന്ന മാധവന്റെ കൈകൾ, മാറിടം, കാലുകൾ ഇതുകൾ കാഴ്ചയിൽ സ്വർണ്ണംകൊണ്ടു വാർത്തു വെച്ചതോ എന്നു തോന്നാം. ആൾ ദീർഘം ധാരാളം ഉണ്ട്. മാധവന്റെ ദേഹം അളന്നു നോക്കേണമെങ്കിൽ പ്രയാസമില്ലാതെ കാലുകളുടെ മുട്ടിന്നുസമം നീളമുള്ളതും അതിഭംഗിയുള്ളതും ആയ മാധവന്റെ കുടുമ കൊണ്ടു മുട്ടോളം കൃത്യമായി അളക്കാം. മാധവന്റെ മുഖത്തിന്റെ കാന്തിയും പൗരുഷശ്രീയും ഓരോ അവയവങ്ങൾക്കു പ്രത്യേകം പ്രത്യേകം ഉള്ള ഒരു സൗന്ദര്യവും അന്യോന്യമുള്ള യോജ്യതയും ആകപ്പാടെ മാധവന്റെ മുഖവും ദേഹസ്വഭാവവുംകൂടി കാണുമ്പോൾ ഉള്ള ഒരു ശോഭയും അത്ഭുതപ്പെടത്തക്കതെന്നേ പറവാനുള്ളു. മാധവനെ പരിചയമുള്ള സകല യൂറോപ്യന്മാരും വെറും കാഴ്ചയിൽതന്നെ മാധവനെ അതികൗതുകം തോന്നി മാധവന്റെ ഇഷ്ടന്മാരായിത്തീർന്നു.

ഇങ്ങിനെ ഈ യൗവനാരംഭത്തിൽ തന്റെ ശരീരവും കീർത്തിയും അതിമനോഹരമാണെന്നു സർവ്വജനങ്ങൾക്കും അഭിപ്രായം ഉള്ളതു തനിക്കു വലിയ ഒരു ഭൂഷണമാണ്-അത് ഒരിക്കലും ഇല്ലായ്മ ചെയ്യരുതെന്നുള്ള വിചാരംകൊണ്ടോ, അതല്ല സ്വാഭാവികമായ ബുദ്ധിഗുണം കൊണ്ടോ എന്നറിഞ്ഞില്ല, മാധവൻ സാധാരണ യുവാക്കളിൽ ഒരു പതിനെട്ടുവയസ്സുമുതൽ ക്രമമായി കല്യാണം ചെയ്തു ഗൃഹസ്ഥാശ്രമികളാവുന്നതിനിടയിൽ നിർഭാഗ്യവശാൽ ചിലപ്പോൾ കാണപ്പെടുന്ന ദുർവ്യാപാരങ്ങളിൽ ഒന്നും അശേഷം പ്രവേശിച്ചിട്ടില്ലെന്ന് എനിക്ക് ഉറപ്പായി പറയാം. അതുകൊണ്ട് സ്വഭാവേനയുള്ള ദേഹകാന്തിയും മിടുക്കും പൗരുഷവും മാധവനു പൂർണ്ണയൗവനമായപ്പോൾ കാണേണ്ടതുതന്നെയായിരുന്നു.

മാധവന് ഇംക്ലീഷിൽ അതിനൈപുണ്യമുണ്ടായിരുന്നുവെന്ന് ഞാൻ എനി പറയേണ്ടതില്ലല്ലോ. ലൊൻ ടെനിസ്സ്, ക്രിക്കെറ്റ് മുതലായ ഇംക്ലീഷുമാതിരി വ്യായാമവിനോദങ്ങളിലും മാധവൻ അതിനിപുണനായിരുന്നു. നായാട്ടിൽ ചെറുപ്പം മുതല്ക്കേ പരിശ്രമിച്ചിരുന്നു. പക്ഷേ, ഇതു തന്റെ അച്ഛൻ ഗോവിന്ദപ്പണിക്കരിൽ നിന്നു കിട്ടിയ ഒരു വാസനയായിരിക്കാം-അദ്ദേഹം വലിയ നായാട്ടുഭ്രാന്തനായിരുന്നു. നായാട്ടിൽ ഉള്ള സക്തി മാധവനു വളരെ കലശലായിരുന്നു. രണ്ടുമൂന്നു വിധം വിശേഷമായ തോക്കുകൾ, രണ്ടുമൂന്നു പിസ്റ്റോൾ, റിവോൾവർ ഇതുകൾ താൻ പോവുന്നേടത്ത് എല്ലാം കൊണ്ടുനടക്കാറാണ്. തന്റെ വിനോദസുഖങ്ങൾ ഒടുവിൽ വേറെ ഒരു വഴിയിൽ തിരിഞ്ഞതുവരെ ശിക്കാറിൽതന്നെയാണ് അധികവും മാധവൻ വിനോദിച്ചിരുന്നത്.

ഭൃത്യൻ വന്നു വിളിച്ചതിനാൽ മാധവൻ തന്റെ അമ്മാമന്റെ അടുക്കെ ചെന്നുനിന്നു.

ശങ്കരമേനോൻ: മാധവാ, ഇത് എന്തു കഥയാണ്! വയസ്സുകാലത്തു കാരണവരോട് എന്തെല്ലാം അധിക്ഷേപമായ വാക്കുകളാണു നീ പറഞ്ഞത്? അദ്ദേഹം നിന്നെ ഇംക്ലീഷു പഠിപ്പിച്ചതിന്റെ ഫലമോ ഇത്? എത്ര ദ്രവ്യം നിണക്കുവേണ്ടി അദ്ദേഹം ചിലവുചെയ്തു.

മാധവൻ: അമ്മാമനും ഇങ്ങിനെ അഭിപ്രായപ്പെടുന്നതു ഞങ്ങളുടെ നിർഭാഗ്യം! കാര്യം പറയുമ്പോൾ ഞാൻ അന്യായമായി ആരെയും ഭയപ്പെട്ടു പറയാതിരിക്കില്ലാ. എനിക്ക് ഈ വക ദുഷ്ടതകൾ കണ്ടുകൂടാ. വലിയമ്മാമൻ ദേഹാദ്ധ്വാനം ചെയ്തു സമ്പാദിച്ചതായ ഒരു കാശുപോലും ചിലവിടാൻ ഞാൻ ആവശ്യപ്പെട്ടിട്ടില്ല. പൂർവ്വന്മാർ സമ്പാദിച്ചതും നമ്മളുടെ അഭ്യുദയത്തിന്നും ഗുണത്തിന്നുംവേണ്ടി അദ്ദേഹം കൈവശം വെച്ചിരിക്കുന്നതുമായ പണം നമ്മളുടെ ന്യായമായ ആവശ്യങ്ങൾക്കുവേണ്ടി ചിലവിടാനെ ഞാൻ പറഞ്ഞുള്ളു. കുമ്മിണിയമ്മയും അവരുടെ സന്താനങ്ങളും ഇവിടുത്തെ ഭൃത്യന്മാരല്ലാ. അവരെ എന്താണു വലിയമ്മാമൻ ഇത്ര നിർദ്ദയമായി തള്ളിക്കളഞ്ഞിരിക്കുന്നത്? അവരുടെ രണ്ടു മക്കളെ ഇംക്ലീഷു പഠിപ്പിച്ചില്ല-കല്യാണിക്കുട്ടിയേയും വേണ്ടുംപോലെ ഒന്നും പഠി

പ്പിച്ചില്ലാ. എന്തു കഷ്ടമാണ് ഇദ്ദേഹം ചെയ്യുന്നത്! ഇങ്ങിനെ ദുഷ്ടത കാട്ടാമോ? എനി ആ ചെറിയ ശിന്നനെയും മൂരിക്കുട്ടനെപ്പോലെ വളർത്താനാണത്രേ ഭാവം. ഇതിനു ഞാൻ സമ്മതിക്കയില്ലാ-ഞാൻ അവനെ കൊണ്ടുപോയി പഠിപ്പിക്കും.

ശങ്കരമേനോൻ: ശിക്ഷ-ശിക്ഷ! വിശേഷംതന്നെ! നീ എന്തുകൊണ്ടാണു പഠിപ്പിക്കുന്നത്? മാസത്തിൽ അമ്പത് ഉറുപ്പികയല്ലേ നിണക്കു തരുന്നുള്ളു? നീ എന്തുകൊണ്ടു പഠിപ്പിക്കും? അമ്മാമന്റെ മുഷിച്ചൽ ഉണ്ടായാൽ പലേ ദുർഘടങ്ങളും ഉണ്ടായിവരാം. ക്ഷണം പോയി കാൽക്ക വീഴ്.

"അമ്മാമന്റെ മുഷിച്ചൽ ഉണ്ടായാൽ പലേ ദുർഘടങ്ങളും ഉണ്ടാവും." എന്നു പറഞ്ഞതിനെ കേട്ടതിൽ ഇന്ദുലേഖയെക്കുറിച്ചാണ് ഒന്നാമതു മാധവൻ വിചാരിച്ചത്. ആ വിചാരം ഉണ്ടായ ക്ഷണം മാധവന്റെ മുഖത്തു പ്രത്യക്ഷമായ ഒരു വികാരഭേദം ഉണ്ടായി. എങ്കിലും അതു ക്ഷണേന അടക്കി. അറയിൽ അങ്ങോട്ടും ഇങ്ങോട്ടും നടന്നുംകൊണ്ടു ലേശം മന്ദഹാസത്തോടെ മാധവൻ മറുപടി പറഞ്ഞു.

മാധവൻ: അദ്ദേഹത്തിനെ ഞാൻ എന്താണു മുഷിപ്പിക്കുന്നത്? ന്യായമായ വാക്കു പറഞ്ഞാൽ അദ്ദേഹം എന്തിന് മുഷിയണം? അദ്ദേഹത്തിന്റെ ന്യായമില്ലാത്ത മുഷിച്ചിലിന്മേൽ എനിക്കു ഭയമില്ലാ.

ശങ്കരമേനോൻ: ഛീ! ഗുരുത്വക്കേട് പറയല്ലാ.

മാധവൻ: എന്തു ഗുരുത്വക്കേട്? എനിക്ക് ഈ വാക്കിന്റെ അർത്ഥംതന്നെ അറിഞ്ഞുകൂടാ.

ശങ്കരമേനോൻ: അത് അറിയാത്തതാണു വിഷമം. അപ്പൂ! നീ കുറെ ഇംക്ലീഷു പഠിച്ചു സമർത്ഥനായി എന്നു വിചാരിച്ചു നമ്മളുടെ സമ്പ്രദായവും നടപ്പും കളയല്ലാ. കുട്ടൻ ഊണു കഴിഞ്ഞുവോ?

മാധവൻ: ഇല്ല. എനിക്കു മനസ്സിന്നു വളരെ സുഖക്കേടു തോന്നി. അമ്മ പാൽക്കഞ്ഞിയും എടുത്തു വഴിയെ വന്നിരുന്നു.

അപ്പോൾ പാർവ്വതിഅമ്മ പാൽക്കഞ്ഞി വെള്ളിക്കിണ്ണത്തിൽ കൈയിൽ എടുത്തതോടുകൂടി അകത്തേക്കു കടന്നു.

ശങ്കരമേനോൻ: പാർവ്വതീ! കേട്ടില്ലേ കുട്ടൻ പറഞ്ഞതെല്ലാം?

പാർവ്വതിഅമ്മ: കേട്ടു. അശേഷം നന്നായില്ലാ.

മാധവൻ: പാൽക്കഞ്ഞി ഇങ്ങട്ടു തരൂ.

രണ്ടിറക്കു പാൽക്കഞ്ഞി നിന്നെടുത്തുനിന്നുതന്നെ കുടിച്ച് അമ്മയുടെ മുഖത്തു നോക്കി ചിറിച്ചുംകൊണ്ട്,

മാധവൻ: അല്ലാ, അമ്മയ്ക്കും എന്നോടു വിരോധമായോ?

പാർവ്വതിഅമ്മ: പിന്നെയൊ; അതിനെന്താണു സംശയം? ജേഷ്ഠനും അമ്മാമനും ഹിതമല്ലാത്തത് എനിക്കും ഹിതമല്ലാ. ആട്ടേ; ഈ കഞ്ഞി കുടിക്കൂ, എന്നിട്ടു സംസാരിക്കാം. നേരം ഉച്ചയായി. കുടുമ എന്തിനാണ് എപ്പോഴും ഇങ്ങനെ തൂക്കി ഇടുന്നത്? ഇങ്ങട്ടു വരൂ; ഞാൻ കെട്ടിത്തരാം. കുടുമ പകുതി ആയിരിക്കുന്നു.

മാധവൻ: അമ്മേ ശിന്നനെ ഇംക്ലീഷു പഠിപ്പിക്കേണ്ടത് ആവശ്യമോ അല്ലയോ? നിങ്ങൾ പറയിൻ.

പാർവ്വതിഅമ്മ: അതു നിന്റെ വലിയമ്മാമൻ നിശ്ചയിക്കേണ്ടതല്ലേ കുട്ടാ. എനിക്ക് എന്തറിയാം. വലിയമ്മാമനല്ലേ നിന്നെ പഠിപ്പിച്ചത്; അദ്ദേഹം തന്നെ അവനേയും പഠിപ്പിക്കുമായിരിക്കും.

മാധവൻ: വലിയമ്മാമൻ പഠിപ്പിക്കാതിരുന്നാലോ?

പാർവ്വതിഅമ്മ: പഠിക്കേണ്ട.

മാധവൻ: അതിനു ഞാൻ സമ്മതിക്കുകയില്ലാ.

പാർവ്വതിഅമ്മ: കിണ്ണം ഇങ്ങോട്ടു തന്നേക്കൂ; ഞാൻ പോകുന്നു. ഉണ്ണാൻ വേഗം വരണേ.

2

ഇന്ദുലേഖ

സുന്ദരികളായിട്ടുള്ള നായികമാരെ വർണ്ണിക്കുന്നതിലുള്ള സാമർത്ഥ്യം ഒട്ടും എനിക്കില്ലെന്ന് ഈ അദ്ധ്യായം എഴുതേണ്ടി വരുമെന്ന് ഓർത്തപ്പോൾ എനിക്കുണ്ടായ ഭയം എന്നെ നല്ലവണ്ണം മനസ്സിലാക്കിയിരിക്കുന്നു. എന്നാലും നിവൃത്തിയില്ലല്ലോ. കഴിയുമ്പോലെ പറയുക എന്നേ വരൂ. ഇന്ദുലേഖയ്ക്ക് ഈ കഥ ആരംഭിക്കുന്ന കാലം ഏകദേശം പതിനെട്ടു വയസ്സുപ്രായമാണ്. ഇവളുടെ സൗന്ദര്യത്തെക്കുറിച്ച് അവയവം പ്രതി വർണ്ണിക്കുന്നതിനേക്കാൾ അധികം എളുപ്പം ആകപ്പാടെ ഇവളുടെ ആകൃതിയുടെ ഒരു ശോഭയെക്കുറിച്ചുമാത്രം അല്പം പറയുന്നതാണ്. സൗന്ദര്യം എന്നത് ഇന്നതാണെന്നും ഇന്നപ്രകാരമായാലാണെന്നും മുൻകൂട്ടി മനസ്സുകൊണ്ടു ഗ്രഹിച്ചു ഗണിക്കപ്പെടുവാൻ സാദ്ധ്യമായ ഒരു ഗുണപദാർത്ഥമല്ലാ. പലേ സ്ഥിതികളിലും പലേ പ്രകാരമുള്ള യോജ്യതകളിലും ഒരു രൂപത്തിന്നു സൗന്ദര്യമുണ്ടായി എന്നുവരാം. കറുപ്പുനിറം സാധാരണ ശരീരവർണ്ണത്തിന്നു സൗന്ദര്യമില്ലാത്തതാണെന്നു പറയുന്നു. എന്നാൽ ചിലപ്പോൾ കറുപ്പുനിറം വേറെ സാധനങ്ങളുമായുള്ള ചേർച്ചയാലോ മറ്റു പ്രകാരത്തിലോ ബഹുശോഭയോടെ കാണപ്പെടുന്നുണ്ട്. (ഇന്ദുലേഖാ കറുത്തിട്ടാണെന്ന് എന്റെ വായനക്കാര് ഇവിടെ ശങ്കിച്ചു പോകരുതെ.) അതുപ്രകാരംതന്നെ ധാവള്യം, അല്ലെങ്കിൽ സ്വർണ്ണവർണ്ണം ഇതുകൾ ശരീരവർണ്ണത്തിന്നു ഭംഗിയുള്ളതാണെന്നു സാധാരണ ധരിച്ചുവരുന്നുണ്ട്. എന്നാൽ ചിലപ്പോൾ ഈ വർണ്ണമായാലും ചില ശരീരത്തിന്നു ഭംഗിയില്ലെന്നു തോന്നുന്നു. എന്റെ അഭിപ്രായത്തിൽ സൗന്ദര്യം എന്നതു ശോഭാനിഷ്ഠമായ ഒരു സാധനമാണെന്നാകുന്നു. ശോഭ എവിടെ തോന്നുന്നുവോ അവിടെ സൗന്ദര്യമുണ്ട് എന്നു പറയാം. ഈ ഇൻഡ്യാ രാജ്യത്തുള്ള സംസ്കൃതഗ്രന്ഥങ്ങളിൽ ഒരു സ്ത്രീയുടെ സൗന്ദര്യവർണ്ണന

യിൽ കചങ്ങൾക്ക് അതികൃഷ്ണവർണ്ണത്വവും നേത്രങ്ങൾക്കു നീലാബ്ജ സദൃശ്യതയും അതിവിശിഷ്ടമായ സൗന്ദര്യലക്ഷണങ്ങളിൽ മുഖ്യങ്ങ ളായി പറഞ്ഞുകാണുന്നു. ഇംക്ലീഷ് കവികൾ ഒരു യുവതിയുടെ സൗന്ദ ര്യലക്ഷണങ്ങളിൽ അവളുടെ തലമുടിയുടെ സ്വർണ്ണവർണ്ണത്വവും കണ്മി ഴികൾക്കു മങ്ങിയ മാതിരി വെളുപ്പോടുകൂടിയ ലഘുവായ നീല വർണ്ണവും (അല്ലെങ്കിൽ പടുഭാഷയിൽ നുമ്മൾ പറയുന്നതുപോലെ ശുദ്ധ പൂച്ചക്കണ്ണ്) മുഖ്യങ്ങളായി വർണ്ണിച്ചു വരുന്നു.

ഇവിടെ സംസ്കൃതകവികളുടേയും ഇംക്ലീഷ് കവികളുടേയും സിദ്ധാന്തങ്ങൾ രണ്ടും ശരിയാണെന്നു പലപ്പോഴും എനിക്കുതന്നെ തോന്നീട്ടുണ്ട്. കറുത്തനിറത്തിലുള്ള തലമുടി എങ്ങിനെ നമ്മുടെ സ്ത്രീകൾക്കു ഭംഗി തോന്നിക്കുന്നുവോ അതുപ്രകാരം തന്നെ സ്വർണ്ണ വർണ്ണമായ തലമുടി ചില യൂറോപ്യൻസ്ത്രീകൾക്കു ബഹുചേർച്ചയായും യോജ്യതയായും എന്റെ കണ്ണിൽ കാണപ്പെട്ടിട്ടുണ്ട്, കണ്മിഴികളും മേൽപ റഞ്ഞ വർണ്ണത്തിൽ ഉള്ളത് ചില യൂറോപ്യൻ സ്ത്രീപുരുഷന്മാരിൽ എനിക്കു ബഹുഭംഗിയും ജീവനും ഉള്ളതുകളായി തോന്നപ്പെട്ടിട്ടുണ്ട്. മേൽപറഞ്ഞ വിധം തലമുടിയും കണ്മിഴികളും ഉള്ള ചില യൂറോ പ്യൻസ്ത്രീകളെ എന്റെ മനസ്സിന് അതിസുന്ദരികളാണെന്നു ബോദ്ധ്യ പ്പെട്ടിട്ടുണ്ട്.

പലേ അവയവങ്ങളുടെ യോജ്യതകളിൽനിന്നും വർണ്ണങ്ങളിൽ നിന്നും ആകാരങ്ങളിൽനിന്നും മനസ്സിന്ന് ഓരോ പ്രത്യേക ദേഹങ്ങൾ കാണുമ്പോൾ സൗന്ദര്യം ഉണ്ടെന്നും ഇല്ലെന്നും തോന്നാം. അതുകൊണ്ട് സാധാരണയായി ഒരു സ്ത്രീക്കു സൗന്ദര്യം, ഇന്നിന്ന പ്രകാരത്തിൽ അവ യവങ്ങളും വർണ്ണവും ആയാൽ ഉണ്ടാവുമെന്നു മനസ്സുകൊണ്ടു മുൻകൂട്ടി ഗണിച്ചുവെപ്പാൻ പാടില്ലാത്ത ഒരു സാധനമാണെന്നു ഞാൻ വിചാരി ക്കുന്നു.

ചില സ്ത്രീകളെ ആപാദചൂഡം നോക്കിയാൽ ഒരവയവത്തിന്നും പ്രത്യേക ദോഷാരോപണം ചെയ്‌വാൻ പാടുണ്ടാകയില്ലെങ്കിലും ആക പ്പാടെ നോക്കിയാൽ മനസ്സിന്ന് അശേഷം കൗതുകം തോന്നാതെ വരാം. ചില സ്ത്രീകൾക്ക് അവയവങ്ങൾ പ്രത്യേകമായി സൂക്ഷിച്ചുനോക്കിയാൽ ധാരാളം ദോഷം പറവാനുണ്ടായിരുന്നാലും ആകപ്പാടെ അവരെ കണ്ടാൽ കൗതുകം തോന്നും.

എന്നാൽ ഒരു സ്ത്രീക്ക് സൗന്ദര്യം ഉണ്ട്, ഒരു സ്ത്രീ സുന്ദരി എന്നു ഞാൻ പറയണമെങ്കിൽ അവളുടെ അവയവങ്ങൾ പ്രഥമദൃഷ്ടത്തിലും പിന്നെ സാവധാനത്തിൽ സൂക്ഷിച്ച് ആലോചിച്ചു നോക്കിയാലും ഒരു പോലെ അതികോമളമായി മനോഹരങ്ങളായിരിക്കണം. പിന്നെ ആക പ്പാടെ സർവ്വാവയവങ്ങളും ഒന്നായി ചേർത്തുനോക്കിയാൽ അതിയായുള്ള ഒരു ശോഭ തോന്നണം. കാണുന്ന ക്ഷണത്തിൽ മനസ്സിനെ എങ്ങിനെ മോഹിപ്പിക്കുന്നുവോ അതുപോലെതന്നെ എല്ലായ്പോഴും എത്രനേരമെ ങ്കിലും നോക്കിയാലും മനസ്സിന്നു കണ്ടതു പോരെന്നുള്ള മോഹം ഉണ്ടാ

ക്കിച്ചുകൊണ്ടേയിരിക്കണം. അങ്ങിനെയുള്ള സ്ത്രീയെ ഞാൻ സുന്ദരി എന്നു പറയും. ഇന്ദുലേഖ അങ്ങിനെയുള്ള സ്ത്രീകളിൽ അഗ്രഗണ്യയായിരുന്നു.

ഇന്ദുലേഖയുടെ ദേഹത്തിന്റെ വർണ്ണത്തെക്കുറിച്ചും ഞാൻ ഒന്നു മാത്രം പറയാം. അരയിൽ നേമം ഉടുക്കുന്ന കസവുതുണിയുടെ വക്കിനുള്ള പൊൻകസവുകര മദ്ധ്യപ്രദേശത്തു പട്ടയുടെമാതിരി ആവരണമായി നില്ക്കുന്നതു കസവാണെന്നു തിരിച്ചറിയണമെങ്കിൽ കൈകൊണ്ടു തൊട്ടുനോക്കണം; ശരീരത്തിന്റെ വർണ്ണം പൊൻകസവിന്റെ സവർണ്ണമാകയാൽ കസവ് എവിടെ അവസാനിച്ചു, ശരീരം എവിടെ തുടങ്ങി എന്നു കാഴ്ചയിൽ പറവാൻ ഒരുവനും കേവലം സാധിക്കയില്ല. കചങ്ങളുടെ നീലിമയും ദൈർഘ്യവും നിബിഡതയും മാർദ്ദവവും അതിമനോഹരമെന്നേ പറവാനുള്ളു. അധരങ്ങൾ, ആ വർണ്ണത്തിൽ പക്ഷേ, യൂറോപ്യൻസ്ത്രീകളിൽ അല്ലാതെ കാണ്മാൻ കഴിയുമോ എന്നു സംശയം. നേത്രങ്ങളുടെ ദൈർഘ്യവും ത്രിവർണ്ണത്വവും അതുകളുടെ ഒരു ജീവനും അതുകളെക്കൊണ്ടു ചിലപ്പോൾ ചെയ്യുന്ന ഓരോ കടാക്ഷങ്ങളിൽനിന്നു യുവാക്കളുടെ നെഞ്ചിൽ വീഴുന്ന വഹ്നിയുടെ തൈക്ഷ്ണ്യവും കണ്ട് അനുഭവിച്ചവർക്കുതന്നേ അറിവാൻ പാടുള്ളൂ. ഈ കാലം സ്തനങ്ങൾ കഠിനഭാരങ്ങളാവാൻ സമീപിച്ചിരിക്കുന്നു എന്നുതന്നെ പറയാം. വൃത്തങ്ങളായി നിരന്തരങ്ങളായി പൊങ്ങിവരുന്ന ആ തങ്കക്കുടങ്ങളെ ഏതു യുവാവുകണ്ടു സഹിക്കും? ഈ അതിമനോഹരിയായ ഇന്ദുലേഖയുടെ സൗന്ദര്യത്തെ വർണ്ണിപ്പാൻ ആരാൽ സാധിക്കും!

ഇന്ദുലേഖയുടെ സുവർണ്ണസദൃശമായ വർണ്ണവും കുരുവിന്ദസമങ്ങളായ രദനങ്ങളും വിദ്രുമംപോലെ ചുവന്ന അധരങ്ങളും കരിങ്കുവലയങ്ങൾക്കു ദാസ്യം കൊടുത്ത നേത്രങ്ങളും ചെന്താമരപ്പൂവുപോലെ ശോഭയുള്ള ആ മുഖവും നീല കുന്തളങ്ങളും സ്തനഭാരവും അതികൃശമായ മദ്ധ്യവും മറ്റും ആകപ്പാടെ കാണുമ്പോൾ പുരുഷന്മാരുടെ മനസ്സിന്ന് ഉണ്ടായ ആനന്ദവും സന്തോഷവും പരിതാപവും ഭ്രാന്തിയും ആസക്തിയും വ്യഥയും ഇന്നപ്രകാരമാണെന്നു പറഞ്ഞറിയിപ്പാൻ എന്നാൽ അസാദ്ധ്യമാണെന്ന് ഞാൻ തീർച്ചയായി ഇവിടെ സമ്മതിക്കുന്നു.

ഈ രൂപഗുണത്തിനു യോഗ്യമായ പഠിപ്പും സൗശീല്യാദിഗുണങ്ങളും ഇവൾക്കുണ്ടായിരുന്നു. ഇന്ദുലേഖ കിളിമാനൂർ ഒരു രാജാവവർകളുടെ മകളായിരുന്നു. ഇന്ദുലേഖയ്ക്ക് രണ്ടരവയസ്സുപ്രായമായപ്പോൾ രാജാവു സ്വർഗ്ഗാരോഹണമായി. ഏകദേശം മൂന്നുവയസ്സു പ്രായമായപ്പോൾ തന്റെ വലിയച്ഛൻ പഞ്ചുമേനവന്റെ ജ്യേഷ്ഠപുത്രനും തന്റെ അമ്മാമനും ഇംക്ലീഷ്, സംസ്കൃതം, സംഗീതം മുതലായ വിദ്യകളിൽ അതിനിപുണനും ഒരു ദിവാൻപേഷ്കാരുദ്യോഗത്തിൽ എണ്ണൂറുറുപ്പിക ശമ്പളമായിരുന്ന ആളും ആയ കൊച്ചുകൃഷ്ണമേനോൻ, തന്റെകൂടെ താൻ ഉദ്യോഗംചെയ്തിരുന്ന ദിക്കിൽ കൊണ്ടുപോയി പതിനാറു വയസ്സുവരെ വിദ്യാഭ്യാസങ്ങൾ ചെയ്യിപ്പിച്ചു. ഇംക്ലീഷു നല്ലവണ്ണം പഠിപ്പിച്ചു. സംസ്കൃതത്തിൽ

നാടകാലങ്കാരങ്ങൾവരെ പഠിപ്പിച്ചു. സംഗീതത്തിൽ പല്ലവി രാഗവിസ്താരം വരെ പാടാനും പിയാനോ, ഫിഡിൽ, വീണ ഇതുകൾ വിശേഷമായി വായിപ്പാനും ആക്കിവെച്ചു. പിന്നെ ചില്ലറയായി സ്ത്രീകളെ യൂറോപ്പിൽ അഭ്യസിപ്പിക്കുന്ന തുന്നൽ, ചിത്രം മുതലായതുകളിലും തന്റെ അതിമനോഹരിയായ മരുമകൾക്കു പരിചയം വരുത്തി. ബിലാത്തിയിൽ ഒരു ഇംക്ലീഷുസ്ത്രീയെ അഭ്യസിപ്പിക്കുന്നവിധമുള്ള പഠിപ്പും അറിവുകളും സമ്പ്രദായങ്ങളും ഇന്ദുലേഖയ്ക്ക് ഉണ്ടാക്കി വെയ്ക്കേണമെന്നുള്ള ആഗ്രഹം മഹാനും അതിബുദ്ധിശാലിയും ആയിരുന്ന ആ കൊച്ചുകൃഷ്ണമേനോന് ഇന്ദുലേഖയുടെ പതിനാറാം വയസ്സിലകത്തു സാധിപ്പാൻ കഴിയുന്നേടത്തോളം സാധിച്ചു എന്നു തന്നെ പറയാം. എന്നാൽ ഭാഗ്യം കേവലം ഒരെടത്തും സമ്പൂർത്തിയായി എന്നു പറവാൻ മനുഷ്യനു സാധിക്കയില്ലല്ലോ. ഇന്ദുലേഖയുടെ പതിനാറാമത്തെ വയസ്സ് അവസാനിച്ചതോടുകൂടി കൊച്ചുകൃഷ്ണമേനോന്റെ കാലവും അവസാനിച്ചു. പിന്നെ വലിയച്ഛന്റെകൂടെ അമ്മയുടെയൊന്നിച്ചു വലിയച്ഛന്റെ പൂവരങ്ങിൽ എന്ന ഭവനത്തിൽ ആണ് താമസം ആയത്.

ഇന്ദുലേഖയുടെ സ്വാഭാവികമായ ഗുണങ്ങളാലും തന്റെ പൗത്രിയായതിനാലും തന്റെ പ്രാണപ്രിയനായ മകന് ഇന്ദുലേഖയിൽ ഉണ്ടായ സ്നേഹശക്തി ഓർത്തും ഇന്ദുലേഖയുടെ വലിയച്ഛന് ഇന്ദുലേഖയിൽ ഉള്ള സ്നേഹം ഇന്നപ്രകാരമായിരുന്നു എന്നും ഇത്ര ഉണ്ടായിരുന്നു എന്നും എനിക്ക് എന്റെ വായനക്കാരെ പറഞ്ഞു മനസ്സിലാക്കുവാൻ പ്രയാസമാണ്. ഇന്ദുലേഖയ്ക്കു താമസിപ്പാൻ പ്രത്യേകമായ ഒരു മാളികബങ്കളാവാണ് ശട്ടംചെയ്തിരുന്നത്. ആ ബങ്കളാവിലെ എല്ലാ മുറികളിലും ഇംക്ലീഷുമാതിരി സാമാനങ്ങളും മറ്റും, ഭംഗിയായി ശേഖരിച്ചുവച്ച് ഇന്ദുലേഖയുടെ അഭീഷ്ടപ്രകാരം എല്ലാം ശട്ടംചെയ്തുവന്നു. കൊച്ചുകൃഷ്ണമേനോന്റെ അകാലമരണത്താൽ ഇന്ദുലേഖയ്ക്ക് ഒരു വിധത്തിലും ഒന്നിനും ഒരു ബുദ്ധിമുട്ടും വന്നുകൂടാ എന്ന് ഇന്ദുലേഖയുടെ വലിയച്ഛൻ ഉറപ്പായി നിശ്ചയിച്ചിരുന്നു.

ഇന്ദുലേഖയുടെ ദിനചര്യകളും സമ്പ്രദായങ്ങളും സ്വഭാവവും അവളുടെ പഠിപ്പുനിമിത്തവും തന്റെ അമ്മാമൻ മഹാനായ കൊച്ചുകൃഷ്ണമേനോന്റെ ബുദ്ധിശക്തിക്കനുസരിച്ചു തനിക്കു കിട്ടിയ അറിവുകൾ നിമിത്തവും അതിരമണീയമായിരുന്നു എന്നേ പറവാനുള്ളു. ഇംക്ലീഷ് പഠിച്ചതിനാൽ താൻ ഒരു മലയാളസ്ത്രീയാണെന്നുള്ള നില ലേശം വിട്ടിട്ടില്ല. ഹിന്തുമതദ്വേഷമാകട്ടെ, നിരീശ്വരമതമാകട്ടെ, നിർഭാഗ്യവശാൽ ചിലപ്പോൾ ചില പഠിപ്പുള്ള ചെറുപ്പക്കാർക്ക് ഉണ്ടാകുന്നപോലെ സർവ്വരിലും ഉള്ള ഒരു പുച്ഛരസമാവട്ടെ ഇന്ദുലേഖയെ കേവലം ബാധിച്ചിട്ടേ ഇല്ല. കുളിമുറി, ഉടുപുടവ, സംസാരം-തന്റെ അമ്മ, മുത്തശ്ശി, വലിയച്ഛൻ, അമ്മാമൻ ഇവരിലുള്ള ഭക്തി, വിശ്വാസം-നാട്ടുകാർ സമീപവാസികളായി ഇംക്ലീഷ് പഠിക്കാതുള്ള തന്റെ സഖികളിൽ ഉള്ള ചേർച്ച, രാസക്യം-വിശേഷിച്ചു പറയുന്ന വാക്കുകളിലും ചെയ്യുന്ന പ്രവൃത്തികളിലും പ്രത്യക്ഷമായി

കാണപ്പെടാവുന്ന താഴ്മയും ഗർവ്വില്ലായ്മയും ഇതുകളെ എല്ലാം കണ്ട് ഇന്ദുലേഖയെ പരിചയമുള്ളവർ എല്ലായ്പോഴും അത്ഭുതപ്പെട്ടിരുന്നു. ഇങ്ങനെയാണ് കുട്ടികളെ അഭ്യസിപ്പിച്ചു വളർത്തേണ്ടത് എന്നു ബുദ്ധിയുള്ള ഏവനും പറയും. ഇന്ദുലേഖാ ആ മഹാനായ കൊച്ചുകൃഷ്ണമേനോന്റെ കീർത്തിലതയായിട്ടുതന്നെ തീർന്നു.

ഇന്ദുലേഖയുടെ നേമത്തെ ആഭരണങ്ങൾ വളരെ ചുരുങ്ങിയ മാതിരിയാണ്. ആഭരണങ്ങൾ അമ്മാമൻ കൊച്ചുകൃഷ്ണമേനോൻ കൊടുത്തതും, അമ്മയുടെ വകയായി തന്റെ അച്ഛൻ കൊടുത്തതു തനിക്കു കിട്ടിയതും, വലിയച്ഛൻ കൊടുത്തതും കൂടി അനവധി ഉണ്ട്. എന്നാൽ ഇന്ദുലേഖാ ഈ ആഭരണങ്ങളിൽ അത്ര പ്രിയം ഉള്ള ഒരു കുട്ടി അല്ലായിരുന്നു. വിശേഷദിവസങ്ങളിൽ വല്ല ആഭരണങ്ങളും വിശേഷവിധിയായി കെട്ടേണമെങ്കിൽ അമ്മയുടേയോ മുത്തശ്ശിയുടേയോ വലിയച്ഛന്റേയോ കഠിനനിർബ്ബന്ധം വേണം. കാതിൽ കൊത്തുള്ള തോടകളും കഴുത്തിന്റെ മദ്ധ്യത്തിൽ ഉരുണ്ട ഒരു സ്വർണ്ണനൂലിന്മേൽ ചെറിയ ഒരു പതക്കവും, അതിന്നു ചുവടെ ഒരു പരന്നസ്വർണ്ണനൂലിന്മേൽ നല്ല വിലയുള്ള വൈരവും പച്ചരത്നവും ചുകപ്പുരത്നവും കൊണ്ടു വേലചെയ്ത ഒരു പതക്കവും കൈകളിൽ തഞ്ചാവൂരിൽ കിഴക്കൻ സമ്പ്രദായത്തിൽ വേലചെയ്ത ഓരോ പൂട്ടുവളയും കൈവിരലുകളിൽ സ്വല്പം മോതിരങ്ങളും മാത്രമാണ് നേമം പെരുമാറുന്ന ആഭരണങ്ങൾ. എന്നാൽ ആഭരണങ്ങളിൽ അത്രയധികം പ്രീതി ഇല്ലെങ്കിലും ഇന്ദുലേഖയ്ക്ക് വസ്ത്രങ്ങളെ വളരെ താല്പര്യമാണ്. വിശേഷമായി എഴയും കസവും ഉള്ള ഒന്നരയും മേൽമുണ്ടും ദിവസം നിത്യവെള്ളയായി കുളിക്കുമ്പോഴും വൈകുന്നേരം മേൽകഴുകുമ്പോഴും തെയ്യാർവേണം. കുചപ്രദേശങ്ങൾ എല്ലായ്പോഴും ധവളമായ ഒരു കസവുമേൽമുണ്ടുകൊണ്ടു മറച്ചിട്ടേ കാണാറുള്ളു. ഇങ്ങിനെയാണ് നിയമമായുള്ള ഉടുപ്പ്.

'ഇന്ദുലേഖ' എന്ന പേര് ഈ കഥയിലുള്ള മറ്റു സ്ത്രീകളുടെ പേരുമായി നോക്കുമ്പോൾ പക്ഷേ, കുറെ അയോഗ്യമായിരിക്കുന്നു എന്ന് എന്റെ വായനക്കാർ വിചാരിക്കുമായിരിക്കാം. പേര് ഇങ്ങിനെ വിളിച്ചുവന്നതു കൊച്ചുകൃഷ്ണമേനോനാണ്. കുട്ടിക്കു ജാതകത്തിൽ വെച്ച പേര് മാധവി എന്നായിരുന്നു. എന്നാൽ കുട്ടിയുടെ അതിലളിതമായ സ്വരൂപത്തിന്റെ അവസ്ഥയ്ക്ക് ഇന്ദുലേഖ എന്ന പേർ വിളിക്കേണമെന്നു കൊച്ചുകൃഷ്ണമേനോൻ നിശ്ചയിച്ച് അങ്ങിനെ വിളിച്ചുവന്നതാണ്. എന്നാൽ ഇവളെ നമ്മുടെ ഈ കഥ തുടങ്ങുന്നകാലം മാധവി എന്ന് ഒരാൾ മാത്രം വിളിച്ചുവന്നു. അതു മാധവനായിരുന്നു. ഇത്ര സുന്ദരനും രസികനും വിദ്വാനും സമർത്ഥനും തന്റെ വലിയച്ഛന്റെ മരുമകനും ആയ മാധവനും ഇന്ദുലേഖയുമായി അന്യോന്യം സ്നേഹിക്കാതിരിപ്പാൻ നിവൃത്തിയില്ലെന്നു ഞാൻ പറയേണ്ടതില്ലല്ലോ. ഈ കഥ തുടങ്ങുന്ന കാലത്ത് ഇവർ അന്യോന്യം അന്തഃകരണവിവാഹം കഴിച്ചുവെച്ചിരിക്കുന്നു എന്നു തന്നെ പറയാം.

പ്രകൃതം നിസർഗ്ഗമധുരമാണെങ്കിലും ഇന്ദുലേഖയുടെ ഹിതത്തിന്നോ ഇഷ്ടത്തിന്നോ വിരോധമായി പറവാൻ ആ വീട്ടിൽ ആർക്കും ശക്തി ഉണ്ടായില്ല. ഇവളുടെ തന്റേടവും നിലയും ആവിധമായിരുന്നു. എന്നാൽ ഇന്ദുലേഖയുടെ പ്രവൃത്തിയിലോ ഇരിപ്പിലോ ഒരാൾക്കും ഒരു ദോഷം പറയാൻ ഉണ്ടായിരുന്നില്ല.

ഈ കഥ തുടങ്ങുന്ന കാലത്ത് ഇന്ദുലേഖയും മാധവനും അന്യോന്യം അന്തഃകരണവിവാഹം ചെയ്തുവെച്ചിരിക്കുന്നു എന്നു സമഷ്ടിയായി പറഞ്ഞാൽ മതിയാകുമോ എന്നു ഞാൻ സംശയിക്കുന്നു. ഇവർക്ക് അന്യോന്യം അനുരാഗം ഉണ്ടാവാതിരിപ്പാൻ പാടില്ലെന്ന് എന്റെ വായനക്കാർ ഊഹിക്കും. എന്നാൽ ഈ സംഗതിയെ ഊഹിച്ചു നിശ്ചയിപ്പാൻ വിടുന്നതിനെക്കാൾ ചുരുക്കത്തിൽ സ്പഷ്ടമായി ഇവിടെ പറയുന്നതാണു നല്ലത് എന്നു ഞാൻ വിചാരിക്കുന്നു. അതുകൊണ്ട് അല്പം പൂർവ്വകഥാപ്രസംഗം ചെയ്യുന്നു.

മഹാനായ കൊച്ചുകൃഷ്ണമേനോൻ ഇന്ദുലേഖയ്ക്ക് വിദ്യാഭ്യാസം മുഴുവനും കഴിച്ചശേഷം ഇന്ദുലേഖയ്ക്ക് അനുരൂപനായ പുരുഷനെ യോഗ്യരിൽനിന്ന് അവൾതന്നെ തിരഞ്ഞെടുക്കേണ്ടതാണ് എന്നുള്ള അഭിപ്രായക്കാരനായിരുന്നു. എന്നാൽ ഈ ഘനപുരുഷൻ ഇതിനെക്കുറിച്ച് അധികമായി ആരോടും ഒന്നും സംസാരിച്ചിട്ടില്ലാ. പെണ്ണിനു പത്തുപതിനൊന്നു വയസ്സായ മുതൽ പലേ യോഗ്യരായ ആളുകൾ എല്ലാം ഈ കാര്യത്തിൽ കൊച്ചുകൃഷ്ണമേനോൻ പേഷ്കാരുടെ മനസ്സറിവാൻ ഉത്സാഹിച്ചിട്ടും സാധിച്ചിട്ടില്ല.

താൻ മരിക്കുന്നതിന് അല്പദിവസങ്ങൾക്കുമുമ്പ് കല്പനയിന്മേൽ ഇന്ദുലേഖയോടുകൂടി അച്ഛനെ കാണാൻ വന്നിരുന്ന സമയം ഒരു ദിവസം അച്ഛൻ പഞ്ചുമേനോൻ തന്നോട് "ഇന്ദുലേഖയ്ക്ക് വയസ്സ് 15-ൽ അധികമായല്ലോ; നല്ല ഒരു സംബന്ധം തുടങ്ങിപ്പിക്കേണ്ടേ?" എന്നു ചോദിച്ചതിന് ഉത്തരമായി "ഇന്ദുലേഖയുടെ വിദ്യാഭ്യാസങ്ങൾ മുഴുവനും ആയിട്ടില്ലെന്നും അതു കഴിഞ്ഞശേഷമേ ആ ആലോചനതന്നെ ചെയ്വാൻ ആവശ്യമുള്ളു എന്നും വിദ്യാഭ്യാസം ചെയ്ത് ഇന്ദുലേഖയെ യോഗ്യതയുള്ളവളാക്കിത്തീർക്കേണ്ടുന്ന ഭാരമാണു തനിക്കുള്ളത് എന്നും ആ യോഗ്യത അവൾക്കെത്തിയാൽ ഇന്ദുലേഖതന്നെ പിന്നെ അവൾക്കു വേണ്ടതെല്ലാം യഥോചിതം പ്രവർത്തിച്ചുകൊള്ളു"മെന്നും കൊച്ചുകൃഷ്ണമേനോൻ പറഞ്ഞിട്ടുണ്ടായിരുന്നു. വൃദ്ധനായ പഞ്ചുമേനോന് ഈ ഉത്തരം നല്ലവണ്ണം മനസ്സിലായിട്ടും അത്ര രസിച്ചിട്ടും ഉണ്ടായിരുന്നില്ലെങ്കിലും മകനോടു താൻ പിന്നെ ഇതിനെക്കുറിച്ച് ഒന്നും ചോദിച്ചിട്ടേ ഇല്ല.

ഇന്ദുലേഖ കൊച്ചുകൃഷ്ണമേനോന്റെകൂടെ താമസിക്കുന്ന കാലവും മാധവനെ കൂടെക്കൂടെ കാണാറുണ്ട്. കൊച്ചുകൃഷ്ണമേനോനു മാധവനെ വളരെ ഇഷ്ടമായിരുന്നു. മാധവൻ അതിബുദ്ധിമാനായ കുട്ടിയാണെന്നു പലപ്പോഴും പലരോടും അദ്ദേഹം സംഗതിവശാൽ പറയുന്നത് ഇന്ദുലേഖ തന്നെ കേട്ടിട്ടുണ്ട്. എന്നാൽ അതിൽ അധികമൊന്നും മാധവനെക്കുറിച്ച്

അദ്ദേഹം പറയുന്നതു കേട്ടിട്ടില്ല. അദ്ദേഹത്തിന്റെ മനസ്സിൽ മാധവൻ ഇന്ദുലേഖയ്ക്കു യോഗ്യനാണെന്നു തീർച്ചപ്പെടുത്തീട്ടുണ്ടായിരുന്നുവോ ഇല്ലയോ എന്ന് ആർക്കും നിശ്ചയമുണ്ടായിരുന്നില്ല.

കൊച്ചുകൃഷ്ണമേനോന്റെ മരണശേഷം പൂവരങ്ങിൽ താമസം തുടങ്ങിയതുമുതൽ ഇന്ദുലേഖയും മാധവനും തമ്മിൽ വളരെ സ്നേഹമായിത്തീർന്നു. മദിരാശിയിൽനിന്നു വീട്ടിലേക്കു വരുന്ന സമയങ്ങളിൽ എല്ലായ്പോഴും രണ്ടുപേരും തമ്മിൽ സംസാരിച്ചും കളിച്ചും ചിരിച്ചും സമയം കഴിച്ചു. ഇങ്ങിനെ കുറെ ദിവസങ്ങൾ കഴിഞ്ഞപ്പോഴേക്ക് ഇന്ദുലേഖയ്ക്കും മാധവനും പരസ്പരം കുറേശ്ശേ അനുരാഗം തുടങ്ങി. എന്നാൽ ഇത് അന്യോന്യം ലേശംപോലും അറിയിച്ചില്ലാ. ഇന്ദുലേഖ അക്കാലം കേവലം അറിയിക്കാഞ്ഞതു മാധവന്റെ പഠിപ്പിന്നു വല്ല വിഘ്നവും അതിനാൽ വരരുത് എന്നു വിചാരിച്ചിട്ടാണ്. മാധവൻ അറിയിക്കാഞ്ഞതു കുറെ ലജ്ജിച്ചിട്ടും പിന്നെ തനിക്ക് ഈ കാര്യം സാദ്ധ്യമാവാൻ പ്രയാസമുള്ളതായിരിക്കാമെന്നു ശങ്കിച്ചിട്ടും ആകുന്നു. അങ്ങിനെ തോന്നാൻ മാധവനു നല്ല കാരണമുണ്ടായിരുന്നു. ഇന്ദുലേഖ മലയാളത്തിൽ എങ്ങും പ്രസിദ്ധപ്പെട്ട ഒരു സ്ത്രീരത്നമായിരുന്നു. മഹാരാജാക്കന്മാർ മുതലായി പലരും ഈ കുട്ടിയെ കിട്ടേണമെന്ന് ആഗ്രഹിക്കുന്നുണ്ടെന്നു കൂടെക്കൂടെ പഞ്ചുമേനോന് വരുന്ന കത്തുകളാലും പൂവരങ്ങിലും മറ്റും വെച്ച് ഇതിനെപ്പറ്റി ആളുകൾ തമ്മിൽ ഉണ്ടാവുന്ന പ്രസംഗങ്ങളാലും മാധവനു നല്ലവണ്ണം അറിവുണ്ട്. ഇങ്ങിനെ ഇരിക്കെ, അന്ന് ഒരു സ്കൂൾകുട്ടിയായ താൻ ഇതിന്നു മോഹിക്കുന്നതു വെറുതെ എന്നു മാധവനു ചിലപ്പോൾ തോന്നീട്ടുണ്ടായിരുന്നു. ആദ്യം ഉണ്ടായ വിചാരം ഇങ്ങിനെ ആണെങ്കിലും ക്രമേണ ഇന്ദുലേഖയിൽ മാധവന് അനുരാഗം വർദ്ധിച്ചുതന്നെ വന്നു. മദിരാശിയിൽ നിന്നു വീട്ടിൽ വന്നു പാർക്കുന്നകാലത്തു പകൽ മുഴുവനും ഇന്ദുലേഖയുടെ കൂടെത്തന്നെയാണു മാധവൻ എന്നു പറയാം. വല്ല പുസ്തകങ്ങൾ വായിച്ചിട്ടും പാട്ട്, പിയാനോ, ചതുരംഗം മുതലായതു കൊണ്ടു വിനോദിച്ചും വൈകുന്നേരം പിരിയാറാവുമ്പോൾ രണ്ടുപേർക്കും ഒരുദിവസവും പകൽ സമയം മതിയായില്ലെന്നു തോന്നാതിരുന്നിട്ടില്ല. ഇങ്ങിനെ കുറെ കാലം മദിരാശിയിൽനിന്നു മാധവൻ വീട്ടിൽ വന്ന സമയങ്ങൾ മുഴുവനും അന്യോന്യം രസിച്ചും അഹങ്കരിച്ചും വിനോദിച്ചും കഴിഞ്ഞു.

ഇന്ദുലേഖയും മാധവനും തമ്മിൽ ഉള്ള സംബന്ധസ്ഥിതികൊണ്ടും രൂപം കൊണ്ടും പഠിപ്പുകൊണ്ടും ഇവരുതമ്മിൽ ഇങ്ങിനെ സ്നേഹിച്ചു വന്നതിൽ അല്പം ആളുകൾ ഒഴികെ ശേഷം എല്ലാവർക്കും സന്തോഷമായിരുന്നു. എന്നാൽ ഇന്ദുലേഖയെ മാധവനു ഭാര്യയായി കിട്ടുമോ എന്നു പിന്നെയും ഒരു ശങ്ക എല്ലാവർക്കും ഉണ്ടായി. മലയാളത്തിലെ സ്ഥിതി അറിയുന്ന ആൾക്ക്, ഈ ശങ്ക ഉണ്ടാവാതിരിപ്പാൻ പാടില്ലല്ലോ. തിരുവനന്തപുരത്തു പൊന്നുതമ്പുരാൻകൂടി ഇന്ദുലേഖയെ അമ്മച്ചിയാക്കി കൊണ്ടുപോകുവാൻ ആലോചനയുണ്ടെന്നാണ് ആ കാലത്തു പഞ്ചുമേ

നോന്റെ മുഖത്തിൽനിന്നുതന്നെ ചിലർ കേട്ടിട്ടുള്ളത്. അപ്പോൾ മേല്പറഞ്ഞ ശങ്ക ഉണ്ടായതിൽ അത്ഭുതമില്ലല്ലൊ.

അങ്ങിനെയിരിക്കുമ്പോൾ നമ്മുടെ കഥ തുടങ്ങുന്നതിനു കുറെ മുമ്പു മാധവൻ ബി.എൽ. പരീക്ഷയ്ക്കു പോയി. പരീക്ഷ കഴിഞ്ഞ ഉടനെ വീട്ടിലേക്കു വന്നു. മുമ്പേത്തെ പ്രകാരം ഇന്ദുലേഖയുമായി കളിച്ചും വിനോദിച്ചും ഇരുന്നുവെങ്കിലും ക്രമേണ മാധവന് ഇന്ദുലേഖയിൽ അനുരാഗം വർദ്ധിച്ചു വർദ്ധിച്ചു കലശലായിത്തീർന്നു. "എന്തു പൊന്നുതമ്പുരാൻ?" "ഏതു രാജാവ്?" "എന്റെ ഇന്ദുലേഖ എന്റെ ഭാര്യതന്നെ." "അങ്ങിനെയല്ലെങ്കിൽ പിന്നെ ഞാൻ ജീവിച്ചിരിക്കുകയില്ലാ." എന്നു മനസ്സിൽ ഉറച്ചുതുടങ്ങി. ഈ കാലത്ത് ഇന്ദുലേഖയുടെ മനസ്സ് എന്താണെന്ന് അറിവാൻ മാധവന് അത്യാഗ്രഹം ഉണ്ടായിരുന്നു. ഇന്ദുലേഖയ്ക്ക് മാധവനോട് അങ്ങോട്ട്, ഇങ്ങട്ടുള്ളതിനെക്കാൾ പക്ഷേ, അധികം അനുരാഗം ഉണ്ടായിരുന്നുവെങ്കിലും ഇന്ദുലേഖ മാധവനോട് ഇതിനെക്കുറിച്ചു യാതൊരു പ്രകാരവും നടിച്ചില്ല. കളി, ചിറി, പാട്ടു മുതലായതു കൂടാതെ എല്ലായ്പോഴും അതിൽ അധികം ഒന്നും ഇന്ദുലേഖയുടെ പ്രകൃതങ്ങളിൽ നിന്നു മാധവന് അറിവാൻ കഴിഞ്ഞില്ല. മാധവൻ അല്പം പ്രസരിപ്പുള്ള കുട്ടിയാകയാൽ മാധവന്റെ മനസ്സിന്റെ ചേഷ്ടകൾ ഇയ്യിടെ കുറേശ്ശ പുറത്തു കാണാറായിത്തുടങ്ങി. അതിനൊന്നും ഇന്ദുലേഖ അശേഷം വിരോധവും വിമുകതയും ഭാവിക്കയില്ല. എങ്കിലും തന്റെ അനുരാഗ ചേഷ്ടകൾ എല്ലാം മാധവനിൽനിന്നു കേവലം മറച്ചുവച്ചിരുന്നു.

അങ്ങിനെയിരിക്കുമ്പോൾ ഒരു ദിവസം മാധവനും ഇന്ദുലേഖയും കൂടി ചതുരംഗം കളിച്ചുകൊണ്ടിരിക്കെ മാധവൻ താൻ വയ്ക്കേണ്ട കരു കൈയിൽ എടുത്ത് ഇന്ദുലേഖയുടെ മുഖത്തേക്ക് അസംഗതിയായി നോക്കിക്കൊണ്ടു കളിക്കാതെ നിന്നു.

ഇന്ദുലേഖ: എന്താണു കളിക്കാത്തത്; കളിക്കരുതേ?

മാധവൻ: കളിക്കാൻ എനിക്ക് ഇന്ന് അത്ര രസം തോന്നുന്നില്ല.

ഇന്ദുലേഖ: ഇയ്യെടെ കളി കുറെ അമാന്തമായിരിക്കുന്നു. പക്ഷേ, പരീക്ഷയുടെ കാര്യം അറിയാത്ത സുഖക്കേടുകൊണ്ട് ആയിരിക്കാം. അതിനെക്കുറിച്ച് ഇപ്പോൾ വിചാരിച്ചിട്ട് ഒരു സാദ്ധ്യവും ഇല്ലല്ലോ. മനസ്സിന്നു വെറുതെ സുഖക്കേട് ഉണ്ടാക്കരുതേ.

മാധവൻ: പരീക്ഷയുടെ കാര്യം വിചാരിച്ചിട്ടേ ഇല്ല. മനസ്സിന്നു സുഖക്കേടു വരുത്താനും വരുത്താതിരിപ്പാനും കാരണങ്ങൾ ഉണ്ടായിരിക്കുമ്പോഴും ആ കാരണങ്ങളെ പരിഹരിപ്പാൻ കഴിയാതിരിക്കുമ്പോഴും ഒരുവന് എങ്ങിനെ മനസ്സിനെ സ്വാധീനമാക്കിവെപ്പാൻ കഴിയും?

ഇന്ദുലേഖ: മനസ്സിനെ സ്വാധീനമാക്കിവെയ്ക്കണം. അതാണ് ഒരു പുരുഷന്റെ യോഗ്യത.

മാധവൻ: സ്ത്രീയിന്റെ യോഗ്യതയോ?

ഇന്ദുലേഖ: ഒരു സ്ത്രീ ഇപ്പോൾ മനസ്സിന്നു സുഖക്കേടു തോന്നി കളിപ്പാൻ രസമില്ലെന്നു പറഞ്ഞില്ല. മാധവനല്ലേ കളിപ്പാൻ ഇന്ന് അത്ര രസം തോന്നുന്നില്ലെന്നു പറഞ്ഞത്?

മാധവൻ: പക്ഷേ, ഇന്ദുലേഖ മനസ്സിനെ സ്വാധീനമാക്കി വെച്ചിട്ടുണ്ടായിരിക്കാം.

ഇന്ദുലേഖ ഞാൻ അതു പരീക്ഷിച്ചിട്ടില്ലാ. സ്വാധീനമല്ലാതെ തോന്നുമ്പോൾ അല്ലേ ഈ പരീക്ഷ ചെയ്യേണ്ടത്? സ്വാധീനമല്ലെന്ന് ഇതുവരെ എനിക്കു തോന്നീട്ടില്ല, അങ്ങിനെ തോന്നാൻ സംഗതി ഉണ്ടായിട്ടില്ല.

മാധവൻ: മനസ്സിന്ന് ഇച്ഛിക്കുന്നതു സകലവും സാധിച്ചു കൊണ്ടിരിക്കുമ്പോൾ മനസ്സു നിമിത്തം ഉപദ്രവം ഉണ്ടാവാൻ എടയില്ല. ഇന്ദുലേഖയ്ക്ക് അങ്ങിനെ സകലവും സാധിച്ചുകൊണ്ടിരിക്കുന്നതിനാലായിരിക്കും മനസ്സിനെ പരീക്ഷിപ്പാൻ എടയാവാഞ്ഞത്.

ഇന്ദുലേഖ: എന്റെ മനസ്സു സാദ്ധ്യമല്ലാത്തതിൽ ആഗ്രഹിക്കാറില്ലാ. ഇത് എന്റെ മനസ്സിനു സ്വതസിദ്ധമായ ഒരു ഗുണമാണെന്ന് അറിഞ്ഞു ഞാൻ സന്തോഷിക്കുന്നു. അതുകൊണ്ടു മാധവൻ പറഞ്ഞതു ശരിതന്നെ. എന്റെ മനസ്സു വ്യാപരിക്കുന്നതിൽ ഒന്നിലും എനിക്കു വ്യസനിപ്പാൻ എട ഉണ്ടായിട്ടില്ല.

മാധവൻ: അങ്ങിനെ എല്ലായ്പോഴും വരുമോ? അങ്ങിനെ വന്നാൽത്തന്നെ അതു മനസ്സിനെ സ്വാധീനമാക്കീട്ടല്ലെ?

ഇന്ദുലേഖ അല്ലാ; മനസ്സിനെ സ്വാധീനമാക്കേണമെങ്കിൽ അതിനു വേറെ ചില സാധനങ്ങളെ ഉപയോഗിച്ചിട്ടുവേണം. ധൈര്യം, ക്ഷമ മുതലായ സാധനങ്ങളെ ഉപയോഗിച്ചിട്ടു വേണം മനസ്സിനെ സ്വാധീനമാക്കാൻ. അങ്ങനെയുള്ള സാധനങ്ങളെ ഒന്നും ഉപയോഗിക്കാതെതന്നെ എന്റെ മനസ്സു സ്വസ്ഥതയിൽ നിൽക്കുന്നുണ്ടല്ലോ. എന്റെ മനസ്സിന്റെ സ്വസ്ഥത അതിനു സഹജമായ ഒരു ഗുണമാണെന്നു ഞാൻ വിചാരിക്കുന്നു.

മാധവൻ: ഇന്ദുലേഖയ്ക്കു ക്ഷണസാദ്ധ്യമല്ലാത്ത യാതൊരു കാര്യത്തിലും ഇന്ദുലേഖയുടെ മനസ്സ് ഇതുവരെ വ്യാപരിച്ചിട്ടില്ലേ?

ഇന്ദുലേഖ: ഇല്ലെന്നാണ് എനിക്കു തോന്നുന്നത്. എന്നാൽ ക്ഷണസാദ്ധ്യമെന്നു മാധവൻ പറഞ്ഞതിന്റെ അർത്ഥം എനിക്കു മനസ്സിലായില്ല. സാദ്ധ്യാസാദ്ധ്യങ്ങളെക്കുറിച്ചു മാത്രമാണു ഞാൻ ഉദ്ദേശിച്ചത്.

മാധവൻ: ഞാൻ ദൃഷ്ടാന്തം പറയാം. ഇപ്പോൾ ഇന്ദുലേഖ അതിമനോഹരമായും അതിപരിമളത്തോടുകൂടിയും ഇരിക്കുന്ന ഒരു പുഷ്പത്തെ കാണുന്നു. അതിനെ കാണുമ്പോൾ ആ പുഷ്പത്തെ നിഷ്പ്രയാസേന കിട്ടാൻ തരമില്ലെന്ന് അറിവുണ്ടെങ്കിലും ഉടനെ അതിനെ തന്റെ കൈയിൽ എടുത്ത് അതിന്റെ പരിമളത്തെ അനുഭവിക്കേണമെന്ന് ഒരു മനസ്സ് അല്ലെങ്കിൽ ആഗ്രഹം ഇന്ദുലേഖയ്ക്ക് ഉണ്ടാവുന്നില്ലേ? അത് അപ്പോൾത്തന്നെ സാദ്ധ്യമാണെങ്കിലേ ഉണ്ടാവുന്നുള്ളു? അതല്ലാ സാദ്ധ്യമോ, അസാദ്ധ്യമോ, ക്ഷണസാദ്ധ്യമോ, വിളംബസാദ്ധ്യമോ എന്നുള്ള ആലോചന കഴിഞ്ഞിട്ടു മാത്രമോ പുഷ്പത്തെപ്പറ്റി ആഗ്രഹം ഉണ്ടാവുന്നത്?

ഇന്ദുലേഖ പുഷ്പം ഭംഗിയും പരിമളവും ഉള്ളതാണെന്ന് അതിന്റെ കാഴ്ചയിൽ ബോദ്ധ്യംവന്നാൽ എന്റെ മനസ്സ് ആ പുഷ്പത്തെ ഉദ്ദേശിച്ച്

ആഹ്ലാദപ്പെടുമായിരിക്കാം. അത് എടുപ്പാൻ യോഗ്യവും സാദ്ധ്യവും ആണെന്നുകൂടി ബോദ്ധ്യമാവുന്നതിനു മുമ്പ് അത് എടുത്തു കൈയിൽ വെയ്ക്കണമെന്നുള്ള ആഗ്രഹം എനിക്ക് ഉണ്ടാവുകയില്ല. അതാണ് എന്റെ മനസ്സിന് ഒരു ഗുണം ഞാൻ കാണുന്നത്.

മാധവൻ: ഇപ്പോൾ ഇന്ദുലേഖ പറഞ്ഞതും ഞാൻ മുമ്പു പറഞ്ഞതും ഒന്നുതന്നെ. "മനസ്സ് ആഹ്ലാദപ്പെടും?" എന്നു പറഞ്ഞതിന്റെ അർത്ഥം സൂക്ഷ്മത്തിൽ മനസ്സിൽ അതിനെപ്പറ്റി കൗതുകം ഉണ്ടാവുമെന്നു മാത്രമല്ല, അങ്ങിനെയുള്ള ആഹ്ലാദത്തിൽ അതിനെ അനുഭവിക്കേണമെന്നുള്ള ആഗ്രഹവും അന്തർഭവിച്ചിരിക്കുന്നു. എന്നാൽ പിന്നെ ആഗ്രഹം സാദ്ധ്യമോ, ദുസ്സാദ്ധ്യമോ എന്ന് ആലോചിച്ചിട്ടേ അതിന്റെ നിവൃത്തിക്ക് ഇന്ദുലേഖ ശ്രമിക്കുകയുള്ളൂ, അത്രമാത്രമാണ് ഇന്ദുലേഖാ ഇപ്പോൾ പറഞ്ഞതിന്റെ താല്പര്യം എന്ന് എനിക്കു തോന്നുന്നു. ഇതു ശരിയാണെങ്കിൽ ഇന്ദുലേഖ ആഗ്രഹത്തെ ജയിക്കുന്നതും ധൈര്യം കൊണ്ടും ക്ഷമകൊണ്ടുമാണെന്നു സ്പഷ്ടമാണ്.

ഇന്ദുലേഖ: അങ്ങിനെയല്ല. ഞാൻ പറഞ്ഞത് മാധവനു മനസ്സിലായില്ല. ഒന്നാമതു മാധവന്റെ പുഷ്പത്തിന്റെ ഉപമതന്നെ നന്നായില്ല. ഇതിലും നന്നായിട്ടു ഞാൻ ഒരു ഉപമ പറഞ്ഞു മാധവനെ ബോധ്യപ്പെടുത്താം. ഞാൻ യൗവനയുക്തയായ ഒരു സ്ത്രീയാണ്; ഞാൻ സുന്ദരനായ ഒരു യുവാവെ കാണുന്നു. ആ യുവാവ് എന്റെ ഭർത്താവായിരിപ്പാൻ യോഗ്യനോ എന്ന് എന്റെ മനസ്സിന്നു ബോദ്ധ്യപ്പെടുന്നതിനുമുമ്പ് ആ പുരുഷനിൽ എന്റെ മനസ്സു പ്രവേശിക്കയില്ല. ഇവിടെ മനസ്സ് ഒന്നാമതു പ്രവേശിച്ചിട്ട് പിന്നെ ഞാൻ ധൈര്യംകൊണ്ടു മനസ്സിനെ നിവൃത്തിക്കുന്നതല്ല. എന്റെ മനസ്സ് ഒന്നാമതു പ്രവേശിക്കുന്നതേ ഇല്ല. അതുപ്രകാരംതന്നെ ധനത്തിൽ; ന്യായമായവിധം ആർജ്ജിക്കപ്പെടുന്ന ധനത്തിൽ അല്ലാതെ എനിക്ക് ആഗ്രഹമേ ഉണ്ടാവുന്നില്ല. ഇതെല്ലാം മനസ്സിന്നു ചിലർക്ക് സഹജമായ ഗുണമായി ഉണ്ടാവും. ചിലർക്ക് അങ്ങിനെ അല്ലാ മനസ്സിന്റെ ധർമ്മം-കിട്ടുന്നതിലും കിട്ടാത്തതിലും, വേണ്ടുന്നതിലും വേണ്ടാത്തതിലും ഒരുപോലെ മനസ്സു പ്രവേശിക്കും. പിന്നെ സാമർത്ഥ്യവും ധൈര്യവും ബുദ്ധിയും ഉള്ളവരായാൽ ആ മനസ്സിനെ നിവൃത്തിപ്പിച്ചു പാട്ടിൽവെയ്ക്കും. അതുകൊണ്ടു മാധവൻ ഞാൻ ഒടുവിൽ പറഞ്ഞ മാതിരിക്കാരുടെ കൂട്ടത്തിലാണെങ്കിൽ ബുദ്ധിസാമർത്ഥ്യമുള്ള ആളാകയാൽ ദുസ്സാദ്ധ്യമായതോ അസാദ്ധ്യമായതോ ആയ വല്ല കാര്യത്തിലും മനസ്സു ചാടീട്ടുണ്ടെങ്കിൽ ആ മനസ്സിനെ മടക്കിയെടുക്കാൻ കഴിയുമല്ലോ. അങ്ങിനെ മടക്കിയെടുക്കുന്നതിനു ശക്തി ഉണ്ടായാൽ മനസ്സ് സ്വാധീനമായി.

മാധവൻ: ഞാൻ ഇന്ദുലേഖ പറഞ്ഞാൽ യോജിക്കുന്നില്ല. എങ്കിലും ഈ സംഗതിയെപ്പറ്റി ഞാൻ എനി തർക്കിക്കുന്നില്ല. എനിക്കു മുമ്പത്തെപ്പോലെ ഇന്ദുലേഖയുമായി തർക്കിച്ചുകൊണ്ടിരിക്കാൻ മനസ്സിന്നു സുഖമില്ല!

ഇന്ദുലേഖ ഞാൻ വിചാരിച്ചു ചതുരംഗം കളിക്കാനേ രസമില്ലാതായിട്ടുള്ളു എന്ന്. ഇപ്പോൾ എന്നോടു സംസാരിക്കാനും രസമില്ലെന്നു കേട്ടത് ആശ്ചര്യം!

മാധവൻ: എന്തിനാണ് ഇങ്ങിനെ എല്ലാം പറയുന്നത്? ഞാൻ മഹാ ഒരു നിർഭാഗ്യവാനാണെന്നു തോന്നുന്നു-വൃഥാ മനഃഖേദം ഉണ്ടാവുന്നതു നിർഭാഗ്യമല്ലേ?

ഇന്ദുലേഖ: ആ ഖേദത്തെ പരിഹരിപ്പാൻ ശക്തിയില്ലാതെ പോകുന്നതു നിർഭാഗ്യം.

മാധവൻ: ആ ഖേദം എങ്ങിനെയാണു പരിഹരിക്കേണ്ടത് എന്ന് ഇന്ദുലേഖാ പറഞ്ഞുതന്നാൽ വലിയ ഉപകാരമായിരുന്നു.

ഇന്ദുലേഖ "ഖേദം എന്താണെന്നറിഞ്ഞാൽ ഞാൻ പരിഹരിക്കാൻ നോക്കാം," എന്നു പറഞ്ഞ് ഒന്നു ചിറിച്ചു.

ഇന്ദുലേഖ: കളിക്കൂ. മാധവന്റെ കുതിരയെ ഞാൻ വെട്ടാൻ പോകുന്നു. കരു കൈയിൽ പിടിച്ചു ഖേദം എന്നു പറഞ്ഞു മേല്പോട്ടു നോക്കിയതു മതി; കളിക്കൂ, കുതിരയെ രക്ഷിക്കാൻ കഴിയുമോ, കാണട്ടെ മിടുക്ക്.

മാധവൻ: വരട്ടെ, ഞാൻ ഇപ്പോൾ കളിക്കുന്നില്ല, കളിച്ചാൽ ശരിയാവുകയില്ല. ഞാൻ ഈ കോച്ചിന്മേൽ കുറെ കിടക്കട്ടെ.

എന്നു പറഞ്ഞ് കരു മേശമേൽത്തന്നെ വെച്ച്, മാധവൻ കോച്ചിന്മേൽ പോയി കിടന്നു. ഇന്ദുലേഖ അവിടുന്നു ചിരിച്ചുംകൊണ്ട് എഴുന്നേറ്റു ശാകുന്തളം നാടകം ബുക്ക് എടുത്ത് ഒരു കസാലമേൽ ഇരുന്നു വായിച്ചു തുടങ്ങി.

മാധവൻ: എന്താണ് ആ പുസ്തകം?

ഇന്ദുലേഖ: ശാകുന്തളം.

മാധവൻ: എവിടെയാണു വായിക്കുന്നത്?

ഇന്ദുലേഖ: എന്താണ്, ഉറക്കെ വായിക്കണോ?

മാധവൻ: വായിക്കൂ.

ഇന്ദുലേഖ: (ഒരു ശ്ലോകം വായിക്കുന്നു)

"ക്ഷാമക്ഷാമകപോലമാനനമുരഃ
കാഠിന്യമുക്തസ്തനാ
മദ്ധ്യഃ ക്ലാന്തതരഃ പ്രകാമവിനതാ
വംസൗ ഛവിഃ പാണ്ഡുരാ
ശോച്യാ ച പ്രിയദർശനാ ച മദന
ക്ലിഷ്ടേയമാലക്ഷ്യതേ
പത്രാണാമിവ ശോഷണേന മരുതാ
സ്പൃഷ്ടാ ലതാ മാധവീ."

മാധവൻ: ശിവ ശിവ, ഇങ്ങിനെ ഒന്നു കണ്ടിരുന്നാൽ എന്റെ വ്യസനം തീർന്നിരുന്നു.

ഇന്ദുലേഖ
ഒ ചന്തുമേനോൻ 51

ഇന്ദുലേഖ: ശകുന്തളയെ എങ്ങിനെ എനി കാണാൻ കഴിയും? ശകുന്തളയെ മനസ്സിൽ നന്നായിട്ടു വിചാരിച്ചു കണ്ണു മുറുക്കെ അടച്ചു കിടന്നോളൂ: എന്നാൽ ഒരു സമയം സ്വപ്നം എങ്കിലും കാണാമായിരിക്കാം.

മാധവൻ: ഇന്ദുലേഖാ വളരെ സുന്ദരിയാണെങ്കിലും വിദുഷിയാണെങ്കിലും ഇന്ദുലേഖയുടെ മനസ്സു വളരെ കഠിനമുള്ള മാതിരിയാണെന്നു ഞാൻ വിചാരിക്കുന്നു.

ഇന്ദുലേഖ: അതെ, എന്റെ മനസ്സു വളരെ കഠിനമാണ്-ആട്ടെ, ശാകുന്തളത്തിൽ എനി ഒരു ശ്ലോകം ചൊല്ലട്ടെ.

മാധവൻ: ഏതാണ്?

ഇന്ദുലേഖ: (മറ്റൊരു ശ്ലോകം വായിക്കുന്നു)

"അനാഘ്രാതം പുഷ്പം കിസലയമലൂനം കരരുഹൈ
രനാവിദ്ധം രത്നം മധുനവമനാസ്വാദിതരസം
അഖണ്ഡം പുണ്യാനാം ഫലമിവ ച തദ്രൂപമനഘം
ന ജാനേ ഭോക്താരം കമിഹ സമുപസ്ഥാസ്യതി വിധിഃ."

മാധവൻ: അതു ഞാൻ ചൊല്ലേണ്ട ശ്ലോകമല്ലേ?

ഇന്ദുലേഖ: ശാകുന്തളത്തിലുള്ളതാണ്: ആർക്കെങ്കിലും ചൊല്ലാം.

മാധവൻ: മനുഷ്യന്റെ ബുദ്ധിയുടെ ഒരു അഹങ്കാരം വിചാരിക്കുമ്പോൾ എനിക്ക് ആശ്ചര്യം തോന്നുന്നു.

ഇന്ദുലേഖ: അത് എന്താണ്?

മാധവൻ: തന്റെ സമസൃഷ്ടികളിൽ കരുണ വേണ്ട ദിക്കിൽ അതിനുപകരം പരിഹസിച്ചാൽ അത് അഹങ്കാരമല്ലെ? ദുഷ്ടതയായുള്ള അഹങ്കാരമല്ലെ?

ഇന്ദുലേഖ: പരിഹസിച്ചാൽ അങ്ങിനെതന്നെ.

മാധവൻ: ഇന്ദുലേഖ പരിഹസിക്കുന്നില്ലേ?

ഇന്ദുലേഖ ഇംക്ലീഷുപുസ്തകങ്ങൾ വല്ലതും വായിക്കണോ?-ഞാൻ ബുക്ക് എടുത്തു തരാം.

മാധവൻ: എനിക്ക് ഒന്നും വായിക്കേണ്ട.

ഇന്ദുലേഖ: എന്നാൽ ഭർത്തൃഹരി വായിച്ചോളൂ.

മാധവൻ: എനിക്ക് ഒന്നും വായിക്കേണ്ട, ദയവുചെയ്ത് എന്നെ പരിഹസിക്കാതിരുന്നാൽ മതി.

ഇന്ദുലേഖ എന്നാൽ ഞാൻ കുറെ വീണ വായിക്കട്ടെ: മനസ്സിന്നു കുണ്ഠിതം ഉണ്ടെങ്കിൽ അതു പോകും.

മാധവൻ: എനിക്കു വീണവായന കേൾക്കേണ്ട.

ഇന്ദുലേഖ: എന്നാൽ ഉറങ്ങിക്കോളൂ; ശകുന്തളയേയും വിചാരിച്ചോളൂ; വേണമെങ്കിൽ ഈ നാടകബുക്ക് അടുക്കെ വെച്ചോളൂ. എന്നു പറഞ്ഞ് ഇന്ദുലേഖ ബുക്കും എടുത്ത് മാധവന്റെ അടുക്കൽ പോയി, "പുസ്തകം വേണ്ടെ?" എന്നു ചോദിച്ചു.

മാധവൻ: എന്തിനാണ് ഇങ്ങിനെ പരിഹസിക്കുന്നത്? ഇതിൽ എന്താണ് അങ്ങൊരു സുഖം?

ഇന്ദുലേഖ: ഇതു പരിഹാസമോ?-ഞാൻ അറിയില്ല. എന്നാൽ എന്തായാലും എനിക്ക് ഇങ്ങിനെയെല്ലാം കാണിക്കുന്നതും പറയുന്നതും ബഹുസന്തോഷമാണ്. ഞാൻ ഇങ്ങിനെ എല്ലാം പറഞ്ഞുകൊണ്ടിരിക്കും. അല്ലെങ്കിൽ മാധവൻ കളിക്കാൻ വരൂ; കുതിരയെ തടുക്കൂ; എണീക്കൂ.

മാധവൻ: എനിക്കു കുതിരയും ആനയും ഒന്നും വേണ്ട.

ഇന്ദുലേഖ: ശകുന്തളയെ വിചാരിച്ചു കിടന്നാൽ മതി. അല്ലെ?

മാധവൻ: അതെ, ശരി-അതു മതി.

ഇന്ദുലേഖ: എന്നാൽ അങ്ങിനെയാവട്ടെ. ഇയ്യടെ നായാട്ടിന്നു പോവാറില്ലെ? തോക്കുകളും വെടിയും ഘോഷവും എല്ലാം ഒന്നു നിലച്ചുകാണുന്നുവല്ലൊ, ഇതിന് എന്തു സംഗതി?

മാധവൻ: എനിക്ക് ഒന്നിനും മനസ്സില്ലാ.

ഇന്ദുലേഖ: എന്താണ് ബുദ്ധിക്കു വല്ല സ്ഥിരക്കേടും തുടങ്ങാൻ ഭാവമുണ്ടോ?

മാധവൻ: ഒരു സമയം ഉണ്ടെന്നു ഞാൻ വിചാരിക്കുന്നു.

ഇന്ദുലേഖ: എന്നാൽ അതിനു വല്ല ഉപശാന്തിയും വരുത്തുവാൻ നോക്കണ്ടെ?

മാധവൻ: നോക്കണം.

ഇന്ദുലേഖ: എന്നാൽ മാധവന്റെ അച്ഛനോട് ഉടനെ പറയണം; ഞാൻ പറഞ്ഞുകളയാം. എനിക്കു ചായ കുടിപ്പാൻ സമയമായി. മാധവനും ചായ കൊണ്ടുവരട്ടെ?

മാധവൻ: എനിക്കു ചായ വേണ്ടാ?

ഇന്ദുലേഖ: പലഹാരം വേണമോ?

മാധവൻ: വേണ്ടാ.

ഇന്ദുലേഖ: എന്താണു വയറ്റിന്നും സുഖക്കേടുണ്ടോ?

മാധവൻ: സകല ദിക്കിലും സുഖക്കേടുതന്നെ.

ഇന്ദുലേഖ: എന്നാൽ ഇതു വല്ലാത്ത സുഖക്കേടുതന്നെ.

മാധവൻ: വല്ലാത്ത രോഗംതന്നെയാണെന്നു തോന്നുന്നു. ഒരു സമയം ഇതിൽ നിന്നു സുഖപ്പെട്ടുവരാൻ പ്രയാസം. എന്റെ മനസ്സിന്ന് ഒരിക്കലും സമാധാനം വരുമെന്നു തോന്നുന്നില്ല. ഇന്ദുലേഖ ഈ കോച്ചിന്മേൽ കുറെ ഇരിക്കൂ-വിരോധം ഉണ്ടോ?

ഇന്ദുലേഖ: വളരെ വിരോധമുണ്ട്. മാധവൻ യൗവനയുക്തനായ ഒരു പുരുഷനായി. ഞാനും യൗവനയുക്തയായ ഒരു സ്ത്രീയാണ്. പണ്ടു കുട്ടിയിൽ കളിച്ചപോലെ എനി കളിക്കാമോ?

മാധവൻ: കോച്ചിന്മേൽ ഒന്നായി ഇരിക്കുന്നതിന് എന്താണു വിരോധം?

ഇന്ദുലേഖ: ബഹുവിരോധം ഉണ്ട്. ഒരിക്കലും ഒന്നായി ഇരിപ്പാൻ നുമ്മൾക്ക് ഇപ്പോൾ പാടില്ല.

മാധവൻ: എപ്പോഴെങ്കിലും പാടുള്ള ഒരു കാലം എനി ഉണ്ടാകുമോ എന്ന് അറിവാനും നിവൃത്തിയില്ല; അല്ലെ? എന്തു ചെയ്യാം!

ഇന്ദുലേഖ: അതെ; ഭാവിയായ കാര്യത്തെക്കുറിച്ച് തീർച്ച പറവാൻ ആർക്കും സാധിക്കുന്നതല്ലല്ലൊ.

മാധവൻ: (ദീർഘത്തിൽ ഒന്നു നിശ്വസിച്ചിട്ട്) ആർക്കും പറവാൻ കഴിയില്ലാ-ശരിതന്നെ.

ഇങ്ങിനെ സംസാരിച്ചുകൊണ്ടിരിക്കുമ്പോഴേക്ക് കുട്ടിപ്പട്ടര് ചായയും പലഹാരങ്ങളും കൊണ്ടുവന്നു. മാധവൻ എഴുനീറ്റുപോയി. ഒന്നും വിചാരിച്ചപോലെ അന്നു സംസാരിപ്പാൻ കഴിഞ്ഞില്ല.

മാധവൻ പിന്നെ ദിവസം കഴിച്ചുകൂട്ടിയതു പറവാൻകൂടി എനിക്കു സങ്കടം. ഇന്ദുലേഖ എന്തുതന്നെ പറഞ്ഞാലും ചിറിച്ചാലും കളിച്ചാലും മാധവൻ ഒരു മൗനവ്രതത്തിലായി. ചിലപ്പോൾ ഇന്ദുലേഖ, "എന്താണ് മനസ്സിന്ന് ഒരു മൗഢ്യം?" എന്നു ചോദിക്കും. അതിനു മാധവൻ ഉത്തരം പറയാൻ പുറപ്പെടുന്നതിനുമുമ്പ് മറ്റൊന്നു ചോദിക്കും. ഒരുദിവസം വൈകുന്നേരം ഇന്ദുലേഖ മേൽക്കഴുകാൻ പോകുമ്പോൾ മാധവൻ ഇന്ദുലേഖയുടെ മാളികമേൽ ഉണ്ടായിരുന്നു. അവിടെ ഇരുന്ന് അരപ്പായ കടലാസ്സു നിറച്ച് തന്റെ മനോവ്യഥകളെ എല്ലാം എഴുതി ഇന്ദുലേഖയുടെ എഴുത്തുമേശമേൽ വെച്ചുപോയി. മാധവൻ പിറ്റേദിവസം രാവിലെ ഇന്ദുലേഖയുടെ മാളികമേൽ വന്ന്, "ഞാൻ ഇവിടെ ഒരു കടലാസ്സ് എഴുതി വച്ചിരുന്നുവല്ലോ; അതു വായിച്ചുവോ?"എന്നു ചോദിച്ചു. അപ്പോൾ ഇന്ദുലേഖ, "എനിക്ക് ഒന്നും നിശ്ചയമില്ല" എന്നു പറഞ്ഞു മാധവനോടു വേറെ ഒരു കാര്യം ചോദിച്ചു. മാധവൻ എന്തുതന്നെ സങ്കടം കാണിച്ചാലും അതു നിമിത്തം ഇന്ദുലേഖയ്ക്ക് യാതൊരു ഭാവഭേദവും ഉണ്ടായതായി കണ്ടില്ല. ഇന്ദുലേഖയ്ക്കുണ്ടായിരുന്ന അനുരാഗം കേവലം മറച്ചുവെച്ചിരുന്നു.

അങ്ങിനെ ഇരിക്കുമ്പോൾ ഒരുനാൾ നല്ല ചന്ദ്രികയുള്ള ഒരു രാത്രിയിൽ മാധവൻ താനെ പൂവരങ്ങുമാളികയുടെ തെക്കേമിറ്റത്തു ചന്ദ്രനേയും നോക്കിക്കൊണ്ടു നടന്നുകൊണ്ടിരുന്നു. ഇന്ദുലേഖ മാളികയുടെ മുകളിൽനിന്ന് ജാലകത്തിൽകൂടി നോക്കിയപ്പോൾ മാധവനെക്കണ്ട്, "മാധവാ! മാധവാ!" എന്നു വിളിച്ചു.

മാധവൻ: എന്താണ്?

ഇന്ദുലേഖ: ചന്ദ്രോപാലംഭമോ? ചന്ദ്രിക മുകളിൽ ഈ അറയിലും ധാരാളം ഉണ്ട്. ഇങ്ങട്ടു കയറിവരുന്നതിനു വിരോധം ഉണ്ടോ?

മാധവൻ: ഞാൻ കയറിവരുന്നില്ല. ഒരു കോച്ചിന്മേൽ ഒന്നായിരിക്കുന്നതു വിരോധമുള്ള കാര്യമാണെങ്കിൽ രാത്രി ഒരറയിൽ നോം രണ്ടാളും കൂടി ഇരിക്കുന്നതിന്നു വിരോധമില്ലേ?

ഇന്ദുലേഖ: അതെ-ശരിയാണ്; വിരോധമുള്ള കാര്യംതന്നെയാണ്. അതു ഞാൻ ഓർക്കാതെ പറഞ്ഞുപോയി. ഞാൻ എറങ്ങി മിറ്റത്തുവരാം.

മാധവൻ: എനിക്കുവേണ്ടി വരേണമെന്നില്ലാ.

ഇന്ദുലേഖ: എനിക്കുവേണ്ടിത്തന്നെ വരാം.

മാധവൻ: അതിന്ന് എനിക്കു വിരോധമില്ല.

ഇന്ദുലേഖ മുകളിൽനിന്ന് എറങ്ങി മിറ്റത്തു ബഹുമനോഹരമായ

ചന്ദ്രികയിൽ മാധവന്റെ അടുക്കപ്പോയി നിന്നു. കൈയിൽ താൻതന്നെ അന്നു വൈകുന്നേരം കെട്ടി ഉണ്ടാക്കിയ ഒരു മുല്ലമാലയും ഉണ്ടായിരുന്നു. അതിധവളമായിരിക്കുന്ന ചന്ദ്രികയിൽ ഇന്ദുലേഖയുടെ മുഖവും കുന്തളഭാരവും ശരീരവും ആകപ്പാടെ കണ്ടപ്പോൾ മാധവന് വല്ലാതെ മനസ്സിന് ഒരു ഭ്രാന്തി ഉണ്ടായി. 'ഈശ്വരാ! ഈ സുന്ദരിക്ക് എന്നിൽ അനുരാഗമുണ്ടായാൽ എന്നെപ്പോലെ ഉള്ള ഭാഗ്യവാൻ ആര്? ഇല്ലാതെപോയെങ്കിൽ ഞാൻ ജീവിച്ചിരിക്കുന്നത് എന്തിന്? ക്ഷണത്തിൽ ജീവത്യാഗം ഉത്തമം' എന്നിങ്ങനെ മാധവൻ വിചാരിച്ചു.

ഇന്ദുലേഖയ്ക്കോ, അങ്ങുണ്ടായ വിചാരത്തിനും അശേഷം പ്രകൃതഭേദവും കുറവും ഉണ്ടായിരുന്നില്ലാ-ശക്തി അല്പം കൂടിയിരുന്നു. എന്തുകൊണ്ടെന്നാൽ, ഇന്ദുലേഖാ തന്റെ വിചാരങ്ങൾ മനസ്സിൽ അടക്കിയിരുന്നതിനാൽതന്നെ. മനസ്സിന്നുണ്ടാവുന്ന സ്തോഭങ്ങൾ ബാഹ്യചേഷ്ടകളെക്കൊണ്ട് വളരെ ചുരുക്കുവാനും ലഘുവാക്കുവാനും കഴിയുന്നവകളാണ്. കഠിനവ്യസനത്തിൽ ഉറക്കെ കരയുന്നത് ഒരുവിധം വ്യസനോൽക്കർഷതയെ ശമിപ്പിക്കും. അങ്ങനെതന്നെ ആഹ്ലാദത്തിലോ ഹാസ്യരസത്തിലോ ചിറിക്കുന്നതും. പിന്നെ തന്റെ വ്യസനങ്ങളെക്കുറിച്ച് ഒരുവൻ തന്റെ സ്നേഹിതനോടു തുറന്നു വെളിവായി പറയുന്നതിനാൽതന്നെ അല്പം വ്യസനശാന്തി ഉണ്ടാവാം. കഠിനവ്യസനം ഉള്ളിൽ ഉള്ളതു കേവലം മറച്ച് വേറെ ഒരു രസം നടിക്കുമ്പോഴാണ് ഒഴുകിപ്പോവുന്ന വെള്ളത്തെ എടയിൽകെട്ടി നിർത്തിയാൽ ഉണ്ടാവുന്നതുപോലെ ഉള്ളിൽ നിർത്തുവാൻ നിവൃത്തിയില്ലാത്തവിധം അധികരിക്കുന്നതും ചിലപ്പോൾ വിചാരിയാതെ പുറത്തേക്കു ചാടിപ്പോവുന്നതും.

മിറ്റത്തു വന്നു ചന്ദ്രികയിൽ മാധവന്റെ അതികോമളമായ മുഖത്തിൽ നിന്ന് സ്പഷ്ടമായി കാണാവുന്ന വ്യഥയെ കണ്ടപ്പോൾ ഇന്ദുലേഖയ്ക്കും മനസ്സു സഹിച്ചില്ലെന്നുതന്നെ പറയാം.

ഒന്നാമതു ചന്ദ്രികാ എന്നതുതന്നെ മനസ്സിനു വളരെ ഉദ്ദീപനകരമായ ഒരു സാധനമാണ്. അങ്ങിനെയുള്ള ചന്ദ്രികയിങ്കൽ മാധവനെപ്പോലെ തന്നോടും തനിക്കും കഠിനമായ അനുരാഗം അന്യോന്യമുള്ള അതിസുന്ദരനായ ഒരു യുവാവെ താനെ അടുത്തു കാണുമ്പോൾ ഇന്ദുലേഖയ്ക്കു കഠിനമായ വ്യഥ ഉണ്ടായി എന്നും പറയേണ്ടതില്ലല്ലോ.

ഇങ്ങിനെയെല്ലാം ഉണ്ടായി എങ്കിലും തന്റെ ബുദ്ധിസാമർത്ഥ്യം കൊണ്ടും ക്ഷമയാലും ധൈര്യത്താലും ഇന്ദുലേഖാ തന്റെ മനോവ്യഥയെ ലേശം പുറത്തുകാട്ടാതെതന്നെ നിന്നു. കുറേ നേരം രണ്ടാളും അന്യോന്യം ഒന്നും പറയാതെ ചന്ദ്രനെ നോക്കിക്കൊണ്ടു നിന്നു.

പിന്നെ ഇന്ദുലേഖ താഴെ കാണിക്കുന്ന ഒരു ശ്ലോകം ചൊല്ലി:

"സ്വൈരം കൈരവകോരകാൻ വിദലയ
ന്ന്യൂനാം മനഃ ഖേദയ
ന്നംഭോജാനി നിമീലയൻ മൃഗദൃശാ
മ്മാനം സമുന്മൂലയൻ

ജ്യോൽസ്നാം കന്ദളയൻ ദിശോ ധവളയ
ന്നംഭോധിമുദ്വേലയൻ
കോകാനാകുലയൻ തമഃ കബളയ
ന്നിന്ദുസ്സമുജ്ജൃംഭതേ"

മാധവൻ: "ഈ ശ്ലോകം ഉണ്ടാക്കിയ ആൾ ചന്ദ്രന്റെ ഗുണങ്ങളെക്കുറിച്ച് എല്ലാം ശരിയായി അറിയുന്നു എന്നു ഞാൻ വിചാരിക്കുന്നില്ല.

ഇന്ദുലേഖ: അതെന്താണ്?

മാധവൻ: "മൃഗദൃശാം മാനം സമുന്മൂലയൻ" എന്നു പറഞ്ഞ ഗുണം ശരിയായി ഉള്ളതാണെങ്കിൽ അത് ഇപ്പോൾ കാണണ്ടെ?

ഇന്ദുലേഖ: (ചിറിച്ചുംകൊണ്ട്) എന്നാൽ വേറെ ഒരു ശ്ലോകം ചൊല്ലാം:

"യാമിനീകാമിനീകർണ്ണകുണ്ഡലം ചന്ദ്രമണ്ഡലം
മാരനാരാചനിർമ്മാണശാണചക്രമിവോദിതം."

മാധവൻ: മാരനാരാചങ്ങൾ സ്ത്രീകളിൽ കുറേക്കാലമായി പ്രയോഗിച്ചുവരാറില്ലെന്നു തോന്നുന്നു.

ഇന്ദുലേഖ: സ്ത്രീകൾ സാധുക്കളല്ലെ-ഭീരുക്കളല്ലെ? കാമദേവനു ദയതോന്നി വേണ്ടെന്നുവെച്ചതായിരിക്കാം.

മാധവൻ: എന്നാൽ ആ കാമദേവൻ മഹാദുഷ്ടൻ എന്നു മാത്രമല്ലാ ഒരു വിഡ്ഢികൂടിയാണെന്നു ഞാൻ പറയും. സ്ത്രീകളിൽ ദയകൊണ്ടു പ്രയോഗിക്കുന്നില്ലെങ്കിൽ പിന്നെ പുരുഷന്മാരിൽ പ്രയോഗിച്ചിട്ട് എന്താണ് ഒരു സാദ്ധ്യം? പുരുഷന്മാരെ പ്രയോജനമില്ലാതെ ഉപദ്രവിക്കുന്നത് എന്തിന്?

ഇന്ദുലേഖ: അതു ശരി; എന്നാൽ പുരുഷന്മാരെ ഉപദ്രവിച്ചാൽ അവർ ശക്തന്മാരാകയാൽ നിവൃത്തിയില്ലാതെ വരുമ്പോൾ സാധുക്കളായ സ്ത്രീകളെ പുരുഷന്മാർ നേരിട്ട് ഉപദ്രവിച്ചോളും എന്നു വിചാരിച്ചിട്ടായിരിക്കാം കാമദേവൻ ഇങ്ങനെ ചെയ്യുന്നത്...ഇതാ, ഞാൻ ഒരു മുല്ലമാല കൊണ്ടുവന്നിരിക്കുന്നു. ഇത് ഇന്നു ഞാൻ തന്നെ കെട്ടിയുണ്ടാക്കിയതാണ്. ഇതിന്റെ നായകമണിയാക്കി കെട്ടിയിരിക്കുന്ന ഈ ചെറിയ താമരപ്പൂവ് ഞാൻതന്നെ ഇന്നു രാവിലെ പൂവള്ളി പടിഞ്ഞാറെ കുളത്തിൽ നിന്നു പറിച്ചതാണ്. ഈ മാല മാധവന്റെ കുടുമയിൽ വെച്ചാൽ നല്ല ഭംഗി ഉണ്ടാവും. ഇതാ എടുത്തോളൂ.

മാധവൻ മുല്ലമാല കൈകൊണ്ടു വാങ്ങി. വാങ്ങുമ്പോൾ മാധവന്റെ കൈയ് വിറയ്ക്കുന്നു എന്ന് ഇന്ദുലേഖയ്ക്കു തോന്നി.

ഇന്ദുലേഖാ: എന്താണു കൈ വിറയ്ക്കുന്നത്?

മാധവൻ: കാമദേവന്റെ ബാണമല്ലെ?-ഭയപ്പെട്ടിട്ടുള്ള വിറതന്നെ.

ഇന്ദുലേഖ ഒന്നു ചിറിച്ചു.

മാധവൻ: (താമരപ്പൂവ് കൈയിൽവെച്ചു നോക്കിക്കൊണ്ട്)

"ശോഭാസർവ്വസ്വമേഷാം പ്രഥമമപഹൃതം
യത്ത്വയാ ലോചനാഭ്യാം

മാദ്ധ്വീമാധുര്യസാരഃ തവ കളവചസാ
മാർദ്ദവം ത്വൽ പ്രതീകൈഃ
സ്ഥാനഭ്രംശോ മഹീയാനപി ച വിരചിതഃ
ത്വന്മുഖസ്പർദ്ധിനാം വൈ
പത്മാനാം ബന്ധനാത്ത്വം വിരമ വരതനോ
പിഷ്ടപേഷേണ കിം സ്യാൽ."

ഇന്ദുലേഖ: ഒന്നാന്തരം ശ്ലോകം-എനിക്ക് ഇതു പഠിക്കണം.

മാധവൻ: ഈ മാലയിൽ ഒരു ചെറിയ കഷണം ഞാൻ മുറിച്ചെടുത്തു കുടുമയിൽ ചൂടാം. ശേഷം മുഴുവനും ഇന്ദുലേഖയുടെ തലമുടിയിൽതന്നെ വെയ്ക്കുന്നതാണു യോഗ്യത.

ഇന്ദുലേഖ: യോഗ്യത എങ്ങിനെയെങ്കിലുമാവട്ടെ-മാധവന്റെ ഇഷ്ടംപോലെ ചെയ്തോളൂ.

മാധവൻ: ഇഷ്ടംപോലെ ചെയ്‌വാൻ സമ്മതമോ?

ഇന്ദുലേഖ: മാലയെ സംബന്ധിച്ചേടത്തോളം ഇഷ്ടംപോലെ ചെയ്തോളൂ.

മാധവൻ മാല കഷണിച്ച് ഒരു ചെറിയ കഷണം തന്റെ കുടുമയിൽ വെച്ചു. ശേഷം മുഴുവനും കൈയിൽത്തന്നെ പിടിച്ച് ഇന്ദുലേഖയുടെ മുഖത്തേക്ക് ഒന്നു നോക്കി.

മാധവൻ: ഇതു ഞാൻതന്നെ ഇന്ദുലേഖയുടെ തലമുടിയിൽ തിരുകട്ടെയോ?

ഇന്ദുലേഖ: എന്റെ തലമുടിയിലോ?

മാധവൻ: അതെ.

ഇന്ദുലേഖ: മാധവന്റെ കൈകൊണ്ടോ?

മാധവൻ: അതെ.

ഇന്ദുലേഖ ഒന്നും മിണ്ടാതെ മന്ദഹസിച്ചുകൊണ്ടു നിന്നു. മാധവൻ പുഷ്പമാല ഇന്ദുലേഖയുടെ കുന്തളത്തിൽ ഭംഗിയായിവെച്ചു. (വെച്ചു കഴിഞ്ഞ ഉടനെ)

ഇന്ദുലേഖ: ഇതെല്ലാം അക്രമമാണ്. മാധവൻ എന്റെ വലിയച്ഛന്റെ മരുമകനാണെങ്കിലും നോം ബാല്യംമുതൽ അന്യോന്യം കളിച്ചു വളർന്നവരാണെങ്കിലും എല്ലായ്പോഴും നോം കുട്ടികളല്ലെന്ന് ഓർക്കേണ്ടതാണ്.

മാധവൻ: ഈ മാല ഇന്ദുലേഖയുടെ തലമുടിയിൽ വെച്ചപ്പോൾ ഞാൻ കുട്ടിയാണെന്ന് അശേഷം ഓർത്തില്ല-നല്ല യുവാവാണെന്നു തന്നെ വിചാരിച്ചു.

ഇന്ദുലേഖ: ആ സ്ഥിതിയിൽ മാധവൻ എന്നെ എങ്ങനെ തൊടും?

മാധവൻ: തൊട്ടതു കണ്ടില്ലെ?

ഇന്ദുലേഖ: അതാണ് അക്രമമെന്നു പറഞ്ഞത്.

മാധവൻ: (കണ്ണിൽ വെള്ളം നിറച്ചുംകൊണ്ട്) എന്നെ എന്തിന് ഇങ്ങനെ വലപ്പിക്കുന്നു? ഇന്ദുലേഖയെ കൂടാതെ അരനിമിഷം ഈ ഭൂമിയിൽ ഇരിപ്പാൻ എനിക്ക് ആഗ്രഹമില്ലാ.

ഇന്ദുലേഖ: (മനസ്സിൽ വന്ന വ്യസനത്തെ സ്ഥിരമായി അടക്കിക്കൊണ്ട്) എന്നോടു കൂടാതെ ഇരിക്കേണമെന്ന് ആരു പറഞ്ഞു?

മാധവൻ: 'കൂടാതെ' എന്നു പറഞ്ഞ വാക്കിനു ഞാൻ ഉദ്ദേശിച്ച അർത്ഥത്തിൽതന്നെയോ ഇന്ദുലേഖ എന്നോട് ഇപ്പോൾ പറയുന്നത്?

ഇന്ദുലേഖ: എന്താണു മാധവൻ ഉദ്ദേശിച്ച അർത്ഥം?

മാധവൻ: 'കൂടാതെ' എന്നു പറഞ്ഞത്, ഇന്ദുലേഖയുമായി രാവും പകലും ഒരുപോലെ വിനോദിപ്പാനുള്ള സ്വാതന്ത്ര്യവും ഭാഗ്യവും കൂടാതെ-എന്നാണ്.

ഇന്ദുലേഖ: നേരം വൈകി. മഞ്ഞു വീഴുന്നുണ്ട്. പോയി കിടന്നോളു. നാളെ രാവിലെ ചായ കുടിക്കാൻ മുകളിൽ വരണെ.

മാധവൻ: ശരീരവും മനസ്സും വ്രണപ്പെട്ടപോലെ വേദനയുള്ള എനിക്ക്-കിടന്നുറങ്ങാൻ എങ്ങനെ സാധിക്കും?

ഇന്ദുലേഖ: അതിനു വ്രണവിരോപണമായ വല്ല മരുന്നും സേവിച്ചു സുഖം വരുത്തണം.

മാധവൻ: ഞാൻ അതിന് ഒരു മരുന്നു കണ്ടിട്ടുണ്ട്-ഒരു പ്രമാണപ്രകാരം, ആ പ്രമാണം പറയാം. മരുന്നു തരുമോ?

ഇന്ദുലേഖ: എന്താണു പ്രമാണം?-കേൾക്കട്ടെ.

മാധവൻ:

"ഇന്ദീവരാക്ഷി തവ തീക്ഷ്ണകടാക്ഷബാണ-
പാതവ്രണേ ദ്വിവിധമൗഷധമേവമന്യേ
ഏകം തദ്വീയമധരാമൃതപാനമന്യ-
ദുത്തുംഗപീനകുചകുങ്കുമപങ്കലേപഃ"

ഇന്ദുലേഖ: ശരി; നല്ല പ്രമാണം. ഈ മരുന്ന് എവിടെ കിട്ടും?

മാധവൻ: ഇന്ദുലേഖയുടെ കൈവശമുണ്ടല്ലോ.

ഇന്ദുലേഖ: അത് ഇപ്പോൾ എടുപ്പാൻപാടില്ല. മഞ്ഞു വളരെ. ഞാൻ പോണു. മാധവൻ പോയി കിടന്നുറങ്ങൂ-ഭ്രാന്തന്മാരെപ്പോലെ ആവരുത്.

മാധവൻ: ആട്ടെ, എനിക്ക് ആ മരുന്ന് എപ്പോഴെങ്കിലും കിട്ടുമോ? ഇന്ദുലേഖ കിട്ടും എന്ന് ഒരു വാക്കു പറഞ്ഞാൽമതി. എന്നാൽ ഞാൻ പരമഭാഗ്യവാനായി. എന്നെ ഇങ്ങിനെ തപിപ്പിക്കരുതേ-ആ വാക്കു മാത്രം ഒന്നു പറഞ്ഞു കേൾക്കണം. അതിനു എനിക്കു ഭാഗ്യമുണ്ടോ?

ഇന്ദുലേഖ: എനിക്ക് ഉറക്കു വല്ലാതെ വരുന്നു. ഞാൻ ഇതാ പോവുന്നു.

എന്നു പറഞ്ഞ് ഇന്ദുലേഖാ ക്ഷണേന മാളികയിലേക്കു കയറിപ്പോയി.

ഇന്ദുലേഖ പോയ വഴിയും നോക്കി മാധവൻ വിഷണ്ണനായി അതിപരിതാപത്തോടെ നിന്നു.

ഇന്ദുലേഖ മുകളിലേക്കു പോയി എന്നേ ഉള്ളു-മുകളിൽ അറയിൽ എത്തിയമുതൽ ജാലകത്തിൽകൂടി മാധവൻ മിറ്റത്തു നിന്നു പോവുന്നതുവരെ മാധവനെത്തന്നെ നോക്കിക്കൊണ്ടു നിന്നു.

ഇങ്ങിനെ മാധവനും ഇന്ദുലേഖയുമായി അന്യോന്യം നടന്ന സല്ലാ പങ്ങളെക്കുറിച്ചു പറയുന്നതായാൽ വളരെ പറയേണ്ടിവരും. പിന്നെ വിശേ ഷിച്ച് ഇത് ഒരു പൂർവ്വകഥാപ്രസംഗം മാത്രമാണല്ലോ. എങ്കിലും ഒരുദിവസം ഇവർ തമ്മിൽ ഉണ്ടായ ഒരു സല്ലാപം കൂടി എന്റെ വായനക്കാരെ മനസ്സി ലാക്കണമെന്ന് എനിക്ക് ഒരു ആഗ്രഹം ഉണ്ടാവുന്നതിനാൽ പറയുന്നു:

ഇന്ദുലേഖയെത്തന്നെ രാവും പകലും വിചാരിച്ചു വിചാരിച്ചു മാധ വന്റെ മനസ്സിന്ന് ഒരു പുകച്ചൽ ആയിത്തീർന്നു. ഒരു രാത്രിയിൽ മാധ വൻ ഉറങ്ങാൻ ഭാവിച്ചു കിടക്കുന്നു;-ഉറക്കം എന്തുചെയ്തിട്ടും വരുന്നില്ല. അങ്ങിനെ കിടക്കുമ്പോൾ മാധവനു തോന്നി: 'എന്തിനാണ് ഇങ്ങിനെ സങ്കടപ്പെടുന്നത്? ഇന്ദുലേഖയ്ക്ക് എന്നോട് അനുരാഗമുണ്ടെങ്കിൽ ഇതിന് എത്രയോ മുമ്പ് എന്റെ ഭാര്യയായി ഇരിക്കുമായിരുന്നു. എന്റെമേൽ സ്നേഹം ഉണ്ടായിരിക്കാം. അനുരാഗമുണ്ടോ എന്ന് എനിയും എനിക്കു സംശയം. പിന്നെ എന്നെക്കാൾ എത്രയോ യോഗ്യന്മാരും ധനവാന്മാരും ആയ ആളുകൾ ഇന്ദുലേഖയെ ആഗ്രഹിക്കുന്നുണ്ടെന്ന് ഇന്ദുലേഖയ്ക്കു തന്നെ അറിവുള്ളതിനാൽ അങ്ങിനെ യോഗ്യന്മാരായവരിൽ ഒരുവനുമായി ചേർച്ചയായി മനസ്സിനെ അന്യോന്യം രഞ്ജിപ്പിച്ചു ഭാര്യാഭർത്താക്കന്മാ രായി ഇരിക്കണമെന്നായിരിക്കാം ഇന്ദുലേഖയുടെ താൽപര്യം. സ്ത്രീക ളുടെ മനസ്സിനെ എങ്ങിനെ അറിവാൻ കഴിയും? എത്രതന്നെ പഠിപ്പുണ്ടാ യാലും സ്ത്രീസ്വഭാവമല്ലെ? പിന്നെ ഞാൻ എന്തിനു വൃഥാ ഖേദിക്കുന്നു? എനി ഇന്ദുലേഖയെക്കുറിച്ച് ഇങ്ങിനെ എന്റെ മനസ്സിനെ ഞാൻ തപിപ്പി ക്കുകയില്ല-നിശ്ചയം. രാവിലെ തോക്കുകൾ എടുത്തു ശിക്കാറിനു പോണം. അച്ഛനും വരുമായിരിക്കും. വളരെ ദിവസമായി ശിക്കാർ ചെയ്തിട്ട്. ഈ ഒരു മനോവ്യഥകൊണ്ട് എന്റെ പൗരുഷങ്ങൾ എല്ലാം നശിക്കാറായി. അങ്ങിനെ വരുത്തരുത്. ഞാൻ ബുദ്ധിഹീനനായിട്ടാണ് ഇങ്ങിനെ കിടന്നു വലയുന്നത്. എനിക്കു ചെറുപ്പമാണ്. ഇന്ദുലേഖയ്ക്കു ഭർത്താവ് ഉണ്ടാകേണ്ടുന്ന കാലം അതിക്രമിച്ചിരിക്കുന്നു. ഞാൻ എനി ഒരു വലിയ ഉദ്യോഗസ്ഥനോ മറ്റോ ആവുന്നതുവരെ ഒരിക്കലും ഇന്ദു ലേഖാ ഭർത്താവു വേണ്ടെന്നുവെച്ച് ഇരിക്കുകയില്ല. പിന്നെ ആ മോഹം വൃഥാ. എനി ഞാൻ ഇങ്ങിനെ എന്റെ മനസ്സിനെ വ്യസനിപ്പിക്കയില്ല,' എന്നു മനസ്സുകൊണ്ടു നിശ്ചയിച്ചു; ബഹുധൈര്യത്തോടെ കണ്ണ് അടച്ച് ഉറങ്ങണം എന്ന് ഉറച്ചു കിടന്നു. കണ്ണ് അടച്ച നിമിഷത്തിൽ ഇന്ദുലേഖ യുടെ നീണ്ട കണ്ണുകളും ചെന്താമരപ്പൂവുപോലെ ശോഭയുള്ള മുഖവും കുന്തളഭാരവും അധരങ്ങളും മുമ്പിൽ വെളിവായി കാണുന്നതുപോലെ തോന്നി. കണ്ണു മിഴിച്ചു; ഒന്നും കണ്ടതുമില്ല. മാധവൻ എണീറ്റ് ഇരുന്നു ബഹുധൈര്യം നടിച്ച്, 'എനി ഞാൻ ഇന്ദുലേഖയെ വിചാരിക്കുകയില്ല,' എന്നു തീർച്ചയായി ഉറച്ചു. അപ്പോൾ തന്റെ അറയുടെ വാതുക്കൽ ഒരു സ്ത്രീ നില്ക്കുന്നതു കണ്ടു.

മാധവൻ: ആരാണ് അത്?

"ഞാൻതന്നെ. പൂവരങ്ങിൽനിന്ന് ഒരു മാല തന്നയച്ചിരിക്കുന്നു,"

എന്നു പറഞ്ഞ് ഇന്ദുലേഖയുടെ ദാസി അമ്മു എന്ന സ്ത്രീ മാധവന്റെ അറയിൽ കടന്നു തന്റെ കൈയിൽ ഉള്ള ഒരു പനീർചെമ്പകമാല മാധവൻവശം കൊടുത്തു.

മാധവൻ മാല വാങ്ങി നോക്കി ദീർഘമായി ഒന്നു നിശ്വസിച്ചു.

അമ്മു: നാളെ രാവിലെ ചായകുടിക്കാൻ മുകളിൽ ചെല്ലേണമെന്നു പറഞ്ഞിരിക്കുന്നു. ചെല്ലാതിരിക്കരുതെന്നു തീർച്ചയായി പറഞ്ഞിരിക്കുന്നു.

മാധവൻ: ഞാൻ പുലരാൻ നാലുനാഴികയുള്ളപ്പോൾ നായാട്ടിന്നു പോകുന്നു. അച്ഛനും വരുമായിരിക്കും. നാളെ അസ്തമിച്ചിട്ടേ മടങ്ങി വരികയുള്ളൂ എന്നു പറയൂ.

അമ്മു: അങ്ങിനെതന്നെ പറയാം. എന്നാൽ പുലർച്ചയ്ക്കു കാണണമെങ്കിൽ കാണാൻ ശരിയാവും. തിരുവാതിരക്കുളി ഉണ്ടല്ലോ-അമ്മ ഏഴെട്ടുനാഴിക വെളിച്ചാവാനുള്ളപ്പോൾ ഉണർന്നു കുളപ്പുരയിൽ കുളിപ്പാൻ പോവാറു പതിവാണ്.

മാധവൻ: രാത്രി എനിക്കു പെണ്ണുങ്ങളെ വന്നു കാണുവാൻ പാടില്ല. മറ്റന്നാൾ രാവിലെ കാണാമെന്നു പറയൂ.

അമ്മു മന്ദഹസിച്ചുകൊണ്ട്, “പറയാം,” എന്നു പറഞ്ഞ് ഇന്ദുലേഖയുടെ മാളികയിലേക്കു പോയി വിവരം പറഞ്ഞു.

ഇന്ദുലേഖ വീണ്ടും ദാസിയെ വേറൊരു വിവരം പറഞ്ഞ് മാധവന്റെ അടുക്കലേക്ക് അയച്ചു.

അമ്മു രണ്ടാമതു ചെല്ലുമ്പോൾ, മാധവൻ മാലയെ കൈയിൽ വെച്ചു നോക്കി രസിച്ചുംകൊണ്ടിരിക്കുന്നു. അമ്മുവെ രണ്ടാമതും കണ്ടപ്പോൾ എന്താണു പിന്നേയും വന്നത് എന്നു ചോദിച്ചു.

അമ്മു: അമ്മ വിശേഷമായി ഒരു തൊപ്പി തുന്നുന്നുണ്ടത്രേ. അതു നായാട്ടിനു പോകുമ്പോൾ തലയിൽ ഇട്ടുകൊണ്ടു പോകാം. പുലർച്ചയ്ക്കു മാളികയിൽ കയറിച്ചെല്ലാൻ യജമാനനു വിരോധമുണ്ടെങ്കിൽ മിറ്റത്തു കിളിവാതിലിന്നു നേരെ നിന്നാൽ തൊപ്പി എടുത്തുതരാം എന്ന് അമ്മ പറഞ്ഞിരിക്കുന്നു.

മാധവൻ: എന്നാൽ ഇപ്പോൾ ഇങ്ങട്ടു കൊടുത്തയയ്ക്കരുതേ?

അമ്മു: തൊപ്പി മുഴുവനും തീർന്നിട്ടില്ലായിരിക്കും.

മാധവൻ: എന്താണ് രാത്രിയിൽ തുന്നൽപ്പണി ചെയ്യാറുണ്ടോ?

അമ്മു: രാത്രി ഈയിടെ തുന്നലും പുസ്തകംവായനയും മറ്റും തന്നെയാണ്. ഉറക്കം വളരെ കുറഞ്ഞിരിക്കുന്നു.

മാധവൻ: അതിന് എന്താണു സംഗതി?

“സംഗതി എന്തോ!” എന്നു പറഞ്ഞ് അമ്മു മന്ദഹസിച്ചുംകൊണ്ട് തലതാഴ്ത്തി ലജ്ജാഭാവത്തോടെ നിന്നു.

മാധവൻ: അങ്ങിനെയാവട്ടെ. നീ പൊയ്ക്കോ. ഞാൻ പുലർച്ചെ പോകുമ്പോൾ ജാലകം തുറന്നുകണ്ടാൽ വിളിക്കും എന്നു പറയൂ. ജാലകം തുറന്നു കണ്ടില്ലെങ്കിൽ നേരേ പോവും.

അമ്മു പോയ ഉടനെ മാധവനു പിന്നെയും വിചാരം തുടങ്ങി: ‘ഇന്ദു

ലേഖയ്ക്കും ഉറക്കമില്ല. എന്നോട് ഇന്ദുലേഖയ്ക്ക് അനുരാഗം ഉണ്ടെന്നുള്ളതിനു സംശയമില്ല. എനിക്കു ലേശം സംശയമില്ല. എന്നാൽ പിന്നെ എന്താണ് അതു ഭാവിക്കാത്തത്? കുട്ടിക്കളികൾ അല്ലാതെ വേറെ ഒന്നും പുറത്തു കാണുന്നില്ലല്ലോ. ഇതിന് എന്തു സംഗതി?' എന്നിങ്ങനെ ആലോചിച്ചുംകൊണ്ട് മാധവൻ കട്ടിലിൻമേൽനിന്ന് എണീറ്റ് രാവിലെ ശിക്കാറിന്നു പോവാൻ ഉള്ള വട്ടങ്ങൾ ഒരുക്കി. ഒന്നാന്തരം ഒരു തോക്കെടുത്തു തുടച്ചുവെച്ചു; ആവശ്യമുള്ള തിരകൾ എടുത്തുവെച്ചു; പുലരാൻ നാലു നാവികയ്ക്കു ചായവേണമെന്നു വാലിയക്കാരനെ വിളിച്ചു പറഞ്ഞു കിടന്നു. നാലുമണിക്ക് എണീറ്റു കുപ്പായം, കാലുറ, ബൂട്ട്സ് ഇതുകൾ ഇട്ട് തന്റെ ഒരു വാലിയക്കാരനേയും വിളിച്ചുകൂട്ടി നായാട്ടിനു പുറപ്പെട്ടു. മേലോട്ടു നോക്കിയപ്പോൾ ഒരു ചന്ദ്രൻ ഉദിച്ചു പൊങ്ങിനില്ക്കുന്നതു പോലെ ഇന്ദുലേഖയുടെ മുഖം ജാലകത്തിൽക്കൂടെ മുകളിൽ ഇന്ദുലേഖയുടെ സമീപം കത്തുന്ന അതിപ്രകാശമുള്ള വെളിച്ചത്തിൽ കണ്ട് മാധവൻ മയങ്ങിപ്പോയി.

ഇന്ദുലേഖ: എന്താണ് ഇത്ര നേർത്തെ പുറപ്പെട്ടത്? ജന്തുഹിംസ ചെയ്യണമെങ്കിൽ ജന്തുക്കളെ കണ്ണുകൊണ്ടു കണ്ടിട്ടു വേണ്ടേ? ഇരുട്ടിൽ എങ്ങിനെ കാണും?

മാധവൻ: കുറെ ദൂരം പോയിട്ടുവേണം നായാട്ടു തുടങ്ങുവാൻ.

ഇന്ദുലേഖ: ഓഹോ! വലിയ വട്ടം കൂട്ടീട്ടുള്ള നായാട്ടിനോ ഭാവം?

മാധവൻ: കുറെ വിസ്തരിച്ചുതന്നെയാണു ഭാവം. അങ്ങിനെയായാൽ മനസ്സിനു കുറെ സുഖമുണ്ടാവും എന്നു തോന്നുന്നു.

ഇന്ദുലേഖ: ശരി; ഇക്കുറി മദിരാശിയിൽനിന്നു വരുമ്പോൾ എത്ര തോക്കുകൾ കൊണ്ടുവന്നിട്ടുണ്ട്?

മാധവൻ: ഒന്നുമാത്രം-'ബ്രീച്ച് ലോഡർ.'

ഇന്ദുലേഖ: അത് എനിക്ക് ഒന്നു കാണണം. ഇങ്ങട്ടു കൊടുത്തയയ്ക്കൂ.

മാധവന്റെ വാലിയക്കാരൻ ഉടനെ തോക്കു മുകളിലേക്കു കൊണ്ടു ചെന്നു. ഇന്ദുലേഖ വാങ്ങി അകത്തുവെച്ചു വാതിൽ പൂട്ടി അമ്മുവോടു വെളിച്ചം എടുക്കാൻ പറഞ്ഞു കുളിപ്പാൻ ചുവട്ടിൽ ഇറങ്ങി, മാധവന്റെ അരികത്ത് എത്തിയപ്പോൾ പറഞ്ഞു:

ഇന്ദുലേഖ: ശരി; 'ബ്രീച്ച് ലോഡർ' ഇപ്പോൾ മാളികയിൽ ഇരിക്കട്ടെ. തൊപ്പിപണി മുഴുവനും തീർന്നിട്ടില്ല. അതുകൊണ്ട് നാളെയോ മറ്റെന്നാളോ നായാട്ടിനു പോവാം. സുഖമായി ഇപ്പോൾ പോയിക്കിടന്ന് ഉറങ്ങൂ.

മാധവൻ: ഇതു വലിയ സങ്കടംതന്നെ. എനിക്കു നായാട്ടിനു പോവാൻ പാടില്ലെന്നോ?

ഇന്ദുലേഖ: അതെ; ഇന്നു പോവാൻ പാടില്ലെന്നുതന്നെ.

മാധവൻ: അതെന്താണ്?

ഇന്ദുലേഖ: തൊപ്പി പണിതീർന്നിട്ടില്ലാ, അതുതന്നെ.

മാധവൻ: ഞാൻ തൊപ്പി വേണമെന്നു പറഞ്ഞുവോ?

ഇന്ദുലേഖ: തൊപ്പി വേണ്ടാ എന്നു പറഞ്ഞുവോ? ഇന്നലെ അമ്മു വന്നു ചോദിച്ചപ്പോൾ വേണ്ടാ എന്നു പറയായിരുന്നില്ലെ?

മാധവൻ: വേണ്ടാ എന്നു ഞാൻ ഇപ്പോൾ പറയുന്നു.

ഇന്ദുലേഖ: അതു സാരമില്ല. അതു ഞാൻ കേൾക്കയില്ല; ഇന്നലെ വേണ്ടാ എന്നു പറഞ്ഞയച്ചിരുന്നുവെങ്കിൽ ഞാൻ രാത്രി ഉറക്ക് ഒഴിഞ്ഞു പണിചെയ്യുന്നതല്ലായിരുന്നു. പിന്നെ ഇത്രയൊക്കെ എന്നെക്കൊണ്ടു ബുദ്ധിമുട്ടിച്ച് ഇപ്പോൾ വേണ്ടാ എന്നു പറഞ്ഞാൽ ആരു കേൾക്കും?

മാധവൻ: ഈ കുട്ടിക്കളിയിൽ ഒന്നും എനിക്ക് അശേഷം രസം തോന്നുന്നില്ല. മനുഷ്യരെ വെറുതെ ഉപദ്രവിച്ചിട്ട് എന്തു പ്രയോജനം?

ഇന്ദുലേഖ: ഞാൻ കുട്ടിയാണ്. മാധവനും കുട്ടിതന്നെയാണെന്ന് ഇപ്പോഴും എനിക്കു തോന്നുന്നു. അതുകൊണ്ടു മുമ്പു നോം കളിച്ചതു പോലെ ഇപ്പോഴും കളിക്കാം.

മാധവൻ: ഇന്നാൾ അല്ലെ ഇന്ദുലേഖ പറഞ്ഞത് കുട്ടിക്കളി എനി പാടില്ലാ എന്നും മറ്റും.

ഇന്ദുലേഖ: അപ്പോൾ മാധവനെ കുട്ടിയുടെ മാതിരിയിലല്ല കണ്ടത്.

എന്നുപറഞ്ഞു ചിരിച്ചുംകൊണ്ട് കുളിപ്പാൻ പോയി. മാധവൻ വിഷണ്ണനായി തോട്ടത്തിൽ നടന്നുംകൊണ്ടിരുന്നു.

കുളികഴിഞ്ഞ് ഇന്ദുലേഖാ വരുമ്പോഴേക്ക് നേരം നല്ല വെളുച്ചമായിരിക്കുന്നു. മാധവനെക്കണ്ടു മുകളിലേക്ക് ഒന്നിച്ചു കൂട്ടിക്കൊണ്ടുപോയി. ചായ കുടിക്കാൻ ക്ഷണിച്ചു. ചായ താൻ കുടിച്ചു, വേണ്ടെന്നു പറഞ്ഞു. പിന്നെയും ഇന്ദുലേഖയുടെ നിർബ്ബന്ധത്താൽ അല്പം കുടിച്ചു: രണ്ടു പേരും ഓരോ കസാലയിൽ ഇരുന്നു.

ഇന്ദുലേഖ: എനി ഇന്നു നായാട്ടിനു പോവാൻ തരമില്ലല്ലോ.

മാധവൻ: ഇന്ദുലേഖയ്ക്കു കുട്ടിക്കളി മാറീട്ടില്ലെങ്കിൽ കളിപ്പാൻ വേറെ ആളെ അന്വേഷിച്ചോളൂ. എനിക്ക് ഇതു സഹിപ്പാൻ പാടില്ലാതെ ആയിരിക്കുന്നു.

ഇന്ദുലേഖ: എന്താണു സഹിപ്പാൻ പാടില്ലാത്തത്-നായാട്ടോ?

മാധവൻ: ഞാൻ വെളിവായിട്ടു പറയാം.

ഇന്ദുലേഖ: വരട്ടെ-അത്ര വെളിവായിട്ടു പറയേണമെന്നില്ല. മാധവൻ നല്ല ധീരനാണെന്നു ഞാൻ മുമ്പു വിചാരിച്ചു. മാധവന്റെ ഇപ്പോഴത്തെ ഗോഷ്ടികൾ കാണുമ്പോൾ എന്റെ അഭിപ്രായം തെറ്റാണെന്നു ഞാൻ ഇപ്പോൾ വിചാരിക്കുന്നു.

മാധവൻ: എനിക്ക് ഈ കാര്യത്തിൽ ധൈര്യമില്ല. ഇന്ദുലേഖ സാധാരണ ദിക്കിൽ കാണാറുള്ളമാതിരി ഒരു കുട്ടിയാണ് ഞാൻ എന്നു ശങ്കിക്കേണ്ട. ഞാൻ ഇതുവരെ യാതൊരു ദുർമ്മര്യാദയിലും ലേശം പ്രവേശിക്കാത്തവനാണ്. എനിക്കു സ്ത്രീകളിൽ ചാപല്യം ഇന്ദുലേഖയെ കാണുന്നതിനു മുമ്പ് ഉണ്ടായിട്ടേ ഇല്ല. അതുകൊണ്ടായിരിക്കാം ഇപ്പോൾ ഉണ്ടാകുന്ന ചാപല്യത്തിന്ന് ഇത്ര അധികം ശക്തി. എനിയും ഇന്ദുലേഖ എന്നെ

ചലിപ്പിക്കാനാണു ഭാവമെങ്കിൽ ഞാൻ ഈ ദിക്കിൽ ഇരിപ്പാൻ തന്നെ ഭാവമില്ല.

ഇന്ദുലേഖ: അപ്പോൾ വേറെ ദിക്കിൽ പോയാൽ ഈ വിചാരം ഉണ്ടാവുകയില്ല, അല്ലേ? അതിന്റെ താല്പര്യം, കാണുമ്പോഴേ ഈ അനുരാഗവും ഗോഷ്ടികളും ഉണ്ടാവുന്നുള്ളു എന്നാണ്.

മാധവൻ: അങ്ങിനെയല്ല അതിന്റെ താല്പര്യം. ഇന്ദുലേഖയുമായി എനിക്കു ഹിതപ്രകാരം ഇരിക്കാൻ സാധിക്കുന്നില്ലെങ്കിൽ പിന്നെ എന്റെ രാജ്യവും വീടും എനിക്കു വേണ്ടാ എന്നാകുന്നു ഞാൻ പറഞ്ഞതിന്റെ അർത്ഥം.

ഇന്ദുലേഖ: ആട്ടെ, ശരി, മാധവന് എന്നോട് ഇത്ര അനുരാഗമുണ്ടായിട്ടും എനിക്കു മാധവനോടു ലേശം അനുരാഗം ഇല്ലെങ്കിലോ? പിന്നെ മാധവന് എന്നോടു പ്രിയം ഉണ്ടാകുമോ?

മാധവൻ: എന്നോട് ഇന്ദുലേഖയ്ക്ക് അനുരാഗമില്ലെന്നു ഞാൻ ഒരിക്കലും വിചാരിക്കയില്ല.

ഇന്ദുലേഖ: പിന്നെ എന്താണ് ഈ തടസ്സം?

മാധവൻ: തടസ്സമോ?

ഇന്ദുലേഖ: അതെ, തടസ്സം എന്താണു പറയൂ.

മാധവൻ: പറയാം. ഈ തടസ്സത്തിനു കാരണം ഞാൻ വിചാരിക്കുന്നത്, ഒന്നാമത് ഞാൻ വലിയ സ്ഥിതിയിൽ എനിയും ആയിട്ടില്ലെന്ന് ഇന്ദുലേഖ വിചാരിക്കുന്നതുകൊണ്ട്. രണ്ടാമത്, വേറെ വളരെ യോഗ്യരായ ധനികന്മാരും പ്രഭുക്കളും മഹാരാജാക്കന്മാരും ഇന്ദുലേഖയെ കാംക്ഷിച്ച് ഇരിക്കുന്നു എന്ന് ഇന്ദുലേഖയ്ക്ക് അറിവുള്ളതുകൊണ്ട്.

ഇന്ദുലേഖ: മാധവൻ ഇത്ര ശപ്പനാണെന്നു ഞാൻ ഇതുവരെ വിചാരിച്ചില്ല. എന്നെ കാംക്ഷിക്കുന്ന യോഗ്യരിലും മഹാരാജാക്കന്മാരിലും എനിക്കു ഭ്രമമുണ്ടെങ്കിൽ എനിക്ക് അവരിൽ ഒരാളെ ഇതുവരെ ഭർത്താവാക്കിക്കൂടായിരുന്നുവോ? ഈ വിധം ഭോഷത്വം പറഞ്ഞത് ആശ്ചര്യം. എനിക്ക് ഈ കാര്യത്തിൽ ധനവും പുല്ലും സമമാണ്. എന്റെ മനസ്സിന്ന് അഭിരുചി തോന്നുന്നവൻ എന്റെ ഭർത്താവെന്നു മാത്രമാണ് ഞാൻ നിശ്ചയിച്ചിട്ടുള്ളത്.

മാധവൻ: അങ്ങനെ അഭിരുചി ഇതുവരെ ആരിലെങ്കിലും തോന്നീട്ടുണ്ടോ?

ഇന്ദുലേഖ: ഉണ്ടെങ്കിൽ അതു ശപ്പനായ മാധവനോടു ഞാൻ എനി എന്തിനു പറയണം?

മാധവൻ: എന്തിനാണ് എന്നെ ശകാരിക്കുന്നത്? ഇതും കൂടി വേണമോ?

ഇന്ദുലേഖ: മതി, മതി, മഹാരസികൻതന്നെ മാധവൻ. എനിക്കു മാധവനിൽ അനുരാഗമുണ്ടെന്നു മാധവനു ബോദ്ധ്യമാണ്. എന്നാലും മഹാരാജാക്കന്മാരും പ്രഭുക്കളും എന്നെ ആവശ്യപ്പെടുന്നതുകൊണ്ട് എന്റെ അനുരാഗത്തിന്നും മനസ്സിന്നും വിരോധമായി അവരിൽ ആരെയെങ്കിലും

സ്വീകരിച്ചുകളയും എന്നു വിചാരിക്കുന്നു, അല്ലേ? കഷ്ടം! ഇത്ര ബുദ്ധി ഹീനനാണു മാധവൻ! കഷ്ടം ഇത്ര നിസ്സാരയായ ഒരു സ്ത്രീയാണു ഞാൻ എന്നു വിചാരിച്ചു പോയല്ലോ. ഇങ്ങിനെയാണെങ്കിൽ എന്നിൽ മാധവന് എങ്ങിനെ ഇത്ര പ്രിയം ഉണ്ടായത്?

ഈ വാക്കുകൾ കേട്ടപ്പോൾ മാധവനു കണ്ണിൽ ജലം നിറഞ്ഞു. സന്തോഷംകൊണ്ടോ ബഹുമാനംകൊണ്ടോ വ്യസനംകൊണ്ടോ ഈ അശ്രുക്കൾ ഉണ്ടായത് എന്ന് എന്റെ വായനക്കാർ ആലോചിച്ചു നിശ്ച യിക്കേണ്ടതാണ്.

ഇന്ദുലേഖ: എന്താണ് ഉത്തരംമുട്ടിയാൽ കരയുന്നത്?

മാധവൻ: ഉത്തരം ഇല്ലാഞ്ഞിട്ടല്ല. എനിക്ക് എല്ലായ്പോഴും ഓരോന്നു പറഞ്ഞു തർക്കിച്ചുംകൊണ്ടിരിപ്പാൻ സുഖമില്ല. ഇന്ദുലേഖ ബുദ്ധിമുട്ടിച്ചി ട്ടാണ് ഞാൻ ഇവിടെ ഇരുന്നത്. ഇരുന്നതിന്റെ ശേഷം ഒരു വാക്കെങ്കിലും മധുരമായി എന്നോടു പറഞ്ഞിട്ടില്ല. എല്ലാം വക്രോക്തികൾതന്നെ. മല യാളത്തിൽ പെണ്ണുങ്ങൾക്കു പുരുഷന്മാരെ ഇട്ടു വലപ്പിക്കുന്നതിൽ വളരെ സ്വതന്ത്രതയും എടയും ഉള്ളതുകൊണ്ട് പുരുഷന്മാർ സങ്കടം അനുഭവി ക്കുക എന്നേ വരൂ.

ഇന്ദുലേഖ: എന്തുകൊണ്ടാണു ഞാൻ എന്റെ വാക്കുകളെ മധുരമാ ക്കേണ്ടത്? കുറേ തേൻ കുടിച്ചിട്ടു വാക്കു പറയട്ടെ? അല്ലെങ്കിൽ ഞാൻ വാക്കു പറയുമ്പോൾ മാധവൻ കുറെ തേൻ കുടിച്ചുകൊണ്ട് ഇരിക്കൂ. എന്നാൽ മധുരംതോന്നും. വല്ല ശപ്പത്തരവും പറഞ്ഞ് അതിനു നല്ല ഉത്തരം കിട്ടുമ്പോൾ ഉത്തരം പറയുന്ന ആളുടെ വാക്കിനു മധുരമില്ലാ, പുളിക്കുന്നു എന്നും മറ്റും പറഞ്ഞാൽ ആരു സമ്മതിക്കും? എന്താണു മലയാളസ്ത്രീകൾക്കു ദോഷം പറഞ്ഞത്-പുരുഷന്മാരെ ഉപദ്രവിക്കാൻ വളരെ കഴിയുന്നവരാണെന്നോ?

മാധവൻ: അത്രമാത്രമല്ലാ, മലയാളത്തിലെ സ്ത്രീകൾ അന്യരാജ്യ ങ്ങളിലെ സ്ത്രീകളെപ്പോലെ പാതിവ്രത്യധർമ്മം ആചരിക്കുന്നില്ല. ഭർത്താ ക്കന്മാരെ യഥേഷ്ടം എടുക്കയും ഉപേക്ഷിക്കയും ചെയ്യുന്നു. പിന്നെയും പല സ്വതന്ത്രതകൾ ഉണ്ട്. അതുകൊണ്ട് മലയാളസ്ത്രീകൾക്കു ഗർവ്വ് വളരെ അധികം ഉണ്ട്, എന്നാണു പറഞ്ഞത്.

ഇന്ദുലേഖ: ശിക്ഷ! അതിമനോഹരമായ വാക്കുതന്നെ. മാധവന് ഇത്ര ഒക്കെ പഠിപ്പും അറിവും ഉണ്ടായിട്ട് ഇങ്ങിനെയാണ് മലയാളസ്ത്രീകളെ ക്കുറിച്ച് അഭിപ്രായമായത്. ഇത് ആശ്ചര്യംതന്നെ.

ഈ സംഗതിയിൽ ബുദ്ധിയുള്ള ഒരു മലയാളസ്ത്രീ മാധവനോടു താഴെ പറയുന്ന പ്രകാരം ഉത്തരം പറയും.

എന്താണ് പറഞ്ഞത്-മലയാളസ്ത്രീകൾ പാതിവ്രത്യധർമ്മം ആച രിക്കുന്നില്ലെന്നോ? കഷ്ടം! ഇതരരാജ്യങ്ങളിൽ ഉള്ള സ്ത്രീകളെപ്പോലെ മലയാളസ്ത്രീകളും ധാരാളമായി പതിവ്രതാധർമ്മം ആചരിക്കുന്നുണ്ട്- അസംഖ്യം സ്ത്രീകൾ ആചരിക്കുന്നുണ്ട്. ഒരു സ്ത്രീ പതിവ്രതാധർമ്മം ആചരിക്കുന്നില്ലെന്നു പറഞ്ഞാൽ അവൾ വ്യഭിചാരിയാണെന്നാകുന്നു

അർത്ഥം. കേരളത്തിലെ സ്ത്രീകൾ എല്ലാം, അല്ലെങ്കിൽ അധികപക്ഷവും വ്യഭിചാരികളാണെന്നു മാധവൻ പറയുന്നുവോ? അങ്ങിനെ പറയുന്നുവെങ്കിൽ അതു ഞാൻ വിശ്വസിക്കയില്ല-നിശ്ചയം. വ്യഭിചാരം എങ്ങും ഏതു ജാതിയിലും ഉണ്ടാവാം. എന്നാൽ ഞങ്ങൾ നായന്മാരുടെ സ്ത്രീകൾ അന്തർജ്ജനങ്ങളെപ്പോലെ അന്യജനങ്ങളോടു സംസാരിക്കാതെയും വിദ്യാഭ്യാസം ചെയ്യാതെയും ശുദ്ധമൃഗപ്രായമായി നടക്കുന്നില്ലാത്തതുകൊണ്ട് വ്യഭിചാരികളാണെന്നോ പതിവ്രതാധർമ്മം ഇല്ലെന്നോ മാധവൻ വിചാരിക്കുന്നുണ്ടെങ്കിൽ ഇത്ര അബദ്ധമായ വിചാരം വേറെ യാതൊന്നും ഇല്ല. യൂറോപ്പ്, അമേരിക്ക മുതലായ രാജ്യങ്ങളിലെ സ്ത്രീകളുടെ സ്ഥിതി ആലോചിച്ചുനോക്കൂ. ഈ രാജ്യങ്ങളിൽ പുരുഷന്മാർക്കും സ്ത്രീകൾക്കും പഠിപ്പ്, അറിവ്, സ്വതന്ത്രത ഇതെല്ലാം ഒരുപോലെയല്ലേ? ഈ സ്ത്രീകളെല്ലാം വ്യഭിചാരികളോ? ഈ ദിക്കിൽ ഒരു സൗന്ദര്യമുള്ള സ്ത്രീക്കു വല്ല വിദ്യാഭ്യാസവും ഉണ്ടായാൽ അവളുമായി സംസാരിച്ചു വിനോദിപ്പാൻ പോകുന്ന എല്ലാ പുരുഷന്മാരും അവളുടെ രഹസ്യക്കാരാണെന്നു ക്ഷണേന ഊഹിച്ചുകളയുന്നു. ഇതിൽ എത്രകണ്ടു സത്യമുണ്ട്? സംഗീതവിദ്യ പരിചയിച്ച ഒരു സ്ത്രീ പാടുന്നതു കേൾപ്പാൻ ഒരു പത്തു പുരുഷന്മാർ ഒന്നായിച്ചെന്ന് ഇരുന്നു കേട്ടു പോന്നാൽ ആ പത്തു പുരുഷന്മാരും അവളുടെ ജാരന്മാരായി എന്നു പറയും വിഡ്ഢികളായ നിങ്ങൾ. പുരുഷന്മാർ അങ്ങിനെതന്നെ എന്നു നടിക്കുകയും ചെയ്യും. ഇങ്ങിനെ നിങ്ങൾതന്നെ ചെയ്യുന്നതിനു ഞങ്ങൾ വിചാരിച്ചാൽ എന്തു നിവൃത്തിയാണുള്ളത്? നിങ്ങൾ പുരുഷന്മാർ തന്റേടമുള്ളവരാണെങ്കിൽ സ്വജാതിസ്ത്രീകൾക്ക് ഈവിധം അപമാനം ഉണ്ടാക്കുവാൻ എടവരുത്തുമോ? ഒരു സ്ത്രീക്കു പതിവ്രതാധർമ്മത്തെ അശേഷം കളയാതെ അന്യപുരുഷന്മാരുമായി പലേവിധത്തിലും വിനോദിപ്പാനും രസിപ്പാനും സംഗതികളും സ്വതന്ത്രതകളും ഉണ്ടാവാം. അങ്ങിനെ വിനോദിക്കുന്നതും രസിക്കുന്നതും എല്ലാം വ്യഭിചാരത്തിന്നുള്ള ഏകവിചാരത്തിന്മേലാണെന്നു ദുർബുദ്ധികൾ ധരിച്ചു വെറുതെ കേരളീയ സുന്ദരിമാരെ അപമാനിക്കുന്നതിൽ മാധവൻകൂടി ചേർന്നത് എനിക്ക് അത്യത്ഭുതമായിരിക്കുന്നു. എന്റെ വിചാരത്തിൽ സ്ത്രീകൾക്കു സ്വാതന്ത്ര്യം കൊടുക്കാതെ മൃഗങ്ങളെപ്പോലെ വളർത്തിക്കൊണ്ടുവരുന്നതാണു വ്യഭിചാരത്തിന്ന് അധികവും ഹേതു എന്നാകുന്നു. ഒരു പശുവിനോ ശ്വാവിനോ വ്യഭിചാരത്തിൽ ലജ്ജയുണ്ടോ? എന്നാൽ പഠിപ്പും അറിവും ഉള്ളവർക്ക് ഒരു കാലവും വ്യഭിചാരത്തിൽ സക്തിവരാൻ പാടില്ലെന്നല്ല ഞാൻ പറയുന്നത്. ദുർബുദ്ധിയും ദുർവ്യാപാരവും എത്ര പഠിപ്പുള്ളവർക്കും ചിലപ്പോൾ ഉണ്ടാവാം. അത് ഉണ്ടാവുന്നതു പഠിപ്പുകൊണ്ടും അറിവുകൊണ്ടുമാണെന്നു ചില ഭോഷന്മാരു പറയുന്നതു കേൾക്കുമ്പോൾ എനിക്ക് ആശ്ചര്യം തോന്നുന്നു. പഠിപ്പും അറിവും ഈവക ദുർബുദ്ധിയെ നശിപ്പിക്കാനുള്ള മുഖ്യകാരണങ്ങളാണ്. ഭർത്താവിനെ ഇഷ്ടംപോലെ എടുക്കുകയും ഉപേക്ഷിക്കുകയും ചെയ്യുന്നവരാണു ഞങ്ങൾ എന്നു മാധവൻ ഒരു ദോഷം പറയു

ന്നുണ്ട്. മര്യാദയില്ലാത്ത ചില സ്ത്രീകൾ ഇങ്ങിനെ ചെയ്യുന്നുണ്ടായിരിക്കാം. എന്നാൽ ഇങ്ങിനെ ചെയ്‌വാനുള്ള ഒരു സ്വതന്ത്രത ഞങ്ങൾക്കുള്ളത് എത്രയോ ശ്ലാഘനീയമായ ഒരു അവസ്ഥയാണ്. യൂറോപ്പിൽക്കൂടി ഈ സ്വതന്ത്രത ഇല്ല. യൂറോപ്പിൽ ഉള്ള ബുദ്ധിശാലികളായ ചില ആളുകളും അമേരിക്ക രാജ്യത്തിലുള്ള വളരെ മഹാന്മാരും ഈ സ്വതന്ത്രത എല്ലായ്പോഴും ഉണ്ടായിരിക്കേണ്ടതാണെന്ന് അഭിപ്രായപ്പെട്ടതായി ഞാൻ വായിച്ചിട്ടുണ്ട്. ഈ സ്വതന്ത്രത ഇല്ലായ്കയാൽ എത്ര ഭാര്യാഭർത്താക്കന്മാർ ദിവസംപ്രതി യൂറോപ്പിലും ഇൻഡ്യയിലും സങ്കടം അനുഭവിക്കുന്നു! ഈ സ്വതന്ത്രതയെ ദുർവൃത്തിയായി ഉപയോഗിക്കാതെ ശരിയായി ആവശ്യമുള്ള ദിക്കിൽമാത്രം ഉപയോഗിച്ചുവന്നാൽ അതു സ്ത്രീപുരുഷന്മാർക്ക് വളരെ ഉപകാരമായി വരുന്നതാണ്. ഈ സ്വതന്ത്രത ഉണ്ടെന്നുവെച്ചു മലയാളത്തിൽ എത്ര സ്ത്രീകൾ ഭർത്താക്കന്മാരെ ഉപേക്ഷിക്കുന്നുണ്ട്? എത്ര ഭർത്താക്കന്മാർ ഭാര്യമാരെ ഉപേക്ഷിക്കുന്നുണ്ട്? ഈ മാതിരി എത്ര കാര്യങ്ങൾ കഴിഞ്ഞ പത്തു കൊല്ലങ്ങളിൽ ഈ മലയാളത്തിലെ ഭാര്യാഭർത്താക്കന്മാരുടെ ഇടയിൽ ഉണ്ടായിട്ടുണ്ടെന്നു മാധവനു കൃത്യമായ ഒരു കണക്ക് എടുപ്പാൻ കഴിയുമെങ്കിൽ അപ്പോൾ തോന്നും ആയിരത്തിൽ ഒന്നുകൂടി ഉണ്ടായി എന്നു പറവാൻ സംശയിക്കേണ്ടതാണെന്ന്. ചിലപ്പോൾ ചില ദിക്കിൽ ഉണ്ടാവും. അതിന്നു കാരണങ്ങളും ഉണ്ടായിരിക്കും. അകാരണമായും ഭാര്യാഭർത്താക്കന്മാരിൽ ഒരാളുടെ ദുർബുദ്ധിയാലും ദുർലഭം ഉണ്ടായി എന്നു വന്നേക്കാം. എന്നാൽ അവ കേരളീയ സ്ത്രീകൾക്കു സർവ്വസാധാരണയാണെന്നു പറഞ്ഞു ഞങ്ങളെമാത്രം അപമാനിക്കുന്നതു കഷ്ടമാണ്. ഈ സ്വതന്ത്രത ഉണ്ടാവുന്നതു നല്ലതാണ്. എന്നാൽ അതു വേണ്ട ദിക്കിലേ ഉപയോഗിക്കാവൂ. ചിലപ്പോൾ ചിലർ വേണ്ടാത്ത ദിക്കിലും ഉപയോഗിക്കുന്നുണ്ടായിരിക്കും. അതുകൊണ്ട് അപമാനവും സിദ്ധിക്കുന്നുണ്ടായിരിക്കാം. എന്നാൽ അത് ആ സ്വതന്ത്രതയുടെ ദോഷമല്ല. അതിനെ തെറ്റായി ഉപയോഗിക്കുന്നതിനാലുള്ള ദോഷമാണ്. അതുകൊണ്ട് മാധവന് എന്നോടു ദേഷ്യമുണ്ടെങ്കിൽ എന്റെ മുഴുവൻ വർഗ്ഗക്കാരിൽ ഈ ദൂഷ്യാരോപണം ചെയ്‌വാൻ ഞാൻ സമ്മതിക്കുകയില്ല; നിശ്ചയംതന്നെ."

മാധവൻ: ഭാര്യാഭർത്താക്കന്മാർക്കു വേണ്ടപ്പോൾ എല്ലാം യഥേഷ്ടം അന്യോന്യമുള്ള സംബന്ധം വിടർത്താൻ അവരിരുവരിലാർക്കെങ്കിലും അധികാരമുണ്ടായിവരുന്നതു നല്ല സ്വതന്ത്രതയാണെന്നു ഞാൻ വിചാരിക്കുന്നില്ല. ഈ നിലയായാൽ ഭാര്യാഭർത്താക്കന്മാർ തമ്മിലുള്ള സംബന്ധം ഒരു കരാറിനാൽ ഉണ്ടാവുന്ന സംബന്ധംപോലെ ആയി. അതിൽ ഒരു രുചിയും ശ്ലാഘ്യതയും എനിക്കു തോന്നുന്നില്ല.

ഇന്ദുലേഖ: (ചിറിച്ചുംകൊണ്ട്) എന്നാൽ മലയാളമാതിരിയുള്ള സംബന്ധത്തിൽ മാധവനു രുചിയില്ലായിരിക്കും; അല്ലേ?

മാധവൻ: ഇല്ല.

ഇന്ദുലേഖ: അങ്ങിനെയാണെങ്കിൽ മുമ്പു പറഞ്ഞില്ലേ അന്യരാ

ജ്യത്തെങ്ങാനും പൊയ്ക്കളയാമെന്ന്? അങ്ങിനെ ചെയ്തോളൂ. അതാണു നല്ലത്.

മാധവൻ: അതിനുതന്നെയാണ് ഭാവം. ഇന്ദുലേഖയ്ക്ക് അതിന്നു സമ്മതം തന്നെയോ?

ഇന്ദുലേഖ: എന്റെ സമ്മതം എന്തിനാണ്?

മാധവൻ: ഇന്ദുലേഖ എന്റെ ഭാര്യയായിരിക്കുമെങ്കിൽ എനിക്കു മലയാളംതന്നെയാണു സ്വർഗ്ഗം.

ഇന്ദുലേഖ: അപ്പോൾ മലയാളമാതിരി സംബന്ധം സാരമില്ലാത്ത മാതിരിയാണെന്നല്ലേ പറഞ്ഞത്? പിന്നെ അതിൽ എന്തിനു കാംക്ഷിക്കുന്നു?

മാധവൻ: അത് ഇന്ദുലേഖയ്ക്കും എനിക്കും സംബന്ധിക്കുകയില്ല.

ഇന്ദുലേഖ: ശരി; നല്ല വാക്ക്.

ഇങ്ങിനെ സംസാരിച്ചുകൊണ്ടിരിക്കുമ്പോൾ ഇന്ദുലേഖയുടെ അമ്മ മുകളിലേക്കു വന്നു രണ്ടാളെയും പരിഹാസം തുടങ്ങി. അപ്പോഴത്തെ സ്വകാര്യസല്ലാപവും അന്നത്തെ നായാട്ടും മാധവനു മുടങ്ങുകയും ചെയ്തു.

എനി ഈ പൂർവ്വകഥ ചുരുക്കി പറയുന്നു:

മാധവനു ക്രമേണ വ്യഥ സഹിപ്പാൻ പാടില്ലാതെ ആയിത്തുടങ്ങി. ഭക്ഷണം, നിദ്ര ഈവകയിൽ അശേഷം ശ്രദ്ധയില്ലാതെ ആയി എന്നു തന്നെ പറയാം. ഇന്ദുലേഖയുടെ മാളികയിൽ അത്ര അധികം പോയി ഇരിക്കാറും ഇല്ലാതായി. ഒരു ദിവസം ഇന്ദുലേഖയുമായി മാധവന്റെ അമ്മ (പാർവ്വതിഅമ്മ) സംസാരിച്ചുകൊണ്ടിരിക്കുമ്പോൾ സംഗതിവശാൽ മാധവന്റെ പ്രസ്താവം വന്നതിൽ, "മാധവന് എന്തോ അകാരണമായി ഒരു കുണ്ഠിതം കാണുന്നു" എന്നു പാർവ്വതിഅമ്മ പറഞ്ഞു.

ഇന്ദുലേഖ: അകാരണമായിരിക്കയില്ല.

പാർവ്വതിഅമ്മ: ഞാൻ ഒരു കാരണവും കാണിന്നില്ല. ചോറ് അവൻ ഉണ്ണുന്നില്ല; രണ്ടുനേരവും കൂടി കഷ്ടിച്ച് ഉരി അരി ചെല്ലുന്നില്ല. പാലോ ചായയോ ഒന്നുംതന്നെ കഴിക്കുന്നില്ല. രാത്രി അവന്ന് ഉറക്കവും ഇല്ലെന്ന് കൂടെയുള്ളവർ പറയുന്നു. എന്തോ വല്ല ദീനവും വന്നു പിടിക്കുമോ എന്നറിഞ്ഞില്ല.

ഇന്ദുലേഖ: എന്നാൽ ഞാൻ ഒന്നു ചോദിക്കാം. ഇങ്ങട്ടു വരാൻ പറയൂ.

പാർവ്വതിഅമ്മ പോയി മാധവനോടു പറഞ്ഞു. മാധവൻ ഇന്ദുലേഖയുടെ മാളികയിന്മേൽ ചെന്നു.

ഇന്ദുലേഖ: എന്താ ഇയ്യെടെ ഇങ്ങട്ടു വരവ് ഒന്നു ചുരുങ്ങിയിരിക്കുന്നത്?

മാധവൻ: വരാൻ എനിക്കു മനസ്സിന്ന് അശേഷം സുഖമില്ല.

ഇന്ദുലേഖ: ഇവിടെ വരുമ്പോഴാണു സുഖക്കേട്?

ഇന്ദുലേഖ
ഒ ചന്തുമേനോൻ 67

മാധവൻ: അതെ, സുഖക്കേട് അധികമാവുന്നത് ഇവിടെ വരുമ്പോഴാണ്. സുഖക്കേട് സാധാരണ എല്ലായ്പോഴും ഉണ്ട്.

ഇന്ദുലേഖ: ഞാൻ മേൽകഴുകാൻ പോകുന്നു. ആ കോച്ചിന്മേൽ ന്യൂസ്പേപ്പർ വായിച്ചു കിടക്കൂ. ഞാൻ ക്ഷണം വരാം. എന്നിട്ട് വിവരങ്ങൾ പറയാം.

മാധവൻ കോച്ചിന്മേൽ കിടന്നു. ന്യൂസ്പേപ്പർ തൊട്ടില്ല. ഇന്ദുലേഖ, “ന്യൂസ്പേപ്പർ എന്തു പിഴച്ചു?” എന്നു ചോദിച്ചു ചിറിച്ചുംകൊണ്ട് മേൽകഴുകാൻ താഴത്തിറങ്ങുമ്പോൾ മുകളിലേക്ക് ഒരു വാലിയക്കാരൻ മാധവന് ഒരു കമ്പിവർത്തമാനലക്കോട്ടുംകൊണ്ടു കയറുന്നതു കണ്ടു. എന്തോ പരീക്ഷയുടെ സംഗതിയായിരിക്കുമെന്നു വിചാരിച്ചു ലക്കോട്ട് ഇന്ദുലേഖ സംശയം കൂടാതെ വാങ്ങി പൊളിച്ചു വായിച്ചപ്പോൾ ബഹുസന്തോഷമായി. ഉടനെ ഓടിക്കൊണ്ടു മുകളിൽ ചെന്ന് “ബി.എൽ. ജയിച്ചു” എന്നു പറഞ്ഞ് മാധവന്റെ അടുക്കെ കമ്പിവർത്തമാനക്കടലാസ്സുംകൊണ്ട് പോയി നിന്നു.

മാധവൻ, “ശരി; നന്നായി,” എന്നുമാത്രം പറഞ്ഞു. കടലാസ്സു വാങ്ങിയതേ ഇല്ല. പിന്നെ ഒരക്ഷരവും ഉരിയാട്ടില്ല. കിടന്നേടത്തുനിന്ന് ഇളകിയതേ ഇല്ല. ഇന്ദുലേഖയുടെ ചന്ദ്രബിംബസമമായ മുഖത്ത് ഒരു സങ്കടത്തോടുകൂടെ എന്നപോലെ നോക്കിക്കൊണ്ടു കിടന്നതേ ഉള്ളു. ഇതു കണ്ടപ്പോൾ ഇന്ദുലേഖയ്ക്ക് അതികഠിനമായ ഒരു വ്യഥ ഉണ്ടായി എങ്കിലും അതിനെ ധൈര്യത്തോടെ അടക്കി.

ഇന്ദുലേഖ: ഇത് എന്തു കഥയാണ്! ഒരു വ്യസനഭാവം കാണുന്നത്? ബി.എൽ. ഒന്നാംക്ലാസ്സിൽ ഒന്നാമനായി ജയിച്ചു എന്ന് അറിയിച്ചാൽ ഇത്ര വ്യസനമോ? ഇങ്ങിനെ അനാസ്ഥയായി കിടക്കുന്നത് ആശ്ചര്യം! ആശ്ചര്യം!

മാധവൻ: എനിക്ക് ഇല്ല. ബി.എൽ. പാസ്സായാലും ഇല്ലെങ്കിലും എല്ലാം എനിക്ക് ഒരുപോലെ.

ഇന്ദുലേഖ: ജയിച്ച വിവരം ഞാൻ പോയി വലിയച്ഛനോടും നമ്മൾ രണ്ടാളുടെ അമ്മമാരോടും പറയട്ടെ. ഞാൻതന്നെ ഓടിപ്പോയി പറയും. അവർക്കെങ്കിലും സന്തോഷമുണ്ടാകും.

മാധവൻ: എന്തിന് ഇന്ദുലേഖാ ഇത്ര ബുദ്ധിമുട്ടുന്നു? അവരോടൊക്കെ ഞാൻതന്നെ പോയി സാവധാനത്തിൽ പറയാമല്ലൊ. എന്താണു ബദ്ധപ്പാട്?

ഇന്ദുലേഖ: ഞാൻതന്നെ ഈ ക്ഷണം പോയി പറയും. ടെലിഗ്രാം വായിക്കണ്ടേ? ഇതാ നോക്കൂ.

മാധവൻ: എനിക്കു വായിക്കേണമെന്നില്ല. എനിക്ക് ഈ ബി.എൽ. പാസ്സായതിൽ ഒരു സന്തോഷവും ഇല്ല.

ഇന്ദുലേഖ: അതെന്തുകൊണ്ട്?

മാധവൻ: എന്റെ മനസ്സിന്റെ വ്യസനംകൊണ്ട്.

ഇന്ദുലേഖ: ബി.എൽ. പാസ്സായാൽ വ്യസനമാണോ?

മാധവൻ: ഇന്ദുലേഖയ്ക്ക് ഇത്ര കഠിനമായ കല്ലുപോലത്തെ ഹൃദയമായതു ഞാൻ മുമ്പ് അറിഞ്ഞിരുന്നുവെങ്കിൽ–എന്നു പറഞ്ഞു നിറുത്തി.

ഇന്ദുലേഖ: അറിഞ്ഞിരുന്നുവെങ്കിൽ? എന്താണു മുഴുവൻ പറയരുതെ?

മാധവൻ: അറിഞ്ഞിരുന്നുവെങ്കിൽ–

ഇന്ദുലേഖ: അറിഞ്ഞിരുന്നുവെങ്കിൽ എന്താണ്?

ഇന്ദുലേഖ ഈ വാക്കു പറഞ്ഞുംകൊണ്ടു മാധവന്റെ സമീപത്തിൽ കുറേക്കൂടി അടുത്തുനിന്നു.

മാധവൻ: അറിഞ്ഞിരുന്നുവെങ്കിൽ എനിക്ക് ഈ സങ്കടവും നാശവും വരികയില്ലായിരുന്നു.

ഇന്ദുലേഖ: സങ്കടവും നാശവും–അല്ലെ?

മാധവൻ: മനസ്സ് ഇത്ര നിർദ്ദയമായിപ്പോയല്ലൊ.

ഇന്ദുലേഖ: ആട്ടെ, ആ വിവരം ഞാൻ വന്നിട്ടു പറയാം. ബി.എൽ. ജയിച്ച വിവരം എനിക്കുതന്നെ പോയി വലിയച്ഛനോടും നമ്മുടെ രണ്ടാളുടെയും അമ്മമാരോടും പറയണം. ഞാൻ ഇതാ പോവുന്നു. ഓടിപ്പോയി പറഞ്ഞുവരാം. ഇവിടെത്തന്നെ കിടക്കു. പരീക്ഷയിൽ ജയിച്ചു എന്നു വന്നു പറഞ്ഞാൽ ഇങ്ങിനെ സങ്കടപ്പെടുകയാണ് വേണ്ടത്?

മാധവൻ: ഇന്ദുലേഖ എനിക്കുവേണ്ടി ഇത്ര ബുദ്ധിമുട്ടണ്ട, എനിക്ക് ഈ പാസ്സായതിൽ ഒരു സന്തോഷവും ഇല്ല. എന്റെ ജീവനും ശരീരവും ഉടനെ വേർവിടണം എന്നു ദൈവത്തോട് ഒരു പ്രാർത്ഥന മാത്രമേ ഉള്ളു. പ്രാണവേദനയിൽ എനിക്ക് എന്തു പരീക്ഷ?

എന്നു പറഞ്ഞപ്പോഴേക്കു മാധവനു കണ്ണുനീർ ധാരധാരയായി ഒഴുകി.

മാധവന്റെ ഈ സ്ഥിതി കണ്ടപ്പോൾ ഇന്ദുലേഖയുടെ ഹൃദയം കഠിനമായി തപിച്ചു ദഹിച്ചുപോയി എന്നുതന്നെ പറയാം. തനിക്കു തൽക്ഷണം ഒരുപ്രകാരത്തിലും അടക്കുവാൻ ശക്തിയില്ലാത്തവിധം അത്യുല്ക്കടമായി ഉണ്ടായ വ്യസനാനുരാഗങ്ങളാൽ കേവലം പരവശയായി ഇന്ദുലേഖ കോച്ചിന്മേലേക്ക് അടുത്തുചെന്ന് മാധവന്റെ അതികോമളമായ മുഖം തന്റെ ചന്ദ്രവദനത്തിൽ ചേർത്തു ദീർഘനിശ്വാസത്തോടെ അധരങ്ങളാൽ ഒരു ചുംബനം ചെയ്തു.

"എന്റെ ജീവനാഥനായുള്ള ഭർത്താവേ! എന്തിന് ഇങ്ങിനെ വ്യസനിക്കുന്നു? ഞാൻ അങ്ങെ രണ്ടു കൊല്ലങ്ങൾക്കു മുമ്പുതന്നെ എന്റെ മനസ്സിൽ ഭർത്താവാക്കിവെച്ചിരിക്കുന്നുവല്ലൊ. എന്റെ ശരീരവും മനസ്സും മുഴുവനും, അങ്ങെ അധീനം. യഥേഷ്ടം സുഖമായി ഇരുന്നുകൊള്ളണം. എന്റെ മനസ്സ് ഇതുവരെ മാധവനെ ഒഴികെ ഒരാളെയും കാമിച്ചിട്ടില്ല–എനി കാമിക്കുന്നതുമല്ലാ," എന്നു പറഞ്ഞു മാധവന്റെ മാറത്തുതന്നെ ഒരു നിമിഷനേരം കിടന്നു. മാധവന്റെ കണ്ണീർ തന്റെ കൈകൊണ്ടു തുടച്ചു. പിന്നെ എണീറ്റുനിന്നു.

ഇന്ദുലേഖ ആദ്യം പറഞ്ഞ രണ്ടുനാലു വാക്കുകൾ മാത്രമേ മാധ

വൻ നന്നായി കേട്ടിട്ടുള്ളു. ഉടനെ ആനന്ദസമുദ്രത്തിൽ മുങ്ങിപ്പോയതിനാൽ ഒന്നും കേൾക്കാതെയും കാണാതെയും ആയി. അല്പനേരം കഴിഞ്ഞു സുബോധം വന്നതുപോലെ എഴുനീറ്റു.

മാധവൻ: എനി ഞാൻ ബി.എൽ. പാസ്സായി എന്ന് എല്ലാവരോടും പറഞ്ഞോളൂ. എനിക്ക് ഈ ജന്മം വരുന്ന സകല ശ്രേയസ്സുകളും അഭ്യുദയങ്ങളും ഇന്ദുലേഖകൂടി എന്നോടുകൂടെ അനുഭവിക്കുന്നതായാലേ ഈ ഇഹലോകനിവാസത്തിന്ന് ഞാൻ ഇച്ഛിക്കുന്നുള്ളു. അത് എനിക്കു സാദ്ധ്യമായി. ഞാൻ മഹാഭാഗ്യവാൻ തന്നെ; സംശയമില്ല. എനി ഞാൻ പാസ്സായ വിവരം ഇന്ദുലേഖതന്നെ പോയി അറിയിക്കുന്നതാണ് ഉത്തമം.

ഇങ്ങിനെയാണ് ഇവരുടെ അന്തഃകരണവിവാഹം മുമ്പുതന്നെ കഴിച്ചുവെച്ചിരുന്നത്.

എന്നാൽ ഇവരുതമ്മിൽ ചേർച്ചയായിരിക്കുന്നു എന്നും ഒരു സമയം മാധവൻതന്നെയാണ് ഇന്ദുലേഖയുടെ ഭർത്താവായിരിപ്പാൻ എടയുള്ളത് എന്നും പഞ്ചുമേനോൻ അറിഞ്ഞിട്ടുണ്ട്. തനിക്ക് അതിൽ വളരെ സുഖം തോന്നീട്ടില്ലെങ്കിലും കേവലം വിരസത അന്നു ഭാവിച്ചിട്ടില്ലായിരുന്നു.

3

ഒരു കോപിഷ്ഠന്റെ ശപഥം

ഒന്നാം അദ്ധ്യായത്തിൽ സൂചിപ്പിച്ചതും കാരണവർ പഞ്ചുമേനവനും മാധവനും തമ്മിൽ ഉണ്ടായതും ആയ കലഹം പഞ്ചുമേനവനെ കോപാന്ധനാക്കിത്തീർത്തു. പഞ്ചുമേനോൻ ജാത്യാ പരമകോപിയാണ്. പഴയ സമ്പ്രദായക്കാരനാണെന്നു പറയേണ്ടതില്ലല്ലോ. അദ്ദേഹം ചമ്പാഴിയോട്ടു പൂവള്ളി എന്ന ധനപുഷ്ടിയുള്ള തറവാട്ടിലെ കാരണവരാകുന്നു. ഇയ്യാളുടെ തറവാട്ടിൽ മുമ്പുണ്ടായിരുന്ന രണ്ടു കാരണവന്മാർ ദിവാൻ ഉദ്യോഗം ഭരിച്ചവരായിരുന്നു. ചമ്പാഴിയോട്ടു പൂവള്ളിതറവാട് അതിലും പുരാതനമായിട്ടുതന്നെ വളരെ കോപ്പുള്ള തറവാടായിരുന്നു. കാലക്രമേണ അതിൽ ഉണ്ടായിവന്ന ഓരോ മഹാപുരുഷന്മാർ ധനം വളരെ ശേഖരിക്കപ്പെട്ടിരുന്നതും വളരെ പ്രസിദ്ധമായുള്ളതും ആയ ഒരു ഭവനമായിരുന്നു. എന്നാൽ എടയിൽ കുറെ നാശങ്ങളും നേരിട്ടു സ്വത്തുക്കൾക്കു കുറെ ക്ഷയവും വന്നുപോയിട്ടുണ്ട്.

ഞാൻ പറയുന്ന ഈ കഥ നടന്നകാലത്ത് കൊല്ലത്തിൽ ഈ തറവാട്ടിലേക്ക് ഇരുപത്തെണ്ണായിരം പറ നെല്ലു വരുന്ന ജന്മവസ്തുക്കളും പതിനയ്യായിരം ഉറുപ്പികയോളം കൊല്ലത്തിൽ പാട്ടം പിരിയുന്ന തോട്ടങ്ങളും ഉണ്ടായിരുന്നു. അതിൽ ചിലവുകൾ എല്ലാം കഴിച്ചു കൊല്ലം ഒരു അയ്യായിരത്തോളം ഉറുപ്പിക കെട്ടിവയ്ക്കാം. ചിലവുകൾ ലുബ്ധിച്ചിട്ടാണെന്നു പറഞ്ഞുകൂടാ. മുമ്പുള്ള കാരണവന്മാർ വലിയ യോഗ്യരായിരുന്നതിനാൽ അവർവെച്ച ചട്ടപ്രകാരം നല്ല ചിലവുണ്ടായിരുന്നു. നേമം രണ്ടുനേരവും ഇരിപ്പുകാരടക്കം സുഖമായി സാപ്പാടു കൊടുക്കുന്ന രണ്ടു ബ്രാഹ്മണ സത്രങ്ങൾ, പലെ അടിയന്തിരങ്ങളും നിയമിച്ചിട്ടുള്ളതായ ഒരു ഭഗവതിക്ഷേത്രം മുതലായതുകളിലുള്ള ചിലവും നേമം തറവാട്ടിൽ സാപ്പാടിന്നും ഉടുപുട, തേച്ചുകുളി, ഭൃത്യവർഗ്ഗങ്ങളുടെ ചിലവ് ഇതുകളും എല്ലാം മുമ്പു നിയമിക്കപ്പെട്ടിട്ടുള്ളതു വളരെ ധാരാളമായിട്ടാണ്. അതു

കൊണ്ടു ജാത്യാ ലുബ്ധനെങ്കിലും പഞ്ചുമേനവന് ഈ വക ചിലവുകൾ കൂടാതെ കഴിപ്പാൻ നിവൃത്തിയില്ലാതെ ഇരുന്നു. ഇതെല്ലാം കഴിച്ചു കിട്ടുന്ന നേട്ടമാണ് അയ്യായിരം. അതിൽ ഒരു കാശുപോലും ചിലവിടുന്നതു പഞ്ചുമേനോനു പരമ സങ്കടമാണ്. എന്നാൽ തന്റെ മകളായ (ഇന്ദുലേഖയുടെ അമ്മ) ലക്ഷ്മിക്കുട്ടിഅമ്മയ്ക്കും അവളുടെ അമ്മയും തന്റെ ഭാര്യയുമായ കുഞ്ഞിക്കുട്ടിഅമ്മയ്ക്കു കൂടി ഒരു മുപ്പത്തയ്യായിരം ഉറുപ്പികയുടെ സ്വത്തുക്കൾ ഇയാൾ തന്നെ കൊടുത്തിട്ടുണ്ട്. ഇന്ദുലേഖയും അവളുടെ അമ്മയും തന്റെ ഭാര്യ കുഞ്ഞിക്കുട്ടിഅമ്മയും (മദിരാശിയിലല്ലാത്ത കാലത്ത്) മകൻ ഗോവിന്ദൻകുട്ടിമേനോനും പഞ്ചുമേനവനോടുകൂടി പൂവരങ്ങ് എന്നു പേരുള്ള രണ്ടുമൂന്നു വലിയ മാളികകളായ ഭവനത്തിൽ കുളം, കുളിപ്പുര, ക്ഷേത്രം, സത്രശാല മുതലായതുകളുടെ സമീപം വേറെയാണു താമസം. പൂവള്ളി എന്ന വലിയ തറവാട്ടുവീട് പൂവരങ്ങിൽനിന്ന് ഒരു ഇരുന്നൂറു മൂന്നൂറുവാര ദൂരെയാണ്. എന്നാൽ ഈ രണ്ടു വീടുകൾക്കും മതിൽ ഒന്നുതന്നെയാണ്.

പഞ്ചുമേനവന് ഈ കഥ തുടങ്ങുന്ന കാലത്ത് എഴുപതുവയസ്സു പ്രായമാണ്. ഇദ്ദേഹത്തിന്റെ ഒരു അമ്മാമൻ ദിവാൻ പണിയിലിരുന്ന കാലം ഇദ്ദേഹത്തിന്ന് ഒരു താസിൽദാരുടെ പണി ഉണ്ടായിരുന്നുപോൽ. അതെല്ലാം വിട്ടിട്ട് ഇപ്പോഴേക്കു മുപ്പതു കൊല്ലങ്ങളായി. ആൾ നന്ന വെളുത്തു മുണ്ടനായി കുറെ തടിച്ചിട്ടാണ്. ഇദ്ദേഹത്തിന്റെ സൗന്ദര്യവർണ്ണനയ്ക്കു-തലയിൽ കഷണ്ടി; വായിൽ മീതെ വരിയിൽ മൂന്നും ചുവട്ടിലെ വരിയിൽ അഞ്ചും പല്ലുകൾ ഇല്ലാ; കണ്ണു ചോരക്കട്ടപോലെ; മുണ്ടിനു മീതെ കട്ടിയായ ഒരു പൊന്നിൻ നൂലും കഴുത്തിൽ ഒരു സ്വർണ്ണം കെട്ടിയ രുദ്രാക്ഷമാലയും തലയിൽ ഒരു ചകലാസ്സുതൊപ്പിയും കൈയിൽ വെള്ളി കെട്ടിയ വണ്ണമുള്ള ഒരു വടിയും ഉണ്ടായിരിക്കും എന്നു പറഞ്ഞാൽ മതിയാവുന്നതാണ്. മുമ്പ് ഉദ്യോഗം ചെയ്തിരുന്നുവെങ്കിലും ഇംക്ലീഷു പരിജ്ഞാനം ലേശമില്ലാ. ഉള്ളിൽ ശുദ്ധതയും ദയയും ഉണ്ടെങ്കിലും ജനനാൽത്തന്നെ അതികോപിഷ്ഠനാണ്. എന്നാൽ ഈ കാലം വയസ്സായതിനാലും രോഗം നിമിത്തവും എല്ലായ്പോഴും ക്രോധരസം തന്നെയാണ് സ്ഥായി ആയ രസം. ഇന്ദുലേഖയോടു മാത്രം താൻ കോപിക്കാറില്ല. ഇതു പക്ഷേ, അവളുടെ ഗുണശക്തിയാലോ തന്റെ മൂത്ത മകൻ മരിച്ചുപോയ കൊച്ചുകൃഷ്ണമേനോൻ പേഷ്കാരിൽ ഉള്ള അതിവാത്സല്യത്താലോ ആയിരിക്കാം. താൻ കോപിഷ്ഠനാണെന്നുള്ള അറിവു തനിക്കുതന്നെ നല്ലവണ്ണം ഉണ്ടാകയാൽ വല്ലപ്പോഴും കോപം വന്നുപോയാലോ എന്നു ശങ്കിച്ച് ഇന്ദുലേഖയുടെ മാളികയിലേക്കു താൻ അധികം പോവാറേ ഇല്ല. എന്നാൽ ഇദ്ദേഹം രണ്ടുമൂന്നു പ്രാവശ്യം ഇന്ദുലേഖയെപ്പറ്റി അന്വേഷിക്കാതെ ഒരു ദിവസവും കഴിയാറില്ല. ഇന്ദുലേഖ ഒഴികെ പൂവരങ്ങിലും പൂവള്ളിയിലും ഉള്ള യാതൊരു മനുഷ്യനും ഇദ്ദേഹത്തിന്റെ ശകാരം കേൾക്കാതെ ഒരു ദിവസമെങ്കിലും കഴിച്ചുകൂട്ടീട്ടുണ്ടോ എന്നു സംശയമാണ്. മാധവനുമായി ശണ്ഠ ഉണ്ടായതു തറവാട്ടു വീട്ടിൽവെച്ചു

രാവിലെ ആറുമണിക്കാണ്. അതു കഴിഞ്ഞ ഉടനെ അവിടെനിന്ന് ഇറങ്ങി വലിയ കോപത്തോടെ താൻ പാർക്കുന്ന പൂവരങ്ങിൽ വന്നു. പൂമുഖത്തു കയറിയപ്പോൾ മകൾ ലക്ഷ്മിക്കുട്ടിഅമ്മയെയാണ് ഒന്നാമതു കണ്ടത്.

പഞ്ചുമേനോൻ: ആ കുരുത്തംകെട്ട ചണ്ഡാളൻ-ആ മഹാപാപി-എന്നെ അവമാനിച്ചതു നീ അറിഞ്ഞില്ലേ?

ലക്ഷ്മിക്കുട്ടിഅമ്മ: ആർ?

പഞ്ചുമേനോൻ: മാധവൻ

ലക്ഷ്മിക്കുട്ടിഅമ്മ: എന്താണ്, മാധവനോ?

പഞ്ചുമേനോൻ: അതെ, മാധവൻതന്നെ.

പിന്നെ മാധവൻ പറഞ്ഞ വാക്കുകളെല്ലാം കുറെ അധികരിപ്പിച്ചു ലക്ഷ്മിക്കുട്ടിഅമ്മയെ പറഞ്ഞു ധരിപ്പിച്ചു. അപ്പോഴേക്കും കേശവൻ നമ്പൂതിരിയും അകത്തുനിന്നു പുറത്തേക്കു വന്ന് ഇതെല്ലാം കേട്ടു.

പഞ്ചുമേനോൻ: (കേശവൻനമ്പൂതിരിയോട്) ഈ പാപിക്ക് ഇന്ദുലേഖയെ ഞാൻ എനി കൊടുക്കയില്ല. എന്താണു ലക്ഷ്മിക്കുട്ടി ഒന്നും പറയാത്തത്?

ലക്ഷ്മിക്കുട്ടിഅമ്മ: ഞാൻ എന്താണു പറയേണ്ടത്!

പഞ്ചുമേനോൻ: മാധവനോടുള്ള രസം വിടുന്നില്ല, അവന്റെ സൗന്ദര്യം കണ്ടിട്ട്, അല്ലേ? എന്താണു നീ മിണ്ടാതെ നില്ക്കുന്നത്? അസത്തുക്കൾ-അസത്തുക്കൾ-സകലം അസത്തുക്കാണ്. കഴുത്തു വെട്ടണം.

ലക്ഷ്മിക്കുട്ടിഅമ്മ: മാധവനോട് എനിക്ക് എന്താണു രസം? എനിക്ക് ഇതിലൊന്നും പറവാനില്ല.

പഞ്ചുമേനോൻ: എന്നാൽ ഞാൻ പറയാം. എന്റെ ശ്രീപോർക്കലി ഭഗവതിയാണെ ഞാൻ ഇന്ദുലേഖയെ മാധവനു കൊടുക്കയില്ല.

ഈ ശപഥം കഴിഞ്ഞ നിമിഷം തന്നെ ഈ വൃദ്ധനു വ്യസനവും തുടങ്ങി. ഇന്ദുലേഖയുടെ ധൈര്യവും മിടുക്കും ഉറപ്പും പഞ്ചുമേനോനു നല്ല നിശ്ചയമുണ്ട്. മാധവനും ഇന്ദുലേഖയുമായുള്ള സ്നേഹത്തെക്കുറിച്ചും ഇയ്യാൾക്കു നല്ല അറിവുണ്ട്. 'ഇങ്ങിനെയിരിക്കുമ്പോൾ ഈ ശപഥം എത്രണ്ടു സാരമാകും? സാരമായില്ലെങ്കിൽ തനിക്ക് എത്ര കുറവാണ്.' എന്നു മറ്റും വിചാരിച്ചുംകൊണ്ടു പഞ്ചുമേനോൻ പൂമുഖത്തു പടിയിൽതന്നെ ഒരു രണ്ടു നാഴികനേരം ഇരുന്നുപോയി. പിന്നെ ഒരു വിദ്യ തോന്നി. കേശവൻനമ്പൂതിരിയെ വിളിക്കാൻ പറഞ്ഞു. നമ്പൂതിരി വന്നു. പടിയിൽ ഇരുന്ന ഉടനെ പഞ്ചുമേനോൻ നമ്പൂതിരിക്ക് അടുത്തിരുന്നു സ്വകാര്യമായി പറയുന്നു.

പഞ്ചുമേനോൻ: ഇന്നാൾ തിരുമനസ്സിന്നു മൂർക്കില്ലാത്ത നമ്പൂതിരിപ്പാട്ടിലെ കഥ പറയുകയുണ്ടായി. അദ്ദേഹത്തിന് ഇന്ദുലേഖയെക്കുറിച്ചു കേട്ടറിവുണ്ടെന്നും സംബന്ധമായാൽ കൊള്ളാമെന്നു മറ്റും പറഞ്ഞു എന്നു പറഞ്ഞില്ലേ? അദ്ദേഹം ആൾ കണ്ടാൽ നല്ല സുന്ദരനോ?

കേശവൻനമ്പൂതിരി: അതിസുന്ദരനാണ്, പത്തരമാറ്റുള്ള തങ്കത്തിന്റെ നിറമാണ്. ഇന്ദുലേഖയുടെ നിറത്തേക്കാൾ ഒരു മാറ്റു കൂടും. ഇങ്ങിനെ

ഒരു പുരുഷനെ ഞാൻ കണ്ടിട്ടില്ല. പിന്നെ ധനപുഷ്ടിയോ പറയേണ്ടതില്ലല്ലോ.

പഞ്ചുമേനോൻ: അദ്ദേഹത്തെ കണ്ടു പരിചയമായാൽ ഇന്ദുലേഖയ്ക്കു ബോദ്ധ്യമാവുമോ?

കേശവൻനമ്പൂതിരി: (പൂണൂൽ കൈകൊണ്ടു പിടിച്ചിട്ട്) ഞാൻ സത്യം ചെയ്യാം-കാണുന്ന നിമിഷത്തിൽ ബോദ്ധ്യമാവും. ശിവ! ശിവ! എന്തൊരു കഥയാണ്! അദ്ദേഹത്തിനെ കണ്ടാൽ അല്ലേ ആ അവസ്ഥ അറിയാൻ പാടുള്ളു.

പഞ്ചുമേനോൻ: അദ്ദേഹത്തിനെ ഒന്നു വരുത്താൻ കഴിയുമോ?

കേശവൻനമ്പൂതിരി: വരുത്താം.

പഞ്ചുമേനോൻ: അദ്ദേഹം വന്നാൽ ഇന്ദുലേഖയ്ക്കു മാധവനിലുള്ള ഭ്രമം വിട്ടുപോകുമോ?

കേശവൻനമ്പൂതിരി: (പിന്നെയും പൂണൂൽ പിടിച്ചിട്ട്) ഈ ബ്രാഹ്മണനാണെ വിട്ടുപോവും. എനിക്കു സംശയം ലേശമില്ല.

പഞ്ചുമേനോൻ സന്തോഷിച്ചു ചിറിച്ചു.

പഞ്ചുമേനോൻ: എന്നാൽ ഒരു എഴുത്തയയ്ക്കുക. അദ്ദേഹം വരട്ടെ. വിഡ്ഢിത്തം ഒന്നും എഴുതരുതെ. ഇന്ദുലേഖയെ നല്ല നിശ്ചയമുണ്ടല്ലൊ. നുമ്മൾ പിന്നെ വഷളാവരുതെ. ഇവിടെ വന്നു രണ്ടുനാലുദിവസം താമസിക്കാൻതക്കവണ്ണംമാത്രം എഴുതിയാൽ മതി.

കേശവൻനമ്പൂതിരി: ഇതു തോന്നിയതു ഭഗവൽകൃപ!-ഭഗവൽകൃപ! ഇന്ദുലേഖയുടെ അസാദ്ധ്യഭാഗ്യം! അവളുടെ തറവാട്ടിന്റെ സുകൃതം. ഇവിടുത്തെ ഭാഗ്യം. എന്റെ ഒരു നല്ലകാലം. ഇപ്പോൾതന്നെ എഴുതിക്കളയാം.

പഞ്ചുമേനോൻ: എഴുത്തിൽ വാചകം സൂക്ഷിക്കണേ. ഇന്ദുലേഖ ഇങ്കിരിയസ്സും മറ്റും പഠിച്ച അതിശാഠ്യക്കാരത്തിയാണെ. അവളോടു നോം ആരും പറഞ്ഞാൽ ഫലിക്കില്ല. നമ്പൂതിരിപ്പാട്ടിലെ സൗന്ദര്യംകൊണ്ടും സാമർത്ഥ്യംകൊണ്ടും പാട്ടിൽ വരുത്തണം-അതാണു വേണ്ടത്.

കേശവൻനമ്പൂതിരി: നമ്പൂരി ഇവിടെ വന്നിട്ടു രണ്ടുനാഴിക ഇന്ദുലേഖയുമായി സംസാരിച്ചാൽ ഇന്ദുലേഖാ നമ്പൂരിയുടെ ഭാര്യയായിട്ടില്ലെങ്കിൽ അന്നു സൂര്യോദയം തെക്കുനിന്നു വടക്കോട്ടാണ്.

പഞ്ചുമേനോൻ: ഇത്ര ഉറപ്പുണ്ടോ? ഇത്ര യോഗ്യനോ നമ്പൂതിരിപ്പാട്?

കേശവൻനമ്പൂതിരി: ഹേ-അതൊന്നും എനിക്കു സംശയമില്ലാത്ത കാര്യമാണ്. ഞാൻ വേഗം എഴുതിക്കളയാം.

പഞ്ചുമേനോൻ: എന്നാൽ അങ്ങിനെതന്നെ.

4

ഒരു വിയോഗം

മാധവൻ: അമ്മേ, എല്ലാം ശട്ടമാക്കിച്ചോളണേ. നാളേ പുലർച്ച എനിക്കു മദിരാശിക്കു പുറപ്പെടണം. അച്ഛൻ അകത്തുണ്ടോ?

പാർവ്വതിഅമ്മ: പോവാൻ ഉറച്ചുവോ?

മാധവൻ: എന്താണു സംശയം? ഞാൻ പോണു.

പാർവ്വതിഅമ്മ: നിന്റെ അച്ഛൻ രാവിലെ പോകുമ്പോൾ നിന്നോട് അങ്ങോട്ടു ചെല്ലാൻ പറഞ്ഞിരിക്കുന്നു.

ഉടനെ മാധവൻ തന്റെ അച്ഛൻ ഗോവിന്ദപ്പണിക്കരുടെ ഭവനത്തിലേക്കു പോയി.

ഗോവിന്ദപ്പണിക്കർ നല്ല ദ്രവ്യസ്ഥനും ബുദ്ധിമാനും മര്യാദക്കാരനും ദയാലുവും ആയ ഒരു മനുഷ്യനാണ്. സ്വന്തകുടുംബം ഒന്നും ഇല്ലാത്തതിനാൽ ചിലവ് ഒന്നുമില്ലാതെ പണം വളരെ കെട്ടിവച്ചിട്ടുള്ളാളാണ്.

ഗോവിന്ദപ്പണിക്കർ: കുട്ടൻ കുളി കഴിഞ്ഞുവോ?

മാധവൻ: കഴിഞ്ഞു.

ഗോവിന്ദപ്പണിക്കർ: നാളത്തന്നെ മദിരാശിക്കു പോണുവോ?

മാധവൻ: പോണം എന്നുവിചാരിക്കുന്നു. അച്ഛനു സമ്മതമാണെങ്കിൽ.

ഗോവിന്ദപ്പണിക്കർ: പോണമെന്നുണ്ടെങ്കിൽ പോയിക്കോളു. വഴിച്ചിലവിന്നും മറ്റും പണം കാരണവരോടു ചോദിക്കണ്ട. ഞാൻ തരും. നിണക്കു ഞാൻ ഒരുജോടു കടുക്കൻ വരുത്തിവെച്ചിട്ടുണ്ട്. ഇതാ നോക്കൂ.

എന്നുപറഞ്ഞ് ഏകദേശം അഞ്ഞൂറ് ഉറുപ്പിക വിലയുള്ള ഒന്നാന്തരം ഒരു ജോടി ചുകപ്പുകടുക്കൻ മാധവന്റെ കൈയിൽ കൊടുത്തു.

ഗോവിന്ദപ്പണിക്കർ: ബി.എൽ. ജയിച്ചാൽ നിണക്ക് ഒരു സമ്മാനം തരേണമെന്നു ഞാൻ വിചാരിച്ചിരുന്നു-അതാണ് ഇത്.

മാധവൻ: ഇതു വളരെ നല്ല കടുക്കൻ. ഞാൻ ഉണ്ണാൻ ഇങ്ങട്ടുവരും അച്ഛാ. എനിക്കു മദിരാശിക്ക് ഒരു എഴുത്ത് എഴുതാൻ ഉണ്ട്. തപാൽ പോവാറായി. ഞാൻ ക്ഷണം വരാം.

എന്നു പറഞ്ഞു മാധവൻ അവിടെനിന്നു വീട്ടിലേക്കു മടങ്ങി. വീട്ടിൽ എത്താറായപ്പോൾ വീട്ടിൽനിന്ന് ഇന്ദുലേഖയുടെ ദാസി അമ്മു മടങ്ങി മാധവന് അഭിമുഖമായി വരുന്നതുകണ്ടു.

മാധവൻ: എന്താണു വിശേഷിച്ചോ?

അമ്മു: അമ്മ കുളപ്പുരയിൽ കുളിക്കാൻ വന്നിട്ടുണ്ട്. അവസരമുണ്ടെങ്കിൽ അത്രത്തോളം ഒന്നു ചെല്ലാൻ പറഞ്ഞു.

മാധവൻ: ഓ-ഹോ. അങ്ങിനെതന്നെ. കുളപ്പുരയിൽ പിന്നെ ആരുണ്ട്?

അമ്മു: ആരും ഇല്ല.

മാധവൻ: നീ മുമ്പേ നടന്നോ.

മാധവൻ കുളപ്പുരയിൽ കടന്നപ്പോൾ ഇന്ദുലേഖ എണ്ണ തേയ്ക്കാൻ ഭാവിച്ച് തോടകൾ അഴിക്കുന്നു. മാധവൻ അകത്തു കടന്ന ഉടനെ തോട കാതിലേക്കുതന്നെ ഇട്ടു മന്ദഹാസത്തോടുകൂടി മാധവന്റെ മുഖത്തേക്കു നോക്കി നിന്നു. മാധവൻ സംശയം കൂടാതെ രണ്ടു കൈകൊണ്ടും ഇന്ദുലേഖയെ അടക്കിപ്പിടിച്ച് മാറിലേക്ക് അടുപ്പിച്ച് ഒരു ഗാഢാലിംഗനവും അതിനുത്തരമായി ഇന്ദുലേഖ അതിമധുരമാംവണ്ണം മാധവന്റെ അധരങ്ങളിൽ ഒരു ചുംബനവും ചെയ്തു. ചുംബനം ചെയ്തു കഴിഞ്ഞയുടെനെ "വിടു"- "വിടു" എന്ന് ഇന്ദുലേഖ പറഞ്ഞുതുടങ്ങി.

മാധവൻ: ഞാൻ നാളെ മദിരാശിക്കു പോകുന്നു.

ഇന്ദുലേഖ: ഞാൻ കേട്ടു. പതിനഞ്ചു ദിവസം ഉണ്ടല്ലോ എനിയും ഹയിക്കോർട്ടു തുറക്കാൻ. പിന്നെ എന്തിനാണു നാളെ പോവുന്നത്? വലിയച്ഛൻ കോപിച്ചതുകൊണ്ട് ബദ്ധപ്പെട്ടു മദിരാശിക്കു പോകുന്നത് എന്തിനാണ്?

മാധവൻ: ഇന്നലെ ഒരു ശപഥം ഉണ്ടായോ ഇവിടെവെച്ച്?

ഇന്ദുലേഖ: ഉണ്ടായി-പക്ഷേ, എന്നോടു വിവരങ്ങളെക്കുറിച്ചു ചോദിക്കാതെ ചെയ്തതാണെ.

മാധവൻ: മാധവിയോട് എന്തിനാണു ചോദിക്കുന്നത്? വലിയച്ഛന്റെ ഇഷ്ടപ്രകാരം മാധവി നടക്കണ്ടേ?

ഇന്ദുലേഖ: ഇഷ്ടപ്രകാരം ഞാൻ നടക്കേണ്ടതാണ്-നടക്കുകയും ചെയ്യും. എന്നാൽ ചില കാര്യങ്ങളിൽ സ്വേച്ഛപ്രകാരമേ എനിക്കു നടക്കാൻ നിവൃത്തിയുള്ളു. നിർഭാഗ്യവശാൽ അതിലൊന്നാണ് ഈ ശപഥക്കാര്യം.

മാധവൻ: ഓമനേ, വലിയച്ഛൻ പുറത്താട്ടിക്കളയും ഇങ്ങിനെ പറഞ്ഞാൽ.

ഇന്ദുലേഖ: ഇന്നലെ എന്റെ ഭർത്താവിനെ ആട്ടിക്കളഞ്ഞില്ലേ? നാളെ എന്നെയും ആട്ടിക്കളയട്ടെ.

മാധവൻ: ഭർത്താവിന്ന് മാധവിയെ സ്വയമായി സംരക്ഷിക്കാൻ ശക്തിയില്ലാതിരിക്കുമ്പോൾ-

ഇന്ദുലേഖാ: വീട്ടിൽനിന്ന് ആട്ടിക്കളഞ്ഞവർക്കു സാധാരണ ലോകത്തിൽ ദൈവീകമായി ഉണ്ടാവുന്ന സംരക്ഷ എനിക്കും മതിയാവുന്നതാണ്. നോം എനി എന്തിനു താമസിക്കുന്നു? മര്യാദയായി എല്ലാവരേയും അറിയിച്ചു നമുക്ക് ഈ കാര്യം നടക്കുന്നതല്ലെ എനി ഉത്തമം.

മാധവൻ: നോം നമ്മുടെ മനസ്സുകൊണ്ട് അതു കഴിച്ചുവെച്ചിട്ടുണ്ടല്ലോ. അമ്മാമനും അങ്ങനെതന്നെ ആയിരുന്നുവല്ലോ പക്ഷം. ഇതിനിടയിൽ ഈ കലശൽ ഉണ്ടാവുന്നത് ആർ ഓർത്തു? ഇപ്പോഴല്ലേ കുറെ വിഷമമായത്.

ഇന്ദുലേഖ: എന്തു വിഷമമാണ്-യാതൊന്നുമില്ല. എനി ഇതിൽ ഒരു വിഷമവും ഉണ്ടാവാൻ പാടില്ല. എന്നെ നാളെ മദിരാശിക്ക് ഒന്നിച്ച് കൊണ്ടു പോവാൻ ഒരുക്കമാണെങ്കിൽ വരാൻ ഞാൻ തെയ്യാറാണ്.

മാധവൻ: അതൊക്കെ അബദ്ധമായി വരും. മാധവിയെ പിരിഞ്ഞു കാൽക്ഷണം ഇരിക്കുന്നതിൽ എനിക്കുള്ള മനോവേദന ദൈവംമാത്രം അറിയും. എന്നാലും എന്റെ ഓമനയെപ്പറ്റി ജനങ്ങൾക്കു ചീത്ത അഭിപ്രായം ഉണ്ടാവുന്നത് എനിക്ക് അതിലും വേദനയാണ്. അതുകൊണ്ട് കുറെ ക്ഷമിക്കൂ. എനിക്ക് അഞ്ചാറുദിവസം മുമ്പ് ഗിൽഹാം സായ്‌വിന്റെ ഒരു കത്ത് ഉണ്ടായിരുന്നു. അതിൽ സെക്രട്ടേറ്റിൽ ഒരു അസിഷ്ടാണ്ടു പണി ഒഴിവാകുമെന്നും അതിന്നു മനസ്സുണ്ടോ എന്നും ചോദിച്ചിരുന്നു. ഉണ്ടെന്നു മറുപടി പറഞ്ഞിട്ടുണ്ട്. എത്ര താമസം വേണ്ടിവരുമെന്ന് അറിയുന്നില്ല. അതു കിട്ടിയാൽ തൽക്ഷണം ഞാൻ ഇവിടെ എത്തും. പിന്നെ മാധവി എന്റെ കൂടെ മദിരാശിയിൽ. നോം രണ്ടുപേരും പണക്കാരാണെങ്കിലും എന്റെ അച്ഛൻ എനിക്കു വേണ്ടപണം എല്ലാം തരുമെങ്കിലും സ്വയമായി ഒരു ഉദ്യോഗമില്ലാതെ എന്റെ ഓമനയെ മദിരാശിക്കു കൂട്ടിക്കൊണ്ടുപോവുന്നത് നമ്മൾ രണ്ടുപേർക്കും പോരാത്തതാണ്.

ഇന്ദുലേഖ: എന്താണു കൈയിൽ ഒരു കടലാസുചുരുൾ?

മാധവൻ: അത് അച്ഛൻ എനിക്ക് ഇപ്പോൾ തന്ന ഒരു സമ്മാനമാണ് -നല്ല ചുകപ്പുകടുക്കൻ. ഇതാ നോക്കു.

ഇന്ദുലേഖ വാങ്ങി നോക്കി.

ഇന്ദുലേഖ: ഒന്നാന്തരം; അവിടെ ഇരിക്കൂ-ഇതു ഞാൻ തന്നെ മാധവന്റെ കാതിൽ ഇടട്ടെ.

മാധവൻ ഇരുന്നു. ഇന്ദുലേഖ മാധവന്റെ കാതിൽ കടുക്കൻ ഇട്ടു. മാധവൻ എഴുനീല്ക്കാൻ ഭാവിച്ചപ്പോൾ,

ഇന്ദുലേഖ: ഇരിക്കൂ. ഇനി ഞാൻ തന്നെ ഈ കുടുമകൂടി ഒന്നു കെട്ടട്ടെ. അതു കെട്ടി ഒരു ഭാഗത്തു വെച്ചാലെ ആ കടുക്കനും മുഖവും തമ്മിലുള്ള യോജ്യത അറിവാൻ പാടുള്ളു.

കുടുമ കെട്ടി ഇന്ദുലേഖ മാധവന്റെ മുഖത്തേക്കു നോക്കി. വിശേഷമായ ചേർച്ച കടുക്കനും മുഖവുമായുണ്ടെന്ന്, മാധവന്റെ കപോലങ്ങ

ളിൽ ഇന്ദുലേഖ ഒരു നിമിഷനേരം ഇടയിടെ ഒരു ദീർഘനിശ്വാസത്തോടുകൂടി തെരുതെരെ ചെയ്ത ചുംബനങ്ങളാൽ മാധവനു പൂർണ്ണബോദ്ധ്യമായി.

ഇവർ രണ്ടുപേരും ഇങ്ങിനെ സംസാരിച്ചും രസിച്ചുംകൊണ്ടിരിക്കുമ്പോൾ ലക്ഷ്മിക്കുട്ടിഅമ്മ കുളപ്പുരയുടെ വാതുക്കൽ വന്ന്, "ആരാണ് അവിടെ സംസാരിക്കുന്നത്?" എന്നു ചോദിച്ചുംകൊണ്ട് അകത്തേക്കു കടന്നു.

ലക്ഷ്മിക്കുട്ടിഅമ്മ: നിങ്ങൾക്കു ലജ്ജ കേവലം വിട്ടുതുടങ്ങി. ഭ്രാന്തുള്ളതുപോലെ തോന്നുന്നു. കുട്ടനെ അന്വേഷിച്ചു ഗോവിന്ദപ്പണിക്കർ ആളെ അയച്ചിരിക്കുന്നു. ഉണ്ണാൻ അവിടെ ചെല്ലാമെന്നു പറഞ്ഞിരുന്നുവോ? പിന്നെ കുളപ്പുരയിൽ വന്നു കളിച്ചിരുന്നാലോ? ഇന്ദുലേഖയ്ക്ക് ഇന്നു വിശപ്പ് ഇല്ലേ? ഭ്രാന്തുപിടിച്ച കുട്ടികൾ. കുട്ടൻ നാളെ പോണു എന്നു പറഞ്ഞുകേട്ടു.

മാധവൻ: നേരം എത്രയായി?

ലക്ഷ്മിക്കുട്ടിഅമ്മ: പത്തരമണി.

മാധവൻ: ശിവ!-ശിവ! എനിക്ക് ഒരു എഴുത്തയപ്പാൻ ഉണ്ടായിരുന്നു. അത് ഇന്നു മുടങ്ങി. അച്ഛൻ ദേഷ്യപ്പെടും. ഞാൻ നിങ്ങളെ കണ്ടിട്ടേ പുറപ്പെടുകയുള്ളു.

എന്നു ലക്ഷ്മിക്കുട്ടിഅമ്മയോടു പറഞ്ഞു നേരെ അച്ഛന്റെ വീട്ടിലേക്കു ചെന്നു.

അവിടെ എത്തിയപ്പോൾ അച്ഛൻ ഉണ്ണാൻ എലവെച്ച് ഇരിക്കുന്നു. മാധവനും എലവെച്ചിരിക്കുന്നു.

ഗോവിന്ദപ്പണിക്കർ: കുട്ടൻ എവിടെയായിരുന്നു ഇത്ര നേരം?

മാധവൻ: ഞാൻ ഒരാളുമായി സംസാരിച്ചുനിന്നു കുറെ വൈകിപ്പോയി. അച്ഛന് ഉണ്ണാമായിരുന്നുവല്ലോ കഷ്ടം! നേരത്തെ ഉണ്ണാറുള്ളത് ഇന്നു ഞാൻ നിമിത്തം മുടങ്ങി എന്നു തോന്നുന്നു.

ഗോവിന്ദപ്പണിക്കർ: നിയ്യും ഇന്ദുലേഖയും നിമിത്തം മുടങ്ങി എന്നു പറയൂ. നിന്നെമാത്രം ഞാൻ കുറ്റക്കാരനാക്കി ശിക്ഷിക്കയില്ല. അല്ല-കടുക്കൻ ഇട്ടുകഴിഞ്ഞുവോ? ഇതും ഇന്ദുലേഖയുടെ ജാഗ്രതതന്നെ, അല്ലേ?

മാധവൻ മുഖം ലജ്ജയോടെ താഴ്ത്തിക്കൊണ്ട് ഊണുതുടങ്ങി. ഊണുകഴിഞ്ഞ ഉടനെ ഗോവിന്ദപ്പണിക്കർ മകനെ അകത്തു വിളിച്ചു തന്റെ മടിയിൽ ഇരുത്തി മൂർദ്ധാവിൽ ചുംബിച്ചു പറയുന്നു.

ഗോവിന്ദപ്പണിക്കർ: ഇന്ദുലേഖയെ വിചാരിച്ചു വ്യസനമുണ്ടോ? ഉണ്ടെങ്കിൽ അത് അനാവശ്യമാണ്. ആ പെണ്ണിനെ ഞാൻ നല്ലവണ്ണം അറിയും. അവളെപ്പോലെ ബുദ്ധിശക്തിയുള്ള ഒരു കുട്ടിയെ ഞാൻ ഇതുവരെ കണ്ടിട്ടില്ല. അവളുടെ സൗന്ദര്യം കണ്ടു ഞാൻ അത്ഭുതപ്പെടുന്നതിനേക്കാൾ ബുദ്ധിവൈദഗ്ദ്ധ്യത്തേയും സ്ഥൈര്യത്തേയും കണ്ടു ഞാൻ അത്ഭുതപ്പെടുന്നു; നിന്നെ വിട്ട് ഈ ജന്മം അവൾ ആരെയും സ്വീകരിക്കുമെന്നുള്ള ഒരു ശങ്ക നിണക്കുവേണ്ട. പഞ്ചുമേനവൻ അല്ല ബ്രഹ്മദേ

വൻതന്നെ വേറെ പ്രകാരത്തിൽ ഉത്സാഹിപ്പിച്ചാലും ഇനി അതിന് ഒരിളക്കവും ഉണ്ടാകുന്നതല്ല.

മാധവൻ ഒന്നും മിണ്ടാതെ അച്ഛന്റെ കൈയും തലോടിക്കൊണ്ടു മടിയിൽ ഇരുന്നു.

ഗോവിന്ദപ്പണിക്കർ: ശിന്നനെ നീ ഇപ്പോൾ കൂട്ടിക്കൊണ്ടു പോകുന്നുവോ?

മാധവൻ: കൂട്ടിക്കൊണ്ടുപോവേണമെന്നാണ് എന്റെ ആഗ്രഹം. എന്നാൽ അച്ഛന്റെ ഇഷ്ടം അറിഞ്ഞു ചെയ്യാമെന്നു വിചാരിക്കുന്നു.

ഗോവിന്ദപ്പണിക്കർ: നിന്റെ ഇഷ്ടപോലെ ചെയ്യാം. കൊണ്ടുപോകുന്നു എങ്കിൽ അവനു വേണ്ട സകല ചിലവുകളും ഞാൻ തരാം.

മാധവൻ: എന്തിന് അച്ഛൻ തരുന്നു? അമ്മാമൻ നിശ്ചയമായും തരേണ്ടതല്ലേ?

ഗോവിന്ദപ്പണിക്കർ: തന്നില്ലെങ്കിലോ?-തരികയില്ലെന്നുതന്നെ ഞാൻ വിചാരിക്കുന്നു.

മാധവൻ: തന്നില്ലെങ്കിൽ-

ഗോവിന്ദപ്പണിക്കർ: ശണ്ഠ വേണ്ട. പഞ്ചുമേനോൻ പ്രകൃത്യാ കോപിയും ബുദ്ധി കുറയുന്ന ഒരു മനുഷ്യനും ആകുന്നു. ശണ്ഠയായാൽ ജനങ്ങൾ അതിന്റെ കാരണം നോക്കീട്ടല്ല ശണ്ഠക്കാരെ പരിഹസിക്കുന്നത്. ശണ്ഠ ഉണ്ടെന്നുവന്നാൽ ഇരുഭാഗക്കാരെയും ഒരുപോലെ പരിഹസിക്കും. ലോകാപവാദത്തെ ഭയപ്പെടണം.

മാധവൻ: അച്ഛന് അനാവശ്യമായി എനിക്കുവേണ്ടി ഈ ചിലവു കൂടി വരുത്തുന്നതിൽ ഞാൻ വ്യസനിക്കുന്നു.

ഗോവിന്ദപ്പണിക്കർ: എനിക്ക് ഇത് എന്തു ചിലവാണു കുട്ടാ? നിന്റെ തറവാട്ടിലെപ്പോലെ എനിക്കു മുതൽ ഇല്ലെങ്കിലും ചിലവും അത്ര ഇല്ലാത്തതിനാൽ മിച്ചം എനിക്കും അത്രതന്നെ ഉണ്ടാവും. അതെല്ലാം ഞാൻ നിന്റെ ഒരു ദേഹത്തിന്റെ ഗുണത്തിലേക്കും ഇഷ്ടസിദ്ധിയിലേക്കും ചിലവിടാൻ ഒരുക്കമാണ്. ശിന്നനെ കൂട്ടിക്കൊണ്ടുപൊയ്ക്കോ. എന്നാൽ കാരണവരോടു മുമ്പു ചോദിക്കണം. ഇതു ചോദിപ്പാൻ നീ പോവേണ്ട. ആ കുട്ടിയുടെ അച്ഛൻ ശീനുപട്ടരെ അയച്ചു ചോദിപ്പിച്ചോ. യാത്ര നിയ്യും പറയണം. ശണ്ഠകൂട്ടിയാൽ മിണ്ടാതെ പോരെ.

മാധവൻ: അങ്ങിനെതന്നെ അച്ഛാ; ഞാൻ വൈകുന്നേരവും ഉണ്ണാൻ ഇങ്ങട്ടു വരും. അച്ഛന്റെ സമയപ്രകാരം ഊണു കഴിക്കണേ. എനിക്കു വേണ്ടി താമസിക്കരുത്.

ഇങ്ങിനെ ഇവർ സംസാരിച്ചുകൊണ്ടിരിക്കുമ്പോൾ ശീനുപട്ടർ ഗോവിന്ദപ്പണിക്കരെ കാണ്മാൻവേണ്ടി അവിടെ ചെന്നു പുറത്തളത്തിൽ നിന്ന് ഒന്നു ചുമച്ചു.

ഗോവിന്ദപ്പണിക്കർ: ആരാണു പുറത്ത്?

ശീനുപട്ടർ: ഞാൻതന്നെ-ശീനുപട്ടർ.

ഗോവിന്ദപ്പണിക്കർ: അകത്തു വരാം. ഇയാളോടു ഞാൻ തന്നെ വിവരം പറഞ്ഞുകളയാം മാധവാ.

ശീനുപട്ടർ അകത്തുകടന്ന ഉടനെ,

ഗോവിന്ദപ്പണിക്കർ: ഇരിക്കിൻ സ്വാമീ!

ശീനുപട്ടർ: ആരാണത്-മാധവനോ? എന്തൊക്കെയാണു ഘോഷം കേട്ടത്? കാരണവർ കോപിച്ചിരിക്കുന്നു. എന്നോടും കോപമുണ്ടോ എന്നു സംശയം. കുറെമുമ്പു ഞാൻ അമ്പലത്തിൽ നിന്നു വരുമ്പോൾ അദ്ദേഹത്തെ വഴിയിൽ കണ്ടു. എന്നോട് ഒന്നും മിണ്ടാതെ തല താഴ്ത്തിയിട്ടു കടന്നുപോയി. ഇങ്ങിനെ അധികം കണ്ടിട്ടില്ലാ. ഒന്നുരണ്ടു പ്രാവശ്യം മുമ്പ് ഉണ്ടായിട്ടുണ്ട്. അതിനു നല്ല കാരണങ്ങളും ഉണ്ടായിരുന്നു. ഇതിനു കാരണം ഞാൻ ഒന്നും ഓർത്തിട്ടു കാണുന്നില്ല.

മാധവൻ: നിങ്ങൾ ശിന്നന്റെ അച്ഛനല്ലേ-അത് ഒരു നല്ല കാരണമല്ലേ?

ഗോവിന്ദപ്പണിക്കരും ശീനുപട്ടരും ചിറിച്ചു.

ഗോവിന്ദപ്പണിക്കർ: സ്വാമി, നിങ്ങൾ ഇപ്പോൾതന്നെ പഞ്ചുമേനോന്റെ അടുക്കെ പോണം. പോയിട്ട്, ശിന്നനെ കുട്ടൻ മദിരാശിക്കു കൊണ്ടുപോകുന്നു എന്നും അതിന് അദ്ദേഹത്തിന്റെ അനുവാദം മാത്രം വേണമെന്നും പറയണം. കുട്ടിയുടെ പഠിപ്പിന്റെ ചിലവു ഞാൻ കൊടുപ്പാൻ നിശ്ചയിച്ചിരിക്കുന്നു. അതു നിങ്ങൾ അദ്ദേഹത്തോടു പറയണ്ട.

ശീനുപട്ടർ: ഓ-ഹോ. ഇപ്പോൾതന്നെ പോയി പറയാം. ശിന്നന്റെ ചിലവു ഞാൻ കൊടുക്കാൻ പോവുന്നു എന്നു പറഞ്ഞുകളയാം. എനിക്കും ഒരു മാനമിരിക്കട്ടെ. എന്റെ നേരെ ചാടുമായിരിക്കും. ചീത്ത പറഞ്ഞാൽ ഞാനും പറയും.

ഗോവിന്ദപ്പണിക്കർ: കലശൽ കൂട്ടരുത്. ചിലവിന്റെ കാര്യംകൊണ്ട് അങ്ങേക്ക് ഇഷ്ടപ്രകാരം പറഞ്ഞോളൂ. പക്ഷേ, കളവു പറവാൻ ഞാൻ ഉപദേശിക്കയില്ല.

ശീനുപട്ടർ: ഒരു കളവുമല്ല അത്. ഞാൻ അങ്ങിനെതന്നെ പറയും.

മാധവൻ അച്ഛന്റെ മുഖത്തുനോക്കി ചിറിച്ചു-അച്ഛനും, കൂടെ ശീനുപട്ടരും "അങ്ങിനെതന്നെ ഞാൻ പറയും." എന്നു പറഞ്ഞു തലകുലുക്കിക്കൊണ്ടു ചിരിച്ചു.

ശീനുപട്ടർ ഉടനെ അവിടെനിന്നു പുറപ്പെട്ടു. പൂവരങ്ങിൽ ചെന്നു പഞ്ചുമേനോൻ ഇരിക്കുന്ന മാളികയിലേക്കു കയറി പുറത്തളത്തിൽ നിന്നു.

പഞ്ചുമേനോൻ: ആരാണ് അവിടെ?

ശീനുപട്ടർ: ഞാൻതന്നെ-ശീനു.

പഞ്ചുമേനോൻ: നിങ്ങൾ എന്താണ് ഇപ്പോൾ വന്നത്?

ശീനുപട്ടർ: ഒന്നു പറവാനുണ്ടായിരുന്നു.

പഞ്ചുമേനോൻ: എന്താണ്?-പറയൂ.

ശീനുപട്ടർ: എന്റെ മകൻ ശിന്നനെ ഞാൻ ഇങ്കിരീസ്സു പഠിപ്പിക്കാൻ പോകുന്നു.

പഞ്ചുമേനോൻ: നിങ്ങൾക്ക് ഇങ്കിരീസ്സറിയാമോ?

ശീനുപട്ടർ: ഞാൻ ചിലവിട്ടു പഠിപ്പിക്കും.

പഞ്ചുമേനോൻ: പഠിപ്പിച്ചോളൂ.

ശീനുപട്ടർ: മദിരാശിക്ക് അയയ്ക്കാനാണു പോവുന്നത്.

പഞ്ചുമേനോൻ: ഏതു രാശിക്ക് എങ്കിലും അയച്ചോളൂ ഏതു കഴുവിന്മേലെങ്കിലും കൊണ്ടുപോയി കയറ്റിക്കോളൂ.

ശീനുപട്ടർ: കഴുവിന്മേൽ കയറ്റീട്ടല്ല ഇങ്കിരീസ്സു പഠിപ്പിക്കാറ്.

പഞ്ചുമേനോൻ: എന്താണു കോമട്ടിപട്ടരെ, അധികപ്രസംഗീ, പറഞ്ഞത്? ആ കുരുത്തംകെട്ട മാധവൻ പറഞ്ഞിട്ട് ഇവിടെ എന്നെ അപമാനിക്കാൻ വന്നതോ? എറങ്ങു താഴത്ത്-എറങ്ങു,ആരെടാ അവിടെ? ഇയാളെ പിടിച്ചുപുറത്തു തള്ളട്ടെ.

‘‘കോമട്ടിയാണെങ്കിൽ പെങ്ങൾക്ക് എന്നെ സംബന്ധത്തിന്ന് ആക്കുമോ?’’ എന്നു കുറെ പതുക്കെ പറഞ്ഞുംകൊണ്ടു പട്ടർ ഓടി താഴത്ത് എറങ്ങി കടന്നുപോയി.

പിറ്റേദിവസം രാവിലെ നിശ്ചയിച്ചപ്രകാരം മാധവൻ ശിന്നനേയും കൂട്ടി മദിരാശിക്കു പുറപ്പെട്ടുപോവുകയും ചെയ്തു. പഞ്ചുമേനോനു കോപം ക്രമേണ അധികരിച്ചുവരുന്നു എന്നറിഞ്ഞതിനാൽ മാധവൻ യാത്രപറയാൻ അദ്ദേഹത്തിന്റെ അടുക്കെ പോയതേ ഇല്ല.

5
പഞ്ചുമേനോന്റെ കോപം

തന്റെ സമ്മതം കൂടാതെ ശിന്നനെ മദിരാശിക്കു കൊണ്ടുപോയ തുകൊണ്ടും ശീനുപട്ടരുടെ അധികപ്രസംഗമായ വാക്കുകളെക്കൊണ്ടും പഞ്ചുമേനോന്നു ക്രോധം സഹിച്ചുകൂടാതെയായി. താൻ നേരിട്ടുകാണുന്ന സർവ്വജനങ്ങളേയും ഒരുപോലെ ശകാരവും പാടുള്ളേടത്തു പ്രഹരവും തുടങ്ങി. ഒന്നാമത് ചാത്തരമേനോനെ വിളിക്കാൻ പറഞ്ഞു. വളരെ സാധുവും ക്ഷമാഗുണമുള്ളവനും ആയ ചാത്തരമേനോൻ പഞ്ചുമേനോന്റെ മുമ്പിൽ വന്നു പഞ്ചപുച്ഛമടക്കി ഭയപ്പെട്ടുകൊണ്ടുനിന്നു.

പഞ്ചുമേനോൻ: എടാ കുരുത്തംകെട്ട കഴുവേറി, തെമ്മാടി, ശിന്നനെ മദിരാശിക്ക് അയച്ചുവോ? എടാ!

ചാത്തരമേനോൻ: ശിന്നനെ മദിരാശിക്കു മാധവൻ കൂട്ടിക്കൊണ്ടു പോയി.

പഞ്ചുമേനോൻ: നിന്റെ സമ്മതം കൂടാതെയോ?

ചാത്തരമേനോൻ: എന്നോടു പ്രത്യേകം സമ്മതം ഒന്നും ചോദിച്ചിട്ടില്ല.

പഞ്ചുമേനോൻ: നിന്റെ സമ്മതം കൂടാതെയോ കൂട്ടീട്ടോ കൊണ്ടുപോയത്? അതുപറ, തെമ്മാടീ, അതുപറ.

ചാത്തരമേനോൻ: ഞാൻ വിരോധിച്ചിട്ടില്ല.

പഞ്ചുമേനോൻ: എന്തുകൊണ്ടു നീ വിരോധിച്ചിട്ടില്ലാ? എനിക്ക് ഈ കാര്യം സമ്മതമല്ലെന്നു നീ അറിയില്ലേ? പിന്നെ എന്തുകൊണ്ടു വിരോധിച്ചിട്ടില്ലാ?

ചാത്തരമേനോൻ: വലിയമ്മാമനോട് അച്ഛൻ ചോദിച്ചു സമ്മതം വാങ്ങി എന്നു പറഞ്ഞു.

പഞ്ചുമേനോൻ: ഏത് അച്ഛൻ? കോമട്ടിയോ? ആ കുരുത്തംകെട്ട

കോമട്ടിയെ തറവാട്ടിൽ കയറ്റിയമുതൽ ഇവിടെ കുരുത്തക്കേടേ ഉണ്ടാ യിട്ടുള്ളു. ആ കോമട്ടി നിന്നോട് എന്താണു പറഞ്ഞത്?

ചാത്തരമേനോൻ: അച്ഛൻ ചോദിച്ചു സമ്മതം വാങ്ങി എന്ന് എന്നോടു ഗോപാലനാണു പറഞ്ഞത്.

പഞ്ചുമേനോൻ: ഗോപാലനെ വിളിക്ക്.

ഈ ഗോപാലൻ കുറെ ധൃതിക്കാരനും അവിവേകിയും ആയ ഒരു ചെറുപ്പക്കാരനാണ്. കല്പനപ്രകാരം ഗോപാലൻ കാരണവരുടെ മുമ്പിൽ വന്നു നിന്നു.

പഞ്ചുമേനോൻ: നിന്നോടു നിന്റെ അച്ഛൻ കോമട്ടി എന്താണെടാ പറഞ്ഞത്? ശിന്നനെ അയയ്ക്കാൻ ഞാൻ സമ്മതിച്ചു എന്നു പറഞ്ഞുവോ?

ഗോപാലൻ: എന്റെ അച്ഛൻ കോമട്ടിയല്ലാ-പട്ടരാണ്.

പഞ്ചുമേനോൻ: എന്തു പറഞ്ഞു നീ-കുരുത്തംകെട്ട ചെക്കാ!

എന്നു പറഞ്ഞ് പഞ്ചുമേനോൻ എഴുനീറ്റു ഗോപാലനെ രണ്ടുമൂന്നു പ്രഹരിച്ചു.

ഗോപാലൻ: എന്നെ വെറുതെ തല്ലേണ്ട.

പഞ്ചുമേനോൻ: തല്ലിയാൽ എന്താണെടാ? ഇപ്പോൾ തല്ലിയില്ലേ? എന്നിട്ട് എന്താണ്, നീ കൊണ്ടില്ലേ?

അപ്പൊഴെയ്ക്കു ശങ്കരമേനോൻ ഓടിയെത്തി. അമ്മാമന്റെ മുമ്പിൽ പോയിനിന്നു ഗോപാലനെ പിടിച്ച് അകറ്റി പിന്നിൽ നിർത്തി.

പഞ്ചുമേനോൻ: ശങ്കരാ, ഇവിടെ കാര്യമെല്ലാം തെറ്റിക്കാണുന്നു. കലിയുഗത്തിന്റെ വിശേഷം! ആ കുരുത്തംകെട്ട മാധവൻ എന്നെ അവ മാനിച്ചത് എല്ലാം നീ കേട്ടില്ലേ? അവനെ എന്റെ കഷ്ടകാലത്തിന് ഞാൻ ഇങ്കിരീസ്സു പഠിപ്പിച്ചതിനാൽ എനിക്കു വന്ന ദോഷമാണ് ഇത്. അത് ഇരി ക്കട്ടെ. ഇപ്പോൾ ഈ തെക്കും വടക്കും തിരിയാത്ത ഈ ചെക്കൻ ഗോപാ ലൻകൂടി എന്നോട് ഉത്തരം പറയുന്നു. ഇവന്റെ പല്ലു തല്ലിക്കളയണ്ടേ?

ശങ്കരമേനോൻ: ഈ കാലത്ത് കുട്ടികളോട് അധികം സംസാരിക്കാൻ പോകാതെ ഇരിക്കുന്നതാണു നല്ലത്. ഗുരുത്വം ലേശമില്ലാത്ത കാലമാണ്. ഞാൻ ഇവറ്റകളോട് ഒന്നും പറയാറില്ല.

പഞ്ചുമേനോൻ: നിയ്യാണ് ഇവരെയെല്ലാം ഇങ്ങിനെ തുമ്പില്ലാതെ ആക്കുന്നത്. ആട്ടെ-ചാത്തര, ഇനിമേലിൽ ചെറുതുരുത്തിക്കളത്തിലെ കാര്യം ഒന്നും നോക്കേണ്ട. കാര്യം ഇപ്പോൾ വെക്കണം പിരിഞ്ഞ പണ ത്തിന്റെ കണക്കും കാണിക്കേണം. ഈ നിമിഷം വേണം.

ചാത്തരമേനോൻ: വലിയമ്മാമന്റെ കല്പനപോലെ നടക്കാം.

പഞ്ചുമേനോൻ: കഴുവേറി! നിണക്കു വലിയമ്മാമന്റെ കല്പനയോ? കോമട്ടിയുടെ മകൻ അല്ലേ എടാ നീ? അതുകൊണ്ടാണു നീ ഇങ്ങിനെ കുരുത്തംകെട്ടുപോയത്. നിണക്കു വല്ലതും വേണമെങ്കിൽ എന്റെ ഇഷ്ടം കൂടാതെ ഉണ്ടാകയില്ല. മാധവന് അവന്റെ അച്ഛൻ അധികപ്രസംഗി ഗോവി ന്ദപ്പണിക്കരു കൊടുക്കും. ഗോവിന്ദപ്പണിക്കർക്കു കുടുംബവും ഇല്ലാ. ആ അഹമ്മതിയാണു മാധവന്. നിന്റെ അച്ഛൻ കോമട്ടിക്ക് എന്തുതരുവാൻ

കഴിയും? സദ്യയിൽ എച്ചിലിൽനിന്നു വാരുന്ന പപ്പടവും പഴവും-അല്ലേ? മറ്റെന്തുണ്ട് ആ കോമട്ടിക്ക്? നീ എന്തിനു പിന്നെ ഇത്ര കുറുമ്പുകാണിക്കുന്നു. കുരുത്തംകെട്ട ചെക്കാ! നീ എന്താണു മിണ്ടാത്തത്?

ചാത്തരമേനോൻ: എനിക്ക് എല്ലാറ്റിനും വലിയമ്മാമൻ തന്നേ ഗതിയുള്ളു.

പഞ്ചുമേനോൻ: പിന്നെ നീ എന്തിനു മാധവനെപ്പോലെ കുറുമ്പു കാണിക്കുന്നു? ആരാടാ ശിന്നനു ചിലവിനു പണം കൊടുത്തത്?

ചാത്തരമേനോൻ: അച്ഛനാണെന്നു പറഞ്ഞു ഗോപാലൻ.

പഞ്ചുമേനോൻ: (ഗോപാലനോട്) അങ്ങനെതന്നെയോ?

ഗോപാലൻ: അച്ഛനാണു കൊടുത്തത്.

പഞ്ചുമേനോൻ: അച്ചൻ-നിന്റെ അച്ചൻ പാലക്കാട്ടു കോമട്ടി. കടക്കൊള്ളി ഉന്തിക്കഴിഞ്ഞ എരപ്പാളി! അവന് എവിടുന്നായിരുന്നു പണം?

ഗോപാലൻ: എന്റെ അച്ഛൻ കോമട്ടിയല്ലാ.

ശങ്കരമേനോൻ: അധികപ്രസംഗം പറയണ്ട.

പഞ്ചുമേനോൻ എണീറ്റു തല്ലാൻ ഓടിയെത്തി. ശങ്കരമേനോൻ മദ്ധ്യത്തിൽ ചാടി. അമ്മാമന്റെ കോപം ശമിപ്പിക്കാൻ ശ്രമിച്ചതിൽ രണ്ടു മൂന്നു പ്രഹരം അയാൾക്കും കിട്ടി.

പഞ്ചുമേനോൻ: ശങ്കരാ! ഗോപാലനെ ഏല്പിച്ച പറമ്പുകൾ എല്ലാം ഇപ്പോൾ തിരിയെ വാങ്ങണം. ഈ അസത്തിന് എനി ഒരു കാശുപോലും ഞാൻ കൊടുക്കയില്ല.

ഗോപാലൻ: പറമ്പുകൾ എല്ലാം ഞാൻ ഒരു കൊല്ലത്തേക്കു കുടിയാന്മാരെ പാട്ടത്തിന് ഏല്പിച്ചുപോയിരിക്കുന്നു. കൊല്ലം കഴിഞ്ഞേ കുടിയാന്മാര് ഒഴികയുള്ളു.

പഞ്ചുമേനോൻ: നീ ഒഴിയില്ലേ?

ഗോപാലൻ: കുടിയാന്മാരാണ് ഒഴിയേണ്ടത്.

പഞ്ചുമേനോൻ: നീ ഒഴിയില്ലേ? നിണക്കു കാണണോ ഒഴിയുന്നത്? ഒഴിയുന്നതു നിണക്കു കാണണോ?

ഗോപാലൻ: ഒഴിയുന്നതു ഞാൻ കണ്ടോളാം.

പഞ്ചുമേനോൻ: നീ ഒഴിയുമോ ഇല്ലയോ?

ഗോപാലൻ: എന്റെ കൈവശം പറമ്പുകൾ ഇല്ല.

പഞ്ചുമേനോൻ, "എന്താണ്? എടാ കള്ളാ, കളവുപറയുന്നുവോ?" നിന്നെ ഞാൻ പറമ്പുകൾ ഏല്പിച്ചിട്ടില്ലെന്നു പറയുന്നുവോ?

ഗോപാലൻ: ഏല്പിച്ചിട്ടില്ലെന്നു ഞാൻ പറഞ്ഞില്ല. ഞാൻ ഒരു കൊല്ലത്തേക്കു വേറെ ആളെ ഏല്പിച്ചിരിക്കുന്നു എന്നാണു പറഞ്ഞത്.

പഞ്ചുമേനോൻ: നീ ഓരോ ദുസ്തർക്കങ്ങൾ പറയുന്നുവോ? എന്നു പറഞ്ഞ് മേനോൻ എണീറ്റു പിന്നെയും തല്ലാൻ ഓടിയെത്തി. ഗോപാലൻ ഓടിക്കളഞ്ഞു. പിന്നാലെതന്നെ വൃദ്ധനും മുമ്പിൽ ഗോപാലനും ഓടി അകത്തുനിന്നു പുറത്തുചാടി. മിറ്റത്ത് ആസകലം ഓടി; ഒടുവിൽ കിടങ്ങിന്റെ വാതിൽ ഓടിക്കടക്കുമ്പോൾ പഞ്ചുമേനോൻ വീണു കാലിന്റെ

മുട്ടുകൾ പൊട്ടി. അപ്പോഴേക്കു ശങ്കരമേനോൻ ചെന്നു പിടിച്ച് എടുത്തു. പഞ്ചുമേനോൻ വലിയ ദേഷ്യത്തോടുകൂടി പിന്നെയും ഓടാൻ ഭാവിച്ചു. ശങ്കരമേനോൻ പിടിച്ചുനിർത്തി സാന്ത്വനവാക്കുകൾ പറഞ്ഞു.

പഞ്ചുമേനോൻ: നാരായണ! കാലവൈഭവം നോക്കൂ; കലിയുഗത്തിന്റെ ഒരു വിശേഷം! ഈ കുരുത്തംകെട്ട ചെക്കന്റെ വഴിയെ ഓടി വീണ് ഇതാ എന്റെ കാലുകൾ പൊട്ടി. ഞാൻ ഇതെല്ലാം അനുഭവിക്കാറായല്ലൊ. കുമ്മിണിക്കും ഈ കുരുത്തംകെട്ട കുട്ടികൾക്കും എനി അര പയിസ്സപോലും അനുഭവമുള്ള യാതൊരു വസ്തുവും കൊടുക്കരുത്; സകലവും ഇന്ന് ഏറ്റുവാങ്ങണം ശങ്കരാ. വാലിയക്കാരും ദാസിമാരും ചോറുതിന്നുന്നതുപോലെ ചോറുമാത്രം തിന്നോട്ടെ.

എന്നും പറഞ്ഞു പഞ്ചുമേനോൻ അതിദേഷ്യത്തോടെ മാധവന്റെ അച്ഛൻ ഗോവിന്ദപ്പണിക്കരെ ഒന്നു ശകാരിക്കണം എന്നു നിശ്ചയിച്ച് അദ്ദേഹത്തിന്റെ ഭവനത്തിലേക്കു പുറപ്പെട്ടു. വഴിയിൽവെച്ച് ശീനുപട്ടരെ കണ്ടു.

പഞ്ചുമേനോൻ: എന്താണു താൻ മിനിയാന്നു മാളികയിന്മേൽ നിന്നു പറഞ്ഞത്?

ശീനുപട്ടർ: എന്തോ എനിക്കോർമ്മയില്ല.

പഞ്ചുമേനോൻ: കോമട്ടീ! ഓർമ്മയില്ല?

ശീനുപട്ടർ: എന്തിനു ബ്രാഹ്മണരെ വെറുതെ അപമാനമായ വാക്കു പറയുന്നു?

പഞ്ചുമേനോൻ: ബ്രാഹ്മണൻ! താൻ ബ്രാഹ്മണനല്ല. താൻ എന്താണ് പറഞ്ഞത്?

ശീനുപട്ടർക്കും കുറെ ദേഷ്യം വന്നു.

ശീനുപട്ടർ: നിങ്ങൾ കുട്ടിയെ കഴുവിന്മേൽ കയറ്റാൻ പറഞ്ഞപ്പോൾ അങ്ങിനെ അല്ല ഇങ്കിരിയസ്സു പഠിപ്പിക്കാറ് എന്നു ഞാൻ പറഞ്ഞു.

പഞ്ചുമേനോൻ: താൻ എനി മേലിൽ എന്റെ വീട്ടിൽ കടക്കരുത്.

ശീനുപട്ടർ: ഓ-ഹൊ. എനിക്കു പൂർണ്ണസമ്മതം. കടക്കുന്നില്ല.

പഞ്ചുമേനോൻ: ഇവിടെ ഊട്ടുപുരയിലും അമ്പലത്തിലും കാണരുത്.

ശീനുപട്ടർ: അതു നിങ്ങളുടെ കല്പനയല്ല. എല്ലാ ഊട്ടുപുരയിലും അമ്പലത്തിലും ബ്രാഹ്മണനു പോവാം.

പഞ്ചുമേനോൻ: എന്റെ ഊട്ടിലും അമ്പലത്തിലും എന്റെ സമ്മതം കൂടാതെ താൻ കടക്കുമോ? കാണട്ടെ എന്നാൽ.

ശീനുപട്ടർ: എന്താണു കാണാൻ? ശരിയായിട്ടു കടക്കും. വിരോധിച്ചാൽ ഞാൻ നിങ്ങളുടെമേൽ അന്യായം കൊടുക്കും.

പഞ്ചുമേനോൻ "എന്തു പറഞ്ഞൂ കോമട്ടീ," എന്നു പറഞ്ഞു പട്ടരുടെ നേരെ അടുത്തു. ഈ ഒച്ചയും കൂട്ടവും എല്ലാം കേട്ടു ശങ്കരമേനോൻ ഓടിയെത്തി. പട്ടരോട് ഓടിക്കോളാൻ ഭാവംകൊണ്ട് അറിയിച്ചു. താൻ അമ്മാവന്റെ അടുക്കെ പോയിനിന്നു സമാധാനം പറഞ്ഞുതുടങ്ങി.

പഞ്ചുമേനോൻ: ഈ ശീനുപട്ടരെ ഈ ദിക്കിൽ ഞാൻ എനി കാണ

രുത്. അയാൾ എന്റെമേൽ അന്യായം കൊടുക്കുമ്പോൽ! അസത്ത്, ദുഷ്ടൻ, പാപി, ദിവാൻജിഅമ്മാമന്റെ കൂടെ കുട്ടിപ്പട്ടരായി നടന്നവനാണ് ഈ കോമട്ടി. എന്റെ വിഡ്ഢിത്തംകൊണ്ടു തറവാട്ടിൽ കയറ്റി. അവന്റെ മാതിരിതന്നെ അസത്തുക്കളായ രണ്ടുനാലു കുട്ടികളേയും ഉണ്ടാക്കി വെച്ചു. അവരുനിമിത്തം ഇപ്പോൾ എന്റെ സ്വന്തം മരുമകൻ, എന്റെ സ്വന്തം കുട്ടി മാധവനുമായിട്ടു തന്നെ ഞാൻ ശണ്ഠ ഇടാൻ കാരണ മായി.

"സ്വന്തം കുട്ടി മാധവൻ" എന്നു പറഞ്ഞപ്പോൾ ഈ ശുദ്ധാത്മാ വിന് എടത്തൊണ്ട വിറച്ചു കണ്ണുനീർ വന്നുപോയി.

ശങ്കരമേനോൻ: മാധവൻ ഇങ്ങനെയൊന്നും ആവുകയില്ല. അവൻ എന്തോ ഒരു ദേഷ്യത്തിന്ന് അവിവേകമായി പറഞ്ഞുപോയി എന്നേയുള്ളു.

"അവിവേകമായി പറഞ്ഞുപോയി" എന്നു പറഞ്ഞുകേട്ടപ്പോൾ മാധ വനെക്കുറിച്ചു പിന്നെയും പഞ്ചുമേനോനു കലശലായി ദേഷ്യം വന്നു.

പഞ്ചുമേനോൻ: നീ ഒരു ബുദ്ധിയില്ലാത്ത കഴുതയാണ്, ശപ്പനാണ്, എരപ്പാളിയാണ്. അവിവേകമായി പറഞ്ഞു പോയോ? മാധവനോ? ആട്ടെ-അവൻ കണ്ടോട്ടെ. അവനെ ഞാൻ, എന്നോടു പറഞ്ഞതിനു നല്ലവണ്ണം ദ്രോഹിക്കും. അവൻ വ്യസനിച്ച് എന്റെ കാല്ക്ക വന്നു വീഴും. അവന്റെ അച്ഛന്റെ പണവും പുല്ലും എനിക്കു സമം.

എന്നും പറഞ്ഞു പഞ്ചുമേനോൻ വടിയും കുത്തി ഗോവിന്ദപ്പണിക്ക രുടെ വീട്ടിലേക്കു പോയി. ശങ്കരമേനോൻ പിന്നാലെ പോയില്ല. ശങ്കരമേ നോൻ കുറെ ബുദ്ധിയുള്ള ഒരു മനുഷ്യനായിരുന്നു. പഞ്ചുമേനോൻ അതി സമർത്ഥനായ ഗോവിന്ദപ്പണിക്കരുമായി കണ്ടാൽ ശണ്ഠ കൂടുവാൻ എട വരികയില്ലെന്നു തനിക്കു നല്ല നിശ്ചയമുണ്ട്. അതുകൊണ്ട് ശങ്കരമേനോൻ മടങ്ങി. പഞ്ചുമേനോൻ പതുക്കെ ഗോവിന്ദപ്പണിക്കരുടെ ഭവനത്തിലേക്കു ചെന്നു കയറി. ഗോവിന്ദപ്പണിക്കർ വളരെ ആദരവോടെ പഞ്ചുമേനോനെ ഒരു കസാലയിന്മേൽ ഇരുത്തി; താനും ഇരുന്നു.

പഞ്ചുമേനോൻ: ഈ മാധവൻ ഇങ്ങിനെ വന്നുപോയല്ലോ? വിവര ങ്ങളെല്ലാം പണിക്കർ അറിഞ്ഞുവോ?

ഗോവിന്ദപ്പണിക്കർ: അവന് ഇയ്യെടെ കുറെ അഹങ്കാരം വർദ്ധിച്ചിരി ക്കുന്നു. ഒന്നാമതു കുട്ടികൾ ഇംക്ലീഷു പഠിച്ചാൽതന്നെ അഹംഭാവം അധി കമായിട്ടുണ്ടാവും. പിന്നെ പരീക്ഷയും മറ്റും ജയിച്ചു കുറെ ദിവസം മദി രാശിയിൽ തന്നെ താമസിക്കുന്നതായാലോ പറയേണ്ടതില്ലാ. ഇവിടുത്തെ മുമ്പാകെ കുറെ ധിക്കാരമായ വാക്കുകൾ പറഞ്ഞു എന്നു ഞാൻ കേട്ടു. എനിക്ക് അശേഷം രസിച്ചില്ല. ഞാൻ അവനോട് ഒരക്ഷരവും ഇതിനെ ക്കുറിച്ചു ചോദിച്ചില്ല-ചോദിച്ചിട്ട് എന്തുഫലം?

പഞ്ചുമേനോൻ: അങ്ങനെ ചോദിക്കാഞ്ഞാൽ കുട്ടികൾ കുരുത്തം കെട്ടുപോവുമല്ലൊ. കുറെയെല്ലാം ദേഷ്യപ്പെടാഞ്ഞാൽ കുട്ടികൾ മേൽകീഴ് ഇല്ലാതെ തുമ്പില്ലാതെ ആയിവരുമല്ലോ.

ഗോവിന്ദപ്പണിക്കർ: ശരിയാണ്. ഇവിടുന്ന് പറഞ്ഞതു വളരെ ശരി

യാണ്. സംശയമില്ല. ഇങ്ങിനെ വിട്ടുകളഞ്ഞാൽ കുട്ടികൾ മേൽകീഴില്ലാതാവും.

പഞ്ചുമേനോൻ: എന്റെ പണിക്കരെ, ഞാൻ ചെറുപ്പമായിരുന്നപ്പോൾ (ഈ മാധവന്റെ പ്രായമായിരുന്ന കാലം) എന്റെ വലിയമ്മാമന്റെ മുമ്പിൽ ചെന്നാൽ ഭയപ്പെട്ടിട്ട് ഞാൻ കിടുകിടെ വിറയ്ക്കും. വല്ലതും ചോദിച്ചാൽ അതിന് ഉത്തരം പറവാൻകൂടി ഭയപ്പെട്ടിട്ടു വയ്യാതെ ഞാൻ മിഴിക്കും. വലിയമ്മാമനെ കാണുമ്പോൾ സിംഹത്തെയോ മറ്റോ കാണുമ്പോലെ എനിക്കു ഭയമായിരുന്നു. ഇപ്പോൾകൂടി വലിയമ്മാമനെ വിചാരിക്കുമ്പോൾ എനിക്കു ഭയമാവുന്നു. വലിയമ്മാമൻ ഉള്ളകാലത്ത് ഒരു ദിവസം ഉണ്ടായ ഒരു കഥ പറയാം. അന്ന് എനിക്ക് കുറെ ഇഷ്ടനായി ഈ ദിക്കിൽ ഒരു മാപ്പിള ഉണ്ടായിരുന്നു-കുഞ്ഞാലിക്കുട്ടി എന്നു പേരായിട്ട്. അവനെ ഗോവിന്ദപ്പണിക്കർ അറിയില്ലാ. മരിച്ചിട്ടു വളരെ കാലമായി. അവനും അന്ന് ഏകദേശം എന്റെ പ്രായംതന്നെ ആയിരുന്നു. അവൻ ഒരു കുറി ഏതോ ഒരു ദിക്കിൽ അവന്റെ ബാപ്പയുടെകൂടെ കച്ചവടത്തിന്നോ മറ്റോ പോയേടത്തു നിന്നു മടങ്ങിവന്നപ്പോൾ ഒരു ജോഡു ചെരിപ്പ് എനിക്കു സമ്മാനമായി കൊണ്ടുവന്നു തന്നു. ഞാൻ അത് എത്രയോ ഗോപ്യമായി സൂക്ഷിച്ചു വെച്ചു. വൈകുന്നേരം ഞാൻ പുറത്തെങ്ങാനും പോവുമ്പോൾ ചെരിപ്പ് ഒരു മുണ്ടിലോ മറ്റോ പൊതിഞ്ഞു പൂവള്ളിനിന്ന് എറങ്ങിപ്പോവും. അവിടെനിന്നു വളരെ ദൂരത്ത് എത്തിയാൽ മാത്രം കാല്ക്കിട്ടു നടക്കും. പിന്നെയും മടങ്ങിവരുമ്പോൾ അങ്ങിനെതന്നെ ദൂരത്തുനിന്ന് ചെരിപ്പഴിച്ച് ആരും കാണാതെ പൊതിഞ്ഞുകൊണ്ടുവരും. ഇങ്ങിനെയായിരുന്നു പതിവ്. അങ്ങിനെ ഇരിക്കുമ്പോൾ ഒരു ദിവസം വൈകുന്നേരം ഞാൻ പതിവുപ്രകാരം ചെരിപ്പു മുണ്ടിൽ പൊതിഞ്ഞുംകൊണ്ട് മടങ്ങിവരുമ്പോൾ വലിയമ്മാമൻ പൂമുഖത്തു നില്ക്കുന്നതു കണ്ടു. ഒടുവിൽ മരിച്ച ദിവാൻജിയമ്മാമന്റെയും അമ്മാമനായിരുന്നു ഇദ്ദേഹം-അതിശൂരനായിരുന്നു. എന്നെ കണ്ടപ്പോൾ "എന്താണെടാ കൈയിൽ പൊതിഞ്ഞ് എടുത്തിരിക്കുന്നത്?" എന്നു ചോദിച്ചു. ഞാൻ ഭയപ്പെട്ടിട്ട് ഒന്നും മിണ്ടാതെ നിന്നു. അമ്മാമൻ മിറ്റത്ത് എറങ്ങിവന്ന് എന്റെ കൈ കടന്നുപിടിച്ചു: മുണ്ടു പൊതി അഴിക്കാൻ പറഞ്ഞു. അഴിച്ചു നോക്കിയപ്പോൾ ചെരിപ്പുകളെ കണ്ടു. "നീ ചെരിപ്പിട്ടു നടക്കാറായോ തെമ്മാടീ" എന്നും പറഞ്ഞ് എന്റെ കുടുമ അമ്മാമൻ കൈകൊണ്ടു ചുറ്റിപ്പിടിച്ചു വലിച്ചു പൂമുഖത്തു കൊണ്ടുപോയി തല്ലാൻ തുടങ്ങി. നാരായണാ! ശിവ! ശിവ! പിന്നെ ഞാൻ കൊണ്ട തല്ലിന്ന് അവസാനമില്ല. കൈകൊണ്ട് ആദ്യം വളരെ തല്ലി. ദേഷ്യം പിന്നെയും സഹിക്കാതെ അകത്തു കടന്നുപോയി ഒരു ചൂരൽ എടുത്തുകൊണ്ടു വന്നു തല്ലു തുടങ്ങി. ഇതാ നോക്കൂ, എന്റെ ഈ തുടയിൽ കാണുന്ന ഈ വലിയ കല അന്നത്തെ തല്ലിൽ കിട്ടിയ മുറിയുടെ കലയാണ്. ഞാൻ ഉറക്കെ നിലവിളിച്ചു. അന്നു ദിവാൻജിയമ്മാമൻ വീട്ടിൽ ഉള്ള കാലമായിരുന്നു. നിലവിളി പൂവരങ്ങിൽ കേട്ടിട്ട് അദ്ദേഹം ഓടിവന്നു വലിയമ്മാമനെ പിടിച്ചു നീക്കി എന്നെ എടുപ്പിച്ച് പൂവരങ്ങിലേക്ക് കൊണ്ടുപോയി

എണ്ണയും മറ്റും ഇട്ടു ശരീരം ഉഴിയിച്ചു. ഞാൻ പതിനഞ്ച് ഇരുപതു ദിവസത്തേക്ക് എണീക്കാൻ പാടില്ലാതെ കിടപ്പിലായിപ്പോയി. എന്റെ ചെരിപ്പു ചുട്ടുകരിച്ചുകളവാൻ അമ്മാമൻ കല്പിച്ചപ്രകാരം അതു വെണ്ണീറാക്കിക്കളഞ്ഞു. അതുമുതൽ ഇതുവരെ ഞാൻ ചെരിപ്പ് ഇട്ടിട്ടില്ല. ചെരിപ്പ് എങ്ങാനും കാണുമ്പോൾ എനിക്ക് ഇപ്പോഴും ഭയമാണ്. ഇപ്പൊഴത്തെ കുട്ടികളുടെ കഥ വിചാരിച്ചുനോക്കൂ-മാധവൻ പാപ്പാസ് ഇട്ടിട്ടേ നടക്കാറുള്ളു. ദിവാൻജി വലിയമ്മാമൻകൂടി അകത്തു പാപ്പാസിട്ടു നടക്കാറില്ല. ഇവൻ ചിലപ്പോൾ അകത്തുകൂടി പാപ്പാസിട്ടു നടക്കുന്നതു ഞാൻ തന്നെ കണ്ടിട്ടുണ്ട്. കുട്ടികൾ ഇങ്ങനെ കുരുത്തംകെട്ടുപോയാൽ എന്തുചെയ്യും? കുട്ടികളെ ഇങ്കിരിയസ്സു പഠിപ്പിക്കുന്നേടത്തോളം വിഡ്ഢിത്തം വേറെ ഒന്നുമില്ല. ഇന്ദുലേഖ ഈ ഇങ്കിരിസ്സു പഠിച്ചിരുന്നില്ലെങ്കിൽ ഇതിൽ എത്ര അധികം നല്ല ഒരു കുട്ടിയായിരിക്കുമായിരുന്നു. എന്തു ചെയ്യാം! ഓരോ ഗ്രഹപ്പിഴയ്ക്ക് ഓരോ അപകടങ്ങൾ വന്നു ചേരുന്നു. ഈ ഇങ്കിരിയസ്സു പഠിച്ചവരുടെ മാതിരി കണ്ടിട്ട് അതു പഠിക്കാത്തവരും ആ മാതിരി ആയിത്തുടങ്ങി. ആ കള്ളച്ചെക്കൻ ഗോപാലൻ, ആ കോമട്ടി ശീനുവിന്റെ മകൻ എന്നോട് അത്ര ധിക്കാരമായ വാക്കാണ് ഇപ്പോൾ പൂവരങ്ങിൽവെച്ച് പറഞ്ഞത്. എനിക്കു വല്ലാതെ ദേഷ്യം വന്നു. നല്ലവണ്ണം പ്രഹരിക്കേണമെന്നു വിചാരിച്ചു ഞാൻ അവന്റെ പിന്നാലെ ഓടി. വഴിയിൽവെച്ചു ഞാൻ വീണു. ഇതാ എന്റെ കാലിന്റെ മുട്ടു പൊട്ടിയിരിക്കുന്നു. നോക്കൂ-കലിയുഗവൈഭവം നോക്കൂ.

ഗോവിന്ദപ്പണിക്കർ: കലിയുഗവൈഭവംതന്നെ. സംശയമില്ല, ഒന്നാംതരം കലിയുഗകവൈഭവം. അല്ലാതെ ഈ വിധം ഒന്നും വീഴാനും പൊട്ടാനും എടവരുന്നതല്ലാ-സംശയമില്ല.

പഞ്ചുമേനോൻ: ഗോവിന്ദപ്പണിക്കർക്ക് ഇപ്പോൾ ഓർമ്മയുണ്ടോ എന്നറിഞ്ഞില്ല, നിങ്ങളുടെ കാരണവര് ഒരു ദിവസം നിങ്ങളെ കഠിനമായി തല്ലിയത്. ഞാനാണ് ഓടിവന്ന് സമാധാനമാക്കിയത്. നിങ്ങളുടെ അമ്മാമൻ നാരായണപ്പണിക്കര് അതിശൂരനായിരുന്നു. നിങ്ങൾ ഒരുദിവസം ഓണക്കാലത്തു വേറെ ചില കുട്ടികളോടുകൂടി ഈ അമ്പലവളപ്പിൽനിന്ന് ആട്ടക്കളം പിടിച്ചു കളിക്കുന്നത് അദ്ദേഹം കണ്ടിട്ട് അമ്പലവളപ്പിൽനിന്നു നിങ്ങളെ തല്ലുതുടങ്ങി. ഇവിടെ എത്തുന്നവരെ തല്ലി. പിന്നെ ഇവിടെ വന്നിട്ടും തല്ലി. വല്ലാതെ തല്ലിക്കളഞ്ഞു. നിലവിളികേട്ടു ഞാൻ ഓടിവന്നു സമാധാനമാക്കി. പിന്നെ അക്കുറി ഓണത്തിനു നിങ്ങൾ പുറത്ത് എറങ്ങി നടന്നിട്ടേ ഇല്ല-ഇത് ഓർമ്മയുണ്ടോ?

ഗോവിന്ദപ്പണിക്കർ: എനിക്ക് ഒരു സ്വപ്നം കണ്ടതുപോലെ ഓർമ്മ തോന്നുന്നുണ്ട്.

പഞ്ചുമേനോൻ: നിങ്ങൾക്ക് അന്നു കഷ്ടിച്ച് പതിന്നാലു വയസ്സേ ആയിട്ടുള്ളു. അക്കാലത്തു നുമ്മൾക്ക് എല്ലാം നുമ്മളെ അമ്മാമന്മാരെ ഉണ്ടായിരുന്ന ഒരു ഭയം എനി ഈ ഭൂമിയുള്ള കാലം കാണുകയില്ല. ഇപ്പഴത്തെ കുട്ടികൾക്കു കുറെ ഇങ്കിരീസ്സു പഠിക്കുമ്പൊഴെക്ക് എന്തോ

ഒരു അഹമ്മതി താനെ വന്നു കൂടുന്നു. നുമ്മൾക്ക് ഒന്നും ഒരറിവും ഇല്ല. നുമ്മൾ ശുദ്ധവിഡ്ഢികളാണെന്ന് അവർക്ക് തോന്നിപ്പോവുന്നു. ഇതു കലിയുഗധർമ്മം എന്നേ പറവാനുള്ളു. ഇന്നാൾ ഒരുദിവസം ഇന്ദുലേഖ ഒരു പുസ്തകം വായിച്ചുകൊണ്ടിരിക്കുന്നതു ഞാൻ കണ്ടു. എന്താ പെണ്ണേ ആ പുസ്തകത്തിലെ കഥാ എന്നു ഞാൻ ചോദിച്ചു. അവൾ മലയാളത്തിൽ ആ കഥയുടെ സാരം പറഞ്ഞു. ഞാൻ അതു കേട്ടിട്ടു നിർജ്ജീവനായിപ്പോയി.

ഗോവിന്ദപ്പണിക്കർ: എന്തായിരുന്നു കഥ എന്നറിഞ്ഞില്ല.

പഞ്ചുമേനോൻ: അതോ? പറയാം. അതു കള്ളക്കഥയാണെന്ന് അവൾ തന്നെ പറഞ്ഞു. എന്നാലും അതു വായിച്ചാൽ കുട്ടികളുടെ മനസ്സ് എത്ര ചീത്തയായിപ്പോവുമെന്നു നിങ്ങൾതന്നെ ഓർത്തു പറയിൻ. കഥ ഞാൻ പറയാം. മുഴുവൻ എനിക്കു നല്ലവണ്ണം ഓർമ്മയില്ല. ഒരു സായ്‌വിന് (എന്തോ ഒരു പേരുപറഞ്ഞു. ഇപ്പോൾ എനിക്ക് ഓർമ്മയില്ല.) ഒരു മകൾ ഉണ്ടായിരുന്നുപോൽ. അവൾ ആ സായ്‌വിന്റെ മരുമകനെ കല്യാണം കഴിക്കണം എന്നു നിശ്ചയിച്ചു. മരുമകനും പെണ്ണിന്റെ അച്ഛനും തമ്മിൽ രസക്കേടായിരുന്നു. അതുനിമിത്തം അച്ഛൻ സമ്മതിച്ചില്ല-എന്നല്ല എന്തോ ഒരു വിദ്യ എടുത്ത് ഈ മരുമകനു വേറെ ഒരു സ്ത്രീയെ കല്യാണം കഴിപ്പിച്ചു കൊടുത്തുവത്രെ. ഇങ്ങിനെ ചെയ്തതിന്റെശേഷം മകളെ കല്യാണം ചെയ്‌വാൻ യോഗ്യതയുള്ള പലേ ആളുകളേയും ഈ സായ്‌വ് വരുത്തി. അതൊന്നും മകൾ സമ്മതിക്കാതെ താൻ ഒരാളെയും കല്യാണം ചെയ്കയില്ലെന്നു തീർച്ചയായി ശാഠ്യംപിടിച്ചു. ഒടുവിൽ മനോവ്യസനം കൊണ്ട് അച്ഛനും ഉടനെ ചത്തുപോയി. ഇതാണു കഥയുടെ സാരം. നോക്കൂ-ഗോവിന്ദപ്പണിക്കരേ, ഈമാതിരി കഥ പെങ്കിടാങ്ങൾ വായിച്ചാലോ?

ഗോവിന്ദപ്പണിക്കർ: വായിച്ചാൽ മഹാ കഷ്ടം! മഹാ കഷ്ടം! എനി എന്തു നിവൃത്തിയാണ്. ഇംക്ലീഷ് ഇവരെ പഠിപ്പിച്ചുപോയി. എനി ആ പഠിപ്പ് ഇല്ലാതാക്കാൻ നോം വിചാരിച്ചാൽ നിവൃത്തി ഇല്ലല്ലോ. ഈ കഥ പറഞ്ഞത് എന്നാണെന്നറിഞ്ഞില്ല.

പഞ്ചുമേനോൻ: കുറെ ദിവസമായി.

ഗോവിന്ദപ്പണിക്കർ: ശരി, ഇതൊക്കെ വായിച്ചിട്ട് എന്തൊരാവശ്യമാണ്-വല്ല രാമായണമോ ഭാഗവതമോ മറ്റോ വായിക്കരുതേ?

പഞ്ചുമേനോൻ: അതാണു ഞാൻ പറയുന്നത്. എന്തെല്ലാം ഗ്രന്ഥങ്ങൾ നുമ്മളുടെ ശാസ്ത്രത്തിൽ ഉള്ളതു പൂവള്ളിയുണ്ട്. അതൊന്നും കൈകൊണ്ട് ഒരാളും തൊടാറെ ഇല്ല. ഗ്രന്ഥങ്ങൾ അലേഖയിലുള്ളത് ഒക്കെയും ദ്രവിച്ചു നാനാവിധമായിപ്പോയി. മാധവനോടു പണ്ടൊരു ദിവസം ഈ ഗ്രന്ഥങ്ങൾ തുടച്ചു നന്നാക്കിവെക്കാൻ പറഞ്ഞു-അവൻ ചെയ്തിട്ടില്ല.

ഗോവിന്ദപ്പണിക്കർ: എന്നാൽ ഇന്ദുലേഖയ്ക്ക് ഇതുകളെല്ലാം നന്നാക്കി വെക്കരുതേ?

പഞ്ചുമേനോൻ: അലേഖഗ്രന്ഥങ്ങളെ അവൾക്കും പുച്ഛമാണ്. കടലാസ്സുബുക്കുകളെ അല്ലാതെ ഇവരാരും കൈകൊണ്ടു തൊടുമോ? കലിയുഗത്തിന്റെ മൂർദ്ധന്യം-മറ്റെന്തു പറയട്ടെ!

ഗോവിന്ദപ്പണിക്കർ: കലിയുഗത്തിന്റെ മൂർദ്ധന്യം തന്നെ. മറ്റൊന്നും ഞാൻ ഇതിനു പറവാൻ കാണുന്നില്ല.

പഞ്ചുമേനോൻ: ഇങ്കിരിയസ്സു പഠിച്ചുപഠിച്ച് എനി ആ വേദത്തിൽ ഈ കുട്ടികൾ ചേരുമോ എന്നാണ് എനിക്കു ഭയം.

ഗോവിന്ദപ്പണിക്കർ: അതിനെക്കുറിച്ച് എനിക്കും നല്ല ഭയമുണ്ട്. ദുർബുദ്ധികൾ ചെന്നു ചേർന്നുകളഞ്ഞാൽ എന്തുചെയ്യും? രാജാവ് ഇംക്ലീഷ് രാജാവല്ലെ? നമ്മളുടെ സങ്കടം ആരുകേൾക്കും?

പഞ്ചുമേനോൻ: ശരിശരി; ഗോവിന്ദപ്പണിക്കരു പറഞ്ഞതു നല്ല കാര്യമാണ്. എന്നാലും നുമ്മൾ ചെയ്യേണ്ടത് എല്ലാം ചെയ്യണം. പിന്നെ വരുമ്പോലെ വരട്ടെ. നിങ്ങൾ മാധവനോട് ഇന്നാളത്തെ ശണ്ഠയെപ്പറ്റി നല്ലവണ്ണം ഒന്നു ചോദിക്കണം.

ഗോവിന്ദപ്പണിക്കർ: ചോദിക്കണമെന്നു നിശ്ചയിച്ചിട്ടുണ്ട്. അവൻ മദിരാശിയിൽനിന്നു മടങ്ങിവരട്ടെ.

പഞ്ചുമേനോൻ: മദിരാശിയിൽ നിന്നു മടങ്ങിവന്നാൽ നല്ലവണ്ണം ഒന്നു ചോദിക്കണം. പണിക്കരുതന്നെ ചോദിക്കണം.

ഗോവിന്ദപ്പണിക്കർ ഞാൻ തന്നെ ചോദിക്കും-യാതൊരു സംശയവുമില്ല.

പഞ്ചുമേനോൻ: ഞാനും നിങ്ങളും ഒരുപോലെ ദേഷ്യപ്പെട്ടാൽ മാധവൻ അടങ്ങിപ്പോവും. ഇപ്പോൾ ഈ ധിക്കാരം എന്നോടു കാണിക്കുന്നത് നിങ്ങളുടെ സഹായമുണ്ടെന്നു വെച്ചിട്ടാണ്. അത് ഉണ്ടാകയില്ലെന്നറിഞ്ഞാൽ മാധവൻ വളരെ ഒതുങ്ങിപ്പോവും.

ഗോവിന്ദപ്പണിക്കർ: ഒതുങ്ങിപ്പോവും, സംശയമില്ല.

പഞ്ചുമേനോൻ: പിന്നെ അതുകൂടാതെ ഞാൻ ഒരു വിദ്യകൂടി എടുത്തുവച്ചിട്ടുണ്ട്. അതും പണിക്കരോടു പറയാം. പണിക്കരു ബുദ്ധിയുള്ള ആളാണെന്ന് എനിക്കു നല്ല നിശ്ചയമുണ്ട്. അതുകൊണ്ടു പറയാം. മാധവന് ഇന്ദുലേഖയെ ഭാര്യയാക്കി കിട്ടേണമെന്ന് ഒരാഗ്രഹം ഉണ്ട്. ഇന്ദുലേഖയ്ക്കും അങ്ങിനെ ആയാൽ കൊള്ളാമെന്നു വിചാരമുണ്ടെന്നു തോന്നുന്നു. ഇതു ഞാൻ തകരാറാക്കാൻ നിശ്ചയിച്ചിരിക്കുന്നു. ഒന്നാമതു മാധവനും ഇന്ദുലേഖയും വയസ്സുകൊണ്ടുതന്നെ നന്നേ ചേരുകയില്ല. പിന്നെ മാധവന് ഇത്ര കാലത്തേ സംബന്ധം തുടങ്ങുന്നതും വെടിപ്പില്ല. ഇന്ദുലേഖയ്ക്കു വലിയ ധനവാന്മാരായ പ്രഭുക്കൾ ആരെങ്കിലും സംബന്ധം തുടങ്ങുന്നതാണ് അവൾക്കും ശ്രേയസ്സ്. അതുകൊണ്ട് ഞാൻ അവളെ ഒരു വലിയ പ്രഭുവിന് കൊടുപ്പാൻ നിശ്ചയിച്ചിരിക്കുന്നു. ആ പ്രഭു ഉടനെ ഇവിടെവരും. പക്ഷേ, ആ പെണ്ണിനെ പറഞ്ഞു സമ്മതിപ്പിക്കാനാണു പണി. അവൾ ഒരു മഹാശാഠ്യക്കാരത്തിയാണ്. അതിനു പണിക്കരുംകൂടി ഒന്ന് ഉത്സാഹിക്കണം-എങ്ങിനെ?

ഗോവിന്ദപ്പണിക്കർ: ഓഹോ. അങ്ങിനെതന്നെ. വരാൻ പോവുന്ന പ്രഭു ആരാണെന്ന് അറിഞ്ഞില്ല.

പഞ്ചുമേനോൻ: മൂർക്കില്ലാത്ത മനയ്ക്കൽ നമ്പൂതിരിപ്പാടാണ്. വലിയ ധനവാൻ-അതിമാനുഷനാത്രെ.

ഗോവിന്ദപ്പണിക്കർ: ശരി; അദ്ദേഹം വരട്ടെ.

പഞ്ചുമേനോൻ: ശിന്നനു ചിലവിനു ശീനുപട്ടരു കൊടുപ്പാനാണത്രെ ഭാവം. അയാളുടെ കൈയിൽ പണം എവിടെയാണ് ഉള്ളത്? ഞാൻ ഒരു കാശുപോലും കൊടുക്കയില്ല. കുമ്മിണിയുടെ മക്കളുടെ കൈയിലുള്ള വസ്തുക്കൾ ഒക്കെ ഒഴിപ്പിക്കാനാണു ഭാവം. ഈ അസത്തുക്കൾ എന്തു കൊണ്ടു പഠിപ്പിക്കും? കാണട്ടെ.

ഗോവിന്ദപ്പണിക്കർ: അതെ-അതൊന്നു കാണട്ടെ.

പഞ്ചുമേനോൻ: നിങ്ങൾ പണം ഒന്നും സഹായിക്കരുത്.

ഗോവിന്ദപ്പണിക്കർ: പണം കൊടുത്തിട്ട് എനിക്ക് എന്താവശ്യം?

പഞ്ചുമേനോൻ: അതാണു ഞാനും പറയുന്നത്.

എന്നും പറഞ്ഞു പഞ്ചുമേനോൻ അവിടെനിന്നു കലഹവും ചീത്ത പറയലും കൂടാതെയും തന്റെ ഗോപ്യമായ ആലോചന ഗോവിന്ദപ്പണി ക്കരോടു വെളിവായി അറിയിച്ചതിന്റെ ശേഷവും വീട്ടിലേക്കു മടങ്ങിപ്പോ രികയും ചെയ്തു.

രണ്ടുദിവസംകൊണ്ടു പഞ്ചുമേനോനു ക്രോധം കുറെ ഒന്നു ശമിച്ചു. എങ്കിലും നമ്പൂതിരിപ്പാട്ടിലെക്കൊണ്ടു സംബന്ധം ഉടനെ നടത്തിക്കള ഞ്ഞാൽ നന്നായിരുന്നു എന്നുള്ള ആഗ്രഹം വർദ്ധിച്ചുകൊണ്ടുതന്നെ വന്നു.

6

പഞ്ചുമേനോന്റെ കുണ്ഠിതം

മാധവൻ മദിരാശിക്കു പോയി ആറേഴുദിവസം കഴിഞ്ഞതിന്റെ ശേഷം ഒരു ദിവസം രാത്രി പഞ്ചുമേനോൻ തെക്കിനിയിൽ അത്താഴം ഉണ്ണാൻ ഇരിക്കുമ്പോൾ കേശവൻനമ്പൂതിരി ഊണു കഴിഞ്ഞു വന്ന് അകത്തേക്കു പതിവുപോലെ പോകാൻ ഭാവിക്കുന്നതുകണ്ട് തന്റെ സമീപം ഇരിക്കാൻ പഞ്ചുമേനോൻ ആവശ്യപ്പെട്ടു. ഒരു പലകമേൽ അദ്ദേഹം സമീപത്തിൽ ഇരുന്നു.

പഞ്ചുമേനോൻ: ആളെ എനിയും അയച്ചില്ലേ? എന്താണു മറുവടി ഒന്നും എനിയും എത്തീല്ലേ?

കേശവൻനമ്പൂതിരി: അന്നുതന്നെ ആളെ അയച്ചു. നമ്പൂതിരി അവിടെ ഇല്ലെന്നും നാലഞ്ചുദിവസം കഴിഞ്ഞിട്ടേ മനയ്ക്കൽ എത്തുകയുള്ളൂ എന്നും ആണ് അയച്ച ആൾ മടങ്ങിവന്നു പറഞ്ഞത്. ഇന്നു പുലർച്ചെ ഞാൻ രണ്ടാമതും എഴുതീട്ടുണ്ട്. മനയ്ക്കൽ എത്തീട്ടുണ്ടെങ്കിൽ അദ്ദേഹം നാളെത്തന്നെ ഇവിടെ എത്തുമെന്നു തോന്നുന്നു.

ഉടനെ പഞ്ചുമേനവൻ ലക്ഷ്മിക്കുട്ടിഅമ്മയെ വിളിക്കാൻ പറഞ്ഞു. ലക്ഷ്മിക്കുട്ടിഅമ്മ അച്ഛന്റെ സമീപത്തു വന്നുനിന്നു.

പഞ്ചുമേനോൻ: ലക്ഷ്മിക്കുട്ടീ! നീ ഇന്ദുലേഖയോട് ഈ വിവരം പറഞ്ഞുവോ?

ലക്ഷ്മിക്കുട്ടിഅമ്മ: ഏതു വിവരം?

പഞ്ചുമേനോൻ: നോക്കൂ, പെണ്ണിന്റെ കുറുമ്പ്-നോക്കൂ. നീ ഈ വിവരം ഒന്നും അറിയില്ലേ? അസത്തെ, കളവു പറയുന്നുവോ? കഴുത്തു വെട്ടണം. ഈ മഹാപാപികളെ എല്ലാം ചവിട്ടി പുറത്താക്കണം.

ലക്ഷ്മിക്കുട്ടിഅമ്മ: ഇതെന്തുകഥയാണ് അച്ഛാ? എന്നോട് ആരും ഒരു വിവരവും പറഞ്ഞില്ലല്ലേ. അച്ഛൻ എന്തിനു വെറുതെ എന്നെ ദേഷ്യപ്പെടുന്നു?

കേശവൻനമ്പൂതിരി: ലക്ഷ്മിക്കുട്ടി വിവരം ഒന്നും അറിയില്ല. ഞാൻ ഒന്നും പറഞ്ഞിട്ടില്ല. കാര്യം സ്വകാര്യമായിരിക്കട്ടെ എന്നല്ലെ അന്ന് എന്നോടു പറഞ്ഞത്? അതുകൊണ്ടു ഞാൻ ആരോടും പറഞ്ഞിട്ടില്ല.

പഞ്ചുമേനോൻ: എന്നാൽ ശരിതന്നെ. തിരുമനസ്സിന്നു ലക്ഷ്മിക്കുട്ടി യോടു പറഞ്ഞിട്ടുണ്ടായിരിക്കും എന്നു ഞാൻ വിചാരിച്ചുപോയി. (ലക്ഷ്മി ക്കുട്ടിഅമ്മയെ നോക്കീട്ട്) അതുകൊണ്ടാണ് എഡീ, നിന്നെ ദേഷ്യപ്പെ ട്ടത്. ആട്ടെ, നിന്റെ മനസ്സ് എങ്ങിനെയാണ്, അറിയട്ടെ. മൂർക്കില്ലാത്ത നമ്പൂതിരിപ്പാട്ടിലെക്കൊണ്ടു ഞാൻ ഇന്ദുലേഖയ്ക്കു സംബന്ധം തുടങ്ങി പ്പാൻ നിശ്ചയിച്ചിരിക്കുന്നു. ഇന്ദുലേഖയ്ക്ക് അതു ബോദ്ധ്യമാവുമോ?

ലക്ഷ്മിക്കുട്ടിഅമ്മ: ഞാൻ എങ്ങിനെയാണ് ഇന്ദുലേഖയ്ക്കു ബോദ്ധ്യമാവുമോ ഇല്ലേയോ എന്ന് ഇപ്പോൾ പറയേണ്ടത്?

പഞ്ചുമേനോൻ: ഇതല്ലെ കുറുമ്പ്. തിരുമനസ്സിന്നു പെണ്ണിന്റെ ധിക്കാരം കാണുന്നില്ലേ?

കേശവൻനമ്പൂതിരി: ഇന്ദുലേഖയോടുതന്നെ ചോദിക്ക രുതെ-അതല്ലെ നല്ലത്?

പഞ്ചുമേനോൻ: തിരുമനസ്സിന്നു മഹാവിഡ്ഢിയാണ്. ഇന്ദുലേഖ യോട് ആരു ചോദിക്കുന്നു? പക്ഷേ, ലക്ഷ്മിക്കുട്ടി ചോദിച്ചാൽ അവൾ തീർച്ചയായി മറുപടി പറയുമായിരിക്കും. ലക്ഷ്മിക്കുട്ടീ! നീ ഈ മൂർക്കി ല്ലാത്ത നമ്പൂതിരിപ്പാട്ടിലെ വർത്തമാനം കേട്ടിട്ടുണ്ടോ?

ലക്ഷ്മിക്കുട്ടിഅമ്മ: ഇല്ല.

പഞ്ചുമേനോൻ: തിരുമനസ്സിന്നു പറഞ്ഞ് ലക്ഷ്മിക്കുട്ടിയെ മനസ്സി ലാക്കണം.

കേശവൻനമ്പൂതിരി: അങ്ങിനെതന്നെ.

പഞ്ചുമേനോൻ ഊണുകഴിഞ്ഞ് എണീട്ടു കൈകഴുകുന്നു. അപ്പോൾ ഒരു വാലിയക്കാരൻ തെക്കിനിയുടെ വാതുക്കൾ വന്ന് കേശവൻ നമ്പൂ തിരിക്ക് ഒരു എഴുത്തു കൊണ്ടുവന്നിട്ടുണ്ടെന്നു പറഞ്ഞു. കേശവൻ നമ്പൂ തിരി വേഗം എഴുന്നീറ്റ് എഴുത്തുവാങ്ങി വെളക്കത്തു വന്നു വായിച്ചു മന സ്സിലാക്കുന്ന മദ്ധ്യെ-

പഞ്ചുമേനോൻ: ഇത് ആ മറുവടി തന്നെയോ?

കേശവൻനമ്പൂതിരി: ഓഹോ; അതെ.

പഞ്ചുമേനോൻ: എഴുത്ത് ഒന്നു വായിച്ചുകേൾക്കട്ടെ. പതുക്കെ വായി ച്ചാൽ മതി.

കേശവൻനമ്പൂതിരി എഴുത്തു വായിക്കുന്നു.

“എഴുത്തു കിട്ടി. സന്തോഷമായി. ഞാൻ നാളെ കുളിപ്പാൻ തക്ക വണ്ണം അവിടെ എത്തും. ചെറുശ്ശേരിയും കൂടെ ഉണ്ടാവും. നമ്പൂതിരി പറഞ്ഞതിനെക്കാൾ അധികമായി പോതായ്പ്രം പറഞ്ഞിട്ടും മറ്റും ഞാൻ കേട്ടറിഞ്ഞു. എനിക്കു കാണാൻ വളരെ ബദ്ധപ്പെടായിരിക്കുന്നു. ശേഷം മുഖതാവിൽ.”

പഞ്ചുമേനോൻ: നന്നായി! ഇന്ദുലേഖാ ഉറങ്ങാറായിട്ടില്ല. തിരുമനസ്സിന്നും കൂട എഴുന്നെള്ളണം. നുമ്മൾക്ക് അവളുടെ അറയിലേക്കു പോവുക. ഇതിനെപ്പറ്റി അല്പം അവളോടുതന്നെ ഒന്നു പറഞ്ഞു നോക്കണം. എന്നാൽ അവളുടെ മനസ്സറിയാമല്ലൊ.

പഞ്ചുമേനോനും നമ്പൂതിരിയുംകൂടി ഇന്ദുലേഖയുടെ അകത്തു കടന്നപ്പോൾ ഇന്ദുലേഖ ഒരു കോച്ചിന്മേൽ കിടന്നു ശാകുന്തളം നാടകം നോക്കുകയായിരുന്നു. ഉടനെ എഴുനീറ്റുനിന്നു. കേശവൻനമ്പൂതിരി ഒരു കസാലമേലും പഞ്ചുമേനോൻ കോച്ചിന്മേലും ഇരുന്ന് ഇന്ദുലേഖയെ പഞ്ചുമേനോൻ തന്റെ അടുക്കെ കോച്ചിന്മേൽ ഇരുത്തി കൈകൊണ്ടു പുറത്തു തലോടിക്കൊണ്ടു പറയുന്നു:

"പെണ്ണേ, നീ എന്താണു വായിക്കുന്നത്? ഇന്നാൾ പറഞ്ഞമാതിരിയുള്ള കള്ളക്കഥയോ?"

ഇന്ദുലേഖ: അല്ല. ശാകുന്തളമാണു വലിയച്ഛാ. ഈ പുസ്തകത്തിലെ അച്ചു വളരെ ചീത്തയാണ്. വായിപ്പാൻ ബഹുപ്രയാസം.

പഞ്ചുമേനോൻ: നല്ല ബുക്കു വാങ്ങിക്കൊള്ളരുതേ? എവിടെ കിട്ടും ബുക്ക്? ഞാൻ പണം ഇപ്പോൾ തരാമല്ലൊ.

ഇന്ദുലേഖ: ഇതിൽ നല്ല അച്ചിൽ അടിച്ചിട്ടുള്ള ബുക്ക് ഉണ്ടോ എന്നറിഞ്ഞില്ല. ഉണ്ടോ എന്ന് അന്വേഷിച്ച് വലിയച്ഛനെ അറിയിക്കാം.

പഞ്ചുമേനോൻ: വലിയ അച്ചായിട്ട് എന്റെ മകൾ ഒന്ന് അച്ചടിപ്പിച്ചോളൂ.

ഇന്ദുലേഖ: (ചിറിച്ചുംകൊണ്ട്) അതുപ്രയാസമല്ലേ വലിയച്ഛാ. വളരെ ചിലവുണ്ടാവും-പിന്നെ ഇതിൽ വലിയ ടൈപ്പുതന്നെ ഉണ്ടോ എന്ന് അറിഞ്ഞില്ല.

പഞ്ചുമേനോൻ: എന്തന്ന് ഉണ്ടോ എന്നറിഞ്ഞില്ല?

ഇന്ദുലേഖ: വലിയ അക്ഷരക്കരുക്കൾ.

പഞ്ചുമേനോൻ: എനിക്ക് ഇതൊന്നും അറിഞ്ഞുകൂടെ കുട്ടീ. കരുക്കൾ ഇല്ലെങ്കിൽ അതും വാങ്ങിക്കോ.

ഇന്ദുലേഖ ചിറിച്ചു.

പഞ്ചുമേനോൻ: ഞങ്ങൾ രണ്ടാളുംകൂടി നിന്നോട് ഒരുകാര്യം പറവാനാണു മകളേ വന്നത്. എന്നാൽ പണ്ടുപണ്ടേയുള്ള നടപ്പുപ്രകാരമാണെങ്കിൽ ഇതു നീയിപ്പോൾ അറിയേണ്ട ഒരു കാര്യമില്ല. കാര്യം നടക്കുമ്പോഴേ അറിയാവൂ. ഇപ്പോൾ കലികാലം അല്ലേ? അതുകൊണ്ടു ഞങ്ങൾക്കു ഭയം-അതാണു പറവാൻ വന്നത്. (നമ്പൂതിരിയോട്) തിരുമനസ്സുതന്നെ പറയൂ.

ഇന്ദുലേഖ: പണ്ടുപണ്ടേയുള്ള നടപ്പുപ്രകാരം തന്നെ വലിയച്ഛൻ ചെയ്താൽ മതി. എനിക്കു കലി ഒട്ടും ബാധിച്ചിട്ടില്ല. കാര്യം നടക്കുമ്പോൾ മാത്രം എനിക്ക് അറിഞ്ഞാൽ മതി.

കേശവൻനമ്പൂതിരി: (പഞ്ചുമേനോനോട്) ശരി ശരി-നല്ല ഉത്തരം. മതി മതി. എനി നോക്കു കിടക്കാൻ പോവുക.

പഞ്ചുമേനോൻ: കാര്യം നടക്കുന്ന സമയം വല്ല വിഷമം വന്നാലൊ- അതു തീർത്തുവെക്കണ്ടെ?

ഇന്ദുലേഖ: നടക്കുന്ന സമയം വരാൻ പോകുന്ന വിഷമം ഇപ്പോൾ എങ്ങിനെ അറിയാൻ കഴിയും? എങ്ങിനെ തീർക്കും?

പഞ്ചുമേനോൻ: അതാ-കണ്ടുവോ ഇങ്കിരീസ്സു പുറപ്പെടുന്നു!

ഇന്ദുലേഖ: എവിടെയാണു ഇങ്കിരീസ്സു പുറപ്പെടുന്നത്?-ഞാൻ മലയാളത്തിലല്ലേ പറഞ്ഞതു വലിയച്ഛാ?

പഞ്ചുമേനോൻ: അതേ മകളേ, നിന്റെ സാമർത്ഥ്യം ഞാൻ അറിയില്ലേ.

ഇന്ദുലേഖ: ഇതിൽ എന്തു സാമർത്ഥ്യമാണ് ഈശ്വരാ! വലിയച്ഛൻ പറഞ്ഞത് എനിക്കു മനസ്സിലാവുന്നില്ല.

പഞ്ചുമേനോൻ: (നമ്പൂതിരിയോട്) ഇവളോടു തർക്കിച്ചാൽ നുമ്മൾക്ക് ഇന്ന് ഒറങ്ങാൻ കഴികയില്ല. തിരുമനസ്സുകൊണ്ട് നോം വന്ന കാര്യം പറയൂ വെളിവായിപ്പറയൂ.

കേശവൻനമ്പൂതിരി: ഇന്ദുലേഖയ്ക്ക് ഒക്കെ മനസ്സിലായിട്ടുണ്ട്.

പഞ്ചുമേനോൻ: അതു ശരിയായിരിക്കാം. എന്നാൽ ഇന്ദുലേഖയുടെ മനസ്സു നുമ്മൾക്ക് അറിയണ്ടെ?

കേശവൻനമ്പൂതിരി: അതു കാര്യം നടക്കുമ്പോൾ അറിഞ്ഞാൽ മതി -എന്നല്ലെ ഇന്ദുലേഖ തന്നെ പറഞ്ഞത്.

പഞ്ചുമേനോൻ: തിരുമനസ്സിന്ന് എന്താണു വിഡ്ഢിത്വം പറയുന്നത്? ചോദിക്കൂ-ചോദിക്കൂ.

കേശവൻനമ്പൂതിരി: ഇന്ദുലേഖയ്ക്ക് ഒരു സംബന്ധം നിശ്ചയിച്ചിരിക്കുന്നു.

ഇന്ദുലേഖ: ആരു നിശ്ചയിച്ചു?

കേശവൻനമ്പൂതിരി: ഇന്ദുലേഖയുടെ വലിയച്ഛൻതന്നെയാണു നിശ്ചയിച്ചത്.

ഇന്ദുലേഖ: ശരി-നിശ്ചയിച്ചോട്ടെ.

കേശവൻനമ്പൂതിരി: അത് ഇന്ദുലേഖയ്ക്കു സമ്മതല്ലേ?

ഇന്ദുലേഖ: നിശ്ചചയിച്ച കാര്യത്തിനു സമ്മതം വേണമോ?

കേശവൻനമ്പൂതിരി: ഇന്ദുലേഖയ്ക്കു സമ്മതമുണ്ടോ എന്നു ഞങ്ങൾക്കറിയണം.

ഇന്ദുലേഖ: എന്നാൽ അത് അറിഞ്ഞിട്ടല്ലേ നിശ്ചയിക്കേണ്ടത്?

കേശവൻനമ്പൂതിരി: ഇന്ദുലേഖയെ അറിയിച്ചിട്ടു നിശ്ചയിക്കേണ്ട കാര്യമല്ല ഇത്.

ഇന്ദുലേഖ: ഇതു മഹാ വിഷമംതന്നെ. പിന്നെ എന്തിനാണ് എന്നോട് ഇപ്പോൾ ചോദിക്കുന്നത്? അറിഞ്ഞിട്ടു നിശ്ചയിക്കേണ്ട കാര്യമല്ല, നടക്കുമ്പോൾ മാത്രം അറിയേണ്ട കാര്യമാണ്-നിശ്ചയം കഴിഞ്ഞു; പിന്നെ എന്തുസമ്മതം ചോദിക്കലാണ്?

ഈ വാക്കു കേട്ടപ്പോൾ പഞ്ചുമേനോനു കുറെ ദേഷ്യം വന്നു

എങ്കിലും ഇന്ദുലേഖയുടെ വിളങ്ങുന്ന ചന്ദ്രബിംബം പോലെയുള്ള മുഖത്തുനിന്നു പ്രത്യക്ഷമായി കാണപ്പെട്ട ധൈര്യം കണ്ടപ്പോൾ ശാന്തത വന്നു. കുറെനേരം മിണ്ടാതിരുന്നു. പിന്നെ പറയുന്നു:

പഞ്ചുമേനോൻ: സകലം വിഷമംതന്നെ. നാളെ ഇവളോടു ലക്ഷ്മിക്കുട്ടി ചോദിക്കട്ടെ. നമുക്കു കിടക്കാൻ പോവുക.

എന്നു പറഞ്ഞു നമ്പൂതിരിയും പഞ്ചുമേനോനും താഴത്തേക്കുതന്നെ ഇറങ്ങിപ്പോന്നു. പഞ്ചുമേനോന്റെ മുറിയിൽ പോയി അദ്ദേഹം തന്റെ ഭാര്യയോട് ഇന്ദുലേഖയുടെ ശാഠ്യത്തെക്കുറിച്ചു വളരെ കുണ്ഠിതത്തോടെ പറഞ്ഞു.

കുഞ്ഞിക്കുട്ടിഅമ്മ: നല്ല തല്ലു രണ്ടു കൊടുത്താൽ ഈ വക അധികപ്രസംഗം ഉണ്ടാവുന്നതല്ല. ഓമനവാക്കു പറഞ്ഞിട്ടാണ് ഈ ധിക്കാരം എല്ലാം കാണിക്കുന്നത്. കുട്ടികളെ അധികം ലാളിക്കരുത്.

പഞ്ചുമേനോൻ: എനിക്ക് ഈ ലോകത്തിൽ ഒരാളേയും പേടിയില്ല. എന്തോ ഇന്ദുലേഖയെ ബഹുഭയം! അവൾക്കു ദേഷ്യം വന്നാൽ എനിക്കു കണ്ടുനില്പാൻ നിവൃത്തിയില്ല. ഞാൻ എന്തു ചെയ്യട്ടെ!

ഇങ്ങനെ പറഞ്ഞും താൻ കോപത്താൽ ചെയ്തുപോയ ശപഥത്തെ ശപിച്ചും വ്യസനിച്ചുംകൊണ്ട് ഈ വൃദ്ധൻ ഉറങ്ങി.

കേശവൻനമ്പൂതിരിയും തന്റെ ഭാര്യയും തമ്മിൽ ഈ സമയത്തുതന്നെ അവരുടെ അകത്തുവെച്ച് ഉണ്ടായ ഒരു സംഭാഷണത്തെക്കുറിച്ചും ഇവിടെ അല്പം പ്രസംഗിച്ചിട്ടേ ഈ അദ്ധ്യായം അവസാനിപ്പിക്കുന്നുള്ളൂ.

കേശവൻനമ്പൂതിരി തന്റെ അകത്തു കടന്നപ്പോൾ ഭാര്യ കട്ടിലിന്മേൽ കിടന്നുറങ്ങുന്നതു കണ്ടു, താനും ഇരുന്നു കൈകൊണ്ടു പതുക്കെ ഭാര്യയുടെ ദേഹം തലോടിക്കൊണ്ടു വിളിച്ചു.

ഈ കേശവൻനമ്പൂതിരിയുടെ അവസ്ഥയെക്കുറിച്ച് ഇതുവരെ ഈ പുസ്തകത്തിൽ എങ്ങും പറഞ്ഞിട്ടില്ല. ഇയ്യാൾ വളരെ ദ്രവ്യസ്ഥൻ എന്നു പറഞ്ഞുകൂട-എന്നാൽ സാമാന്യം ഒരു ധനികനാണ്; കൈയിൽ സ്വന്തമായ അസാരം പണമുണ്ടായിരുന്നത് ഒരു നൂല്ക്കമ്പിനി ഓഹരിയിൽ ഇട്ടിരിക്കുന്നു. ആൾ കാഴ്ചയിൽ സുന്ദരൻ അല്ലെങ്കിലും ഒട്ടും വിരൂപിയല്ല. ഇയ്യാൾ ഇന്ദുലേഖയ്ക്കു സംബന്ധം തുടങ്ങിപ്പിക്കാൻ ആലോചിച്ചുവെച്ച നമ്പൂതിരിപ്പാട്ടിന്റെ വലിയ ഒരു ഇഷ്ടനും ആശ്രിതനുമാണ്; വേളി കഴിച്ചിട്ടില്ല; ഇല്ലത്തു പോയി താമസിക്കുന്നതു വളരെ ചുരുക്കം. പൂവള്ളി സത്രശാലയ്ക്കു സമീപം ഒരു മഠത്തിലാണു ഭക്ഷണം. തനിക്കു സ്വന്തമായി ഒരു കുട്ടിപ്പട്ടരും രണ്ടു ഭൃത്യന്മാരും ഉണ്ട്. ആൾ പരമശുദ്ധനാണ്. "മഹാനുഭാവോ വിഡ്ഢിശ്ചേൽ ശുദ്ധ ഇത്യഭിധീയതേ!" എന്ന പ്രമാണം വെടുപ്പായി ചേരുന്ന വിധമുള്ള ശുദ്ധനാണ്. എന്നാൽ വളരെ മര്യാദക്കാരനും സുശീലനും കൂടി ആയിരുന്നു. തന്റെ ഭാര്യയിൽ അതിപ്രേമമാണ്. തനിക്കു ഭാഗ്യവശാൽ കിട്ടിയ ഭാര്യയാണെന്ന് എല്ലായ്പോഴും ഓർമ്മയുണ്ടായിരുന്നു. കണ്ണേഴി മൂർക്കില്ലാത്ത മനയ്ക്കൽ നമ്പൂതിരിപ്പാട്ടിലെക്കൊണ്ട് ഇന്ദുലേകയ്ക്ക് ആലോചിച്ച സംബന്ധത്തെപ്പറ്റി ഒന്നു

സംസാരിക്കേണമെന്നുവെച്ചാണ് രാത്രി ഉറങ്ങിയിരുന്ന ലക്ഷ്മിക്കുട്ടിഅമ്മയെ ഇയാൾ വിളിച്ചത്.

കേശവൻനമ്പൂതിരി: ലക്ഷ്മീ! ലക്ഷ്മീ! എന്താണ് ഉറങ്ങിയോ? നേരം ഒൻപത് അടിച്ചില്ലാ എനിയും.

ലക്ഷ്മിക്കുട്ടിഅമ്മ കണ്ണുകൾ തുറന്ന് എഴുനീറ്റിരുന്നു.

കേശവൻനമ്പൂതിരി: എന്താണ് ഇന്ന് ഇത്ര അധികം ഉറക്ക്?

ലക്ഷ്മിക്കുട്ടിഅമ്മ: മുറുക്കിയോ? അതാ ആ മേശയിലെ വെള്ളിത്തട്ടിൽ ഞാൻ മുറുക്കാൻ ഉണ്ടാക്കിവെച്ചിരിക്കുന്നു.

കേശവൻനമ്പൂതിരി: ഓ-ഹോ. മുറുക്കിക്കളയാം.

എന്നുപറഞ്ഞു വെറ്റില മുറുക്കിക്കൊണ്ടു പിന്നെയും കട്ടിലിന്മേൽ തന്നെ ഇരുന്നു.

കേശവൻനമ്പൂതിരി: ഞങ്ങൾ ഇന്ദുലേഖയെ കാണാൻ പോയിരുന്ന വർത്തമാനം ഒന്നും കേൾക്കണ്ടേ?

ലക്ഷ്മിക്കുട്ടിഅമ്മ: ഇന്ദുലേഖ എനിയും ഉറങ്ങീട്ടില്ലേ? ആ പെണ്ണ് ഇയ്യിടെ രാത്രി അധികനേരം വായിക്കുന്നു. ഉറക്കൊഴിയുന്നതുകൊണ്ടു ശരീരത്തിനു വല്ല സുഖക്കേടും വരുമോ എന്നറിഞ്ഞില്ല. മണ്ണെണ്ണവെളിച്ചംതന്നെ കണ്ണിനു നല്ലതല്ലപോൽ!

കേശവൻനമ്പൂതിരി: ആരാണ് ഈ വിഡ്ഢിത്തം പറഞ്ഞത്? കെസ്രാത്ത എണ്ണയെക്കുറിച്ചല്ലേ പറഞ്ഞത്? അത് അസ്സൽ എണ്ണയാണ്. നൂൽക്കമ്പിനിശാലകളിൽ എല്ലാടവും ഈ കെസ്രാത്ത എണ്ണവിളക്ക് ഒരു ദിവസം വെച്ചതു ഞാൻ കണ്ടു. അവിടെ എത്ര ആളുകളും തിരക്കുമാണെന്നു പറയാൻ പാടില്ല. എനിക്കു ലക്ഷ്മിക്കുട്ടിയെ അവിടെ ഒന്നു കൊണ്ടുപോയി ആ വിശേഷങ്ങളെല്ലാം കാണിക്കണമെന്നു വളരെ താൽപര്യമുണ്ടായിരുന്നു.

ലക്ഷ്മിക്കുട്ടിഅമ്മ: എന്തെല്ലാമാണു വിശേഷങ്ങൾ!

കേശവൻനമ്പൂതിരി: ശിവ!-ശിവ! നാരായണ!-നാരായണ! ഞാൻ എന്താണു പറയേണ്ടത്! ഈ വെള്ളക്കാരുടെ കൗശലം അത്യത്ഭുതം തന്നെ. ലക്ഷ്മീ! നീ അതുകണ്ടാൽ വിസ്മയപ്പെട്ടുപോവും. എന്തൊരത്ഭുതം! ഈ നൂൽക്കമ്പിനി എന്ന് ഇത്ര ഘോഷമായി കേൾക്കുന്നത് എല്ലാം ഒരു ഇരുമ്പുചക്രമാണ്. ആ ചക്രം ഈ നൂൽ ഒക്കെയും ഉണ്ടാക്കുന്നു. ആ ചക്രത്തെ തിരിക്കുന്നതു പൊകയാണ്. പൊക-പൊക-ശുദ്ധപൊക. എന്നാലോ പൊക നമ്മുടെ അടുക്കളയിൽ നിന്നുണ്ടാവുന്നതുപോലെ കണ്ണിലും മറ്റും ലേശം ഉപദ്രവിക്കയില്ല. ആ കമ്പിനിക്ക് ഒരു വലിയ വാല് മേലോട്ടു വെച്ചിരിക്കുന്നു-ഒരു കൊടിമരംപോലെ വലിയ വാല്. അതു പൊക പോവാനാണെന്നാണു പറയുന്നത്. എന്നാൽ എനിക്കു സംശയമുണ്ട്. അതിന്റെ ഉള്ളിൽ എന്തോ ചില വിദ്യകൾ ഉണ്ട്. അതു മിടുക്കന്മാരായ ഈ വെള്ളക്കാർ പുറത്തു പറകയില്ല. അങ്ങിനെ വല്ലതും ഇല്ലാതെ ഈ ഇരിമ്പുകൊണ്ടുള്ള കമ്പിയും തൂശികളും പറഞ്ഞതുപോലെ കേൾക്കുമോ? എന്തോ ഒരു വിദ്യയുണ്ട്.

ലക്ഷ്മിക്കുട്ടിഅമ്മ: എന്താണ് ആ വിദ്യ നിങ്ങളാരും മനസ്സിലാക്കാത്തത്?

കേശവൻനമ്പൂതിരി: അതിനെക്കുറിച്ചു ചോദിച്ചാൽ ഈ ഇഞ്ചിനിയെർ സായ്‌വ് വെടിവെക്കും. ഓ-ഹോ! അതൊന്നും ചോദിച്ചുകൂടാ. എന്നാൽ അയാൾ ഞങ്ങളൊക്കെ ചെന്നാൽ ഈ യന്ത്രത്തിന്റെ അടുക്കെ കൊണ്ടുപോയി ഓരോരോ കളവുകൾ എല്ലാം പറഞ്ഞുതരും. അയാൾ പറയുന്നതു കുട്ടികൾക്കുകൂടി ബോദ്ധ്യം വരികയില്ല. എന്നാൽ ഞങ്ങൾ അതു ഭാവിക്കാറില്ല-എല്ലാം മനസ്സിലായി എന്നു നടിക്കും.

ലക്ഷ്മിക്കുട്ടിഅമ്മ: പുകയാണു യന്ത്രം തിരിക്കുന്നത് എന്നു തിരുമനസ്സ് പറഞ്ഞത് കുറെ വിഡ്ഢിത്തമാണെന്നു തോന്നുന്നു. ഇന്ദുലേഖ അഞ്ചാറു ദിവസം മുമ്പെ എന്നോടു തീവണ്ടിയെക്കുറിച്ച് ഓരോന്നു പറഞ്ഞിരുന്നു. അവൾ പറഞ്ഞത് ഈവക യന്ത്രങ്ങളെല്ലാം ആവിയുടെ ശക്തികൊണ്ടു തിരിയുന്നതാണെന്നും പുകയ്ക്കു സ്വതെ ശക്തി ഒന്നും ഇല്ലെന്നും അത് അഗ്നിയിൽ സഹജമായിരിക്കുന്നതിനാൽ അഗ്നിയുള്ള ദിക്കിൽ നമ്മൾ കാണുന്നതു മാത്രമല്ലാതെ അതിനെക്കൊണ്ടു യാതൊരു പ്രയോജനവും ഇല്ലെന്നും മറ്റുമാണ്.

കേശവൻനമ്പൂതിരി: തീവണ്ടിക്ക് അങ്ങിനെ ആയിരിക്കും. നൂൽക്കമ്പിനി തിരിയുന്നത് പൊകകൊണ്ടാണ്. വേറെ ആ കൊടിമരത്തിന്റെ ഉള്ളിൽ എന്തോ ഒരു വിദ്യയുംകൂടി ഉണ്ടായിരിക്കണം. എനിക്ക് ഒരു സംശയവുമില്ല. ഇന്ദുലേഖയോടു മാധവനോ നുമ്മടെ ഗോവിന്ദൻകുട്ടിയോ പറഞ്ഞുകൊടുത്തതായിരിക്കണം. ഈ സാധുക്കുട്ടികളോടു വെള്ളക്കാർ സൂക്ഷ്മം ഒരിക്കലും പറഞ്ഞുകൊടുക്കുകയില്ല. വല്ല ഭോഷ്കുകളും പറഞ്ഞു ധരിപ്പിക്കും. അതു സത്യമാണെന്ന് ഈ വിഡ്ഢികൾ ഉറപ്പിച്ചു പെണ്ണുങ്ങളോടും മറ്റും പറയും. സൂക്ഷ്മം അവർ ഒരിക്കലും പറഞ്ഞുകൊടുക്കുകയില്ല. അഥവാ സൂക്ഷ്മം അറിയണമെങ്കിൽ അവരുടെ വേദത്തിൽ ചേർന്ന് തൊപ്പി ഇടണം, എന്നാൽ പറയും.

ലക്ഷ്മിക്കുട്ടിഅമ്മ: അത് എന്തോ-പുകയ്ക്ക് ഒരു ശക്തിയും ഇല്ല.

കേശവൻനമ്പൂതിരി: അങ്ങനെ പറയണ്ട. ധൂമം ശക്തിയുള്ളതാണ്. ഹോമധൂമത്തിന്നു ശക്തിയില്ലേ? എനിക്ക് ഒന്നുകൂടി സംശയമുണ്ട്. ഇതു വല്ല മൂർത്തികളുടെയും പ്രസാദത്തിന്നുവേണ്ടിയുള്ള ഒരു ഹോമമോ എന്നുകൂടി സംശയമുണ്ട്. വല്ല വിഗ്രഹങ്ങളോ ചക്രങ്ങളോ ആ കൊടിമരത്തിന്റെ ഉള്ളിൽ വെച്ചിട്ടുണ്ടായിരിക്കും-ആർക്കറിയാം? അതിന് ഈ ഹോമം വളരെ പ്രിയമായിരിക്കാം; അതിന്റെ പ്രസാദത്തിനാൽ ആയിരിക്കാം ഈ കമ്പിനി തിരിയുന്നത്. ആർക്കറിയാം. നാരായണമൂർത്തിക്കുമാത്രം അറിയാം.

ലക്ഷ്മിക്കുട്ടിഅമ്മ: എന്നാൽ അതു നോക്കി അറിയരുതേ?

കേശവൻനമ്പൂതിരി: എന്തു കഥയാണു ലക്ഷ്മീ പറയുന്നത്. ഈ വെള്ളക്കാർ അതിന് ഈ ജന്മം സമ്മതിക്കുമോ? എന്നാൽ അവരുടെ വലിപ്പം പോയില്ലേ? ഈ തീവണ്ടി, കമ്പിത്തപ്പാൽ മുതലായ അനേകം

വിദ്യകൾ അവർ ഈ ദിക്കിൽ കൊണ്ടുവന്നു കാണിക്കുന്നതിന്റെ സൂക്ഷ്മം ഒന്നും അവർ ഈ ജന്മം നുമ്മളെ അറിയിച്ചുതരുമോ? ഒരിക്കലും ചെയ്കയില്ല. ഇപ്പോൾ ഈ നൂൽക്കമ്പിനി ഉണ്ടാക്കാൻ വെള്ളക്കാരെ ഒരു പയിസ്സപോലും ചിലവിട്ടിട്ടുണ്ടോ? ഇല്ല-സകലം നാട്ടുകാരുടെ പണം. എന്നിട്ട് എന്താണു ഫലം? ഒരു നാട്ടുകാരന് എങ്കിലും ഈ വിദ്യ പറഞ്ഞുകൊടുത്തുവോ? അനവധി പണം വാങ്ങി നൂൽക്കമ്പിനി പണി ബിലാത്തിയിൽ നിന്നുതന്നെ ചെയ്തു. എന്നിട്ട് ഇവിടെ കൊണ്ടുവന്നു കമ്പിനി കൂട്ടി. കമ്പിനി കണ്ടാൽ ബഹു വലുപ്പമായി ഭംഗിയായിരിക്കും. ഇപ്പോൾ ഒരു വെള്ളക്കാരൻതന്നെ ധൂമംകൊണ്ടു കമ്പിനി തിരിപ്പിച്ചു നൂലുണ്ടാക്കുന്നു. കമ്പിനി തിരിയുന്ന തിരിച്ചിൽ കണ്ടാൽ നോം അത്ഭുതപ്പെടും. നാട്ടുകാർ നുമ്മൾ മഹാ വിഡ്ഢികളല്ലേ? അല്ലെങ്കിൽ നൂൽക്കമ്പിനി ഇവിടെ കോഴിക്കോട്ടുവെച്ചു പണിയെടുപ്പിക്കരുതായിരുന്നുവോ? അതിന് എന്തു വിരോധമായിരുന്നു? നുമ്മളുടെ പണമല്ലേ? നുമ്മൾ പറഞ്ഞപോലെ ചെയ്യണ്ടേ? പക്ഷേ, ഇതൊന്നും പറഞ്ഞാൽ വെള്ളക്കാരോടു പറ്റുകയില്ല. അവർ ഒന്നരലക്ഷം ഉറുപ്പികയോ മറ്റോ വാങ്ങി നൂൽക്കമ്പിനി സകലവും അവരുടെ രാജ്യത്തുവെച്ചുതന്നെ പണിയിച്ച് ഇവിടെ കപ്പലിൽ കൊണ്ടുവന്ന് എറക്കി. അവർ എത്ര സമർത്ഥന്മാർ! നുമ്മൾ എത്ര വിഡ്ഢികൾ!

ലക്ഷ്മിക്കുട്ടിഅമ്മ: ആട്ടെ, ഇതിൽ ലാഭമുണ്ടാവുമോ?

കേശവൻനമ്പൂതിരി: നിശ്ചയമായിട്ട് ഉണ്ടാവും എന്നാണ് എല്ലാവരും പറയുന്നത്. വളരെ ആളുകൾ ഉറുപ്പിക കൊടുത്തിട്ടുണ്ട്. രണ്ടുനാലു കൊല്ലങ്ങൾകൊണ്ടറിയാം. ഈ ഇങ്കിരീസ്സുകാരുടെ വിദ്യകൾ എല്ലാം നുമ്മൾക്കു മനസ്സിലാക്കിത്തന്നിരുന്നുവെങ്കിൽ നന്നായിരുന്നു.

ലക്ഷ്മിക്കുട്ടിഅമ്മ: ഇങ്കിരീസ്സുകാർ നാട്ടുകാരെ പഠിപ്പിക്കുന്നതു കാണുന്നില്ലേ. അവർ എനി എന്തു ചെയ്യണം? നുമ്മൾക്കു പഠിക്കാൻ ബുദ്ധിയില്ലായിരിക്കും.

കേശവൻനമ്പൂതിരി: അയ്യോ, എന്റെ ലക്ഷ്മിക്കുട്ടി ഇങ്ങിനെയാണു ധരിച്ചത്? ഇവർ ഇസ്കോളിൽ പഠിപ്പിക്കുന്നത് ഈ വക വിദ്യകൾ ഒന്നുമല്ല. എന്നാൽ നന്നായിരുന്നുവല്ലൊ. ഇസ്കോളിൽ പഠിപ്പിക്കുന്നത് എല്ലാം നുമ്മളുടെ കുട്ടികളെ വഷളാക്കിത്തീർക്കാനാണ്. യാതൊരു സംശയവുമില്ല. ഒന്നാമതു ക്ഷേത്രത്തിൽ പോവുന്നതും ശുദ്ധം മാറിയാൽ കുളിക്കുന്നതും ഭസ്മം ചന്ദനം തൊടുന്നതും ഗുരുകാരണവന്മാരെ ഉള്ള ഭയവും ബ്രാഹ്മണഭക്തിയും ഇല്ലാതെയാക്കും. പിന്നെ വേണ്ടാത്ത തോന്ന്യാസമായ കഥകളും മറ്റും പഠിപ്പിക്കും. എന്നിട്ടു ചില പരീക്ഷകൾ അവരെക്കൊണ്ടു കൊടുപ്പിച്ച് ചില അക്ഷരങ്ങൾ അവരുടെ പേരുകളോടു ചേർത്തു പറയുന്ന ഒരു ബഹുമാനം കൊടുക്കും. ഇതുകൊണ്ട് എന്താണു ഫലം? മിന്നത്തപ്പാൽ എങ്ങിനെയാണ് ഉണ്ടാക്കിയത്, തീവണ്ടി എങ്ങിനെ ഓടുന്നു എന്ന് ഇങ്കിരിയസ്സു പഠിച്ച ഒരു കുട്ടിയോടു ചോദിച്ചാൽ

എന്നെപ്പോലെയും ലക്ഷ്മിയെപോലെയുംതന്നെ. ഈ വസ്തു ശരിയായി പറവാൻ അവന് അറിഞ്ഞുകൂടാ. ഒരു കുട്ടി ഇങ്കിരിയസ്സു പഠിക്കുമ്പോ ഴയ്ക്ക് അവന്റെ വീട്ടിൽ ഉള്ളവരെയെല്ലാം പുച്ഛമായി. ഇതിനുമാത്രം കൊള്ളാം ഇങ്കിരിയസ്സു പഠിപ്പ്.

ലക്ഷ്മിക്കുട്ടിഅമ്മ: അങ്ങിനെ ഒന്നുമല്ല. ഇന്നാൾ ഇന്ദുലേഖ തീവണ്ടി ഓടിക്കുന്നതിന്റെ ക്രമത്തെക്കുറിച്ച് എത്ര വെടിപ്പായി പറഞ്ഞു. എനിക്കു നല്ലവണ്ണം മനസ്സിലായി. ഈ കുട്ടികൾക്ക് ഒക്കെ നൊമ്മെക്കാൾ വളരെ അധികം അറിവുണ്ട് എന്ന് എനിക്കു തോന്നുന്നു-അങ്ങിനെ അറിവുള്ളതുകൊണ്ടാണ് പക്ഷേ, നൊമ്മെ അവർക്കു പുച്ഛം തോന്നുന്നത്. ഇയ്യിടെ ഒരു ദിവസം മാധവൻ കമ്പിത്തപ്പാലിനെപ്പറ്റി പറഞ്ഞു. എനിക്കു ബഹുരസം തോന്നി.

കേശവൻനമ്പൂതിരി: ആട്ടെ, എന്നാൽ ഇന്ദുലേഖ ഒരു തീവണ്ടി ഓടിക്കട്ടെ-എന്നാൽ ഞാൻ സമ്മതിക്കാം.

ലക്ഷ്മിക്കുട്ടിഅമ്മ: അതെങ്ങിനെയാണ്? ഒന്നാമതു തീവണ്ടി വേണ്ടേ? പിന്നെ അത് ഓടിക്കുന്ന മാതിരി പഠിക്കണ്ടേ? തീവണ്ടി ദിവസംപ്രതി ഓടിക്കുന്നവർ വെറും കൂലിക്കാരെപ്പോലെ പ്രവൃത്തിയെടുക്കുന്നവർ മാത്രമാണ്. അവർ ഇതിന്റെ തത്ത്വം നുമ്മളുടെ ഇംക്ലീഷുപഠിച്ച കുട്ടികൾ അറിയുമ്പോലെ കൂടി അറികയില്ല.

കേശവൻനമ്പൂതിരി: അയ്യോ കഷ്ടം! ലക്ഷ്മിക്കുട്ടി മഹാസാധുവാണ്. ഈ വെള്ളക്കാരെ ഒരിക്കലും വിശ്വസിക്കരുതേ. ഇവർക്കു മന്ത്രങ്ങളും തന്ത്രങ്ങളും ഇല്ലെന്ന് ഇവർ പുറത്തൊക്കെ പറയുന്നു. ഇന്നാൾ ഞാൻ കോഴിക്കോട്ടു പോയപ്പോൾ ഒരു രാജാവിന്റെ കൂടെ വണ്ടിയിൽ കടപ്പുറത്തു സവാരിക്കുപോയി. കടപ്രത്തു സമീപം ഒരു ചെറിയ ബങ്കാളാവു കണ്ടു. അത് എന്താണെന്നു ചോദിച്ചപ്പോൾ സായ്വിന്മാരെ ശാക്തേയം കഴിക്കുന്ന സ്ഥലമാണെന്നു രാജാവു പറഞ്ഞു. തലവെട്ടിപ്പള്ളിയെന്നാണത്രെ അതിന്റെ പേര്. ആ പള്ളിയിൽ ചെയ്യുന്ന ശാക്തേയത്തിന്റെ വിവരം ആരെങ്കിലും പുറത്തു പറഞ്ഞാൽ അവരെ തലവെട്ടിക്കളവാനാണത്രെ വെള്ളക്കാരന്റെ കല്പന. ഈ ശാക്തേയം അവർ ചെയ്തു ദേവീപ്രസാദം വരുത്തി ഈ രാജ്യം മുഴുവൻ ജയിച്ചു. നുമ്മളുടെ രാജാക്കന്മാരെ വെറും ജീവശ്ശവങ്ങളാക്കി ഇട്ടു. എന്നിട്ടും നുമ്മളോട് ഒക്കെ യാതൊരു മന്ത്രവും തന്ത്രവും ഇല്ലെന്നു വെറുതെ പറയുന്നു. ഇതു നല്ല മാതിരി അല്ലേ?

ലക്ഷ്മിക്കുട്ടിഅമ്മ: ഈ തലവെട്ടിപ്പള്ളിയിൽ നാട്ടുകാരെ ചേർക്കാമൊ?

കേശവൻനമ്പൂതിരി: അതു ഞാൻ അറിയില്ലാ. ചേർക്കാൻ സംഗതിയില്ല.

ലക്ഷ്മിക്കുട്ടിഅമ്മ: എനിക്ക് ഉറക്കു വരുന്നു.

കേശവൻനമ്പൂതിരി: എനിക്കും ഉറക്കു വരുന്നു.

ലക്ഷ്മിക്കുട്ടിഅമ്മ ഉറങ്ങാൻ കിടന്നു. നമ്പൂതിരിയും ഉറങ്ങുവാൻ ഭാവിച്ചു കിടന്നു. അപ്പോൾ മാത്രമാണ് ഇന്ദുലേഖയുമായി ഉണ്ടായ സംസാരത്തെക്കുറിച്ചും നമ്പൂതിരിപ്പാട്ടിലെക്കുറിച്ചും ലക്ഷ്മിക്കുട്ടിഅമ്മയുമായി സംസാരിപ്പാൻവേണ്ടി വിളിച്ചുണർത്തീട്ട് നൂൽക്കമ്പിനിയുടേയും മറ്റും വർത്തമാനം കൊണ്ടു സമയം പോയല്ലോ-ഇതു കുറെ വിഡ്ഢിത്തമായിപ്പോയി എന്ന് ഈ പരമശുദ്ധാത്മാവായ കേശവൻനമ്പൂതിരിക്കു തോന്നിയത്.

7
കണ്ണഴി മൂർക്കില്ലാത്തമനയ്ക്കൽ സൂരിനമ്പൂതിരിപ്പാട്

ഈ കഥയെക്കുറിച്ചു ശരിയായും സത്യമായും ഒരു പുസ്തകം ഉണ്ടാക്കാൻ ഉറച്ച് ആരംഭത്തിൽതന്നെ ആ പുസ്തകത്തിൽ കാണിപ്പാൻ പോവുന്ന വല്ല സംഗതികളാലും വല്ലവർക്കും വല്ല സുഖക്കേടോ പരിഭവമോ ഉണ്ടാവാൻ എടയുണ്ടോ എന്ന് ആ ഗ്രന്ഥകർത്താവ് ആലോചിപ്പാൻ സാധാരണ ആവശ്യമില്ലാത്തതാകുന്നു. എന്നാൽ മലയാളത്തിൽ ഇത് ഒരു പുതുമാതിരി കഥ ആകയാൽ എന്റെ വായനക്കാരിൽ ചിലർ ഈ പുസ്തകത്തിൽ കാണുന്ന വല്ല സംഗതികളിലും ഒരുസമയം അബദ്ധമായി എന്റെ വിചാരവും ഉദ്ദേശവും ധരിച്ചു പോവാൻ എടയുണ്ടാവുമോ എന്നു ഞാൻ ശങ്കിക്കുന്നതിനാൽ അതിനെപ്പറ്റി ഇവിടെ അല്പം ഒന്നു പ്രസംഗിക്കേണ്ടത് ആവശ്യമാണെന്നു വിചാരിക്കുന്നു.

ഈ അദ്ധ്യായത്തിലും എനി വരുന്ന ചില അദ്ധ്യായങ്ങളിലും കുറെ അവ്യവസ്ഥിതമനസ്സുകാരനും സ്ത്രീലോലനും ആയ ഒരു നമ്പൂതിരിപ്പാടിന്റെ കഥയെക്കുറിച്ച് പറയേണ്ടിവരുന്നു. എനിക്കു മലയാളത്തിൽ നമ്പൂതിരിമാരേക്കാൾ അധികം ബഹുമാനമുള്ളവർ ആരും ഇല്ല. അവരിൽ അതിബുദ്ധിശാലികളും സമർത്ഥന്മാരും ആയ പലരേയും ഞാൻ അറിയും. അതിൽ ചിലർ എന്റെ വലിയ സ്നേഹിതന്മാരായിട്ടും ഉണ്ട്. ഏതു ജാതിയിലും മനുഷ്യർ സമർത്ഥന്മാരായും വിഡ്ഢികളായും ബുദ്ധിമാന്മാരായും ബുദ്ധിശൂന്യന്മാരായും സത്തുക്കളായും അസത്തുക്കളായും കാണപ്പെടുന്നുണ്ട്. അതുപ്രകാരംതന്നെയാണു നമ്പൂതിരിമാരിലും ഉള്ളത്. ഈ കഥയിൽ കാണുന്ന നമ്പൂതിരിപ്പാടു കുറെ അമാന്തക്കാരനാണെങ്കിലും അദ്ദേഹത്തോടുകൂടിത്തന്നെ എന്റെ വായനക്കാർക്കു പരിചയമാവാൻ പോവുന്ന ചെറുശ്ശേരിനമ്പൂതിരിയുടെ സാമർത്ഥ്യവും രസികത്വവും ഓർത്താൽ സാധാരണ ശ്ലാഘനീയന്മാരായും മലയാളത്തിൽ അത്യുൽകൃഷ്ടസ്ഥിതിയിൽ വെയ്ക്കപ്പെട്ടിട്ടുള്ളവരുമായ നമ്പൂരിപ്പാടന്മാ

രേയും നമ്പൂരിമാരേയും പരിഹസിക്കേണമെന്നുള്ള ഒരു ദുഷ്ടവിചാരം എനിക്ക് ഒരിക്കലും ഉണ്ടായിട്ടില്ലെന്ന് എന്റെ ബുദ്ധിമാന്മാരും നിഷ്പക്ഷ വാദികളും ആയ വായനക്കാർക്ക് ധാരാളമായി മനസ്സിലാവുമെന്നു ഞാൻ വിശ്വസിക്കുന്നു.

ഇംഗ്ലീഷിൽ ഈ മാതിരി കഥകളിൽ പറയപ്പെടുന്നവർ എല്ലാം പലേ സ്ഥിതിയിലും ഇരിക്കുന്ന യൂറോപ്യൻ സ്ത്രീപുരുഷന്മാരാണ്. ചില പുസ്തകങ്ങളിൽ ഈ കാലം ജീവനോടുകൂടി ഇരിക്കുന്ന മഹാന്മാരായ ചില സായ്പന്മാരെക്കൊണ്ടുകൂടി ദൂഷ്യമായോ പരിഹാസമായോ ശ്ലാഘിച്ചിട്ടോ ചിലപ്പോൾ പറയപ്പെട്ടുകാണുന്നുണ്ട്. എന്നാൽ ഒരു കഥയിൽ ദുഷ്ട വിചാരം കൂടാതെ ഈവക പ്രസംഗങ്ങൾ ചെയ്യുന്നതിന്മേൽ യൂറോപ്പിൽ ആർക്കും പരിഭവമോ ശണ്ഠയോ ഉണ്ടായിവന്നിട്ടില്ല. അതുകൊണ്ട് ഈ പുസ്തകത്തിൽ പറയപ്പെടുന്ന സംഗതികൾ നിമിത്തം ആർക്കും പരിഭവമുണ്ടാകയില്ലെന്നു ഞാൻ വിചാരിക്കുന്നു.

കേശവൻനമ്പൂതിരി പഞ്ചുമേനോനു വായിച്ചുകേൾപ്പിച്ച എഴുത്തു മേല്പറഞ്ഞ സൂരിനമ്പൂതിരിപ്പാട്ടിലെ എഴുത്തായിരുന്നു.

'കണ്ണഴിമൂർക്കില്ലാത്തമന' മലയാളത്തിലെങ്ങും പ്രസിദ്ധപ്പെട്ട ഒരു മനയും സമ്പത്തിലും ഉൽകൃഷ്ടതയിലും നിസ്തുല്യമെന്നു പറയപ്പെട്ടു വന്നതും ആകുന്നു. ഈ മനയിലെ കുബേരന്മാരായ നമ്പൂതിരിപ്പാടന്മാരിൽ രണ്ടാമത്തെ ആളാണ് സൂരിനമ്പൂതിരിപ്പാട്; എങ്കിലും അഫ്ഫൻ നമ്പൂതിരിപ്പാടു വയോധികനും രോഗിയും ആയിരുന്നതിനാൽ മനവക സകല കാര്യങ്ങളും നോക്കിവരാൻ നിശ്ചയിക്കപ്പെട്ട ആൾ സൂരിനമ്പൂതിരിപ്പാടായിരുന്നു. ഇദ്ദേഹത്തിന് ഈ കഥ നടന്ന കാലത്തു നാല്പത്തഞ്ചു വയസ്സുപ്രായമാണ്. ചെറുപ്പം മുതല്ക്കേ മനവക കാര്യങ്ങൾ നോക്കേണ്ടതിനാക്കിയതിനാൽ വിദ്യാഭ്യാസം ഉണ്ടായില്ല. ഇദ്ദേഹം ജാത്യാ വളരെ സ്ത്രീലോലനായിരുന്നു. വേളി കഴിച്ചിട്ടില്ല. അഫ്ഫൻ നമ്പൂതിരിപ്പാട് എത്ര തിരക്കീട്ടും വേളി കഴിക്കാതെതന്നെ ഇതുവരെ ഇദ്ദേഹം കഴിച്ചു. അനുജന്മാർ രണ്ടാൾ വേളി കഴിച്ചിട്ടുണ്ട്. അതു സംഗതിയാക്കി പറഞ്ഞു താൻ യഥേഷ്ടം ശൂദ്രസ്ത്രീകളുടെ ഭർത്താവായിട്ടു തന്നെ കാലം കഴിക്കയാണു ചെയ്തത്. ഇദ്ദേഹത്തിന്റെ ദേഹത്തെക്കുറിച്ച് ആപാദചൂഡം വർണ്ണിക്കുവാൻ ഞാൻ ഭാവിക്കുന്നില്ല. ആൾ നല്ല വെളുത്ത നിറത്തിലാണെങ്കിലും സൗന്ദര്യമാവട്ടെ, ശ്രീയാവട്ടെ ഇദ്ദേഹത്തിന്റെ ദേഹത്തിന്നു ലേശംപോലും ഇല്ലെന്നുതന്നെ പറയാം. എന്നാൽ കേവലം വിരൂപനാണെന്നു പറവാൻ പാടില്ല. ഇദ്ദേഹത്തെപ്പോലെയുള്ള ദേഹസ്വഭാവം പക്ഷേ, ഒരു ലക്ഷം പേർക്കു മലയാളത്തിൽ കാണാം. അവയവങ്ങളിൽ യാതൊന്നിനും വിശേഷവിധിയായി ഒന്നും ഇല്ല, സൗന്ദര്യവും കലശലായ വൈരൂപ്യവും ഒരവയവത്തിന്നും ഉണ്ടെന്നു പറവാൻ പാടില്ല. എന്നാൽ ഇദ്ദേഹത്തിന്റെ ദേഹസ്വഭാവത്തിലും പ്രകൃതത്തിലും രണ്ടുമൂന്നു സംഗതികൾ മാത്രം വിശേഷവിധിയായി പറയേണ്ടതുണ്ട്. ഇദ്ദേഹം ചിരിക്കുമ്പോൾ വായ രണ്ടു കവിൾത്തടങ്ങളിൽ എത്തി അവി

ടുന്നും കവിഞ്ഞു നീണ്ടുനില്ക്കുന്നുണ്ടോ എന്നു കാണുന്നവർക്കു തോന്നും. നാസിക ശരിയായിട്ടുതന്നെ സൃഷ്ടിച്ചിരുന്നുവെങ്കിലും ആ മുഖത്തിനു മതിയായില്ല എന്നു തോന്നും. നടക്കുന്നതു ചാടിച്ചാടിക്കൊണ്ടു കാക്കകളെപ്പോലെയോ എന്നും തോന്നും. ഇദ്ദേഹം സ്ത്രീഭ്രാന്തനാണെന്ന് ആദ്യത്തിൽ പറഞ്ഞുപോയതുകൊണ്ട് ഇനി അദ്ദേഹത്തിന്റെ സ്വഭാവത്തെക്കുറിച്ച് അത്ര അധികം പറയേണ്ടതില്ല. ധനവാന്മാരായ പുരുഷന്മാർക്കു സ്ത്രീകളിൽ അതിയായ ചാപല്യം ഉണ്ടായാൽ പിന്നെ അവരുടെ വേറെയുള്ള സ്വഭാവത്തെപ്പറ്റി അധികം പറവാൻ ഉണ്ടാവുന്നതല്ല. അവരുടെ എല്ലായ്പോഴും ഉള്ള വിചാരവും പ്രവൃത്തികളും ഈ ഒരു വിഷയത്തെ സംബന്ധിച്ചല്ലാതെ ഒരിക്കലും ഉണ്ടാവാൻ പാടില്ല. അദ്ദേഹത്തിന്നു മനവക കാര്യങ്ങൾ അന്വേഷിക്കുന്നാൾ എന്ന പേർ മാത്രമേ ഉള്ളൂ. യഥാർത്ഥത്തിൽ അന്വേഷിച്ചിരുന്നതു മാസപ്പടിക്കാരായ കാര്യസ്ഥന്മാരായിരുന്നു. അവരിൽ ചിലരുടെ സാമർത്ഥ്യം കൊണ്ടു കാര്യങ്ങൾ ഒരുവിധം ശരിയായിത്തന്നെ നടന്നുവരുന്നു എന്നു പറയാം. ഇദ്ദേഹം സൂക്ഷ്മത്തിൽ ശുദ്ധമനസ്സാണ്, നിഷ്കന്മഷനാണ് എങ്കിലും ശീലത്തിന്റെ ദുർഗ്ഗുണംകൊണ്ട് ശുദ്ധനാണെന്ന് അധികം ആളുകൾക്ക് സാധാരണയായി അഭിപ്രായമുണ്ടായിരുന്നില്ല. സാധാരണ അറിവും പഠിപ്പും ഇല്ലാത്ത ധനവാന്മാർക്കുണ്ടാവുന്നപോലെ, തന്നെപ്പറ്റി ഇദ്ദേഹത്തിനു വലിയ അഭിപ്രായം തന്നെയാണ് ഉണ്ടായിരുന്നത്. താൻ കാര്യത്തിന് അതിനിപുണനാണെന്നു തന്റെ സേവകന്മാരായ കാര്യസ്ഥന്മാരും, കണ്ടാൽ മന്മഥനെപ്പോലെ സുന്ദരനാണെന്നു താൻ സഹവാസം ചെയ്തിട്ടുള്ള കുലടമാരും ഈ ഭോഷച്ചാരെ നല്ലവണ്ണം പറഞ്ഞു വിശ്വസിപ്പിച്ചിരുന്നു. മുഖസ്തുതി കേട്ടുകേട്ടു താൻ ഒരു മഹാപുരുഷനാണെന്ന് ഇദ്ദേഹം മനസ്സിൽ തീർച്ചയാക്കിവെച്ചിരുന്നു. പണം പിടുങ്ങുവാൻ സാമർത്ഥ്യവും ദൗഷ്ട്യവും ഉള്ള വ്യഭിചാരികളായ സ്ത്രീകൾ തന്റെ ദേഹകാന്തിയെപ്പറ്റി തന്നോടു പറഞ്ഞുവരുന്ന ഭോഷ്കുകൾ എല്ലാം ഈ സാധു വാസ്തവത്തിൽ തനിക്കുള്ള ഗുണങ്ങളാണെന്നു കരുതി നന്നെ ഞെളിഞ്ഞിരുന്നു. വയസ്സു നാല്പത്തഞ്ചായിട്ടു ഈ ധാർഷ്ട്യത്തിന്നു ലേശം കുറവില്ലായിരുന്നു. "തമ്പുരാന്റെ തിരുമേനി കാണാതെ ഒരു കാണിനേരം അടിയൻ ഇരിക്കയില്ല." എന്ന് ഒരുത്തി എപ്പോഴോ ഒരിക്കൽ പറഞ്ഞത് ഇദ്ദേഹത്തിന്റെ മനസ്സിൽ ശിലാരേഖപോലെ കിടക്കുന്നു. "തമ്പുരാന്റെ തിരുമേനിയിൽ അടിയന്റെ ശരീരം ചേർപ്പാൻ ഉണ്ടായ ഭാഗ്യംതന്നെ അടിയനു വലിയത്. പണംകാശിൽ ആർക്ക് ആഗ്രഹം? അതാർക്കില്ലാത്തു? ഈ തിരുമേനി വേറെ ഒരാൾക്കു കാണുമോ?" എന്നു മറ്റൊരുത്തി പറഞ്ഞതു വേദവാക്യമായി ഇദ്ദേഹം മനസ്സിൽ വെച്ചിരുന്നു. പിന്നെ തന്റെ ചങ്ങാതിയാക്കി താൻ അടുക്കെ വെച്ചിട്ടുള്ളത് ചെറുശ്ശേരി ഇല്ലത്തു ഗോവിന്ദൻനമ്പൂതിരിയെയാണ്. ഇദ്ദേഹത്തെപ്പോലെ ഇത്ര സരസതയും സാമർത്ഥ്യവും ഉണ്ടായിട്ട് മറ്റൊരാളെ പറയാൻ എന്നാൽ സാദ്ധ്യമല്ല, വില്പത്തി കടുകട്ടി; വ്യാകരണശാസ്ത്രം വെടുപ്പായി പഠി

ച്ചിരിക്കുന്നു; സംഗീതത്തിൽ അതിപരിജ്ഞൻ; കാഴ്ചയിൽ നല്ല ശ്രീയുള്ള മുഖവും ദേഹവും. സംഭാഷണത്തിൽ ഇത്ര സരസത മറ്റാർക്കും ഞാൻ കണ്ടിട്ടില്ല. ഈ കഥയിലുള്ള മറ്റാർക്കും ഇത് ഇല്ലെന്നു തീർച്ചയായി ഞാൻ പറയുന്നു. ഇദ്ദേഹം അശേഷം ദുർബുദ്ധിയല്ല. എന്നാൽ പരിഹാസയോഗ്യന്മാരായ മനുഷ്യരെപ്പറ്റി ഇദ്ദേഹത്തിന്ന് അശേഷം ദയയില്ലെന്നുതന്നെ പറയാം. ഇദ്ദേഹത്തിന്റെ പരിഹാസത്തിനെപ്പറ്റി ഭയമില്ലാത്തവർ കേവലം ബുദ്ധിയില്ലാത്തവർ മാത്രമേയുള്ളൂ. പരിഹസിച്ചാൽ ഒരു തരിമ്പും അറിയാത്തവനുമാത്രം ഇദ്ദേഹത്തിനെ ഭയമില്ല. നുമ്മടെ സൂരിമ്പൂതിരിപ്പാട്ടിലേക്ക് ഇദ്ദേഹത്തിനെ ഭയമില്ല. ഇദ്ദേഹം സൂരിനമ്പൂതിരിപ്പാട്ടിലെ ഒരു സ്നേഹിതൻ ഒരിക്കലും ആയിരുന്നില്ല. സൂരിനമ്പൂതിരിപ്പാട്ടിലെക്കുറിച്ച് ഇദ്ദേഹത്തിനു വലിയ പുച്ഛമാണ് ഉണ്ടായിരുന്നത്. എന്നാൽ അത് അത്ര പുറത്തുകാണിക്കാൻ നിവൃത്തിയില്ലല്ലൊ. സൂരിനമ്പൂതിരിപ്പാട് ധനം കൊണ്ടും ഉൽകൃഷ്ടതകൊണ്ടും നമ്പൂതിരിമാരിൽ മുഖ്യനാണ്. അദ്ദേഹത്തെ പുറത്തേക്ക് എങ്കിലും എങ്ങനെ ബഹുമാനിക്കാതെ കഴിയും? സൂരിനമ്പൂതിരിപ്പാട്ടിലേക്കു തന്നെ സ്തുതിക്കുന്നവരെ ഒക്കെയും ബഹുപ്രിയമാണ്. അതു നിന്ദാസ്തുതിയായാലും വാസ്തവമായാലും അങ്ങറിവാനും പ്രയാസം. ഗോവിന്ദൻനമ്പൂതിരി, സൂരിനമ്പൂതിരിയുടെ അനുജനും അതിയോഗ്യനുമായ നാരായണൻ നമ്പൂതിരിപ്പാട്ടിലെ പരമസ്നേഹിതനാകുന്നു. എന്നാൽ മൂർക്കില്ലാത്ത മനയ്ക്കൽ ഇദ്ദേഹം ചെന്നാൽ ഇദ്ദേഹത്തിന്നു തന്റെ സ്നേഹിതനുമായി സംസാരിപ്പാൻ സാധിക്കുന്നതു വളരെ പ്രയാസമായിരുന്നു. മനയ്ക്കൽ ചെന്നാൽ സൂരിനമ്പൂതിരിപ്പാട്ടിലെ പത്തായപ്പുര മാളികയിലേക്ക് ഉടനെ വിളിക്കും... പിന്നെ വിടുന്നകാര്യം പ്രയാസം. ഇങ്ങിനെയാണു സൂരിനമ്പൂതിരിപ്പാടും ഗോവിന്ദൻനനമ്പൂതിരിയുമായിട്ടുള്ള ഇരിപ്പ്. നമ്പൂതിരിപ്പാട്ടിലെ ഇഷ്ടം പോലെ പറയാഞ്ഞാൽ മുഷിയും; മുഷിഞ്ഞാൽ ഉപദ്രവങ്ങൾ ഉണ്ടായി വന്നേക്കാം എന്നുള്ള ഭയത്താൽ ഗോവിന്ദൻനമ്പൂതിരി നമ്പൂതിരിപ്പാട്ടിനെ നിന്ദാസ്തുതി ധാരാളമായി ചെയ്യാറുണ്ട്. താൻ അതിസുന്ദരനാണെന്നും നല്ല കാര്യസ്ഥനാണെന്നും തന്നോട് ആരു പറയുന്നില്ലയോ അവരോടൊക്കെ നമ്പൂതിരിപ്പാട്ടിലേക്ക് ബഹുരസക്ഷയവും വിരോധവും തോന്നുമാറാണ്. അതുകൊണ്ട് ചെറുശ്ശേരി നമ്പൂതിരിക്ക് ഇദ്ദേഹത്തെ സ്തുതിക്കാതിരിപ്പാൻ നിവൃത്തിയില്ലാതെ വന്നുപോയി.

പിന്നെ നമ്പൂതിരിപ്പാട്ടിലെക്കൊണ്ടു പറവാനുള്ളത് ഇദ്ദേഹം കുറെ കളിഭ്രാന്തനാണെന്നു കൂടിയാണ്. കഥകളി വലിയ ഇഷ്ടമാണ്. അതിന്റെ ഗുണദോഷപരിജ്ഞാനം ഒരുമാതിരിയിൽ നല്ലവണ്ണം ഉണ്ട്. സംവത്സരത്തിൽ മുന്നൂറ്ററുപത്തഞ്ചു ദിവസവും പിന്നെ ദിവസമുണ്ടെങ്കിൽ അന്നും കഥകളി കണ്ടാലും തൃപ്തിയില്ല. ഇദ്ദേഹത്തിന്റെ അനുജന്മാർ സമർത്ഥന്മാരാണ്. എന്നാൽ ഇദ്ദേഹത്തിന്റെ അഭിപ്രായം അവരൊക്കെ വിഡ്ഢികളാണെന്നായിരുന്നു.

നമ്പൂതിരിപ്പാടു കുളിപ്പുരയിൽ എണ്ണതേച്ചുകൊണ്ടിരിക്കുമ്പോഴാണ് കേശവൻനമ്പൂതിരിയുടെ എഴുത്തു കൊണ്ടുവന്നത്. അതു വായിച്ച ഉടനെ ആ നിമിഷത്തിൽതന്നെ ചെറുശ്ശേരിനമ്പൂതിരിയെ വിളിക്കാൻ കല്പനയായി. വെറ്റിലപ്പെട്ടിക്കാരൻ ഗോവിന്ദൻ ചെറുശ്ശേരിനമ്പൂതിരിയെ വിളിക്കാൻ പോയി. ഇവൻ നല്ല സാമർത്ഥ്യമുള്ള ഒരു വികൃതിക്കുട്ടിയാകുന്നു. തന്റെ യജമാനന്റെ സ്വഭാവം മുഴുവനും അറിഞ്ഞ് ഗുണദോഷങ്ങളെ ഗുണിച്ചുവെച്ച കള്ളനാണ്. എങ്കിലും നമ്പൂതിരിപ്പാട്ടിലെമേൽ ഇവനു നല്ല ഭക്തിയും സ്നേഹവും ഉണ്ടായിരുന്നു. ഗോവിന്ദൻ ചെറുശ്ശേരിയില്ലത്തു ചെല്ലുമ്പോൾ ഗോവിന്ദൻനമ്പൂതിരി ഭക്ഷണം കഴിഞ്ഞു പുറത്തു പൂമുഖത്തു വന്നു ചതുരംഗത്തിനു ഭാവിച്ച് കരുക്കൾ മുറിക്കുകയായിരുന്നു.

ചെറുശ്ശേരിനമ്പൂതിരി: എന്താ ഗോവിന്ദാ, ബദ്ധപ്പെട്ടുവന്നത്?

ഗോവിന്ദൻ: അങ്ങട്ട് ഒന്ന് എഴുനെള്ളാൻ കല്പനയായിരിക്കുന്നു.

ചെറുശ്ശേരിനമ്പൂതിരി: നമ്പൂരി ഊൺ കഴിഞ്ഞുവോ?

ഗോവിന്ദൻ: ഇല്ല; കുളപ്പുരയിൽ ഉലപ്പെണ്ണ ചാർത്തുന്നു.

ചെറുശ്ശേരിനമ്പൂതിരി: എന്താ ഇത്ര അടിയന്തരം? വിശേഷവിധി വല്ലതും ഉണ്ടോ?

ഗോവിന്ദൻ: ചെമ്പാഴിയോട്ടുനിന്നു കറുത്തേടത്തു കേശവൻ നമ്പൂതിരിയുടെ ഒരു എഴുത്തു വന്നിരുന്നു. അതു വായിച്ച ഉടനെയാണു തിരുമനസ്സിലെ വിളിപ്പാൻ കല്പനയായത്.

ചെറുശ്ശേരിനമ്പൂതിരി: ശരി, മനസ്സിലായി. ഞാൻ വരാം. മുണ്ട് ഒന്നു മാറിയെടുക്കട്ടെ.

ചെറുശ്ശേരിനമ്പൂതിരി ആ ദിവസത്തിന് ഒരു ഇരുപതുദിവസങ്ങൾ മുമ്പ് കേശവൻനമ്പൂതിരിയുടെ കൂടെ ചെമ്പാഴിയോട്ടു പോയിട്ടുണ്ടായിരുന്നു. ഇന്ദുലേഖയും മാധവനുമായി ചെറുശ്ശേരിനമ്പൂരി അന്നു വളരെ പരിചയവും ഇഷ്ടവുമായിത്തീർന്നു. ഉടനെ വരാമെന്നു പറഞ്ഞാണു മടങ്ങിപ്പോന്നത്. ചെറുശ്ശേരിനമ്പൂരി മടങ്ങിപ്പോരാൻ യാത്ര പറഞ്ഞപ്പോൾ കേശവൻനമ്പൂതിരി മൂർക്കില്ലാത്ത സൂരിനമ്പൂതിരിപ്പാട്ടിലെക്കൊണ്ട് ഇന്ദുലേഖയ്ക്കു സംബന്ധം തുടങ്ങിച്ചാൽ ബഹുയോജ്യതയായിരിക്കുമെന്നും അതിനു ചെറുശ്ശേരിനമ്പൂരി ശ്രമിക്കേണമെന്നും ചെറുശ്ശേരിനമ്പൂരിയോടു പറകയും തന്നാൽ അതു സാധിക്കയില്ലെന്ന് അദ്ദേഹം മറുപടി പറകയും ചെയ്തിട്ടുണ്ടായിരുന്നു.

ചെറുശ്ശേരിനമ്പൂരി ചെമ്പാഴിയോട്ടുനിന്നു മടങ്ങി ഇല്ലത്തുവന്നതിന്റെ ശേഷം ഇന്ദുലേഖയെക്കുറിച്ചു സൂരിനമ്പൂരിപ്പാട്ടിലെ അനുജനും അതിബുദ്ധിമാനുമായ നാരായണൻ നമ്പൂരിപ്പാടോടുമാത്രം അല്പം പ്രസ്താവിച്ചിട്ടുണ്ട്. സൂരിനമ്പൂരിപ്പാടോട് ഇന്ദുലേഖയെക്കുറിച്ചു ചെറുശ്ശേരി ഒരക്ഷരവും ശബ്ദിച്ചിട്ടില്ല. ഇങ്ങനെ ഇന്ദുലേഖയുമായി നമ്മുടെ ചെറുശ്ശേരിനമ്പൂരി മുമ്പുതന്നെ പരിചയമായിരുന്നു.

ഗോവിന്ദൻ വന്നു വിളിച്ചതിനാൽ ചെറുശ്ശേരി നമ്പൂരി പുറപ്പെടാൻ

നിശ്ചയിച്ച് അകായിൽ പോയി ഒരു അലക്കിയ മുണ്ടെടുത്തു പുറത്തേക്കു വന്നു. "ഗോവിന്ദാ, എനി പോവുക," എന്നു പറഞ്ഞു പുറപ്പെട്ടു.

വഴിയിൽവെച്ച് ചെറുശ്ശേരി നമ്പൂരിയോട്.

ഗോവിന്ദൻ: വിളിപ്പാൻ കല്പിച്ച കാര്യം തിരുമനസ്സിലേക്കു മനസ്സിലായിട്ടുള്ളതുപോലെ അടിയൻ വിചാരിക്കുന്നു. മനസ്സിലായിട്ടില്ലെങ്കിൽ അടിയൻ ഉണർത്തിക്കാം.

ചെറുശ്ശേരിനമ്പൂതിരി: പറയൂ.

ഗോവിന്ദൻ: ചെമ്പാഴിയോട്ട് അതിസുന്ദരിയായി ഒരു സ്ത്രീ ഉണ്ടുപോൽ, കേശവൻനമ്പൂരിക്കു സംബന്ധമുള്ള പൂവള്ളി വീട്ടിൽ. അവിടെ തമ്പുരാൻ സംബന്ധം ചെയ്‌വാൻ നിശ്ചയിച്ചിട്ടാണ് എഴുത്തു വന്നിരിക്കുന്നത്. കൂടെ എഴുന്നെള്ളേണ്ടിവരുമെന്നു തോന്നുന്നു.

ചെറുശ്ശേരിനമ്പൂതിരി ചിറിച്ചുംകൊണ്ടു ഗോവിന്ദൻ പറഞ്ഞതെല്ലാം കേട്ടു. ഒടുവിൽ–

ചെറുശ്ശേരിനമ്പൂതിരി: ഗോവിന്ദാ! നിയ്യുംകൂടെ വരുന്നില്ലേ. ഞങ്ങൾ പോവുന്നതാണെങ്കിൽ?

ഗോവിന്ദൻ: അടിയൻ നിശ്ചയമായി വരും. തിരുമനസ്സുകൊണ്ട് ആ കുട്ടിയെ കണ്ടിട്ടുണ്ടെന്ന് ഇപ്പോൾ എന്നോട് ആ എഴുത്തു കൊണ്ടുവന്നവർ പറഞ്ഞു. കണ്ടിട്ടുണ്ടോ എന്നറിഞ്ഞില്ല.

ചെറുശ്ശേരിനമ്പൂതിരി: ഞാൻ കണ്ടിട്ടുണ്ട്. എഴുത്തു കൊണ്ടുവന്നവനാണോ നിന്നോട് ഈ സംബന്ധത്തിന്റെ വിവരങ്ങളെല്ലാം പറഞ്ഞത്?

ഗോവിന്ദൻ: അല്ലാ–അതു തമ്പുരാൻതന്നെ അരുളിച്ചെയ്തു. എഴുത്ത് അടിയൻ വായിച്ചിട്ടില്ല. തമ്പുരാൻ ഒന്നുകൂടി അരുളിച്ചെയ്തു–ഇത് എല്ലാ സംബന്ധംപോലെ അല്ല. കുട്ടിയെ (എന്തോ ഒരു പേര് അരുളിച്ചെയ്തു–ചന്ദ്രഭാനു എന്നോ ചിത്രലേഖ എന്നോ മറ്റോ ഒരു പേര് അരുളിച്ചെയ്തു.) ന്നുവത്രെ. അതിന് ഇന്നുതന്നെ വലിയതമ്പുരാനെ ഉണർത്തിച്ചു സമ്മതം വാങ്ങേണമെന്നാണ് അരുളിച്ചെയ്തത്.

ഇതുകേട്ടപ്പോൾ ഗോവിന്ദൻനമ്പൂതിരിക്കു ചിറിക്കാതിരിപ്പാൻ നിവൃത്തിയില്ലാതെ ആയി പൊട്ടിച്ചിറിച്ചുപോയി. ചിറിയുടെ കാരണം വ്യക്തമായി തനിക്കു മനസ്സിലായില്ലെങ്കിലും ഗോവിന്ദനും കൂടെ ചിറിച്ചു; രണ്ടാളും വേഗം മനയ്ക്കലേക്കു നടന്നു.

ചെറുശ്ശേരിനമ്പൂതിരിയെ വിളിക്കാൻ ഗോവിന്ദനെ അയച്ച ഉടനെ നമ്പൂതിരിപ്പാട് കുളിയും ഊണും കഴിഞ്ഞ് ഇന്ദുലേഖയെത്തന്നെ ഉറപ്പായി മനസ്സിൽ ധ്യാനിച്ചും രസിച്ചും കൊണ്ടു പുറത്തു പൂമുഖത്തു വന്നു നിന്നു. അപ്പോൾ മനവക വ്യവഹാരകാര്യസ്ഥൻ താശ്ശന്മേനോൻ ഒരു കടലാസ്സുകെട്ടുംകൊണ്ടു നമ്പൂതിരിപ്പാട്ടിലെ അടുക്കെ എത്തിവശായി.

നമ്പൂതിരിപ്പാട്: എനിക്ക് ഇന്നു കാര്യംനോക്കാൻ ഒന്നും എടയില്ല. താച്ചൂ. നീ പോയ്ക്കോ.

താശ്ശന്മേനവൻ: ഇത് അസാരം ഒന്നു നോക്കാതെ കഴിയില്ല.

നമ്പൂതിരിപ്പാട്: ഇന്നു നീ എന്തു പറഞ്ഞാലും എനിക്ക് എടയില്ല.

താശ്ശന്മേനവൻ: മറ്റന്നാൾ നമ്പറു വിചാരണയാണ്. അടിയന് ഒരു വിവരം ഉണർത്തിക്കാനുണ്ടായിരുന്നു. അത് ഇപ്പോൾ ഉണർത്തിക്കാതെ കഴിയില്ല.

നമ്പൂതിരിപ്പാട്: എന്തു വിചാരണയായാലും വേണ്ടതില്ല-ഇന്ന് എനിക്ക് ഒരു കാര്യവും കേൾക്കാൻ എടയില്ല.

താശ്ശന്മേനവൻ: ഒരാധാരം ഫയലാക്കേണ്ടതുണ്ട്. അതിന് ഒരു ഹരജി കൊടുക്കണം. ഹരജി എഴുതിക്കൊണ്ടു വന്നിട്ടുണ്ട്. അതിൽ ഒന്നു തൃക്കൈ വിളയാടിത്തന്നാൽ മതി.

നമ്പൂതിരിപ്പാട്: ഇന്നു ശനിയാഴ്ചയാണ്-ശനിയാഴ്ച ഞാൻ ഒരു കടലാസ്സിലും ഒപ്പിടാറില്ലെന്നു താച്ചുവിനു നിശ്ചയമില്ലേ? പിന്നെ എന്തിന് എന്നെ വന്ന് ഉപദ്രവിക്കുന്നു?

താശ്ശന്മേനവൻ: ആധാരം ഫയലാക്കാൻ തിങ്കളാഴ്ച ഹാജരാക്കീട്ടില്ലെങ്കിൽ നമ്പറു ദോഷമായിത്തീരും.

നമ്പൂതിരിപ്പാട്: എങ്ങിനെ എങ്കിലും തീരട്ടെ-അപ്പീൽ കോടതി ഇല്ലേ?

താശ്ശന്മേനവൻ: ആധാരം ഫയലാക്കാഞ്ഞാൽ അപ്പീൽ കോടതിയിലും തോല്ക്കും.

നമ്പൂതിരിപ്പാട്: ഇതു വലിയ അനർത്ഥം തന്നെ-താച്ചുവിനെ ഒരു കാര്യം ഏല്പിച്ചാൽപിന്നെ എന്നെ വന്ന് ഇങ്ങിനെ ബുദ്ധിമുട്ടിക്കുന്നത് എന്തിനാണ്?

താശ്ശന്മേനവൻ: ഹരജിയിൽ അടിയന് ഒപ്പിട്ടുകൊടുക്കാൻ പാടുണ്ടോ?

നമ്പൂതിരിപ്പാട്: ഇന്നു ശനിയാഴ്ച ഒരു ഹരജിയിലും ഒപ്പിടുകയില്ല. പണ്ട് ഒരന്ന്യായത്തിൽ ശനിയാഴ്ച ഒപ്പിട്ടിട്ട് ആ നമ്പ്ര തോറ്റുപോയത് താച്ചുവിന് ഓർമ്മയില്ലേ?

താശ്ശന്മേനവൻ: ഇത് അന്ന്യായമല്ല, ഹരജിയല്ലേ?

നമ്പൂതിരിപ്പാട്: എന്തായാലും ഞാൻ ഇന്ന് ഒപ്പിടുകയില്ല. നിശ്ചയം. താച്ചു പോയി കുളിക്കു.

താശ്ശന്മേനവൻ: ഈ നമ്പ്രിൽ സാക്ഷിക്ക് എഴുന്നള്ളേണ്ടിവരും എന്നു തോന്നുന്നു.

നമ്പൂതിരിപ്പാട്: ഞാനോ?

താശ്ശന്മേനവൻ: റാൻ.

നമ്പൂതിരിപ്പാട്: ശിക്ഷ-ശിക്ഷ! ഞാൻ ഒരിക്കലും പോവുകയില്ല-പക്ഷേ, നമ്പറു തോറ്റാലും വേണ്ടതില്ല. കല്പന വന്നിരുന്നുവോ?

താശ്ശന്മേനവൻ: കല്പന വന്നിരുന്നു. ഇവിടെ ഇല്ലാത്ത പ്രകാരം മറുവടി എഴുതിപ്പിച്ചയച്ചു.

നമ്പൂതിരിപ്പാട്: എന്നെ സാക്ഷി കൊടുത്ത ഈ അധികപ്രസംഗി ആരാണ്?

താശ്ശന്മേനവൻ: ഉള്ളാട്ടിൽ പഞ്ചുമേനവന്റെമേലുള്ള അന്ന്യായത്തിലാണ് ഇത്.

നമ്പൂതിരിപ്പാട്: ഉള്ളാട്ടിൽ പഞ്ചുവോ? ശിക്ഷ! എന്താണ്. അവന്റെ മേൽ നമ്പറു കൊടുത്തിട്ടുണ്ടോ?

താശ്ശന്മേനവൻ: ഇല്ലെ ചേർപ്പറ്റെകളം ഒഴിപ്പിപ്പാൻ.

നമ്പൂതിരിപ്പാട്: ശരി-ശരി, ഞാൻ അസ്ഡാളിച്ചു. ആ നമ്പ്ര വിധിച്ചു എന്നല്ലേ താച്ചു ഇന്നാൾ എന്നോടു പറഞ്ഞത്?

താശ്ശന്മേനവൻ: അടിയൻ അങ്ങിനെ ഉണർത്തിച്ചിട്ടില്ല. പഞ്ചുമേനോൻ ജന്മവാദം പുറപ്പെടിയിച്ചിരിക്കുന്നു. മനവക നാലഞ്ചു ഭൂമികൾ പഞ്ചുമേനോന്റേതാണെന്നു തർക്കിക്കുന്നു.

നമ്പൂതിരിപ്പാട്: പഞ്ചുവോ? ഇത്ര വഷളാണ് ഇവൻ? ഇതു ഞാൻ അറിഞ്ഞതേ ഇല്ല. ഒരാളെ അയച്ചു പഞ്ചുവോട് ഇങ്ങട്ടു വരാൻ പറയൂ. ആ വഷളനോടു ഞാൻതന്നെ ഒന്നു ചോദിക്കട്ടെ. ഇത്ര കുറുമ്പു കാണിച്ചാൽ കൊളം, കിണറ്, ക്ഷേത്രം, മാറ്റ് ഇതെല്ലാം ഉടനെ വിരോധിക്കണം. എന്നാൽ പട്ടിപോലെ പഞ്ചു ഓടിവരും. താച്ചുവിന് ഈ വിവരം മുമ്പേ എന്നോടു പറയായിരുന്നില്ലേ?

താശ്ശന്മേനവൻ: ഇതുകൊണ്ട് ഒന്നും ഫലമുണ്ടാവുകയില്ലെന്നു തോന്നുന്നു. പഞ്ചുമേനോൻ ഒരു ബാരിഷ്ടർസായ്വിനെ വരുത്തിയിരിക്കുന്നു.

നമ്പൂതിരിപ്പാട്: സായ്വ് വന്നാൽ എന്താണ്?

താശ്ശന്മേനവൻ: അയാൾ വലിയ കേമനാണ്.

നമ്പൂതിരിപ്പാട്: നമുക്കും ഒരു സായ്വിനെ ഏല്പിക്കണം. ഏലമലക്കാരൻ മക്ഷാമൻ ആയാൽമതി. അയാളും ഞാനും തമ്മിൽ വളരെ സ്നേഹമാണ്. അയാളുടെ അടുക്കൽ താച്ചുപോയി വിവരം പറയൂ.

താശ്ശന്മേനവൻ: മലവാരക്കാർ സായ്വന്മാർ ഈവക കാര്യങ്ങൾ ഏല്ക്കുകയില്ല.

നമ്പൂതിരിപ്പാട്: അധികപ്രസംഗം പറയണ്ട-ആ കരാറുകാരൻ സായ്വ് എനിക്കുവേണ്ടി എന്തുംചെയ്യും.

താശ്ശന്മേനവൻ: റാൻ, എന്നാൽ അത് അടിയൻ അങ്ങിനെതന്നെ ശട്ടമാക്കാം. ഈ ഹരജിയിൽ ഇപ്പോൾതന്നെ ഒന്നു തൃക്കൈവിളയാടിക്കിട്ടാഞ്ഞാൽ തിങ്കളാഴ്ച നമ്പ്ര ദോഷമായിത്തീരും.

ഇങ്ങനെ താശ്ശന്മേനോനും നമ്പൂതിരിപ്പാടും കൂടി ഒപ്പിടണമെന്നും ഒപ്പിടുകയില്ലെന്നും തർക്കവും ശാഠ്യവും കലശലായപ്പോൾ നാരായണൻ നമ്പൂതിരിപ്പാട് അകത്തുനിന്നു വന്നു വളരെയല്ലാം പറഞ്ഞ് നമ്പൂതിരിപ്പാട്ടിനെക്കൊണ്ട് ഹരജിയിൽ ഒരുവിധത്തിൽ ഒപ്പിടിയിച്ചു. ഒപ്പിട്ട ഉടനെ, "എന്താണു ചെറുശ്ശേരി വരാത്തത്," എന്നും പറഞ്ഞു നമ്പൂതിരിപ്പാട് പടിപ്പുരയിലേക്കു പോയി വരവു നോക്കിക്കൊണ്ടും ഇന്ദുലേഖയുടെ സൗന്ദര്യത്തെ ദൃഢമായി മനസ്സിൽ ധ്യാനിച്ചും രസിച്ചും കൊണ്ടു നിന്നു. അങ്ങിനെയിരിക്കുമ്പോൾ ചെറുശ്ശേരിനമ്പൂരിയും ഗോവിന്ദനും വരുന്നതു കണ്ടു. പടി കയറുന്നതിനു മുമ്പുതന്നെ നമ്പൂതിരിപ്പാട് ഉറക്കെ വിളിച്ചു പറഞ്ഞുതുടങ്ങി.

നമ്പൂതിരിപ്പാട്: (ഉറക്കെ വിളിച്ചുപറയുന്നു) ചെറുശ്ശേരി, വേഗം വരു- വേഗം വരൂ! എന്തൊരു സാവധാനമാണു നടത്തം. വേഗം നടക്കരുതേ? വർത്തമാനങ്ങൾ കേൾക്കണ്ടേ? ചെമ്പാഴിയോട്ടുനിന്നും കറുത്തേടത്തിന്റെ എഴുത്തു വന്നിരിക്കുന്നു. ഇന്ദുലേഖ എന്ന ഒരു പെണ്ണിനെ കേട്ടിട്ടുണ്ടോ? ഇന്നാൾ പോതായ്പ്രം എന്നോടു പറയുമ്പോൾ കൂടേ ഉണ്ടോ? ഇല്ല-അതിസുന്ദരിയാണത്രേ-ദമയന്തിതന്നെ. ആ പെണ്ണിനെ ഞാൻ സംബന്ധം തുടങ്ങാൻ പോണു. മുമ്പുള്ള സംബന്ധങ്ങൾ പോലെയല്ലാ. ഇങ്ങട്ടു കൂട്ടിക്കൊണ്ടുവരുന്നു. ഇങ്കിരിയസ്സും മറ്റും അറിയാമത്രെ. ഇങ്കിരിയസ്സ് അറിയുന്ന സ്ത്രീകളെ ഞാൻ ഇതുവരെ കണ്ടിട്ടില്ല. അതിസുന്ദരിയാണത്രെ-ദമയന്തിതന്നെ എന്നു പറഞ്ഞുകേട്ടു.

ഇതു പറഞ്ഞുകഴിയുമ്പോഴേക്ക് ചെറുശ്ശേരി നമ്പൂരി അടുത്തെത്തി.

ചെറുശ്ശേരിനമ്പൂതിരി: എന്നാൽ പിന്നെ നളൻതന്നെയാണല്ലോ വേണ്ടത്. നളൻ ഇവിടുന്നു നമ്പൂരിതന്നെ.

നമ്പൂതിരിപ്പാട്: ചെറുശ്ശേരീ! നേരംപോക്കെല്ലാം മതി. ഞാൻ വയസ്സനായിത്തുടങ്ങി. ആ പെണ്ണിനോ, പതിനഞ്ചു വയസ്സാണത്രേ. എനിക്ക് എന്തു സൗന്ദര്യമാണുള്ളത്. ആ ഭാഗം പോട്ടെ-നമ്മൾക്കു പുറപ്പെടണ്ടേ?

ചെറുശ്ശേരിനമ്പൂതിരി: എന്തിന് ആ ഭാഗം പോകുന്നു? ആ ഭാഗം തന്നെ പറയണം. നാല്പത്തഞ്ചു വയസ്സ് ഒരു വയസ്സോ? ഇരുപതു വയസ്സിൽ സൗന്ദര്യമുണ്ടായാൽ അത് നാല്പത്തഞ്ചുവയസ്സിൽ എവിടെ പോവും? ഈ വക ഒന്നും പറയേണ്ട. ഇവിടെക്ക് ഒരു എമ്പതു വയസ്സാവുന്നതുവരെ ഈ നാട്ടിലെ സ്ത്രീകൾക്ക് ഇവിടുന്നും നിമിത്തം ഉള്ള പരിഭ്രമം തീരുന്നതല്ലെന്നു ഞാൻ വിചാരിക്കുന്നു. പിന്നെ എന്തിന് ഇതെല്ലാം പറയുന്നു?

നമ്പൂതിരിപ്പാട്: ഇന്ദുലേഖയെ കണ്ടിട്ടുണ്ടോ? ചെറുശ്ശേരി ഇന്നാൾ കറുത്തേടത്തിന്റെകൂടെ പോയിരുന്നത് അവിടെക്കല്ലെ?

ചെറുശ്ശേരിനമ്പൂതിരി: ഇന്ദുലേഖയെ കണ്ടിട്ടുണ്ട്.

നമ്പൂതിരിപ്പാട്: സുന്ദരിതന്നെയോ?

ചെറുശ്ശേരിനമ്പൂതിരി: സുന്ദരിയായിട്ടുള്ള പെങ്കിടാവാണ്.

നമ്പൂതിരിപ്പാട്: എന്താണ് ഇങ്കിരീയസ്സ് അറിയാമെന്നു ചിലർ പറയുന്നു-അറിയാമോ?

ചെറുശ്ശേരിനമ്പൂതിരി: അറിയാമെന്നു പറഞ്ഞുകേട്ടു.

നമ്പൂതിരിപ്പാട്: സ്ത്രീകൾ ഇങ്കിരീയസ്സ് പഠിച്ചാൽ വൃത്തിയില്ലാതിരിക്കും. അതാണ് ഒരു ദോഷം.

ചെറുശ്ശേരിനമ്പൂതിരി: ഇങ്കിരിയസ്സു പഠിച്ചാൽ വൃത്തിഗുണം കൂടും എന്ന് എനിക്കു തോന്നുന്നു. ഇന്ദുലേഖയെ കണ്ട എനിക്ക് അങ്ങിനെ തോന്നി.

നമ്പൂതിരിപ്പാട്: എന്താണ്-ഇന്ദുലേഖയുമായി സേവ ഉണ്ടോ? ഉണ്ടെങ്കിൽ പറയാം. ഞാൻ ബാന്ധവം ആവുന്നതിനു മുമ്പ് ഉള്ളതല്ലേ-പറയു

ന്നതിനു വിരോധമില്ലാ. എന്താണ്-ചെറുശ്ശേരിയുടെ വാക്കു കേൾക്കുമ്പോൾ സേവ ഉള്ളതുപോലെ തോന്നുന്നു-ഉണ്ടോ?

ചെറുശ്ശേരിനമ്പൂതിരി: എന്തു സേവ?

നമ്പൂതിരിപ്പാട്: ഇന്ദുലേഖയുമായുള്ള സേവതന്നെ.

ചെറുശ്ശേരിനമ്പൂതിരി: ഇങ്ങിനെയെല്ലാം പറയുന്നതു മഹാകഷ്ടമാണ്. ഞാൻ ഒരിക്കലും ആവക പ്രവൃത്തി ചെയ്യുവാൻ മനസ്സ് ഉള്ളവനല്ല. പിന്നെ ഇന്ദുലേഖ അതിബുദ്ധിയുള്ള ഒരു കുട്ടിയാണ്. ഈ സാധാരണ നായന്മാരുടെ സ്ത്രീകളെപ്പോലെ അല്ല. അത് അവിടെ ചെന്നു കണ്ടാൽ അറിയാം. പക്ഷേ, നമ്പൂരിയുടെ ദേഹവും പ്രകൃതവും കാണുമ്പോൾ ആ കുട്ടി ഭ്രമിക്കുമായിരിക്കും. വേറെ ഒരു മനുഷ്യനേയും കണ്ടാൽ അങ്ങിനെ ഭ്രമിക്കാൻ സംഗതിവരികയില്ല.

നമ്പൂതിരിപ്പാട്: ചെറുശ്ശേരി വെറുതെ മുഖസ്തുതി ചെയ്യണ്ട. എനിക്ക് എന്താണ് അത്ര സൗന്ദര്യമുണ്ടോ? എനിക്ക് അത്ര ഇല്ലെന്നാണു തോന്നുന്നത്.

ചെറുശ്ശേരിനമ്പൂതിരി: അങ്ങിനെയാണ് ഇവിടേക്കു തോന്നേണ്ടത്-പക്ഷേ, ഞാൻ അതു സമ്മതിക്കില്ല.

നമ്പൂതിരിപ്പാട്: ചെറുശ്ശേരി നീലാട്ടു ലക്ഷ്മിയെ കണ്ടിട്ടുണ്ടോ?

ചെറുശ്ശേരിനമ്പൂതിരി: ഇല്ല.

നമ്പൂതിരിപ്പാട്: എന്നാൽ കോപ്പാട്ടു കുമ്മിണിയെ കണ്ടിട്ടുണ്ടല്ലോ. ഇന്നാൾ ഇവിടെ വന്നു പാട്ടുണ്ടായന്നു ചെറുശ്ശേരി ഇവിടെ ഉണ്ടായിരുന്നുവെല്ലോ. കോപ്പാട്ടു കുമ്മിണിയും ഇന്ദുലേഖയും ആയാലോ?

ചെറുശ്ശേരിനമ്പൂതിരി: ഞാൻ അന്നു പാടിയ പെണ്ണിന്റെ മുഖം നല്ല വണ്ണം കണ്ടില്ല.

നമ്പൂതിരിപ്പാട്: ആട്ടെ, ചെറുശ്ശേരി ഇതുവരെ കണ്ട സ്ത്രീകളിൽ എല്ലാം അതിസുന്ദരിയായ സ്ത്രീ ഏതാണ്?

ചെറുശ്ശേരിനമ്പൂതിരി: ഇന്ദുലേഖ.

നമ്പൂതിരിപ്പാട്: സംശയം ഇല്ലല്ലോ?

ചെറുശ്ശേരിനമ്പൂതിരി: സംശയം ഇല്ലാ.

നമ്പൂതിരിപ്പാട്: എന്നാൽ ഇത് എന്റെ ഭാഗ്യംതന്നെ.

ചെറുശ്ശേരിനമ്പൂതിരി: ഭാഗ്യംതന്നെ.

നമ്പൂതിരിപ്പാട്: പുരുഷനു സ്ത്രീസുഖത്തിൽമീതെ ഒരു സുഖം എന്താണുള്ളത്?

ചെറുശ്ശേരിനമ്പൂതിരി: സ്ത്രീസുഖമാണു വലിയത് എന്നു നിശ്ചയിച്ചാൽ അതിൽമീതെ ഒന്നുമില്ല.

നമ്പൂതിരിപ്പാട്: ചെറുശ്ശേരി എങ്ങിനെയാണു വെച്ചിരിക്കുന്നത്?

ചെറുശ്ശേരിനമ്പൂതിരി: ഞാൻ അങ്ങിനെ നിശ്ചയിച്ചിട്ടില്ല.

നമ്പൂതിരിപ്പാട്: സ്ത്രീസുഖം സാരമില്ലെന്നാണ് ചെറുശ്ശേരിയുടെ അഭിപ്രായം.

ചെറുശ്ശേരിനമ്പൂതിരി: സാരമില്ലെന്നല്ല; സ്ത്രീസുഖത്തിൽമീതെ ഒരു സുഖവും ഇല്ലെന്നു ഞാൻ പറയുകയില്ല-എന്നുമാത്രം.

നമ്പൂതിരിപ്പാട്: എന്നാൽ എന്തിനാണ് ഈ ജനങ്ങൾ എല്ലാം ഈ സ്ത്രീസുഖത്തിൽ ഇത്ര ഭ്രമിച്ചു വലയുന്നത്?

ചെറുശ്ശേരിനമ്പൂതിരി: ഭ്രമിച്ചു വലയുന്നതു ഭോഷത്വം തന്നെ എന്നേ പറയാനുള്ളു.

നമ്പൂതിരിപ്പാട്: ചെറുശ്ശേരി ഇയ്യെടെ കുറെ അദ്വൈതിയായിരിക്കുന്നു എന്നു തോന്നുന്നു. എനിക്കു സ്ത്രീകളെ വളരെ ഭ്രമമാണ്.

ചെറുശ്ശേരിനമ്പൂതിരി: സ്ത്രീകൾക്ക് ഇവിടുത്തെമേലും അങ്ങിനെ തന്നെ.

നമ്പൂതിരിപ്പാട്: എന്നാൽ അതുകൊണ്ടായിരിക്കുമോ എനിക്ക് ഇത്ര ഭ്രമം?

ചെറുശ്ശേരിനമ്പൂതിരി: അതുകൊണ്ടുതന്നെ-അതിന് എന്താണു വാദം? അതുകൊണ്ടുതന്നെ.

നമ്പൂതിരിപ്പാട്: ഇയ്യെടെ ഒരു നേരമ്പോക്ക് ഉണ്ടായി. ചെറുശ്ശേരിക്കു കേൾക്കണോ. പറയാം. ഞാൻ ഇന്നാൾ മലവാരത്തിന്റെ കാര്യത്തെക്കുറിച്ചു സംസാരിപ്പാൻ ഒരു ദിവസം മക്ഷാമൻ സായ്‌വിനെ കാണ്മാൻ പോയിരുന്നു. അദ്ദേഹത്തിന്റെ ഭാര്യ (മെതമ്മസായ്‌വ് എന്നാണ് പേര് എന്നു ഗോവിന്ദൻ പറഞ്ഞു) ഞാൻ ചെല്ലുമ്പോൾ സായ്‌വ് ഇരിക്കുന്നതിന്റെ കുറെദൂരെ ഒരു കസാലമേൽ ഒരു കടലാസ്സും വായിച്ചുംകൊണ്ട് ഇരുന്നിരുന്നു. ഞാൻ അവിടെ ചെന്നു സായ്‌വിന്റെ അടുക്കെ ഇരുന്നമുതൽ എണീട്ടുപോരാറാവുന്നതുവരെ എന്നെ ആ സ്ത്രീ കൂടെക്കൂടെ കടാക്ഷിച്ചുകൊണ്ടിരുന്നു.

ചെറുശ്ശേരിനമ്പൂതിരി: ഭ്രമിച്ചുപോയി. എനിക്കു സംശയമില്ല. നല്ല ഭ്രമം കടന്നിട്ടുതന്നെ കടാക്ഷിച്ചതെല്ലാം. കടാക്ഷിക്കാതെ നിവൃത്തി എന്ത്?

നമ്പൂതിരിപ്പാട്: കേൾക്കു-ഒടുവിൽ ഈ മെതമ്മസായ്‌വിന്റെ കടാക്ഷവും മറ്റും കണ്ടിട്ടോ എന്നറിഞ്ഞില്ല. മക്ഷാമൻ എന്തോ ഇങ്കിരിയസ്സിൽ മെതമ്മസായ്‌വോടു ചിരിച്ചുംകൊണ്ടു പറഞ്ഞു. മെതമ്മ സായ്‌വ് ചിരിച്ചും കൊണ്ടു മക്ഷാമനോടും എന്തോ മറുവടി പറഞ്ഞു. ഉടനെ വിഡ്ഢി മക്ഷാമൻ കാര്യമൊന്നും മനസ്സിലാവാതെ എന്നോട് ഇങ്ങിനെ പറഞ്ഞു: "എന്റെ ഭാര്യയെ താങ്കളുമായി പരിചയമാക്കാൻ ഞാൻ വിചാരിക്കുന്നു-താങ്കൾക്കു സന്തോഷമുണ്ടാവുമെന്നു ഞാൻ വിശ്വസിക്കുന്നു." എനിക്കു വല്ലാതെ ചിരിവന്നു. എങ്കിലും ചിരിച്ചില്ല-മനസ്സിൽ അടക്കി. "ഓ-ഹോ! എനിക്കു ബഹുസന്തോഷംതന്നെ," എന്നു ഞാൻ പറഞ്ഞു. വേഗം മക്ഷാമൻ എണീട്ടുപോയി അവളെ കൂട്ടിക്കൊണ്ടുവന്ന് എന്റെ അടുക്കെ നിർത്തി. ഞാൻ എണീട്ടില്ല. പിന്നെ അവൾ എന്റെ അടുക്കെ

ഇരുന്നു. സായ്‌വ് നീട്ടുംപോലെ കൈ എന്റെ സമീപത്തേക്കു നീട്ടി. ഞാനും കൈ നീട്ടി. മെതമ്മസായ്‌വ് എന്റെ കൈ പിടിച്ചു-എനിക്കു ശരീരം ആസകലം ഒരു രോമാഞ്ചം ഉണ്ടായി.

ചെറുശ്ശേരിനമ്പൂതിരി: അവൾക്കും അതിലധികം ഉണ്ടായിരിക്കണം.

നമ്പൂതിരിപ്പാട്: കേൾക്കു-എന്നിട്ടു ഞാൻ കയ്യു കുറെ നേരം പിടിച്ചുകൊണ്ടുതന്നെ നിന്നു. എനിക്ക് അവളുടെ സ്വരൂപം ബഹുകൗതുകമായി തോന്നി. വിഡ്ഢി മക്ഷാമൻ ഇതെല്ലാം കണ്ടുംകൊണ്ടു മന്ദഹാസത്തോടുകൂടി അടുക്കെത്തന്നെ നിന്നു. ഉടനെ എന്റെ ചെറുവിരലിൽ ഇട്ടിരുന്ന ഒരു വൈരമോതിരം ഞാൻ ഊരി കൈയിൽ പിടിച്ചു. മക്ഷാമനു രസിക്കുമോ എന്നറിഞ്ഞില്ലാ എന്ന് എനിക്ക് ഒരു ശങ്ക. മക്ഷാമന്റെ മുഖത്തേക്കു ഞാൻ ഒന്നു നോക്കി. ഉടനെ വിഡ്ഢി മക്ഷാമൻ, "ഓ! നമ്മുടെ ഭാര്യയ്ക്കു താങ്കൾ ഒരു സമ്മാനം കൊടുക്കുവാൻ പോകുന്നുവോ? ഒരു വിരോധവും ഇല്ല-കൊടുക്കാം." എന്നു പറഞ്ഞു. അപ്പോൾ എനിക്കു മനസ്സിനു വളരെ ധൈര്യമായി; മെതമ്മസായ്‌വിന്റെ കൈയിൽ മോതിരം ഇട്ടുകൊടുത്തു. മെതമ്മസായ്‌വ് അതു വാങ്ങി എന്റെ മുഖത്ത് നോക്കി ഒന്നു ചിറിച്ചു. വളരെ നല്ല മോതിരം എന്ന് ഇങ്കിരിയസ്സിൽ പറഞ്ഞു. മക്ഷാമൻ തർജ്ജമ പറഞ്ഞു. അപ്പോഴേക്കും ചെറുശ്ശേരി, എനിക്ക് ഉണ്ടായ ഒരു ഭ്രമം പറയാൻ പാടില്ല.

ചെറുശ്ശേരിനമ്പൂതിരി: അവൾക്ക് അതിലധികം-എനിക്കു സംശയമില്ല.

നമ്പൂതിരിപ്പാട്: കേൾക്കൂ-എന്നിട്ടു മെതമ്മസായ്‌വ് അവിടുന്ന് എണീട്ടു പിന്നെയും കൈ നീട്ടി.

ചെറുശ്ശേരിനമ്പൂതിരി: അതു ഭ്രമത്തിന്റെ മുഖ്യ അടയാളമാണ്. കണ്ടുംകൊണ്ട് ഇരിക്കാൻ പാടില്ലാതെ ആയിരിക്കും. ഉടനെ അവിടെ നിന്ന് എണീട്ടുപോയിരിക്കണം. അല്ലേ?

നമ്പൂതിരിപ്പാട്: അതെ-കൈ പിന്നെയും പിടിച്ചതിന്റെ ശേഷം പോയി.

ചെറുശ്ശേരിനമ്പൂതിരി: പിന്നെ കണ്ടതേ ഇല്ല-അല്ലേ?

നമ്പൂതിരിപ്പാട്: പിന്നെ കണ്ടിട്ടേ ഇല്ല.

ചെറുശ്ശേരിനമ്പൂതിരി: അതികലശലായി ഭ്രമിച്ചിരിക്കണം സായ്‌വ് കൂടത്തന്നെ ഉണ്ടായിരുന്നുവല്ലോ-അതാണ് അത്ര പരിഭ്രമം ഉണ്ടായി വേഗം പോയിക്കളഞ്ഞത് എന്നു തോന്നുന്നു. അല്ലെങ്കിൽ കുറേക്കൂടി സല്ലാപങ്ങൾ ഉണ്ടാവുമായിരുന്നു.

നമ്പൂതിരിപ്പാട്: ചെറുശ്ശേരി ആൾ ബുദ്ധിമാൻ തന്നെ. ഇതാണു ചെറുശ്ശേരിയെ എനിക്ക് ഇത്ര സ്നേഹം. ശരിയാണു ചെറുശ്ശേരി പറഞ്ഞത്. ആ സ്ത്രീ എന്നിലും ഞാൻ അവളിലും വളരെ ഭ്രമിച്ചുപോയി. എന്നാൽ പിന്നെ അതിനെക്കുറിച്ചു ശ്രമിക്കാഞ്ഞത് ആവക സ്ത്രീകളുമായി നോക്കുചേർച്ച ശാസ്ത്രവിരോധമല്ലേ എന്നു വെച്ചിട്ടാണ്. മറ്റു യാതൊരു പ്രയാസവുമില്ല.

ചെറുശ്ശേരിനമ്പൂതിരി: ശാസ്ത്രവിരോധമായത് ഒന്നും ചെയ്യരുത്. ഇവിടുത്തെ ബുദ്ധിയുടെ മാതിരി ഓർത്തു ഞാൻ അത്ഭുതപ്പെടുന്നു. ഇത്ര എല്ലാം ആഗ്രഹം അവളിൽ തോന്നീട്ടും ആ ആഗ്രഹം ശാസ്ത്രവിരുദ്ധ മെന്ന് ഓർത്ത് ഇല്ലാതാക്കിയത് ഇവിടുത്തെ ഒരു ധൈര്യം തന്നെ.

നമ്പൂതിരിപ്പാട്: ചിലപ്പോൾ ഇനിക്ക് ഇതിലെല്ലാം വലിയ ധൈര്യ മാണ്. കോപ്പാട്ടു കുമ്മിണിയെ ഞാൻ വളരെ കുഴക്കി. ആ കഥ കേൾക്കണോ?

ചെറുശ്ശേരിനമ്പൂതിരി: അത് ഇവിടുന്ന് ഇന്നാൾ ഒരു ദിവസം പ്രസ്താ വിച്ചു കേട്ടു. എനിക്ക് ഇപ്പോഴും നല്ല ഓർമ്മയുണ്ട്. അന്നു മുതൽക്കാണ് ഇവിടുന്ന് അതിധൈര്യവാൻ എന്ന് എനിക്കു വിശ്വാസം വന്നത്.

നമ്പൂതിരിപ്പാട്: എന്നാൽ ഈ വെള്ളക്കാരുടെ സ്ത്രീകളുടെ നിറം ബഹുവിശേഷംതന്നെ. ഇന്ദുലേഖയുടെ നിറം എന്താണ്?

ചെറുശ്ശേരിനമ്പൂതിരി: നല്ല സ്വർണ്ണവർണ്ണം.

നമ്പൂതിരിപ്പാട്: എന്റെ നിറത്തേക്കാൾ അധികമോ?

ചെറുശ്ശേരിനമ്പൂതിരി: ആ കഥ എന്തിനു ചോദിക്കുന്നു? നമ്പൂതിരി യുടെ നിറം ഒന്നു വേറെതന്നെയാണ്.

നമ്പൂതിരിപ്പാട്: ചെറുശ്ശേരി ഇപ്പോൾ പരിഹസിക്കുകയാണ് ചെയ്യു ന്നത്. എന്റെ നിറം ഇന്ദുലേഖയുടെ നിറത്തേക്കാൾ അധികം നന്നോ?

ചെറുശ്ശേരിനമ്പൂതിരി: ഇങ്ങിനെ ചോദിക്കുന്നതാണ് എനിക്ക് ആശ്ച ര്യം-സംശയമില്ലാത്ത കാര്യത്തിൽ പിന്നെയും ചോദിച്ചാലോ?

നമ്പൂതിരിപ്പാട്: ആട്ടെ-ചെറുശ്ശേരി എന്നെയും കണ്ടിട്ടുണ്ട്, ഇന്ദുലേ ഖയെയും കണ്ടിട്ടുണ്ട്-ഞങ്ങൾ രണ്ടാളുടെയും ശൃംഗാരാദിരസങ്ങളെയും സാമർത്ഥ്യത്തെയും ചെറുശ്ശേരി വേണ്ടുംവണ്ണം അറിയും. എല്ലാം കൊണ്ടും നോക്കിയാൽ ആ കുട്ടിക്ക് എന്നെ ബോധിക്കുമെന്നു ചെറു ശ്ശേരിക്കു ബോദ്ധ്യമുണ്ടോ? ചെറുശ്ശേരിയുടെ ബോദ്ധ്യമാണ് എനിക്കും ബോദ്ധ്യം.

ചെറുശ്ശേരിനമ്പൂതിരി: എന്താണ് ഇങ്ങിനെ ചോദിക്കുന്നത്? കഷ്ടം! അതു ഞാൻ മുമ്പേതന്നെ തീർച്ചയാക്കിയ കാര്യമാണല്ലോ. ആ കുട്ടി നമ്പൂരിയെ കണ്ടാൽ ആ നിമിഷം സഹിക്കുമെന്നു ഞാൻ വിചാരിക്കു ന്നില്ല. അവൾ അതിസരസയാകയാൽ നമ്പൂതിരിയെ കാണുന്ന ക്ഷണം, നമ്പൂതിരിയുടെ ഗുണം അവൾ മനസ്സിലാക്കും എന്നുള്ളതിന് എനിക്കു സംശയമില്ല. മനസ്സിലാക്കിയാൽ പിന്നെ ഉണ്ടാവുന്നത് എന്ത് എന്നു ഞാൻ പറയണോ? കുട്ടിക്കു നമ്പൂരിയെ ബോധിക്കുമോ എന്നു ചോദിക്കുകയോ? നല്ല ചോദ്യം! എപ്പോഴാണു പുറപ്പെടാൻ വിചാരിക്കുന്നത്?

നമ്പൂതിരിപ്പാട്: നാളെ രാവിലെ. ചെറുശ്ശേരി കൂടത്തന്നെ വന്നാലേ എനിക്കു രസമുള്ളു. പിന്നെ രണ്ടു കുട്ടിപ്പട്ടന്മാർ. കാര്യസ്ഥൻ നാരായ ണൻ, ഒരു ആറു വാലിയക്കാരും ഗോവിന്ദനുംമാത്രം മതി. ചെറുശ്ശേരി മഞ്ചലിൽ എന്റെ പല്ലക്കിന്റെ കൂടത്തന്നെ. ഇന്ദുലേഖയെ ഇങ്ങട്ടു കൊണ്ടു വരാൻ നല്ല ഒരു പല്ലക്കും എട്ടാളെയും കൂടത്തന്നെ കൊണ്ടുപോണം.

ചെറുശ്ശേരിനമ്പൂതിരി: അതു പിന്നെ കൊണ്ടുപോയാൽ മതി. കൊണ്ടുപോയിട്ടുതന്നെ ആവശ്യമില്ല. പല്ലക്ക് ഇന്ദുലേഖയുടെ ഭവനത്തിൽതന്നെ അഞ്ചോ ആറോ ഉണ്ട്.

നമ്പൂതിരിപ്പാട്: ശരി-എന്നാൽ കൊണ്ടുപോണ്ട. ചെറുശ്ശേരി അപ്ഫനെ പോയി ഒന്ന് അറിയിക്കു.

ചെറുശ്ശേരിനമ്പൂതിരി: അപ്പോൾ നാളെ എങ്ങിനെ പോവുന്നു-നാളെ ഇവിടെ രാമപ്പണിക്കരുടെ കഥകളി നിശ്ചയിച്ചിട്ടില്ലേ!

നമ്പൂതിരിപ്പാട്: നാളെയ്ക്കാണോ? ശരി-വേണ്ടതില്ല. കളിച്ചോട്ടെ. നോക്കു പോവുക. ഉണ്ണികൾ കാണട്ടെ. മടങ്ങിവന്നിട്ടു രണ്ടുമൂന്നരങ്ങു കളിപ്പിക്കാം. ഇന്ദുലേഖയ്ക്കും കാണാമല്ലോ.

ചെറുശ്ശേരിനമ്പൂതിരി: രാമപ്പണിക്കർക്കു മറ്റന്നാൾ നിശ്ചയമായി പോണം എന്നാണു പറഞ്ഞത്.

നമ്പൂതിരിപ്പാട്: എന്നാൽ യാത്ര മറ്റന്നാളാക്കിയാലോ?

ചെറുശ്ശേരിനമ്പൂതിരി: അതാണു നല്ലത് എന്നു തോന്നുന്നു.

നമ്പൂതിരിപ്പാട്: വേണ്ട-കളിക്കാർ എനിയത്തെ കൊല്ലം വരുമല്ലൊ.

ചെറുശ്ശേരിനമ്പൂതിരി: ഇഷ്ടംപോലെ. ഞാൻ വിവരം കളിക്കാരോടുപറയാം.

സൂരിനമ്പൂതിരിപ്പാട്ടിലേക്കു കളിയിലും ഇന്ദുലേഖയിലും ഉള്ള രണ്ടുവിധമായ ആസക്തികൾ അന്യോന്യം പിണങ്ങി അദ്ദേഹത്തെ കുറേനേരം വളരെ വ്യസനിപ്പിക്കുകയും ഉപദ്രവിക്കുകയും ചെയ്തു. കുറെ വിചാരിച്ച് ഒടുവിൽ:

നമ്പൂതിരിപ്പാട്: ഞാൻ നാളെ അവിടെ എത്തുമെന്ന് എഴുത്ത് അയച്ചു പോയി.

ചെറുശ്ശേരിനമ്പൂതിരി: എപ്പോൾ അയച്ചു?

നമ്പൂതിരിപ്പാട്: കുളപ്പുരയിൽവച്ച് ചെറുശ്ശേരിയെ വിളിക്കാൻ ആളെ അയച്ച ഉടനെ കറുത്തേടത്തിനു മറുവടി അയച്ചുപോയി.

ചെറുശ്ശേരിനമ്പൂതിരി: അതുകൊണ്ടു എന്താണു വിഷമം? ഇപ്പോൾതന്നെ രണ്ടാമത് ഒരു എഴുത്തയയ്ക്കണം, മറ്റന്നാൾ ആണു വരുന്നത് എന്ന്.

നമ്പൂതിരിപ്പാട്: ഇന്ദുലേഖയ്ക്ക് ആദ്യം തന്നെ പുത്തരിയിൽ കല്ലു കടിച്ചമാതിരി ഒരു മനോവ്യസനമോ കുണ്ഠിതമോ ഉണ്ടാകുന്നതു ശരിയോ? അവൾ നാളെ ഞാൻ എത്തുമെന്നു കാത്തിരിക്കും.

ചെറുശ്ശേരിനമ്പൂതിരി: ഒരിക്കലും ഇന്ദുലേഖയ്ക്ക് ഒരു മനോവ്യസനവും കുണ്ഠിതവും ഇതുകൊണ്ട് ഉണ്ടാവുകയില്ല. അതിന്നു ഞാൻ ഉത്തരവാദി. നാളത്തെ യാത്ര മറ്റെന്നാളാക്കിയാൽ എന്തൊരു വൈഷമ്യമാണ്? പിന്നെ നമ്പൂരി വളരെ കാര്യങ്ങൾ ഉള്ള ആളല്ലേ. നിശ്ചയിച്ച ദിവസങ്ങളിൽതന്നെ എല്ലാ കാര്യങ്ങളും ശരിയായി നടന്നു എന്നു വരുമോ?

ഇന്ദുലേഖ
ഒ ചന്തുമേനോൻ 115

നമ്പൂതിരിപ്പാട്: ശരിതന്നെ-എന്നാൽ രാമന്റെ വേഷം കണ്ടിട്ടു പോവാം. അങ്ങിനെ ഉറച്ചു. എന്നാൽ അപ്ഫനോട് ഇപ്പോൾതന്നെ അറിയിച്ചു മറുവടി വന്നു പറയൂ.

ചെറുശ്ശേരിനമ്പൂതിരി: അതുചെയ്യാം.

എന്നുപറഞ്ഞു ചെറുശ്ശേരിനമ്പൂതിരി അകത്തേക്കു കടന്നു. തെക്കിനിയിൽ തന്റെ സ്നേഹിതൻ നാരായണൻ നമ്പൂതിരിപ്പാടു നില്ക്കുന്നതുകണ്ട് അന്യോന്യം നോക്കി രണ്ടുപേരും ചിറിച്ചു. നാരായണൻ നമ്പൂതിരിപ്പാട്ടിലേക്ക് എല്ലാം മനസ്സിലാക്കിയിരിക്കുന്നു. ഇന്ദുലേഖയുടെ സൗന്ദര്യത്തെക്കുറിച്ചും അവൾക്കു ശീലഗുണം, തന്റേടം, പഠിപ്പ് ഇതുകളെക്കുറിച്ചും അവൾക്ക് അനുരൂപനായ മാധവന്റെ അവസ്ഥയെക്കുറിച്ചും ചെറുശ്ശേരിനമ്പൂതിരി നാരായണൻനമ്പൂതിരിപ്പാട്ടിനോടു വെടുപ്പായി പറഞ്ഞുധരിപ്പിച്ചിട്ടുണ്ട്. അതുകൊണ്ട് അദ്ദേഹത്തിനു ജ്യേഷ്ഠന്റെ ഈ തിരക്കുകൾ എല്ലാം കണ്ടിട്ടു കുറെ ഭ്രമം തോന്നി.

നാരായണൻനമ്പൂതിരിപ്പാട്: എന്താണു നാളെത്തന്നെയോ യാത്ര?

ചെറുശ്ശേരിനമ്പൂതിരി: നാളെ കഥകളി, മറ്റന്നാൾ, ഇന്ദുലേഖ പരിണയം.

നാരായണൻനമ്പൂതിരിപ്പാട്: ചെറുശ്ശേരി പറഞ്ഞതിൽ എനിക്കു കുറെ സംശയം തോന്നുന്നുണ്ടേ. ഇദ്ദേഹത്തിന്റെ ഘോഷംകൂട്ടൽ കാണുമ്പോൾ കറുത്തേടത്തിന്റെ നിഷ്കർഷയാൽ ഇന്ദുലേഖയെ ഒരു സമയം ഒന്നിച്ചു കൊണ്ടുവരുമെന്നാണ് എനിക്കു തോന്നുന്നത്.

ചെറുശ്ശേരിനമ്പൂതിരി: അത് ആ പെണ്ണിനെയും മാധവനെയും നമ്പൂതിരി കാണാത്തതിനാൽ തോന്നുന്നതാണ്. സാധാരണ ഇങ്ങനെ തോന്നാം. ഇന്ദുലേഖയെപ്പോലെ ഈ മലയാളത്തിൽ ഞാൻ ഒരു പെൺകുട്ടിയേയും കണ്ടിട്ടില്ല. എനിക്ക് ഈ കാര്യത്തിൽ ലേശം ഭ്രമമില്ലാ. നമ്പൂരിയെ എത്രണ്ടു വഷളാക്കി വിടുമോ എന്നേ സംശയമുള്ളൂ.

നാരായണൻനമ്പൂതിരിപ്പാട്: എന്താണു പറയുന്നത്? കറുത്തേടം തീർച്ചയായി എഴുതിയിരിക്കുന്നു. ഒന്നും ആലോചിക്കാതെ അങ്ങനെ എഴുതുമോ?

ചെറുശ്ശേരിനമ്പൂതിരി: ആട്ടെ രണ്ടുമൂന്നു ദിവസത്തിലകത്തു തീർച്ചയാവുന്ന കാര്യത്തെക്കുറിച്ച് നോം എന്തിന് ഇത്ര തർക്കിക്കുന്നു? എനിക്ക് അപ്ഫൻ നമ്പൂതിരിയെ കാണണം. എവിടെയാണ്?

നാരായണൻനമ്പൂതിരിപ്പാട്: മുകളിൽ കിടക്കുന്നു. എന്തിനാണ്, ഈ വിവരം അറിയിക്കാനോ?

ചെറുശ്ശേരി, "അതേ," എന്നു പറഞ്ഞു മുകളിലേക്കു പോയി. അപ്ഫൻ നമ്പൂതിരിയെ അറിയിച്ചു മടങ്ങി സൂരിനമ്പൂതിരിപ്പാട്ടിലെ പത്തായപ്പുര മാളികയിലേക്കു ചെന്നു.

നമ്പൂതിരിപ്പാട്: ചെറുശ്ശേരിയാണ് ഈ വികടങ്ങൾ എല്ലാം ഉണ്ടാക്കുന്നത്. കഥകളി എന്താണു സാരം? നാളത്തന്നെ പോയാൽ എന്താണ്?

ചെറുശ്ശേരിനമ്പൂതിരി: ഇപ്പോൾതന്നെ, മറ്റന്നാളാണ് പുറപ്പെടുന്നത്

എന്നു ഞാൻ അഫൻനമ്പൂതിരിയോടു പറഞ്ഞ് അനുമതി വാങ്ങിയല്ലോ. എനി നാളെ പുറപ്പെടുന്നതു ശരിയോ?

നമ്പൂതിരിപ്പാട്: എനിക്ക് ഇന്ദുലേഖയെ കാണാൻ വഴുകുന്നു. എന്താണു പറഞ്ഞിട്ടു ഫലം! മറ്റന്നാൾ വൈകുന്നേരം വരെ ക്ഷമിക്കുകയേ നിവൃത്തിയുള്ളൂ.

ചെറുശ്ശേരിനമ്പൂതിരി: തൽക്കാലത്തെ ഈ വ്യസനശാന്തിക്ക് ഈ സമയംമുതൽ നാളെ കളി തുടങ്ങുന്നതുവരെ കളിയുടെ രസം ഓർത്താൽ ഇന്ദുലേഖയുടെ വിചാരം അതുവരെ ഉണ്ടാകയില്ല. പിന്നെ കളി കഴിഞ്ഞാൽ ഉടനെ പുറപ്പാടുമായി. പിന്നെ ഇന്ദുലേഖയെത്തന്നെ വിചാരിക്കാം. വിചാരിച്ച് വിചാരിച്ച് ഇരിക്കുമ്പോൾ കാണുകയും ചെയ്യാമല്ലോ. അല്ലാതെ ഒരുകാര്യം നിശ്ചയിച്ചിട്ട് അതിനെപ്പറ്റി വ്യസനിക്കരുത്.

നമ്പൂതിരിപ്പാട്: ചെറുശ്ശേരിക്ക് അത്താഴം ഇവിടെ. ഞാൻ ഇത്തിരി കിടക്കട്ടെ.

എന്നു പറഞ്ഞ് നമ്പൂതിരിപ്പാട് ഉറങ്ങാൻ അറയിലേക്കും ചെറുശ്ശേരിനമ്പൂതിരി നാരായണൻനമ്പൂതിരിപ്പാട്ടിലെ പത്തായപ്പുരമാളികയിലേക്കും പോയി.

8

മദിരാശിയിൽനിന്ന് ഒരു ആഗമനം

ആറാം അദ്ധ്യായത്തിൽ പറഞ്ഞകഥ നടന്നതിന്റെ പിറ്റേ ദിവസം രാവിലെ മൂർക്കില്ലാത്ത മനയ്ക്കൽ നമ്പൂതിരിപ്പാട്ടിലെ എഴുന്നെള്ളത്തും കാത്തുകൊണ്ടു പഞ്ചുമേനവൻ, കേശവൻനമ്പൂതിരി, വീട്ടിലുള്ള കാര്യസ്ഥന്മാർ, ഇവര് എല്ലാം പൂമുഖത്തുതന്നെ നിന്നിരുന്നു. മഠത്തിൽ പാലടപ്രഥമൻ, വലിയപപ്പടം, പഞ്ചസാര വട്ടമായി സദ്യയ്ക്ക് ഒരുക്കിയിരുന്നു. ഒരു കാര്യവശാൽ പിറ്റേദിവസം പുറപ്പെടാൻ തരമാകയില്ലെന്നും അതുകൊണ്ട് അതിന്റെ പിറ്റേദിവസം ഭക്ഷണത്തിനുതക്കവണ്ണം എത്തുമെന്നും അറിയിപ്പാൻ അന്നു തന്നെ രണ്ടാമത് അയച്ച എഴുത്തുംകൊണ്ടു മനയ്ക്കൽ നിന്നു പോന്ന ആളുകൾ രാത്രിയായതിനാൽ വഴിയിൽ താമസിച്ചു രാവിലെ മേൽപറഞ്ഞ പ്രകാരം പഞ്ചുമേനോൻ മുതലായവർ നമ്പൂതിരിപ്പാട്ടിലെ എഴുന്നള്ളത്തും കാത്തിരിക്കുമ്പോഴാണ് എത്തിയത്. എഴുത്തു വായിച്ച ഉടനെ കാരണവരു തറവാട്ടു ഭവനത്തിലേക്കും, നമ്പൂതിരി കുളിപ്പാനും, ശേഷം കൂടിയിരുന്നവർ അവരവരുടെ പ്രവൃത്തിക്കും പോയി. കുറെ കഴിഞ്ഞപ്പോൾ ഇന്ദുലേഖ കുളിക്കാൻ പുറപ്പെട്ടു. പൂമുഖത്തു വന്നു. ഇന്ദുലേഖയുടെ അമ്മയും പൂമുഖത്തു വന്നു.

ലക്ഷ്മിക്കുട്ടിഅമ്മ: അല്ല കുട്ടീ, നീ എന്തിനാണു മണ്ണെണ്ണ വിളക്കു കത്തിച്ചു രാത്രി ഉറക്ക് ഒഴിയുന്നത്? ഇന്നലെ എത്ര നേരം വായിച്ചു, അച്ഛൻ പോന്നശേഷം?

ഇന്ദുലേഖ: ഇല്ലാ, ഞാൻ വേഗം കിടന്ന് ഉറങ്ങിയിരിക്കുന്നു. അമ്മേ, കൊച്ചമ്മാമൻ എനിയും വന്നില്ലല്ലോ. ഇന്നലെ വരുമെന്നല്ലേ എഴുതിയത്?

ലക്ഷ്മിക്കുട്ടിഅമ്മ: ശരിതന്നെ, ഇന്നു വരുമായിരിക്കും. അതോ എനി മാധവൻ അവിടെ പിടിച്ചു നിർത്തിയിരിക്കുമോ എന്നും അറിഞ്ഞില്ല.

ഇങ്ങനെ അവർ പറഞ്ഞുംകൊണ്ടിരിക്കുമ്പോൾ ഗോവിന്ദൻകുട്ടിമേനോനും ഭൃത്യന്മാരും കെട്ടും പെട്ടിയുമായി കയറിവരുന്നത് ഇവർ കണ്ടു.

ഗോവിന്ദൻകുട്ടിമേനോൻ തലേദിവസത്തെ വണ്ടിയെറങ്ങി വഴിയിൽ പൂവള്ളി വക സത്രത്തിൽ താമസിച്ച് അന്നു രാവിലെ സത്രത്തിൽ നിന്നു പുറപ്പെട്ടു വീട്ടിൽ എത്തിയതാണ്.

ഇന്ദുലേഖ: അതാ കൊച്ചമ്മാമൻ വരുന്നു.

എന്നുപറഞ്ഞു മന്ദഹാസത്തോടെ അമ്മാമന് അഭിമുഖമായി മിറ്റത്തേക്ക് എറങ്ങി. ലക്ഷ്മിക്കുട്ടിഅമ്മയും കൂടെയിറങ്ങി.

ഗോവിന്ദൻകുട്ടിമേനോൻ: ഇന്ദുലേഖയ്ക്കു സുഖക്കേടൊന്നുമില്ലല്ലോ?

ഇന്ദുലേഖ: ഒന്നും ഇല്ല, ഇപ്പോൾ എനിക്കു സകലസുഖവും ആയി. കൊച്ചമ്മാമൻ ഇന്നലെ വരുമെന്നല്ലേ എഴുതിയത്. ഞങ്ങൾ കുറെ വിഷാദിച്ചു.

ഉടനെ ലക്ഷ്മിക്കുട്ടിഅമ്മയും ഗോവിന്ദൻകുട്ടിമേനോനും ഇന്ദുലേഖയും കൂടി അകത്തേക്കുപോയി. ഗോവിന്ദൻകുട്ടിമേനോൻ കുളി, ഭക്ഷണം മുതലായതു കഴിഞ്ഞ് അച്ഛനെ കാണ്മാൻ അദ്ദേഹത്തിന്റെ വീട്ടിലേക്കുപോയി കണ്ടുമടങ്ങി, അമ്മയുടെ അറയിൽ പോയി അമ്മയേയും കണ്ട്, ജ്യേഷ്ഠത്തിയേയും കണ്ട് ഇന്ദുലേഖയുടെ മാളികമുകളിലേക്കു കയറിച്ചെന്നു.

ഗോവിന്ദൻകുട്ടിമേനോനെക്കുറിച്ച് അല്പം എന്റെ വായനക്കാരോടു പറയണ്ടേ. അല്പമേ പറയേണ്ടതുള്ളൂ. ഈയാളുടെ ബുദ്ധി അതികൂർമ്മതയുള്ളതായിരുന്നു. എന്നാൽ സ്വഭാവത്തിന് അല്പം ഒരു വിനയം പോരായ്ക ഉണ്ടോ എന്നു സംശയം. സ്വഭാവത്തിന് ഒരുപ്രകാരത്തിലും ചാപല്യം ഉണ്ടെന്നല്ല ഇതിന്റെ അർത്ഥം. ഇദ്ദേഹത്തെ അറിയുന്ന എല്ലാവർക്കും ഇദ്ദേഹത്തെക്കുറിച്ചു നല്ല ബഹുമാനം ഉണ്ടായിരുന്നു. ശരീരാകൃതി കോമളമായിരുന്നു. തന്റെ മരിച്ചുപോയ മഹാനായ ജ്യേഷ്ഠനെപോലെ ഭൂമിയിലുള്ള സകലജീവികളിലും വെച്ച് ഇദ്ദേഹത്തിന് അതിവാത്സല്യം ഉണ്ടായിരുന്നത് ഇന്ദുലേഖയിൽ ആയിരുന്നു.

അമ്മാമൻ വരുന്നതു കണ്ട ഉടനെ ഇന്ദുലേഖാ എഴുനീറ്റു കോച്ചിന്മേലെ കെടക്ക തട്ടിനന്നാക്കി അവിടെ ഇരിക്കേണമെന്നുള്ള ഭാവത്തോടെ നിന്നു. ഗോവിന്ദൻകുട്ടിമേനോൻ ഉടനെ ഇരുന്നു. ഉടനെ വെള്ളിപ്പാത്രത്തിൽ തന്റെ കൈകൊണ്ടുതന്നെ പ്രേമത്തോടെ ഉണ്ടാക്കിയ ചായയും ഒരു വെള്ളിത്താമ്പാളത്തിൽ കുറെ പലഹാരങ്ങളും ഒരു ചെറിയ മേശമേൽവെച്ച് അമ്മാമന്റെ അടുക്കെ കൊണ്ടുപോയിവെച്ചു. പിന്നെ അമ്മാമന്റെ കല്പനപ്രകാരം അടുക്കെ ഒരു കസാലയിൽ ഇരുന്നു.

ഗോവിന്ദൻകുട്ടിമേനോൻ: മാധവൻ സുഖക്കേടു കൂടാതെ അവിടെ എത്തി. ഉടനെ സിക്രട്ടരിയട്ടിൽ നൂറ്റമ്പത് ഉറുപ്പിക ശമ്പളമാവുമെന്നു തോന്നുന്നു. ഇന്ദുലേഖയ്ക്കു ഞാൻ പോവുമ്പോൾ തന്ന നോവൽ വായിച്ചുതീർന്നുവോ? നല്ലവണ്ണം മനസ്സിലാവുന്നുണ്ടോ?

'മാധവൻ' എന്ന ശബ്ദം തന്റെ മുഖത്തിൽ നിന്നു പുറപ്പെട്ട ഉടനെയും പിന്നെ അദ്ദേഹത്തിന്ന് ഉദ്യോഗമാവാൻ പോകുന്നു എന്നു പറഞ്ഞപ്പോഴും ഇന്ദുലേഖയുടെ ചെന്താമരപ്പൂപോലെയുള്ള മുഖത്തിൽ

നിന്നു ലജ്ജ ഹേതുവായി പ്രത്യക്ഷമായ വളരെ സ്തോഭങ്ങൾ ഉണ്ടായി. ബുദ്ധിമാനായ ഗോവിന്ദൻകുട്ടിമേനവൻ ഇങ്ങിനെ ഉണ്ടാവുമെന്നു മുമ്പു തന്നെ കരുതിയിരുന്നു. എന്നാൽ ഇന്ദുലേഖയ്ക്കു കേൾപ്പാൻ ഇത്ര ഇഷ്ട മുള്ള വാക്കുകൾ വേറെ ഒന്നും ഇല്ലെങ്കിലും താനുമായി മാധവനെക്കു റിച്ചു സംസാരിച്ചാൽ ലജ്ജയുണ്ടാവുമെന്ന് അറിഞ്ഞ് ആവശ്യമുള്ള വിവരം ക്ഷണത്തിൽ അറിയിച്ചു. തുടർച്ചയായിത്തന്നെ ക്ഷണേന വേറെ സംഭാഷണം തുടങ്ങി ഇന്ദുലേഖയുടെ മനസ്സു സമാധാനമാക്കി.

ഇന്ദുലേഖ: ആ നോവൽ ബഹുവിശേഷംതന്നെ. അതു ഞാൻ മുഴു വനും വായിച്ചു.

ഗോവിന്ദൻകുട്ടിമേനോൻ: നീ രാത്രി കുറെ അധികം വായിക്കുന്നു എന്നു നിന്റെ അമ്മ പറഞ്ഞു. അധികം മുഷിഞ്ഞു വായിക്കരുത്.

ഇന്ദുലേഖ: ഞാൻ അധികം മുഷിയാറില്ല. രാത്രി ഞാൻ നേമം വായി ക്കാറേ ഇല്ലാ. ഇന്നാൾ ഒരു രാത്രി യദൃച്ഛയായി ഞാൻ ശാകുന്തളം വായി ച്ചിരുന്നു. അന്ന് ഒരു സംഗതിവശാൽ വലിയച്ഛനും കേശവൻനമ്പൂരിയും കൂടി ഇതിന്റെ മുകളിൽ വന്നു. അവരു പറഞ്ഞിട്ടാണ് അമ്മ പറയുന്നത്. ഞാൻ രാത്രി നേമം വായിക്കാറേ ഇല്ല.

പഞ്ചുമേനോന്റെ ശപഥത്തെക്കുറിച്ച് മാധവൻമുഖേന ഗോവിന്ദൻകു ട്ടിമേനോൻ അറിഞ്ഞിരിക്കുന്നു എന്നു പറയേണ്ടതില്ലല്ലോ. പിന്നെ പഞ്ചു മേനോൻ നമ്പൂരിപ്പാട്ടിലേക്കൊണ്ടു സംബന്ധം നടത്താൻ ശ്രമം കലശ ലായി ചെയ്യുന്നുണ്ടെന്നു പഞ്ചുമേനോനും ഗോവിന്ദപ്പണിക്കരുമായി സംഭാ ഷണം കഴിഞ്ഞതിന്റെ മൂന്നാംദിവസം ഗോവിന്ദപ്പണിക്കർ മാധവനു മദി രാശിക്ക് എഴുതിയ എഴുത്തിൽ പ്രസ്താവിച്ചതും ഗോവിന്ദൻകുട്ടിമേനോൻ കണ്ടിട്ടുണ്ട്. എന്നാൽ ഇന്ദുലേഖ മേൽക്കാണിച്ചപ്രകാരം പറഞ്ഞപ്പോൾ ഒരു ഹാസ്യരസസൂചകമായ മന്ദഹാസത്തോടെ, "എന്തിനാണ് അവര് അന്നു നിന്റെ മുറിയിൽ വന്നിരുന്നത്?" എന്നു ചോദിച്ചു. ഇതു ചോദിച്ച ക്ഷണത്തിൽ ഇന്ദുലേഖയുടെ കുവലയങ്ങൾപോലെയുള്ള നീണ്ട കണ്ണു കളിൽ വെള്ളം നിറഞ്ഞുപോയി.

ഗോവിന്ദൻകുട്ടിമേനോൻ: എന്താണ്, ഇത്ര ബുദ്ധിയില്ലേ നിണക്ക്? ഗോഷ്ഠി കാണിക്കുന്നതു കണ്ടാൽ ചിറിക്കുകയല്ലേ വേണ്ടത്? നീ എന്തു ഗോഷ്ഠിയാണ് കാണിക്കുന്നത്? എനിയും കരയുവാൻ ഭാവമാണെങ്കിൽ ഞാൻ ഇതിനെപ്പറ്റി ഒന്നും ചോദിക്കുന്നില്ല.

ഇന്ദുലേഖ: ഇല്ല, ഇനി ഞാൻ കരയുന്നില്ല.

ഉടനെ അന്നു രാത്രി ഉണ്ടായ സംഭാഷണത്തെക്കുറിച്ചു മുഴുവൻ പറഞ്ഞു. ഗോവിന്ദൻകുട്ടിമേനോൻ വളരെ ചിരിച്ചു-മനസ്സുകൊണ്ടു തന്റെ മരുമകളുടെ ബുദ്ധിശക്തിയെ ഓർത്തു വളരെ ബഹുമാനിച്ചു.

ഇന്ദുലേഖ: നാളെ ഈ നമ്പൂതിരിപ്പാടു വരുന്നുണ്ടത്രെ.

ഗോവിന്ദൻകുട്ടിമേനോൻ: (ഒന്ന് ഉറക്കെച്ചിറിച്ച്) നാളെ വരട്ടെ. അച്ഛൻ എന്നോട് ഈ വിവരത്തെക്കുറിച്ചു പറഞ്ഞു.

ഇന്ദുലേഖ: കൊച്ചമ്മാമൻ എന്തു പറഞ്ഞു മറുവടിയായി?

ഗോവിന്ദൻകുട്ടിമേനോൻ: ഞാൻ ഒന്നും പറഞ്ഞില്ലാ. എനിക്ക് ഈ കാര്യത്തിൽ യാതൊരു ശ്രദ്ധയും ഇല്ലാത്തപോലെ കേട്ടുനിന്നു. ഞാൻ മാധവന്റെ അച്ഛനെ കണ്ടിട്ടില്ല. അവിടെ ഒന്നുപോണം.

എന്നുപറഞ്ഞു ഗോവിന്ദൻകുട്ടിമേനോൻ എണീട്ടു.

ഇന്ദുലേഖ: എനി നാളത്തെ ഘോഷം എന്തെല്ലാമോ അറിഞ്ഞില്ലാ.

"ഒന്നും വരാനില്ല," എന്നു പറഞ്ഞു ചിറിച്ചുംകൊണ്ടു ഗോവിന്ദൻകുട്ടിമേനോൻ ഗോവിന്ദപ്പണിക്കരുടെ വീട്ടിലേക്കായി പുറപ്പെട്ടുപോയി.

9

നമ്പൂതിരിപ്പാട്ടിലെ ആഗമനവും മറ്റും

കഥകളി പകുതി കഴിഞ്ഞ ഉടനെ സൂരിനമ്പൂതിരിപ്പാട് കോച്ചിന്മേൽനിന്ന് എണിീട്ടു ഗോവിന്ദനെ വിളിച്ചു.

നമ്പൂതിരിപ്പാട്: ഗോവിന്ദാ! ഞാൻ ഇപ്പോൾത്തന്നെ പുറപ്പെടുന്നു. അമാലന്മാര് ഇവിടെത്തന്നെ കിടക്കുന്നില്ലേ? എല്ലാവരേയും വിളിക്കൂ!-ചെറുശ്ശേരി എവിടെയുണ്ട്? ഇത്തിരിമുമ്പ് അരങ്ങത്ത് ഒരു കസാലയിന്മേൽ ഇരിക്കുന്നതു കണ്ടിരുന്നു. പോയിനോക്ക്-വേഗം വിളിച്ചുകൊണ്ടു വരൂ.

ഗോവിന്ദൻ ചെറുശ്ശേരിനമ്പൂതിരിയെ തിരഞ്ഞുപോയി. പടിമാളികയിൽ ഉറങ്ങാൻ പോയിട്ടുണ്ടെന്നു കേട്ട് അവിടെ ചെന്നപ്പോൾ നമ്പൂരി കിടന്നിരിക്കുന്നു. ഉറങ്ങീട്ടില്ല.

ഗോവിന്ദൻ: അങ്ങ് എഴുന്നെള്ളാൻ കല്പന ആയിരിക്കുന്നു. ചെമ്പാഴിയോട്ടെക്ക്. എഴുന്നെള്ളത്ത് ഇപ്പോൾതന്നെ ഉണ്ടത്രെ. അമാലന്മാരേയും മറ്റും വിളിക്കുന്ന തിരക്കായിരിക്കുന്നു. വേഗം എഴുന്നെള്ളണം.

ചെറുശ്ശേരിനമ്പൂതിരി: ശിക്ഷ! ഈ അർദ്ധരാത്രിക്ക് അതിദുർഘടമായ വഴിയിൽകൂടി എങ്ങനെ പോവും? ഇപ്പോൾ പുറപ്പെടാൻ പാടില്ല: നിശ്ചയം തന്നെ.

ഗോവിന്ദൻ: അത് ഇവിടുന്നുതന്നെ അരുളിച്ചെയ്തു ശരിയാക്കണം.

ചെറുശ്ശേരിനമ്പൂതിരി ഉടനെ നമ്പൂതിരിപ്പാട്ടിലെ മാളികയിലേക്കു ചെന്നു. നമ്പൂതിരിപ്പാട്ടുന്നു വളരെ ഉത്സാഹിച്ചു നില്ക്കുന്നതു കണ്ടു. ഉയർന്നതരം കസവുതുപ്പട്ടാവുകളിൽ ഒരു പതിനഞ്ചുവിധം, പട്ടക്കര കൊട്ടാരൻ പലേമാതിരിയിൽ ഉള്ള മുണ്ടുകളിൽ പത്തിരുപത്, പലേ മാതിരി മോതിരങ്ങൾ അനവധി, ശുദ്ധകട്ടിവെള്ളികൊണ്ടുണ്ടാക്കി സ്വർണ്ണക്കുമിഴ അടിച്ച വിശേഷമായ ഒരു ചെല്ലം, സ്വർണ്ണംകൊണ്ടുള്ള ചെറിയ വെറ്റിലച്ചുരുളുകൾ, വെള്ളിപ്പിടിമൊന്ത, വെള്ളിച്ചങ്ങലവട്ട, വെള്ളി അടപ്പൻ, മാലയായി കഴുത്തിൽക്കൂടി ഇടുന്ന സ്വർണ്ണച്ചങ്ങലവട്ട, വെള്ളി അട

പ്പൻ, മാലയായി കഴുത്തിൽക്കൂടി ഇടുന്ന സ്വർണ്ണച്ചങ്ങലയോടു കൂടിയുള്ള സ്വർണ്ണഗഡിയാൾ, നീരാളക്കുപ്പായങ്ങൾ, തൊപ്പികൾ, സ്വർണ്ണം കൊണ്ടുള്ള കുറിപ്പാത്രം, സ്വർണ്ണക്കൂടുള്ള കണ്ണാടി, സ്വർണ്ണംകൊണ്ടുള്ള പനിനീർവീശി, അത്തർകുപ്പികൾ മുതലായുള്ള പലേവിധ സാമാനങ്ങൾ ഒരു മേശമേൽ നിരത്തിവെച്ചിരിക്കുന്നു. നമ്പൂതിരിപ്പാട് അങ്ങോട്ടും ഇങ്ങോട്ടും നടന്ന് 'രാഘവാ, ശങ്കരാ, കോമാ, രാമാ, കൊശവന്മാരെ ഉറക്കാണ്-കള്ളന്മാര്, ഒരു മനുഷ്യരെങ്കിലും കളിക്കും കൂടി വന്നിട്ടില്ലാ,' എന്നും മറ്റും വിളിച്ചും പറഞ്ഞും കൊണ്ടു കൂട്ടിലിട്ട മെരുപോലെ പത്തായപ്പുരമാളികയിൽ അങ്ങോട്ടും ഇങ്ങോട്ടും ചാടി കലശൽ കൂട്ടിക്കൊണ്ടിരിക്കുമ്പോഴാണ് ചെറുശ്ശേരിനമ്പൂതിരി ചെന്നത്.

നമ്പൂതിരിപ്പാട്: നല്ല ശിക്ഷ! ചെറുശ്ശേരിയെത്തന്നെയാണ് കാര്യസ്ഥനാക്കേണ്ടത്. നോക്കു പുറപ്പടണ്ടേ? എനി അവിടെ എത്തിയാൽ ഉറങ്ങാൻ ചെറുശ്ശേരിക്കു ധാരാളം എടയുണ്ടല്ലോ.

ചെറുശ്ശേരിനമ്പൂതിരി: ഇത് എന്തൊരു കഥയാണ്! ഈ അർദ്ധരാത്രിക്ക് ഈ ചീത്ത വഴിയിൽകൂടി മൂന്നരക്കാതം വഴി പോവുന്നതു മഹാപ്രയാസമല്ലേ? വെളിച്ചായിട്ടു പുറപ്പെടാം എന്നല്ലേ നിശ്ചയിച്ചിരുന്നത്.

നമ്പൂതിരിപ്പാട്: ചെറുശ്ശേരിയോട് ഒരു ശുഭകാര്യത്തെക്കുറിച്ച് എത്ര ഉത്സാഹിച്ചു പറഞ്ഞാലും അത് അശുഭമാക്കിത്തീർക്കും. ഇപ്പോൾ പുറപ്പെടണം-ഈ നിമിഷം പുറപ്പെടണം. ചെറുശ്ശേരിക്കു മഞ്ചലിൽ കിടന്ന് ഉറങ്ങാമല്ലോ. വഴിയിന്റെ ദുർഘടം അമാലന്മാർക്കല്ലേ? നല്ല ദീപട്ടി ഒരു നാലാൾ പിടിക്കട്ടെ. ഇപ്പോൾ പുറപ്പെടണം. സംശയമില്ലാ.

ചെറുശ്ശേരിനമ്പൂതിരിക്ക് അപ്പോൾ പുറപ്പെടാൻ നന്ന മടിയുണ്ട്. വളരെ കുന്നുകളും രണ്ടു കടവുകളും കടക്കാനുണ്ട്. എനി അതൊന്നും ഈ കമ്പക്കാരനോടു പറഞ്ഞിട്ടു ഫലമില്ല എന്ന് ചെറുശ്ശേരിനമ്പൂതിരിക്കു തോന്നി. എന്താണ് ഈ രാത്രിയത്തെ യാത്ര മുടക്കാൻ തക്കതായ ഒരു വിദ്യയെടുക്കുന്നത് എന്നു കുറെ ആലോചിച്ചപ്പോൾ സമർത്ഥനായ നമ്പൂതിരിക്ക് ഒരു സംഗതി കണ്ടുകിട്ടി. 'ഇരിക്കട്ടെ, ഈ കമ്പത്തിന് രാത്രി പുറപ്പെടാൻ സമ്മതിക്കുകയില്ല.' എന്ന് ഉറച്ചു വേഗം നമ്പൂതിരിപ്പാടോടു മറുപടി പറഞ്ഞു.

ചെറുശ്ശേരിനമ്പൂതിരി: അങ്ങിനെതന്നെ. ഇപ്പോൾതന്നെ പുറപ്പെടുക. അത്രെ വേണ്ടൂ. ഞാൻ തെയ്യാർ.

നമ്പൂതിരിപ്പാട്ടിലേക്കു സന്തോഷമായി. കൂക്കുവിളിയും കലശൽ കൂട്ടലും ഒന്നു മുറുകി; ചെണ്ടയും മദ്ദളവും മിറ്റത്തുവെച്ച് അടിച്ചു പൊളിക്കുന്നതിന്റെ എടയിൽ അന്യോന്യം വിളിച്ചാലും പറഞ്ഞാലും കേൾക്കാൻ ബഹുപ്രയാസം. എങ്കിലും ആ സമയം പത്തായപ്പുരമാളികയിൽ നിന്ന് ഇങ്ങോട്ടും മാളികയിലേക്ക് അങ്ങോട്ടും വാലിയക്കാരും കാര്യസ്ഥന്മാരും യാത്രയ്ക്ക് ഒരുക്കാൻ ഓടുന്നതും ചാടുന്നതും കണ്ടാൽ മനയ്ക്ക് എങ്ങാണ്ടു തീ പിടിച്ചിട്ടോ എന്നു കാണുന്നവരു ശങ്കിക്കും. അങ്ങിനെ ഇരിക്കുമ്പോൾ ചെറുശ്ശേരിനമ്പൂതിരി ഈ വിശേഷസാമാന

ങ്ങൾ മേശമേൽ വെച്ചതു നോക്കാൻ അടുത്തുചെന്നു. നമ്പൂതിരിപ്പാട്ടിലേക്ക് ഇതു ബഹുസന്തോഷമായി. തന്റെ തുപ്പട്ടകളെയും ആഭരണങ്ങളെയും ചെല്ലപ്പെട്ടികളെയും മറ്റും കുറിച്ച് ആരെങ്കിലും കണ്ട് ആശ്ചര്യപ്പെടുന്നതും സ്തുതിക്കുന്നതും എല്ലായ്പോഴും ഇദ്ദേഹത്തിനു ബഹുസന്തോഷവും തൃപ്തികരവുമായിരുന്നു.

നമ്പൂതിരിപ്പാട്: ചെറുശ്ശേരി അതു നോക്കൂ. ആ വെള്ളിച്ചെല്ലം-ഇതു മുമ്പ് ചെറുശ്ശേരി കണ്ടിട്ടില്ലെന്നു തോന്നുന്നു.

ആയിരം പ്രാവശ്യം ചെറുശ്ശേരി ഈ ചെല്ലം കണ്ടിട്ടുണ്ട് എങ്കിലും,

ചെറുശ്ശേരിനമ്പൂതിരി: എനിക്കു കണ്ടതായി നല്ല ഓർമ്മ തോന്നുന്നില്ല. പണി വിശേഷംതന്നെ. ഈ ദിക്കിൽ പണിയെടുത്തതോ?

ചെല്ലം യഥാർത്ഥത്തിൽ അവിടെ സമീപം ഒരു തട്ടാൻ പണിയെടുത്തതാണ്. അതു ചെറുശ്ശേരി അറിയും. എങ്കിലും താൻ ചെയ്ത ചോദ്യം നമ്പൂതിരിപ്പാട്ടിലേക്കു ബഹുസന്തോഷകരമായിരിക്കുമെന്നു വിചാരിച്ച് ചോദിച്ചതായിരുന്നു.

നമ്പൂതിരിപ്പാട്: അല്ലാ ഇവിടെ പണിയെടുത്തതല്ലാ. ഈ ദിക്കിൽ ഇങ്ങിനെ ആർ പണിയെടുക്കും? മൈസൂർക്കാരൻ ഒരു മൊതല എനിക്കു സമ്മാനമായി തന്നതാണ്-മലവാരം പാട്ടത്തിനു കൊടുത്തപ്പോൾ.

ചെറുശ്ശേരിനമ്പൂതിരി: മൈസൂർക്കാരൻ ഒരു മൊതലയോ?

നമ്പൂതിരിപ്പാട്: അതെ-ഒരു മൊതല. മൊതലയെന്നാണു അവനെ പറയാറ്.

ചെറുശ്ശേരിനമ്പൂതിരി: മുതലിയാർ ആയിരിക്കും.

നമ്പൂതിരിപ്പാട്: മുസലിയാര് എന്നു പറയും. ആ മീതെവെച്ച തുപ്പട്ട ഒന്നു നോക്കൂ-ബഹുവിശേഷമാണ്. ബംക്രാസ്സ എന്നു പറയുന്ന ദിക്കിൽ ഉണ്ടാക്കുന്നതാണ്, ബഹു വിലപ്പിടിച്ചതാണ്. എനിക്ക് അതു മേഘദന്തൻ എന്നു പേരായി, ഏഴമല പാട്ടത്തിന്നു വാങ്ങിയ ഒരു സായിപ്പു നെയ്യിച്ചു വരുത്തിത്തന്നതാണ്.

ചെറുശ്ശേരി തുപ്പട്ട എടുത്തു നോക്കി ആശ്ചര്യഭാവത്തോടെ,

ചെറുശ്ശേരിനമ്പൂതിരി: ഇത് എവിടെ നെയ്യുന്നതാണെന്നാണു പറഞ്ഞത്?

നമ്പൂതിരിപ്പാട്: ബംക്രാസ്സ എന്നു പറയുന്ന രാജ്യത്ത്.

ചെറുശ്ശേരിനമ്പൂതിരി: ആ രാജ്യം എവിടെയാ!

നമ്പൂതിരിപ്പാട്: അതു വിലാത്തിയിൽനിന്നു പിന്നേയും ഒരു പതിനായിരം നാഴിക തെക്കുപടിഞ്ഞാറാണത്രേ. ആ ദിക്കിൽ ആറു മാസം പകലും ആറു മാസം രാത്രിയുമാണെന്നു മേഘദന്തൻ എന്നോടു പറഞ്ഞു.

തുപ്പട്ട നോക്കി വെച്ചശേഷം ചെറുശ്ശേരി പതുക്കെ സ്വർണ്ണക്കണ്ണാടി എടുത്ത് അത്യാശ്ചര്യഭാവത്തോടെ നോക്കി, “വിശേഷമായ കണ്ണാടി” എന്നു പറഞ്ഞു.

നമ്പൂതിരിപ്പാട്: അതു കൊച്ചി എളയരാജാവ് തൃശൂരിൽ വെച്ചു കഴിഞ്ഞ കൊല്ലം പൂരത്തുന്നാൾ എനിക്കു സമ്മാനമായി തന്നതാണ്.

കഴിഞ്ഞകൊല്ലം പൂരത്തിന്നു നമ്പൂതിരിപ്പാടു പോയിട്ടില്ലെന്നു ചെറുശ്ശേരിക്കു നല്ല ഓർമ്മയുണ്ട്.

ചെറുശ്ശേരിനമ്പൂതിരി: വിശേഷമായ കണ്ണാടിതന്നെ.

എന്നു പറഞ്ഞു കണ്ണാടി അവിടെ വെച്ചു കൈകൊണ്ടു തന്റെ താടി ഒന്നു തടവി മന്ദഹാസം ചെയ്തു.

നമ്പൂതിരിപ്പാട്: എന്താണ് ചെറുശ്ശേരി ഒന്നു ചിറിച്ചത്?

ചെറുശ്ശേരിനമ്പൂതിരി: വിശേഷിച്ച് ഒന്നുമല്ല.

നമ്പൂതിരിപ്പാട്: ഹേ-പറയൂ. എന്താണു ചിറിച്ചത്? പറയൂ. പറയൂ.

ചെറുശ്ശേരിനമ്പൂതിരി: സാരമില്ല-പറയാൻമാത്രം ഒന്നുമില്ല. ക്ഷൗരം ഇന്നലെ കഴിച്ചുകളയാമായിരുന്നു. അതു കഴിഞ്ഞില്ല. എന്നാൽ എന്റെ യാത്രയിൽ അതിനെക്കുറിച്ച് അത്ര ആലോചിപ്പാനില്ലെല്ലോ. ക്ഷൗരവും മറ്റും ചെയ്തു സുന്ദരനായി പുറപ്പെടേണ്ടത് ഇന്ദുലേഖയുടെ ഭർത്താവല്ലേ? കൂടെയുള്ളവർ എങ്ങിനെ പുറപ്പെട്ടാലും വിരോധമില്ലല്ലൊ? എന്നോർത്തു ചിറിച്ചു. അത്രേ ഉള്ളൂ.

ചെറുശ്ശേരിനമ്പൂതിരിയേക്കാൾ അധികം ദിവസമായിരിക്കുന്നു നമ്പൂതിരിപ്പാട് ക്ഷൗരം ചെയ്യിച്ചിട്ട്, കുറേശ്ശ നരച്ച രോമങ്ങളും ഉണ്ട്. ഇതു കണ്ടിട്ടാണ് ചെറുശ്ശേരി ഈ പ്രസ്താവം ഉണ്ടാക്കിയത്. നമ്പൂതിരിപ്പാട് ഉടനെ കണ്ണാടി എടുത്തു നോക്കി.

നമ്പൂതിരിപ്പാട്: അല്ലാ-ശിക്ഷ! കാര്യം ശുദ്ധ കമ്പം തന്നെ, ചെറുശ്ശേരി ഓർമ്മയാക്കിയതു നന്നായി. അബദ്ധം പറ്റുമായിരുന്നു. ശിവ-ശിവ! നരകൂടി ഉണ്ട്. ഞാൻ വയസ്സനായി, ചെറുശ്ശേരി!

ചെറുശ്ശേരിനമ്പൂതിരി: അതുമാത്രം ഞാൻ സമ്മതിക്കില്ലാ.

നമ്പൂതിരിപ്പാട്: എന്നാൽ ക്ഷൗരം വേണ്ടേ?

ചെറുശ്ശേരിനമ്പൂതിരി: അതു മനസ്സുപോലെ.

നമ്പൂതിരിപ്പാട്: വെളക്കത്തുവെച്ച് ഇപ്പോൾതന്നെ ചെയ്യിച്ചാലോ?

ചെറുശ്ശേരിനമ്പൂതിരി: രാത്രി ക്ഷൗരം വിധിച്ചിട്ടില്ല-വിശേഷിച്ചും നോം ഒരു ശുഭകാര്യത്തിന്നു പോവുന്നതല്ലേ? അതു വയ്യാ എന്ന് എനിക്കു തോന്നുന്നു. പക്ഷേ, ക്ഷൗരം വേണ്ടെന്നുവെച്ചാലും കൊള്ളാം.

നമ്പൂതിരിപ്പാട്: അതു പാടില്ലാ, എന്നാൽ വെളിച്ചായി ക്ഷൗരം കഴിഞ്ഞിട്ടു പുറപ്പെടാനേ പാടുള്ളൂ. ക്ഷൗരം കഴിഞ്ഞാൽ കുളിക്കാതെ പുറപ്പെടാൻ പാടുണ്ടോ?

ചെറുശ്ശേരിനമ്പൂതിരി: കുളിക്കാതെ പുറപ്പെടരുത്.

നമ്പൂതിരിപ്പാട്: കുളിച്ചു പുറപ്പെടാം.

ചെറുശ്ശേരിനമ്പൂതിരി: എന്നാൽ പ്രാതൽകൂടി കഴിഞ്ഞിട്ടല്ലേ നല്ലത്?

നമ്പൂതിരിപ്പാട്: അങ്ങിനെതന്നെ.

ചെറുശ്ശേരിനമ്പൂതിരി: എന്നാൽ ഞാൻ അതിനെല്ലാം ശട്ടം ചെയ്യട്ടെ.

എന്നു പറഞ്ഞ് ചെറുശ്ശേരി സന്തോഷത്തോടുകൂടി താഴത്തേക്കു

പോന്നു. നമ്പൂതിരിപ്പാടു കുറെ മൗഢ്യത്തോടെ ഉറങ്ങാൻ അറയിലേക്കും പോയി.

പിറ്റേദിവസം രാവിലെ നിശ്ചയിച്ചപ്രകാരം പ്രാതലും കഴിഞ്ഞ് ഏകദേശം എട്ടരമണി സമയം നമ്പൂതിരിപ്പാടും ചെറുശ്ശേരിയും പരിവാരങ്ങളുംകൂടി പുറപ്പെട്ടു.

രാവിലെ കുളിക്കാൻ എത്തുമെന്ന് അറിയിച്ചപ്രകാരം രണ്ടാമതും അതിഘോഷമായി സദ്യയ്ക്കു വട്ടംകൂട്ടി പഞ്ചുമേനോനും കേശവൻനമ്പൂതിരിയും കൂടി ഏകദേശം പന്ത്രണ്ടു മണിവരെ കുളിക്കാതെ, കാത്തുനിന്നു. ഒടുക്കം പഞ്ചുമേനവന്നു കുറേശ്ശ ദേഷ്യം വന്നുതുടങ്ങി.

പഞ്ചുമേനോൻ: എന്താ തിരുമനസ്സുന്നെ ഇതു കഥാ! ഞാൻ കുളിപ്പാൻ പോകുന്നു. ഈ നമ്പൂതിരിപ്പാട്ടുന്ന് ഒരു സ്ഥിരത ഇല്ലാത്താളാണെന്നു തോന്നുന്നു.

കേശവൻനമ്പൂതിരി: ഛീ-കഷ്ടം! ഇത്ര സ്ഥിരത ഉണ്ടായിട്ടു ഞാൻ ഒരു മനുഷ്യനെയും കണ്ടിട്ടില്ല. അവിടുത്തെ കാര്യങ്ങളുടെ അവസ്ഥ ഒന്ന് അറിഞ്ഞാൽ ഇങ്ങനെ പറവാൻ സംഗതി ഇല്ലാ. ശിവ ശിവ! അവിടെ എന്തു തിരക്കാണ്! മനയ്ക്കൽ പോയി നോക്കിയാലേ അറിവാൻ പാടുള്ളൂ. മലവാരം വിചാരിപ്പ്, ആനവിചാരിപ്പ്, വാരം പാട്ടം വിചാരിപ്പ്, പൊളിച്ചെഴുത്തുവിചാരിപ്പ് ഇങ്ങിനെ പലേ വകയായും ഉള്ള കാര്യങ്ങൾ എന്തൊക്കെയുണ്ട്! പരമേശ്വരാ! അദ്ദേഹം ഒരുത്തനല്ലാതെ ഇതാരു നിവൃത്തിക്കും? ഇയ്യെടെ സ്വർണ്ണംകൊണ്ട് ഒരു ആനച്ചങ്ങല പണിയിച്ചിരിക്കുന്നു-ബഹുവിശേഷം കണ്ടാൽ.

പഞ്ചുമേനോൻ: സ്വർണ്ണംകൊണ്ടു കട്ടിയായായിട്ടോ?

കേശവൻനമ്പൂതിരി: സ്വർണ്ണംകൊണ്ടു കട്ടിയായായിട്ട്.

പഞ്ചുമേനോൻ: ദ്രവ്യശക്തിതന്നെ. കേശവൻനമ്പൂതിരി ഈ പെണ്ണ് എന്തൊക്കെയാണു നുമ്മളെ വഷളാക്കുവാൻ പോവുന്നത് എന്നറിഞ്ഞില്ല.

കേശവൻനമ്പൂതിരി: ആ ഭ്രമം വേണ്ടാ-നമ്പൂരിയുമായി അര നാഴികനേരം സംസാരിക്കട്ടെ. എന്നാൽ ഇന്ദുലേഖാ തന്നെ നുമ്മളോട് ഈ കാര്യം നടത്തണമെന്നു പറയും.

പഞ്ചുമേനോൻ: ശരി-ശരി. എന്നാൽ ഒരു ദുർഘടവുമില്ല. ശരി, തിരുമനസ്സിലെ ഈ വാക്കു കേൾക്കുമ്പോൾ മാത്രമാണ്. എനിക്കു പിന്നെയും സന്തോഷമാവുന്നതും-ശരി. ഞാൻ ഇനി കുളിക്കട്ടെ. തിരുമനസ്സു കുറേക്കൂടി താമസിക്കുന്നതാണു നല്ലത്.

കേശവൻനമ്പൂതിരി: അങ്ങിനെതന്നെ.

കേശവൻനമ്പൂതിരിയുടെ വാക്കു പഞ്ചുമേനോനു വളരെ സുഖത്തെ കൊടുത്തു. "നമ്പൂതിരിപ്പാടുമായി അരനാഴിക ഇന്ദുലേഖാ സംസാരിച്ചാൽ നമ്പൂതിരിപ്പാടിനെ ഭർത്താവാക്കും." ശരി-ഇതുതന്നെ നല്ല വിദ്യ. തനിക്ക് ഒരു ഭാരവും ഇല്ല. തനിക്കും കേശവൻനമ്പൂരിക്കും ഈ കാര്യം നടത്തണമെന്നു താല്പര്യം. പെണ്ണിന് അല്പം ശാഠ്യം. അതു നമ്പൂതിരിപ്പാടുമായി കണ്ടാൽ തീരും എന്നു തീർച്ചയായി കേശവൻ നമ്പൂതിരി

പറഞ്ഞു. അതുകൊണ്ട് എഴുത്തയച്ചു ശാഠ്യം കളഞ്ഞു ഭാര്യയാക്കി എടുത്തോട്ടെ. ശാഠ്യം തീർന്നില്ലെങ്കിൽ തനിക്ക് ഉത്തരവാദിത്വം ഒന്നും ഇല്ലാ. നമ്പൂതിരിപ്പാട് കൊള്ളരുതാഞ്ഞിട്ട് ശാഠ്യം തീർന്നില്ലെന്നു താൻ പറയും. അല്ലാതെ എന്ത്! മാധവന് ഈ പെണ്ണിനെ കൊടുക്കയില്ലെന്നാണ് താൻ സത്യം ചെയ്തത്-നമ്പൂതിരിപ്പാട്ടിലേക്കു കൊടുക്കും എന്നു സത്യം ചെയ്തിട്ടില്ല. നമ്പൂതിരിപ്പാട്ടിലേക്കു സാധിക്കുമെങ്കിൽ അയാൾ ഭാര്യയാക്കിക്കോട്ടെ. ഇല്ലെങ്കിൽ വേറെ ആളെ അന്വേഷിക്കണം-അല്ലാതെ എന്താണ്! ഇങ്ങിനെ ആയിരുന്നു പഞ്ചുമേനോൻ കുളിപ്പാൻ പോവുമ്പോൾ മനസ്സുകൊണ്ടു വിചാരിച്ചതും സന്തോഷത്തോടുകൂടി ഉറച്ചതും. എന്നാൽ കേശവൻനമ്പൂതിരിയോട് ഒന്നുകൂടി ഇതിനെക്കുറിച്ചു പറഞ്ഞു വെളിവായി ധരിപ്പിക്കണം-എന്നാലേ തീർച്ചയാവുള്ളൂ എന്നു വിചാരിച്ചു പല്ലുതേപ്പു കഴിഞ്ഞ ഉടനെ മടങ്ങി പൂമുഖത്തേക്കുതന്നെ വന്നു. കേശവൻനമ്പൂതിരി പട്ടിണികിടന്നു പല്ലിളിഞ്ഞ് ഇരിക്കുന്നതു കണ്ടു.

കേശവൻനമ്പൂതിരി: എന്താണു കുളിക്കാതെ മടങ്ങിയത്?

പഞ്ചുമേനോൻ: ഒന്നുമില്ലാ. നേർത്തെ, പറഞ്ഞ കാര്യത്തിൽ എനിക്ക് ഒന്നുകൂടി പറവാനുണ്ട്. അടിയന്തിരമായി ഗോവിന്ദൻകുട്ടിയോട് ഒന്നു പറവാനുണ്ട്.

ഗോവിന്ദൻകുട്ടിമേനോനെ വിളിച്ച് അടുക്കെ നിർത്തി.

പഞ്ചുമേനോൻ: കുട്ടനോട് ഞാൻ ഇന്നലെ ഇന്ദുലേഖയുടെ ഒരു സംബന്ധത്തെക്കുറിച്ചു പറഞ്ഞില്ലെ, അതിന്റെ കാര്യംകൊണ്ടു കേശവൻനമ്പൂരിയോടു നിന്റെ മുമ്പാകെ എനിക്ക് ഒന്നുകൂടി പറവാനുണ്ട്. ഇന്ദുലേഖയെ ഞാൻ മാധവനു കൊടുക്കുകയില്ലെന്നും മാത്രമേ സത്യം ചെയ്തിട്ടുള്ളൂ. നമ്പൂതിരിപ്പാട്ടിലേക്കു കൊടുക്കുമെന്നു ഞാൻ പറഞ്ഞിട്ടില്ല. നമ്പൂതിരിപ്പാട്ടിനു വന്നുകണ്ട് അവൾക്കു ബോദ്ധ്യപ്പെട്ടാൽ മാത്രം ഈ സംബന്ധം നടത്തുന്നതല്ലാതെ ഇന്ദുലേഖയുടെ മനസ്സിനു വിരോധമായി നമ്പൂതിരിപ്പാടെക്കൊണ്ടുതന്നെ സംബന്ധം നടത്താൻ ഞാൻ ആളല്ലെന്നു മുമ്പെതന്നെ ഞാൻ കേശവൻനമ്പൂരിയെ അറിയിച്ചിട്ടുള്ളതാണ്. അതുകൊണ്ടു കാര്യം നടന്നില്ലെങ്കിൽ ഞാൻ നമ്പൂതിരിപ്പാട്ടിലേക്ക് ഉത്തരവാദിയല്ലേ. ഇതു ഞാൻ ഇപ്പോൾ തന്നെ പറയുന്നു-കുട്ടന്റെ മുമ്പാകെ പറയുന്നു.

കേശവൻനമ്പൂതിരി: സകലതിനും ഞാൻ ഉത്തരവാദി. നമ്പൂതിരിപ്പാട് ഇവിടെ എത്തേണ്ട താമസം, അത്രേ എനിക്കു തോന്നീട്ടുള്ളൂ.

ഇങ്ങിനെ പറഞ്ഞതു കേട്ടു സന്തോഷത്തോടുകൂടി വൃദ്ധൻ പിന്നെയും കുളിപ്പാൻ പോയി.

ഗോവിന്ദൻകുട്ടിമേനോൻ: (കേശവൻനമ്പൂതിരിയോട്) നേരം ഒന്നര മണിയായല്ലൊ. എന്തിനാണ് തിരുമനസ്സിന് ഇങ്ങിനെ പട്ടിണികിടക്കുന്നത്?

കേശവൻനമ്പൂതിരി: ഇല്ലാ, ഇപ്പൊഴെത്തും. അതാ കേൾക്കുന്നു ഒരു മൂളക്കം-ഇല്ലേ?

ഗോവിന്ദൻകുട്ടിമേനോൻ: ഉണ്ട്.

എന്നു പറഞ്ഞു ഗോവിന്ദൻകുട്ടിമേനോൻ അകത്തേക്കു പോയി.

അപ്പോൾ അവിടെ ഉണ്ടായ ഒരു ഘോഷത്തെക്കുറിച്ചു പറയുവാൻ പ്രയാസം. പല്ലക്കിന് എട്ടാൾ, മഞ്ചലിന് ആറാൾ, എടുത്തു വരുന്നവരും മാറ്റിക്കൊടുപ്പാൻ ഒന്നിച്ചു നടക്കുന്നവരും ഒന്നായിട്ടു മൂളണം എന്നാണു കല്പന. പതിന്നാൽപേർകൂടി ഒരു ശബ്ദത്തിൽ മൂളാൻ; രണ്ടു നാലാൾ മുമ്പിൽനിന്നു ഹെ-ഹൂ-ഫോ-ഫോ-ഹൂ-ഹൂ-എന്ന ചില ശബ്ദങ്ങൾ. ഈ നിലവിളി നമ്പൂതിരിപ്പാട്ടിലേക്കുള്ള രാജചിഹ്നമാണത്രെ. ഇങ്ങിനെ ഘോഷത്തോടുകൂടിയാണ് പല്ലക്കു മിറ്റത്ത് എത്തിയത്. ചെറുശ്ശേരിന മ്പൂതിരി പടിക്കൽ നിന്നുതന്നെ മഞ്ചലിൽ നിന്ന് എറങ്ങി. എങ്കിലും ആ മഞ്ചൽക്കാരും മിറ്റത്തോളം മൂളിക്കൊണ്ടുതന്നെ വന്നു. പഞ്ചുമേനോന്റെ തറവാട്ടുവീട്ടിലും സ്വന്തമാളികയിലും താമസിക്കുന്ന ആബാലവൃദ്ധം (ഇ ന്ദുലേഖയും ഗോവിന്ദൻകുട്ടിമേനോനും ഒഴികെ) ഒരു പടയോ മറ്റോ വരു മ്പോൾ ഉള്ള തിരക്കുപോലെ തിരക്കി. ഓരോ ദിക്കിൽ ഓരോരുത്തർക്കു കഴിയുമ്പോലെയും കിട്ടുമ്പോലെയും ഉള്ള സ്ഥലത്തുനിന്നു കണ്ണു പറി ക്കാതെ ഈ വരവു നോക്കിത്തന്നെ നിന്നുപോയി. വീട്ടിലുള്ള സ്ത്രീകൾ മാളികകളുടെ മുകളിലുള്ള ജാലകങ്ങളിൽക്കൂടി തിക്കിത്തിരക്കിട്ട് അങ്ങി നെ, പുരുഷന്മാർ യജമാനന്മാർ സകലവും ബന്ധപ്പെട്ട് ഉണ്ണാതെ എതി രേല്ക്കാൻ വന്നു. പഞ്ചുമേനോനെ മുൻനിർത്തി പൂമുഖത്ത് ഒരു തിരക്ക്; കേശവൻനമ്പൂരി എതിരേറ്റു പല്ലക്കിൽനിന്ന് എറക്കുവാൻ മിറ്റത്ത് എറ ങ്ങിനിന്നുകൊണ്ട് കാര്യസ്ഥന്മാർ, ഭൃത്യവർഗ്ഗങ്ങൾ മിറ്റത്തു തിക്കിയും തിരക്കിയും അടുക്കളപ്പണിക്കാർ അടുക്കളയിലെ ജാലകങ്ങളിൽക്കൂടിയും ചുവരിൽ ഉള്ള ചില ദ്വാരങ്ങളിൽക്കൂടിയും കണ്ണുമാത്രം പുറത്താക്കീട്ട് അങ്ങിനെ; വൃഷളിവർഗ്ഗം ചില വാഴകൾ മറഞ്ഞിട്ടും വേലി മറഞ്ഞിട്ടും എത്തിനോക്കിക്കൊണ്ടും അങ്ങിനെ; ഈ ആഘോഷശബ്ദവും ആട്ടും വിളിയും കേട്ട് ഊട്ടുപുരയിൽ ഊണുകഴിച്ചു വെയിൽ താണിട്ടു പുറപ്പെ ടാൻ നിശ്ചയിച്ചു കിടന്നുറങ്ങുന്ന വഴിയാത്രക്കാർ ബ്രാഹ്മണർ ആസക ലവും ഞെട്ടി ഉണർന്ന് ഓടി കൊളത്തുവക്കത്തും പടിയിലും കയറി ഇരിക്കാൻ പാടുള്ള സകല സ്ഥലങ്ങളിലും വഴിക്കുടുമയും കെട്ടിക്കൊണ്ട് "എന്നഡാ ഇത്! ആരഡാ ഇത്!-ഭൂകമ്പമായിരിക്കെ," ഇങ്ങനെ ചോദി ച്ചുംകൊണ്ട് ഒരു തെരക്ക് അങ്ങിനെ-എന്നുവേണ്ട ചെമ്പാഴിയോട്ടു പൂവ ള്ളിവീട്ടിന്നു സമീപവാസികളായ എല്ലാവരും ഭൂകമ്പം ഉണ്ടായാൽ എങ്ങി നെയോ അതു പോലെ ഒന്നു ഭ്രമിച്ചുപോയി. പല്ലക്കു മിറ്റത്ത് എത്തിയ ഉടനെ കേശവൻനമ്പൂരി അതിന്റെ വാതിൽ തുറന്നു. അപ്പോൾ അതിൽ നിന്ന് ഒരു സ്വർണ്ണവിഗ്രഹം പുറത്തേക്കു ചാടി, അതെ, സ്വർണ്ണവിഗ്രഹം- സ്വർണ്ണവിഗ്രഹംതന്നെ. തല മുഴുവൻ സ്വർണ്ണവർണ്ണത്തൊപ്പി, ശരീരം മുഴുവൻ സ്വർണ്ണവർണ്ണക്കുപ്പായം, ഉടുത്ത പട്ടക്കര മുഴുവൻ സ്വർണ്ണം, കാലിൽ സ്വർണ്ണക്കുമിഴുള്ള മെതിയടി, കൈവിരൽ പത്തിലും സ്വർണ്ണ മോതിരങ്ങൾ, പോരാത്തതിനും സർവ്വം സ്വർണ്ണവർണ്ണമായ ഒരു തുപ്പട്ട കുപ്പായത്തിന്റെ മീതെ പൊതച്ചിട്ട്, കൈയിൽ കൂടെക്കൂടെ നോക്കാൻ

ചെറിയ ഒരു സ്വർണ്ണക്കൂടുകണ്ണാടി-സ്വർണ്ണം-സ്വർണ്ണം-സർവ്വ സ്വർണ്ണം! ഒന്നരമണി വെയിലിൽ നമ്പൂതിരിപ്പാട് പല്ലക്കിൽ നിന്ന് എറങ്ങിനിന്നപ്പോൾ ഉണ്ടായ ഒരു പ്രഭയെക്കുറിച്ച് എന്താണു പറയേണ്ടത്, ഇദ്ദേഹം നിന്നതിന്റെ സമീപം ഒരുകോൽ വൃത്തത്തിൽ വെയിൽ സ്വർണ്ണപ്രഭയായി മഞ്ഞളിച്ചുതോന്നി. ഇതെല്ലാം കണ്ട ക്ഷണത്തിൽ പഞ്ചുമേനോന്റെ മനസ്സിൽ തോന്നിയത്, 'ഓ-ഹോ! കേശവൻ നമ്പൂരി പറഞ്ഞതു സൂക്ഷ്മം തന്നെ. ഇന്ദുലേഖ ഈ നമ്പൂതിരിയുടെ പിന്നാലെ ഓടും; ഓടും-സംശയമില്ല, സംശയമില്ല' എന്നായിരുന്നു. പല്ലക്കിൽ നിന്ന് എറങ്ങിയ ഉടനെ അരനിമിഷനേരം ഈ സ്വർണ്ണപ്പകിട്ടിൽ മനുഷ്യരുടെ കണ്ണ് ഒന്നു മഞ്ഞളിച്ച് ആരും ഒന്നും പറയാതെ നിന്നുപോയി. തന്റെ വേഷം കണ്ട് എല്ലാവരും ഭ്രമിച്ചുപോയി. എന്നു നിശ്ചയിച്ചു നമ്പൂതിരിപ്പാടും വെറുതെ ആ വെയിലത്തുതന്നെ അരനിമിഷം നിന്നു. വെറുതെ നിന്നു എന്നു പറവാൻ പാടില്ല-പൂമുഖത്തെ വാതിലിൽക്കൂടി ഇന്ദുലേഖ അവിടെ എങ്ങാനും വന്നു നില്ക്കുന്നുണ്ടോ എന്നറിവാൻ രണ്ടുമൂന്നു പ്രാവശ്യം എത്തിനോക്കുന്ന സമ്പ്രദായത്തിൽ താണുനോക്കി. ഉടനെ പഞ്ചുമേനോനും കേശവൻനമ്പൂരിയും കൂടി കൈ താഴ്ത്തി വഴികാണിച്ചുംകൊണ്ട് ഈ സ്വർണ്ണവിഗ്രഹത്തെ പൂമുഖത്തിലേക്കു കൊണ്ടുപോയി അവിടെ തെയ്യാറാക്കി വെച്ചിരുന്ന വലിയ ഒരു കസാലയിന്മേൽ ഇരുത്തി...

നമ്പൂതിരിപ്പാട്: പഞ്ചുവെ ഞാൻ കേട്ടറിയും.

പഞ്ചുമേനോൻ: ഇവിടെ എഴുന്നെള്ളിയത് അടിയന്റെ ഭാഗ്യം.

നമ്പൂതിരിപ്പാട്: കറുത്തേടം ഇരിക്കൂ. ചെറുശ്ശേരി എവിടെ?

ചെറുശ്ശേരിനമ്പൂതിരി: ഞാൻ ഇവിടെ ഉണ്ട്.

നമ്പൂതിരിപ്പാട്: ഇരിക്കൂ-ഇരിക്കൂ, വിരോധമില്ലാ. ഇരിക്കൂ-ഇരുന്നോളൂ.

ചെറുശ്ശേരിനമ്പൂതിരി: ഇരിക്കാം.

നമ്പൂതിരിപ്പാട്: എന്താണു കറുത്തേടം ഇരിക്കാത്തത്? ഇരിക്കൂ.

പഞ്ചുമേനോൻ എഴുന്നള്ളത്തു കുറെ വഴുകിയതിന് എന്തോ കാരണം എന്നറിഞ്ഞില്ലാ-അമറേത്തു കഴിഞ്ഞിട്ടില്ലായിരിക്കാം.

നമ്പൂതിരിപ്പാട്: കഴിഞ്ഞു, രാവിലെ കഴിഞ്ഞു. ഒരു മലവാരകാര്യസംഗതിയാൽ വിചാരിച്ചപോലെ പുറപ്പെടാൻ സാധിച്ചില്ല. അസാരം വഴുകി പ്രാതൽ കഴിഞ്ഞു പുറപ്പെട്ടു.

എന്താണ്, താടി കളയിച്ച മലവാരസംഗതിയോ എന്നു ചെറുശ്ശേരി വിചാരിച്ച് ഉള്ളിൽ ചിറിച്ചു.

പഞ്ചുമേനോൻ: കാര്യങ്ങളുടെ തിരക്കായിരിക്കും എന്ന് അപ്പോൾ തന്നെ ഇവിടെ അടിയൻ ഓർത്തിരിക്കുന്നു.

കേശവൻനമ്പൂതിരി: ഞാൻ പറഞ്ഞില്ലേ?-

പഞ്ചുമേനോൻ: എനി നീരാട്ടുകുളിക്കു താമസിക്കേണ്ട എന്നു തോന്നുന്നു. പ്രാതലമറേത്തു വളരെ നേർത്തെ കഴിഞ്ഞതല്ലേ.

കേശവൻനമ്പൂതിരി: കുളിക്കാൻ താമസമില്ലായിരിക്കും.

നമ്പൂതിരിപ്പാട്: ഓ-ഹോ! കറുത്തേടം കുളി കഴിഞ്ഞില്ലെന്നു തോന്നുന്നു.
കേശവൻനമ്പൂതിരി: ഇല്ല.
നമ്പൂതിരിപ്പാട്: എന്നാൽ ഇനി നോക്കു കുളിക്കാൻ പോവുക, എന്നു പറഞ്ഞ് എല്ലാവരും കൂടി പുറപ്പെട്ടു.
നമ്പൂതിരിപ്പാട് പൂമുഖത്ത് ഇരിക്കുന്ന മദ്ധ്യേ ഒരു ഏഴെട്ടു പ്രാവശ്യം അകത്തേക്ക് എത്തിനോക്കിയിരിക്കുന്നു. അപ്പോൾ കണ്ടതിൽ ഒന്നോ രണ്ടോ ആളെ ഇന്ദുലേഖയാണോ എന്നു ശങ്കിച്ചിട്ടും ഉണ്ട്. എല്ലാവരും കുളിപ്പാൻ പോയശേഷം പഞ്ചുമേനോൻ അകത്തുവന്ന് ഉണ്ണാനിരുന്നു.
പഞ്ചുമേനോൻ: (ഭാര്യയോട്) നമ്പൂരിപ്പാടു വലിയ കേമൻതന്നെ.
കുഞ്ഞിക്കുട്ടിഅമ്മ: ഞാൻ ഇങ്ങനെ ഒരാളെ ഇതുവരെ കണ്ടിട്ടില്ല. ഇന്ദുലേഖയുടെ ജാതകം ഒരു ജാതകമാണ്. ഇന്നാൾ ആ പണിക്കരു നോക്കിപ്പറഞ്ഞത് ഒത്തു. ഉടനെ അതികേമനായി ഒരു ഭർത്താവ് ഉണ്ടാകും എന്നു പറഞ്ഞിരിക്കുന്നു.
പഞ്ചുമേനോൻ: ഇന്ദുലേഖാ നമ്പൂരിപ്പാട്ടിലെ കണ്ടുവോ-താഴത്തു ണ്ടായിരിക്കണം.
കുഞ്ഞിക്കുട്ടിഅമ്മ: താഴത്തു വന്നിട്ടില്ലാ. മുകളിൽ നിന്നു നോക്കീട്ടു ണ്ടായിരിക്കണം.
പഞ്ചുമേനോൻ: നീ അന്വേഷിക്കണം. ലക്ഷ്മിക്കുട്ടി കണ്ടുവോ?
കുഞ്ഞിക്കുട്ടിഅമ്മ: കണ്ടു. അവൾ എന്റെ കൂടെ കുറേനേരം അക ത്തുനിന്നു നോക്കിയിരുന്നു. പിന്നെ അവളുടെ അറയിലേക്കുപോയി.
പഞ്ചുമേനോൻ: ഈ സംബന്ധം നടക്കും നിശ്ചയംതന്നെ.
കുഞ്ഞിക്കുട്ടിഅമ്മ: ഈ സംബന്ധം നടന്നില്ലെങ്കിൽ ഞങ്ങളുടെ പുണ്യക്ഷയം.
പഞ്ചുമേനോൻ: നടക്കും എന്നുതന്നെ എനിക്കു തോന്നുന്നു.
കുഞ്ഞിക്കുട്ടിഅമ്മ: എനിക്കു അശേഷം സംശയമില്ലാ. അത്ര ബുദ്ധി യില്ലാത്ത പെണ്ണല്ല ഇന്ദുലേഖ.
പഞ്ചുമേനോൻ: ആട്ടെ-ഉടനെ അറിയാം. ഇന്ദുലേഖാ നിശ്ചയമായി സമ്മതിക്കും എന്നുതന്നെ എനിക്ക് ഉറപ്പായി തോന്നുന്നു. നീ വേഗം പോയി ഇന്ദുലേഖയുമായി ഒന്നു സംസാരിച്ചുനോക്കൂ...എന്നാൽ ഏതാണ്ട് അറിയാം.
കുഞ്ഞിക്കുട്ടിഅമ്മ: ഞാൻ ഇതാ പോണു.

10

മദിരാശിയിൽനിന്ന് ഒരു കത്ത്

പഞ്ചുമേനോൻ ഊണുകഴിഞ്ഞ ഉടനെ ഇന്ദുലേഖ നമ്പൂരിപ്പാട്ടിലെ കണ്ടുവോ എന്നറിവാൻ കുഞ്ഞിക്കുട്ടിഅമ്മ ഇന്ദുലേഖയുടെ മാളികമേൽ പോയി. ചെല്ലുമ്പോൾ ഇന്ദുലേഖ ഒരു തൊപ്പി തുന്നിക്കൊണ്ടു ചാരുപടിയിൽ ഇരിക്കുന്നു. മുത്തശ്ശിയെ കണ്ട ഉടനെ എഴുനീറ്റ് അടുക്കെ ചെന്നു. മുത്തശ്ശി ഇന്ദുലേഖയെ പിടിച്ചു മാറോടു ചേർത്തു മൂർദ്ധാവിൽ ചുംബിച്ചുകൊണ്ടു പറയുന്നു.

കുഞ്ഞിക്കുട്ടിഅമ്മ: മകളേ, നിണക്ക് എല്ലാ ഭാഗ്യവും തികഞ്ഞു വന്നു. എഴുന്നെള്ളത്തു കണ്ടില്ലേ?

ഇന്ദുലേഖ: എന്താണ്, ഇന്ന് അമ്പലത്തിൽ ഉത്സവമുണ്ടായിരുന്നുവോ? എന്നാൽ എന്തേ മുത്തശ്ശി എന്നെ വിളിക്കാഞ്ഞത്? ആന എത്ര ഉണ്ടായിരുന്നു? വാദ്യം ഒന്നും കേട്ടില്ലല്ലൊ.

കുഞ്ഞിക്കുട്ടിഅമ്മ: അമ്പലത്തിലെ എഴുന്നെള്ളത്തല്ലാ. നമ്പൂരിപ്പാട്ടിലെ എഴുന്നെള്ളത്ത്.

ഇന്ദുലേഖ: (മുഖപ്രസാദം കേവലം വിട്ടു വലിയമ്മയുടെ ആലിംഗനത്തിൽനിന്നു വേറായി നിന്നിട്ട്) ഞാൻ കണ്ടില്ലാ.

കുഞ്ഞിക്കുട്ടിഅമ്മ: ഈ ഘോഷം ഒക്കെ കഴിഞ്ഞിട്ടു നീ അറിഞ്ഞില്ലേ?

ഇന്ദുലേഖ: എന്തു ഘോഷം? ഞാൻ ഒന്നും കണ്ടില്ലല്ലോ!

കുഞ്ഞിക്കുട്ടിഅമ്മ: നീ മുകളിൽ വാതിൽ അടച്ചു തുന്നക്കാരുടെ പണിയും എടുത്തു കാത്തിരുന്നാൽ കാണുമോ? നമ്പൂരിപ്പാട്ടിലെ കാണേണ്ടതാണ്-മഹാ സുന്ദരൻതന്നെ. ഉടുപ്പും കുപ്പായവും എല്ലാം പൊന്നുകൊണ്ടു കട്ടിയായിട്ടാണ്. എനിക്ക് അറുപതു വയസ്സായി മകളേ, ഞാൻ ഇതുവരെ ഇങ്ങിനെ ഒരാളെയും കണ്ടിട്ടില്ല. അമറേത്തിനു പോയിരിക്കുന്നു-കഴിഞ്ഞ ഉടനെ വരും. നിന്നെ കാണാൻ മുകളിൽ വരുമെന്നു

തോന്നുന്നു. ഇന്നാൾ ഇവിടെ വന്ന ചെറുശ്ശേരിനമ്പൂരിയും കൂടെ വന്നിട്ടുണ്ട്. അദ്ദേഹം നമ്പൂരിപ്പാട്ടിലെ മുമ്പിൽ ഇരിക്കാൻകൂടി മടിക്കുന്നു. നമ്പൂരിപ്പാട്ടിലെ അവസ്ഥ പറഞ്ഞുകൂടാ. മനയ്ക്കൽ ആനച്ചങ്ങലകൂടി പൊന്നുകൊണ്ടാണത്രേ. ഇതിന്റെ മുകളിൽ ഒക്ക വെടിപ്പുണ്ടായിരിക്കണേ അദ്ദേഹം വരുമ്പോൾ.

ഇന്ദുലേഖ: ഇതിന്റെ മുകളിൽ വെടുപ്പുകേട് ഒരിക്കലും ഉണ്ടാവാറില്ല. എന്തിനാണ് അദ്ദേഹം ഇതിന്റെ മുകളിൽ വരുന്നത്-എന്നെ കാണേണ്ട ആവശ്യം എന്താണ് അദ്ദേഹത്തിന്ന്?

കുഞ്ഞിക്കുട്ടിഅമ്മ: അദ്ദേഹം മറ്റെന്താവശ്യത്തിന്നു നുമ്മളുടെ വീട്ടിൽ എഴുന്നെള്ളുന്നു? എന്റെ മകളുടെ വർത്തമാനം കേട്ടിട്ടു വന്നതാണ്. മകളേ വളരെ നന്നായിട്ടെല്ലാം സംസാരിക്കണേ. എന്റെ മകൾക്കു വലിയ ഭർത്താവ് വന്നുകാണണമെന്നു ഞാൻ എത്ര കാലമായി കൊതിച്ചിരിക്കുന്നു. ഇപ്പഴ് എനിക്ക് അതു സംഗതി വന്നു. ഇതുപോലെ എനി എന്റെ കുട്ടിക്ക് ഒരു ഭാഗ്യം വരാനില്ലാ. പെണ്ണുങ്ങൾ നന്നായിത്തീർന്നാൽ അവരുടെ തറവാടു നന്നാക്കണം. നല്ല ഭർത്താവിനെ എടുക്കണം. പണം തന്നെയാണു മകളേ കാര്യം. പണത്തിനു മീതേ ഒന്നുമില്ലാ. ഞാൻ കുട്ടിയിൽ കണ്ടാൽ നന്നായിരുന്നു. എത്രയോ സുന്ദരന്മാരായ ആണുങ്ങൾ എനിക്കു സംബന്ധം തുടങ്ങാൻ ആവശ്യപ്പെട്ടു. എന്റെ അച്ഛനും അമ്മയും അതൊന്നും സമ്മതിച്ചില്ലാ. ഒടുവിൽ നിന്റെ വലിയച്ഛന് എന്നെ കൊടുത്തു. ഞാനായിട്ട് നുമ്മളെ വീട്ടിൽ നാലുകാശു സമ്പാദിച്ചു. നുമ്മൾക്കു സുഖമായി കഴിവാൻമാത്രം സമ്പാദിച്ചു മകളേ. ലക്ഷ്മിക്കുട്ടിക്കു ഭാഗ്യമില്ലാതെ പോയി. നിന്റെ അച്ഛൻ കുറേക്കാലംകൂടി ഇരുന്നിരുന്നെങ്കിൽ. നുമ്മൾ ഇന്നു വലിയ പണക്കാരായിപ്പോയിരുന്നു. എന്തുചെയ്യും! അതിനൊന്നും ഭാഗ്യമില്ലാ. നുമ്മളെ തറവാട്ടിൽ പെങ്കുട്ടികൾ എല്ലായ്പോഴും നന്നായിട്ടേ തീരാറുള്ളു. എന്റെ മകളേപ്പോലെ ഇത്ര നന്നായിട്ട് ഇതുവരെ ആരും തീർന്നിട്ടില്ല. നിണക്ക് ഇപ്പോൾ വന്ന ഭർത്താവിനെപ്പോലെ നന്നായിട്ട് ഒരു സംബന്ധവും ഇതുവരെ നുമ്മളെ തറവാട്ടിൽ ഉണ്ടായിട്ടില്ലാ. അതുകൊണ്ടാണ് ഭാഗ്യം എന്നു പറഞ്ഞത്.

ഇന്ദുലേഖ: അല്ലാ-നമ്പൂരിപ്പാട് എനിക്കു സംബന്ധം തുടങ്ങിക്കഴിഞ്ഞുവോ? ഞാൻ ഇത് അറിഞ്ഞില്ലല്ലോ.

കുഞ്ഞിക്കുട്ടിഅമ്മ: എനി സംബന്ധം കഴിഞ്ഞപോലെതന്നെ. ഇത്ര വലിയ ആൾ ഇവിടെ ഇതിന്നായിട്ടു വന്നിട്ട് എനി സംബന്ധം കഴിയാതെ പോവുമോ? എന്താ, എന്റെ മകൾക്കു ഭ്രാന്തുണ്ടോ? ഈ നമ്പൂരിപ്പാടു സംബന്ധം തുടങ്ങീട്ടില്ലെങ്കിൽ പിന്നെ ആരു തുടങ്ങും?

ഇന്ദുലേഖ: ശരി-മുത്തശ്ശി പറഞ്ഞത് എല്ലാം ശരി. ഞാൻ കുറെ കിടന്നുറങ്ങട്ടെ.

കുഞ്ഞിക്കുട്ടിഅമ്മ: പകൽ ഉറങ്ങരുത് മകളേ, ഞാൻ ആ പച്ചക്കല്ലു താലിക്കൂട്ടവും കല്ലുവെച്ച തോടകളും എടുത്തുകൊണ്ടുവരട്ടെ. നമ്പൂരിപ്പാട് ഇതിന്റെ മുകളിൽ എഴുന്നെള്ളുമ്പോൾ എന്റെ മകൾ അതെല്ലാം

അണിഞ്ഞിട്ടുവേണം അദ്ദേഹത്തെ കാണാൻ, ഞാൻ വേഗം എടുത്തു കൊണ്ടു വരാം.

ഇന്ദുലേഖ: വേണ്ടാ, ഞാൻ യാതൊരു സാധനവും കെട്ടുകയില്ല. നിശ്ചയംതന്നെ. എനിക്ക് അസാരം ഉറങ്ങിയേ കഴിയുള്ളൂ.

കുഞ്ഞിക്കുട്ടിഅമ്മ: എന്റെ മകൾ കെട്ടിയാലും കെട്ടിയില്ലെങ്കിലും ശരി, എന്റെ മകൾക്ക് ആഭരണവും ഒന്നും വേണ്ടാ. നമ്പൂരിപ്പാടു വരുമ്പോൾ നല്ല സന്തോഷമായിട്ടെല്ലാം പറഞ്ഞ് അദ്ദേഹത്തിനു നല്ല സ്നേഹം തോന്നിക്കണേ.

എന്നും പറഞ്ഞ് കുഞ്ഞിക്കുട്ടിഅമ്മ താഴത്തേക്ക് എറങ്ങിപ്പോയ ഉടനെ ലക്ഷ്മിക്കുട്ടിഅമ്മ മുകളിലേക്കു കയറിവന്നു. ഇന്ദുലേഖയും ലക്ഷ്മിക്കുട്ടിഅമ്മയും അന്യോന്യം മുഖത്തു നോക്കി ചിറച്ചു.

ലക്ഷ്മിക്കുട്ടിഅമ്മ: നമ്പൂതിരിപ്പാട്ടിലെ വരവു ബഹുഘോഷമായി. ആൾ മഹാ വിഡ്ഢിയാണെന്നു തോന്നുന്നു. ഇതിന്റെ മുകളിലേക്കു വരവുണ്ടാവും.

ഇന്ദുലേഖ: വരട്ടെ.

ലക്ഷ്മിക്കുട്ടിഅമ്മ: ബാന്ധവിക്കണം എന്നു പറയും.

ഇന്ദുലേഖ: ആരെ?

ലക്ഷ്മിക്കുട്ടിഅമ്മ: നിന്നെ.

ഇന്ദുലേഖ: വന്നുകയറിയ ഉടനെയോ?

ലക്ഷ്മിക്കുട്ടിഅമ്മ: (ചിറിച്ചുംകൊണ്ട്) ഒരു സമയം ഉടനെതന്നെ പറയും എന്നു തോന്നുന്നു.

ഇന്ദുലേഖ: അങ്ങിനെ പറഞ്ഞാൽ അതിന് ഉത്തരം എന്റെ ദാസി അമ്മു പറഞ്ഞോളും.

ലക്ഷ്മിക്കുട്ടിഅമ്മ: മാധവൻകൂടി ഇപ്പോൾ ഇവിടെ ഉണ്ടായിരുന്നാൽ നല്ല നേരംപോക്കായിരുന്നു.

'മാധവൻ' എന്ന ശബ്ദമാത്രശ്രവണത്തിൽ ഇന്ദുലേഖയുടെ മുഖത്ത് പ്രത്യക്ഷമായുണ്ടായ വികാരഭേദങ്ങളെ കണ്ടിട്ട്.

ലക്ഷ്മിക്കുട്ടിഅമ്മ: ഓ-ഹോ! എന്റെ കുട്ടീ, നിന്റെ പ്രാണൻ ഇപ്പോൾ മദിരാശിയിൽത്തന്നെയാണ്, സംശയമില്ലാ. നിണക്ക് ഇങ്ങിനെ ഇരിക്കുന്നതിൽ മനസ്സിന്നു വളരെ സുഖക്കേടുണ്ടെന്നു തോന്നുന്നു. ആട്ടെ, ദൈവം ഉടനെ എല്ലാം ഗുണമായി വരുത്തും.

ഇന്ദുലേഖ: മനസ്സിന്നു സുഖക്കേട് അധികമായിട്ടൊന്നുമില്ല. മദിരാശി വർത്തമാനം ഒന്നും ഇല്ലല്ലോ?

ലക്ഷ്മിക്കുട്ടിഅമ്മ: ഗോവിന്ദൻകുട്ടി വിശേഷിച്ച് ഒന്നും പറഞ്ഞില്ലാ.

ഇന്ദുലേഖ: ചെറുശ്ശേരി നമ്പൂതിരി വന്നിട്ടുണ്ടോ?

ലക്ഷ്മിക്കുട്ടിഅമ്മ: ഉണ്ട്. അദ്ദേഹവും ഉണ്ണാൻ പോയിരിക്കുന്നു. ഞാൻ പോണു. നമ്പൂരിപ്പാടുമായി യുദ്ധത്തിന്ന് ഒരുങ്ങിക്കോളൂ.

എന്നു പറഞ്ഞു ലക്ഷ്മിക്കുട്ടിഅമ്മ താഴത്തേക്കു പോയി.

ചെറുശ്ശേരിനമ്പൂരി വന്നിട്ടുണ്ടെന്നു കേട്ടത് ഇന്ദുലേഖയ്ക്കു വളരെ

സന്തോഷമായി. തമ്മിൽ അഞ്ചാറു ദിവസത്തെ പരിചയമേ ഉണ്ടായിട്ടുള്ളൂ എങ്കിലും ഇന്ദുലേഖയ്ക്കും മാധവനും ഈ നമ്പൂരി അതിസമർത്ഥനും രസികനും ആണെന്നു ബോധിച്ചിട്ടുണ്ടായിരുന്നു. എന്നാൽ ഇപ്പോൾ ഇന്ദുലേഖയ്ക്ക് അല്പം ഒരു സുഖക്കേടും തോന്നി. അന്നു ചെറുശ്ശേരി നമ്പൂരിയെ കണ്ടപ്പോൾ മാധവൻ തന്റെകൂടെ ഉണ്ടായിരുന്നു. താനും മാധവനും തമ്മിൽ ഉണ്ടായിവരാൻ പോവുന്ന സ്ഥിതിയെ ഇദ്ദേഹം നല്ലവണ്ണം അറിഞ്ഞിട്ടും അതിൽ ഇദ്ദേഹം സന്തോഷിച്ചിട്ടും ഉണ്ടെന്ന് ഇന്ദുലേഖയ്ക്കറിവുണ്ട്. ഈ നമ്പൂരിപ്പാട് ഇപ്പോൾ ഉദ്ദേശിച്ചുവന്ന കാര്യവും ഇയ്യാൾക്കു മനസ്സിലാവാതിരിപ്പാൻ പാടില്ലാ. ഇതിൽ നമ്പൂരിക്കു തന്റെ മേൽ ഒരു പുച്ഛം തോന്നുമല്ലോ എന്നു വിചാരിച്ചിട്ടാണു സുഖക്കേടുണ്ടായത്. നമ്പൂരിപ്പാട് ഉദ്ദേശിച്ചുവന്ന കാര്യത്തിന്റെ തീർച്ചയിൽ ഈ പുച്ഛം തീരുമെന്നു താൻതന്നെ സമാധാനിച്ച് അകായിൽ പോയി ഉറങ്ങാൻ ഭാവിച്ചു കിടന്നു.

ഒരു നാലെട്ടുനിമിഷം കഴിഞ്ഞപ്പോൾ തന്റെ ദാസി അമ്മു ഒരു കടലാസ്സും കൈയിൽ പിടിച്ചു കയറിവരുന്നതുകണ്ടു.

ഇന്ദുലേഖ: എന്താ അമ്മു അത്?

അമ്മു: ഇത് എഴുത്താണ്-മദിരാശിയിൽനിന്നു വന്നതാണ്. കുട്ടൻ മേനവൻ യജമാനൻ ഇവിടെ കൊണ്ടുവന്നു തരാൻ പറഞ്ഞു.

എന്നു പറഞ്ഞ് എഴുത്ത് ഇന്ദുലേഖയുടെ വശം കൊടുത്തു.

ഇന്ദുലേഖ കുറെ ഭ്രമത്തോടെ എഴുത്തു വാങ്ങി എഴുനീറ്റു വായിച്ചു. രണ്ടെഴുത്തുകൾ ഉണ്ടായിരുന്നു. ഒന്നു തുറന്നിരിക്കുന്നു. അതിന്റെ തർജ്ജമ താഴെ എഴുതുന്നു.

"കുട്ടൻ ഇവിടെനിന്നുപോയ ദിവസം രാത്രി എട്ടുമണിക്ക് എന്നെ സിക്രട്ടെറ്റിൽ നിശ്ചയിച്ചതായി ഗിൽഹാം സായ്‌വിന്റെ ഒരു കത്തു കിട്ടി. ഞാൻ ഇന്ന് ഉദ്യോഗത്തിൽ പ്രവേശിച്ചു. കുട്ടനും മറ്റു സുഖക്കേട് ഒന്നും ഇല്ലായിരിക്കും. ഞാൻ മറ്റെന്നാളത്തെയോ നാലാന്നാളത്തെയോ വണ്ടിക്ക് ഒരാഴ്ച കല്പന എടുത്ത് അങ്ങോട്ടു വരും. ഇതിൽ അടക്കം ചെയ്ത എഴുത്തുകൾ അച്ഛനും മാധവിക്കും കൊടുപ്പാനപേക്ഷ."

ഇതു വായിച്ച ഉടനേ ഇന്ദുലേഖയ്ക്കുണ്ടായ ഒരു സന്തോഷം ഞാൻ എങ്ങിനെ എഴുതി അറിയിക്കുന്നു-പ്രയാസം. സന്തോഷാശ്രു താനേ കണ്ണിൽ നിറഞ്ഞു. പിന്നെ തനിക്കുള്ള എഴുത്തു പൊളിച്ചു വായിച്ചു. ആ എഴുത്തു ഞാൻ പരസ്യമാക്കാൻ വിചാരിക്കുന്നില്ല. ഇന്ദുലേഖ ആ എഴുത്തിനെ വായിച്ചശേഷം ചില ഗോഷ്ടി കാണിച്ചതും എഴുതണ്ടാ എന്നാണു ഞാൻ ആദ്യം വിചാരിച്ചത്. പിന്നെ ആലോചിച്ചതിൽ ഇന്ദുലേഖയോടുള്ള ഇഷ്ടം നിമിത്തം കഥ ശരിയായി പറയാതിരിക്കുന്നത് വിഹിതമല്ലെന്ന് അഭിപ്രായപ്പെടുന്നതിനാൽ എഴുതാൻ തന്നെ നിശ്ചയിക്കുന്നു. മാധവന്റെ എഴുത്തു വായിച്ചശേഷം ആ എഴുത്തിനെ രണ്ടു നാലു പ്രാവശ്യം ഇന്ദുലേഖ ചുംബിച്ചു. താക്കോൽ എടുത്ത് എഴുത്തു പെട്ടി തുറന്നു രണ്ടു കത്തുകളും അതിൽ വെച്ചു പൂട്ടി പുറത്തേക്കു വന്നു.

ഗോവിന്ദൻകുട്ടിമേനോൻ ചായ കുടിച്ചുവോ എന്നറിഞ്ഞുവരാൻ അമ്മുവെ പറഞ്ഞയച്ചു. അമ്മു ഗോവിന്ദൻകുട്ടിമേനോന്റെ അറയിൽ പോയി അന്വേഷിച്ചു. ചായ കുടിച്ചു എന്നു ഗോവിന്ദൻകുട്ടിമേനോൻ മറുവടി പറഞ്ഞു. "ഞാൻ അങ്ങട്ടു വരുന്നു എന്ന് ഇന്ദുലേഖയോടു പറ," എന്നും പറഞ്ഞയച്ചു.

ലക്ഷ്മിക്കുട്ടിഅമ്മ മാധവന് ഉദ്യോഗമായ വിവരം ഗോവിന്ദൻകുട്ടിമേനോൻ പറഞ്ഞുകേട്ട സന്തോഷത്തോടുകൂടി മുകളിലേക്കു കയറിവന്ന് ഇന്ദുലേഖയെ കണ്ടു. മകളുടെ അപ്പോഴത്തെ ഒരു സന്തോഷം കണ്ടതിൽ തനിക്കും വളരെ സന്തോഷമായി.

ലക്ഷ്മിക്കുട്ടിഅമ്മ: ജയിച്ചു-ഇല്ലേ?

ഇന്ദുലേഖ: ഈശ്വരാധീനം-ഇത്രവേഗം ഉദ്യോഗമായത്.

ലക്ഷ്മിക്കുട്ടിഅമ്മ: അപ്പോൾ ശപഥമോ?

ഇന്ദുലേഖ: അത് ഇരിക്കട്ടേ. ഞാൻ എനി ഉടനേ മദിരാശിക്കു പോവും അമ്മേ-അമ്മയ്ക്കു വിരോധമില്ലല്ലൊ?

ലക്ഷ്മിക്കുട്ടിഅമ്മ: എന്റെ മകൾ മാധവനോടുകൂടെ ഏതു ദിക്കിൽ പോയാലും എനിക്കു വിരോധമില്ല. സാധുക്കളേ, നിങ്ങൾ രണ്ടുപേരും എത്ര ദിവസമായി കുഴങ്ങുന്നു! എങ്കിലും അച്ഛന് ഒരു മുഷിച്ചിലിന്ന് എടയാവുമല്ലോ എന്ന് ഒരു ഭയം.

ഇന്ദുലേഖ: അതിൽ അമ്മയ്ക്കു വിഷാദം വേണ്ടാ. വലിയച്ഛൻ മഹാശുദ്ധനാണ്. എന്നെ ബഹുവാത്സല്യമാണ്. ഞാൻ കാൽക്കൽ വീണു കരഞ്ഞാൽ എനിക്കുവേണ്ടി അദ്ദേഹം ഞാൻ ചെയ്യുന്ന ന്യായമായ അപേക്ഷയെ സ്വീകരിക്കാതെ ഇരിക്കുകയില്ല-എനിക്ക് അതു നല്ല ഉറപ്പുണ്ട്.

ഇങ്ങനെ അവർ സംസാരിച്ചുകൊണ്ടിരിക്കുമ്പോൾ മാധവന്റെ അമ്മ (പാർവ്വതിഅമ്മ) മുകളിലേക്കു കയറിവന്നു.

പാർവ്വതിഅമ്മ: എന്താ മകളെ, മാധവന് ഉദ്യോഗമായോ

ഇന്ദുലേഖ: ആയി എന്ന് എഴുത്തുവന്നിരിക്കുന്നു. നിങ്ങളുടെ ഭാഗ്യം-ഇത്ര വേഗം നല്ലൊരു ഉദ്യോഗമായല്ലൊ?

പാർവ്വതിഅമ്മ: മാധവൻ എനിയും മദിരാശിയിൽത്തന്നെ പാർക്കണ്ടേ? അതു മാത്രം എനിക്കു സങ്കടം.

ഇന്ദുലേഖ: അധികം പാർക്കേണ്ടി വരികയില്ല. ഉടനെ അദ്ദേഹത്തിനു വലിയ ഉദ്യോഗമായി ഈ നാട്ടിലെങ്ങാനും വരാൻ ഇടയുണ്ട്.

പാർവ്വതിഅമ്മ: എന്നാൽ മതിയായിരുന്നു. ഈശ്വരാ! എത്രകാലമായി ഞാൻ എന്റെ കുട്ടിയെ പിരിഞ്ഞു പാർക്കുന്നു!

ഇന്ദുലേഖ: നിങ്ങൾക്ക് ഇനി മദിരാശി പോയി താമസിക്കാമല്ലൊ.

പാർവ്വതിഅമ്മ: ഞാൻ തന്നെയോ?

ഇന്ദുലേഖ: ഞാനും വരാം.

പാർവ്വതിഅമ്മ: ഈശ്വരാ! അങ്ങനെയായാൽ നന്നായിരുന്നു. അപ്പോഴെയ്ക്കു മാധവൻ വെറുതേ വല്യമ്മാമനുമായി ശണ്ഠ ഉണ്ടാക്കി വച്ചുവല്ലൊ.

ഇന്ദുലേഖ: ആട്ടെ, നിങ്ങൾ എന്റെ കൂടെ വരുന്നുണ്ടോ?

പാർവ്വതിഅമ്മ: ഈശ്വരാ!-അങ്ങിനെ ദൈവം സംഗതി വരുത്തട്ടെ. എന്നാൽ എന്റെ മകന് പിന്നെ ഒരു ഭാഗ്യവും വേണ്ട. അതിനപ്പോൾ ഈ വിഷമമുണ്ടല്ലോ.

ഇങ്ങനെ അവർ സംസാരിച്ചുകൊണ്ടിരിക്കുമ്പോൾ ഗോവിന്ദൻകുട്ടി മേനോൻ കയറിവരുന്നതു കണ്ട്, ലക്ഷ്മിക്കുട്ടിഅമ്മയും പാർവ്വതി അമ്മയും താഴത്തിറങ്ങിപ്പോയി. ഇന്ദുലേഖയുടെ മുഖത്തു പ്രത്യക്ഷമാ യിക്കണ്ട സന്തോഷത്തിൽ ഗോവിന്ദൻകുട്ടിമേനോനും വളരെ സന്തോ ഷമുണ്ടായി, അന്യോന്യം കുറെനേരം ഒന്നും മിണ്ടാതെനിന്നു-പിന്നെ?

ഗോവിന്ദൻകുട്ടിമേനോൻ: ഇന്ദുലേഖ മദിരാശിയിലേക്കു പോവാൻ എല്ലാം ഒരുങ്ങിക്കോളൂ. മാധവൻ നാളെയോ മറ്റന്നാളോ പുറപ്പെടും എന്ന് എഴുതിക്കണ്ടില്ലേ?

ഇന്ദുലേഖ ഒന്നും പറയാതെ മുഖം താഴ്ത്തിക്കൊണ്ടും മുഖത്ത് ഇടയ്ക്കിടെ ചുവപ്പും വെളുപ്പുമായി വർണ്ണം മാറിക്കൊണ്ടും സന്തോഷ ത്തിൽ മുങ്ങിയും പൊങ്ങിയും നിന്നു. എന്നാൽ ഗോവിന്ദൻകുട്ടിമേനോനും വളരെ സന്തോഷം ഉണ്ടായി. എങ്കിലും അച്ഛന്റെ ശപഥത്തെ ഓർത്ത് അല്പം ഒരു കുണ്ഠിതവും ഉണ്ടായിരുന്നു. മാധവൻ പെണ്ണിനേയും കൊണ്ടുപോകുമെന്നുള്ളതിനു ഗോവിന്ദൻകുട്ടിമേനോന് ലേശവും സംശ യമില്ല. അതുകൊണ്ട് ഇന്ദുലേഖയെ സംബന്ധിച്ചിടത്തോളം ഗോവി ന്ദൻകുട്ടിമേനോന് ഒരു വ്യസനവുമുണ്ടായില്ല. എന്നാൽ വൃദ്ധനായ തന്റെ അച്ഛനെ സമ്മതിപ്പിച്ചിട്ടു കാര്യം നടത്താഞ്ഞാൽ എന്തൊക്കെ വൈഷ മ്യങ്ങൾ വരാം എന്നാലോചിച്ചിട്ടാണ് അല്പം കുണ്ഠിതം ഉണ്ടായത്. എന്നാൽ ഈവക വ്യസനഭാവം അശേഷമെങ്കിലും മേനോന്റെ മുഖത്തോ വാക്കിലോ പുറപ്പെട്ടിട്ടില്ല.

ഗോവിന്ദൻകുട്ടിമേനോൻ: നമ്പൂതിരിപ്പാടു വന്നിട്ടുണ്ടല്ലോ-കേട്ടില്ലേ?

ഇന്ദുലേഖ: കേട്ടു.

ഗോവിന്ദൻകുട്ടിമേനോൻ: അച്ഛൻ ഈ കാര്യത്തെക്കുറിച്ചു വളരെ ഉചിതമായിട്ട് ഇന്ന് ഒരു വാക്കുപറഞ്ഞു-എനിക്കതു വളരെ സന്തോഷ മായി.

ഇന്ദുലേഖ: എന്താ പറഞ്ഞത്?

ഗോവിന്ദൻകുട്ടിമേനോൻ: ഈ നമ്പൂരിപ്പാട്ടിലെ സംബന്ധം ഇന്ദു ലേഖയ്ക്കു മനസ്സുണ്ടെങ്കിൽ അല്ലാതെ നടത്തിപ്പാൻ താൻ ശ്രമിക്കയി ല്ലെന്നാണ്. ഇതു തീർച്ചയായി എന്നോടും കേശവൻനമ്പൂതിരിയോടും പറഞ്ഞു. അതുകൊണ്ട് ഇന്ദുലേഖാ ഇനി ഒട്ടും വ്യസനിക്കേണ്ട.

ഇന്ദുലേഖ: അങ്ങിനെയാണു വലിയച്ഛന്റെ മനസ്സെങ്കിൽ ഇദ്ദേഹത്തെ കെട്ടിവലിപ്പിച്ചത് എന്തിന്?

ഗോവിന്ദൻകുട്ടിമേനോൻ: അത് ഇന്ദുലേഖയ്ക്ക് അദ്ദേഹത്തെ കണ്ട ശേഷം മനസ്സുണ്ടാവുമോ എന്നു പരീക്ഷിപ്പാനാണത്രെ.

എന്നുംപറഞ്ഞു ഗോവിന്ദൻകുട്ടിമേനോൻ തന്റെ മുറിയിലേക്കു

പോയി. കോണി ഇറങ്ങുമ്പോൾ “മദിരാശിക്ക് എഴുത്തുണ്ടെങ്കിൽ പൂട്ടി താഴത്തേക്കയയ്ക്കൂ. എന്റെ എഴുത്തിൽ വെച്ച് അയയ്ക്കാം.” എന്നും പറഞ്ഞു.

എനിക്ക് ഇന്ദുലേഖയെ പരിഹസിക്കുന്നതു പ്രാണവേദനയാണ്. എന്നാലും കഥ ഞാനൊട്ടും മറച്ചുവയ്ക്കുന്നില്ല. ഇത്ര ബുദ്ധിയുള്ള ഇന്ദുലേഖാ എന്തിന്നു വിഡ്ഢിത്തം കാണിച്ചു? ഞാൻ പറയാതിരിക്കയില്ല. ഗോവിന്ദൻകുട്ടിമേനോൻ താഴത്ത് ഇറങ്ങിയ ഉടനെ ഇന്ദുലേഖ എഴുത്തുപെട്ടി തുറന്ന് കത്തെടുത്തു വായിച്ച് ക്രമപ്രകാരമുള്ള ഗോഷ്ഠി കാണിച്ച് കത്തു പെട്ടിയിൽ വച്ചു പൂട്ടി. അതി സന്തോഷത്തോടുകൂടി കിടക്കാനും ഇരിക്കാനും നില്പാനും ശക്തിയില്ലാതെ പ്രമോദസരിത്തിൽകൂടി ഒഴുകിക്കൊണ്ടുവശായി.

ഗോവിന്ദൻകുട്ടിമേനോൻ മദിരാശിക്ക് എഴുത്തു തയ്യാറാക്കി മേശമേൽ വച്ചു മാധവന്റെ അച്ഛനെ കാണ്മാനായി അദ്ദേഹത്തിന്റെ ഭവനത്തിലേക്കു ചെന്നു. ചെല്ലുമ്പോൾ അദ്ദേഹം പൂമുഖത്ത് ഇരിക്കുന്നു. ഗോവിന്ദൻകുട്ടിമേനവനെ കണ്ടപ്പോൾ ഒന്നു ചിറിച്ചു.

ഗോവിന്ദൻകുട്ടിമേനോൻ: ജ്യേഷ്ഠൻ, നമ്പൂതിരിപ്പാട്ടിലെ വരവു കണ്ടില്ലേ?

ഗോവിന്ദൻകുട്ടിമേനോൻ സാധാരണയായി ഗോവിന്ദപ്പണിക്കരെ ജ്യേഷ്ഠൻ എന്നാണു വിളിച്ചുവരാറ്.

ഗോവിന്ദപ്പണിക്കർ: ഞാൻ കണ്ടില്ല. ഹമാലന്മാരുടെ മൂളലിന്റെ ഘോഷം കേട്ടു. ഞാൻ പൊല്പായികളത്തിലേക്കു പുറപ്പെട്ടിരിക്കയാണ്. തല്ക്കാലം ഇവിടെ നിന്നാൽ തരക്കേടുണ്ട്. നിന്റെ അച്ഛൻ ഒരു സമയം എനിക്ക് ആളെ അയയ്ക്കും. പിന്നെ നമ്പൂരിപ്പാട്ടിലെ സംബന്ധക്കാര്യംകൊണ്ട് ആലോചിപ്പാനും മറ്റുംപറയും. എനിക്ക് ഈ ആവലാതികൾ ഒന്നും കഴികയില്ല-ഞാൻ ഇന്നും നാളെയും കളത്തിൽ താമസിച്ചു മറ്റന്നാളേ മടങ്ങിവരുകയൊള്ളൂ.

ഗോവിന്ദൻകുട്ടിമേനോൻ: ഞാനും വരാം. എനിക്കും നമ്പൂതിരിപ്പാട്ടിലെ പ്രാകൃതങ്ങൾ കാണാൻ വയ്യാ-ഞാനും വരാം.

ഗോവിന്ദപ്പണിക്കർ: പോന്നോളൂ. വിവരം അച്ഛനെ അറിയിക്കണെ. അല്ലെങ്കിൽ പിന്നെ അതിന് എന്റെ നേരെ കോപിക്കും.

ഉടനെ ഗോവിന്ദൻകുട്ടിമേനോൻ വീട്ടിലേക്ക് ആളെ അയച്ച് തന്റെ ഉടുപ്പുകളും മറ്റും വരുത്തി ഗോവിന്ദപ്പണിക്കരോടുകൂടി പൊല്പായികളത്തിലേക്കു പുറപ്പെട്ടു. തന്നെക്കുറിച്ചു ചോദിച്ചാൽ വിവരം അച്ഛനെ അറിയിപ്പാൻ ആളെ പറഞ്ഞേല്പിച്ചു. ഗോവിന്ദപ്പണിക്കരും ഗോവിന്ദൻകുട്ടിമേനോനും പൊല്പായികളത്തിലേക്കു പോകയും ചെയ്തു.

11

നമ്പൂതിരിപ്പാട്ടിലെപ്പറ്റി ജനങ്ങൾ സംസാരിച്ചത്

മുത്തു: (ഊട്ടുപുരയിൽവെച്ച്) ഇത് എന്തു ഘോഷമാണ്! ഹേ, ഞാൻ നമ്പൂരിപ്പാട്ടിലെ വേഷംപോലെ ഒരു വേഷം കണ്ടിട്ടില്ല. എന്തു കുപ്പായമാണ്! എന്തു തൊപ്പി! കുപ്പായത്തിനു മീതെ ഇട്ടിട്ടുള്ള ആ തുപ്പട്ട് ഒരു ആയിരം ഉറുപ്പിക വിലപിടിക്കുമെന്നു തോന്നുന്നു. ലക്ഷപ്രഭു-മഹാ സുന്ദരൻ!

ശങ്കരശാസ്ത്രി: എവിടെയാണ് താൻ സൗന്ദര്യം കണ്ടത്? തുപ്പട്ടിലോ, കുപ്പായത്തിലോ? അയാളുടെ മുഖം ഒരു കുതിരയുടെ മുഖം പോലെയാണ് എനിക്കു തോന്നിയത്.

മാനു: നിങ്ങൾക്ക് അസൂയ പറയുന്നതല്ലേ സ്വഭാവം. നമ്പൂരിപ്പാട്ടിലെ മുഖം കുതിരയുടെ മുഖം പോലെയോ? കഷ്ടം! നിങ്ങൾ എവിടെനിന്നാണു നോക്കിയത്? ഞാൻ അടുക്കെ ഉണ്ടായിരുന്നു-പല്ലക്കു തൊട്ടു നിന്നിരുന്നു. തങ്കത്തിന്റെ നിറമാണ് നമ്പൂതിരിപ്പാട്! മഹാസുന്ദരൻ! കഴുത്തിൽ ഒരു പൊന്മാല ഇട്ടിട്ടുണ്ട്. അതുപോലെ ഒരു മാല ഞാൻ കണ്ടിട്ടില്ല.

സുബ്ബുക്കുട്ടി: ഹേ! അതു മാലയല്ല, നാഴികമണിയുടെ ചങ്ങലയാണ്. നാഴികമണി അരയിലെങ്ങാനും താഴ്ത്തിയിട്ടുണ്ട്.

ശങ്കരശാസ്ത്രി: എന്തു നിറമായാലും എത്ര മാലയിട്ടാലും അയാളുടെ മുഖം കുതിരമുഖമാണ്.

മാനു: ശാസ്ത്രികൾക്കു ഭ്രാന്തുപിടിച്ചു എന്നു തോന്നുന്നു. ഇത്ര സുന്ദരനായിട്ട് ഒരാളില്ലെന്നാണു ഞങ്ങൾക്കൊക്കെ തോന്നിയത്. അല്ലേ ശീനൂ! സുബ്ബുക്കുട്ടി! എന്താ പറയൂ-നിങ്ങൾക്കൊക്കെ എന്താണു തോന്നിയത്?

സുബ്ബുക്കുട്ടി: ഞങ്ങൾക്കൊക്കെ തോന്നിയതു നല്ല സുന്ദരൻ എന്നു തന്നെ.

ശങ്കരശാസ്ത്രി: നിങ്ങൾക്കൊക്കെ എന്തുതോന്നിയാലും വേണ്ടതില്ല. അയാളുടെ മുഖം കുതിരമുഖമാണ്, സംശയമില്ല.

അപ്പോൾ ഒരു വഴിയാത്രക്കാരൻ പട്ടർ: അടിയന്തിരം എന്നോ, അറിഞ്ഞില്ല.

സുബ്ബുക്കുട്ടി: നാളെയാണെന്നു കേട്ടു.

ശങ്കരശാസ്ത്രി: ആരു പറഞ്ഞു?

സുബ്ബുക്കുട്ടി: ആരോ പറഞ്ഞു.

ശങ്കരശാസ്ത്രി: ആ വഴിയാത്രക്കാരന്റെ യാത്ര മുടക്കണ്ടാ, (യാത്രക്കാരനോട്) ഹേ! താൻ മഠത്തിൽപോയി അന്വേഷിച്ചറിഞ്ഞോളൂ. ഇയ്യാൾ പറയുന്നതൊന്നും വിശ്വസിക്കേണ്ട.

അപ്പോൾ ഊട്ടിൽ കടന്നുവന്ന ഒരു പട്ടര്: അടിയന്തരം ഇന്നുതന്നെ. കാക്കാൽ ഉറുപ്പിക ബ്രാഹ്മണർക്കും അരേരശ്ശ ഉറുപ്പിക നമ്പൂരിമാർക്കും ഉണ്ടത്രേ.

ശങ്കരശാസ്ത്രി: തന്നോടാരു പറഞ്ഞു?

വന്ന പട്ടർ: ആരോ കുളക്കടവിൽ പറഞ്ഞു.

ശങ്കരശാസ്ത്രി: (വഴിയാത്രക്കാരനോട്) നിങ്ങൾ പോയി അന്വേഷിക്കിൻ.

വഴിയാത്രക്കാരൻ: ഇന്നാണെങ്കിൽ സദ്യയ്ക്ക് ഇപ്പോൾതന്നെ കൂട്ടണ്ടേ? ഒന്നും കാണുന്നില്ലല്ലോ.

ശങ്കരശാസ്ത്രി: ഇന്നായിരിക്കില്ല.

കൃഷ്ണജ്യോത്സ്യര്: ജാതകവും മറ്റും നോക്കണ്ടേ?

സുബ്ബുക്കുട്ടി: പണത്തിനുമീതെ എന്തു ജാതകം? എല്ലാം പണം. പണംതന്നെ ജാതകം. ഒക്കാതെ വരുമോ?

കൃഷ്ണജ്യോത്സ്യര്: നമുക്ക് നാലുകാശു കിട്ടുമായിരുന്നു. സകലം ശരിയാണെന്നും വിശേഷയോഗമാണെന്നും ഞാൻ പറഞ്ഞേക്കാമായിരുന്നു. നായന്മാർക്ക് എന്തു ജാതകം നോക്കലാണ്! നമ്പൂരിപ്പാട്ടീന്നു രഹസ്യം പോവാൻ വന്നതുപോലെ വന്നതാണ്. ഇദ്ദേഹത്തിന് ഒരു നൂറു ദിക്കിൽ സംബന്ധമുണ്ട്.

ശങ്കരശാസ്ത്രി: രഹസ്യത്തിനു വന്നതാണെങ്കിൽ ആളെ മാറി നോക്കേണ്ടിവരും.

സുബ്ബുക്കുട്ടി: ശരി, ശരി, ശാസ്ത്രികൾ ഇന്നാൾ ഒരു ദിവസം പൂവരങ്ങിൽ മാളികയിൽ പോയി ശാകുന്തളം മുതലായതു വായിച്ചു എന്നു കേട്ടിരിക്കുന്നു. ആ സമയം ആ കുട്ടിയുടെ ധൈര്യം അറിഞ്ഞിട്ടുണ്ടായിരിക്കാം. ശാസ്ത്രം പഠിച്ചാള് ഒക്കെ ഒരുപോലെ വിഡ്ഢികളാണ്.

മുത്തു: നമ്പൂരിപ്പാട്ടിലെ ഒരു മോതിരം കൊടുത്താൽ നൂറ് ഇന്ദുലേഖകൾ സമ്മതിക്കും.

ശങ്കരശാസ്ത്രികൾ ഇതിന് ഉത്തരം പറയാതെ എഴുനീറ്റ് അമ്പലത്തിലേക്കു പോയി. ഈ ശാസ്ത്രികൾ മാധവന്റെ വലിയ ഒരു സ്നേഹിതനും നല്ല വിദ്വാനും ആയിരുന്നു. ഇന്ദുലേഖയെ നല്ല പരിചയമുള്ള

ആളും ആയിരുന്നു. അവളുടെ ബുദ്ധി അതിവിശേഷബുദ്ധിയാണെന്ന് അറിഞ്ഞിട്ടുണ്ട്. അതുകൊണ്ട് ഇതെല്ലാം കേട്ടപ്പോൾ ഇയാൾക്കു മനസ്സിന്ന് അശേഷം സുഖം തോന്നിയില്ല. പിന്നെ ശാസ്ത്രികളുടെ അഭിപ്രായത്തിലും ഇന്ദുലേഖയ്ക്കു മാധവനാണ് അനുരൂപനായ പുരുഷൻ എന്നായിരുന്നു, ഇങ്ങിനെ വരുന്നതായാൽ അതു കഷ്ടം! ദ്രവ്യത്തിന്റെ വലിപ്പം കൊണ്ട് ഒരു സമയം ഇങ്ങിനെ വരാം. എന്തു ചെയ്യാം! ഈ പ്രപഞ്ചത്തിൽ ദ്രവ്യത്തെ ജയിപ്പാൻ ഒന്നിനും ശക്തിയില്ല. ഇങ്ങിനെയെല്ലാം വിചാരിച്ചും വ്യസനിച്ചും ശാസ്ത്രികൾ അമ്പലത്തിൽ ചെന്ന് വാതിൽമാടത്തിൽ അങ്കവസ്ത്രവും വിരിച്ച് ഉറങ്ങാൻ ഭാവിച്ചുകൊണ്ടു കിടന്നു. ശാസ്ത്രികൾക്ക് അവിടെയും ഗ്രഹപ്പിഴതന്നെ. താൻ കിടന്നു രണ്ടുമൂന്നു നിമിഷം കഴിയുമ്പോഴേക്ക് വാതിൽമാടത്തിൽ ആൾക്കൂട്ടമായി. കഴകക്കാരൻ വാര്യരും മാരാനുമാണ് അകായിൽനിന്ന് ആദ്യം വന്നത്.

വാര്യർ: (ശാസ്ത്രികളോട്) എന്താണു ശാസ്ത്രികൾസ്വാമീ! ഇന്നു പൂവരങ്ങിൽ നാടകംവായനയും മറ്റും ഇല്ലെന്നു തോന്നുന്നു. തിരക്കു തന്നെ കുളക്കടവിൽ ജനക്കൂട്ടം. നമ്പൂതിരിപ്പാട് അമൃതേത്തു കഴിക്കുന്നു. സംബന്ധം ഇന്നുതന്നെ ഉണ്ടാവുമോ എന്നു ശാസ്ത്രികൾ വല്ലതും അറിഞ്ഞുവോ?

ശങ്കരശാസ്ത്രികൾ: ഞാൻ ഒന്നും അറിഞ്ഞില്ലപ്പാ. ഞാൻ കുറെ ഉറങ്ങട്ടെ.

അപ്പോഴേക്കു ശാന്തിക്കാരൻ എമ്പ്രാന്തിരിയും ഒരു രണ്ടു മൂന്നു നമ്പൂതിരിമാരും ഒന്നുരണ്ടു പട്ടന്മാരും കൂടി ഒരു കൂട്ടായ്മക്കവർച്ചക്കാരു കടക്കുംപോലെ വടക്കേ വാതിൽമാടത്തിന്റെ വടക്കേ വാതിലിൽക്കൂടി നിലവിളിയും കൂക്കിയുമായി കടന്നുവരുന്നതു കണ്ടു. സംസാരം എല്ലാം നമ്പൂതിരിപ്പാട്ടിനെപ്പറ്റിത്തന്നെ.

എമ്പ്രാന്തിരി: നമ്പൂതിരിപ്പാടു ബഹുസുന്ദരൻ. ഞാൻ കണ്ടു. എത്ര വയസ്സായയോ?

ഒരു നമ്പൂതിരി: വയസ്സ് അമ്പതായിക്കാണണം.

മറ്റൊരു നമ്പൂതിരി: ഛീ! അത്രയൊന്നുമില്ല. നാല്പതുനാല്പത്തഞ്ചായിക്കാണണം.

ഒരു പട്ടര്: എത്ര വയസ്സായാലും ഇന്ദുലേഖയ്ക്കു ബോധിക്കും. എന്തു കുപ്പായങ്ങൾ–എന്തു ഢീക്ക്– വിചാരിച്ചുകൂടാ. ഞാൻ അനന്തശയനത്തെ രാജാവിനുകൂടി ഈമാതിരി കുപ്പായം കണ്ടിട്ടില്ല.

മറ്റൊരു നമ്പൂതിരി: ആ കുപ്പായവും പുറപ്പാടുംതന്നേ ഉള്ളൂ. ഇല്ലത്തു ദ്രവ്യവും അനവധി ഉണ്ട്. നമ്പൂതിരി ആൾ കമ്പക്കാരനാണ്. ഒരുസ്ഥിരതയും തന്റേടവുമില്ല. ആ ഇന്ദുലേഖയെ കമ്പക്കാരനു കൊണ്ടുകൊടക്കുന്നുവല്ലോ. സംബന്ധം ഇന്നുതന്നെയോ.

എമ്പ്രാന്തിരി: അതെ, ശാസ്ത്രികളോടു ചോദിച്ചറിയാം. ശാസ്ത്രികൾ ഇന്ദുലേഖയുടെ ഇഷ്ടനാണ്. ഏ! ശാസ്ത്രികളെ, പകൽ ഉറങ്ങുകയാണ്? ഉറങ്ങരുത്, എണീക്കൂ.

ശാസ്ത്രികൾ കണ്ണടച്ച് ഉറങ്ങുംപോലെ കിടന്നിരുന്നു. എമ്പ്രാന്തിരിയുടെ വിളികൊണ്ടു നിവൃത്തിയില്ലാതെ ആയപ്പോൾ എണീറ്റു കുത്തിയിരുന്നു.

എമ്പ്രാന്തിരി: ഇന്ദുലേഖയ്ക്കു സംബന്ധം ഇന്നുതന്നെയോ?

ശങ്കരശാസ്ത്രികൾ: ഞാൻ ഒരു സംബന്ധവും അറിയില്ലാ. എന്നു പറഞ്ഞ് ശാസ്ത്രികൾ അമ്പലത്തിൽ നിന്ന് എറങ്ങിപ്പോയി.

നമ്പൂതിരിപ്പാടിന്റെ വരവുകഴിഞ്ഞ ഉടനെ പൂവള്ളിവീട്ടിൽവെച്ച് അവിടെയുള്ളവർ തമ്മിൽത്തന്നെ അന്യോന്യം വളരെ പ്രസ്താവങ്ങൾ ഉണ്ടായി.

കുമ്മിണിഅമ്മ: ചാത്തരെ, ഇങ്ങിനെ കേമനായിട്ട് ഒരാളെ ഞാൻ കണ്ടിട്ടില്ല. അദ്ദേഹത്തിനെ കണ്ടിട്ട് എന്റെ കണ്ണു മഞ്ഞളിച്ചുപോയി.

ചാത്തരമേനോൻ: അദ്ദേഹത്തിന്റെ കുപ്പായം കണ്ടിട്ട് എന്നു പറയിൻ.

കുമ്മിണിഅമ്മ: അതെന്തോ, എന്റെ വയസ്സിൻകീഴിൽ ഈമാതിരി പുറപ്പാടു കണ്ടിട്ടില്ല. ദിവാൻജി വലിയമ്മാമനെ കണ്ട ഓർമ്മകൂടി ഉണ്ട് എനിക്ക്. അദ്ദേഹത്തിനും കൂടി ഈമാതിരി പുറപ്പാടു ഞാൻ കണ്ടിട്ടില്ലാ. ഇന്ദുലേഖയുടെ ഭാഗ്യം നോക്കൂ! അവൾ അതിനുമാത്രം കേമിതന്നെ, എന്നാലും മാധവനെ വിചാരിക്കുമ്പോൾ വ്യസനം.

ചാത്തരമേനോൻ: എന്താണു വ്യസനം?

കുമ്മിണിഅമ്മ: വ്യസനിക്കാനൊന്നുമില്ല. ഇത്ര വലിയ ആൾ വന്നാൽ മാധവന് ഒന്നും പറയാൻ പാടില്ല. ശരിതന്നെ. എന്നാലും എനിക്ക് അവനെ വിചാരിച്ച് ഒരു വ്യസനം.

ചാത്തരമേനോൻ: അമ്മയ്ക്കു പ്രാന്താണ്. ഈ നമ്പൂതിരിപ്പാട്ടിലേക്ക് ഈ ജന്മം ഇന്ദുലേഖയെ കിട്ടുകയില്ല. ഇന്ദുലേഖാ മാധവനുതന്നെ. ഇതൊക്കെ വലിയമ്മാമന്റെ ഒരു കമ്പക്കളി.

കുമ്മിണിഅമ്മ: നിനക്കാണു പ്രാന്ത്.

അടുക്കളയിലും കുളപ്പുരയിലും കുളവക്കിലും ഉള്ള പ്രസ്താവങ്ങൾ പലേവിധംതന്നെ.

കുളവക്കിൽനിന്നു സമീപവാസിയായ ഒരു ചെറുപ്പക്കാരനോടു മറ്റൊരു ചെറുപ്പക്കാരൻ: "ഹേ, എന്താണെടോ, ഈ നമ്പൂരിപ്പാട്ടിലെ പേര്?"

മറ്റേവൻ: കണ്ണിൽ മൂക്കില്ലാത്ത വസൂരിനമ്പൂരിപ്പാട് എന്നാണത്രെ.

"പേരു നന്നായില്ലാ, നിശ്ചയം."

"പേരല്ലാ കാര്യം പണമല്ലേ. മനയ്ക്കൽ ആനച്ചങ്ങല പൊന്നുകൊണ്ടാണത്രെ. പിന്നെ മൂക്കില്ലാഞ്ഞാലെന്താണ്....വസൂരിയായാലെന്താണ്?"

"എന്തു പണമുണ്ടായാലും ഇന്ദുലേഖ മാധവനെ തള്ളിക്കളഞ്ഞതുകൊണ്ട് ഞാൻ എനി അവളെ ബഹുമാനിക്കയില്ലാ. മാധവൻ മാത്രമാണ് അവൾക്കു ശരിയായ ഭർത്താവ്."

"മാധവനു പൊന്നുകൊണ്ട് ആനച്ചങ്ങലയുണ്ടോ? താനെന്തു

ഭോഷത്വം പറയുന്നുവെടോ! പെണ്ണുങ്ങൾക്കു പണത്തിനുമീതെ ഒന്നുമില്ല."

"ഇവളെ കൊച്ചുകൃഷ്ണമേനോൻ കൊണ്ടുപോയി ഇംക്ലീഷു പഠിപ്പിച്ചതും മറ്റും വെറുതെ. ഇംക്ലീഷു പഠിച്ചകൊണ്ട് ഇപ്പോൾ എന്താ വിശേഷം കണ്ടത്! ഇംക്ലീഷു പഠിക്കുന്നതും പണത്തിനുതന്നെ."

"മാധവൻ ഈ വർത്തമാനം കേൾക്കുമ്പോൾ എന്തു പറയുമോ?"

മാധവൻ ശിശുപാലന്റെമാതിരി ക്രോധിക്കും. എന്നിട്ട് എന്തുഫലം? ഇന്ദുലേഖാ മൂക്കില്ലാത്ത വസൂരിനമ്പൂതിരിപ്പാടോടുകൂടി സുഖമായിരിക്കും."

"ഈ നമ്പൂതിരിപ്പാടിന്റെ ഇല്ലപ്പേരൊട്ടു പറ്റി. കുറെ മുമ്പും കുളിച്ചു പോവുമ്പോൾ ഞാൻ അടുത്തു കണ്ടു. മൂക്കു കാണാനേയില്ല. മുഖം ഒരു കലം കമഴ്ത്തിയമാതിരി. ഛീ! ഇന്ദുലേഖയ്ക്ക് ഇങ്ങനെയൊരു യോഗം വന്നുവല്ലൊ. ഇയാളുടെ പണവും പുല്ലും എനിക്കു സമമാണ്. ആ ഗോവിന്ദൻകുട്ടിമേനോനെപ്പോലെ ഞാൻ ഇന്ദുലേഖയുടെ അമ്മാമൻ ആയിരുന്നുവെങ്കിൽ ഞാൻ അവളെ ഒരിക്കലും ഈ വസൂരിക്കു കൊടുക്കുകയില്ല."

"ഇന്ദുലേഖയ്ക്കു മനസ്സാണെങ്കിലോ?"

"എന്നാൽ നിവൃത്തിയില്ല. ഇന്ദുലേഖയ്ക്കു മനസ്സുണ്ടാവുമോ? പഞ്ചുമേനോന്റെ നിർബ്ബന്ധത്തിന്മേലാണ് ഇതു നടക്കുന്നത് എന്നും കേട്ടു."

"ആ പഞ്ചുമേനോന് എനിയും ചാവരുതെ? എന്തിന് ആ പൂവള്ളി വീട്ടിൽ ഉള്ള സകല മനുഷ്യരെയും ചീത്തപറഞ്ഞ് ഉപദ്രവിച്ചുംകൊണ്ടു കിടക്കുന്നു? കഷ്ടം! ഇന്ദുലേഖയ്ക്ക് ഇങ്ങിനെ വിരൂപൻ വന്നുചേർന്നുവല്ലോ.

"നിശ്ചയിക്കാറായിട്ടില്ലെടോ. ഇന്ദുലേഖ സമ്മതിക്കുമോ? എന്താണു നിശ്ചയം? ഒരു സമയം സമ്മതിച്ചില്ലെങ്കിലോ?"

"പഞ്ചുമേനോൻ തല്ലി പുറത്താക്കും. മാധവൻകൂടി ഇവിടെ ഇല്ലാ. പിന്നെ ഇന്ദുലേഖയ്ക്ക് ഈ ജന്മം നമ്പൂരിപ്പാട്ടിലെ സമ്മതമില്ലാതെ വരികയില്ലാ. ഇത്ര ദ്രവ്യസ്ഥനായിട്ട് ഈ രാജ്യത്ത് ആരുമില്ലത്രെ. വലിയ ആഢ്യനുമാണ്-പിന്നെ എന്തുവേണം? മാധവൻ ഇപ്പോഴും സ്കൂളിൽ പഠിക്കുന്ന കുട്ടിയല്ലേ?

"മാധവനും ഇന്ദുലേഖയുമായി വളരെ സേവയായിട്ടാണെന്ന് ഞാൻ കേട്ടിട്ടുണ്ട്."

"അതൊന്നും എനി കാണുകയില്ലാ. മാധവനു ശുക്രദശ ഉണ്ടായിരുന്നുവെങ്കിൽ അതു കഴിഞ്ഞു. നിശ്ചയം. സംശയമില്ലാ."

"എന്തു കഴുവെങ്കിലും ആവട്ടെ." എന്നു പറഞ്ഞ് ഈ സംസാരിച്ചതിൽ ഒരാൾ കുളിപ്പാനും മറ്റേവൻ അവന്റെ വീട്ടിലേക്കും പോയി.

പൂവരങ്ങിൽവെച്ചുതന്നെ നമ്പൂരിപ്പാട്ടിലെക്കുറിച്ചു പലരും പലവിധവും സംസാരിച്ചു. മദിരാശിയിൽ നിന്നു കത്തു കിട്ടിയശേഷം ഇന്ദുലേഖയ്ക്കു വളരെ സന്തോഷവും ഉത്സാഹവും ഉണ്ടായി എന്നു മുമ്പു പറ

ഞ്ഞിട്ടുണ്ടല്ലൊ. ഈ സന്തോഷത്തിന്റെയും ഉത്സാഹത്തിന്റെയും കാരണം അറിയാത്ത ചില ഭൃത്യന്മാരും ദാസികളും മറ്റും ഇന്ദുലേഖയുടെ ഉത്സാഹവും സന്തോഷവും നമ്പൂരിപ്പാടു വന്നതിലുണ്ടായതാണെന്നു നിശ്ചയിച്ചു. കുഞ്ഞിക്കുട്ടിഅമ്മയുടെ ദാസി പാറു മുകളിൽ എന്തോ ആവശ്യത്തിനു പോയിരുന്നു. അപ്പോൾ ഇന്ദുലേഖയെ കണ്ടു. ഇന്ദുലേഖ ചിറിച്ചുകൊണ്ട്-

"എന്താ പാറൂ! നിന്റെ സംബന്ധക്കാരൻ വരാറില്ലേ ഈയ്യിടെ?"

പാറു: അയാള് ആറേഴു മാസമായി കളത്തിൽതന്നെയാണു താമസം. അവിടെ വേറെയൊരു സംബന്ധം വെച്ചിട്ടുണ്ടോൽ-കണ്ടര നായരു പറഞ്ഞു.

ഇന്ദുലേഖാ: ആട്ടെ, നിണക്ക് വേറെ ഒരാളെ സംബന്ധം ആക്കട്ടെ?

പാറു: എനിക്ക് ആരും വേണ്ടാ. എന്റെ കഴുത്തിലത്തെ താലി മുറിഞ്ഞു കിടക്കുന്നു അമ്മെ. നാലുമാസമായിട്ടു ഞാൻ കഴുത്തിൽ ഒന്നും കെട്ടാറില്ല. വലിയമ്മയോടു ഞാൻ വളരെ പറഞ്ഞു-എന്തു ചെയ്തിട്ടും നന്നാക്കിച്ചു തരുന്നില്ലാ. ഞാൻ എന്തു ചെയ്യും.

ദാസിയുടെ ഈ സങ്കടം കേട്ടപ്പോൾ ഇന്ദുലേഖാ തന്റെ ഒരു പെട്ടി തുറന്ന് അതിൽ നിന്ന് എട്ടുപത്ത് ഉറുപ്പിക വിലയ്ക്കു പോരുന്ന ഒരു താലിയെടുത്ത് ഒരു ചരടിന്മേൽ കോർത്ത് പാറുവിന്റെ പക്കൽ കൊടുത്തു.

ഇന്ദുലേഖ: ഇതാ, ഈ താലി കെട്ടിക്കോളൂ. താലി ഇല്ലാഞ്ഞിട്ടു സങ്കടപ്പെടേണ്ടാ.

പാറു സന്തോഷംകൊണ്ടു കരഞ്ഞുപോയി. താലിയും വാങ്ങി ഉടനെ താഴത്തിറങ്ങി വന്നശേഷം എല്ലാവരോടും തനിക്കു കിട്ടിയ സമ്മാനത്തിന്റെ വർത്തമാനം അതിഘോഷമായി പറഞ്ഞുതുടങ്ങി. കുഞ്ഞിക്കുട്ടിഅമ്മ പാറുവെ വിളിച്ചപ്പോൾ പാറു പുതിയ ഒരു താലി കെട്ടിയതു കണ്ടു.

കുഞ്ഞിക്കുട്ടിഅമ്മ: നിണക്ക് ഈ താലി എവിടുന്നു കിട്ടി?

പാറു: ഞാൻ മുകളിൽ പോയപ്പോൾ ചെറിയമ്മ തന്നതാണ്.

കുഞ്ഞിക്കുട്ടിഅമ്മ: ഇന്ദുലേഖയോ?

പാറു: അതെ.

കുഞ്ഞിക്കുട്ടിഅമ്മ: എന്താ, ഇന്ദുലേഖയ്ക്കു വളരെ സന്തോഷമുണ്ടോ ഇന്ന്? എങ്ങിനെ ഇരിക്കുന്നു ഭാവം?

പാറു: ബഹു സന്തോഷം. സന്തോഷമില്ലാതിരിക്കുമോ വലിയമ്മെ, ഇങ്ങിനത്തെ തമ്പുരാൻ സംബന്ധത്തിനു വരുമ്പോൾ?

ഇങ്ങിനെ ഇവർ സംസാരിച്ചുകൊണ്ടിരിക്കുമ്പോൾ ഇന്ദുലേഖയെ ഒന്നു കണ്ടുകളയാം എന്നു നിശ്ചയിച്ച് ശങ്കരശാസ്ത്രികൾ ഇന്ദുലേഖയുടെ മാളികയിന്മേൽ പോകാൻ ഭാവിച്ചു പൂവരങ്ങിൽ നാലുകെട്ടിൽ കയറിവരുന്നതു കുഞ്ഞിക്കുട്ടിഅമ്മ കണ്ട് ശാസ്ത്രികളെ വിളിച്ചു.

കുഞ്ഞിക്കുട്ടിഅമ്മ: ശാസ്ത്രികൾ എന്താണ് ഇപ്പോൾ വന്നത്?

ശാസ്ത്രികൾ വിശേഷിച്ച് ഒന്നുമില്ലാ. ഇന്ദുലേഖയെ ഒന്നു കാണാമെന്നുവെച്ചു വന്നതാണ്.

ഈ ശാസ്ത്രികൾ മാധവന്റെ വലിയ ഇഷ്ടനാണെന്ന് കുഞ്ഞിക്കുട്ടിഅമ്മ അറിയും.

കുഞ്ഞിക്കുട്ടിഅമ്മ: ഇപ്പോൾ അങ്ങട്ടു പോണ്ടാ. നമ്പൂതിരിപ്പാടും മറ്റും അമറേത്തു കഴിഞ്ഞ് എഴുന്നെള്ളാറായി. അമ്പലത്തിലേക്കുതന്നെ പോവുന്നതാണു നല്ലത്.

ശാസ്ത്രികൾ: അങ്ങിനെയാകട്ടെ. നമ്പൂതിരിപ്പാടു സംബന്ധം നിശ്ചയിച്ചു ആയിരിക്കും.

കുഞ്ഞിക്കുട്ടിഅമ്മ: അതിനെന്താ സംശയം? എന്താ ശാസ്ത്രികൾക്കു രസമായില്ലേ? ഇതിൽപ്പരം കേമനായിട്ട് ഇന്ദുലേഖയ്ക്ക് എനി ആരാണ് ഒരു ഭർത്താവ് വരാനുള്ളത്?

ശാസ്ത്രികൾ: ശരിതന്നെ-ശരിതന്നെ.

കുഞ്ഞിക്കുട്ടിഅമ്മ: ഇന്ദുലേഖയ്ക്കും വളരെ സന്തോഷമായിരിക്കുന്നു. നമ്പൂതിരിപ്പാട്ടിലെ കാണാൻ വഴുകിനില്ക്കുന്നു. പെണ്ണിന് എന്തോ ബഹു ഉത്സാഹം. ഈ പാറു താലികെട്ടാതെ ഇന്നു മുകളിൽ കയറിച്ചെന്നിട്ട് ഇതാ ഒരു ഒന്നാന്തരം താലി പാറുവിന് ഇപ്പോൾ കൊടുത്തുവത്രെ. ബഹുഉത്സാഹം. ഞാൻ ആദ്യം എന്തോ കുറെ പേടിച്ചു. ഈശ്വരാധീനംകൊണ്ട് എല്ലാം ശരിയായി വന്നു. കാരണവന്മാരുടെ അനുഗ്രഹം കൊണ്ട് എല്ലാം ശരിയായിവന്നു.

ശാസ്ത്രികൾ: എന്തിനാണ് ആദ്യം പേടിച്ചത്-പേടിക്കാൻ കാരണമെന്ത്?

കുഞ്ഞിക്കുട്ടിഅമ്മ: അതോ-നിങ്ങൾ അറിയില്ലേ? മാധവനും ഇന്ദുലേഖയുമായി വലിയ സ്നേഹമല്ലേ? അതു വിട്ടുകിട്ടുവാൻ പ്രയാസമായാലോ എന്നു ഞാൻ പേടിച്ചു. ഗോവിന്ദൻകുട്ടിയുടെ അച്ഛനും പേടിച്ചിരുന്നു. എനി ആ പേടി ഒന്നും ഞങ്ങൾക്കില്ലാ. മാധവനും നമ്പൂതിരിപ്പാടുമായാലത്തെ ഭേദം എത്രയുണ്ട്! ശാസ്ത്രികളേ, നിങ്ങൾതന്നെ പറയിൻ.

ശാസ്ത്രികൾ: വളരെ ഭേദം ഉണ്ട്. വളരെ ഭേദം ഉണ്ട്. സംശയമില്ലാ. ഞാൻ പോണു.

എന്നും പറഞ്ഞ് ശാസ്ത്രികൾ വളരെ സുഖക്കേടോടുകൂടി അവിടെ നിന്ന് എറങ്ങി. വഴിയിൽവെച്ചു പൂവരങ്ങിലേക്കുള്ള നമ്പൂതിരിപ്പാട്ടിലെ ഘോഷയാത്ര കണ്ടു. സ്വർണ്ണപ്പകിട്ട് എളവെയിലിൽ കണ്ട് ശാസ്ത്രികളുടെ കണ്ണ് ഒന്നു മഞ്ഞളിച്ചുപോയി. ശാസ്ത്രികൾ അരയാൽതറമേൽ കയറി ഇരുന്ന് വിചാരം തുടങ്ങി.

'കഷ്ടം! എനി ഈ കാര്യത്തിൽ അധികം സംശയമില്ലാത്തതുപോലെ തോന്നുന്നു. മാധവൻ എത്ര വ്യസനപ്പെടും! ഈ മഹാപാപി ഇന്ദുലേഖ ഇത്ര കഠിനയായിപ്പോയല്ലോ! എന്തു കഠിനം! പണം ആർക്കധികം അവർ ഭർത്താവ്, എന്നു വെയ്ക്കുന്ന ഈ ചണ്ടിനായന്മാരുടെ

പെണ്ണുങ്ങൾക്ക് എന്താണു ചെയ്തുകൂടാത്തത്! ആ മാധവന്റെ ബുദ്ധിക്കു സദൃശമാണ് ഈ അസത്തിന്റെ ബുദ്ധിയെന്നു ഞാൻ വിചാരിച്ചു പോയല്ലോ. കഷ്ടം! എന്തു ചെയ്യാം. ആ കുട്ടിയുടെ പ്രാരബ്ധം!'

ഇങ്ങിനെ ഓരോന്നു വിചാരിച്ചുകൊണ്ടിരിക്കുമ്പോൾ നമ്പൂതിരിപ്പാട്ടിലെ പൂവരങ്ങിൽ കൊണ്ടാക്കി വെറ്റിലപ്പെട്ടിക്കാരൻ ഗോവിന്ദനും നമ്പൂതിരിപ്പാട്ടിലെ ഒരു കുട്ടിപ്പട്ടരുംകൂടി അരയാൽതറയ്ക്കൽ വന്നുനിന്നു.

ശാസ്ത്രികൾ: നിങ്ങൾ നമ്പൂതിരിപ്പാട്ടിലെകൂടെ വന്നവരോ?

ഗോവിന്ദൻ: അതെ.

ശാസ്ത്രികൾ: നമ്പൂതിരിപ്പാട്ടിലേക്ക് ഇവിടെ എത്ര ദിവസം താമസം ഉണ്ട്?

ഗോവിന്ദൻ: ഇന്നും നാളെയും നിശ്ചയമായും ഉണ്ടാവും. മറ്റന്നാൾ എഴുന്നള്ളുമെന്നു തോന്നുന്നു. കൂടത്തന്നെ കൊണ്ടുപോവുന്നു?

ശാസ്ത്രികൾ: എന്തൊന്നു കൊണ്ടുപോവുന്നു?

ഗോവിന്ദൻ: ഭാര്യയെ.

ശാസ്ത്രികൾ: സംബന്ധം ഇന്നുതന്നെയോ?

ഗോവിന്ദൻ: ഒരു സമയം ഇന്നുതന്നെ. അല്ലെങ്കിൽ നാളെ ആവാനും മതി.

ശാസ്ത്രികൾ: നമ്പൂതിരിപ്പാടുന്നു വേളികഴിച്ചില്ലാ-അല്ലേ?

ഗോവിന്ദൻ: അനുജന്മാർ രണ്ടു തമ്പുരാക്കന്മാർ വേളികഴിച്ചിട്ടുണ്ട്.

ശാസ്ത്രികൾ: നമ്പൂതിരിപ്പാട് ആൾ നല്ല കാര്യസ്ഥനോ?

ഗോവിന്ദൻ: ഒന്നാന്തരം കാര്യസ്ഥനാണ്. ഇതുപോലെ ആ മനയ്ക്കൽ ഇതുവരെ ആരും ഉണ്ടായിട്ടില്ല. അതികേമനാണ്. തമ്പുരാൻ ഇവിടെ എഴുന്നള്ളി ഈ സംബന്ധം കഴിക്കുന്നത് ഈ തറവാട്ടിന്റെയും പഞ്ചുമേനവന്റെയും മഹാഭാഗ്യം. ഇങ്ങിനെ നായന്മാരുടെ വീടുകളിൽ ഒന്നും തമ്പുരാൻ എഴുന്നള്ളാറേയില്ല.

എന്നു പറഞ്ഞ് ഗോവിന്ദൻ അവിടെനിന്ന് അമ്പലത്തിലേക്കോ മറ്റോ പോയി. കുട്ടിപ്പട്ടർ പിന്നെയും അവിടെ ഇരുന്നു.

ശാസ്ത്രികൾ: (കുട്ടിപ്പട്ടരോട്) തന്റെ ഗ്രാമം ഏതാണ്?

കുട്ടിപ്പട്ടര്: ഗോവിന്ദരാജപുരം.

ശാസ്ത്രികൾ: എത്ര കാലമായി നമ്പൂതിരിപ്പാട്ടിലെ കൂടെ?

കുട്ടിപ്പട്ടര്: ആറു സംവത്സരമായി. ഇതുവരെ ഒരു കാശു മാസപ്പടി തന്നിട്ടില്ല. ഒരു പ്രാവശ്യം ബുദ്ധിമുട്ടിച്ചിട്ട് അമ്പത് ഉറുപ്പിക തന്നു, അതു രണ്ടു ദിവസം കഴിഞ്ഞപ്പോൾ അങ്ങട്ടു തന്നെ വാങ്ങി. പിന്നെ ഇതുവരെ ഒന്നും തന്നിട്ടില്ല. വല്ലതും കിട്ടിയെങ്കിൽ കടന്നു പൊയ്ക്കളയാമായിരുന്നു. പണത്തിനു ചോദിച്ചാൽ പലിശകൂട്ടി തരാമെന്നു പറയും. ഇയാൾ മഹാ കമ്പക്കാരനാണ്. ഒരു ഇരുപതു സംബന്ധത്തോളം ഇപ്പോൾ ഉണ്ട്. ഈ രണ്ടു മാസത്തേക്ക് ഓരോ സ്ത്രീ. മനവക ഒരു കാര്യവും ഇയാൾ നോക്കാറില്ല. ആ ചെക്കൻ ഗോവിന്ദൻ ഇപ്പോൾ പറഞ്ഞു. ഇയാൾ നായന്മാരുടെ വീട്ടിൽ പൂവ്വാറെ ഇല്ലെന്ന്. എന്തു കളവാണ്! പെണ്ണുള്ള സകല

വീടുകളിലും കടന്നുപോവും, കൈയിൽ ഒരു സമയവും ഒരു കാശുപോലും ഉണ്ടാവുകയില്ല. രണ്ടു മൂന്നു മാപ്പിളമാർ കടം കൊടുക്കാൻ തെയ്യാറായി ട്ടുണ്ട്. നൂറ്റിനഞ്ചു പലിശ വെയ്ക്കും. ഈ വിഢ്യാൻ പണം കിട്ടേണ്ടുന്ന ബദ്ധപ്പാടിൽ എന്തെങ്കിലും എഴുതിക്കൊടുക്കും. ഒടുവിൽ വസ്തു ചാർത്തേണ്ടിവരും. ഇങ്ങിനെ അയാൾ ദ്രവ്യം മുടിക്കുന്നത് അസാരമോ! ഇപ്പോൾ വരുമ്പോൾ മുന്നൂറുറുപ്പിക നൂറ്റിനഞ്ചു പലിശയ്ക്കു കടംവാ ങ്ങീട്ടാണു പോന്നത്. മഹാ വല്ലാത്ത കമ്പമാണ്.

ശാസ്ത്രികൾ: ആട്ടെ, സ്വാമിദ്രോഹമായി പറയേണ്ടാ. ആൾ അദ്ദേഹം എത്രമാതിരിയെങ്കിലും ആവട്ടെ. ഞാൻ ഇതൊന്നും തന്നോടു ചോദിച്ചില്ലല്ലോ. ഞാൻ കുളിപ്പാൻ പോണു.

എന്നുപറഞ്ഞു ശാസ്ത്രികൾ കുളത്തിലേക്കും കുട്ടിപ്പട്ടർ മഠത്തി ലേക്കും പോയി.

12

നമ്പൂതിരിപ്പാടും ഇന്ദുലേഖയുമായി ഒന്നാമത് ഉണ്ടായ സംഭാഷണം

നമ്പൂതിരിപ്പാടു കുളിയും ഊണും കഴിഞ്ഞ ഉടനെ കേശവൻനമ്പൂതിരി, പഞ്ചുമേനോൻ തന്നോട് അറിയിപ്പാൻ പറഞ്ഞ വിവരം അറിയിച്ചു. പറയുമ്പോൾ ചെറുശ്ശേരി നമ്പൂതിരിയും കൂട ഉണ്ടായിരുന്നു. തനിക്കു വന്ന ചിറി അടക്കിക്കൊണ്ടു കേശവൻനമ്പൂരിയുടെ വാക്ക് അവസാനിച്ച ഉടനെ പറയുന്നു.

ചെറുശ്ശേരിനമ്പൂതിരി: അങ്ങിനെതന്നെയാണു വേണ്ടത്. "കവിതാ വനിതാ ചൈവ സ്വയമേവാഗതാ വരാ" എന്നാണു പ്രമാണം. പിന്നെയും ഇന്ദുലേഖ വരുമോ എന്നുള്ളതിനെ എനിക്കു അണുമാത്രവും സംശയമില്ല.

കേശവൻനമ്പൂതിരി: അതിൽ രണ്ടു പക്ഷമില്ലാ, എനി അങ്ങോട്ട് ഒന്ന് എറങ്ങുന്നതാണു നല്ലത് എന്നു തോന്നുന്നു. നേരം നാലുമണിയായിട്ടേ ഉള്ളൂ.

നമ്പൂതിരിപ്പാട്: ഓ-പോവുക. ചെറുശ്ശേരീ! ഞാൻ കുപ്പായം ഇട്ടുകളയാം. നേർത്തത്തെ കുപ്പായം എനിക്കു വളരെ ചേർച്ച തോന്നി. വെയിലത്തു പല്ലക്കിൽ നിന്ന് ഇറങ്ങിയപ്പോൾ ബഹുപ്രഭ എനിക്കുതന്നെ തോന്നി.

ചെറുശ്ശേരിനമ്പൂതിരി: അതിനെന്തു സംശയം? വാരയ്ക്കു തൊണ്ണൂറ്റഞ്ച് ഉറുപ്പിക വിലയുള്ള പൊൻനീരാളമല്ലെ. ആ കുപ്പായം തന്നെ ഇടണം.

കുപ്പായവും തൊപ്പിയും തുപ്പട്ടയും മോതിരങ്ങളും സ്വർണ്ണക്കുമിഴു മെതിയടിയും മറ്റും ഇട്ടുകൊണ്ട് നമ്പൂതിരിപ്പാട് ചെറുശ്ശേരിയോടും കേശവൻനമ്പൂതിരിയോടും ഭൃത്യവർഗങ്ങളോടും വഴിയിൽ അവിടവിടെ നിന്നുചേർന്ന ആളുകളോടും കൂടി പൂവരങ്ങത്തു പൂമുഖത്തിന്റെ മുമ്പിലായി. ഉടനെ പഞ്ചുമേനോൻ എറങ്ങിവന്നു നമ്പൂരിപ്പാട്ടിലെ കൂട്ടിക്കൊ

ണ്ടു നാലകത്തേക്കു പോയി ഒരു വലിയ കസാലമേൽ ഇരുത്തി പഞ്ച പുച്ഛമടക്കി നിന്നു.

നമ്പൂതിരിപ്പാട്: ഇന്ദുലേഖയുടെ മാളിക ഇതോടു തൊട്ടിട്ടു തന്നെയോ?

പഞ്ചുമേനോൻ: റാൻ-അതെ, ഈ തെക്കെ അകത്തെ പടിഞ്ഞാറെ വാതിലിൽക്കൂടി എറങ്ങിയാൽ ആ മാളികയാണ്.

"എന്നാൽ ആ മാളികയിലേക്ക് എഴുന്നെള്ളാം." എന്നും, "കേശവൻനമ്പൂതിരി എവിടെ?" എന്നും പഞ്ചുമേനോൻ പറയുമ്പോഴേക്ക്, കേശവൻനമ്പൂരി പുറത്തുനിന്ന് ഓടിവന്ന്, "ഞാൻ ഇന്ദുലേഖയെ ഒന്ന് അറിയിച്ചു വന്നുകളയാ"മെന്നു പറഞ്ഞ് ഓടി മാളികയിലേക്കു ചെന്നു. അപ്പോൾ ഇന്ദുലേഖാ ഒരു എഴുത്ത് എഴുതിക്കൊണ്ടിരുന്നു. നമ്പൂതിരിയെ കണ്ടപ്പോൾ കലശലായ ഉപദ്രവത്തോടെ എഴുത്ത് അവിടെ നിർത്തി എഴുനേറ്റുനിന്ന് "എന്താണ് എഴുനെള്ളിയത്?" എന്നു ചോദിച്ചു.

കേശവൻനമ്പൂതിരി: ഊണു കഴിഞ്ഞു വന്നു. ഇന്ദുലേഖയെ കാണേണമെന്ന് ആവശ്യപ്പെട്ടു. വലിയച്ഛനും അദ്ദേഹവും ചുവട്ടിൽ ഉണ്ട്-വരാൻ പറയട്ടെ?

ഇന്ദുലേഖ: വന്നോട്ടെ.

കേശവൻനമ്പൂതിരി: അദ്ദേഹം വലിയ നമ്പൂരിപ്പാടാണ്. ഇന്ദുലേഖയ്ക്കു സംസാരിക്കേണ്ട മാതിരിയൊക്കെ അറിയാമല്ലോ?

ഇന്ദുലേഖ: എനിക്കു സംസാരിക്കേണ്ട മാതിരി അശേഷവും അറിഞ്ഞുകൂടാ. ഒരക്ഷരവും അറിഞ്ഞുകൂടാ. പക്ഷേ, വരണ്ട, അതാണു നല്ലത്.

കേശവൻനമ്പൂതിരി: ഛീ! വരണ്ടേ? ഇന്ദുലേഖയ്ക്കു മനസ്സു പോലെ പറഞ്ഞോളൂ.

ഇന്ദുലേഖ: അതുതന്നെയാണു ഭാവിച്ചിരിക്കുന്നത്.

കേശവൻനമ്പൂതിരി നമ്പൂതിരിപ്പാട്ടിലെ വിളിപ്പാൻ താഴത്തിറങ്ങി.

നമ്പൂരിപ്പാടെ കണ്ടു സംസാരിച്ച് ആ വിവരത്തെക്കുറിച്ചുകൂടി നേരമ്പോക്കായി പലതും മാധവന് എഴുതാമെന്ന് ഇന്ദുലേഖ നിശ്ചയിച്ചു പകുതി എഴുതിയ കത്തും മറ്റും എഴുത്തുപെട്ടിയിൽ ഇട്ടു പൂട്ടി. പൂട്ടിയ ഉടനെ പുറത്തളത്തിൽ വന്ന് ഒരു പരീക്ഷയ്ക്ക് ഒരു ക്ലാസ്സിലെ കുട്ടി എഴുനീറ്റു നില്ക്കുമ്പോലെ പുറത്തളത്തിലെ ഒരു ചാരുപടിയും പിടിച്ച് അവിടെ നിന്നു. കേശവൻനമ്പൂതിരി ഉടനെ താഴത്തു വന്ന് "മുകളിലേക്കു പോവാം," എന്നു പറഞ്ഞു നമ്പൂരിപ്പാട് എഴുനീറ്റു നടന്നു. തെക്കെ അകായിലോളം പഞ്ചുമേനോനും പോയി. പിന്നെ അയാൾ മടങ്ങി. അപ്പോൾ,

കേശവൻനമ്പൂതിരി, "ഇന്ദുലേഖയ്ക്ക് ആചാരം പറവാനും മറ്റും അറിഞ്ഞുകൂടാ" എന്നു പറഞ്ഞു.

നമ്പൂതിരിപ്പാട്: ഇത്ര ഒക്കെ ഇങ്കിരിയസ്സും മറ്റും പഠിച്ചിട്ട് ഇതു പഠിച്ചില്ലേ? എന്നോടു മേഘദന്തൻ സായ്‌വുകൂടി ആചാരം പറയും. ഇരി

ക്കട്ടെ. എന്റെ ഭാര്യയായാൽ, ഞാൻ അതൊക്കെ പഠിപ്പിക്കും. ഇപ്പോൾ എങ്ങിനെയെങ്കിലും പറയട്ടെ.

കേശവൻനമ്പൂതിരി: ശരി-അതുതന്നെ വേണ്ടത്. ഇവിടുത്തെ ബുദ്ധി വലിപ്പം വളരെതന്നെ!

നമ്പൂതിരിപ്പാട്: എന്റെ ഭാര്യയായ നിമിഷം ഞാൻ മാതിരി സകലവും മാറ്റും.

ഇങ്ങിനെ പറഞ്ഞുംകൊണ്ടു പൊൻകുമിഴുമെതിയടിയും ഇട്ടു കോണിയിന്മേൽ കടാ-പടാ-എന്നു ശബ്ദിച്ചുംകൊണ്ട് കോണി കയറി പുറത്തളത്തിലേക്കു കടന്നപ്പോൾ ചാരുപടിയും പിടിച്ചു നില്ക്കുന്ന തരുണീരത്നമായ ഇന്ദുലേഖയെ കണ്ടു. ആദ്യം ഒരു മിന്നൽപിണർ കണ്ണിലടിച്ചപോലെ തോന്നി. കണ്ണുമിഴിച്ചു പിന്നെയും നോക്കി. അതിസുന്ദരിയായ ഇന്ദുലേഖയുടെ ആപാദചൂഡം നിർവ്വികാരനായി ഒന്നു നോക്കി. നമ്പൂരിപ്പാടു ഭ്രമിച്ചു വലഞ്ഞു കുഴഞ്ഞുപോയി. ഒന്നുരണ്ടു നിമിഷനേരം നിശ്ചഞ്ചലനായി നിന്നു. 'ഇങ്ങിനെ സൗന്ദര്യം ഇതുവരെ കണ്ടിട്ടില്ല-എന്റെ മഹാഭാഗ്യം തന്നെ. എന്നെ ഇവൾ കാമിക്കാതിരിക്കില്ലാ. എനിക്ക് അന്യസ്ത്രീഗമനം എനി ഇല്ലാ. ഇന്ദുലേഖയെ ഒഴിച്ച് ഞാൻ ഒരു സ്ത്രീയേയും സ്മരിക്കകൂടി ഇല്ല. അതിനു രണ്ടു പക്ഷമില്ല.' ഇങ്ങിനെയാണ് ഇന്ദുലേഖയുടെ സ്വരൂപം കണ്ടു സുബോധംവന്ന പിന്നെ സംഭാഷണം തുടങ്ങുന്നതിനു മുമ്പിൽ നമ്പൂരിപ്പാട്ടിലെ മനസ്സിൽ വിചാരിച്ചതും നിശ്ചയിച്ച് ഉറച്ചതും.

ഇന്ദുലേഖ യാതൊരു ഭാവഭേദവും കൂടാതെ നമ്പൂരിപ്പാട്ടിലെ മുഖത്തു നോക്കിക്കൊണ്ടുനിന്നു. തുറിച്ചുനോക്കിക്കൊണ്ടു നിന്നു എന്നു പറയാൻ പാടില്ല. തുറിച്ചുനോക്കാൻ ഇന്ദുലേഖയ്ക്ക് അറിഞ്ഞുകൂടാ. കേശവൻനമ്പൂതിരി ഉടനെ ഒരു കസാല നീക്കിവെച്ച് അതിന്മേൽ നമ്പൂരിപ്പാട്ടിലെ ഇരുത്തി, താഴത്തിറങ്ങി. നമ്പൂരിപ്പാടു കസാലമേൽ ഇരുന്നു പിന്നെയും ഇന്ദുലേഖയുടെ മുഖത്തുതന്നെ കണ്ണുപറിക്കാതെ നോക്കി. ഇന്ദുലേഖയും നോക്കിക്കൊണ്ടുതന്നെ നിന്നു. ഒടുവിൽ-

നമ്പൂതിരിപ്പാട്: ഞാൻ വന്നപ്പോൾ താഴെ ഉണ്ടായിരുന്നു-ഇല്ലേ? കണ്ടതുപോലെ തോന്നി.

എന്നുപറഞ്ഞു കവിൾത്തടം കവിഞ്ഞു നീണ്ടിട്ട് ഒരു മന്ദഹാസം ചെയ്തു.

ഇന്ദുലേഖ: ഞാൻ അപ്പോൾ താഴത്തില്ലാ.

'ഞാൻ' എന്നു പറഞ്ഞപ്പോൾ നമ്പൂതിരിപ്പാട് ഒന്നു ഞെട്ടി. ഒരു നായർസ്ത്രീ തന്നോട് അങ്ങിനെ ഇതുവരെ പറഞ്ഞിട്ടില്ലാ. പക്ഷേ, ഈ സ്തോഭങ്ങളൊന്നും ക്ഷണികനേരവും നിന്നില്ല. ഇന്ദുലേഖയുടെ സൗന്ദര്യം കണ്ടു നമ്പൂരി വലഞ്ഞ് മറ്റുള്ള സകല അഭിമാനവും മറന്നുപോയിരിക്കുന്നു.

നമ്പൂതിരിപ്പാട്: താഴത്തുവന്നതേ ഇല്ലെ?

ഇന്ദുലേഖ: വന്നതേ ഇല്ലാ.

നമ്പൂതിരിപ്പാട്: അതെന്തേ?

ഇന്ദുലേഖ: ഒന്നും ഉണ്ടായിട്ടല്ലാ.

നമ്പൂതിരിപ്പാട്: ആദ്യം വരാൻ നിശ്ചയിച്ച ദിവസം സംഗതിവശാൽ പുറപ്പെടാൻ തരമായില്ല. ആ വിവരത്തിന് എഴുത്തയച്ചു-എഴുത്തു കണ്ടില്ലേ?

ഇന്ദുലേഖ: ഞാൻ കണ്ടിട്ടില്ലാ.

നമ്പൂതിരിപ്പാട്: കറുത്തേടം കാണിച്ചില്ലേ?

ഇന്ദുലേഖ: നമ്പൂരി എന്നെ കാണിച്ചിട്ടില്ലാ.

നമ്പൂതിരിപ്പാട്: കറുത്തേടം മഹാവിഡ്ഢിതന്നെ. അന്നു ഞാൻ പുറപ്പെട്ട ദിവസം ഒരു ഏലമലകരാറുകാരൻ മക്ഷാമൻ സായ്‌വ് വന്നിരുന്നു. എമ്പതിനായിരം ഉറുപ്പികയ്ക്കു മല കരാർ കൊടുത്തു-ആ തിരക്കിനാലാണ് അന്നു വരാഞ്ഞത്. ഇന്ദുലേഖയെ കാണാൻ വഴുകിക്കൊണ്ടിരുന്നു. പലരും പറഞ്ഞു കേട്ടിട്ടുണ്ട്. കേട്ടു നല്ല പരിചയം ഉണ്ട്. ഇന്ദുലേഖാ, കറുത്തേടത്തിന്ന് അമ്മയ്ക്കു ബാന്ധവം ആയതിനു മുമ്പുണ്ടായ മകളായിരിക്കും.

ഇന്ദുലേഖ: ആരുടെ മകൾ? കറുത്തേടത്തു നമ്പൂരിയുടേയോ? അല്ലാ, ഞാൻ നമ്പൂരിയുടെ മകളല്ലാ, രാമവർമ്മരാജാവിന്റെ മകളാണ്.

നമ്പൂതിരിപ്പാട്: അതെ, അതെ-അതാണു ഞാൻ പറഞ്ഞത്.

ഇന്ദുലേഖ: എന്നാൽ ശരി.

നമ്പൂതിരിപ്പാട്, എനി താൻ എന്താണു പറയേണ്ടത്; തനിക്കു പറയേണ്ട സംഗതി ഒന്നുണ്ടായിരുന്നു, അത് എങ്ങിനെയാണു പറയേണ്ടത് എന്നു കുറെ നിരൂപിച്ചിട്ട്-

നമ്പൂതിരിപ്പാട്: ഇന്ദുലേഖയുടെ സൗന്ദര്യത്തെക്കുറിച്ചു കേട്ടു കേട്ട് എനിക്കു നിവൃത്തിയില്ലാതായി.

ഇന്ദുലേഖ: എന്റെ സൗന്ദര്യംകൊണ്ട് ഇവിടേക്ക് എന്താണു നിവൃത്തിയില്ലാതെ ആയത് എന്നു മനസ്സിലായില്ലാ.

നമ്പൂതിരിപ്പാട്: ഇന്ദുലേഖയുടെ വർത്തമാനം കേട്ടുകേട്ടു മനവക കാര്യങ്ങൾ യാതൊന്നും ഞാൻ നോക്കാതെയായി.

ഇന്ദുലേഖ: ഇതു മഹാകഷ്ടം! ഞാൻ മനവക കാര്യങ്ങൾക്ക് ഇത്ര വിരോധിയോ? ഇതിന് എന്താണ് സംഗതി?

നമ്പൂതിരിപ്പാട്: ഇന്നലെ ചെറുശ്ശേരി ഒരു ശ്ലോകം ചൊല്ലി. അത് ഇന്ദുലേഖയോടു ചൊല്ലണം എന്ന് എനിക്കൊരാഗ്രഹം. ഇന്ദുലേഖയ്ക്ക് സംസ്കൃതത്തിൽ വില്പത്തി അല്ല ഇങ്കിരിയസു പഠിപ്പാണ് ഉള്ളതെന്നു കേട്ടു. സംസ്കൃത ശ്ലോകം ചൊല്ലിയാൽ അർത്ഥം മനസ്സിലാവുമോ?

ഇന്ദുലേഖ: നല്ലവണ്ണം മനസ്സിലാവാൻ പ്രയാസം.

നമ്പൂതിരിപ്പാട്: കുറെ വായിച്ചു വില്പത്തിയായിരുന്നു വേണ്ടത്.

ഇന്ദുലേഖ: ശരി.

നമ്പൂതിരിപ്പാട്: ഞാൻ ഒരു ശ്ലോകം ചൊല്ലാം. അർത്ഥം മനസ്സിലാവുമോ എന്നു നോക്കൂ. മനസ്സിലായില്ലെങ്കിൽ ഞാൻ പറഞ്ഞുതരാം.

ഇന്ദുലേഖ: അർത്ഥം മനസ്സിലാവുന്ന കാര്യം സംശയം.

നമ്പൂതിരിപ്പാട്: എന്നാൽ ഞാൻ പറഞ്ഞുതരാം.

ഇന്ദുലേഖ: അങ്ങിനെയാവട്ടെ.

നമ്പൂരിപ്പാട് ഒരു ശ്ലോകം ചൊല്ലാൻ വിചാരിച്ചു. ശ്ലോകം ഒന്നു രണ്ടേ തോന്നുകയുള്ളൂ. വില്പത്തി ലേശമില്ലാത്തതിനാൽ മഹാ അബദ്ധമായിട്ടാണ്, തോന്നുന്നതുതന്നെ ചൊല്ലുമാറ്. തോന്നുന്നതിൽതന്നെ ചില പദങ്ങളും പാദങ്ങളും എടയ്ക്കിടെ മറന്നുപോവും. പിന്നെയും തോന്നും. ഇങ്ങനെയാണു സ്ഥിതി. ശ്ലോകം ചൊല്ലുവാൻ നിശ്ചയിച്ചു നമ്പൂതിരിപ്പാടു കുറെ വിചാരിച്ചു. ഒരു ശ്ലോകം പകുതി തോന്നി. അതു ചൊല്ലുന്നു.

'ആസ്താം പീയൂഷഭാവഃ സുമതിഗരജരള ഹാരീ പ്രസിദ്ധഃ'

പിന്നെ എന്താണ്-തോന്നുന്നില്ല. ചെറുശ്ശേരിയെ അറിയുമോ? അറിയും എന്ന് അവൾ പറഞ്ഞു. അയാൾ എന്റെ കൂടത്തന്നെയാണ്. എനിക്കു വേണ്ടപ്പോൾ ഒക്കെ അയാളാണ് ശ്ലോകം ചൊല്ലാറ്. എനിക്ക് ഇത് ഓർമ്മവയ്ക്കാനും മറ്റും മഹാ അസഖ്യം. പിന്നെ കാര്യങ്ങളുടെ തിരക്കിൽ എന്തു ശ്ലോകം? എന്നാലും ഞാൻ ചൊല്ലിയ ശ്ലോകം ബഹു വിശേഷമായിരുന്നു. എന്താ-അന്ധാളിച്ച്-നോക്കട്ടെ:

'ആസ്താം പീയൂഷഭാവഃ സുമതിഗരജരളാ ഇതി പ്രസിദ്ധഃ'

ഇന്ദുലേഖ: (ചിറിച്ചുംകൊണ്ട്) ബുദ്ധിമുട്ടണ്ടാ, ശ്ലോകം പിന്നെ ഓർമ്മയാക്കീട്ടു ചൊല്ലാമല്ലോ.

നമ്പൂതിരിപ്പാട്: ഛീ! അതുപോരാ. ഞാൻ ഒന്നാമത് ഇന്ദുലേഖയോടു ചൊല്ലിയ ശ്ലോകം മുഴുവനാക്കാഞ്ഞാൽ പോരാ-നോക്കട്ടെ.

'ആസ്താം പീയൂഷഭാവഃ സുമതി ഗരജരള' ഇതി പ്രസിദ്ധഃ'

ഓ-ഹോ-തോന്നി തോന്നി-

'തല്ലഭോപായഖിന്നാപി ച ഗരളഹരോഹേരുതല്ലാസഭാവഃ'

എനിയത്തെ രണ്ടു പാദം അശേഷം തോന്നുന്നില്ലാ. മുമ്പുതന്നെ തോന്നുന്നില്ലാ. വിചാരിച്ചിട്ടു ഫലമില്ലാ. 'ആസ്താം പീയൂഷഭാവഃ...' ഓ-പിന്നെയും മറന്നുവോ-ഇതു വലിയ വിഷമം.

ഓ-ഹോ-ഇല്ല, തോന്നി.

'ആസ്താം പീയൂഷഭാവഃ സുമതി ഗരജരാള ഇതി പ്രസിദ്ധഃ
തല്ലാഭോപായഖിന്നാപിച ഗരളഹരോ ഹേതുരുല്ലാസഭാവഃ'

ഇത്രത്തോളം ചൊല്ലി പിന്നെ അശേഷം തോന്നുന്നില്ലെന്നു പറഞ്ഞുംകൊണ്ടു നമ്പൂതിരിപ്പാട് എഴുനീറ്റു കറുത്തേടത്തിനെ വിളിക്കാൻ കോണിവാതുക്കൽപോയി, "കറുത്തേടം! കറുത്തേടം" എന്ന് ഉറക്കെ വിളിച്ചു. കേശവൻനമ്പൂതിരി ഹാജരായി കോണിച്ചുവട്ടിൽ സമീപം നില്ക്കുന്നുണ്ടായിരുന്നു. ഓടിയെത്തി-

നമ്പൂതിരിപ്പാട്: കറുത്തേടം, ചെറുശ്ശേരിയുടെ അടുക്കെപ്പോയി 'ആസ്താം' എന്ന ശ്ലോകം മുഴുവനും ഒരു ഓലയിൽ എഴുതിച്ച് ഇങ്ങട്ടു കൊണ്ടുവരൂ. വേഗം വേണം.

കേശവൻനമ്പൂതിരി ഓടിപ്പോയി. ചെറുശ്ശേരി നാലുകെട്ടിൽ ഒരു കസാലമേൽ ഇരിക്കുന്നതു കണ്ടു. അപ്പോഴേക്കു കേശവൻനമ്പൂതിരി 'ആസ്താം' എന്ന പദം മറന്നിരിക്കുന്നു.

കേശവൻനമ്പൂതിരി: ചെറുശ്ശേരി ഒരു ശ്ലോകം എഴുതിത്തരാൻ പറഞ്ഞു നമ്പൂരി. അതുവേഗം എഴുതിത്തരൂ. ഓലയും എഴുത്താണിയും ഇതാ-എന്താണു ശ്ലോകം? എന്തോ-ഓ-അന്ധാളിച്ചു-വരട്ടെ, ശരി-ശരി -ഓർമ്മയായി. ശ്ലോകത്തിന്റെ ആദ്യം ആസീൽ എന്നാണ് വേഗം എഴുതിത്തരൂ.

ചെറുശ്ശേരി വേഗം ഓലവാങ്ങി.

"ആസിദ്ദശരഥോ നാമ സൂര്യവംശേഥ പാർത്ഥിവഃ

ഭാര്യാസ്തിസ്രോപി ലബ്ധ്വാസൗ താസു ലേഭേ ന സന്തതിം" എന്ന ശ്ലോകം എഴുതിക്കൊടുത്തു.

കേശവൻനമ്പൂതിരി ഓലയുംകൊണ്ടു മുകളിലേക്ക് ഓടിച്ചെന്നു. നമ്പൂതിരിപ്പാട്ടിലേക്കു കണ്ണട വെയ്ക്കാതെ ഒരക്ഷരം വായിച്ചുകൂടാ. എന്നാൽ ഇന്ദുലേഖയുടെ മുമ്പാകെ കണ്ണട വെയ്ക്കുന്നതു തന്റെ യൗവനത്തെക്കുറിച്ച് ഇന്ദുലേഖയുടെ അഭിപ്രായത്തിന്നു ഹാനിയായി വന്നാലോ എന്നു വിചാരിച്ചു താൻ ഓലവാങ്ങാതെ കേശവൻനമ്പൂതിരിയോടു തന്നെ വായിക്കാൻ പറഞ്ഞു. കേശവൻനമ്പൂതിരിക്കും കണ്ണട കൂടാതെ നല്ലവണ്ണം വായിച്ചുകൂടാ. എങ്കിലും കല്പനപ്രകാരം തപ്പിത്തപ്പി വായിച്ചുതുടങ്ങി:

കേശവൻനമ്പൂതിരി: ആസീ-ദശരഥോ നാമസൂ-ര്യവംശേ-ഥപാർത്ഥിവ......

ഇത്രത്തോളം വായിക്കുമ്പോഴേക്ക് ഇന്ദുലേഖ വല്ലാതെ ചിറിച്ചുതുടങ്ങി.

നമ്പൂതിരിപ്പാട്: ഛീ! അബദ്ധം! കറുത്തേടത്തിന്നു വില്പത്തി ലേശം ഇല്ലെന്നു തോന്നുന്നു. ഇതല്ല ശ്ലോകം. ആദ്യത്തെ പാദം എനിക്കറിയാം. എഴുതിക്കോളൂ.

എന്നു പറഞ്ഞു കേശവൻനമ്പൂതിരിയെക്കൊണ്ടു താൻ മുമ്പു ചൊല്ലിയ പ്രകാരം എഴുതിച്ചു. ഓലയുംകൊണ്ടു കേശവൻനമ്പൂതിരി ചെറുശ്ശേരിനമ്പൂതിരിയുടെ അടുക്കെ രണ്ടാമതും ചെന്നു.

കേശവൻനമ്പൂതിരി: ചെറുശ്ശേരിക്ക് എല്ലായ്പോഴും പരിഹാസമാണ്. നമ്പൂരി വിചാരിച്ച ശ്ലോകമല്ല എഴുതിത്തന്നത്. ഇതാ ഞാൻ ഓലയിൽ എഴുതിക്കൊണ്ടുവന്നിരിക്കുന്നു. ഇതു മുഴുവൻ എഴുതിത്തരൂ.

ചെറുശ്ശേരിനമ്പൂതിരി ഓലവാങ്ങി നോക്കി. "ഓ-ഹോ! ഈ ശ്ലോകമോ? എന്നാൽ അങ്ങനെ പറയണ്ടെ. 'ആസീൽ' എന്നാണ് ആദ്യം, എന്നല്ലേ കറുത്തേടം പറഞ്ഞത്?" എന്നുംപറഞ്ഞു പൂർവ്വാർദ്ധത്തിൽ ഉണ്ടായിരുന്ന പിഴകൾ തീർത്ത് ഉത്തരാർദ്ധം എഴുതിക്കൊടുത്തു. അതുംകൊണ്ടു പിന്നെയും കേശവൻനമ്പൂതിരി മുകളിലേക്കു ചെന്നു. ശ്ലോകം വായിക്കാൻ നമ്പൂതിരിപ്പാട് കേശവൻനമ്പൂതിരിയോടു പറഞ്ഞു.

കേശവൻനമ്പൂതിരി: ഇത് ഒരു വലിയ ശ്ലോകമാണ്. ഞാൻ വായിച്ചാൽ ശരിയാവുകയില്ല. ഇന്ദുലേഖ ഇവിടെ നില്ക്കുന്നുണ്ടല്ലോ. നല്ല വില്പത്തിയാണ്. ഇന്ദുലേഖേ, ഇതൊന്നു വായിക്കൂ.

ഇന്ദുലേഖ: എനിക്കു നല്ല വില്പത്തിയില്ലാ. വല്ലതും പറയണ്ടാ. എന്നാൽ ഈ ശ്ലോകം എനിക്കു തോന്നും, ബുദ്ധിമുട്ടണ്ട, ചൊല്ലിക്കളയാം–

എന്നും പറഞ്ഞ് ഉപദ്രവം തീരാൻ വേണ്ടി ചൊല്ലുന്നു:

"ആസ്താം പീയൂഷലാഭസ്സുമുഖി ഗരജരാ
മൃത്യുഹാരീ പ്രസിദ്ധ
സ്തല്ലാഭോപായചിന്താപി ച ഗരളജുഷോ
ഹേതുരുല്ലാഘതായാഃ
നോചേദാലോലദൃഷ്ടിപ്രതിഭയഭുജഗീ
ദഷ്ടമർമ്മാ മുഹുസ്തേ
യാമേവാലംബ്യ ജീവേ കഥമധരസുധാ
മാധുരീമപ്യജാനൻ."

നമ്പൂതിരിപ്പാട്: അതിവിശേഷമായ ശ്ലോകം, അല്ലേ?

ഇന്ദുലേഖ: അതെ.

നമ്പൂതിരിപ്പാട്: കറുത്തേടം പോയി താഴത്ത് ഇരിക്കൂ.

കേശവൻനമ്പൂതിരി, "ഞാൻ പോയി മുറുക്കാൻ കൊണ്ടു വരാം." എന്നു പറഞ്ഞു താഴത്തേക്കു പോയി.

നമ്പൂതിരിപ്പാട്: ഇന്ദുലേഖയ്ക്കു കളിഭ്രാന്തുണ്ടോ?

ഇന്ദുലേഖ: എന്തു ഭ്രാന്ത്?

നമ്പൂതിരിപ്പാട്: കളിഭ്രാന്ത്–കഥകളിഭ്രാന്ത്.

ഇന്ദുലേഖ: എനിക്ക് ഒരുവകയായും ഭ്രാന്ത് ഇതുവരെ ഒന്നും ഉണ്ടായിട്ടില്ലാ.

നമ്പൂതിരിപ്പാട്: എനിക്കു നല്ല ഭ്രാന്താണ്–കലശലാണു ഭ്രാന്ത്.

ഇന്ദുലേഖ: (ചിറിച്ചുംകൊണ്ട്) ശരിതന്നെ, സംശയമില്ല.

നമ്പൂതിരിപ്പാട്: എന്താ ഇന്ദുലേഖാ ഈ വിവരം മുമ്പു കേട്ടിട്ടുണ്ടോ?

ഇന്ദുലേഖ: ഇല്ലാ, ഇപ്പോളറിഞ്ഞു.

നമ്പൂതിരിപ്പാട്: ഞാൻ പറഞ്ഞറിഞ്ഞു അല്ലേ?

ഇന്ദുലേഖ: അതെ, ഇവിടുത്തെ വാക്കുകളെക്കൊണ്ടു നിശ്ചയിച്ചു.

നമ്പൂതിരിപ്പാട്: ഇന്നലെ മനയ്ക്കൽ കളി ഉണ്ടായിരുന്നു. രാമന്റെ ദശാസ്യൻ ബഹുവിശേഷംതന്നെ. ഇന്ദുലേഖ രാമനെ കേട്ടിട്ടുണ്ടോ? രാമൻ, രാമൻ, ശൂദ്രർ രാമപ്പണിക്കർ എന്നു പറയും. വലിയ ഊറ്റക്കാരനാണ്. രംഗശ്രീ കലശല്. മെയ്യും അങ്ങിനെതന്നെ. ഇന്ദുലേഖയ്ക്ക് എനി ദിവസംപ്രതി കളി കാണാം. എനിക്കു നല്ല ഭ്രാന്താണ്. ഇശ്ശി മിക്കവാറും ദിവസം കളി ഉണ്ടാവാറുണ്ട്. ഇന്നലെ ഒരു സ്ത്രീവേഷവും കണ്ടു. ഇയ്യടെ ഒന്നും ഇങ്ങിനെ കണ്ടിട്ടില്ല. രാഘവൻ, രാഘവൻ എന്ന ഒരു ചെക്കൻ. രാഘവനെ ഇന്ദുലേഖാ അറിയുമോ? അവൻ മുഖം മിനുക്കി

യാൽ ഇന്ദുലേഖയുടെ മുഖംപോലെതന്നെ. അങ്ങിനെതന്നെ-ഒരു ഭേദവുമില്ല. ഇവിടെ കളി കൂടെക്കൂടെ ഉണ്ടാവാറുണ്ടോ?

ഇന്ദുലേഖ: ഇല്ലാ.

നമ്പൂതിരിപ്പാട്: എത്ര കൊല്ലമായി ഇന്ദുലേഖ കഥകളി കണ്ടിട്ട്?

ഇന്ദുലേഖാ: നാലഞ്ചു കൊല്ലമായി എന്നു തോന്നുന്നു.

നമ്പൂതിരിപ്പാട്: ശിവ-ശിവ! നാലഞ്ചുകൊല്ലമോ? ഇത്ര സമ്പത്തുള്ള ഈ വീട്ടിൽ കഥകളി കഴിഞ്ഞിട്ടു നാലഞ്ചുകൊല്ലമോ? ആശ്ചര്യം! അതിന്റെ പരിജ്ഞാനമില്ലാഞ്ഞാൽ അത്രേ ഉള്ളൂ. പഞ്ചുവിനു പരിജ്ഞാനം ഒട്ടും ഇല്ലായിരിക്കും. പിന്നെ ഇന്ദുലേഖ എന്തു ചെയ്യും?

ഇന്ദുലേഖ: അതെ; ശരിതന്നെ.

നമ്പൂതിരിപ്പാട്: ഇന്ദുലേഖയ്ക്ക് ഇങ്കിരീയസ്സു നല്ലവണ്ണം അറിയാമോ?

ഇന്ദുലേഖ: കുറെ പഠിച്ചു.

നമ്പൂതിരിപ്പാട്: സായ്വന്മാരോടു സംസാരിക്കാമോ?

ഇന്ദുലേഖ: പഠിച്ചതിന്റെ അവസ്ഥാനുസരണം ആരോടും സംസാരിക്കാം.

നമ്പൂതിരിപ്പാട്: ഇന്ദുലേഖയെ ഞാൻ ഇശ്ശി കേട്ടിട്ടുണ്ട്. കണ്ടപ്പോൾ അതിലൊക്കെ വിശേഷം-എന്റെ ഭാഗ്യം തന്നെ.

ഇന്ദുലേഖ: എന്താണു ഭാഗ്യം-അറിഞ്ഞില്ലാ.

നമ്പൂതിരിപ്പാട്: ഇന്ദുലേഖയെ കണ്ടതുതന്നെ ഭാഗ്യം.

ഇന്ദുലേഖ: എന്താണ് എന്നെ കാണുന്നതുകൊണ്ട് ഒരു ഭാഗ്യം എന്നു ഞാനറിയുന്നില്ലാ.

നമ്പൂതിരിപ്പാട്: ഇത്ര പറഞ്ഞാൽ മനസ്സിലാവില്ലേ?

ഇന്ദുലേഖ: പറഞ്ഞേടത്തോളം മനസ്സിലായി. പറയാത്തത് എങ്ങിനെ മനസ്സിലാവും? ഇവിടുത്തെ ഭാഗ്യമെന്നു പറഞ്ഞത് മനസ്സിലായി. എന്തു ഭാഗ്യമാണ് ഇവിടേക്കു വരുന്നത് എന്നാണ് ഞാൻ ചോദിച്ചത്. അതിന് ഉത്തരം പറഞ്ഞില്ലാ-പറയാത്തതുകൊണ്ട് ആ സംഗതി മനസ്സിലായതും ഇല്ല.

നമ്പൂതിരിപ്പാട്: അതൊക്കെ എന്റെ ഭാഗ്യം തന്നെ-എന്റെ ഭാഗ്യം തന്നെ. ഇന്ദുലേഖയുടെ വാക്കുസാമർത്ഥ്യം കേമം തന്നെ. എന്നെ ഒന്നു ചെണ്ടകൊട്ടിക്കേണമെന്നാണു ഭാവമെന്നുതോന്നുന്നു.

ഇന്ദുലേഖ: ഇവിടെ ചെണ്ടയില്ല. ഇവിടുന്നു ചെണ്ടകൊട്ടി കേൾക്കേണമെന്ന് എനിക്ക് താൽപര്യവുമില്ലാ.

നമ്പൂതിരിപ്പാട്: ഇന്ദുലേഖ ബഹു രസികത്തിയാണ്. ഇങ്ങിനെയിരിക്കണ്ടേ വാക്കുസാമർത്ഥ്യം. എന്നെ മുമ്പു കേട്ടു പരിചയമുണ്ടായിരിക്കും.

ഇന്ദുലേഖ: ഇല്ലാ.

നമ്പൂതിരിപ്പാട്: കേട്ടിട്ടേ ഇല്ലേ?

ഇന്ദുലേഖ: ഇല്ലാ.

നമ്പൂതിരിപ്പാട്: എന്റെ ഒരു വർത്തമാനവും അറിയില്ലേ?

ഇന്ദുലേഖ: ഇല്ലാ.

നമ്പൂതിരിപ്പാട്: അപ്പോൾ ഞാൻ വരുന്ന വർത്തമാനവും അറിഞ്ഞിട്ടില്ലേ?

ഇന്ദുലേഖ: വരുന്നുണ്ടെന്ന് ഇവിടെ ആരോ ഇന്നലെയോ മറ്റോ പറഞ്ഞുകേട്ടു.

നമ്പൂതിരിപ്പാട്: അപ്പോൾ എന്റെ വർത്തമാനം ഇന്ദുലേഖ ആരോടും അന്വേഷിച്ചില്ലേ?

ഇന്ദുലേഖ: ഇല്ലാ.

നമ്പൂതിരിപ്പാട്: അതെന്തേ?

ഇന്ദുലേഖ: ഒന്നും ഉണ്ടായിട്ടല്ല. അന്വേഷിച്ചില്ലാ-അത്രേയുള്ളൂ.

നമ്പൂതിരിപ്പാട്: ഞാൻ വന്ന കാര്യം എന്താണെന്നു മനസ്സിലായിക്കാണുമല്ലോ?

ഇന്ദുലേഖ: ഇല്ലാ; മനസ്സിലായിട്ടില്ലാ.

നമ്പൂതിരിപ്പാട്: എന്ത്; അതും മനസ്സിലായിട്ടില്ലേ?

ഇന്ദുലേഖ: ഇല്ലാ.

നമ്പൂതിരിപ്പാട്: ഞാൻ ഇന്ദുലേഖയെ കാണാനായിട്ടുതന്നെയാണു വന്നത്.

ഇന്ദുലേഖ: ശരി, അങ്ങിനെയായിരിക്കും.

നമ്പൂതിരിപ്പാട്: മനവക സകല കാര്യവിചാരവും ഞാൻതന്നെയാണ്.

എന്നു പറഞ്ഞു നേരം നോക്കാൻ എന്നു ഭാവിച്ചു പൊൻഗഡിയാൾ മടിയിൽനിന്ന് എടുത്തു തുറന്നു നോക്കി. അഞ്ചുമണിയായി എന്നു പറഞ്ഞു.

ഇന്ദുലേഖ: ഓ, എന്നാൽ സന്ധ്യാവന്ദനത്തിനു സമയമായിരിക്കും.

നമ്പൂതിരിപ്പാട്: ഹേ-അതിനൊന്നും സമയമായിട്ടില്ല. ഈ ഗഡിയാൾ ഒന്നു നോക്കേണമോ?

എന്നു പറഞ്ഞു ഗഡിയാളും മാലചങ്ങലയും കഴുത്തിലിട്ടേടത്തുന്ന് എടുത്തു കൊടുപ്പാൻ ഭാവിച്ചപ്പോൾ ഇന്ദുലേഖ വാങ്ങി "ഇതു നല്ല ഗഡിയാൾ" എന്നു പറഞ്ഞു.

നമ്പൂതിരിപ്പാട്: ഇത് എനിക്കു മേഘദന്തൻസായ്വ് സമ്മാനമായി കഴിഞ്ഞകൊല്ലം ഏലമലവാരം എഴുപത്തയ്യായിരം ഉറുപ്പികയ്ക്ക് കൊടത്തപ്പോൾ തന്നതാണ്.

മേഘദന്തൻസായ്വ് എന്നു പറഞ്ഞപ്പോൾ ഇന്ദുലേഖ ഉറക്കെ ഒന്നു പൊട്ടിച്ചിരിച്ചുപോയി. അതിന്നുശേഷം ഗഡിയാൾ തിരിയെക്കൊടുത്തു. ഇന്ദുലേഖയുടെ ഈ ചിറിയും ഭാവവും കണ്ടപ്പോൾ ഇന്ദുലേഖയ്ക്കു തന്നിൽ അനുരാഗം തുടങ്ങി എന്നു നമ്പൂതിരിപ്പാടും, ഈ മേഘദന്തൻസായ്വിനെക്കുറിച്ചു മാധവനെഴുതുന്ന കത്തിലെഴുതണമെന്ന് ഇന്ദുലേഖയും ഏകകാലത്തിൽതന്നെ നിശ്ചയിച്ചു.

നമ്പൂതിരിപ്പാട്ടിലേക്കു മോഹം അതിയായി വർദ്ധിച്ചു. എന്നിട്ട് ഈ ക്ഷമയില്ലാത്ത വിഡ്ഢി പറയുന്നു:

നമ്പൂതിരിപ്പാട്: ഇന്ദുലേഖയോടുകൂടിത്തന്നെ എല്ലായ്പോഴും ഇരിക്കാനാണ് എനിക്കു മോഹം.

ഇന്ദുലേഖ: അതു സാധിക്കാത്ത മോഹമാണെന്ന് എനിക്കു തോന്നുന്നു.

ഇത്രത്തോളം പറയുമ്പോഴേക്കു കേശവൻനമ്പൂരി വെള്ളിത്തട്ടത്തിൽ മുറുക്കാനും മറ്റും എടുത്തു മുകളിലേക്കു കയറി വന്നു.

ഇന്ദുലേഖ: എനിക്കിനി മേൽകഴുകി അമ്പലത്തിൽ പോവണം. കേശവൻനമ്പൂതിരി ഇവിടെ ഇരിക്കൂ.

എന്നും പറഞ്ഞു വേഗം താഴത്തേക്ക് ഇറങ്ങിപ്പോയി.

പോവുമ്പോൾ ഇന്ദുലേഖാ കേശവൻനമ്പൂതിരിയുടെ മുഖത്തേക്ക് ഒന്നു നോക്കി. ആ നോക്ക്, കേശവൻനമ്പൂതിരിക്കു തന്റെ ശരീരത്തിന്മേൽ ഒരു ഇരുമ്പുകോൽ പഴുപ്പിച്ചു ചൂടു വെച്ചതുപോലെ കൊണ്ടു. കേശവൻനമ്പൂതിരി, വെറ്റിലത്തട്ടംകൊണ്ട് അവിടെ ഇളിഭ്യനായി വശായി. നമ്പൂരിപ്പാട്ടിലേക്ക് ആകപ്പാടെ നല്ല സുഖമായിട്ടില്ല-എങ്കിലും അവിടെത്തന്നെ ഇരുന്നു മുറുക്കി കുറേനേരം ഇന്ദുലേഖയുടെ മുറിയിലുള്ള സാമാനങ്ങളും മറ്റും നടന്നുനോക്കി. ബുക്കുകൾ വളരെ കണ്ടു-പെണ്ണുങ്ങളെ ഇംക്ലീഷു പഠിപ്പിച്ചാൽ വളരെ ദോഷമാണെന്നു തീർച്ചയാക്കി.

കേശവൻനമ്പൂതിരി: (നമ്പൂതിരിപ്പാടോട്) ഇന്ദുലേഖയ്ക്കു വൈകുന്നേരം അമ്പലത്തിൽ പോവൽ മുടങ്ങാതെ ഉണ്ട്. അതിന്നു സമയവും മറ്റും അതികൃത്യമാണ്-അതാണ് ഇപ്പോൾ പൊയ്ക്കളഞ്ഞത്.

നമ്പൂതിരിപ്പാട്: ഇന്ദുലേഖാ വേഗം ഇങ്ങോട്ടു വരുമല്ലോ. വരുന്നവരെ നുമ്മൾ ഇവിടെത്തന്നെ ഇരിക്കുക-അല്ലേ?

കേശവൻനമ്പൂതിരി: അതു വേണ്ടെന്നു തോന്നുന്നു-അത്താഴം കഴിഞ്ഞ് ഒൻപതുമണിക്ക് ഇവിടെ വന്ന് ഇന്ദുലേഖയുടെ പാട്ടും മറ്റും കേൾക്കാം. അതല്ലെ നല്ലത്?

നമ്പൂതിരിപ്പാട്: അങ്ങിനെതന്നെ-അതാണു നല്ലത്.

എന്നു പറഞ്ഞ് രണ്ടാളുംകൂടി ചോട്ടിലേക്കു പോന്നു.

നമ്പൂതിരിപ്പാടു മുകളിൽ കേശവൻനമ്പൂതിരിയോടുകൂടി ഇന്ദുലേഖയുടെ മാളികയിന്മേലെ സാമാനങ്ങൾ നോക്കുമ്പോൾ ചുവട്ടിൽ ഇന്ദുലേഖയും ചെറുശ്ശേരിനമ്പൂരിയുമായി ഒരു സംഭാഷണം ഉണ്ടായി. ഇന്ദുലേഖ മേൽകഴുകാൻ എന്നു പറഞ്ഞു മാളികമുകളിൽനിന്ന് ഇറങ്ങി തെക്കേ അറയിൽകൂടി നാലുകെട്ടിൽ കടന്നപ്പോൾ ചെറുശ്ശേരിനമ്പൂരി തെക്കിനിയിൽ ഒരു കസാലമേൽ താനെ ഇരിക്കുന്നതുകണ്ടു. ഇന്ദുലേഖയെ കണ്ട ഉടനെ നമ്പൂതിരി കസാലമേൽ നിന്ന് എഴുനീറ്റ് ഇന്ദുലേഖയുടെ സമീപത്തിലേക്കു ചെന്നു മന്ദഹാസത്തോടുകൂടി നിന്നു. ഇന്ദുലേഖയ്ക്കു നമ്പൂതിരിയെ കണ്ടപ്പോൾ വളരെ സന്തോഷമായി എങ്കിലും എന്താണ് ആദ്യം പറയേണ്ടത് എന്ന് ഒന്നും തോന്നീല്ല. അപ്പോഴത്തെ സ്ഥിതി അങ്ങിനെയാണല്ലോ. എന്നാൽ അതിസമർത്ഥനായ ചെറുശ്ശേരി നമ്പൂതിരി ഇന്ദുലേഖയുടെ സൗഖ്യക്കേട് ക്ഷണേന തീർത്തു.

ചെറുശ്ശേരിനമ്പൂതിരി: ഇന്നു കാണാനിടവരുമെന്നു ഞാൻ പറഞ്ഞി രുന്നില്ലാ. ഞാൻ ഈ ഗോഷ്ഠിയിൽ ഒന്നുമില്ലാ-നിർദ്ദോഷിയാണേ; എന്നെ ശങ്കിക്കരുതെ.

ഈ വാക്കുകൾ കേട്ടപ്പോൾ ഇന്ദുലേഖയ്ക്കു മനസ്സമാധാനം വന്നു വാക്കുകൾ ധാരാളമായി പറയാറായി.

ഇന്ദുലേഖ: എന്താണു മുകളിൽ എഴുന്നള്ളാഞ്ഞത്? മുമ്പു പരിച യവും സ്നേഹവും ഉണ്ടായതുകൊണ്ടായിരിക്കാം. എഴുന്നള്ളീട്ടുണ്ടെന്നു കേട്ട് ഞാൻ വളരെ സന്തോഷിച്ചു.

ചെറുശ്ശേരിനമ്പൂതിരി: നമ്പൂതിരി മുകളിലേക്കു വരുമ്പോൾ എന്നെ വിളിച്ചില്ലാ. ഞാൻ ഇപ്പോൾ അദ്ദേഹത്തിന്റെകൂടെ വന്നവരിൽ ഒരുവന്റെ സ്ഥിതിയിലാണല്ലോ. അതുകൊണ്ടു വിളിക്കാതെ ഒന്നിച്ചുവരണ്ട എന്നു വെച്ചതാണ്. നാളെ രാവിലെ ഏതായാലും വരാമെന്ന് ഉറച്ചിരുന്നു. ഇപ്പോൾ തന്നെ കണ്ടത് എന്റെ ഭാഗ്യം. മാധവന് നൂറ്റമ്പത് ഉറുപ്പിക ശമ്പളമായി എന്നു കേട്ടു. വളരെ സന്തോഷമായി.

മുകളിൽനിന്ന് ഇറങ്ങുമ്പോൾ ഇന്ദുലേഖയ്ക്കുണ്ടായിരുന്ന മൗഢ്യം സകലം തീർന്നു. മാധവന്റെ പേരും ചെവിയിൽപ്പെട്ട ഉടനെ ഒരു രോമാ ഞ്ചവും അല്പം ലജ്ജയും ഉണ്ടായി. മുഖം അല്പം ഒന്നു താഴ്ത്തി മന്ദ ഹാസം ചെയ്യുന്നതു ചെറുശ്ശേരി നമ്പൂതിരി കണ്ടു വളരെ സന്തോഷി ക്കുകയും ഇന്ദുലേഖയുടെ അവസ്ഥയെപ്പറ്റി ബഹുമാനിക്കുകയും ചെയ്തു. ഉടനെ-

ഇന്ദുലേഖ: രണ്ടു ദിവസത്തിനകത്തു മദിരാശിയിൽ നിന്നു വരുമെന്ന് എഴുത്തുവന്നിട്ടുണ്ട്. ഒരുസമയം ഈ പ്രാവശ്യം മടങ്ങിപ്പോവുമ്പോൾ...

പിന്നെ ഒന്നും പറയാതെ കുറെ ലജ്ജിച്ചുകൊണ്ടു നിന്നു.

ചെറുശ്ശേരിനമ്പൂതിരി: മടങ്ങിപ്പോവുമ്പോൾ ഇന്ദുലേഖയും കൂടെ- അല്ലേ?

ഇന്ദുലേഖ: (മന്ദഹസിച്ചുംകൊണ്ട്) അതെ. തിരുമനസ്സിന്നുമായിട്ട് സംസാരിപ്പാൻ മനസ്സുള്ള ആൾക്കു സംസാരിപ്പാനുള്ള വാക്കുകളും സംഗ തികളും തിരുമനസ്സുതന്നെ വേണ്ടവിധം അറിയിപ്പിച്ചും പറഞ്ഞും കൊടു ക്കുന്നതു ചിലപ്പോൾ വലിയ ഉപകാരമായിരുന്നു.

ചെറുശ്ശേരിനമ്പൂതിരി: നിങ്ങൾ രണ്ടാളുടെയും കൂടെ ഞാനും മദി രാശിയിലോളം വരാം. ഇന്ദുലേഖയും മാധവനും ഭാര്യാഭർത്താക്കന്മാരായി അധികകാലം അതിഭാഗ്യത്തോടുകൂടി ഇരിക്കണം എന്നാണ് എന്റെ ആഗ്ര ഹവും അനുഗ്രഹവും.

ഈ വാക്കുകൾ പറയുമ്പോൾ നമ്പൂതിരിയുടെ കണ്ണിൽ അശ്രുക്കൾ നിറഞ്ഞുവശായി. അതിമനോഹരിയായ ഇന്ദുലേഖയ്ക്ക് ഈ അതിസു ന്ദരനായ മാധവൻതന്നെ ഭർത്താവായി കാണണമെന്നാണ് ഇവരെ രണ്ടു പേരേയും കാണുകമാത്രം ഉണ്ടായിട്ടുള്ള സാമാന്യബുദ്ധികളായ എല്ലാ മനുഷ്യരുടെയും ആഗ്രഹവും അഭിപ്രായവും. എന്നാൽ ഇവരെ രണ്ടു പേരുടെയും രൂപസൗന്ദര്യത്തിന്നു പുറമെ ഇവരുടെ പഠിപ്പ്, ബുദ്ധിസാ

മർത്ഥ്യം, ശീലഗുണം, അന്യോന്യം ഉള്ള അനുരാഗം ഇതുകളെ വെടുപ്പായി മനസ്സിലാക്കീട്ടുള്ള അതിബുദ്ധിമാനും വിദ്വാനും ആയ ചെറുശ്ശേരി നമ്പൂതിരിക്ക് ഇവരുടെ ചേർച്ചയിലും അഭ്യുദയത്തിലും അതിസന്തോഷവും അതുനിമിത്തം സന്തോഷാശ്രുക്കളും ഉണ്ടായത് ആശ്ചര്യമല്ലല്ലോ.

നമ്പൂതിരി മേൽക്കാണിച്ചപ്രകാരം പറഞ്ഞപ്പോൾ ഇന്ദുലേഖയ്ക്കും കണ്ണീർ താനെ പുറപ്പെട്ട് ഗൽഗദാക്ഷരമായി-

ഇന്ദുലേഖ: ഇവിടുത്തെ അനുഗ്രഹം ഞങ്ങൾ വളരെ ഭക്തിപൂർവ്വം എല്ലായ്പോഴും കാംക്ഷിച്ചുകൊണ്ടിരിക്കുന്നതാണ്.

ചെറുശ്ശേരിനമ്പൂതിരി: മദിരാശിയിൽ നിന്ന് ഏതു തിയ്യതിക്ക് എത്തും എന്നു തീർച്ചയായി എഴുതീട്ടുണ്ടോ?

ഇന്ദുലേഖ: എനിയത്തെ ആഴ്ചയിൽ എന്നാണ് എഴുതിയിട്ടുള്ളത്. എഴുതീട്ട് ഇന്നേക്കു രണ്ടോ മൂന്നോ ദിവസമായി, മറ്റന്നാളോ നാലാന്നാളോ വരുമായിരിക്കാം.

ചെറുശ്ശേരിനമ്പൂതിരി: എന്റെ ഇവിടെനിന്നുള്ള യാത്ര എന്നോ-പുറപ്പാടിന്റെ കാര്യംകൊണ്ടു നമ്പൂതിരി ഒന്നും മുകളിൽനിന്നു പ്രസ്താവിച്ചിരിക്കില്ലാ. താമസിപ്പാൻ വന്നതല്ലെ.

എന്നു പറഞ്ഞു ചിറിച്ചു. ഇന്ദുലേഖയും ചിറിച്ചു.

ഇന്ദുലേഖ: എന്താണ് ഒരു ശ്രീരാമോദന്തശ്ലോകം എഴുതി അയച്ചതു നേർത്തെ?

ചെറുശ്ശേരിനമ്പൂതിരിയും ഇന്ദുലേഖയും വളരെ ചിറിച്ചു.

ഇന്ദുലേഖാ: ഇവിടുന്നു കൂടെ എഴുന്നള്ളിയത് എന്റെ ഭാഗ്യംതന്നെ. ഞാൻ അമ്പലത്തിൽ പോയിവരാം. രാവിലെ യാത്രയില്ലെങ്കിൽ നിശ്ചയമായി അമറേത്തു കഴിഞ്ഞു മുകളിലേക്ക് എഴുന്നള്ളണം.

ചെറുശ്ശേരിനമ്പൂതിരി: രാവിലെ യാത്രയുണ്ടാവുമെന്നു തോന്നീല.

ഇന്ദുലേഖ ചിറിച്ചുംകൊണ്ടും കുളിമുറിയിലേക്കു പോയി.

ചെറുശ്ശേരി നമ്പൂതിരി യഥാപൂർവ്വം കസാലമേൽതന്നെ പോയി ഇരുന്നു. അപ്പോഴേക്കു മെതിയടിയുടെ ശബ്ദം കേട്ടുതുടങ്ങി. ഇന്ദുലേഖാ പറഞ്ഞവാക്കുകളും ബദ്ധപ്പെട്ടു പോന്നതും നമ്പൂതിരിപ്പാട്ടിലേക്ക് അപ്പോൾ ഒട്ടുംതന്നെ സുഖമായില്ലെങ്കിലും രാത്രി ഒൻപതു മണിക്കു രണ്ടാമതു പാട്ടു കേൾക്കാനും മറ്റും മുകളിലേക്കു പോവാൻ നിശ്ചയിച്ച സന്തോഷമാണ് ഇപ്പോൾ ഉണ്ടായിരുന്നത്. ഉടനെ ചിറിച്ചുംകൊണ്ടു നാലുകെട്ടിലേക്കു വന്നു ചെറുശ്ശേരിയെ കണ്ടു.

നമ്പൂതിരിപ്പാട്: എന്താണു ചെറുശ്ശേരി, തന്നെ ഇരുന്നു മുഷിഞ്ഞുവോ? മുകളിലേക്കു വരാമായിരുന്നില്ലേ? ഇന്ദുലേഖേ അതിസുന്ദരി-അതിസുന്ദരിതന്നെ. ഇങ്ങിനെ ഒരു സ്ത്രീയെ ഞാൻ കണ്ടിട്ടില്ല. ശിവ-ശിവ! സൗന്ദര്യത്തിന്റെ ഒരു വിശേഷം! ഇശ്ശി ഇണ്ടേനും-അതിശം തന്നെ.

ചെറുശ്ശേരിനമ്പൂതിരി: ഇവിടുത്തെപ്പോലെ ഒരു പുരുഷനെ ഇന്ദുലേഖയും കണ്ടിട്ടുണ്ടായിരിക്കില്ല. ഇന്ദുലേഖയും പരിഭ്രമിച്ചിരിക്കണം. അതു ഞാൻ മുമ്പുതന്നെ നിശ്ചയിച്ച കാര്യമാണ്.

നമ്പൂതിരിപ്പാട്: എന്താ ചെറുശ്ശേരി ഇന്നാൾ ഒരു ശ്ലോകം ചൊല്ലിയില്ലേ-രംഭയെ കണ്ടിട്ട് രാവണൻ ഭ്രമിച്ചമാതിരി-ആ ശ്ലോകം ഒന്നു ചൊല്ലൂ.

ചെറുശ്ശേരി ശ്ലോകം ചൊല്ലുന്നു:

"ഇയം ബാലാ ലീലാദരഗമനലോലാളകഭരാ
ചലച്ചേലാചോളാ പിഹിതകുചശൈലാ വിധുമുഖീ
ലസൽഫാലാ മാലാ നിപതദളിജാലാ വിഷമിത
സ്മരജ്വാലാ വ്രീളാമപഹരതി നീലാബ്ജനയനാ."

നമ്പൂതിരിപ്പാട്: ആ ശ്ലോകം ഒരു ഓലയിൽ എഴുതി എന്റെവശം തരൂ. ചെറുശ്ശേരി ശ്ലോകം എഴുതി നമ്പൂതിരിപ്പാടുവശം കൊടുത്തു. ആ ഓലയും കൈയിൽപിടിച്ച് അദ്ദേഹം കുറെനേരം നാലുകെട്ടിൽ കസാല മേൽ ഇരുന്നു. അപ്പോൾ എന്തോ കാര്യവശാൽ ഇന്ദുലേഖയുടെ അമ്മ (ലക്ഷ്മിക്കുട്ടിഅമ്മ) നാലുകെട്ടിന്റെ വടക്കേ അറയിൽനിന്നു പുറത്തേക്കു പോവുന്നതു നമ്പൂതിരിപ്പാടു കണ്ടു. ഇന്ദുലേഖയുടെ അമ്മയായ ലക്ഷ്മിക്കുട്ടിഅമ്മ നല്ല സൗന്ദര്യമുള്ള സ്ത്രീയാണെന്നു ഞാൻ പറയേണ്ടതില്ലല്ലോ. വയസ്സും മുപ്പത്തഞ്ചേ ആയിട്ടുള്ളൂ. നമ്പൂതിരിപ്പാട് ഈ സ്ത്രീയെ കണ്ട ഉടനെ കേശവൻനമ്പൂതിരിയോട്-

"ഈ കടന്നുപോയ സ്ത്രീ ഏതാണ് കറുത്തേടം?"

കേശവൻനമ്പൂരിക്ക് ഉള്ളിൽ വല്ലാതെ ഒരു ഭയം തോന്നി. ലക്ഷ്മിക്കുട്ടിഅമ്മ തനിക്കു വളരെ പ്രതിപത്തിയുള്ള ഭാര്യയാണ്. ഈ നമ്പൂതിരിപ്പാട്ടിന്റെ സ്വഭാവം തനിക്കു നല്ല നിശ്ചയം ഉണ്ടുതാനും. കേശവൻനമ്പൂതിരി ആകപ്പാടെ ഒന്നു ഭ്രമിച്ചു.

കേശവൻനമ്പൂതിരി: ഇന്ദുലേഖയുടെ അമ്മയാണ്.

നമ്പൂതിരിപ്പാട്: ഓ-ഹോ! കറുത്തേടത്തിന്റെ പരിഗ്രഹം, അല്ലേ?

കേശവൻനമ്പൂതിരി: അതെ.

നമ്പൂതിരിപ്പാട്: എനിക്കു സംസാരിക്കണം; ഇങ്ങട്ടു വിളിക്കൂ.

കേശവൻനമ്പൂതിരി: ഒരു വിരോധമില്ല. പാട്ടു കേൾപ്പാൻ വരുമ്പോൾ ഇന്ദുലേഖയുടെ മാളികമുകളിൽനിന്നു കണ്ടു സംസാരിക്കാം-അതല്ലെ നല്ലത്?

ചെറുശ്ശേരിനമ്പൂതിരി: അല്ലാ, ഇപ്പോൾത്തന്നെയാണു നല്ലത്. രാത്രി പാട്ടിന്റെ എടയിൽ എന്തു സംസാരിക്കാൻ കഴിയും?

ചെറുശ്ശേരിനമ്പൂതിരി നമ്പൂരിപ്പാട്ടിലെ ചോദ്യവും കേശവൻനമ്പൂതിരിയുടെ പരിഭ്രമവും കണ്ട് ആകപ്പാടെ വളരെ രസിച്ചു. 'ഇങ്ങിനെതന്നെ വരണം ഇളിഭ്യൻ കേശവൻനമ്പൂതിരി ഒന്നു ബുദ്ധിമുട്ടട്ടെ' എന്നു ചെറുശ്ശേരിനമ്പൂതിരി ഇച്ഛിച്ചുകൊണ്ടാണ് മേൽക്കാണിച്ചപ്രകാരം പറഞ്ഞത്. ഇങ്ങിനെ പറഞ്ഞതു ധൃതഗതിക്കാരൻ നമ്പൂതിരിപ്പാട്ടിലേക്കു വളരെ രസമായി.

നമ്പൂതിരിപ്പാട്: ചെറുശ്ശേരി പറഞ്ഞതു ശരി, എനിക്ക് ഇപ്പോൾ തന്നെ കണ്ടു സംസാരിക്കണം. നമുക്ക് എല്ലാം കറുത്തേടത്തിന്റെ അറ

യിൽ പോയി ഇരിക്കാമല്ലോ. കറുത്തേടം ആകപ്പാടെ അശേഷം ഒരു ലൗകികമില്ലാത്താളാണ്. ഇതിനുമുമ്പെ നുമ്മളെ അറയിലേക്കു ക്ഷണിച്ചു കൊണ്ടുപോവേണ്ടതല്ലെ ചെറുശ്ശേരി?

ചെറുശ്ശേരിനമ്പൂതിരി: സംശയമെന്താണ്; അങ്ങിനെയല്ലെ വേണ്ടത്? നോക്ക് ഇപ്പോൾതന്നെ പോവാമല്ലൊ-അല്ലേ കറുത്തേടം?

കേശവൻനമ്പൂതിരി: അതെ, പോവാം, അതിനെന്തു സംശയം?

എന്നു പറഞ്ഞു കേശവൻനമ്പൂതിരി വളരെ വിഷാദത്തോടുകൂടി എഴുനീറ്റു. കൂടെത്തന്നെ നമ്പൂതിരിപ്പാടും.

നമ്പൂതിരിപ്പാട്: എന്താ ചെറുശ്ശേരി വരുന്നില്ലേ?

ചെറുശ്ശേരിനമ്പൂതിരി: ഞാൻ ഇവിടെ ഇരിക്കാം. അല്ല, വേണമെങ്കിൽ വരുന്നതിനും വിരോധമില്ല.

നമ്പൂതിരിപ്പാട്: എന്നാൽ ചെറുശ്ശേരി ഇവിടെത്തന്നെ ഇരിക്കൂ. ഞാനും കറുത്തേടവുംകൂടി പോയിവരാം.

ചെറുശ്ശേരിനമ്പൂതിരി: അങ്ങിനെതന്നെ.

നമ്പൂതിരിപ്പാടും കേശവൻനമ്പൂതിരിയുംകൂടി കേശവൻനമ്പൂതിരിയുടെ അറയിൽ കടന്നുചെന്നു. ലക്ഷ്മിക്കുട്ടിഅമ്മയെ അറയിൽ കണ്ടില്ല. ഇന്ദുലേഖയുടെ ദാസി അമ്മു അറയിൽനിന്ന് അടയ്ക്ക കഷണിച്ചുകൊണ്ടിരിക്കുന്നു. ഈ അമ്മു എന്ന സ്ത്രീയും കണ്ടാൽ നല്ല ശ്രീയുള്ള ഒരു സ്ത്രീയാണ്. ഏകദേശം ഇരുപത്തഞ്ചു വയസ്സു പ്രായമുണ്ട്. കേവലം വീട്ടുപണി എടുക്കുന്ന ദാസികളുടെ കൂട്ടത്തിൽ അല്ല. ഇന്ദുലേഖയ്ക്കു വളരെ താല്പര്യമായിട്ടാണ്. കാതിൽ ഒഴുക്കൻമാതിരി തോടകളും കഴുത്തിൽ വെളുത്ത നൂലിന്മേൽ ചുവന്ന കല്ലുവെച്ച ഒരു പൂത്താലിയും എല്ലായ്പോഴും വെളുത്ത വസ്ത്രവും ധരിച്ചു നടക്കാനാണ് ഇന്ദുലേഖയുടെ കല്പന. ഇന്ദുലേഖയുമായുള്ള സഹവാസത്തിൽ ഇവൾക്കു വൃത്തിഗുണം വിശേഷവിധിയായിട്ടുണ്ടെന്നു പറയേണ്ടതില്ലല്ലൊ. നമ്പൂതിരിപ്പാട് അകത്തു കടന്ന ഉടനെ അമ്മുവെയാണു കണ്ടത്. ഇന്ദുലേഖയുടെ അമ്മയാണെന്ന് കണ്ടപ്പോൾ നിശ്ചയിച്ചു.

നമ്പൂതിരിപ്പാട്: ഇത്ര ചെറുപ്പമാണ് കറുത്തേടത്തിന്റെ പരിഗ്രഹം. കറുത്തേടം മഹാഭാഗ്യവാൻതന്നെ. ഇന്ദുലേഖയുടെ അമ്മയാണ് ഇത്. ഇന്ദുലേഖയോളം തന്നെ ചെറുപ്പമായിതോന്നുന്നു. ആശ്ചര്യം! ഒരു പെങ്കിടാവാണെന്നു തോന്നുന്നു. അത്ഭുതം! എത്ര വയസ്സായി? ഇങ്ങട്ടു തിരിഞ്ഞു നില്ക്കാം. എന്തിനാണ് ഒളിച്ചു നില്ക്കുന്നത്? ലക്ഷ്മീ! ഇങ്ങട്ട് അടുത്തുവരൂ. മകൾക്ക് ഇത്ര കണ്ടില്ലല്ലൊ. കറുത്തേടത്തിനെ കണ്ടിട്ടായിരിക്കാം ഇത്ര ലജ്ജ. ഇങ്ങട്ടു വരൂ.

കേശവൻനമ്പൂതിരി: ഇന്ദുലേഖയുടെ അമ്മയല്ലാ ഇവൾ-ഇന്ദുലേഖയുടെ ദാസിയാണ്. ഇന്ദുലേഖയുടെ അമ്മ പുറത്തെങ്ങാൻ പോയിരിക്കുന്നു.

നമ്പൂതിരിപ്പാട്: ഞാൻ അന്ധാളിച്ചു. എന്നാൽ കറുത്തേടം പോയി വിളിച്ചുകൊണ്ടു വരൂ.

കേശവൻനമ്പൂതിരി: ഞാൻ പോയിട്ടു വിളിച്ചുകൊണ്ടുവരാം.

എന്നു പറഞ്ഞു കേശവൻനമ്പൂതിരി പുറത്തേക്കു പോയി. പിന്നാലെ ദാസി അമ്മുവും പുറത്തേക്കു കടക്കാൻ പോവുമ്പോൾ-

നമ്പൂതിരിപ്പാട്: അവിടെ നിക്കൂ. അവിടെ നിക്കൂ-ഒരു വിവരം ചോദിക്കട്ടെ. ഇന്ദുലേഖയുടെ വിഷളിയാണ് അല്ലേ? രസികത്തിയാണു നീ. നീ വിഷളിയായിരിക്കേണ്ടവളല്ലാ. നീ മഹാ സുന്ദരിയാണ്. പോവാൻ വരട്ടെ. നിക്കൂ, നിക്കൂ.

അമ്മു: അടിയനു മുകളിൽ പോവാൻ വഴുകി.

നമ്പൂതിരിപ്പാട്: നിനക്കു സംബന്ധം ആരെങ്കിലും ഉണ്ടോ?

അമ്മു: ഇല്ലാ.

നമ്പൂതിരിപ്പാട്: കഷ്ടം! ഈ വീട്ടിലുള്ള പ്രവൃത്തികളെല്ലാം എടുത്ത് ഈ ഓമനയായ ദേഹത്തെ ദുഃഖിപ്പിച്ചു കാലം കഴിക്കുന്നു. ഇല്ലേ? ഇങ്ങോട്ടു വരൂ-എന്താണു കൈയിൽ, മുറുക്കാനോ?

അമ്മു: മുറുക്കാനല്ല. അടയ്ക്ക കഷണിച്ചതാണ്.

നമ്പൂതിരിപ്പാട്: ഇന്ദുലേഖയ്ക്കു മുറുക്കുണ്ടോ?

അമ്മു: ചിലപ്പോൾ മുറുക്കാറുണ്ട്.

നമ്പൂതിരിപ്പാട്: ഇന്ദുലേഖയ്ക്ക് ആരെങ്കിലും ചുറ്റം ഉണ്ടോ? സ്വകാര്യമായിട്ടു നീ എന്നോടു പറ.

അമ്മു: ചുറ്റമോ?

നമ്പൂതിരിപ്പാട്: ഒളിസേവ-ഒളിസേവ.

അമ്മു: ഒളിസേവയോ?

നമ്പൂതിരിപ്പാട്: രഹസ്യം-രഹസ്യം.

അമ്മു: അടിയൻ ഒന്നും അറിയില്ല.

നമ്പൂതിരിപ്പാട്: ഇന്ദുലേഖയെ ഞാൻ കൂട്ടിക്കൊണ്ടു പോവുമ്പോൾ നീ കൂടെത്തന്നെ വരണം.

അമ്മു: വരാം.

എന്നുംപറഞ്ഞു ചിറിച്ചുംകൊണ്ട് അമ്മു അകത്തുനിന്നു കടന്നുപോയി.

കേശവൻനമ്പൂതിരി വളരെ പരിഭ്രമത്തോടുകൂടി ലക്ഷ്മിക്കുട്ടിഅമ്മയെ അന്വേഷിച്ചു പോയി. അമ്പലത്തിൽ തൊഴുതുമടങ്ങി വരുന്നതു കണ്ടു. ഒരു പച്ചച്ചിരിയോടുകൂടി അടുക്കെച്ചെന്നു.

കേശവൻനമ്പൂതിരി: കാണണമെന്നു പറഞ്ഞ് അറയിലിരിക്കുന്നു. വേഗം ഒന്ന് അങ്ങട്ടു ചെന്നാൽ വേണ്ടില്ല.

ലക്ഷ്മിക്കുട്ടിഅമ്മ: ശിക്ഷ! ഇപ്പോൾ എന്റെ നേരെ തിരിഞ്ഞിരിക്കുന്നുവോ?

കേശവൻനമ്പൂതിരി: അതൊന്നുമല്ല. ഇന്ദുലേഖയുടെ അമ്മയല്ലേ. ഒന്നു കാണണം എന്ന് താല്പര്യം-അതുണ്ടാവുന്നതല്ലേ? നമ്പൂതിരി കാണണം എന്ന് ആവശ്യപ്പെട്ടതിൽ എന്താണു തെറ്റ്?

ലക്ഷ്മിക്കുട്ടിഅമ്മ: ഒന്നുമില്ലാ; അങ്ങിനെയാവട്ടെ. മുമ്പിൽ എഴുന്നെള്ളാം. ഞാൻ വരാം.

എന്നും പറഞ്ഞു ലക്ഷ്മിക്കുട്ടിഅമ്മ കേശവൻനമ്പൂതിരിയുടെ പിന്നാലെ നടന്നു. അറയിൽ എത്താറായപ്പോൾ അമ്മു ചിറിച്ചുംകൊണ്ടു പോവുന്നതും കണ്ടു. അറയുമ്മറത്തു ലക്ഷ്മിക്കുട്ടിഅമ്മ നിന്നു. കേശവൻനമ്പൂതിരി അകത്തു കടന്നു.

നമ്പൂതിരിപ്പാട്: എന്താണ്, വന്നില്ലേ?

കേശവൻനമ്പൂതിരി: വന്നു. ഇവിടെ നില്ക്കുന്നുണ്ട്.

നമ്പൂതിരിപ്പാട്: ഇങ്ങട്ടു കടക്കാം. ധാരാളമായിട്ട് ഇങ്ങട്ടു കടക്കാമല്ലൊ. ഇന്ദുലേഖയെ ഞാൻ കണ്ടു. ഇന്ദുലേഖയുടെ അമ്മയേയും കാണണമെന്ന് ആഗ്രഹം. ഇങ്ങട്ടു കടക്കാം. ഇങ്ങട്ടു കടക്കാം.

ലക്ഷ്മിക്കുട്ടിഅമ്മ അകത്തു കടന്നു വാതിലിന്റെ പിൻഭാഗത്തു ശരീരം അല്പം മറച്ചു നിന്നു.

നമ്പൂതിരിപ്പാട്: എന്താ കറുത്തേടം, വിളക്കു വെയ്ക്കാത്തത്? വിളക്കു കൊണ്ടുവരാൻ പറയൂ.

വിളക്കു കൊണ്ടുവന്നു വാതിലിന്റെ സമീപമായി വെയ്ക്കാൻ പറഞ്ഞു; വെച്ചു. നമ്പൂതിരിപ്പാടു നേരെയും തിരിഞ്ഞും ചാഞ്ഞും നോക്കി ലക്ഷ്മിക്കുട്ടിഅമ്മയുടെ സ്വരൂപം സാമാന്യം കണ്ടു ഭ്രമിച്ചു-കലശലായി ഭ്രമിച്ചു. കേശവൻനമ്പൂതിരിയുടെ പരിഭ്രമവും വിഷാദവും വളരെ വർദ്ധിച്ചു.

നമ്പൂതിരിപ്പാട്: കറുത്തേടത്തിന്റെ ഭാഗ്യം-മഹാഭാഗ്യം. ഇന്ദുലേഖയേക്കാൾ സുന്ദരി എന്നു പറയാൻ പാടില്ലല്ലൊ. ലക്ഷ്മിക്കുട്ടി എന്നാണു പേര് അല്ലേ?

ലക്ഷ്മിക്കുട്ടിഅമ്മ: അതെ.

നമ്പൂതിരിപ്പാട്: ലക്ഷ്മീദേവിതന്നെ-ലക്ഷ്മിദേവി എന്നാണ് എനി ഞാൻ വിളിക്കാൻ ഭാവം. എന്താണു കറുത്തേടം ഒന്നും പറയാത്തത്?

കേശവൻനമ്പൂതിരി എന്തുപറയാനാണ്! കേശവൻനമ്പൂരിയുടെ കാര്യം വളരെ പരുങ്ങലിലായി എന്നേ പറവാനുള്ളൂ. ഈ ശനി തന്റെ കാര്യം പൊക്കമാക്കുമോ എന്നൊരു വിഷാദം ശുദ്ധാത്മാവായ ഈ കേശവൻനമ്പൂതിരിക്ക് ഉണ്ടായി. ലക്ഷ്മിക്കുട്ടിഅമ്മയുടെ തന്റേടവും മിടുക്കും കേശവൻനമ്പൂതിരി അറിഞ്ഞിട്ടുണ്ടായിരുന്നുവെങ്കിൽ ഈ വിഷാദം അദ്ദേഹത്തിന്ന് ഒരിക്കലും ഉണ്ടാവുന്നതല്ലായിരുന്നു. ഈ ശുദ്ധാത്മാവിന് അതൊന്നും മനസ്സിലായിട്ടില്ലാ. എന്തുചെയ്യും! വെറുതെ വിഷാദിച്ചു തുടങ്ങി.

നമ്പൂതിരിപ്പാട്: സാക്ഷാൽ ലക്ഷ്മീദേവിതന്നെയാണ്-എന്താ കറുത്തേടം? കറുത്തേടം മഹാഭാഗ്യവാനാണ്. ഇത്ര ഒക്ക ദ്രവ്യസ്ഥനും ശക്തനും ആയ എനിക്ക് ഇത് ഇതുവരെ സാധിച്ചില്ലല്ലൊ. കറുത്തേടം മഹാഭാഗ്യവാൻ തന്നെ.

കേശവൻനമ്പൂതിരി: ഊണു കഴിക്കാൻ പോവാറായി എന്നു തോന്നുന്നു.

നമ്പൂതിരിപ്പാട്: ആയിട്ടില്ലാ. ലക്ഷ്മിക്കുട്ടി ആ വിളക്ക് അസാരം ഇങ്ങട്ട് ഒന്നു കാണിക്കൂ. ഞാൻ ഗഡിയാൾ ഒന്നു നോക്കട്ടെ.

കേശവൻനമ്പൂതിരി വിളക്ക് എടുത്തു കാണിച്ചു. നമ്പൂതിരിപ്പാട്ടിലേക്ക് ഇത് അശേഷം രസിച്ചില്ലാ. ലക്ഷ്മിക്കുട്ടിഅമ്മ വിളക്ക് എടുത്തു കാണിക്കണം എന്നായിരുന്നു ആഗ്രഹം. എങ്കിലും ഒന്നും പറഞ്ഞില്ല. ഗഡിയാൾ നോക്കി ആറരമണിയായിട്ടേ ഉള്ളൂ എന്നും പറഞ്ഞ് നമ്പൂതിരിപ്പാട് പിന്നെയും സംസാരിക്കാൻ തുടങ്ങി.

നമ്പൂതിരിപ്പാട്: ലക്ഷ്മിക്കുട്ടിക്ക് വയസ്സ് എത്രയായി?

ലക്ഷ്മിക്കുട്ടിഅമ്മ: മുപ്പത്തഞ്ചാമത്തെ വയസ്സാണ് ഇത്.

നമ്പൂതിരിപ്പാട്: ചെറുപ്പംതന്നെ. കറുത്തേടത്തിന്റെ ഭാഗ്യം, കറുത്തേടം എങ്ങിനെ കടന്നുകൂടി ഇവിടെ?

കേശവൻനമ്പൂതിരിക്കു നെഞ്ഞിടിപ്പു തുടങ്ങി, 'ഈശ്വരാ! എന്റെ ഭാര്യയെ ഈ അസത്തു തട്ടിപ്പറിക്കുമോ? ആവലാതി ഞാൻ തന്നെ ഉണ്ടാക്കി തീർത്തുവല്ലോ. ഇന്ദുലേഖയെ ഇദ്ദേഹത്തിനു കിട്ടിയില്ലെങ്കിൽ എന്റെ ഭാര്യയെ കൊണ്ടുപൊയ്ക്കളയുമോ? ഒരു സമയം പറ്റും എന്നു തന്നെ തോന്നുന്നു.' എന്നും മറ്റും ഉള്ള വിചാരം കേശവൻനമ്പൂതിരിക്കു കലശലായിത്തുടങ്ങി.

നമ്പൂതിരിപ്പാട്: ലക്ഷ്മിക്കുട്ടിക്കു മുമ്പെ സംബന്ധം കിളിമാനൂർ ഒരു രാജാവായിരുന്നു അല്ലേ?

ലക്ഷ്മിക്കുട്ടിഅമ്മ: അതെ.

നമ്പൂതിരിപ്പാട്: പിന്നെയാണു കറുത്തേടത്തിന്നു ശുക്രദശ വന്നത്. അല്ലേ? എന്താണു കറുത്തേടം ഒന്നും പറയാത്തത്?

കേശവൻനമ്പൂതിരി: ഊണു കഴിക്കാൻ വൈകുന്നുവല്ലൊ.

നമ്പൂതിരിപ്പാട്: വഴുകീട്ടില്ലാ ഏഴുമണിക്കു കഴിച്ചാൽ മതി. എന്റെ വെള്ളിച്ചെല്ലം ഇങ്ങട്ടു കൊണ്ടുവരാൻ പറയൂ ഗോവിന്ദനോട്.

ഗോവിന്ദൻ വെള്ളിച്ചെല്ലം കൊണ്ടുവന്നു നമ്പൂതിരിപ്പാട്ടിലെ മുമ്പിൽ വെച്ചു.

നമ്പൂതിരിപ്പാട്: ലക്ഷ്മിക്കുട്ടിക്ക് ഈ വെള്ളിച്ചെല്ലം ഒന്ന് എടുത്തു നോക്കാം.

ലക്ഷ്മിക്കുട്ടിഅമ്മ: വെള്ളിച്ചെല്ലം എടുപ്പാൻ വന്നപ്പോൾ ലക്ഷ്മിക്കുട്ടിഅമ്മയുടെ സ്വരൂപം വെളിച്ചത്തു നല്ലവണ്ണം നമ്പൂതിരിപ്പാടു കണ്ടു.

നമ്പൂതിരിപ്പാട്: അത്ഭുതം-അത്ഭുതം! അതിശം-അതിശംതന്നെ! ആശ്ചര്യംതന്നെ! കറുത്തേടത്തിന്റെ ഭാഗ്യവിശേഷംതന്നെ-അതിസുന്ദരി! എന്താ കറുത്തേടം നന്ന ഭ്രമിച്ചിട്ടാണ്, അല്ലേ? അതിനു സംശയമുണ്ടോ? ആരു ഭ്രമിക്കാതിരിക്കും? സാക്ഷാൽ ലക്ഷ്മീദേവിതന്നെ. ആ ചെല്ലപ്പെട്ടി നല്ലമാതിരിയോ?

ലക്ഷ്മിക്കുട്ടിഅമ്മ: ഒന്നാന്തരംതന്നെ.

നമ്പൂതിരിപ്പാട്: വേണമെങ്കിൽ എടുക്കാം.

ലക്ഷ്മിക്കുട്ടിഅമ്മ: അതിന് അസ്വാധീനം ഉണ്ടാവുമെന്ന് വിചാരിച്ചിട്ടില്ലാ.

നമ്പൂതിരിപ്പാട്: ശരി ശരി. വാക്കുസാമർത്ഥ്യം അതിശം-അതിശായി പറഞ്ഞ വാക്ക്-ഇങ്ങിനെ ഇരിക്കണം വാക്കുസാമർത്ഥ്യം. കറുത്തേടത്തിന്റെ ഭാഗ്യം. ഇന്ദുലേഖയ്ക്കു സൗന്ദര്യം ഉണ്ടായത് ആശ്ചര്യമല്ലാ. പക്ഷേ, വാക്കുസാമർത്ഥ്യം ഇത്ര ഇല്ലാ. അതു നിശ്ചയം. ഇന്ദുലേഖയ്ക്കു വയസ്സ് എത്രയായി?

ലക്ഷ്മിക്കുട്ടിഅമ്മ: പതിനെട്ടാമത്തെ വയസ്സാണ് ഇത്.

നമ്പൂതിരിപ്പാട്: എന്നാൽ പതിനേഴുവയസ്സിൽ പ്രസവിച്ചു അല്ലേ?

ലക്ഷ്മിക്കുട്ടിഅമ്മ: അതെ.

നമ്പൂതിരിപ്പാട്: പിന്നെ കിടാങ്ങൾ ഒന്നും ഉണ്ടായിട്ടില്ലെന്നു തോന്നുന്നു.

ലക്ഷ്മിക്കുട്ടിഅമ്മ: ഇല്ലാ.

നമ്പൂതിരിപ്പാട്: മുമ്പത്തെപ്പോലെ മനസ്സിന്നു സുഖമുണ്ടായിരിക്കയില്ലാ.

ലക്ഷ്മിക്കുട്ടിഅമ്മ: മനസ്സിന്നു സുഖക്കേട് ഒന്നുമില്ലാ.

നമ്പൂതിരിപ്പാട്: രാജാവ് നല്ല യോഗ്യനായിരുന്നു അല്ലേ?

ലക്ഷ്മിക്കുട്ടിഅമ്മ: നല്ല യോഗ്യനായിരുന്നു.

നമ്പൂതിരിപ്പാട്: എന്താണ്-കഷ്ടം! ഓരോ സ്ത്രീകളുടെ യോഗ്യതപോലെ ഭർത്താവിനേയും പുരുഷന്റെ യോഗ്യതപോലെ ഭാര്യയേയും കിട്ടിക്കോളാൻ പ്രയാസം. അന്യോന്യം യോഗ്യതയായി വരണം-അതാണു വിശേഷം. അങ്ങിനെയല്ലാതെവന്നാൽ അതു മഹാ സങ്കടമാണ്. എന്താ കറുത്തേടം ഒന്നും പറയാത്തത്.

കേശവൻനമ്പൂതിരി: ഏഴുമണിയായി എന്നു തോന്നുന്നു.

നമ്പൂതിരിപ്പാട്: ആയിട്ടില്ലാ. എത്ര കൊല്ലമായി കറുത്തേടം സംബന്ധമായിട്ട്.

കേശവൻനമ്പൂതിരി: ആറു സംവത്സരമായി.

നമ്പൂതിരിപ്പാട്: എന്നിട്ടും കിടാങ്ങൾ ഉണ്ടായിട്ടില്ല. അല്ലേ?

കേശവൻനമ്പൂതിരി: അതെ.

നമ്പൂതിരിപ്പാട്: കറുത്തേടത്തിന്റെ ഭാഗ്യം ഓർത്തിട്ട് എനിക്കു ബഹു അത്ഭുതം തോന്നുന്നു. ഇന്നാൾ ചെറുശ്ശേരി ഒരു ശ്ലോകം ചൊല്ലി. അതിൽ ഒരാൾ മറ്റൊരാളുടെ ഭാര്യയെക്കണ്ട് അസൂയപ്പെട്ട മാതിരി പറയുന്നുണ്ട്. ശ്ലോകം എനിക്കു തോന്നുന്നില്ല. ചെറുശ്ശേരിയെ ഇങ്ങട്ടു വിളിക്കൂ.

കേശവൻനമ്പൂതിരി ചെറുശ്ശേരിയെ വിളിക്കാൻ പോയി. ചെറുശ്ശേരി ഊണുകഴിക്കാൻ പുറപ്പെട്ടു. നമ്പൂരിപ്പാട്ടിലെയും കാത്തുനില്ക്കുന്നു. കേശവൻനമ്പൂതിരി ചെറുശ്ശേരിയെ വിളിച്ചു.

ചെറുശ്ശേരിനമ്പൂതിരി: എന്താണിതു കഥ-നേരം ഏഴുമണിയായയല്ലോ.

കേശവൻനമ്പൂതിരി: എന്റെ ചെറുശ്ശേരീ! എന്റെ ജന്മകാലം പുറത്തുവരില്ലെന്നു തോന്നുന്നു. ഞാൻ എന്തു ചെയ്യട്ടെ! എന്റെ ഗ്രഹപ്പിഴ എന്നേ പറവാനുള്ളൂ.

ചെറുശ്ശേരിനമ്പൂതിരി: ഇപ്പോൾ എന്നെ എന്തിനാണു വിളിക്കുന്നത്?

കേശവൻനമ്പൂതിരി: എന്തോ ഒരു ശ്ലോകം ചൊല്ലുവാനാണത്രെ-ബുദ്ധിമുട്ടുതന്നെ.

ചെറുശ്ശേരിനമ്പൂതിരി: ശിക്ഷ! ഇപ്പഴ് എന്തു ശ്ലോകമാണ് ചൊല്ലുവാൻ ഉള്ളത്? ആട്ടെ ഞാൻ വരാം.

എന്നുംപറഞ്ഞു ചെറുശ്ശേരിനമ്പൂതിരി കേശവൻനമ്പൂതിരിയോടുകൂടി അകത്തുകടന്നു.

നമ്പൂതിരിപ്പാട്: ഇന്നാൾ ഒരു ദിവസം ചെറുശ്ശേരി ഒരു ശ്ലോകം ചൊല്ലിയില്ലേ. ഒരു പുരുഷൻ മറ്റൊരു പുരുഷന്റെ ഭാര്യയെക്കണ്ടു വ്യസനിച്ചപ്രകാരം-അതൊന്നുചൊല്ലൂ.

ചെറുശ്ശേരിനമ്പൂതിരി: ഒരു പുരുഷൻ മറ്റൊരു പുരുഷന്റെ ഭാര്യയെക്കണ്ടു വ്യസനിച്ചതോ? ഏതു ശ്ലോകമാണ്? എനിക്ക് ഓർമ്മയില്ല.

നമ്പൂതിരിപ്പാട്: ഛീ! അന്ധാളിക്കേണ്ടാ. ഞാൻ പറയാം. ഒരു സ്ത്രീയുടെ മുഖം നോക്കീട്ടു ചന്ദ്രൻ ഉദിച്ചുവന്നപ്പോൾ ചന്ദ്രനു ലജ്ജയില്ലെന്നും പിന്നെ ആ സ്ത്രീയുടെ ഭർത്താവിന്റെ മുമ്പാകെ നില്ക്കുന്ന ഒരു അന്യപുരുഷനും ലജ്ജയില്ലെന്നും മറ്റും. അതു ചൊല്ലൂ.

ചെറുശ്ശേരിനമ്പൂതിരി: (ചിറിച്ചുംകൊണ്ട് ശ്ലോകം ചൊല്ലുന്നു)

“കിം ബ്രൂവസ്തവ പൂർണ്ണചന്ദ്രമഹതീം
നിർലജ്ജതാമീദൃശീം
യത്ത്വസ്യാമുഖമണ്ഡലേ സതി ഭവാ
നപ്യജ്ജിഹീതേ പുരഃ
ആവിസ്മൃത്യ കിമേതദുക്തമധുനാ
യത്താദൃശീം സുന്ദരീം
ഭുഞ്ജാനസ്യ പുരോ വയഞ്ച പുരുഷാ
ഇത്യാസ്മഹേ നിസ്ത്രപാഃ”

നമ്പൂതിരിപ്പാട്: ശരി, ഈ ശ്ലോകംതന്നെ. ലക്ഷ്മിക്കുട്ടിക്കു വില്പത്തി ഉണ്ടോ?

ലക്ഷ്മിക്കുട്ടിഅമ്മ: രണ്ടുമൂന്നു കാവ്യങ്ങൾ ചെറുപ്പത്തിൽ വായിച്ചിട്ടുണ്ട്.

നമ്പൂതിരിപ്പാട്: ചെറുശ്ശേരി നല്ല വിദ്വാനാണ്-ബഹുരസികനാണ്. കറുത്തേടത്തിനു വില്പത്തിഗന്ധംകൂടി ഇല്ല. അതെ. നേർത്തെ മനസ്സിലായി, ഒരു ശ്ലോകം ചൊല്ലാൻ വയ്യ. എങ്കിലും മഹാഭാഗ്യവാൻ.

കേശവൻനമ്പൂതിരി: എനിക്കു വില്പത്തി ഇല്ല, ഊക്കുകഴിക്കാൻ വഴുകി; വളരെ വഴുകി.

നമ്പൂതിരിപ്പാട്: എന്നാൽ എനി പുറപ്പെടാം. ഒൻപതുമണിക്കു മകളുടെ പാട്ടുകേൾക്കാൻ ഇങ്ങട്ടുവരും. അപ്പോൾ ലക്ഷ്മിക്കുട്ടിയേയും കാണുമല്ലൊ.

എന്നു പറഞ്ഞു പിന്നെയും ലക്ഷ്മിക്കുട്ടിഅമ്മയുടെ മുഖത്തേക്ക് ആർത്തിയോടെ ഒന്നുനോക്കി നമ്പൂതിരിപ്പാടു പുറത്തേക്കു കടന്നു.

വഴിയെ തന്നെ നമ്പൂതിരിമാരും കടന്നു. കുളത്തിലേക്കായി പുറപ്പെട്ട്, നാലുകെട്ടിൽനിന്നു പൂമുഖത്തേക്കു കടന്നപ്പോൾ പഞ്ചുമേനോനെ കണ്ടു.

നമ്പൂതിരിപ്പാട്: പഞ്ചു അതിഭാഗ്യവാൻതന്നെ. ഇന്ദുലേഖയേയും പഞ്ചുവിന്റെ മകൾ ലക്ഷ്മിക്കുട്ടിയേയും കണ്ടു. തമ്മിൽ ഞാനോ നിയ്യോ സുന്ദരി എന്ന തിരക്കുള്ളതുപോലെ തോന്നും അവരുടെ സൗന്ദര്യം കണ്ടാൽ. കറുത്തേടത്തിന്റെ ഭാഗ്യം. രണ്ടാളും അതിസുന്ദരികൾതന്നെ.

പഞ്ചുമേനോന് ഈ വാക്കുകൾ അശേഷം രസിച്ചില്ല. കുറച്ചു ക്രോധവും ഉണ്ടായില്ലെന്നില്ല എങ്കിലും അതെല്ലാം മനസ്സിൽ അടക്കി.

പഞ്ചുമേനോൻ: എനി ഊക്കുകഴിപ്പാൻ എഴുന്നെള്ളാറായി എന്നു തോന്നുന്നു.

നമ്പൂതിരിപ്പാട്: അതെ; ഊക്കുകഴിച്ച് ഊൺ കഴിഞ്ഞു വേഗം വന്നു കളയാം.

നമ്പൂതിരിപ്പാടും നമ്പൂതിരിമാരുംകൂടി മിറ്റത്ത് എറങ്ങിയപ്പോൾ പഞ്ചുമേനോൻ കേശവൻനമ്പൂതിരിയെ കൈകൊണ്ടു മാടിവിളിച്ചു. കേശവൻനമ്പൂതിരി മടങ്ങിച്ചെന്നു. പഞ്ചുമേനോനും നമ്പൂതിരിയും കൂടി നാലുകെട്ടിൽ കടന്നു.

പഞ്ചുമേനോൻ: എന്താണ് ഇന്ദുലേഖയ്ക്കു ബോദ്ധ്യമായോ?

കേശവൻനമ്പൂതിരി: ബോദ്ധ്യമാവും. ബോദ്ധ്യമാവാതെ ഇരിക്കയില്ല.

പഞ്ചുമേനോൻ: ആവുന്നതുപിന്നെ പറയാം-ആയോ?

കേശവൻനമ്പൂതിരി: അത് ഇപ്പോൾ ഒന്നും നിശ്ചയിക്കാറായില്ല. ബോദ്ധ്യമാവും; അതിനു സംശയമില്ല.

പഞ്ചുമേനോൻ: തിരുമനസ്സിലെ വാക്ക് എനിക്ക് അശേഷം വിശ്വസമാവുന്നില്ല. നേർത്തെത്തെ വരവു കണ്ടപ്പോൾ ഞാൻ എന്തോ വല്ലാതെ ഭ്രമിച്ചു. നമ്പൂതിരിപ്പാട് ആകപ്പാടെ ഒരു വിഡ്ഢിയാണെന്നു തോന്നുന്നു എനിക്ക്.

കേശവൻനമ്പൂതിരി: മഹാ ധനവാനല്ലേ; അതു നോക്കണ്ടേ?

പഞ്ചുമേനോൻ: ഇന്ദുലേഖ അതൊന്നും നോക്കുന്ന കുട്ടിയല്ലാ. നുമ്മളുടെ ഈ മോഹം വെറുതെ എന്നു തോന്നുന്നു. നമ്പൂതിരിപ്പാട്ടിലേക്കു വിശേഷം പറവാൻതന്നെ വശമില്ലാ. ഇന്ദുലേഖയുടേയും ലക്ഷ്മിക്കുട്ടിയുടേയും സൗന്ദര്യം എന്നോട് എന്തിനാണ് ഇങ്ങനെ വർണ്ണിക്കുന്നത്-തുമ്പില്ലാത്ത വാക്കു പറയുന്നു ഇദ്ദേഹം.

കേശവൻനമ്പൂതിരി: വലിയാളുകളല്ലേ; അവർക്ക് എന്തും പറയാമല്ലോ?

പഞ്ചുമേനോൻ: എന്തും പറഞ്ഞാൽ ചിലപ്പോൾ എന്തും കേൾക്കേണ്ടിയും വരും. എനിക്ക് ഇതൊന്നും രസമായില്ല. ഇന്ദുലേഖ എന്തു പറഞ്ഞു?

കേശവൻനമ്പൂതിരി: വിശേഷിച്ച് ഒന്നും പറഞ്ഞില്ല.

പഞ്ചുമേനോൻ: പിന്നെ മാളികയിൽ പോയിട്ടു നമ്പൂതിരിപ്പാട് എന്തു ചെയ്തു?

കേശവൻനമ്പൂതിരി: വിശേഷിച്ച് ഒന്നും ചെയ്തിട്ടില്ലാ. എനിക്ക് ഊക്കുകഴിക്കാൻ വൈകുന്നു. ഞാൻ ഊണുകഴിച്ചു വന്നിട്ട് എല്ലാം പറയാം.

പഞ്ചുമേനോൻ: ഒന്നും പറയാനില്ല. ഈ കാര്യം ഈ ജന്മം നടക്കുകയില്ല. പിന്നെ എന്തിനാണ് ഈ ഗോഷ്ഠികൾ കാണിക്കുന്നത്?

എന്നുപറഞ്ഞു പഞ്ചുമേനോൻ അകത്തേക്കും കേശവൻനമ്പൂതിരി കുളപ്പുരയിലേക്കും പോയി.

പഞ്ചുമേനോനും കേശവൻനമ്പൂതിരിയും തമ്മിൽ മേൽകാണിച്ച പ്രകാരം സംസാരിച്ചിരുന്നപ്പോൾ നമ്പൂതിരിപ്പാടും ചെറുശ്ശേരിയുംകൂടി കുളപ്പുരയിലേക്കു പോകുംവഴി ചെറുതായി ഒരു സംഭാഷണം ഉണ്ടായി.

നമ്പൂതിരിപ്പാട്: ചെറുശ്ശേരീ! എനിക്ക് ഇന്ദുലേഖയെക്കാൾ ബോധിച്ചത് അവളുടെ അമ്മയെയാണ്. വാക്കുസാമർത്ഥ്യം കടുകട്ടി. കണ്ടാലോ?-ചെറുശ്ശേരി കണ്ടില്ലേ?

ചെറുശ്ശേരിനമ്പൂതിരി: ഞാൻ കണ്ടു. നല്ല സൗന്ദര്യമുണ്ട്. പ്രായം കൊണ്ടും ബഹുയോജ്യത.

നമ്പൂതിരിപ്പാട്: ഇന്ദുലേഖയ്ക്കു ഞാൻ യോജ്യത ഇല്ലെന്നോ?

ചെറുശ്ശേരിനമ്പൂതിരി: ഛെ, അതു ഞാൻ പറയില്ലാ. ആ ഭാഗം ഇരിക്കട്ടെ-അതു സ്വന്തമായതല്ലെ; കരസ്ഥമായല്ലൊ. പിന്നെ ഇന്ദുലേഖ യോജ്യത ഉണ്ടോ ഇല്ലയോ എന്നു നിശ്ചയിച്ചിട്ട് എനി ആവശ്യമില്ലല്ലൊ.

നമ്പൂതിരിപ്പാട്: ഇന്ദുലേഖയുടെ കാര്യം തീർച്ചയായോ? പഞ്ചു വല്ലതും ചെറുശ്ശേരിയോടു പറഞ്ഞുവോ?

ചെറുശ്ശേരിനമ്പൂതിരി: പഞ്ചു എന്തിനു പറയുന്നു? അത് ഉറച്ച കാര്യമല്ലേ? അങ്ങിനെയല്ലേ വരാൻ പാടുള്ളൂ?

നമ്പൂതിരിപ്പാട്: അങ്ങിനേ വരാൻ പാടുള്ളൂ എങ്കിലും ഒരു ശങ്ക-ശങ്ക ഇല്ലെന്നുതന്നെ പറയാം.

ചെറുശ്ശേരിനമ്പൂതിരി: അതു ശരി-ഇവിടുത്തെ ഭ്രമം.

ശങ്കയില്ലാത്ത കാര്യത്തിൽ ഒരു ഭ്രമം. അത്രേ പറയാനുള്ളൂ.

നമ്പൂതിരിപ്പാട്: ഇന്ദുലേഖയുടെ കാര്യം അങ്ങിനെ ഇരിക്കട്ടെ. ലക്ഷ്മിക്കുട്ടിയുടെ അവസ്ഥ വിചാരിക്കൂ- കറുത്തേടത്തിന്റെ ഭാഗ്യം നോക്കൂ.

ചെറുശ്ശേരിനമ്പൂതിരി: അതാണു ഞാനും പറയാൻ വിചാരിക്കുന്നത്. കറുത്തേടത്തിന്റെ ഒരു ഭാഗ്യവിശേഷം വളരെത്തന്നെ.

നമ്പൂതിരിപ്പാട്: കറുത്തേടം വേളികഴിച്ചിട്ടുണ്ടോ?

ചെറുശ്ശേരിനമ്പൂതിരി: ഇല്ല.

നമ്പൂതിരിപ്പാട്: ഈ അസത്തിനു വേളികഴിക്കരുതേ?

ചെറുശ്ശേരിനമ്പൂതിരി: ആ അസത്തു വേളികഴിക്കില്ലെന്നു തോന്നുന്നു.

നമ്പൂതിരിപ്പാട്: ലക്ഷ്മിക്കുട്ടിയുടെ അടുക്കെ പാടുകിടക്കുകയേ ഉള്ളൂ.

ചെറുശ്ശേരിനമ്പൂതിരി: അത്രേ ഉള്ളൂ.

നമ്പൂതിരിപ്പാട്: എന്നാൽ ലക്ഷ്മിക്കുട്ടിക്ക് ഇയ്യാളെ ലേശം ഭ്രമമില്ല. അതു ഞാൻ ക്ഷണേന നിശ്ചയിച്ചു.

ചെറുശ്ശേരിനമ്പൂതിരി: ഇവിടുത്തെ ബുദ്ധിവലിപ്പം അറിവുള്ള എന്നോട് ഇത്ര പറയണോ? ഞാൻ അത് അപ്പോൾതന്നെ മനസ്സിലാക്കിയിരിക്കുന്നു. ഇവിടുത്തെ സ്വരൂപം കണ്ണിൻമുമ്പിൽ വെച്ചുംകൊണ്ട് ഒരു സ്ത്രീക്ക് തനിക്ക് എത്ര ആസക്തിയുള്ള പുരുഷനായാലും അവനെക്കണ്ടിട്ട് ലേശംപോലും അനുരാഗചേഷ്ടകൾ ഉണ്ടാകയില്ലെന്ന് എനിക്കു പൂർണ്ണബോദ്ധ്യമാണ്.

നമ്പൂതിരിപ്പാട്: ലക്ഷ്മിക്കുട്ടി എന്നെ കണ്ടിട്ടു കുറച്ചു ഭ്രമിച്ചിട്ടുണ്ട്.

ചെറുശ്ശേരിനമ്പൂതിരി: അതിന് എനിക്കു സംശമില്ല.

നമ്പൂതിരിപ്പാട്: എന്നാൽ അതിനെന്തു വിദ്യ?

ചെറുശ്ശേരിനമ്പൂതിരി: ഏതിന്?

നമ്പൂതിരിപ്പാട്: ആ ഭ്രമം നിവൃത്തിക്കാൻ.

ചെറുശ്ശേരിനമ്പൂതിരി: അതിനു പലേ വിദ്യകളും ഇല്ലേ? എനി ലക്ഷ്മിക്കുട്ടിയെ കാണേണ്ടെന്നു വെച്ചേക്കണം.

നമ്പൂതിരിപ്പാട്: എന്തുകഥയാണ് ചെറുശ്ശേരി പറയുന്നത്? അങ്ങിനെ ഭ്രമം മാറ്റുന്നതായാൽ ഇവിടെ നോം ഇപ്പോൾ വരണോ?

ചെറുശ്ശേരിനമ്പൂതിരി: ഇവിടെ വന്നത് ഇന്ദുലേഖയെ ഭ്രമിച്ചിട്ടല്ലേ?

നമ്പൂതിരിപ്പാട്: അതെ; വന്നതിന്റെ ശേഷം ലക്ഷ്മിക്കുട്ടിയിലും ഭ്രമം.

ചെറുശ്ശേരിനമ്പൂതിരി: എന്നാൽ അമ്മയേയും മകളേയും ഒന്നായി ബാന്ധവിക്കാമെന്നോ? അതു വെടിപ്പുണ്ടോ?

നമ്പൂതിരിപ്പാട്: ബാന്ധവം ഇന്ദുലേഖയെത്തന്നെ. എന്നാൽ–

ഇത്രത്തോളം പറയുമ്പോഴേക്കു കേശവൻനമ്പൂതിരി കുളപ്പുരയിൽ നമ്പൂതിരിപ്പാട്ടിലെ സമീപം എത്തി. പിന്നെ ഇതിനെക്കുറിച്ച് നമ്പൂതിരിപ്പാട് ഒന്നും സംസാരിച്ചില്ല. ഊക്കുകഴിഞ്ഞ് അമ്പലത്തിൽ തിരുമുറ്റത്തിൽ ചന്ദ്രികയിൽ നിന്നു. നമ്പൂതിരിപ്പാട്ടിലേക്കു ലക്ഷ്മിക്കുട്ടിയമ്മയുടെ ഓർമ്മ വിട്ടു. മനസ്സിൽ കഠിനമായി തറച്ചുപോയിട്ടുള്ള വിചാരംതന്നെ സ്വഭാവേന വന്നു. ഇന്ദുലേഖയെപ്പോലെ ഒരു സ്ത്രീയെ നമ്പൂതിരിപ്പാടു കണ്ടിട്ടില്ല. തൽക്കാലം വേറെ ഓരോ സ്ത്രീകളെ കാണുമ്പോൾ ശുദ്ധവിടനായ ഇദ്ദേഹത്തിന് ഭ്രമം ഉണ്ടായി എങ്കിലും സ്വസ്ഥമായി ചന്ദ്രികയിൽ നില്ക്കുമ്പോൾ തരുണീമണിയായ ഇന്ദുലേഖയുടെ വിചാരം തന്നെയാണ് ഉണ്ടായത്. ഇന്ദുലേഖയെ വിചാരിച്ചു വിചാരിച്ച് ഗോവിന്ദനെ വിളിച്ച്, രംഭയെ കണ്ടു ഭ്രമിച്ച സംഗതിയെപ്പറ്റി ശ്ലോകം എഴുതിയ ഓല ഗോവിന്ദൻപക്കൽ കൊടുത്തിട്ട്–

നമ്പൂതിരിപ്പാട്: ഈ ഓല ഞാൻ തന്നതാണെന്നു പറഞ്ഞ് ഇന്ദുലേഖയുടെ മാളികയിൽ പോയി ഇന്ദുലേഖയുടെ കൈയിൽ കൊടുക്കൂ.

ഗോവിന്ദൻ ഉടനെ എഴുത്തുംകൊണ്ട് ഇന്ദുലേഖയുടെ മാളികയി

ന്മേൽ ചെന്നു. അപ്പോൾ ഇന്ദുലേഖ ഊണു കഴിഞ്ഞു മാളികയിലേക്കു കയറിവരുന്നു.

ഗോവിന്ദൻ: ഒരു തിരുവെഴുത്തു തന്നയച്ചിട്ടുണ്ട് തമ്പുരാൻ. ഇവിടെ തരുവാൻ കല്പനയായിരിക്കുന്നു.

ഇന്ദുലേഖ: (കാര്യം മനസ്സിലായെങ്കിലും കഠിനദേഷ്യത്തോടെ) ഏതു തമ്പുരാൻ? എന്തെഴുത്ത്?

ഇന്ദുലേഖയുടെ മുഖത്ത് അപ്പോൾ ഉണ്ടായിരുന്ന കോപരസം കണ്ടിരുന്നാൽ ആ രസത്തിലും ആ മുഖം അതികാന്തംതന്നെ എന്ന് എല്ലാവരും പറയും.

ഗോവിന്ദൻ: മൂർക്കില്ലാത്ത മനയ്ക്കൽ തമ്പുരാന്റെ തിരുവെഴുത്താണ്.

ഇന്ദുലേഖ: എനിക്ക് എഴുതുവാൻ അദ്ദേഹത്തിന്ന് അവകാശമില്ലാ. ഞാൻ വാങ്ങുകയില്ലാ എന്നു പറഞ്ഞേക്കൂ.

എന്നും പറഞ്ഞ് ക്ഷണേന തന്റെ അറയിലേക്കു കടന്നുപോയി.

ഗോവിന്ദൻ ഇളിഭ്യനായിക്കൊണ്ട് എഴുത്തു മടിയിൽ മൂടിവെച്ചു നമ്പൂരിപ്പാട്ടിലെ അടുക്കെ വന്നു. അപ്പോൾ നമ്പൂതിരിപ്പാടു പലേ ആളുകളോടും കൂടി അമ്പലത്തിന്റെ തിരുമുറ്റത്തുതന്നെ നിന്നിരുന്നു. ഗോവിന്ദനെ കണ്ടപ്പോൾ ആ നിന്നെടത്തുനിന്നുതന്നെ ഗോവിന്ദനോട് ഒറക്കെ വിളിച്ചു ചോദിക്കുന്നു.

"ഗോവിന്ദാ! ആ എഴുത്ത് ഇന്ദുലേഖയ്ക്കു കൊടുത്തുവോ?"

ഗോവിന്ദൻ വളരെ വിഷണ്ണനായി എന്താണു മറുപടി പറയേണ്ടത് എന്ന് അല്പം ശങ്കിച്ചു. ഒടുവിൽ ഗോവിന്ദൻ "കൊടുത്തു" എന്നും പറഞ്ഞ് ഉടനെ അവിടെ നിന്നുപോയി. പിന്നെയും അവിടെ നിന്നാൽ വേറെയും ചോദ്യങ്ങൾ ഉണ്ടാവുമെന്ന് ഓർത്ത ഗോവിന്ദൻ ഓടിക്കളഞ്ഞതാണ്. നമ്പൂതിരിപ്പാട് ഒൻപതുമണി ആയില്ലല്ലോ എന്നു വിചാരിച്ചുംകൊണ്ട് കുളപ്പുരയിൽ എണ്ണതേപ്പാൻ പോയപ്പോൾ ഗോവിന്ദനുംകൂടെപ്പോയി എഴുത്തു മടിയിൽനിന്ന് എടുത്തിട്ട് സ്വകാര്യമായി പറയുന്നു.

ഗോവിന്ദൻ: നേർത്തെ അടിയൻ തിരുവെഴുത്തു കൊടുത്തു എന്ന് ഉണർത്തിച്ചതു കളവാണ്. എഴുത്ത് ഇതാ. കുന്ദലേഖ എഴുത്തു വാങ്ങീല. തമ്പുരാന് കുന്ദലേഖയ്ക്ക് എഴുതാൻ ആവശ്യമില്ലെന്നും തിരുവെഴുത്തു വാങ്ങില്ലെന്നുമാണ് പറഞ്ഞത്. നേർത്തെ അരുളിച്ചെയ്തപ്പോൾ വേറെ ആളുകൾ ഉണ്ടായിരുന്നതിനാൽ അടിയൻ കൊടുത്തു എന്നു കളവായി ഉണർത്തിച്ചതാണ്.

നമ്പൂതിരിപ്പാട്: മഹാ വിഡ്ഢീ! കുന്ദലേഖയല്ലാ-ഇന്ദുലേഖ എന്നാണു പേര്. നേർത്തെ നീ ഓല കൊടുത്തു എന്നു കളവു പറഞ്ഞതു നന്നായി. അങ്ങിനെ സദൃശ്യമായി പറയണം-ഇതാണു ഗോവിന്ദനോട് എനിക്കുള്ള ഇഷ്ടം.

ഗോവിന്ദൻ: ആ കുന്ദലേഖ....

നമ്പൂതിരിപ്പാട്: വിഡ്ഢീ-പിന്നെയും കുന്ദലേഖ എന്നു പറയല്ല. 'ഇന്ദുലേഖ'-'ഇ'ന്ദുലേഖ എന്നു പറയൂ.

ഗോവിന്ദൻ: റാൻ-അടിയനു തെറ്റിപ്പോയി. ആ ഇന്ദ്രലേഖ...

നമ്പൂതിരിപ്പാട്: പടുവങ്കാ! ഇളിഭ്യരാശീ! ഇന്ദ്രലേഖയല്ല, 'ഇന്ദുലേഖാ' എന്നു പറയൂ.

ഗോവിന്ദൻ: റാൻ-ആ ഇന്ദുലേഖ വളരെ കുറുമ്പുകാരിയാണെന്ന് അടിയനു തോന്നി.

നമ്പൂതിരിപ്പാട്: ആവട്ടെ, നീ ഇന്ദുലേഖയുടെ അമ്മയെ കണ്ടുവോ? അതിശാണു മുഖം! ബഹുസുന്ദരി. അവൾക്ക് എന്നെ ബഹുഭ്രമമായിരിക്കുന്നു. കറുത്തേടത്തിന്റെ ഭാര്യയാണ്.

ഗോവിന്ദൻ: അപ്പോൾ ഇന്ദുലേഖയ്ക്കു തിരുമനസ്സിലെ ഭ്രമമില്ലേ?

നമ്പൂതിരിപ്പാട്: ഇന്ദുലേഖ ഇങ്കിരിയസ്സും മറ്റും പഠിച്ച വല്ലാത്ത ഒരു മാതിരിയായി കാണുന്നു. ഇന്ദുലേഖയുടെ അമ്മ അങ്ങിനെയൊന്നുമല്ലാ. ബഹു വാക്കുസാമർത്ഥ്യം. നീ ആ വെള്ളിച്ചെല്ലം ഇങ്ങട്ട് എടുത്തു കൊണ്ടു വന്നില്ലേ?

ഗോവിന്ദൻ: അടിയൻ അപ്പോൾത്തന്നെ ഇങ്ങട്ട് എടുത്തുകൊണ്ടു വന്നു മഠത്തിൽവച്ചു.

നമ്പൂതിരിപ്പാട്: മിടുക്കാ! രസികാ! ഇതാണ് എനിക്കു ഗോവിന്ദനെ ഇത്ര താൽപര്യം. ഞാൻ വെള്ളിച്ചെല്ലം ലക്ഷ്മിക്കുട്ടിയോട് എടുത്തോളാൻ പറഞ്ഞു. ഇതിന് അസ്വാധീനമില്ലെന്നു ലക്ഷ്മിക്കുട്ടിയും പറഞ്ഞു. ഒരു സമയം നീ അത് അവിടെ ഇട്ടുപോന്നിട്ടു ലക്ഷ്മിക്കുട്ടി തന്റേ റതാക്കി എടുത്തുവയ്ക്കുമോ എന്നു ഞാൻ വിഷാദിച്ചു.

ഗോവിന്ദൻ: അടിയൻ കുറെ കാലമായില്ലേ ഇവിടുത്തെ കല്ലരി തിന്നുന്നു. ഇതൊക്കെ അടിയനു നല്ല നിശ്ചയമില്ലേ.

ഇങ്ങിനെ ഗോവിന്ദനുമായി സല്ലാപിച്ചുകൊണ്ടു നമ്പൂതിരിപ്പാട് തേച്ചുകുളിക്ക് ആരംഭിച്ചു.

നമ്പൂതിരിപ്പാടു കുളപ്പുരയിൽ എണ്ണ തേച്ചുകൊണ്ടിരിക്കുമ്പോൾ കേശവൻനമ്പൂതിരിയും ചെറുശ്ശേരിനമ്പൂതിരിയുംകൂടി മഠത്തിന്റെ കോലായ്മൽ ഇരുന്ന് ഒരു സംഭാഷണം ഉണ്ടായി. കേശവൻനമ്പൂതിരിക്കു പല പ്രകാരേണയും മനസ്സിൽ വിഷാദം ഉണ്ടായിരുന്നു. അസംഗതിയായി തന്റെ ഭാര്യയെ നമ്പൂതിരിപ്പാടു കണ്ടെത്തി. സുന്ദരിയാണു തന്റെ ഭാര്യ എന്നുള്ളതിലേക്കു സംശയമില്ല. തന്റെ അഭിപ്രായത്തിൽ നമ്പൂതിരിപ്പാടും അതിസുന്ദരൻ എന്നുതന്നെയാണ്. പിന്നെ നമ്പൂതിരിപ്പാട് അതിധനവാൻ -കുബേരൻ. ലക്ഷ്മിക്കുട്ടിക്ക് ഇദ്ദേഹത്തിൽ ഭ്രമം ഉണ്ടായാലോ? പഞ്ചു മേനോൻ സമ്മതിക്കുമോ എന്നുള്ളതിനു വാദമില്ലാ. 'നമ്പൂതിരിപ്പാടു സംബന്ധം ആവണം എന്നു പറയുന്നു. അദ്ദേഹം വലുതായ ഒരാളല്ലേ! അതിന് ഇവിടുന്ന് വിരോധം പറയരുതെന്നു പഞ്ചുമേനോൻ എന്നെ വിളിച്ചു പറഞ്ഞാൽ ഞാൻ എന്തു ചെയ്യും, ഈശ്വരാ! ഞാൻ സമ്മതിച്ചാൽ എന്ത്, സമ്മതിച്ചില്ലങ്കിൽ എന്ത്? കാര്യം നടക്കും. നമുക്ക് ഇല്ല

ത്തേക്കും പോവാം. ശൂദ്രസ്ത്രീകളെ ഭാര്യയാക്കിയാൽ ഇങ്ങിനെ ഓരോ ആപത്തുകൾ വന്നേക്കാം. ഇങ്ങിനെ എല്ലാം കുറേനേരം ആ സാധു കേശവൻനമ്പൂരി വിചാരിക്കും. പിന്നെ ലക്ഷ്മിക്കുട്ടിയുടെ മുഖവും ശരീരവും എല്ലാംകൂടി ഒന്നു വിചാരിക്കും. 'കഷ്ടമേ, വല്ല ആപത്തും നമുക്കു വന്നു നേരിടുമോ?-ഇല്ലാ അതുണ്ടാവുന്നതല്ലാ. ഇന്ദുലേഖയ്ക്കു സംബന്ധത്തിന്നു വന്നിട്ട് ഇന്ദുലേഖയുടെ അമ്മയെ ബാന്ധവിച്ചു കൊണ്ടുപോയി എന്നു വരുമോ? അങ്ങിനെ വരാൻ പാടില്ല' എന്നു വിചാരിച്ചു ധൈര്യപ്പെടും. ഇങ്ങിനെ തിരിച്ചും മറിച്ചും വിചാരിക്കും. വിചാരിച്ചു വിചാരിച്ച് ഈ ശുദ്ധാത്മാവിന് ഈവിചാരം പോയി മറ്റൊരുവിചാരം തുടങ്ങി. 'ഒമ്പതുമണിക്ക് പാട്ട് ഉണ്ടാവുമെന്ന് ഈ നമ്പൂതിരിപ്പാടോടു പറഞ്ഞുപോയല്ലോ. എനി ഇന്ദുലേഖ പാടില്ലെങ്കിലോ? വീണപ്പെട്ടി വായിച്ചില്ലെങ്കിലോ? അതിദുർഘടമായിത്തീരുമല്ലൊ. ഇങ്ങിനെ വന്നാൽ എന്തു നിവൃത്തി?-എന്ന ആലോചനയാണ് പിന്നെ ഉണ്ടായത്. ആലോചിച്ച് ആലോചിച്ച് ഒരു വഴിയും കാണാതെ മേല്പെട്ടു നോക്കിക്കൊണ്ടിരിക്കുമ്പോൾ ചെറുശ്ശേരിനമ്പൂതിരി അടുക്കെ വന്ന് ഇരുന്നു.

ചെറുശ്ശേരിനമ്പൂതിരി: എന്താണു കറുത്തേടത്തിന്ന് ഒരു കുണ്ഠിതം ഉള്ളതുപോലെ കാണുന്നു?

കേശവൻനമ്പൂതിരി: (ഒരു പച്ചച്ചിറിയോടുകൂടി) കുണ്ഠിതം ഒന്നുമില്ലാ. എന്തു കുണ്ഠിതം?-കുണ്ഠിതത്തിന്ന് ഒരു കാരണവുമില്ലാ.

ചെറുശ്ശേരിനമ്പൂതിരി: പിന്നെ എന്താണ് ദീർഘാലോചന?

കേശവൻനമ്പൂതിരി: ഒന്നുമില്ലാ; ഇന്നത്തെ പാട്ടിന്റെ കാര്യം ആലോചിച്ചു. നേരം എട്ടരമണി കഴിഞ്ഞു.

ചെറുശ്ശേരിനമ്പൂതിരി: എന്താണ് പാട്ടിനു തടസ്ഥം ഒന്നും ഉണ്ടാകയില്ലല്ലോ?

കേശവൻനമ്പൂതിരി: എന്താണു തടസ്ഥം-ഒന്നും ഇല്ല. ഒരു തടസ്ഥവും ഇല്ല. ഇന്നു രാത്രി ഒൻപതുമണിക്ക് പാട്ടുണ്ട്. ചെറുശ്ശേരിക്കും മുകളിൽ വരാം. ഇന്ദുലേഖ അസാധാരണയായി രാത്രികളിലൊക്കെ പാടാറുണ്ട്. ചിലപ്പോൾ വീണപ്പെട്ടിയും വായിക്കും. വളരെ ദുർലഭം ദിവസമേ പാട്ട് ഇല്ലാതെയുള്ളു. ഇന്നു പാട്ടുണ്ടാവാതിരിക്കയില്ലാ. എല്ലാവർക്കും പോയികേൾക്കാം. അതിന് ഇന്ദുലേഖയ്ക്കു വിരോധം ഒന്നും ഇല്ലാ. ഇന്നു പാട്ടുണ്ടാവാതിരിക്കയില്ല. നമ്പൂതിരിയും മറ്റും ഉള്ളതല്ലേ?

ചെറുശ്ശേരിനമ്പൂതിരി: പാട്ടുണ്ടായെങ്കിൽ ഞാനും വരാം കേൾക്കാൻ.

കേശവൻനമ്പൂതിരി: പാട്ടുണ്ടാവും; സംശയമില്ലാ.

കേശവൻനമ്പൂതിരിക്കു നല്ല ഒന്നാന്തരം സംശയം ഉണ്ട്. എന്നാലും നേമത്തെ പതിവ് ഇല്ലാതിരിക്കില്ലാ എന്ന് ഈ ശുദ്ധാത്മാവിനു പിന്നെയും ഒരു വിശ്വാസം. ഇന്ദുലേഖയോടു ചോദിപ്പാനോ ഇന്ദുലേഖയുടെ മുഖത്തു നോക്കാനോ ഇയാൾക്കു ധൈര്യവും ഇല്ലാ. കേശവൻനമ്പൂതിരി വലിയ കുഴക്കിലായി അങ്ങിനെ ഓരോന്നു വിചാരിച്ചു. ഒടുവിൽ-

കേശവൻനമ്പൂതിരി: ഇന്നു പാട്ട് ഉണ്ടാവും; ഉണ്ടാവാതിരിക്കില്ലാ. നമ്പൂതിരിയും മറ്റും ഉള്ളതല്ലേ?

ചെറുശ്ശേരിനമ്പൂതിരി: എന്താണിത്ര ഒരു പരിഭ്രമം കറുത്തേടത്തിന്ന്? പാട്ടുണ്ടാവും, അതു നമുക്കു കേൾക്കുകയും ചെയ്യാം-എന്നല്ലെ തീർച്ച?

കേശവൻനമ്പൂതിരി: ചെറുശ്ശേരിക്കു വല്ല ശങ്കയും തോന്നുന്നുണ്ടോ?

ചെറുശ്ശേരിനമ്പൂതിരി: ശിക്ഷ! എനിക്ക് എന്തു ശങ്കയാണു തോന്നുവാൻ-കറുത്തേടമല്ലേ ഒക്കെ ശട്ടം ചെയ്തത്.

കേശവൻനമ്പൂതിരി: ഛീ! ഛീ! ഞാൻ ഒന്നും ശട്ടം ചെയ്തിട്ടില്ല. ഞാൻ എന്തു ശട്ടം ചെയ്‌വാനാണ്? ഇന്ദുലേഖ രാത്രി വീണപ്പെട്ടി പതിവായി വായിക്കാറുള്ളതുപോലെ ഇന്നും വായിക്കും. അപ്പോൾ കേൾക്കാമെന്നു മാത്രമേ ഞാൻ നമ്പൂതിരിയോടും പറഞ്ഞിട്ടുള്ളു.

ചെറുശ്ശേരിനമ്പൂതിരി: എങ്ങിനെ എങ്കിലും ആവട്ടെ. ഇപ്പോൾ കറുത്തേടത്തിന്ന് അതിനെക്കുറിച്ച് എന്താണ് ഒരു പരിഭ്രമം?

കേശവൻനമ്പൂതിരി: പരിഭ്രമം ഒന്നുമില്ലാ-യാതൊന്നുമില്ലാ. എന്നാൽ ഞാൻ പറഞ്ഞതു നമ്പൂതിരി തെറ്റായി ധരിക്കുമോ എന്ന് ഒരു ശങ്ക. ഇന്നു പാട്ടുണ്ടാവാതെ ഇരിക്കയില്ല. പിന്നെ എന്തിനാണു ശങ്കിക്കുന്നത്? ശങ്കിക്കാൻ എടയില്ലെന്ന് എനിക്കുതന്നെ തോന്നുന്നു.

ചെറുശ്ശേരിനമ്പൂതിരി: ആട്ടെ, നമ്പൂതിരിയെ കണ്ടിട്ട് ഇന്ദുലേഖയ്ക്ക് അനുരാഗം ഉണ്ടായോ? ആ കഥ കേൾക്കട്ടെ.

കേശവൻനമ്പൂതിരി: ഇന്ദുലേഖയ്ക്കോ?

ചെറുശ്ശേരിനമ്പൂതിരി: അതെ; ഇന്ദുലേഖയ്ക്ക്.

അപ്പോൾ കേശവൻനമ്പൂതിരിയുടെ മുഖം കാണേണ്ടതായിരുന്നു. മുഖത്ത് ഒരു കട്ടാരംകൊണ്ടു കുത്തിയാൽ ഒരുതുള്ളി ചോര കാണുകയില്ലാ. കുറെനേരം ഒന്നും മിണ്ടാതെ നിന്നു. ഒടുവിൽ-

കേശവൻനമ്പൂതിരി: ഇന്ദുലേഖയ്ക്ക് അനുരാഗം-അനുരാഗം-എന്തോ എനിക്ക് ഒന്നും മനസ്സിലാവുന്നില്ലാ, ഇങ്കിരിയസ്സു പഠിച്ച സ്ത്രീകളുടെ സ്വഭാവം നോക്കൊന്നും മനസ്സിലാവില്ല എന്ന് എനിക്ക് ഇപ്പോൾ ബോദ്ധ്യമായി. പഞ്ചുമേനോൻ ഇത്രിഭുവനത്തിൽ ഒരാളെ പേടിയില്ലാത്താളാണ്. അയാൾ തന്റെ പൗത്രിയായ ഈ ചെറുപെങ്കിടാവിനെ പേടിച്ചു കിടുകിട വിറയ്ക്കുന്നു. നമ്പൂതിരി മഹാകേമനായിട്ടുള്ളാളല്ലെ. അദ്ദേഹത്തെ കണ്ടാലെങ്കിലും ഒന്ന് ഒതുങ്ങുമെന്നു ഞാൻ വിചാരിച്ചു പോയി. ഇതു തെറ്റായ ധാരണയാണെന്ന് എനിക്ക് ഇപ്പോൾ കുരശ്ശെ തോന്നിത്തുടങ്ങി. എന്തോ നിശ്ചയിക്കാറായിട്ടില്ല. എനിക്ക് ഇങ്കിരിയസ്സുമാതിരി ഒന്നും നിശ്ചയമില്ല, ചെറുശ്ശേരീ. സർക്കാരാളുകളിൽ നൂൽക്കമ്പിനി തിരിക്കുന്ന ഒരു സായ്‌വിനെമാത്രമേ ഞാൻ കണ്ടിട്ടുള്ളൂ.

ചെറുശ്ശേരി ഇതുകേട്ടു വല്ലാതെ ഉറക്കെ ചിരിച്ചുപോയി. ഒരു നിമിഷം ഒന്നായിച്ചിരിച്ചശേഷം:

ചെറുശ്ശേരിനമ്പൂതിരി: നമ്പൂതിരിക്ക് ഇന്ദുലേഖയെ കിട്ടുമോ ഇല്ലയോ? അതു പറയൂ.

കേശവൻനമ്പൂതിരി: അതു പറയാറായില്ല-ഇന്നത്തെ രാത്രി കഴിഞ്ഞാൽ ഞാൻ പറയാം. ഞാൻ ഈ കുട്ടിയുടെ വിഷമതകൾ ഒന്നും അറിഞ്ഞില്ല ചെറുശ്ശേരീ.

ചെറുശ്ശേരിനമ്പൂതിരി: കുട്ടിക്കു വിഷമതയോ! വിഷമത ഒന്നും ഇല്ലാ.

ഇവർ ഇങ്ങിനെ പറഞ്ഞുംകൊണ്ടിരിക്കുമ്പോൾ നമ്പൂതിരിപ്പാടു കുളികഴിഞ്ഞ് എത്തി. ശ്ലോകം മടക്കിയതു വിചാരിച്ചിട്ടു നമ്പൂതിരിപ്പാട്ടിലേക്കും മനസ്സിൽ നല്ല ഉത്സാഹം ഉണ്ടായിരുന്നില്ല എങ്കിലും ഇന്ദുലേഖയുടെ രൂപം ധ്യാനിക്കുക തന്നെയായിരുന്നു മനസ്സുകൊണ്ടു ചെയ്തിരുന്നത്. മുഷിഞ്ഞാൽ മുഷിഞ്ഞോട്ടെ. ഒൻപതുമണിക്കു കാണാമല്ലോ. കണ്ടുകൊണ്ടിരുന്നാൽമതി, സംസാരിച്ചില്ലെങ്കിലും വേണ്ടതില്ലാ-എന്നുള്ള ദിക്കായിരുന്നു നമ്പൂതിരിപ്പാട്ടിലേക്ക്. ഊൺ കഴിഞ്ഞശേഷം നമ്പൂതിരിപ്പാടും മറ്റും പൂവരങ്ങിലേക്കു പുറപ്പെട്ടു.

നമ്പൂതിരിപ്പാട്: ചെറുശ്ശേരി! ഇപ്പോൾ കുപ്പായം വേണ്ടാ, ധൂപ്പട്ടി മതി; അല്ലേ?

ചെറുശ്ശേരിനമ്പൂതിരി: അതെ.

നമ്പൂതിരിപ്പാട്: ഗോവിന്ദാ, ആ പൊൻകുമിഴടിച്ച വെള്ളിച്ചെല്ലം, സ്വർണ്ണപ്പനീർവീശി ഇതുകൾ എടുക്കണം. സദിരിൽ മുമ്പിൽ അതു വെയ്ക്കണം.

കേശവൻനമ്പൂതിരി: പാട്ടു വീണപ്പെട്ടിയിന്മേൽവെച്ചാണ്. ഒരു കസാലയിന്മേൽ ഇരുന്നിട്ടാണ്. കൈകൊണ്ടാണു പാട്ട്. സാധാരണ പായ വിരിച്ചിട്ടല്ല ഇവിടെ കണ്ടിട്ടുള്ളത്.

നമ്പൂതിരിപ്പാട്: പെണ്ണുങ്ങളെ ഇങ്കിരിയസ്സു പഠിപ്പിച്ചാലത്തെ ദുർഘടമാണ് ഇതെല്ലാം. കസാലയിന്മേൽ ഇരുന്നിട്ടു പാടാറുണ്ടോ? എന്തു കഥയാണ് ഇത്? പഞ്ചുവോടു പറയൂ-താഴത്തു പുല്പായിൽ ഇരുന്നിട്ടാണ് ഇന്ന് ഇന്ദുലേഖാ പാടേണ്ടത് എന്നു കറുത്തേടം പറയൂ.

കേശവൻനമ്പൂതിരി: പറയാം.

ഈ സംഭാഷണം കഴിഞ്ഞ ഉടനെ നമ്പൂതിരിപ്പാടും പരിവാരങ്ങളും പൂവരങ്ങിലേക്കു പുറപ്പെട്ടു. നാലുകെട്ടിൽ വന്നു നമ്പൂതിരിപ്പാട് ഒരു കസാലമേൽ ഇരുന്നു. കേശവൻനമ്പൂതിരി പതുക്കെ ഇന്ദുലേഖയുടെ മാളികയിന്മേൽ കയറിച്ചെന്നപ്പോൾ പുറത്തളത്തിന്റെ വാതിൽ തട്ടിയടച്ചിരിക്കുന്നതു കണ്ടു. കേശവൻനമ്പൂതിരിക്ക് അപ്പോൾ ഉണ്ടായ ഒരു വ്യസനവും പരിഭ്രമവും ഇന്ന പ്രകാരമെന്നു പറവാൻ പാടില്ല. ഒന്നു വിളിച്ചാലോ എന്ന് ആദ്യം വിചാരിച്ചു. സാധുബ്രാഷ്മണനു ധൈര്യം വന്നില്ല. ഉടനെ അകായിൽക്കൂടി തന്റെ ഭാര്യയുടെ അറയിൽ വന്നു. ഭാര്യ ഉറങ്ങാൻ ഭാവിച്ചു കിടക്കുന്നു.

കേശവൻനമ്പൂതിരി: ലക്ഷ്മിക്കുട്ടീ! ലക്ഷ്മിക്കുട്ടീ! ഞാൻ വലിയ അവമാനത്തിലായല്ലോ.

ലക്ഷ്മിക്കുട്ടിഅമ്മ എഴുനീറ്റുനിന്നു.

ലക്ഷ്മിക്കുട്ടിഅമ്മ: എന്താണ് അവമാനമായത്?

കേശവൻനമ്പൂതിരി: ഇന്നു നേമത്തെപ്പോലെ പാട്ടുണ്ടാവുമെന്നു വിചാരിച്ചു ഞാൻ നമ്പൂതിരിയെ ക്ഷണിച്ചു കൂട്ടിക്കൊണ്ടുവന്നു. ഇന്ദുലേഖ തളത്തിൽ വാതിൽ തഴുതിട്ട് ഉറങ്ങിയിരിക്കുന്നു. ഞാൻ എനി നമ്പൂതിരിയോട് എന്തു പറയും?

ലക്ഷ്മിക്കുട്ടിഅമ്മ: ഉള്ള വിവരം പറയണം. അല്ലാതെ എന്താണ്, പാട്ടു നേമത്തെപ്പോലെ ഉണ്ടാവും എന്നു വിചാരിച്ചു പറഞ്ഞതാണ്-ഇന്നു പാട്ടില്ലെന്നു തോന്നുന്നു; ഇന്ദുലേഖയുടെ മാളികവാതിൽ അടച്ച് അവൾ ഉറക്കായിരിക്കുന്നു. അതുകൊണ്ടു പാട്ടു നാളെയാക്കാമെന്നു പറയണം. ഇതിൽ എന്താണ് അവമാനം?

കേശവൻനമ്പൂതിരി: അല്പം ദുർഘടം ഉണ്ട്. ഞാൻ നമ്പൂതിരിയോടു നേർത്തെ പറഞ്ഞതിൽ അല്പം ദുർഘടം ഉണ്ട്. അതാണ് ഇപ്പോൾ വിഷമം.

ലക്ഷ്മിക്കുട്ടിഅമ്മ: എന്താണു പറഞ്ഞത്?

കേശവൻനമ്പൂതിരി: അല്പം ദുർഘടമായിട്ടു പറഞ്ഞുപോയി. ഇന്ദുലേഖ നേർത്തെ മാളികയിൽനിന്നു ദേഷ്യഭാവത്തോടെ എറങ്ങിപ്പോരുമ്പോൾ നമ്പൂതിരിപ്പാട്ടിലേക്കു സുഖക്കേടുണ്ടാവാതിരിക്കാൻ അല്പം ദുർഘടമായി പറഞ്ഞുപോയി. പാട്ട് ഉണ്ടാവും-ഒമ്പതുമണിക്കു പാട്ട് ഉണ്ടാവും എന്നു പറഞ്ഞുപോയി. അതു സഫലമാക്കിത്തരണം. ലക്ഷ്മിക്കുട്ടി ഒന്നു മുകളിൽ വന്ന് ഇന്ദുലേഖയെ വിളിക്കണം.

ലക്ഷ്മിക്കുട്ടിഅമ്മ: നല്ല ശിക്ഷ! ഞാൻ ഒരിക്കലും വിളിക്കയില്ല. എന്താണ്, അവളുടെ സ്വഭാവം നല്ല നിശ്ചയമില്ലേ? നമ്പൂതിരിപ്പാട്ടിലേക്ക് പടിപ്പുരമാളികയിൽ എല്ലാം വിരിപ്പിച്ചു വേഗം ഇങ്ങട്ടു വന്ന് ഉറങ്ങിക്കൊൾകേ വേണ്ടു. എന്തിനാണ് ഇത്രയെല്ലാം ബുദ്ധിമുട്ടുന്നത്?

കേശവൻനമ്പൂതിരി: ഛേ! അങ്ങിനെ പാടില്ലാ. എന്നാൽ ഞാൻ പഞ്ചുമേനവനോടു പറഞ്ഞുനോക്കട്ടെ.

ലക്ഷ്മിക്കുട്ടിഅമ്മ: അങ്ങിനെതന്നെ.

കേശവൻനമ്പൂതിരി പഞ്ചുമേനവനെ അന്വേഷിച്ചപ്പോൾ അയാൾ നാലുകെട്ടിൽ നമ്പൂതിരിപ്പാടുമായി സംസാരിച്ചുകൊണ്ടു നില്ക്കുകയായിരുന്നു. കേശവൻനമ്പൂതിരി തെക്കെ അറയിൽ നമ്പൂതിരിപ്പാടു കാണാതെ നിന്നു പഞ്ചുമേനവനെ കൈകൊണ്ടു മാടി വിളിച്ചു. പഞ്ചുമേനവൻ അകത്തേക്കു ചെന്നു. വിവരങ്ങൾ പറഞ്ഞപ്പോൾ താൻ യാതൊന്നും പ്രവർത്തിക്കയില്ലെന്നു കോപത്തോടുകൂടി പറഞ്ഞു. പഞ്ചുമേനവൻ പിന്നെയും നാലുകെട്ടിലേക്കുതന്നെ പോയി; നമ്പൂതിരിപ്പാടോടു സംസാരിച്ചു കൊണ്ടു നിന്നു. കേശവൻനമ്പൂതിരി തെക്കെ അകത്തും വശായി. പിന്നെയും കുറേനേരം കഴിഞ്ഞപ്പോൾ-

നമ്പൂതിരിപ്പാട്: കറുത്തേടം എങ്ങട്ടു പോയി, കാണാനില്ലല്ലൊ. നേരം പത്തുമണി കഴിഞ്ഞുവല്ലൊ. സദിർ ഒൻപതുമണിക്ക് എന്നല്ലേ ആദ്യം വെച്ചിരുന്നത്.

ഈ വാക്കു കേട്ടപ്പോൾ കേശവൻനമ്പൂതിരി "ഞാൻ ഇവിടെ ഉണ്ട്" എന്നും പറഞ്ഞുകൊണ്ട് ഒരു പിശാചിനെപ്പോലെ പുറത്തേക്കു ചാടി.

പഞ്ചുമേനോൻ: പള്ളിക്കുറുപ്പിനെല്ലാം പടിമാളികയിന്മേൽ ശട്ടംചെയ്തിട്ടുണ്ട്. അടിയനു വയസ്സാണ്. നില്പാൻ പ്രയാസം. രാവിലെ തിരുമുമ്പാകെ വിടകൊള്ളാം.

എന്നുപറഞ്ഞ് അകത്തേക്കു പോയി.

പടിമാളികയിലാണോ എനിക്ക് ഉറക്ക് എന്നോർത്തു നമ്പൂതിരിപ്പാട്ടിലേക്ക് അല്പം ദേഷ്യംതോന്നി. ആട്ടെ, പാട്ടുംമറ്റും കഴിഞ്ഞിട്ടല്ലെ ഉറങ്ങേണ്ടു. അപ്പോഴയ്ക്കു രണ്ടുമൂന്നു മണിയാവും. അത്രനേരം ഇന്ദുലേഖയുമായി ഒരുമിച്ചിരിക്കാമല്ലോ-എന്ന് ഓർത്തു സന്തോഷിച്ചു.

നമ്പൂതിരിപ്പാട്: എന്താണു കറുത്തേടം, താമസം?

കേശവൻനമ്പൂതിരി: താമസം ഒന്നുമില്ല.

നമ്പൂതിരിപ്പാട്: എന്നാൽ മാളികയിന്മേലേക്കു പോവുക. ചെറുശ്ശേരി വരൂ. ചെറുശ്ശേരി കുറെ പാട്ടുകേട്ടിട്ടു മടങ്ങിവന്ന് ഉറങ്ങിക്കോളു.

കേശവൻനമ്പൂതിരി കുറെനേരെ ഒന്നും സംസാരിപ്പാൻ വയ്യാതെ നിന്നു. ഒടുവിൽ:

കേശവൻനമ്പൂതിരി: ഇന്ദുലേഖയ്ക്കു ശരീരത്തിനു കുറെ സുഖക്കേടാണെന്നു തോന്നുന്നു. ഉറങ്ങിയിരിക്കുന്നു. മാളികയുടെ വാതിൽ അടച്ചിരിക്കുന്നു.

നമ്പൂതിരിപ്പാട്: കറുത്തേടത്തിന്നു വിളിക്കരുതേ?-പോയി വിളിക്കൂ.

കേശവൻനമ്പൂതിരി: വിളിച്ചു.

നമ്പൂതിരിപ്പാട്: ഉറക്കെ വിളിച്ചുനോക്കൂ.

കേശവൻനമ്പൂതിരി: ഉറക്കെ വിളിച്ചു.

നമ്പൂതിരിപ്പാട്: എന്നിട്ടോ?

കേശവൻനമ്പൂതിരി: വാതിൽ തുറന്നില്ല.

നമ്പൂതിരിപ്പാട്: ശരീരത്തിനു സുഖക്കേടാണെന്നു പറഞ്ഞുവോ?

കേശവൻനമ്പൂതിരി: പറഞ്ഞു.

നമ്പൂതിരിപ്പാട്: പാടുക വയ്യ എന്നു പറഞ്ഞുവോ!

കേശവൻനമ്പൂതിരി: പറഞ്ഞു.

നമ്പൂതിരിപ്പാട്: എന്നാൽ മുകളിൽ വെടിപറയാമായിരുന്നുവല്ലോ. വാതിൽ തുറക്കില്ലേ?

കേശവൻനമ്പൂതിരി: തുറക്കില്ലെന്നുതന്നെയാണു പറഞ്ഞത്.

നമ്പൂതിരിപ്പാട്: ഒന്നുകൂടി പോയിനോക്കൂ.

ചെറുശ്ശേരിനമ്പൂതിരി: അതു വെടിപ്പില്ല, ദീനം നാളേക്കു സുഖമാവുമെല്ലോ. വല്ല തലവേദനയോ മറ്റോ ആയിരിക്കും. നാളെ ഭക്ഷണം കഴിഞ്ഞ് സദിരാവാം. അതാണു നല്ലത്.

കേശവൻനമ്പൂതിരി: അതാണു നല്ലത്, സംശയമില്ല.

നമ്പൂതിരിപ്പാട്: കറുത്തേടത്തിന്റെ പരിഗ്രഹത്തിന്നു പാട്ടില്ലേ?

കേശവൻനമ്പൂതിരി: ഇല്ലാ, അവളും ഉറക്കായിരിക്കുന്നു.

നമ്പൂതിരിപ്പാടും ചെറുശ്ശേരിനമ്പൂരിയും പടിമാളികയുടെ മുകളിൽ പോയി. നമ്പൂതിരിപ്പാട്ടിലേക്കു ലേശം ഉറക്കം വന്നില്ലാ. ഇന്ദുലേഖയെത്തന്നെ വിചാരിച്ച് ഒരു ഭ്രാന്തനെപ്പോലെ നടന്നുംകൊണ്ടിരുന്നു. ഒടുവിൽ ഗോവിന്ദനെ വിളിച്ചു മുറുക്കാൻ ഉണ്ടാക്കാൻ പറഞ്ഞു.

ഗോവിന്ദൻ മുറുക്കാൻ എടുത്തുകൊണ്ടു നമ്പൂതിരിപ്പാടോടു പറയുന്നു:

“പള്ളിക്കുറുപ്പ് ഇന്നലെയും ഉണ്ടായിട്ടില്ല. കുറെ മുമ്പു പന്ത്രണ്ട് അടിക്കുന്നതു കേട്ടു. വല്ല ചൊവ്വല്ലായും ഉണ്ടായാലോ എന്ന് അടിയനു വിചാരം.”

നമ്പൂതിരിപ്പാട്: വിഡ്ഢി! ആ ഇന്ദുലേഖാ ആ മാളികമുകളിൽ കിടക്കുമ്പോൾ ഇത്ര സമീപത്തിൽ ഇരുന്നുംകൊണ്ട് എനിക്ക് എങ്ങിനെ ഉറക്കുവരും?

ഗോവിന്ദൻ: എന്നാൽ പള്ളിക്കുറുപ്പ് ആ മാളികയിന്മേൽ തന്നെ വേണമെന്ന് അരുളിച്ചെയ്യാമായിരുന്നില്ലേ?

നമ്പൂതിരിപ്പാട്: അതു പറഞ്ഞിട്ടു ഫലമില്ലാ. ഇന്ദുലേഖ ഇങ്കിരിയസ്സു മാതിരിക്കാരിയാണുപോൽ. സമയം നോക്കീട്ടേ ചെല്ലാൻ പാടുള്ളു. ഗോഷ്ഠിമയം! ആ പെണ്ണിന് ഇത്ര സൗന്ദര്യം ഉണ്ടായിരുന്നില്ലെങ്കിൽ ഞാൻ നേർത്തെ മുഖത്ത് ആട്ടിപ്പോരുമായിരുന്നു. എന്തൊരു കുറുമ്പാണ്! ആചാരം ഒന്നും പറയുന്നില്ല. സമന്മാരോടു പറയുംപോലെ എന്നോടു സംസാരിച്ചു. എന്റെ മുമ്പിൽ ഇരിക്കണമെന്നുകൂടി താല്പര്യമുണ്ടായിരുന്നു എന്നു തോന്നുന്നു. പക്ഷേ, അതിനു ഞാൻ സമ്മതിച്ചില്ല. എന്നാൽ ഒരു വിഡ്ഢിത്തം എനിക്കും വന്നിട്ടുണ്ട്. നേർത്തെ അവളെ കണ്ട ഉടനെ ഞാൻ വളരെ ഭ്രമിച്ച് എന്റെ സ്ഥിതി ഒന്നും ഓർക്കാതെ കുറച്ചു ഘനം വിട്ടു ചില ചാപല്യങ്ങൾ പറഞ്ഞുപോയിട്ടുണ്ട്. അതുകൊണ്ട് എന്നെ കുറേക്കൂടെ ബുദ്ധിമുട്ടിച്ചു പണം കുറെപറ്റിക്കേണമെന്നു വിചാരമുണ്ടോ എന്നറിഞ്ഞില്ല. ഞാൻ പൊൻഗഡിയാൾ കൊടുത്തപ്പോൾ അതിന്മേൽ ബഹു ദുരാശ കണ്ടു. വേഗം ഞാൻ ഇങ്ങട്ടുതന്നെ വാങ്ങി. അത്ര വേഗം ഇതൊന്നും എന്നോടു പറ്റുകയില്ല. പൊൻഗഡിയാൾ മടക്കി വാങ്ങിയതുകൊണ്ടോ നീ നേർത്തെ ശ്ലോകം കൊണ്ടുചെന്നപ്പോൾ വാങ്ങാഞ്ഞത് എന്ന് എനിക്ക് ഒരു ശങ്ക. പക്ഷേ, ആ ഗഡിയാൾ കൊടുത്തുകളയാം. എനിക്കു ബഹു മോഹം ഗോവിന്ദാ. ഇങ്ങിനെ ഒരു മോഹം ഇതുവരെ ഉണ്ടായിട്ടില്ല. എന്നാലും നാളെ ഞാൻ കാണുമ്പോൾ നല്ല ഘനം നടിക്കാനാണു നിശ്ചയിച്ചിരിക്കുന്നത്. ഒരു സുഖമില്ല-മനസ്സിന്നു ലേശം സുഖമില്ല. വരണ്ടീരുന്നില്ല എന്നു തോന്നുന്നു. അങ്ങട്ട് ഇന്ദുലേഖയെ കൂടാതെ പോവുന്നതും ബഹു അവമാനം. മഹാവിഡ്ഢി കറുത്തേടത്തിന്റെ എഴുത്തുപ്രകാരം വന്നു; ഇപ്പോൾ ചെണ്ട കൊട്ടാറായി എന്നു തോന്നുന്നു. മോശം, മോശം-മഹാമോശം.

ഇതെല്ലാം പറയുന്നതു ഗോവിന്ദൻ സ്വസ്ഥമായി കേട്ടു. വെറ്റില മുറുക്കാൻ ഉണ്ടാക്കിക്കൊടുത്തു കഴിഞ്ഞശേഷം സാധാരണ സമ്പ്രദായപ്രകാരം നമ്പൂതിരിപ്പാട്ടിലെ അടുക്കെ നിന്നു പറഞ്ഞു.

ഗോവിന്ദൻ: അടിയൻ ഒന്ന് ഉണർത്തിക്കാനുണ്ട്. സമ്മതമുണ്ടെങ്കിൽ ഉണർത്തിക്കാം.

നമ്പൂതിരിപ്പാട്: പറയൂ-പറയൂ. ഒറക്കം എനിക്കു ലേശം വരുന്നില്ല. പറയൂ.

ഗോവിന്ദൻ: ഇന്ദുലേഖയ്ക്കു രഹസ്യമായിട്ടു വേറെ ഒരു വിദ്വാനുണ്ടത്രേ. അവനുമായിട്ടു വലിയ ഇഷ്ടമാണത്രെ. ദുർന്നടപ്പുകാരിയാണ് ഇവൾ എന്നാണ് അടിയനു തോന്നിയത്. പിന്നെ കുറുമ്പും കലശൽ തന്നെ. ഇങ്കിരീസ്സും മറ്റും വളരെ പഠിച്ചിരിക്കുന്നതുകൊണ്ട് ആ സമ്പ്രദായവുംകൊണ്ട് മനയ്ക്കലേക്കു ചെന്നാൽ അവിടെ പിടിക്കാൻ പ്രയാസം. സമ്പ്രദായം എനി മാറ്റാനും പ്രയാസം. ഇവിടെ പൂവള്ളിവീട്ടിൽ പഞ്ചുമേനവന്റെ മരുമകളായിട്ട് ഒന്നാന്തരം ഒരു കുട്ടിയുണ്ട്. അടിയൻ വൈകുന്നേരം അമ്പലത്തിൽ വന്നുപോവുന്നതു കണ്ടു. അതിന് ഇങ്കിരിയസ്സും മറ്റും ഇല്ല. നല്ല പ്രകൃതമാണെന്ന് എല്ലാവരും പറയുന്നു. ആ പെണ്ണിനു തിരുമനസ്സിലെ കണ്ടാൽ ബോധിക്കും. സാധിക്കാനും പ്രയാസമില്ല. അതുകൊണ്ട് അതിന് ഉത്സാഹിക്കുന്നതാണു നല്ലത് എന്ന് അടിയനു തോന്നുന്നു. എനി തമ്പുരാന്റെ തിരുമനസ്സുപോലെ.

നമ്പൂതിരിപ്പാട്: ഹാ-രസികാ! ഗോവിന്ദാ! മിടുക്കനാണു നീ. മിടുമിടുക്കാ-കേമാ! ഇപ്പോൾ എനിക്കു സുഖക്കേടു വളരെ തീർന്നു. ഈ കുട്ടിക്ക് ഇങ്കിരീസ്സ് ഇല്ല; നിശ്ചയംതന്നെ, അല്ലേ?

ഗോവിന്ദൻ: അശേഷമില്ല. പാവമാണ്-നല്ല സ്വഭാവം. ഇന്ന് അമറേത്തു കഴിക്കുമ്പോൾ രണ്ടുനേരവും ഉത്സാഹിച്ചുകൊണ്ടിരുന്ന ശീനുപട്ടരുടെ മകളാണത്രേ.

നമ്പൂതിരിപ്പാട്: ആട്ടെ; കണ്ടാൽ അതിസുന്ദരിയോ?

ഗോവിന്ദൻ: അതിസുന്ദരിയാണ്.

നമ്പൂതിരിപ്പാട്: എന്നാൽ എനിക്ക് അതു സമ്മതം. ഈ അധികപ്രസംഗി ഇന്ദുലേഖയെ കെട്ടിവലിച്ചുകൊണ്ടു പോയാൽതന്നെ രണ്ടു ദിവസം ശരിയായിട്ടിരിക്കയില്ല.

ഗോവിന്ദൻ: അരുളിച്ചെയ്തതു ശരിയാണ്.

നമ്പൂതിരിപ്പാട്: എന്നാൽ ശീനുപട്ടരെ ഇപ്പോൾതന്നെ വിളിക്കൂ.

ഗോവിന്ദൻ: വരട്ടെ, ബദ്ധപ്പെടേണ്ട, വെളിച്ചമാവട്ടെ.

നമ്പൂതിരിപ്പാട്: എന്നാൽ കുട്ടിയെ ഒന്ന് എനിക്കു കാണാമോ രാവിലെ?

ഗോവിന്ദൻ: ധാരാളമായിട്ടു കാണാം.

ഗോവിന്ദനുമായിട്ടുള്ള ഈ സംവാദം കഴിയുമ്പൊഴെയ്ക്ക് പ്രഭാതമായി എങ്കിലും നമ്പൂതിരിപ്പാടു ക്ഷീണംകൊണ്ടു കുറെ ഉറങ്ങിപ്പോയി.

13

നമ്പൂതിരിപ്പാടും ഇന്ദുലേഖയുമാ യുണ്ടായ രണ്ടാമത്തെ സംഭാഷണം

ഒരു അരമണിക്കൂറു നേരമേ നമ്പൂതിരിപ്പാട് ഉറങ്ങിയുള്ളു. അപ്പോൾ ഉണ്ടായ ഉറക്കിന് ഉറക്കം എന്നല്ലാ പറയേണ്ടത്-ഒരു മയക്കം എന്നാണ്. ആ മയക്കം കഴിഞ്ഞ ഉടനെ എണീറ്റിരുന്നു ഗോവിന്ദനെ വിളിച്ചു രാത്രി പറഞ്ഞതെല്ലാം രണ്ടാമതും പറയിച്ചു. മനസ്സിന്നു കുറെ സുഖം തോന്നി.

നമ്പൂതിരിപ്പാട്: ചെറുശ്ശേരി എവിടെയാണ് കിടക്കുന്നത്, ഉണർന്നുവോ?

ഗോവിന്ദൻ: കുളിപ്പാൻ പോയി. ഇതിന്റെ തെക്കേ അറയിലാണ് ഉറങ്ങിയത്. ചെറുശ്ശേരിനമ്പൂതിരിയോട് അടിയൻ ഉണർത്തിച്ചതൊന്നും ഇപ്പോൾ അരുളിച്ചെയ്യരുതെ.

നമ്പൂതിരിപ്പാട്: എന്താ വിരോധം?

ഗോവിന്ദൻ: സ്ഥിതി ഒന്ന് അറിഞ്ഞിട്ടു മതി എന്നടിയനു തോന്നുന്നു.

നമ്പൂതിരിപ്പാട്: മിടുക്കാ! നീ മഹാ മിടുക്കൻ തന്നെ. എന്നാൽ ഈ കാര്യം സ്വകാര്യമായിരിക്കട്ടെ. ഞാൻ ഇന്ദുലേഖയെ ഇന്നുകൂടി ഒന്നു കാണാം. എന്നിട്ടും അവൾ വശത്തായില്ലെങ്കിൽ ക്ഷണേന മറ്റേ കാര്യം നടന്നു പുലർകാലെ അവളേയുംകൊണ്ടു പൊയ്ക്കളയാം. ഇന്ദുലേഖയെത്തന്നെയാണു കൊണ്ടുപോയത് എന്നേ ഇവിടെ പുറത്തുള്ളാളുകൾ വിചാരിക്കയുള്ളു. നോം പൊയ്ക്കഴിഞ്ഞിട്ടു പിന്നെ അറിഞ്ഞോട്ടെ. പിന്നെ അറിയുന്നതുകൊണ്ട് ഒരു കുറവും നോക്ക് ഇല്ലെല്ലോ. അതുകൊണ്ട് ഈ കാര്യം ഗോപ്യമായിത്തന്നെ വെച്ചോ. ഇന്ദുലേഖയെത്തന്നെയാണ് സംബന്ധം കഴിച്ചുകൊണ്ടു പോവുന്നത് എന്നു നീ എല്ലാവരോടും ഭോഷ്കു പറഞ്ഞോ, അഥവാ ഇന്നു ഞാൻ കാണിപ്പാൻ ഭാവിച്ചിരിക്കുന്ന രസികത്വം കൊണ്ട് ഇന്ദുലേഖതന്നെ വശത്തായാൽ പിന്നെ അവളെ ത്തന്നെ കൊണ്ടുപോവുകയും ചെയ്യാം; അല്ലേ?

ഗോവിന്ദൻ: ഇപ്പോൾ അരുളിച്ചെയ്തതു ശരി. അങ്ങിനെതന്നെയാണു വേണ്ടത്.

നമ്പൂതിരിപ്പാട്: എന്നാൽ ആ പെണ്ണിനെ ഒന്ന് എനിക്കു കാണേണമെല്ലോ. അതിനെന്താണു വിദ്യ?

ഗോവിന്ദൻ: അടിയൻ പോയി അന്വേഷിച്ചുവരാം. അമ്പലത്തിൽ തൊഴാൻ വരും. അപ്പോൾ കാണാം.

നമ്പൂതിരിപ്പാട്: രസികക്കുട്ടീ! സമർത്ഥാ! അതുതന്നെ നല്ല സമയം. നീ പോയി അന്വേഷിച്ചു വാ.

ഗോവിന്ദൻ ഉടനെ പോയി അന്വേഷിച്ചപ്പോൾ കല്യാണിക്കുട്ടി സ്ത്രീകളുടെ കുളപ്പുരയിൽ കുളിക്കുന്നതുകണ്ടു. ഉടനെ ഓടിവന്ന് നമ്പൂതിരിപ്പാടെ അറിയിച്ചു. നമ്പൂതിരിപ്പാട് പെടഞ്ഞ് എണീട്ട് കുളത്തിലേക്കു പുറപ്പെട്ടു. നമ്പൂതിരിപ്പാട്ടിലെ അപ്പോഴത്തെ വേഷം ബഹു ലഘുവാണ്. ഒരു പട്ടുക്കരമുണ്ട് മുലയ്ക്കുമേൽ ചുറ്റി ഉടുത്തതും മെതിയടിയും മാത്രമേ ഉള്ളു.

എന്റെ വായനക്കാർക്ക് കല്യാണിക്കുട്ടിയെക്കുറിച്ച് അവളുടെ പേരു പീഠികയിൽ വായിച്ച അറിവുമാത്രമേ ഉള്ളൂ. ഈ കുട്ടി ശീനുപട്ടരുടെ മകളാണെന്നും പതിമൂന്നു വയസ്സ് പ്രായമാണെന്നും കൂടി അറിഞ്ഞിരിക്കാം. അവൾ നല്ല സുമുഖിയായ ഒരു പെങ്കിടാവുതന്നെ ആണെങ്കിലും ഇന്ദുലേഖയോടും മറ്റും സാമ്യമാണെന്നോ അതിൽ ഒരു ശതാംശം സൗന്ദര്യമുണ്ടെന്നോ ശങ്കിച്ചുപോവരുതേ. അതു കഥ വേറെ. ഇതു വേറെ. കല്യാണിക്കുട്ടി ശുദ്ധ മലയാളസമ്പ്രദായപ്രകാരം വളർത്തിയ ഒരു പെണ്ണായിരുന്നു. എഴുതാനും വായിപ്പാനും അറിയാം. കുറേശ്ശെ പാടാം. ഇത്രമാത്രമേ വിദ്യാപരിചയമുള്ളു. കണ്ടാൽ സുമുഖിയാണ്. പതിമൂന്നു വയസ്സിൽ മലയാളത്തിൽ ചില സ്ത്രീകൾക്കു പ്രസവംകൂടി കഴിയുന്നുണ്ടെങ്കിലും കല്യാണിക്കുട്ടിക്കു ശരീരപ്രകൃതികൊണ്ടു യൗവനം ഉദിച്ചു എന്നേ പറഞ്ഞുകൂടു. ആകപ്പാടെ ലജ്ജാരസം ആധിക്യമായി കാണപ്പെടുന്ന ഒരു സാധുകുട്ടിയാണെന്നു മാത്രമേ എനിക്കു പറവാനുള്ളു. ഇവൾ കുളിച്ചുതോർത്തി തലമുടി വേർപെടുത്തുംകൊണ്ടു കുളപ്പുരയിൽ നിന്നു പുറത്തേക്കു വരുമ്പോഴാണ് നമ്പൂതിരിപ്പാടിന്റെ അഭിമുഖമായ എഴുന്നെള്ളത്ത്. കണ്ട ഉടനെ ഇവൾ കുളപ്പുരയിലേക്കുതന്നെ മാറിനിന്നു. നമ്പൂതിരിപ്പാടാണെന്നു ശങ്കിച്ചിട്ടേ ഇല്ല. അതു സ്വർണ്ണവിഗ്രഹമായിട്ടല്ലേ തലേ ദിവസം കണ്ടത്. എന്നാൽ ഏതോ ഒരു പരിചയമില്ലാത്താളാണെന്നു വിചാരിച്ചു കല്യാണിക്കുട്ടി അകത്തേക്കുതന്നെ മാറിനിന്നതാണ്. നമ്പൂതിരിപ്പാട് അങ്ങിനെ വിടുന്നാളോ? ഒരിക്കലും അല്ല. നേരെ ചെന്നു കുളപ്പുരയിൽ കടന്നു നോക്കി. നോക്കിക്കണ്ടു. തിരിഞ്ഞു ഗോവിന്ദനെ നോക്കി അസ്സൽ കുട്ടി എന്നു പറഞ്ഞു. അപ്പോഴേക്കു ഗോവിന്ദൻ ചെറുശ്ശേരി കുളിച്ചു വരുന്നതുകണ്ട് കുളപ്പുരയിൽനിന്നു പുറത്തേക്കു ചാടിയത് ചെറുശ്ശേരിയുടെ മുമ്പിൽ നേരെ കുറിക്കു വെടിവെച്ചതുപോലെ.

ചെറുശ്ശേരിനമ്പൂതിരി: ഇതെന്തു കഥാ! കുളിക്കാറായോ?

നമ്പൂതിരിപ്പാട്: ആയി.

ചെറുശ്ശേരിനമ്പൂതിരി: ഇത്രെ നേർത്തെയോ?

നമ്പൂതിരിപ്പാട്: അതെ.

ചെറുശ്ശേരിനമ്പൂതിരി: എന്നാൽ എന്താണു കുളപ്പുരയിൽ നിന്നു പുറത്തേക്കു വന്നത്?

നമ്പൂതിരിപ്പാട്: മൂത്രശങ്കയ്ക്ക്.

ഗോവിന്ദൻ: നീരാട്ടുകുളി മറ്റെ കുളപ്പുരയിലാണു നല്ലത്.

നമ്പൂതിരിപ്പാട്: എന്നാൽ അങ്ങട്ടുതന്നെ പോവാം. ചെറുശ്ശേരി അമ്പലത്തിൽ പോയി ജപിച്ചോളൂ.

എന്നു പറഞ്ഞു വലിയ കുളപ്പുരയിലേക്കു നമ്പൂതിരിപ്പാടു വളരെ ഒരു ഘനഭാവം നടിച്ചുംകൊണ്ടു ഗോവിന്ദനോടുകൂടെ പോയി.

ചെറുശ്ശേരിക്ക് ആകപ്പാടെ നമ്പൂതിരിപ്പാടു പറഞ്ഞതു ബോധിച്ചില്ല. നമ്പൂതിരിപ്പാടു സാധാരണ എട്ടുമണിക്കേ എണീക്കാറുള്ളു. കുളി സാധാരണ പത്തുമണി കഴിഞ്ഞിട്ടേ ഉള്ളു. കുളിപ്പാൻ വരുന്നതിനു മുമ്പ് പല്ലു തേപ്പും മറ്റും കഴിയും. ഇന്ന് ആവിധമൊന്നുമല്ലാ കണ്ടത്. കിടന്ന് ഉറങ്ങിയ ദിക്കിൽ നിന്നു ബദ്ധപ്പെട്ട് എണീട്ടു മണ്ടിവന്നതുപോലെയാണു കണ്ടത്. പിന്നെ സ്ത്രീകൾ കുളിക്കുന്ന കുളപ്പുരയിൽ നിന്നാണു പുറത്തേക്കു ചാടിവന്നത്. തലേദിവസം കുളിച്ച കുളപ്പുര കടന്നുപോരണം ഈ കുളപ്പുരയ്ക്കു വരുവാൻ. പിന്നെ മൂത്രശങ്കയ്ക്കു പുറത്തുവന്നപ്പോൾ ഗോവിന്ദൻ മറ്റേ കുളപ്പുരയ്ക്കുതന്നെ പോവാമെന്നു പറഞ്ഞു. ഇതൊക്കെ ആലോചിച്ച് ഇതിലെന്തോ ഒരു വിദ്യയുണ്ട്, എന്താണെന്ന് അറിഞ്ഞില്ലല്ലോ എന്നു വിചാരിച്ചു ചെറുശ്ശേരിനമ്പൂരി കുറേദൂരം നടന്നു. തിരിഞ്ഞു നോക്കിയപ്പോൾ ഒരു പെങ്കിടാവ് ആ കുളപ്പുരയിൽനിന്ന് എറങ്ങി പുറത്തുവന്ന് അമ്പലത്തിലേക്കു വരുന്നതു കണ്ടു. ശരി, ചെറുശ്ശേരിക്കു മനസ്സിലായി. ഉടനെ അടുക്കെക്കണ്ട ഒരാളോടു ചോദിച്ചപ്പോൾ ആ കുട്ടി പഞ്ചുമേനവന്റെ മരുമകളാണെന്നും അറിഞ്ഞു. അതിബുദ്ധിമാനായ ചെറുശ്ശേരി ക്ഷണേന വളരെ എല്ലാം മനസ്സുകൊണ്ടു ഗണിച്ചു. ഇതിൽ എന്തോ ഒരു വിശേഷവിധിയുണ്ട്. 'ഇന്ദുലേഖയുടെ പാപമോചനമായി എന്നു തോന്നുന്നു' എന്നു വിചാരിച്ചു മനസ്സുകൊണ്ട് ഒന്നു ചിറിച്ച് മണ്ഡപത്തിൽ ജപിക്കാൻ പോയി ഇരുന്നു.

നമ്പൂതിരിപ്പാട്: (ഗോവിന്ദനോട്) എനിക്കു പൂർണ്ണസമ്മതം. ബഹു സന്തോഷം. ഇന്ദുലേഖ എനിക്കു വേണ്ടാ. ഗോമാംസം തിന്നുന്നവരുടെ ഭാഷ പഠിച്ച ആ അധികപ്രസംഗിയെ എനിക്കു വേണ്ടാ. ഇവൾ നല്ല കുട്ടി. പ്രായം, ബഹുവിശേഷം. എനിക്ക് ഈ പ്രായത്തിലുള്ള സ്ത്രീകളെയാണ് ഇയ്യിടെ ആഗ്രഹം. ഗോവിന്ദാ! ക്ഷണംപോയി ഉത്സാഹിച്ചൊ. ഇന്ദുലേഖയെ കാണണ്ടാ എന്നുവെച്ചാലെന്താ?

ഗോവിന്ദൻ: എന്താണ് ഇങ്ങിനെ അരുളിച്ചെയ്യുന്നത്? നേർത്തെ അരുളിച്ചെയ്തതു മറന്നുവോ? ഇന്ദുലേഖയെത്തന്നെയാണു സംബന്ധം കഴിച്ചു കൊണ്ടുപോകുന്നത് എന്ന് എല്ലാവർക്കും എഴുന്നെള്ളുന്നതുവരെ

എങ്കിലും തോന്നണം എന്നല്ലേ അരുളിച്ചെയ്തത്. പിന്നെ ഇപ്പോൾ ഇങ്ങിനെ അരുളിച്ചെയ്താലോ...ഇതു മഹാഗോപ്യമായിരിക്കണം എന്നല്ലേ അരുളിച്ചെയ്തത്?

നമ്പൂതിരിപ്പാട്: ഹാ-സമർത്ഥാ-സമർത്ഥാ-രസികാ! നിയ്യാണു സമർത്ഥൻ. ഞാൻ അല്പം അന്ധാളിച്ചു. ഒരക്ഷരം ഞാൻ എനി പറയു കയില്ലാ. എല്ലാം നീ പറയുന്നതുപോലെ. പൊയ്ക്കോ. പോയി എല്ലാം ശട്ടംചെയ്തോ. ഇന്ദുലേഖയെ കണ്ടുകളയാം. പക്ഷേ, ഒരു ദോഷമാണു ള്ളത്. അവളെ കാണുമ്പോൾ എനിക്കു വേറെ ഒരു സ്ത്രീയും വേണ്ടെന്നു തോന്നി ഭ്രാന്തുപിടിക്കുന്നു. എന്തുചെയ്യട്ടെ. പോവുന്നതുവരെ എനി കാണാതെ കഴിച്ചാൽ മനസ്സിന്നു ബഹുസുഖം ഉണ്ടാവും. അതാണു ഞാൻ പറഞ്ഞത്.

ഗോവിന്ദൻ: തിരുമനസ്സുകൊണ്ടു നല്ല ധൈര്യമായി ഉറപ്പിക്കണം. എത്ര പെണ്ണുങ്ങൾ ഉണ്ട് ലോകത്തിൽ, ഇവിടുത്തെ തിരുമേനി ഒന്നു കണ്ടാൽ മതി എന്നു വിചാരിച്ചിരിക്കുന്നു.

നമ്പൂതിരിപ്പാട്: ഹാ-സമർത്ഥാ! ഞാൻ ധൈര്യമായിരിക്കും ഇന്ദു ലേഖയും ഒരു പുല്ലും എനിക്കു സമം. നീ പോയി ശ്രമിച്ചോ. വളരെ ഗോപ്യമായിരിക്കട്ടെ.

ഗോവിന്ദൻ അവിടെനിന്നു പോയി. ഈ കാര്യത്തിലേക്കു ശ്രമിക്കാ നായിട്ട് ആരോടാണു പറയേണ്ടത്-എന്താണ് പറയേണ്ടത് എന്ന് ആലോ ചിച്ച് അങ്ങട്ടും ഇങ്ങട്ടും നടന്നു വലഞ്ഞു. ആരോടും പറയാൻ ധൈര്യ മായില്ല. ഗോവിന്ദനു വഷളത്വമുണ്ടെങ്കിലും നല്ല സാമർത്ഥ്യവും ഉണ്ട്. ഈ കാര്യം നമ്പൂതിരിപ്പാടു പോയ്ക്കഴിഞ്ഞശേഷമേ പൊതുവിൽ അറി യാവൂ എന്നാണ് അവന്റെ ആഗ്രഹം. അതുകൊണ്ട് കേശവൻനമ്പൂതിരി യോടുകൂടി പറവാൻ ധൈര്യമുണ്ടായില്ലാ. നമ്പൂതിരിപ്പാടു നേർത്തെ ഭക്ഷ ണവും മറ്റും കഴിഞ്ഞ് ഇന്ദുലേഖയെ കാണാൻ പൂവരങ്ങിൽ എത്തി. ഇവിടെ നമ്പൂതിരിപ്പാട്ടിനെക്കുറിച്ച് ഒരു വാക്കു നന്നായിട്ട് എനിക്കു പറ വാനുണ്ട്. ചെറുശ്ശേരിനമ്പൂതിരി എത്ര വിദ്യ നോക്കീട്ടും ഗോവിന്ദന്റെ ഉപദേശം മുറുകെ പിടിച്ച് ഈ കല്യാണിക്കുട്ടിയുടെ സംബന്ധ ആലോ ചനയെപ്പറ്റി ഇതുവരെ ലേശംപോലും ചെറുശ്ശേരിനമ്പൂതിരിയെ അറിയി ച്ചിട്ടില്ലാ. പിന്നെ ഒരു കാര്യംകൂടി ഉപദേശപ്രകാരം നടന്നിട്ടുണ്ട്. ഊണു കഴിഞ്ഞു മഠത്തിന്റെ കോലാമ്മൽ ഉലാത്തിക്കൊണ്ടിരിക്കുമ്പോൾ സേവ കന്റെ ഭാവത്തിൽ നടന്നിരുന്ന ശീനുപട്ടരുമായി നമ്പൂതിരിപ്പാടു താഴെ കാണിക്കുന്ന ഒരു സംഭാഷണമുണ്ടായി:

നമ്പൂതിരിപ്പാട്: എന്താണു ശീനു, കാര്യം എല്ലാം ഇന്നുതന്നെ ശട്ട മായാൽ നാളെ രാവിലെ പുറപ്പെടാമായിരുന്നു.

ശീനുപട്ടര്: അതിനെന്താണു വിഘ്നം! ഒക്കെ ശട്ടമല്ലെ.

ശീനുപട്ടരു പൂവരങ്ങിൽ അകത്തുള്ള വർത്തമാനം ഒന്നും അറി ഞ്ഞിട്ടില്ലാ. പിന്നെ അന്നത്തെ ശണ്ഠ കഴിഞ്ഞശേഷം "പട്ടരെ പൂവര ങ്ങിലോ പൂവള്ളിവീട്ടിലോ എങ്ങും കണ്ടുപോവരുത്; കണ്ടാൽ ആ കോമ

ട്ടിയെ തല്ലണം” എന്നു പഞ്ചുമേനോൻ പറഞ്ഞതിനാൽ കുറെ ദിവസമായി പൂവള്ളിവീട്ടിൽ കടക്കാറേ ഇല്ല. അതുകൊണ്ട് ഇയാൾ അവിടെ നടന്ന യാതൊരു വിവരങ്ങളും ശരിയായി അറിഞ്ഞിട്ടില്ലായിരുന്നു.

നമ്പൂതിരിപ്പാട്: എല്ലാം ശട്ടമായി എന്നുതന്നെ പറയാം. ദിവസം ഇന്നു തന്നെയോ എന്നുമാത്രം അന്വേഷിക്കണം. ഇന്നു തന്നെയാക്കണം.

ശീനുപട്ടര്: അതാണു നല്ലത് ശുഭസ്യ ശീഘ്രം.

നമ്പൂതിരിപ്പാട്: ഇന്ദുലേഖയ്ക്ക് കയറാൻ പല്ലക്ക് ഇവിടെ ഉണ്ടല്ലോ.

ശീനുപട്ടര്: നാലഞ്ചു പല്ലക്കു ഹാജരുണ്ട്.

ശീനുപട്ടരുമായി ഇത്രത്തോളം സംസാരം കഴിഞ്ഞിട്ടാണു നമ്പൂതിരിപ്പാടു പൂവരങ്ങിലേക്കു പുറപ്പെട്ടത്. കാക്കയുടെ കഴുത്തിലെ മണിപോലെ നമ്പൂതിരിപ്പാടു പറഞ്ഞ വാക്ക് അമ്പലത്തിലും കൊളവക്കിലും മഠത്തിലും വഴിയിലും ശീനുപട്ടരു പത്തിനു പതിനാറാക്കി പറഞ്ഞുകൊണ്ടു നടന്നു. അന്നു ക്ഷേത്രത്തിൽ ചുരുങ്ങീട്ട് ഒരു അടിയന്തിരം ഉണ്ടായിരുന്നു.

അതിനു കുറെ നമ്പൂരിമാരും പട്ടന്മാരും കൂടീട്ടുണ്ടായിരുന്നു. അവിടെ വെച്ചും ശീനുപട്ടര് ഇന്ദുലേഖയുടെ പാണിഗ്രഹണം അന്നു രാത്രി ഉണ്ടാവുമെന്നു ഘോഷിച്ചു. ആ കൂട്ടത്തിൽ അപ്പോൾ ഉണ്ടായിരുന്നതിൽ ശങ്കരശാസ്ത്രികൾക്കു മാത്രമാണ് ഇതു കേട്ടപ്പോൾ അധികവും വ്യസനമായത്. ഇന്ദുലേഖയ്ക്ക് എഴുത്തുകൊടുത്തു എന്നു തലേദിവസം വൈകുന്നേരം നമ്പൂതിരിപ്പാട്ടിലെ ചോദ്യത്തിന്നു സമാധാനമായി അമ്പലത്തിൽവെച്ചു ഗോവിന്ദൻ ഉറക്കെ വിളിച്ചുപറഞ്ഞു കേട്ടപ്പോൾതന്നെ കുഞ്ഞിക്കുട്ടിഅമ്മ തന്നോടു തലേദിവസം പറഞ്ഞപ്രകാരം കാര്യം നിശ്ചയിച്ചുപോയി എന്നു ശാസ്ത്രികൾ ഉറച്ചിരുന്നു. ഇപ്പോൾ ശീനുപട്ടരുകൂടി അന്നു രാത്രി അടിയന്തിരമാണെന്നു തീർച്ച പറഞ്ഞപ്പോൾ ശാസ്ത്രികൾ സംശയമെല്ലാം വിട്ട് ഒരു ദീർഘനിശ്വാസം ചെയ്തു. ‘കഷ്ടം! ഇത്ര അന്തസ്സാരവിഹീനയായ ഒരു സ്ത്രീയെ ഞാൻ ഇത്ര ബുദ്ധിശാലിനി എന്ന് ഇത്രനാളും വിചാരിച്ചുവല്ലോ. അഞ്ചു നിമിഷം സംസാരിച്ചാൽ ഈ നമ്പൂതിരിപ്പാടു പടുവങ്കനും കേവലം സ്ത്രീജിതനായ ഒരു അമര്യാദക്കാരനും ആണെന്ന് എത്ര താണതരം ബുദ്ധിയുള്ളവർക്കുംകൂടി അറിവാൻ കഴിയുമല്ലോ. ഇന്ദുലേഖയ്ക്കു കഴിയുമോ എന്നുള്ളതിനു സംശയമുണ്ടോ? എന്നിട്ട് ഇന്ദുലേഖ, മന്മഥസദൃശനായി അതിബുദ്ധിമാനായി തന്നിൽ അത്യനുരാഗത്തോടുകൂടിയിരിക്കുന്ന മാധവനെ വിട്ട് പടുവങ്കനായ അശ്വമുഖൻനമ്പൂതിരിയുടെ ഭാര്യയായി ഇരിക്കാമെന്നു നിശ്ചയിച്ചുവല്ലോ. കഷ്ടം! ഇതിനു ദ്രവ്യത്തിന്മേൽ ഉള്ള മോഹമെന്നല്ലാതെ വേറെ ഒന്നും പറവാൻ കണ്ടില്ലാ,’ എന്നും മറ്റും ശങ്കരശാസ്ത്രി വിചാരിച്ചുംകൊണ്ടു ഭക്ഷണംകഴിച്ചു മാധവന്റെ അച്ഛനുമായി ഒന്നു കാണണമെന്നു നിശ്ചയിച്ചു ഗോവിന്ദപ്പണിക്കരുടെ വീട്ടിലേക്കു ചെന്നു. അവിടെ ചെന്നപ്പോൾ അദ്ദേഹം തലേദിവസം വൈകുന്നേരം പൊല്പായികളത്തിലേക്കു പോയിരിക്കുന്നു എന്നും പിറ്റേദിവസം രാവിലേക്കേ എത്തുകയുള്ളു

എന്നും കേട്ടു. അതും ഒരു കുണ്ഠിതമായി. ശാസ്ത്രികൾ ആ വീട്ടിൽ കൊലാമ്മൽ പടിയിൽ കിടന്നുറങ്ങി.

നമ്പൂതിരിപ്പാടു ഭക്ഷണം കഴിഞ്ഞു പൂവരങ്ങിൽ എത്തി എന്നു പറഞ്ഞിട്ടുണ്ടല്ലൊ. ചെറുശ്ശേരിനമ്പൂതിരിയും കേശവൻനമ്പൂതിരിയും കൂടെത്തന്നെ ഉണ്ടായിരുന്നു. നാലുകെട്ടിൽ എത്തിയ ഉടനെ നമ്പൂതിരിപ്പാട് ഒരു കസാലമേൽ അവിടെ ഇരിക്കുകയും കേശവൻനമ്പൂതിരി നമ്പൂതിരിപ്പാടു വന്ന വിവരം അറിയിപ്പാൻ ഇന്ദുലേഖയുടെ മാളികയിന്മേലേക്കു പോകയും ചെയ്തു.

കേശവൻനമ്പൂതിരിക്ക് ഇന്ദുലേഖയുടെ മാളികയിലേക്കു കയറുവാൻ ധൈര്യം വന്നില്ലാ. കോണി പകുതിയോളം കയറും, പിന്നെ ഇങ്ങട്ടുതന്നെ ഇറങ്ങും; പിന്നെയും കയറും, പിന്നെയും ഇറങ്ങും. തന്റെ അറയിലെ ജാലകത്തിൽകൂടെ ഇദ്ദേഹത്തിന്റെ ഈ പ്രാകൃതം കണ്ടിട്ട് ഇദ്ദേഹത്തിന്റെ ഭാര്യ ലക്ഷ്മിക്കുട്ടിഅമ്മയ്ക്ക് സങ്കടം തോന്നി. ഉടനെ കോണിച്ചുവട്ടിലേക്കു ചെന്നു നമ്പൂതിരിയെ വിളിച്ചു.

ലക്ഷ്മിക്കുട്ടിഅമ്മ: എന്താണ് ഇങ്ങിനെ കളിക്കുന്നത്? ഇന്ദുലേഖയെ പേടിച്ചിട്ടായിരിക്കും. അല്ലേ? ഞാൻ ചെന്നു പറയാം. ഇന്ദുലേഖയെ പകൽ നമ്പൂതിരിപ്പാട്ടിലേക്കു കാണുന്നതിന്ന് അവൾക്ക് അത്ര വിരോധമുണ്ടാകയില്ലെന്നു തോന്നുന്നു. ഞാൻ ഒന്നു പോയി പറഞ്ഞുനോക്കട്ടെ.

എന്നു ലക്ഷ്മിക്കുട്ടിഅമ്മ പറഞ്ഞപ്പോൾ കേശവൻനമ്പൂതിരിക്കു വലിയ ഒരു സുഖം തോന്നി. ഭാര്യയെ അനുഗ്രഹിച്ചു കോണിച്ചോട്ടിൽ നിന്നു.

ലക്ഷ്മിക്കുട്ടിഅമ്മ മുകളിൽ ചെന്നപ്പോൾ ഇന്ദുലേഖാ മാധവന്റെ എഴുത്തും വായിച്ചു സുഖിച്ചുകൊണ്ടു നില്ക്കുകയായിരുന്നു. അമ്മ വരുന്നതു കണ്ടപ്പോൾ,

ഇന്ദുലേഖാ: എന്താണ് അമ്മെ, നമ്പൂതിരിപ്പാട്ടിലെ വരവുണ്ടായിരിക്കും. അതു പറവാനായിരിക്കും വന്നത്; അല്ലേ?.

ലക്ഷ്മിക്കുട്ടിഅമ്മ: അതെ മകളെ. ആ പടുവങ്കൻ നമ്പൂതിരിപ്പാടെ നീ ഇനി ഒട്ടും ഭയപ്പെടേണ്ടാ. ഇന്നലെ എന്റെ അകത്തു വന്ന് എന്തൊക്കെ ഗോഷ്ഠിയാണു കാണിച്ചത്! അച്ഛനുതന്നെ അദ്ദേഹത്തെക്കുറിച്ചു നല്ല ബഹുമാനമില്ലാതായിരിക്കുന്നു. എന്നാലും നമുക്കു ലൗകീകം വേണ്ടേ? അദ്ദേഹം ഇന്നോ നാളെയോ പോവും. ഇപ്പോൾ വന്നാൽ നല്ലവാക്കു സംസാരിച്ചേക്കണം, കുറച്ചു പിയാനോ വായിച്ചേക്കണം. അദ്ദേഹം ബ്രാഹ്മണനല്ലേ. കേവലം അവമാനിച്ചു എന്ന് എന്തിനു വരുത്തണം? അദ്ദേഹം വരട്ടെയോ?

ഇന്ദുലേഖ: എനിക്ക് അദ്ദേഹത്തിനെയാവട്ടെ, ഈ ഭൂമണ്ഡലത്തിൽ വേറൊരാളെയുമാവട്ടെ ഒരുവിധത്തിലും അവമാനിക്കണമെന്നുള്ള ആഗ്രഹമില്ലാ. എന്നാൽ എന്നെ ഒരാൾ അവമാനിക്കാൻ ഭാവിക്കുമ്പോൾ ഞാൻ അതിനെ തടുക്കാതെ നില്ക്കുകയില്ലാ. ആ നമ്പൂതിരിപ്പാട് ഇന്നലെ എന്നോടു മര്യാദയായി സംസാരിച്ചിരുന്നാൽ ഞാൻ ഇന്നലെയും അദ്ദേ

ഹത്തിന് ആവശ്യമുള്ള എല്ലാസമയവും പാടാനോ വീണ വായിപ്പാനോ ഒരുക്കമായിരുന്നുവല്ലൊ. അമ്മേ, എനിക്ക് അശേഷം ദുർഗ്ഗർവ്വ് ഉണ്ടെന്നു വിചാരിക്കരുതേ. എന്നെ നിവൃത്തിയില്ലാത്ത വിധത്തിൽ ദ്രോഹിച്ചു. ഞാൻ മനുഷ്യനല്ലേ. കാമക്രോധലോഭാദികൾ ഇല്ലാത്ത ഒരു സാധനമല്ലല്ലൊ. ഇന്നു നമ്പൂതിരിപ്പാടു നല്ല മര്യാദയായി സംസാരിക്കുമെങ്കിൽ അദ്ദേഹം വരട്ടെ. പാട്ടോ വീണവായനയോ ഞാൻ കേൾപ്പിച്ചുകൊടുക്കാമല്ലൊ. അതു കൂടാതെ എന്നെ ഭാര്യയാക്കണം എന്നുള്ള വിചാരത്തോടുകൂടി ഇതിന്റെ മുകളിൽനിന്നു വല്ല അസംബന്ധവും പറഞ്ഞാൽ ഇന്നലേത്തതിലധികം വഷളായി പോവേണ്ടിവരും.

ലക്ഷ്മിക്കുട്ടിഅമ്മ: നമ്പൂരിമാരുടെ സ്വഭാവത്തിലേ കുറെ അപകടം ഉണ്ട്. വിശേഷിച്ച്, ഈ നമ്പൂതിരിപ്പാട് ഒരു പടുവിഡ്ഢിയാണെന്നു സർവ്വ ജനസമ്മതമാണ്. ഭ്രാന്തന്മാരോടു കോപിക്കാറുണ്ടോ മകളേ?

ഇന്ദുലേഖ: നമ്പൂരിമാരിൽ എല്ലാ ജാതികളിലുമുള്ളതുപോലെ അതി സമർത്ഥന്മാരും ഉണ്ട്. അമ്മ ചെറുശ്ശേരിനമ്പൂരിയുമായി അരനാഴിക വിശേഷം പറഞ്ഞുനോക്കൂ-അപ്പോൾ പറയും അതിസമർത്ഥന്മാരാണ് നമ്പൂരിമാർ എന്ന്. പിന്നെ എനിക്കു ഭ്രാന്തന്മാരുമായി വിനോദിച്ചിരിപ്പാൻ അത്ര രസവുമില്ല. ഭ്രാന്തന്മാർ തുമ്പില്ലാതെ പറഞ്ഞാൽ ഞാൻ അതു കേൾക്കാൻ നില്ക്കുകയുമില്ലാ, നിശ്ചയംതന്നെ.

ലക്ഷ്മിക്കുട്ടിഅമ്മ: ആവട്ടെ, ഞാൻ അദ്ദേഹത്തോടു വരാം എന്ന് അറിയിക്കട്ടെ.

ഇന്ദുലേഖ: ആവലാതിതന്നെ. വന്നോട്ടെ. എന്നോട് ഇന്നലത്തെ മാതിരി സംസാരം തുടങ്ങിയാൽ ഞാൻ ഇന്നലെത്തെ മാതിരിതന്നെ കാണിക്കും.

ലക്ഷ്മിക്കുട്ടിഅമ്മ: ആവട്ടെ, അദ്ദേഹം ഒന്നു വന്നുപോവട്ടെ; അല്ലേ?

ഇന്ദുലേഖ: ഓ-ഹോ.

ലക്ഷ്മിക്കുട്ടിഅമ്മ ചിറിച്ചുംകൊണ്ടു താഴത്തിറങ്ങുമ്പോൾ സാധു കേശവൻനമ്പൂതിരി മുമ്പു നിന്നിരുന്ന സ്ഥലത്തുതന്നെ മുഖം മേല്പോട്ടു പൊന്തിച്ചു ദൃഷ്ടികൾ മേല്പോട്ടാക്കി, വരുന്നതും നോക്കിക്കൊണ്ട് ഒരു വിഗ്രഹം കൊത്തിവെച്ചതുപോലെ നില്ക്കുന്നു.

കേശവൻനമ്പൂതിരി: സമയമായോ, ഞാൻ വരാൻ അറിയിക്കട്ടെ?

ലക്ഷ്മിക്കുട്ടിഅമ്മ: ഓ-ഹോ! വന്നോട്ടെ. പിന്നെ ഇന്നലത്തെ മാതിരി ഇന്ദുലേഖയോടു ഗോഷ്ഠി ഒന്നും പറയരുതെന്നു നമ്പൂതിരിപ്പാടോടു പറയണം. അല്ലെങ്കിൽ ഇന്നലത്തെപ്പോലെത്തന്നെ എല്ലാം.

കേശവൻനമ്പൂതിരി: ആട്ടെ, ഇപ്പോൾ വരാൻ പറയാമോ?

ലക്ഷ്മിക്കുട്ടിഅമ്മ: പറയാം.

കേശവൻനമ്പൂതിരി ഇന്ദുലേഖയെ വിവരം അറിയിപ്പാൻ പോയ ശേഷം നമ്പൂതിരിപ്പാടു ചെറുശ്ശേരിയോടു തന്റെ സമീപം ഇരിക്കാൻ പറകയും, അദ്ദേഹം ഇരിക്കുകയും ചെയ്തു. അതിന്റെ ശേഷം താഴെ പറയുന്ന ഒരു ചുരുങ്ങിയ സംഭാഷണം ഇവർതമ്മിൽ ഉണ്ടായി.

ഈ പ്രാവശ്യം ഇന്നലത്തെപ്പോലെ കേശവൻനമ്പൂതിരി മാളികയിൽപ്പോയി വരാത്തതിനാൽ നമ്പൂതിരിപ്പാട്ടിലേക്ക് അശേഷം ബദ്ധപ്പാടുണ്ടായിരുന്നില്ല. താൻ ഇന്ദുലേഖയുടെ മാളികമുകളിൽ പോയാൽ എന്തൊക്കെയാണ് ഘനം നടിക്കേണ്ടത് എന്നു വിചാരിച്ചുറയ്ക്കാൻ തുടങ്ങി. നമ്പൂതിരിപ്പാട്ടിലെ വിചാരം, 'ഞാൻ ഇന്നലെ കണ്ടപ്പോഴേക്കു ഭ്രമിച്ചു പരവശനായി എന്ന് ഇന്ദുലേഖയ്ക്ക് തോന്നിപ്പോയി. ഇന്നു നേരേ മറിച്ചു തോന്നിക്കണം. അശേഷം ഭ്രമമില്ലെന്നു തോന്നിക്കണം. എന്നാൽ അറിയാം സൂക്ഷ്മം. എന്താ ഇവളെ അത്ര ഭ്രമിക്കാൻ ഗോമാംസഭുക്കുകളുടെ ഭാഷ പഠിച്ച തണ്ടുതപ്പിപ്പെണ്ണിനെ മഹാകുബേരനായ ഞാൻ എന്താണു ഭ്രമിക്കാൻ? പണം കൊടുത്താൽ ഏതു പെണ്ണിനെ കിട്ടാത്തു? എത്ര സ്ത്രീകളെ ഞാൻ ഭാര്യയാക്കിവെച്ചു! എത്ര ഉപേക്ഷിച്ചു! എനി എത്ര വെപ്പാൻപോവുന്നു! ഈ ഒരു പെൺകിടാവിനെ ഭ്രമിച്ചിട്ടു വിഡ്ഢിത്വം കാണിക്കുന്നതു മഹാ കുറവുതന്നെ. ഇന്നു കണ്ടോട്ടെ. അനങ്ങുകയില്ല. ബഹുഘനം. ഘനം! സകലതും ഘനമായിട്ടുതന്നെ. നില്ക്കുമ്പോഴും ഇരിക്കുമ്പോഴും നോക്കുമ്പോഴും സംസാരിക്കുമ്പോഴും എപ്പോഴും ഘനം. ഇന്ദുലേഖ ഭയപ്പെട്ടുപോണം-കണ്ടുകൊള്ളട്ടെ. ഇത്ര കുറുമ്പ് ഇന്ദുലേഖയ്ക്കുണ്ടെങ്കിൽ അശേഷം ഞാനും കുറയുകയില്ല. ആരാണു തോല്ക്കുക, കാണാമല്ലോ പെണ്ണു പേടിച്ചു വിറച്ചു കാല്ക്കവന്നു വീഴും സംശയമോ? എന്നിങ്ങനെ വിചാരിച്ച് ജയിച്ചു എന്നുറച്ചു നമ്പൂതിരിപ്പാട് ഒന്നു ചിറിച്ചു.

ചെറുശ്ശേരിനമ്പൂതിരിക്ക് ഈ നമ്പൂരിപ്പാടിന്റെ പലേവിധമായ ഗോഷ്ഠികൾ ആകപ്പാടെ കണ്ടിട്ടും ഇന്ദുലേഖയുടെ മനസ്സിനുണ്ടായ കുണ്ഠിതത്തെ ഓർത്തും തന്റെ സ്വജാതിയിൽ ശ്ലാഘ്യനും അതിദ്രവ്യസ്ഥനും ആയ ഒരു ദേഹം ഈവിധം പരമവിടനും വിഡ്ഢിയും ആയിത്തീർന്നുവല്ലോ എന്നു വിചാരിച്ച് ആ സമയം നമ്പൂതിരിപ്പാട്ടിനെപ്പറ്റി കേവലം ഒരു പരിഹാസമല്ല ഉണ്ടായത്, ക്രോധസമ്മിശ്രമായ ഒരു ദുഃഖരസമാണ് ഉണ്ടായത്. 'ഹാ കഷ്ടം! ഇത്ര സമ്പത്തോടും കുലശ്ലാഘ്യതയോടും ഇരിക്കുന്ന ഇദ്ദേഹത്തിന്നു പൂർണ്ണയൗവനം കഴിയുന്നതുവരെ യോഗ്യതയുള്ള ഒരു സ്ത്രീയെ ഭാര്യയാക്കിവെക്കാൻ കഴിയാതെ ശുദ്ധവ്യഭിചാരികളായ സ്ത്രീകളിൽ പ്രവേശിച്ചു ബുദ്ധിക്ക് ഇത്ര ചാപല്യം വരുത്തി; ഏതു സുഖത്തിന്ന് ഇദ്ദേഹം ഇത്രയെല്ലാം ആഗ്രഹിക്കുന്നുവോ ആ സുഖം വഴിപോലെ അനുഭവിക്കാനുള്ള ശക്തിയും ശുദ്ധമായ രുചിയും ദുഷ്പ്രവൃത്തികൾ നിമിത്തം കേവലം നശിപ്പിച്ച് ഈ സ്ഥിതിയിൽ ഇദ്ദേഹത്തിനെ കാണാറായല്ലൊ.' എന്നിങ്ങനെ വിചാരിച്ച് ചെറുശ്ശേരിനമ്പൂതിരി വളരെ വ്യസനിച്ചു. ചെറുശ്ശേരിനമ്പൂതിരി ഇങ്ങിനെ വിചാരിച്ച സമയംതന്നെയാണ് നമ്പൂതിരിപ്പാടു മേൽപ്പറഞ്ഞപ്രകാരം ഘനം നടിച്ചിരുന്നതും, ഘനം നടിച്ച് അവസാനിച്ചശേഷം ഉടനെ തന്റെ ഈ ഘനത്തെപ്പറ്റി ചെറുശ്ശേരിയെ ഒന്ന് അറിയിക്കേണമെന്നും നിശ്ചയിച്ച് നമ്പൂതിരിപ്പാട് താഴെ പറയും പ്രകാരം പറഞ്ഞു:

നമ്പൂതിരിപ്പാട്: എനിക്കു സ്ത്രീകളെ വളരെ ഭ്രമമാണെന്നു ചെറുശ്ശേരിക്കു തോന്നുന്നുണ്ടായിരിക്കാം.

ഈ ചോദ്യം കേട്ടപ്പോൾ ചെറുശ്ശേരിനമ്പൂതിരിക്ക് അല്പം ക്രോധമാണ് ഉണ്ടായത്. എങ്കിലും ബുദ്ധിമാനായ അദ്ദേഹം അതു മനസ്സിലാക്കി താഴെ പറയുന്നപ്രകാരം കുറെ ഗൗരവത്തോടെ മറുപടി പറഞ്ഞു:

ചെറുശ്ശേരിനമ്പൂതിരി: സ്ത്രീകളെ പുരുഷന്മാർക്കു ഭ്രമമുണ്ടാവുമെന്നു ഞാൻ വിചാരിക്കുന്നു. എന്നാൽ ആ ഭ്രമം ഏറെയും കുറെയുമായി ചിലപ്പോൾ അബദ്ധമായും വന്നേക്കാമെന്നും എനിക്കു തോന്നുന്നു.

നമ്പൂതിരിപ്പാട്: ഭ്രമിക്കുന്നതിലെന്താണ് അബദ്ധവും സുബദ്ധവും?

ചെറുശ്ശേരിനമ്പൂതിരി: വളരെ ഉണ്ട്. സ്ത്രീപുരുഷന്മാർക്ക് അന്യോന്യം അനുരാഗം സമമായി ഉണ്ടായിട്ട് അന്യോന്യം ഭ്രമിച്ചാൽ അതു സുബദ്ധമായ ഭ്രമം എന്നു ഞാൻ പറയും. സ്ത്രീപുരുഷന്മാർക്ക് അന്യോന്യം അനുരാഗമില്ലാതെ ഒരാൾ മാത്രം മറ്റെ ആളെ ഭ്രമിച്ചു കാംക്ഷിക്കുകയും മറ്റെ ആൾക്ക് അശേഷം അനുരാഗം ഇല്ലാതിരിക്കുകയും ചെയ്താൽ ആ ഭ്രമത്തിന് അബദ്ധ ഭ്രമമെന്നാണു ഞാൻ പേരിടുന്നത്.

നമ്പൂതിരിപ്പാട്: രാവണനു രംഭയിൽ ഉണ്ടായ ഭ്രമം അബദ്ധമാണോ?

ചെറുശ്ശേരിനമ്പൂതിരി: രംഭയോട് അന്വേഷിക്കണം. രംഭ രാവണന്റെ ഭ്രമത്തെ അനുകരിച്ച് അങ്ങട്ടും ഭ്രമിച്ചുവോ എന്നു ഞാൻ അറിഞ്ഞിട്ടില്ലാ.

നമ്പൂതിരിപ്പാട്: ഓ-രാവണനു രംഭയെ സാധിച്ചിരിക്കുന്നു.

ചെറുശ്ശേരിനമ്പൂതിരി: സാധിച്ചിരിക്കാം.

നമ്പൂതിരിപ്പാട്: അപ്പോൾ അത് എങ്ങനെ സാധിച്ചു?

ചെറുശ്ശേരിനമ്പൂതിരി: അബദ്ധമായ അനുരാഗം ഒരിക്കലും സഫലമാവുകയില്ലെന്നു ഞാൻ പറയുന്നില്ല. ഒരു സ്ത്രീയുമായി സഹവാസത്തിന്നു സാധിക്കുന്നത് സ്ത്രീക്ക് അനുരാഗം ഉണ്ടായിരുന്നാൽ മാത്രമേ പാടുള്ളു എന്നില്ലല്ലൊ.

നമ്പൂതിരിപ്പാട്: അങ്ങിനെ ഇല്ലേ?

ചെറുശ്ശേരിനമ്പൂതിരി: ഇല്ലാ.

നമ്പൂതിരിപ്പാട്: എന്നാൽ ചെറുശ്ശേരി പറഞ്ഞത് എനിക്ക് ഒന്നും മനസ്സിലായില്ലാ. അബദ്ധമായ ഭ്രമം സാധിക്കില്ലാ എന്നല്ലേ പറഞ്ഞത് ഇപ്പോൾ?

ചെറുശ്ശേരിനമ്പൂതിരി: അങ്ങിനെ ഞാൻ പറഞ്ഞിട്ടില്ലാ. കള്ളന്മാർക്കും കവർച്ചക്കാർക്കും ചിലപ്പോൾ വിചാരിച്ചപോലെ മുതൽ കവർന്നുകൊണ്ടു പോവാൻ സാധിക്കുന്നില്ലേ? അതുപ്രകാരം അനുരാഗമില്ലാത്ത സ്ത്രീയേയോ പുരുഷനേയോ സാധിച്ചു എന്നു വരാം. എന്നാൽ ഒരു ഭാഗം അനുരാഗമില്ലാതിരിക്കുമ്പോൾ അങ്ങിനെ സാധിപ്പാൻ ശ്രമംചെയ്തു സാധിക്കുന്നത് നിസ്സാരമായ പ്രവൃത്തിയാണ്.

നമ്പൂതിരിപ്പാട്: എന്താണു നിസ്സാരം?

ചെറുശ്ശേരിനമ്പൂതിരി: സാരമില്ലാത്തതുതന്നെ. അങ്ങിനെ സാധിക്കു

ന്നതിൽ ഒരു സാരവുമില്ല. അങ്ങിനെ പ്രവർത്തിക്കുന്ന പുരുഷനോ സ്ത്രീയോ മൃഗപ്രായം. പശുക്കൾ, ശ്വാക്കൾ ഇവകളെപ്പോലെ.

നമ്പൂതിരിപ്പാട്: എന്നാൽ രാവണൻ എന്തിന് സീതയെ ഭ്രമിച്ചു? സീതയ്ക്ക് രാവണനിൽ ഭ്രമം ഇല്ലെന്നല്ലേ രാമായണത്തിൽ പറഞ്ഞിട്ടുള്ളത്?

ചെറുശ്ശേരിനമ്പൂതിരി: അതെ; അങ്ങിനെതന്നെ. രാവണനു സീതയിൽ കാംക്ഷ ഉണ്ടായി. സീതയ്ക്ക് രാവണനിൽ അനുരാഗം അശേഷം ഇല്ലെന്നു രാവണൻ അറിഞ്ഞതിനാൽ അനുരാഗം ഉണ്ടാക്കിത്തീർക്കാൻ വളരെ എല്ലാം രാവണൻ ശ്രമിച്ചു-ഫലിച്ചില്ലാ. പിന്നെ സീതയിൽ വിരോധമായി. രാവണൻ ഇതുനിമിത്തം നശിച്ചു. എങ്കിലും അനുരാഗം സീതയ്ക്കു തന്നിൽ ഉണ്ടാവുന്നതിന്നു മുമ്പ് സീതയുമായി രമിപ്പാൻ രാവണു മനസ്സുണ്ടായില്ലാ. രാവണൻ പലേ ദോഷങ്ങളുള്ളവനാണെങ്കിലും ബുദ്ധിക്കു കേവലം രസികത്വമില്ലാത്തവനാണെന്നു സീതയുമായി ഉണ്ടായതായി രാമായണത്തിൽ കാണിച്ചിട്ടുള്ള സംവാദങ്ങളിൽനിന്ന് എനിക്കു തോന്നുന്നില്ലാ.

നമ്പൂതിരിപ്പാട്: എന്നാൽ ഒരു സ്ത്രീയെ കണ്ടു ഭ്രമിച്ചാൽ രാവണൻ ചെയ്തേടത്തോളം എല്ലാം ചെയ്യാമല്ലോ.

ചെറുശ്ശേരിനമ്പൂതിരി: രാവണൻ അനുഭവിച്ചതുപോലെയുള്ള കഷ്ടങ്ങൾ അനുഭവിപ്പാൻ ഉറച്ചാലും രാവണനെപ്പോലെ ശക്തി ഉണ്ടായാലും അങ്ങിനെ ചെയ്യാം.

നമ്പൂതിരിപ്പാട്: ശരി, സമ്മതിച്ചു. എന്നാൽ ഒരു പുരുഷന് ഒരു സ്ത്രീയെ കണ്ടു കലശലായ ഭ്രമമുണ്ടായി. ആ സ്ത്രീക്ക് ആ പുരുഷനിൽ അശേഷം ഭ്രമം ഉണ്ടായതുമില്ല. ഇങ്ങിനെ വന്നാൽ ആ പുരുഷന്റെ ഭ്രമനിവൃത്തിക്ക് എന്തു മാർഗ്ഗമാണ് ഉള്ളത്?

ചെറുശ്ശേരിനമ്പൂതിരി: 'ഭ്രമം' 'ഭ്രമം' എന്ന് ഇവിടുന്നു പറയുന്നതിന്റെ താല്പര്യം എനിക്കു നല്ലവണ്ണം മനസ്സിലായില്ല. 'ആഗ്രഹം' എന്നാണ് ഈ വാക്കിന് അർത്ഥം ഉദ്ദേശിച്ചത് എന്നുവരികിൽ സ്ത്രീക്ക് ഇങ്ങട്ട് ആഗ്രഹമില്ലെന്നറിഞ്ഞാൽ പുരുഷൻ ധൈര്യത്താൽ തനിക്ക് അങ്ങട്ടുള്ള ആഗ്രഹത്തെ ജയിച്ച്, ആ സ്ത്രീയുമായുള്ള സുഖാനുഭവത്തിൽ ഉണ്ടാവുന്ന കാംക്ഷയെ ത്യജിക്കണം.

നമ്പൂതിരിപ്പാട്: എന്തിനു കാംക്ഷ വിടുന്നു? കിട്ടുമോ എന്നു പരീക്ഷിക്കണ്ടേ?

ചെറുശ്ശേരിനമ്പൂതിരി: കിട്ടുമോ എന്നല്ല പരീക്ഷിക്കേണ്ടത്. അനുരാഗമുണ്ടാവുമോ എന്നാണു പരീക്ഷിക്കേണ്ടത്. ഉണ്ടാവുന്നില്ലെങ്കിൽ ഉപേക്ഷിച്ചാൽ മതി.

നമ്പൂതിരിപ്പാട്: ഇങ്ങട്ടു ഭ്രമമില്ലെങ്കിലും സാദ്ധ്യമായാലോ?

ചെറുശ്ശേരിനമ്പൂതിരി: അങ്ങിനെ സാധിപ്പാൻ ഇച്ഛിക്കുന്നവർ മൃഗപ്രായം എന്നു ഞാൻ പറഞ്ഞില്ലേ?

നമ്പൂതിരിപ്പാട്: ഇതു ചെറുശ്ശേരി പറയുന്നതു കുറെ വിഡ്ഢിത്വമാ

ണെന്ന് എനിക്കു തോന്നുന്നു. പുരുഷന് ഇഷ്ടപ്രകാരം ഒരു സ്ത്രീയെ സാധിക്കുന്നുവെങ്കിൽ പിന്നെ ആ സ്ത്രീക്ക് ആ പുരുഷനോട് ഇങ്ങട്ടു ഭ്രമമുണ്ടായിരുന്നുവോ ഇല്ലയോ എന്ന്എന്തിന് ചിന്തിക്കണം?

ചെറുശ്ശേരിനമ്പൂതിരി: ഞാൻ പറഞ്ഞു മനസ്സിലാക്കാം. ഒരു സ്ത്രീസുഖം പുരുഷനു സാധിച്ചു എന്നു പറയേണമെങ്കിൽ ആ സ്ത്രീയെ പുരുഷൻ രമിപ്പിച്ചു സുഖിപ്പിച്ചിട്ടുവേണം. ഒരു സ്ത്രീയെ താൻ രമിപ്പിക്കുന്നതിൽനിന്നും തന്നാൽ അവൾ രമിച്ചു സുഖിക്കുന്നു എന്ന് അറിയുന്നതിൽനിന്നുമാണ് പുരുഷനു സുഖാനുഭവം ഉണ്ടാവേണ്ടത്. അപ്രകാരംതന്നെ ഒരു പുരുഷനുമായി സുഖിച്ചു എന്ന് ഒരു സ്ത്രീ പറയേണ്ടത് ആ പുരുഷനെ സ്ത്രീ രമിപ്പിച്ചു സുഖിപ്പിച്ചാൽ മാത്രമാണ്. ആ സുഖാനുഭവം അന്യോന്യം സംപൂർത്തിയായി ഉണ്ടാവേണമെങ്കിൽ അന്യോന്യം കലശലായ അനുരാഗം ഉണ്ടായിരിക്കേണം. അങ്ങിനെയല്ലാതെ സ്ത്രീസുഖം സാധിക്കുവാൻ ഇച്ഛിക്കുന്നവർ മൃഗപ്രായം-സാധിച്ചാൽ എന്തോ അന്യോന്യം ചില ഗോഷ്ഠികൾ കാണിച്ചു എന്നുമാത്രമേ പറഞ്ഞുകൂടൂ.

നമ്പൂതിരിപ്പാട്: ശിക്ഷ! ഇതു മഹാദുർഘടംതന്നെ. ഇങ്ങിനെയായാൽ വളരെ സ്ത്രീകളുമായി സുഖിപ്പാൻ ഒരു പുരുഷനു സാധിക്കുകയില്ല, നിശ്ചയം.

ചെറുശ്ശേരിനമ്പൂതിരി: ശരി, സൂക്ഷ്മത്തിൽ ഒരു പുരുഷന് ഒരു സ്ത്രീ-ഒരു സ്ത്രീക്ക് ഒരു പുരുഷൻ. അങ്ങിനെയാണു സൃഷ്ടിസ്വഭാവേന വെച്ചിട്ടുള്ളത്.

നമ്പൂതിരിപ്പാട്: ശ്രീകൃഷ്ണന് എത്ര ഭാര്യമാരുണ്ടായിരുന്നു?

ചെറുശ്ശേരിനമ്പൂതിരി: ഞാൻ അറിയില്ല.

നമ്പൂതിരിപ്പാട്: പതിനാറായിരത്തെട്ടു ഭാര്യമാരുണ്ടായിരുന്നു. ശ്രീകൃഷ്ണന്റെ ബുദ്ധിക്കു രസികത്വമുണ്ടെന്നോ ഇല്ലെന്നോ ചെറുശ്ശേരി വിചാരിക്കുന്നത്?

ചെറുശ്ശേരിനമ്പൂതിരി: പതിനാറായിരത്തെട്ടു ഭാര്യമാരുണ്ടായിരുന്നതു ശരിയാണെങ്കിലും ശ്രീകൃഷ്ണൻ നുമ്മളെപ്പോലെ ഒരു മനുഷ്യനായിരുന്നുവെങ്കിലും അദ്ദേഹത്തിന്റെ ബുദ്ധിക്ക് അശേഷം രസികത്വമില്ലെന്നും അദ്ദേഹം വളരെ ഒരു വിടനായിരുന്നുവെന്നും ഞാൻ പറയും. എന്നാൽ ഏതു ഗ്രന്ഥങ്ങളിൽ നിന്നു നോം ഇദ്ദേഹത്തിന്ന് ഇത്ര അധികം ഭാര്യമാർ ഉണ്ടായിരുന്നു എന്ന് അറിയുന്നുവോ, അതുകളിൽനിന്നുതന്നെ അദ്ദേഹം മനുഷ്യനായിരുന്നില്ലെന്നും അറിയുന്നുണ്ട്. ശ്രീകൃഷ്ണൻ ഗോവർദ്ധനപർവ്വതം എടത്തെ കൈകൊണ്ട് എടുത്തു പൊന്തിച്ച് ഏഴു ദിവസം കൊടപോലെ പിടിച്ചു ഗോക്കളെയും ഗോപന്മാരെയും രക്ഷിച്ചതായും, ക്ഷേളപാനംകൊണ്ടു മരിച്ചുപോയ പലേ ജീവികളെയും തന്റെ ഒരു കടാക്ഷത്താൽ ജീവിപ്പിച്ചതായും, മറ്റു മനുഷ്യശക്തിക്ക് അസാദ്ധ്യമായ അനേകം പ്രവൃത്തികൾ ചെയ്തതായും ഈ ഗ്രന്ഥങ്ങളിൽനിന്നു കാണുന്നുണ്ട്. ഈവക എല്ലാം ചെയ്വാൻ ശക്തിയുള്ള ഒരു ദേഹത്തിനു

ഞാൻ ഇപ്പോൾ പറഞ്ഞപ്രകാരം സാധാരണമനുഷ്യർക്കുള്ള പ്രമാണങ്ങളും നിശ്ചയങ്ങളും സംബന്ധിക്കുമോ എന്നു ഞാൻ സംശയിക്കുന്നു.

നമ്പൂതിരിപ്പാട്: പുരുഷന് അങ്ങട്ടു സ്നേഹമുണ്ടായാൽ സ്ത്രീക്ക് ഇങ്ങട്ടും ഉണ്ടാവാതെ ഇരിക്കയില്ല. ഞാൻ പലേ സ്ത്രീകളുമായി സുഖാനുഭവം ചെയ്തിട്ടുണ്ട്. എല്ലാ സ്ത്രീകൾക്കും എന്നെ ബഹു ഭ്രമമായിരുന്നു-അല്ല, ചെറുശ്ശേരിക്ക് ഇതൊന്നും നിശ്ചയമില്ലേ? എന്താണ് ഇന്ന് ഒരു പുതിയമാതിരിയായി സംസാരിക്കുന്നത്? സകല സ്ത്രീകൾക്കും എന്നെ ഭ്രമമാണ്.

നമ്പൂതിരിപ്പാട്ടിലെ വാക്കു കേട്ടു ചെറുശ്ശേരി ചിരിച്ചുപോയി. നമ്പൂതിരിപ്പാട്ടിലെപ്പറ്റി സ്ഥായിയായി ഉണ്ടായിരുന്ന പരിഹാസരസംതന്നെ വീണ്ടും തോന്നി കഷ്ടമെന്നോർത്തു.

നമ്പൂതിരിപ്പാട്: എന്താണു ചെറുശ്ശേരി ഒന്നും മിണ്ടാത്തത്? സകല സ്ത്രീകൾക്കും എന്നെ ഭ്രമമല്ലെന്നാണോ വിചാരം?

ചെറുശ്ശേരിനമ്പൂതിരി: ഇവിടിത്തെക്കുറിച്ചു ഞാൻ ഒന്നും വിചാരിച്ചിട്ടില്ല. ഞാൻ സാധാരണമനുഷ്യരുടെ കാര്യമാണു പറഞ്ഞത്.

ഇവർ ഇത്രത്തോളം സംസാരിക്കുമ്പോഴേയ്ക്കു കേശവൻനമ്പൂതിരി ഓടി എത്തി, "എനി മുകളിലേക്കു പോവാം," എന്നു പറഞ്ഞതു കേട്ടപ്പോൾ,

നമ്പൂതിരിപ്പാട്: വരട്ടെ-നില്ക്കൂ. എന്താണ് ഇത്ര ബദ്ധപ്പാട്? എന്റെ സമയംകൂടി നോക്കണ്ടേ?

കേശവൻനമ്പൂതിരി: സമയമായിട്ടു മതി.

കേശവൻനമ്പൂതിരി ഒന്നത്ഭുതപ്പെട്ടു-ഇതെന്തു കഥാ? ഇദ്ദേഹം ഒരു കമ്പക്കാരൻതന്നെയാണ്. ഇത്രയും വിചാരിപ്പാനേ എടയായുള്ളു. അപ്പോഴേയ്ക്ക്,

നമ്പൂതിരിപ്പാട്: എന്നാൽ എനി പോവുക. കറുത്തേടം വരണ്ട, ഞാൻ മാത്രം പോവാം. ചെറുശ്ശേരി ഇവിടെ കിടന്ന് ഉറങ്ങിക്കോളൂ.

എന്നും പറഞ്ഞു നമ്പൂതിരിപ്പാട് അതിഘനഭാവത്തോടുകൂടി തുപ്പട്ട മുതലായതു പുതച്ച് ഇന്ദുലേഖയുടെ മാളികമുകളിൽ കയറി. ഇന്ദുലേഖ തലേദിവസത്തെപ്പോലെ വിസ്താരത്തിന്നു കൂട്ടിൽ നിർത്തിയ തടവുകാരന്റെ ഭാവത്തോടെ ചാരുപടിയും പിടിച്ചു നില്ക്കുന്നു. നമ്പൂതിരിപ്പാടു പുറത്തളത്തിൽ കടന്ന് ഇന്ദുലേഖയെ കണ്ടു. കണ്ട ക്ഷണത്തിൽ ഈ ഇളിഭ്യന്റെ ധൈര്യവും ഘനവും ആസകലം ഓടി ഒളിച്ചു. പല്ലിളിച്ചു 'ശിവ -ശിവ! സുന്ദരിയായ നിന്റെ കൂടെ ഇരിക്കാതെ എനിക്ക് ഈ ജന്മം സാധിക്കയില്ലാ. എന്തു മുഖം! എന്തു നിറം! എന്തു തലമുടി! എന്തു കണ്ണ്! ശിവ ശിവ! നാരായണ! വലഞ്ഞു. വലഞ്ഞു. ഘനവും ഇല്ല എനിക്കു ധൈര്യവും ഇല്ല. ദേവേന്ദ്രനു മഹർഷിയുടെ ഭാര്യയെ കണ്ടപ്പോൾ ഘനം എവിടെപ്പോയി?-രാവണനു രംഭയെ കണ്ടപ്പോഴോ?' ഇങ്ങിനെ എല്ലാം ഇന്ദുലേഖയെ കണ്ടക്ഷണത്തിൽ നമ്പൂതിരിപ്പാട്ടിലേക്കു തോന്നി

എങ്കിലും രണ്ടുമൂന്നു നിമിഷം കസാലമേൽ ഇരുന്നശേഷം ഒരു വിധമെല്ലാം ധൈര്യം ഉറപ്പിച്ചു പറയുന്നു:

നമ്പൂതിരിപ്പാട്: “ധീരർക്കു പുല്ലും തരുണിമാരും സമം” എന്നുള്ള പ്രമാണം ഇന്ദുലേഖ വായിച്ചിട്ടുണ്ടോ?”

ഇന്ദുലേഖ: (വല്ലാതെ പൊട്ടിച്ചിരിച്ചുംകൊണ്ട്) ഞാൻ പ്രമാണം വായിച്ചിട്ടില്ലെങ്കിലും ഇപ്പോൾ കേട്ടുവല്ലോ. ഒന്നാന്തരം പ്രമാണമാണ്.

ഇന്ദുലേഖ ഉള്ളിൽ അടക്കാൻ നിവൃത്തിയില്ലാത്തവിധം മനോഹരമായ ശബ്ദത്തിൽ കുലുകുലുങ്ങനെ പൊട്ടിച്ചിറിച്ച ഭാവവികാരം കണ്ട ക്ഷണത്തിൽ നമ്പൂതിരിപ്പാട് വളരെ പ്രയത്നപ്പെട്ട് ഉറപ്പിച്ച ഘനം എവിടെയോ പോയി മുമ്പു ഗോവിന്ദനുമായി ഉണ്ടായ ആലോചനകളും നിശ്ചയങ്ങളും എല്ലാം കേവലം മറന്നു മനസ്സ് ഇന്ദുലേഖയിൽ വീണു ലയിച്ചു. എന്നിട്ട്, ഇങ്ങനെ പറയുന്നു:

നമ്പൂതിരിപ്പാട്: ഇന്ദുലേഖ ഒന്നുകൂടി ഉറക്കെ ചിറിച്ചാട്ടെ. ഇങ്കിരീസ്സിൽ ചിറിക്കാനും പഠിപ്പിക്കുമോ? ബഹുഭംഗി അങ്ങിനെ ചിറിക്കുന്നത്. ഒന്നുകൂടി ചിറിച്ചാട്ടെ.

ഇന്ദുലേഖ ചിറിച്ചു പരവശയായി അകത്തേക്കു മുഖം തുടയ്ക്കാൻ പോയി.

നമ്പൂതിരിപ്പാട്: അല്ല-മോശം! അകത്തേക്കു പോയിക്കഴിഞ്ഞുവോ? ഇന്നലത്തെപ്പോലെകൂടി സംസാരിപ്പാൻ ഇന്ന് എടയില്ലെന്നു തോന്നുന്നു. പിന്നെ എന്തിനാണ് എന്നോടു വരാൻ പറഞ്ഞത്?

ഇന്ദുലേഖ: അല്ല-ഞാൻ വരുന്നു.

എന്നു പറഞ്ഞു മുഖം കഴുകി രണ്ടാമതും പുറത്തുവന്നു.

നമ്പൂതിരിപ്പാട്: ഇന്ദുലേഖയ്ക്ക് എത്ര വയസ്സായി?

ഇന്ദുലേഖ: പതിനെട്ട്.

നമ്പൂതിരിപ്പാട്: എനിക്ക് എത്ര വയസ്സായി എന്ന് ഇന്ദുലേഖയ്ക്കു തോന്നുന്നു?

ഇന്ദുലേഖ: എനിക്ക് വയ്സ്സു കാഴ്ചയിൽ ഗണിക്കാനുള്ള സാമർത്ഥ്യം ഉണ്ടെന്നു തോന്നുന്നില്ല. അതുകൊണ്ട് എനിക്കു പറവാൻ സാധിക്കയില്ല.

നമ്പൂതിരിപ്പാട്: എങ്കിലും ഏകദേശം മതിപ്പായി പറഞ്ഞുകൂടേ?

ഇന്ദുലേഖ: മതിപ്പായി പറഞ്ഞാൽ ശരിയാകയില്ല.

നമ്പൂതിരിപ്പാട്: എങ്കിലും ഏകദേശം പറയൂ.

ഇന്ദുലേഖ: എന്തെങ്കിലും പറഞ്ഞാൽ മതിയെങ്കിൽ പറയാം ഇവിടേയ്ക്ക് ഒരു അമ്പതു വയസ്സു കഴിഞ്ഞു എന്ന് എനിക്കു തോന്നുന്നു.

നമ്പൂതിരിപ്പാട്: ഛീ! അബദ്ധം! എനിക്ക് പൂർണ്ണയൗവനം കഴിഞ്ഞു എന്നാണു തോന്നുന്നത്? കഷ്ടം! ഇതെന്തൊരു കഥയാണ്! അമ്പതു വയസ്സായോ? പൂർണ്ണയൗവനം കണ്ടാൽ നിശ്ചയിച്ചുകൂടേ?

ഇന്ദുലേഖാ: ഞാൻ മുമ്പുതന്നെ പറഞ്ഞില്ലേ എനിക്കു വയസ്സു ഗണിക്കാൻ അറിഞ്ഞുകൂടെന്ന്.

നമ്പൂതിരിപ്പാട്: പൂർണ്ണയൗവനമുള്ള ഒരു പുരുഷനെ കണ്ടാൽ എനിയും അറിഞ്ഞുകൂടേ? പതിനെട്ടുവയസ്സായാലും അറിഞ്ഞുകൂടേ?

ഇന്ദുലേഖ: എനിക്ക് അറിഞ്ഞുകൂടാ. പൂർണ്ണയൗവനം എന്നുവെച്ചാൽ തന്നെ എന്താണെന്ന് എനിക്കു മനസ്സിലായിട്ടില്ല.

നമ്പൂതിരിപ്പാട്: ഇങ്കിരീസ്സു പഠിച്ചിട്ടാണ് ഈവക ഒന്നും ഇന്ദുലേഖയ്ക്കു മനസ്സിലാവാത്തത്. സംശയമില്ല.

ഇന്ദുലേഖ: അതുകൊണ്ടുതന്നെയായിരിക്കാം.

നമ്പൂതിരിപ്പാട്: ഞാൻ വേളികഴിച്ചിട്ടില്ല.

ഇന്ദുലേഖ: ശരി, നല്ല കാര്യം.

നമ്പൂതിരിപ്പാട്: ഇല്ലത്തു സന്തതിക്ക് അനുജന്മാർ വേളികഴിച്ചിട്ടുണ്ട്. ഞാൻ എല്ലായ്പോഴും വളരെ സുഖിച്ചു കാലം കഴിക്കുന്നു. സ്വജാതിയിൽ ക്രമപ്രകാരം വേളികഴിച്ചാൽ നമ്പൂരിമാർക്കു സുഖം പോയി. ഞാൻ സ്ഥിരമായി ഇതുവരെ യാതൊരു ഭാര്യയേയും വെച്ചിട്ടില്ല. എന്താണ് ഇന്ദുലേഖാ ഒന്നും പറയാത്തത്?

ഇന്ദുലേഖ: ഇവിടുന്ന് ഇവിടുത്തെ വർത്തമാനങ്ങളെക്കുറിച്ചു പറയുമ്പോൾ ഞാനെന്താണ് എടയിൽ പറയേണ്ടത്?

നമ്പൂതിരിപ്പാട്: ഞാൻ ഇന്നലെ അയച്ച ശ്ലോകം കേൾക്കണോ? ഞാൻ ചൊല്ലാം.

ഇന്ദുലേഖ: വേണ്ട-ബുദ്ധിമുട്ടണ്ട.

നമ്പൂതിരിപ്പാട്: എന്തു ബുദ്ധിമുട്ടാണ്? ശ്ലോകം ചൊല്ലുന്നത് ഒരു രസികത്വമല്ലേ?

ഇന്ദുലേഖ: അതെന്തോ?

നമ്പൂതിരിപ്പാട്: അങ്ങിനെ തോന്നുന്നത് ഇങ്കിരീസ്സു പഠിച്ചിട്ടാണ്.

ഇന്ദുലേഖ: ആയിരിക്കാം.

നമ്പൂതിരിപ്പാട്: ഇങ്കിരിയസ്സും പഠിച്ചാൽ ശൃംഗാരം ഉണ്ടാവില്ല. നിശ്ചയം.

ഇന്ദുലേഖ: അതെ, ഉണ്ടാകയില്ല.

നമ്പൂതിരിപ്പാട്: ഇന്ദുലേഖയ്ക്ക് നല്ല ശൃംഗാരം ഉണ്ട്.

ഇന്ദുലേഖ: ഇല്ലെന്നാണ് എനിക്കു തോന്നുന്നത്.

നമ്പൂതിരിപ്പാട്: നൈഷധം പഠിച്ചിട്ടുണ്ടോ?

ഇന്ദുലേഖ: ഇല്ലാ.

നമ്പൂതിരിപ്പാട്: നൈഷധമല്ലേ പെണ്ണുങ്ങൾ പഠിക്കേണ്ടത്? നൈഷധത്തിൽ ഒരു ശ്ലോകം ചൊല്ലട്ടെ?

ഇന്ദുലേഖ: വേണ്ട. വെറുതെ ബുദ്ധിമുട്ടണ്ട.

നമ്പൂതിരിപ്പാട്: അതെന്തൊരു കഥയാണ്! ശ്ലോകം ചൊല്ലാൻ ഭാവിക്കുമ്പോൾ എല്ലാം എന്താണു ബുദ്ധിമുട്ടണ്ട എന്നു പറയുന്നത്?

ഇന്ദുലേഖ: ബുദ്ധിമുട്ട് ഉണ്ടാകകൊണ്ടുതന്നെ.

നമ്പൂതിരിപ്പാട്: ഇന്ദുലേഖയ്ക്ക് കല്ലുപതിച്ച തോടയാണു നല്ല ചേർച്ച.

ഇന്ദുലേഖ: ശരി.

നമ്പൂതിരിപ്പാട്: ഇന്ദുലേഖയ്ക്കു കല്ലുപതിച്ച തോട ഉണ്ടോ?

ഇന്ദുലേഖ: എന്റെ കൈവശം ഇല്ല.

നമ്പൂതിരിപ്പാട്: ഞാൻ ഒരു ജോഡു പണിയിക്കാം. വിശേഷമായ കല്ലുകൾ എന്റെ പക്കലുണ്ട്.

ഇന്ദുലേഖ: എനിക്കുവേണ്ടി പണിയിക്കാൻ ആവശ്യവും സംഗതിയും ഇല്ല.

നമ്പൂതിരിപ്പാട്: ഞാൻ ഇവിടെ വന്നത് എനിക്ക് എഴുത്തയച്ചിട്ടാണ്.

ഇന്ദുലേഖ: ശരി.

നമ്പൂതിരിപ്പാട്: പഞ്ചു പറഞ്ഞിട്ടു കറുത്തേടം എഴുതി അയച്ചു. എന്നിട്ടാണു വന്നത്.

ഇന്ദുലേഖ: ശരി.

നമ്പൂതിരിപ്പാട്: ബാന്ധവത്തിനു വരാനാണ് എഴുതിയിരുന്നത്.

ഇന്ദുലേഖ: ആരേ? കേശവൻനമ്പൂരിയെ ബാന്ധവിക്കാനോ?

നമ്പൂതിരിപ്പാട്: നേരമ്പോക്കു പോട്ടെ. എനിക്കു വളരെ വ്യസനം ഉണ്ട്.

ഇന്ദുലേഖ: ശരി.

നമ്പൂതിരിപ്പാട്: എന്താണ്-വ്യസനമുള്ളതു ശരിയെന്നോ?

ഇന്ദുലേഖ: അങ്ങിനെ അല്ലേ പറഞ്ഞത്?

നമ്പൂതിരിപ്പാട്: ഈ വെച്ചിരിക്കുന്ന വലിയ പെട്ടി എന്താണ്? സംഗീതപ്പെട്ടിയോ?

ഇന്ദുലേഖ: അതെ.

നമ്പൂതിരിപ്പാട്: ഇതിന്റെ വിദ്യ ഒന്നു കേൾപ്പിച്ചു തരാമോ?

ഇന്ദുലേഖ: "അങ്ങിനെതന്നെ," എന്നു പറഞ്ഞു പിയാനോ വായിപ്പാൻ ആരംഭിച്ചു.

ഇന്നലത്തേയും ഇന്നത്തേയും സംഭാഷണത്തിൽ ഇന്ദുലേഖയുടെ ഭാവം കേവലം രണ്ടുവിധമായിട്ടാണെന്ന് എന്റെ വായനക്കാർക്കു തോന്നാം. ഇന്നലെ ഇന്ദുലേഖയ്ക്ക് ഇദ്ദേഹത്തിന്റെ സ്വഭാവവും അവസ്ഥയും ഇന്നത്തെപ്പോലെ മനസ്സിലായിരുന്നില്ല. തന്നെ തട്ടിപ്പറിച്ചു കൊണ്ടുപോവാൻ അതികുബേരനായ ഒരു മനുഷ്യൻ വന്ന് പരീക്ഷിക്കാൻ പോവുന്നതിൽ ഉള്ള പുച്ഛവും ക്രോധവും ഇന്നലെ കലശലായിരുന്നു. ഇന്നെയ്ക്ക് ആ സ്ഥിതിമാറിപ്പോയി. തന്റെ വലിയച്ഛനുതന്നെ ഇദ്ദേഹത്തിന്റെമേൽ നല്ല അഭിപ്രായമില്ലെന്നും എനി ഇദ്ദേഹത്തെ തന്റെ നേരെ കൊണ്ടുവന്നു പരീക്ഷിക്കയില്ലെന്നും ഇന്ദുലേഖ അറിഞ്ഞു. പിന്നെ ഇദ്ദേഹത്തിനുതന്നെ ഇന്ദുലേഖയെ കിട്ടുകയില്ലെന്നുള്ള ഒരു വിശ്വാസം വന്നുതുടങ്ങി എന്ന് ഇദ്ദേഹത്തിന്റെ വാക്കിൽനിന്നുതന്നെ അറിയാറായി. അതുകൊണ്ട് ഇന്നെയ്ക്ക് ആകപ്പാടെ നമ്പൂതിരിപ്പാട്ടിലെ കഥ ഒരു പരിഹാസയോഗ്യമായിത്തീർന്നു. എന്നല്ല, ഇന്ദുലേഖയ്ക്ക് ഇദ്ദേഹത്തിന്റെ ബുദ്ധിയുടെ ഒരു ശക്തിയില്ലായ്മയും ചാപല്യവും കണ്ടിട്ട് കുറെ ഒരു

പരിതാപവും ഉണ്ടായില്ലെന്നില്ല. ഏതുവിധവും ഇന്ദുലേഖയ്ക്ക് നമ്പൂതിരിപ്പാട്ടിന്റെ ബുദ്ധിയുടെ സ്വഭാവം കണ്ടിട്ട് ഒരു ദയയാണ് ഇന്നത്തെ സംസാരം കഴിഞ്ഞശേഷം ഉണ്ടായത്. 'കഷ്ടം! ഇദ്ദേഹം ഇങ്ങിനെ അറിവില്ലാത്തവനായിപ്പോയല്ലൊ,' എന്നു തോന്നി.

പിയാനൊവായന തുടങ്ങിയപ്പോഴയ്ക്ക് മാളികയുടെ ചുവട്ടിൽ മിറ്റത്തും മതിലിന്മേലും കുളവക്കിലും മനുഷ്യർ കൂടിത്തുടങ്ങി. മുമ്പത്തെപ്പോലെ ചില പട്ടന്മാരും മറ്റും മുകളിലേക്കു വായന കേൾക്കാൻ കയറുവാൻ ചെന്നപ്പോൾ കേശവൻനമ്പൂതിരി കോണിക്കൽ ഒരു പാറാവുകാരന്റെ നിലയിൽനിന്ന്, "ആരും കയറണ്ട, കയറണ്ട" എന്നു പറഞ്ഞ് ആട്ടിപ്പായിച്ചു. ആട്ടുകൊണ്ട കൂട്ടർ കുളക്കടവിൽ വന്ന് കേശവൻനമ്പൂരിയെയും മറ്റും ശകാരം തുടങ്ങി.

ഒരു പട്ടര്: പകൽസമയം ഭാര്യയും ഭർത്താവുംകൂടി ഇരിക്കുന്ന അകത്തു പാട്ടു കേൾക്കാൻ പോയാൽ എന്തൊരു വിരോധമാണെടോ?

ഒരു നായര്: നമ്പൂതിരിപ്പാട്ടിലേക്ക് വേറെ ആൾ കടന്നു ചെല്ലുന്നതും ഇഷ്ടമായിരിക്കയില്ല. പിന്നെ എന്തിനു നോം അദ്ദേഹത്തിനെ മുഷിപ്പിക്കുന്നു?

ഒരു പട്ടര്: എന്താണ്, മറ്റൊരാൾ ഇന്ദുലേഖയുടെ പാട്ടു കേട്ടു പോയാൽ നമ്പൂതിരിപ്പാട്ടിലേക്ക് ഇത്ര ചേതം?

ഒരു നമ്പൂതിരി: പുതിയ ഭാര്യയല്ലേ, അങ്ങിനെയിരിക്കും.

ഇങ്ങിനെ ആളുകൾ ഘോഷം കൂട്ടിക്കൊണ്ടിരിക്കുമ്പോൾ ശങ്കരശാസ്ത്രികൾ ഉണർന്നു ഗോവിന്ദപ്പണിക്കരുടെ വീട്ടിൽനിന്ന് എറങ്ങി പതുക്കെ അമ്പലത്തിലേക്കു പുറപ്പെട്ടു. ആളുകൾ വഴിയിൽവെച്ചു മേൽക്കാണിച്ച പ്രകാരം പറയുന്നതും ഘോഷം കൂട്ടുന്നതും കേട്ടു. ഇന്ദുലേഖയുടെ മാളികമുകളിൽ നിന്നു പിയാനോ വായിക്കുന്നതും കേട്ടു. ഒന്നും മിണ്ടാതെ നേരെ അമ്പലത്തിലേക്കു നടന്നുപോം വഴി ഗോവിന്ദൻകുട്ടിമേനോനെ അന്വേഷിച്ചു. ഗോവിന്ദപ്പണിക്കരോടുകൂടി പൊല്പായികളത്തിലേക്കു പോയിരിക്കുന്നു എന്നുകേട്ടു ശാസ്ത്രികൾ ബഹുവ്യസനത്താൽ പരവശനായി അമ്പലത്തിൽ പോയി കിടന്നു. നാട്ടിലേക്ക് അന്നുതന്നെ പോണമെന്നും ഉറച്ചു.

ഒരു പത്തു നിമിഷം പിയാനോവായന കഴിഞ്ഞശേഷം,

നമ്പൂതിരിപ്പാട്: എനി മതിയാക്കാം. ക്ഷീണം ഉണ്ടാവും. ഓമനയായ കൈകൊണ്ട് എത്രനേരം അദ്ധ്വാനിക്കാം.

ഇന്ദുലേഖ പുച്ഛിച്ച് ഒന്നു നോക്കി.

നമ്പൂതിരിപ്പാടു തന്റെ വെള്ളിച്ചെല്ലവും സ്വർണ്ണപ്പനീർവീശിക്കുപ്പിയും കൊണ്ടുവരാൻ പറഞ്ഞു. കൊണ്ടുവന്നശേഷം ഇന്ദുലേഖയോട്:

നമ്പൂതിരിപ്പാട്: ഈ പെട്ടി നോക്കൂ. നല്ല മാതിരിയോ?

ഇന്ദുലേഖ പെട്ടി വാങ്ങിനോക്കി. പനീർവീശിയും വാങ്ങിനോക്കി. "വളരെ ഭംഗിയുണ്ട്," എന്നു പറഞ്ഞ് താഴത്തു വെച്ചു.

നമ്പൂതിരിപ്പാട്: ഇത് ആവശ്യമുണ്ടെങ്കിൽ എടുക്കാം.

ഇന്ദുലേഖ: എനിക്ക് ആവശ്യമില്ലാ.

നമ്പൂതിരിപ്പാട്: എടുക്കാം. വിരോധമില്ലാ.

ഇന്ദുലേഖ: എനിക്കാവശ്യമില്ല.

നമ്പൂതിരിപ്പാട്: ഞാൻ ഇന്ദുലേഖയെ അല്ലാതെ വേറെ ഒരു സ്ത്രീയേയും കാമിക്കയില്ലാ.

ഇന്ദുലേഖ: അങ്ങിനെതന്നെ.

നമ്പൂതിരിപ്പാട്: ഓ-അതു സമ്മതിച്ചുവോ?

ഇന്ദുലേഖ: സമ്മതം.

നമ്പൂതിരിപ്പാടു ചിരിച്ച് എണീട്ടുനിന്നു. മേല്പട്ടെയ്ക്ക് ഒന്നു ചാടി.

ഇന്ദുലേഖാ: ഇത് എന്തു ഗോഷ്ഠിയാണ്?

നമ്പൂതിരിപ്പാട്: ഗോഷ്ഠിയോ? മഹാഭാഗ്യം ആയിരിക്കുന്നു എനിക്ക്. ഞാൻ നൃത്തംചെയ്യട്ടെ. എനിക്ക് ഇന്ദുലേഖയെ കിട്ടിയില്ലേ. എന്റെ കാര്യം സാധിച്ചില്ലേ?

ഇന്ദുലേഖ: ഈവക ഗോഷ്ഠികൾ പറയരുതേ. ഞാൻ ഈ ജന്മം അങ്ങെ ഭാര്യയായി ഇരിക്കയില്ല. എന്നെ അങ്ങുന്ന് ആഗ്രഹിക്കുന്നുണ്ടെങ്കിൽ അതിനു ഞാൻ വിചാരിച്ചാൽ നിവൃത്തിയില്ല. അങ്ങുന്ന് എനിമേലിൽ എന്നോട് ഈവക ഒരു വാക്കു പറഞ്ഞാൽ ഞാൻ അങ്ങെ ഒരിക്കലും കാണുകയും ഇല്ല. എനിക്കു പ്രവൃത്തികൾ ഉണ്ട്.

എന്നും പറഞ്ഞ് ഇന്ദുലേഖ അകത്തേക്കു പോയി. നമ്പൂതിരിപ്പാട് ക്ഷണത്തിൽ ചുവട്ടിലേക്ക് ഇറങ്ങിപ്പോരുകയും ചെയ്തു.

കോണി എറങ്ങിക്കഴിയുന്നതുവരെ കഷ്ടിച്ചു സങ്കടമുണ്ടായിരുന്നുവോ-സംശയം. അപ്പോഴേക്കു മനസ്സിൽ ഒന്നാമതു ലക്ഷ്മിക്കുട്ടിഅമ്മയേയും ഉടനെ രണ്ടാമതു രാവിലെ കണ്ട പെണ്ണിനേയും ഓർമ്മ വന്നു. ചുവട്ടിൽ വന്ന ഉടനെ ഗോവിന്ദനെ അമ്പേഷിച്ചു. ഗോവിന്ദൻ വന്നു കുറെ സ്വകാര്യസംസാരം ഉണ്ടായി. അതിന്റെ വിവരം:

നമ്പൂതിരിപ്പാട്: എന്താണു ഗോവിന്ദാ, എല്ലാം ശട്ടമായോ?

ഗോവിന്ദൻ: അടിയൻ ഇതുവരെ ആരോടും പറഞ്ഞിട്ടില്ലാ. അങ്ങിനെ പറയാൻ പാടില്ലാ. അടിയൻ വിചാരിക്കുന്നതു തിരുമനസ്സുതന്നെ പഞ്ചുമേനവനെ വിളിച്ച് ഇതിനെപ്പറ്റി സ്വകാര്യമായി ഒന്ന് അരുളിച്ചെയ്താൽ ഒരു വിഷമവും ഉണ്ടാവില്ലെന്നാണ്.

നമ്പൂതിരിപ്പാട്: എന്നാൽ പഞ്ചുവെ വിളിക്കൂ. പറഞ്ഞുകളയാം. ഇന്ദുലേഖയുടെ കാര്യം തീർച്ചയായി. ഈ ജന്മം അവൾ എന്റെ ഭാര്യയായി ഇരിക്കില്ലപോൽ.

ഗോവിന്ദൻ: ശിവ-ശിവ! എന്തു ധിക്കാരമാണ് ഇത്! ഇങ്ങിനെ കുറുമ്പുപെണ്ണുങ്ങൾക്കു ഞാൻ കേട്ടിട്ടില്ല. അവളുടെ മുമ്പാകെ കല്യാണിയേയുംകൊണ്ടു രാവിലെ എഴുന്നള്ളാൻ ദൈവം സംഗതി വരുത്തണം എന്നാണ് അടിയന്റെ പ്രാർത്ഥന.

നമ്പൂതിരിപ്പാട്: ശരി. സമർത്ഥാ! ശരി. പഞ്ചുവെ വിളിക്ക.

ഗോവിന്ദൻ: പടിമാളികമേൽ എഴുന്നള്ളിയിരിക്കുന്നതാണു നല്ലത്.

പഞ്ചുമേനവനെ അടിയൻ അവിടെ വിളിച്ചുകൊണ്ടു വരാം. പഞ്ചുമേനവൻ വരുമ്പോൾ ചെറുശ്ശേരിനമ്പൂരിയും കേശവൻനമ്പൂരിയും ഒന്നിച്ചരുതേ. ഗോപ്യമായിരിക്കണം.

എന്നും പറഞ്ഞു ഗോവിന്ദൻ പഞ്ചുമേനോനെ തിരയാൻ പോയി.

നമ്പൂതിരിപ്പാടു കേശവൻനമ്പൂതിരിയെ വിളിച്ചു താൻ ഇരിക്കുന്ന അറയുടെ തെക്കേ അറയിൽത്തന്നെ ഇരിക്കണം; ചില കാര്യങ്ങളെക്കുറിച്ചു സംസാരിക്കാനുണ്ട്; താൻ വിളിക്കുന്നതുവരെ എങ്ങും പോവരുതെന്നു പറഞ്ഞ് അവിടെ ഇരുത്തി. ഇതും ഗോവിന്ദന്റെ ഒരു വിദ്യതന്നെ ആയിരുന്നു. കേശവൻനമ്പൂതിരി വളരെ വിഷാദത്തോടുകൂടി ഈശ്വര സ്മരണയും ചെയ്തുകൊണ്ടു തെക്കെ അറയിൽ ഇരുന്നു. കുറേ കഴിഞ്ഞപ്പോൾ ഉറങ്ങുകയും ചെയ്തു.

ഗോവിന്ദൻ പഞ്ചുമേനോനെ തിരഞ്ഞുപോവുമ്പോൾ സമയം മൂന്നു മണിയായിരിക്കുന്നു. പഞ്ചുമേനോൻ ഊണുകഴിഞ്ഞ് ഉറങ്ങുന്നു. ഗോവിന്ദൻ പഞ്ചുമേനവൻ കിടക്കുന്ന അകത്തിന്റെ വാതുക്കൽ പോയി നിന്നു കുഞ്ഞിക്കുട്ടിഅമ്മയെ കണ്ടു. പഞ്ചുമേനോനെ നമ്പൂതിരിപ്പാടു വിളിക്കുന്നു എന്നു പറഞ്ഞു. കുഞ്ഞിക്കുട്ടിഅമ്മ അകത്തുപോയി ഭർത്താവിനെ വിളിച്ചുണർത്തി. ഉണർത്തിയ ദേഷ്യത്തോടെ-

പഞ്ചുമേനോൻ: അസത്തെ, എന്തിന് എന്നെ ഉപദ്രവിക്കുന്നു?

കുഞ്ഞിക്കുട്ടിഅമ്മ: നമ്പൂതിരിപ്പാടു വിളിക്കുന്നുണ്ടുപോൽ.

പഞ്ചുമേനോൻ: നമ്പൂതിരിപ്പാട്! വിഡ്ഢിനമ്പൂതിരിപ്പാട്! വെറുതെ മനുഷ്യരെ ബുദ്ധിമുട്ടിക്കുന്നു. ഈ അസത്തിന്നു കടന്നുപോവരുതെ? ഒന്നിന്നും കൊള്ളാത്ത മനുഷ്യൻ. ആ കേശവൻനമ്പൂരിയെപ്പോലെ ഒരു കഴുതയെ ഞാൻ കണ്ടിട്ടില്ല.

കുഞ്ഞിക്കുട്ടിഅമ്മ: അങ്ങിനെ ഒന്നുമില്ല. ഇന്ദുലേഖയും നമ്പൂതിരിപ്പാടും തമ്മിൽ ഇന്നു വളരെ എണങ്ങിയിരിക്കുന്നു. ഇന്ന് ഇത്ര നേരം മാളികയിൽവെച്ചു പാട്ടും ചിരിയും തകൃതിയായിരുന്നു. ബഹു ഉത്സാഹം. ഇന്ദുലേഖയ്ക്ക് വളരെ സന്തോഷമായിരിക്കുന്നുപോൽ.

പഞ്ചുമേനോൻ: (പതുക്കെ എണീട്ടീരുന്നിട്ട്) പാട്ടുണ്ടായോ? എപ്പഴ്?

കുഞ്ഞിക്കുട്ടിഅമ്മ: ഇവിടുന്നു കിഴക്കെ പറമ്പിൽ പോയ സമയം.

പഞ്ചുമേനോൻ: അതൊന്നും ഞാൻ കേട്ടില്ല. ഞാൻ പോയി അമ്പേഷിക്കട്ടെ.

എന്നു പറഞ്ഞു വൃദ്ധൻ കുറെ സന്തോഷത്തോടെ എണീട്ടു പുറപ്പെട്ട് ഗോവിന്ദനോടുകൂടി പടിമാളികയിൽ ചെന്നുകയറി.

14

നമ്പൂതിരിപ്പാട്ടിലെ പരിണയം

നമ്പൂതിരിപ്പാട്: പഞ്ചുവോട് എനിക്ക് സ്വകാര്യമായി ഒരു കാര്യം പറവാനുണ്ട്.

പഞ്ചുമേനോൻ: എന്താണെന്നറിഞ്ഞില്ല. അരുളിച്ചെയ്യാമല്ലോ!

നമ്പൂതിരിപ്പാട്: പഞ്ചു അത് എനിക്കു സാധിപ്പിച്ചു തരണം.

പഞ്ചുമേനോൻ: പാടുള്ളതാണെങ്കിൽ സാധിപ്പിക്കുന്നതിന്ന് അടിയന് എന്താണു വിരോധം?

നമ്പൂതിരിപ്പാട്: പാടുള്ളതുതന്നെ.

പഞ്ചുമേനോൻ: അരുളിച്ചെയ്തുകേട്ടാൽ നിശ്ചയിക്കാം.

നമ്പൂതിരിപ്പാട്: പഞ്ചുവിന്റെ മരുമകൾ കല്യാണിയോടുകൂടി എനിക്ക് ഇന്നു രാത്രി സംബന്ധം തുടങ്ങി നാളെ പുലരാൻ നാലഞ്ചുള്ളപ്പോൾ അവളെയുംകൊണ്ട് ഇല്ലത്തേക്കു പോണം. ഇന്ദുലേഖയ്ക്ക് എന്നോടു ലേശം ഭ്രമമില്ലാ. ഇന്ദുലേഖ എന്റെ ഭാര്യയായി ഇരിക്കില്ലെന്ന് ഇന്നു തീർച്ചയായി പറഞ്ഞു. കല്യാണിക്കുട്ടിയെ ഞാൻ ഇന്നു രാവിലെ കണ്ടു. എനിക്കു ബോദ്ധ്യമായി. പഞ്ചു ഇതിനു സമ്മതിക്കണം. അല്ലെങ്കിൽ ഞാൻ വലിയ വ്യസനത്തിലും അവമാനത്തിലും ആവും. സംബന്ധം ഇന്നു രാത്രിതന്നെ വേണം. അതിനു സംശയമില്ലാ.

പഞ്ചുമേനോൻ ഇതു കേട്ടപ്പോൾ വല്ലാതെ ആശ്ചര്യപ്പെട്ടു. കുറെ നേരം ഒന്നും മിണ്ടാതെ നിന്നു. പിന്നെ ഒന്നു ചിറിച്ചു. എന്നിട്ട് ഇങ്ങിനെ പറഞ്ഞു:

പഞ്ചുമേനോൻ: ഇത് ഇത്ര ബദ്ധപ്പെട്ടു നിശ്ചയിപ്പാൻ പ്രയാസമല്ലെ. അടിയൻ ആലോചിച്ചു പറയാം.

നമ്പൂതിരിപ്പാട്: വയ്യാ. അതൊന്നും വയ്യാ. പഞ്ചു എന്നെ അവമാനിക്കരുത്. പഞ്ചു എന്നെ മാനമാക്കി അയയ്ക്കണം. എനി ഒട്ടും താമസി

ക്കരുത്. ഞാൻ വളരെ അവമാനത്തിലായിരിക്കുന്നു. പഞ്ചു നിവൃത്തിച്ചു തരണം.

പഞ്ചുമേനോൻ: അടിയൻ അന്വേഷിച്ച് ആലോചിച്ചു പറയാം.

നമ്പൂതിരിപ്പാട്: അന്വേഷിക്കാൻ ഒന്നുമില്ല. പഞ്ചു സമ്മതിച്ചാൽ സകലം നടക്കും.

പഞ്ചുമേനോൻ: അടിയൻ വേഗം ഇങ്ങുതന്നെ വിടകൊള്ളാം.

നമ്പൂതിരിപ്പാട്: എന്നാൽ ഇതു സ്വകാര്യമായിരിക്കട്ടെ. ഞാൻ പോയതിന്റെ ശേഷമേ ആളുകൾ ഇതിനെക്കുറിച്ചു പുറത്ത് അറിയാവൂ.

പഞ്ചുമേനോൻ: സ്വകാര്യമായിട്ടുതന്നേ അടിയൻ വെച്ചിട്ടുള്ളു.

പഞ്ചുമേനോൻ മാളികയിൽനിന്നു പതുക്കെ താഴത്തിറങ്ങി. ഇതെന്തൊരു കഥാ! എന്താണ് ഇവിടെ ചെയ്യേണ്ടത് എന്നു വിചാരിച്ചുംകൊണ്ടും തന്റെ അറയിൽ പോയി ഇരുന്നു വിചാരിച്ചതു താഴെ കാണിക്കുന്നു:

'ഇന്ദുലേഖയ്ക്കു സംബന്ധം തുടങ്ങാൻ വരുത്തീട്ടു കല്യാണിക്കുട്ടിയെ സംബന്ധം കഴിച്ചു കൊണ്ടുപോയി. ഇത് ഒരു പരിഹാസമായി തീരുമോ? എന്താണു പരിഹാസമായി തീരാൻ? പരിഹാസം ഉണ്ടെങ്കിൽ അതു നമ്പൂതിരിപ്പാട്ടിനെപ്പറ്റിയേ ഉണ്ടാകയുള്ളൂ. ഇന്ദുലേഖയ്ക്ക് ഈ വങ്കൻ നമ്പൂതിരിപ്പാട്ടിനെ വേണ്ട എന്നു പറഞ്ഞു. പിന്നെ നമ്പൂതിരിപ്പാടു കല്യാണിക്കുട്ടിയെ സംബന്ധംചെയ്തു കൊണ്ടുപോയി. ഇതിൽ ഇന്ദുലേഖയ്ക്ക് ഒരവമാനവും ഇല്ല, കല്യാണിക്കും ഒരു അവമാനമില്ല. വിഡ്ഢിയാണെങ്കിലും അദ്ദേഹം വലിയ ഒരാളല്ലേ. മഹാ ധനികൻ! ഇന്ദുലേഖാ ഉണ്ടായിരുന്നെങ്കിൽ ഈ ജന്മം കല്യാണിക്ക് ഈ സംബന്ധം ഉണ്ടാകയില്ലാ. പിന്നെ ഈ തറവാട്ടിലേക്കുതന്നെ നമ്പൂതിരിപ്പാട്ടിലെ സംബന്ധം മാനമായിട്ടുള്ളതല്ലേ. അതുകൊണ്ട് ഇതു സമ്മതിക്കുന്നതാണു നല്ലത് എന്നു തോന്നുന്നു. ഏതായാലും അനുജൻ ശങ്കരനോട് ഒന്നു അന്വേഷിക്കണം.' എന്നിങ്ങനെ വിചാരിച്ച് ഉറച്ചു ഭാര്യയെ വിളിച്ചു.

കുഞ്ഞിക്കുട്ടിഅമ്മ: എന്താണ്, ഞാൻ പറഞ്ഞതു ശരിയല്ലേ?

പഞ്ചുമേനോൻ: (ചിറിച്ചുംകൊണ്ട്) ശരിതന്നെ, ശരിതന്നെ. ശങ്കരനോട് ഒന്നിത്രത്തോളം വരാൻ ഒരാളെ അയയ്ക്കു.

കുഞ്ഞിക്കുട്ടിഅമ്മ: അയയ്ക്കാം. സംബന്ധം ഇന്നു നടക്കുമോ?

പഞ്ചുമേനോൻ: (ചിറിച്ചുംകൊണ്ട്) ഇന്നുതന്നെ, അതിന് എന്തു സംശയം?

വേഗം കുഞ്ഞിക്കുട്ടിഅമ്മ ശങ്കരമേനവനെ വിളിക്കാൻ ആളെ അയച്ചു. കുഞ്ഞിക്കുട്ടിഅമ്മ പഞ്ചുമേനവൻ ദ്വയാർത്ഥമായി പറഞ്ഞ വാക്ക്, ഇന്ദുലേഖയെ സംബന്ധിച്ചാണെന്നു നേരേ ധരിച്ച് ഇന്ദുലേഖയ്ക്ക് അന്നു രാത്രിയാണു സംബന്ധം എന്ന് അവിടെയുള്ള എല്ലാ വാലിയക്കാരോടും ദാസികളോടും കണ്ടവരെല്ലാവരോടും പറഞ്ഞു. പിന്നെ വർത്തമാനം ക്ഷണേന എങ്ങും പ്രചുരമായി. ശങ്കരമേനവനെ അന്വേഷിച്ചു കാണായ്കകൊണ്ടു പഞ്ചുമേനവൻതന്നെ അയാളെ അന്വേഷിപ്പാൻ

പൂവള്ളി വീട്ടിൽ പോയി. ആ സമയം ശങ്കരശാസ്ത്രി പഞ്ചുമേനവനെ കാണാൻ വേണ്ടി പൂവരങ്ങിലേക്കു ചെന്നു. നാട്ടിൽ പോവാൻ യാത്ര ചോദിപ്പാനാണു ചെന്നത്. ശങ്കരശാസ്ത്രി നിത്യം രാമായണപാരായണത്തിന്നു പഞ്ചുമേനവനാൽ നിയമിക്കപ്പെട്ട ശാസ്ത്രികളാകുന്നു. ശങ്കരശാസ്ത്രി ഇന്ദുലേഖയുടെ സംബന്ധവർത്തമാനം കേട്ടതിനാൽ ഉണ്ടായ കഠിനവിഷാദം കൊണ്ടോ?-അതല്ല, വല്ല കാര്യം ഉണ്ടായിട്ടോ എന്നറിഞ്ഞില്ല അന്നുതന്നെ നാട്ടിലേക്ക് ഒന്നു പോവണമെന്ന് ഉറച്ച്, യാത്ര ചോദിക്കാനാണ് പൂവരങ്ങിൽ ചെന്നത്. ചെന്നപ്പോൾ പുറത്തു കണ്ടതു കുഞ്ഞിക്കുട്ടിഅമ്മയെയാണ്.

ശാസ്ത്രികൾ: മൂപ്പര് എവിടെ?

കുഞ്ഞിക്കുട്ടിഅമ്മ: മൂപ്പരു പൂവള്ളിയിലേക്ക് എറങ്ങി. ഇന്ദുലേഖയുടെ സംബന്ധം ഇന്നു രാത്രിക്കു നിശ്ചയിച്ചിരിക്കുന്നു. ശാസ്ത്രികൾ എന്താണ് ഒന്നും ഉത്സാഹിക്കാത്തത്? ഇങ്ങട് ഇന്നു കണ്ടതേ ഇല്ല.

ശാസ്ത്രികൾ: എനിക്കു ശരീരത്തിന്നു നല്ല സുഖമില്ല. ഞാൻ ഇപ്പോൾത്തന്നെ നാട്ടിലേക്കു പോവുന്നു. നിലാവസ്തമിക്കുമ്പോഴേക്കു നുമ്മളുടെ ഊട്ടുപുരയിൽ എത്തി കിടക്കാമെന്നു വിചാരിക്കുന്നു.

കുഞ്ഞിക്കുട്ടിഅമ്മ: ഇന്ന് ഇന്ദുലേഖയുടെ സംബന്ധദിവസം; പോവരുത്.

ശാസ്ത്രികൾ: എന്നു പറഞ്ഞാൽ നിവൃത്തി ഇല്ല. എനിക്ക് ഇപ്പോൾ തന്നെ പോവണം. മൂപ്പരോടു നിങ്ങൾ പറഞ്ഞാൽ മതി. ഞാൻ ഏഴെട്ടു ദിവസത്തിലധികം മടങ്ങിവരും. ഇവിടെ ഞാൻ വരുന്നതുവരെ പാരായണത്തിന്നും മറ്റും അണ്ണാത്തരവാദ്ധ്യാരെ ശട്ടം ചെയ്തിട്ടുണ്ട്. ഞാൻ പോവുന്നു.

കുഞ്ഞിക്കുട്ടിഅമ്മ: എന്നാൽ അങ്ങിനെയാവട്ടെ, ഞാൻ പറഞ്ഞേക്കാം.

ശാസ്ത്രികൾ പൂവരങ്ങിൽനിന്നു മടങ്ങി അമ്പലത്തിൽ വന്ന്, പിറ്റേ ദിവസത്തെ വണ്ടികയറാൻ ഒരു വ്യവഹാരകാര്യമായി അടിയന്തിരമായി പോവുന്ന രണ്ടു നമ്പൂതിരിമാരോടുകൂടി രാത്രി ഏഴുമണി സമയം പുറപ്പെടുവാൻ നിശ്ചയിച്ചു ചെമ്പാഴിയോട്ടുനിന്നു തീവണ്ടി സ്റ്റേഷനിലേക്കു നല്ലവണ്ണം നാലരക്കാതം വഴിയുണ്ട്. നല്ല ചന്ദ്രിക ഉണ്ടായിരുന്നതിനാൽ പകുതിവഴി രാത്രിതന്നെ നടക്കാമെന്നുറച്ചു.

പഞ്ചുമേനോൻ ശങ്കരമേനവനെ അന്വേഷിച്ചു കണ്ടുകിട്ടുമ്പോഴേക്കും നേരം ഏകദേശം ആറുമണി സമയമായിരിക്കുന്നു.

പഞ്ചുമേനോൻ: നീ എവിടെയായിരുന്നു ശങ്കരാ?

ശങ്കരമേനവൻ: ഞാൻ പുതുതായി തൈവെയ്ക്കുന്ന പറമ്പിൽ പോയിരുന്നു. ആ ഉണ്ണിക്കിട്ടയെ പറമ്പ് ഏല്പിച്ചതു നന്നായില്ല. കിള മഹാ അമാന്തം. തൈകൾ വളരെ അടുത്തുവെച്ചിരിക്കുന്നു.

പഞ്ചുമേനോൻ: അതെല്ലാം പിന്നെ പറയാം. നിണക്ക് ഒരു വർത്തമാനം കേൾക്കണോ?

ശങ്കരമേനോൻ: എന്താണെന്നറിഞ്ഞില്ലാ.

പഞ്ചുമേനോൻ: ആ നമ്പൂതിരിപ്പാട്ടിലേക്കു നുമ്മടെ കല്യാണിക്കുട്ടിയെ സംബന്ധം ചെയ്തു കൊണ്ടുപോവണം പോൽ.

ശങ്കരമേനോൻ: ഇതെന്തു കഥാ?

പഞ്ചുമേനോൻ: എന്നെ ഇപ്പോൾ വിളിച്ചു പറഞ്ഞു.

ശങ്കരമേനോൻ: അമ്മാമൻ എന്തു മറുപടി പറഞ്ഞുവോ?

പഞ്ചുമേനോൻ: ഞാൻ ഒന്നും തീർച്ച പറഞ്ഞില്ലാ. നിന്നോട് അന്വേഷിച്ചിട്ട് ആവാം എന്നു നിശ്ചയിച്ചു. ഗോവിന്ദപ്പണിക്കരെ ഒന്നു വരുത്തണ്ടേ-ആളെ അയയ്ക്കൂ.

ശങ്കരമേനോൻ: ഗോവിന്ദപ്പണിക്കർ ഇന്നലെ പൊല്പായികളത്തിലേക്കു പോയിരിക്കുന്നു. ഗോവിന്ദൻകുട്ടിയും കൂടെ പോയിരിക്കുന്നു. അവിടെ സമീപം നായാട്ടു നിശ്ചയിച്ചിട്ടുണ്ടത്രെ. നാളെയ്ക്കേ അവർ മടങ്ങിയെത്തുകയുള്ളൂ.

പഞ്ചുമേനോൻ: ഇയ്യാളുടെ നായാട്ടുഭ്രാന്തു കുറെ അധികം തന്നെ! ആ കുട്ടിയെ എന്തിനു വലിച്ചുകൊണ്ടുപോയി? ഗോവിന്ദൻകുട്ടിയും മാധവന്റെ മാതിരിതന്നെ ആയി എന്നു തോന്നുന്നു. അസത്തു കുട്ടികളെ ഇങ്കിരിയസ്സു പഠിപ്പിച്ചതിന്റെ ഫലം. ആട്ടെ. ഈ സംബന്ധത്തെക്കുറിച്ചു നീ എന്തു വിചാരിക്കുന്നു?

ശങ്കരമേനോൻ: അമ്മാമന് എങ്ങിനെ ഇഷ്ടമോ അതുപോലെ.

പഞ്ചുമേനോൻ: നമ്പൂതിരിപ്പാടു വിഡ്ഢിയാണെങ്കിലും വലിയ ഒരാളല്ലേ? അദ്ദേഹത്തിന്റെ സംബന്ധം നുമ്മടെ തറവാട്ടിലേക്കു വളരെ ഭൂഷണമായിരിക്കും. അതിനു സംശയമില്ലാ. പിന്നെ ഈ കുമ്മിണിയുടെ വർഗ്ഗത്തിൽ ഈ സംബന്ധമാവുന്നതിൽ മാത്രമെ എനിക്കു സുഖക്കേടുള്ളൂ.

ശങ്കരമേനോൻ: അതു വിചാരിക്കാനില്ല. ആ പെണ്ണു സാധുവാണ്.

പഞ്ചുമേനോൻ: ആൺകുട്ടികളാണു വികൃതികൾ. ആട്ടെ, എന്നാൽ ശങ്കരനു സമ്മതമായോ?

ശങ്കരമേനോൻ: അമ്മാമൻ ഇഷ്ടപ്പെടുന്നതുപോലെ ചെയ്യുന്നത് എനിക്കു സമ്മതമാണ്.

പഞ്ചുമേനോൻ: എന്നാൽ നീ ഒന്നു നമ്പൂതിരിപ്പാട്ടിലെ അടുക്കെപ്പോയി വിവരം അറിയിക്കണം.

ശങ്കരമേനോൻ: ഇന്നുതന്നെ നടക്കണം എന്നാണോ നിശ്ചയിച്ചത്?

പഞ്ചുമേനോൻ: (ചിറിച്ചുംകൊണ്ട്) അങ്ങിനെയാണു നമ്പൂതിരിപ്പാടു പറഞ്ഞത്. അങ്ങിനെ ആയ്ക്കോട്ടെ. ഭാരം തീരട്ടെ-ഇന്നു നടന്നാൽ നാളെ രാവിലെ ഇവിടുന്നു പോവുമല്ലൊ. ഇന്നുതന്നെ ആയ്ക്കോട്ടെ, അല്ലേ?

ശങ്കരമേനോൻ: അങ്ങിനെതന്നെ. ഞാൻ കേശവൻനമ്പൂതിരിയോടു പറഞ്ഞയയ്ക്കാം-അതല്ലേ നല്ലത്?

പഞ്ചുമേനോൻ: വളരെ സ്വകാര്യമായിട്ടാണ് എന്നോട് നമ്പൂതിരിപ്പാട് ഈ കാര്യം പറഞ്ഞത്. കേശവൻനമ്പൂതിരിയോട് ഇപ്പോൾ പറ

യെണ്ട. പക്ഷേ, നമ്പൂതിരിപ്പാട്ടിലെ കൂടെയുള്ള ഗോവിന്ദൻ എന്നവനെ വിളിച്ചു പറഞ്ഞയച്ചോ.

പഞ്ചുമേനോന്റെ കല്പനപ്രകാരം ശങ്കരമേനോൻ പടിമാളികയുടെ ചുവട്ടിൽപോയി ഗോവിന്ദനെ വിളിച്ചു വിവരം പറഞ്ഞു. ഗോവിന്ദൻ ഉടനെ നമ്പൂതിരിപ്പാടിരിക്കുന്ന അകത്തു ചെന്നു; നേരം രാത്രി ഏഴുമണിയായിരിക്കുന്നു. നമ്പൂതിരിപ്പാട് നരി എര കാത്തുകിടക്കുമ്പോലെ പടിമാളികമുകളിൽതന്നെ ഇരിക്കുന്നു.

നമ്പൂതിരിപ്പാട്: എന്താണ് ഗോവിന്ദാ! എല്ലാം ശട്ടമായോ?

ഗോവിന്ദൻ: റാൻ. സകലം ശട്ടമായി. എനി നീരാട്ടുകുളിക്ക് എഴുന്നള്ളാൻ താമസിക്കേണ്ടാ. ഈ കാര്യം എല്ലാവർക്കും സമ്മതമായിരിക്കുന്നു. എന്നാലും ആരോടും ഇവിടുന്ന് അരുളിച്ചെയ്തുപോവരുത്. ഇന്ദുലേഖയ്ക്കാണു സംബന്ധം ഇന്നു രാത്രി എന്ന് എല്ലാവരോടും അടിയൻ പ്രസിദ്ധമാക്കിയിരിക്കുന്നു.

നമ്പൂതിരിപ്പാട്: എനി അതു പറഞ്ഞാൽ വിശ്വസിക്കുമോ?

ഗോവിന്ദൻ: നീരാട്ടുകുളി കഴിഞ്ഞ ഉടനെ മഠത്തിൽവച്ചു ബ്രാഹ്മണർക്കു ദക്ഷിണകൊടുത്തുകളഞ്ഞാൽ മതി. ദക്ഷിണ കഴിഞ്ഞാൽ ആളുകൾ പിരിയും. പുറത്തേക്ക് എല്ലാം ഇന്ദുലേഖയ്ക്കാണു സംബന്ധം നടന്നത് എന്ന് അവർ ശ്രുതിപ്പെടുത്തുകയും ചെയ്യും.

നമ്പൂതിരിപ്പാട്: മിടുക്കൻതന്നെ നീ-മിടുമിടുക്കൻ! അപ്പോൾ കറുത്തേടവും ചെറുശ്ശേരിയും ഈ വിവരം അറിയില്ലേ?

ഗോവിന്ദൻ: ഇതുവരെ അറിഞ്ഞിട്ടില്ല. എന്തോ ചില സംശയങ്ങൾ ഉണ്ടെന്നു തോന്നുന്നു. സൂക്ഷ്മം ഒന്നും അറിയില്ലാ. വേഗം നീരാട്ടുകുളി കഴിഞ്ഞു ദക്ഷിണ കഴിയട്ടെ.

നമ്പൂതിരിപ്പാട്: ചെറുശ്ശേരി എവിടെയാണ്?

ഗോവിന്ദൻ: അമ്പലത്തിലോ മറ്റോ പോയിരിക്കുന്നു. അടിയൻ കണ്ടില്ലാ.

നമ്പൂതിരിപ്പാട്: കറുത്തേടമോ? കറുത്തേടത്തോട് ഞാൻ ഇവിടെത്തന്നെ ഇരിക്കണമെന്ന് പറഞ്ഞിരുന്നു.

ഗോവിന്ദൻ: ഇപ്പോൾ ഉറങ്ങി എണീട്ടു തെക്കേ അറയിൽ ഇരുന്നു മുറുക്കുന്നു.

നമ്പൂതിരിപ്പാട്: എന്നാൽ നോക്കു കുളിക്കാൻ പോവുക

എന്നും പറഞ്ഞു ഗോവിന്ദനെക്കൊണ്ടു ചങ്ങലവട്ടയും പിടിപ്പിച്ചു നമ്പൂതിരിപ്പാടു താഴത്തിറങ്ങി. കൂടെ കേശവൻനമ്പൂതിരിയും പുറപ്പെട്ടു. അമ്പലത്തിന്റെ ഉമ്മറത്തായപ്പോൾ ശങ്കരശാസ്ത്രികളും രണ്ടു നമ്പൂതിരിമാരും കൂടി ഏഴുമണിക്ക് അത്താഴവും കഴിച്ചു തീവണ്ടിസ്റ്റേഷനിലേക്കു പുറപ്പെട്ടു മിറ്റത്തു നില്ക്കുന്നതു കണ്ടു. അതിൽ ഒരു നമ്പൂതിരിയെ നമ്പൂതിരിപ്പാട്ടിലേക്കു പരിചയമുണ്ടായിരുന്നു. അദ്ദേഹവും ശാസ്ത്രികളും മറ്റേ നമ്പൂതിരിയും നമ്പൂതിരിപ്പാട്ടിലെ കണ്ടപ്പോൾ വഴി തെറ്റി അല്പം ഓച്ഛാനിച്ചു നിന്നു.

നമ്പൂതിരിപ്പാട്: ഓ-ഹോ! കിളിമങ്ങലം എപ്പഴെത്തി? എങ്ങട്ടാണ് ഇപ്പോൾ ഈ അസമയത്തു യാത്ര?

കിളിമങ്ങലം: ഞാൻ അടിയന്തിരമായി കോടതിയിൽ ഒരു കാര്യമായി പോവുകയാണ്. വയ്യിട്ട് ഇവിടെ എത്തി. നാളത്തെ വണ്ടിക്കുപോയി കോടതിയിൽ ഹാജരാകേണ്ട കാര്യമാണ്. അല്ലെങ്കിൽ ഇവിടുത്തെ കാണാതെ പുറപ്പെടുകയില്ലായിരുന്നു. സന്തോഷമായി. വന്ന വിവരവും മറ്റും ഞാൻ അറിഞ്ഞിരിക്കുന്നു. സന്തോഷമായി. ഞാൻ ഉടനെ അങ്ങട്ടു വന്നു കണ്ടുകൊള്ളാം.

നമ്പൂതിരിപ്പാട്: കിളിമങ്ങലം ഇന്ദുലേഖയെ കണ്ടിട്ടുണ്ടോ?

കിളിമങ്ങലം: ഇല്ല.

നമ്പൂതിരിപ്പാട്: എന്നാൽ എനി മനയ്ക്കൽ വന്നാൽ കാണാം. ഞാൻ പുലർച്ചയ്ക്കു പുറപ്പെടും.

കിളിമങ്ങലം: കൂടത്തന്നെ കൊണ്ടുപോവുന്നുണ്ടായിരിക്കും.

നമ്പൂതിരിപ്പാട്: ഇന്ദുലേഖ കൂടത്തന്നെ. എനി അതിനു സംശയമുണ്ടോ?

കിളിമങ്ങലം: അങ്ങനെതന്നെയാണു വേണ്ടത്. ഇവിടുത്തെ ഭാഗ്യം വേറെ ആർക്കും സിദ്ധിച്ചിട്ടില്ലാ. ഞാൻ ഉടനെ മനയ്ക്കൽ വന്നു കണ്ടുകൊള്ളാം.

ഈ സംഭാഷണം കഴിഞ്ഞ ഉടനെ ശാസ്ത്രികളും നമ്പൂരിമാരും കൂടി സത്രത്തിലേക്കു പുറപ്പെട്ടു. തീവണ്ടി സ്റ്റേഷനിലേക്കുള്ള പകുതി വഴി അർദ്ധരാത്രി സമയമാവുമ്പോഴെക്കു നടന്നു. പൂവള്ളിവക സത്രത്തിൽ കയറിക്കിടന്ന് ഉറങ്ങുകയും ചെയ്തു.

നമ്പൂതിരിപ്പാടു ക്ഷണത്തിൽ കുളികഴിഞ്ഞു ബ്രാഹ്മണരെ മഠത്തിൽ വിളിച്ചു ദക്ഷിണതുടങ്ങി. ഇരുനൂറുപേർക്കു ദക്ഷിണകഴിഞ്ഞ ഉടനെ ആളുകൾ എല്ലാം പിരിഞ്ഞു.

ചെറുശ്ശേരി അപ്പോഴെയ്ക്ക് എത്തി. അദ്ദേഹം അതുവരെ പൂവരങ്ങിൽ ഇന്ദുലേഖയുടെ മാളികമുകളിൽ സംസാരിച്ചും കൊണ്ട് ഇരുന്നിരുന്നു. ശങ്കരമേനവൻ നമ്പൂതിരിപ്പാട്ടിനെ വിവരം അറിയിക്കാൻ ഗോവിന്ദനോടു പറഞ്ഞ ഉടനെ പൂവള്ളി വീട്ടിൽ വന്നു കല്യാണിക്കുട്ടിയുടെ അമ്മ കുമ്മിണിഅമ്മയോടു വിവരം അറിയിച്ച്, എല്ലാം ശട്ടംചെയ്തോളാൻ പറഞ്ഞു. ഈ വിവരം കേട്ടപ്പോൾ കുമ്മിണിഅമ്മയ്ക്ക് ബഹുസന്തോഷമായി. ഉടനെ പാർവതിഅമ്മയെ അറിയിച്ചു. പാർവ്വതിഅമ്മയ്ക്ക് ഇതു കേട്ടപ്പോൾ രണ്ടു പ്രകാരത്തിൽ സന്തോഷമുണ്ടായി. വിവരം ഇന്ദുലേഖയെ ഉടനെ അറിയിക്കേണമെന്നു നിശ്ചയിച്ചു. ക്ഷണത്തിൽ പാർവ്വതിഅമ്മ ഇന്ദുലേഖയുടെ മാളികയിൽ കയറിച്ചെന്നു. ചെല്ലുമ്പോൾ ഇന്ദുലേഖ ചെറുശ്ശേരിനമ്പൂതിരിയുമായി സംസാരിച്ചുകൊണ്ടിരിക്കുന്നു. പാർവ്വതിഅമ്മ കടന്നുവരുന്നതു കണ്ട ഉടനെ ഇന്ദുലേഖ എഴുനീറ്റ് അടുത്തു ചെന്നു. സ്വകാര്യം ഒന്നു പറവാനുണ്ട്, എന്നു പാർവ്വതിഅമ്മ പറഞ്ഞു. രണ്ടാളുംകൂടി അറയിലേക്കു പോയി.

പാർവ്വതിഅമ്മ: ഇന്ദുലേഖ ഒരു വിശേഷം കേട്ടുവോ?

ഇന്ദുലേഖ: ഇല്ലാ; എന്താണ്?

പാർവ്വതിഅമ്മ: നമ്പൂതിരിപ്പാടു നുമ്മടെ കല്യാണിക്കുട്ടിക്ക് ഇന്നു രാത്രി സംബന്ധം തുടങ്ങാൻ നിശ്ചയിച്ചിരിക്കുന്നുവത്രെ.

ഇന്ദുലേഖ വല്ലാതെ ചിറിച്ചു പോയി. കുറേനേരം ചിറിച്ചു. ശ്വാസം നേരെ വന്നതിൽപിന്നെ.

ഇന്ദുലേഖ: നിങ്ങളോട് ആരു പറഞ്ഞു?

പാർവ്വതിഅമ്മ: എന്ത്, ശങ്കരജ്യേഷ്ഠൻ പൂവള്ളി വന്നു പറഞ്ഞു. അവിടെ കട്ടിലും കിടക്കയും പടിഞ്ഞാറ്റകത്തു കൊണ്ടു പോയി ഇട്ട് അറ വിതാനിക്കുന്ന തിരക്കായിരിക്കുന്നു. അമ്മാമൻ പുറത്തുതന്നെ ഇരിക്കുന്നുണ്ട്. വിളക്കുകളും മറ്റും അറയിൽ നിന്ന് എടുക്കാൻ പറഞ്ഞു.

ഇന്ദുലേഖ: കല്യാണിക്കുട്ടിയെ ഈ വിവരം അറിയിച്ചുവോ?

പാർവ്വതിഅമ്മ: പറഞ്ഞിട്ടില്ലാ. അവളെ ഞാൻ കണ്ടില്ലാ. ജ്യേഷ്ഠത്തി പറഞ്ഞിരിക്കുമോ എന്നറിഞ്ഞില്ലാ. ജ്യേഷ്ഠത്തിക്കു വളരെ സന്തോഷമുള്ളതുപോലെ തോന്നി.

ഇന്ദുലേഖ: കഷ്ടം! ആ പെണ്ണിനു സംബന്ധം തുടങ്ങുന്ന വിവരം അവളെ അറിയിച്ചിട്ടു വേണ്ടേ? ആട്ടെ, നിങ്ങൾ പൊയ്ക്കോളിൻ. ഞാൻ പുറത്തിരിക്കുന്ന ആ നമ്പൂരിയെ പറഞ്ഞയച്ചിട്ട് ഉടനെ പൂവള്ളി വരാം.

പാർവ്വതിഅമ്മ പോയ ഉടനെ ഇന്ദുലേഖ പുറത്തളത്തിൽ വന്നു ചെറുശ്ശേരിനമ്പൂരിയുടെ മുഖത്തുനോക്കി ഒന്നു ചിറിച്ചു.

ഇന്ദുലേഖ: തിരുമനസ്സിന്ന് ഒരു വർത്തമാനം കേട്ടുവോ? നമ്പൂതിരിപ്പാടു വലിയച്ഛന്റെ മരുമകൾ കല്യാണിക്കുട്ടിക്ക് ഇന്നു രാത്രി സംബന്ധം തുടങ്ങുന്നുവത്രെ.

ചെറുശ്ശേരിനമ്പൂതിരി: (ചിറിച്ചുംകൊണ്ട്) ദൈവാധീനം! കല്യാണിക്കുട്ടിയേയും കിട്ടീല്ലെങ്കിൽ വൃഷളി അമ്മുവെ എങ്കിലും നിശ്ചയമായി സംബന്ധം ഉണ്ടാവും. കഷ്ടം! ബുദ്ധിക്കു വ്യവസ്ഥയും തന്റേടവും ഇല്ലാഞ്ഞാൽ ഒരു മനുഷ്യനെ എന്തിനു കൊള്ളാം! ഈ കേട്ട വർത്തമാനം ശരിയാണെങ്കിൽ യാത്ര പുലർച്ചെ ഉണ്ടാവും എന്നു തോന്നുന്നു. മാധവൻ എത്തുമ്പോഴെയ്ക്ക് ഞാൻ ഇവിടെ വരാം. മദിരാശിക്ക് വന്ന പിറ്റേ ദിവസം തന്നെ യാത്രയാണെങ്കിൽ വിവരത്തിന് എനിക്ക് എഴുത്തയയ്ക്കണം. ഞാൻ മദിരാശിക്ക് എത്തിക്കൊള്ളാം. ഇന്ദുലേഖയ്ക്കും മാധവനും മേല്ക്കുമേൽ ശ്രേയസ്സ് ഉണ്ടാവട്ടെ.

എന്നും പറഞ്ഞു ചെറുശ്ശേരി അവിടെനിന്ന് എറങ്ങി മഠത്തിൽ എത്തുമ്പോഴയ്ക്ക് നമ്പൂതിരിപ്പാട് ദക്ഷിണ കൊടുത്തും കഴിഞ്ഞിരിക്കുന്നു. ഊണുകഴിഞ്ഞു നമ്പൂതിരിപ്പാടു മുറുക്കാൻ മഠത്തിന്റെ കോലാമ്മൽ ഇരുന്നു.

കേശവൻനമ്പൂതിരിക്ക് ആകപ്പാടെ വല്ലാതെ ഒരു പരിഭ്രമമായി. ദക്ഷിണയും മറ്റും കൊടുക്കുന്നതു കണ്ടതുകൊണ്ടും നമ്പൂതിരിപ്പാടു കിളിമങ്ങലത്തുനമ്പൂതിരിയോടു പറഞ്ഞ വാക്കുകൾ ഓർത്തും ഉച്ചയ്ക്കു പാട്ടും

മറ്റും നടന്ന അവസ്ഥ വിചാരിച്ചും ഇന്ദുലേഖയുടെ സംബന്ധം അന്നു തന്നെ ഉണ്ടാവും എന്നു വിചാരിച്ചുവെങ്കിലും പിന്നെയും ഒരു പരിഭ്രമം! പരിഭ്രമത്തിനു കാരണം എന്താണെന്ന് ഈ ശുദ്ധാത്മാവിനുതന്നെ നിശ്ച യമില്ലാ. നമ്പൂതിരിപ്പാട് ഇന്ദുലേഖയുടെ മാളികയിൽനിന്നു പകൽ രണ്ടു മണിക്ക് എറങ്ങിയ മുതൽ നമ്പൂതിരിപ്പാട്ടിലെ കല്പനപ്രകാരം ടി മാളി കയിൽ നിന്ന് ഒരു ദിക്കിലും കേശവൻനമ്പൂതിരി പോകയോ യാതൊരു വർത്തമാനവും അറികയോ ഉണ്ടായിട്ടില്ല. നമ്പൂതിരിപ്പാടു മുറുക്കാൻ കോലാമ്മൽ ഇരുന്ന ഉടനെ കേശവൻനമ്പൂതിരി ചെറുശ്ശേരിനമ്പൂതിരിയെ കൈകൊണ്ടു മാടിവിളിച്ച് അകത്തേക്കും കൊണ്ടുപോയി.

കേശവൻനമ്പൂതിരി: എന്താണു ചെറുശ്ശേരി, ഇതു കഥ? എനിക്ക് ഒന്നും മനസ്സിലായില്ലല്ലോ. ചെറുശ്ശേരി ഇത്രനേരം എവിടെയായിരുന്നു?

ചെറുശ്ശേരിനമ്പൂതിരി: ഞാൻ ഇന്ദുലേഖയുടെ മാളികമേൽ ഉണ്ടാ യിരുന്നു.

കേശവൻനമ്പൂതിരി: എന്താണ്, ഇന്നു സംബന്ധം ഉണ്ടെന്നു പറഞ്ഞു ദക്ഷിണയും മറ്റും ഉണ്ടായി. ഇന്ദുലേഖയ്ക്കു സമ്മതമായി എന്നു തോന്നുന്നു.

ചെറുശ്ശേരിനമ്പൂതിരി: ഇന്നു സംബന്ധം ഉണ്ട്-അതു നിശ്ചയം. പക്ഷേ, ഇന്ദുലേഖയ്ക്കല്ലാ.

ഈ വാക്കു കേട്ടപ്പോൾ കേശവൻനമ്പൂരിയുടെ ജീവൻ ഒന്നു ഞെട്ടി ബോധക്ഷയംപോലെ തോന്നി. അവിടെത്തന്നെ കുത്തിരുന്നു. കുടിപ്പാൻ വെള്ളം വേണമെന്നു പറഞ്ഞു. ഒരുകിണ്ടി വെള്ളം കുടിച്ചു. തന്നെ പടി മാളികയിൽത്തന്നെ ഇരുത്തിയതിന്റെ കാരണവും, പഞ്ചുമേനവനും നമ്പൂ തിരിപ്പാടുമായി സ്വകാര്യം പറഞ്ഞതിന്റെ സംഗതിയും മനസ്സിലായി. തന്റെ ഭാര്യ ലക്ഷ്മിക്കുട്ടി പോയി എന്നു നിശ്ചയിച്ച്, പ്രാണവേദന സഹിപ്പാൻ പാടില്ലാതെ ചെറുശ്ശേരിയുടെ മുഖത്തേക്ക് ഒന്നുനോക്കി. കേശവൻന മ്പൂതിരി കുറെ ഒന്നു പഠിക്കണം എന്നു ചെറുശ്ശേരിക്കു നല്ല താല്പര്യം ഉണ്ടായിരുന്നു.

ചെറുശ്ശേരിനമ്പൂതിരി: എന്താണു മുഖത്തു നോക്കുന്നത്? ഈ ഏഷാകൃതിയൊക്കെ കറുത്തേടം തന്നെ ഉണ്ടാക്കിയതല്ലേ!

ഈ ചോദ്യം കേട്ടപ്പോൾ കേശവൻനമ്പൂതിരിക്കു സംശയം എല്ലാം തീർന്നു.

കേശവൻനമ്പൂതിരി: ഞാൻ ഇതൊന്നും ഓർത്തില്ലാ ചെറുശ്ശേരി! ഞാൻ മഹാ സാധുവാണ്. എന്റെ ഗ്രഹപ്പിഴയ്ക്ക് എനിക്ക് ഇതെല്ലാം തോന്നി. ഞാൻ എനി ഇവിടെ ഒരു നിമിഷം താമസിക്കുകയില്ലാ. ഇപ്പോൾ ഈ നിമിഷം ഞാൻ ഇല്ലത്തേക്കു പോവും. എനി ഈ ദിക്കിൽ ഈ ജന്മം ഞാൻ വരികയുമില്ലാ. ഞാൻ പുറപ്പെടട്ടെ?

ചെറുശ്ശേരിനമ്പൂതിരി: നമ്പൂതിരിയോടു യാത്ര ചോദിക്കാതെ പോവാൻ പാടുണ്ടോ?

കേശവൻനമ്പൂതിരി: ഈ ജന്മം ഈ നമ്പൂതിരിയോടു ഞാൻ സംസാരിക്കില്ല. ഈ ജന്മം ഞാൻ മൂർക്കില്ലാത്ത മനയ്ക്കൽ കടക്കുകയും ഇല്ല. ഞാൻ ഈ നമ്പൂതിരിയുടെ കുടിയാനല്ലാ. ഇയാളുടെ ആശ്രയം വേണ്ടെന്നുവെച്ചാൽ എനിക്കു കഴിയില്ലെന്നു വന്നിട്ടില്ല. ഇത്ര വികൃതിയും ദുഷ്ടനും ആണ് ഇയ്യാൾ എന്നു ഞാൻ മുമ്പ് അറിഞ്ഞില്ല.

ചെറുശ്ശേരിനമ്പൂതിരി: ഇന്ദുലേഖയുടെ സംബന്ധകാര്യംകൊണ്ട് ഉത്സാഹിക്കണമെന്നു പണ്ട് എന്നോടു കറുത്തേടം പറഞ്ഞതും ഞാൻ കഴിയില്ലെന്നു പറഞ്ഞതും ഇപ്പോൾ ഓർമ്മയുണ്ടോ.

കേശവൻനമ്പൂതിരി: ഓർമ്മയുണ്ട്. ചെറുശ്ശേരി ബുദ്ധിമാനല്ലേ. ചെറുശ്ശേരിയുടെ ബുദ്ധിയിൽ നൂറിൽ ഒരംശം ബുദ്ധി എനിക്കുണ്ടായിരുന്നുവെങ്കിൽ ഈ ആപത്ത് ഒന്നും എനിക്കു വരുന്നതല്ലായിരുന്നു.

ചെറുശ്ശേരിനമ്പൂതിരി: ആട്ടെ, താന്താങ്ങൾക്ക് ആവശ്യമില്ലാതെ കാര്യത്തിൽ പ്രവേശിച്ചാൽ ഇങ്ങിനെയെല്ലാം വ്യസനിക്കേണ്ടിവരുമെന്ന് ഇപ്പോൾ ബോദ്ധ്യമായോ?

കേശവൻനമ്പൂതിരി: നല്ല ബോദ്ധ്യമായി ചെറുശ്ശേരീ! ഞാൻ എനി പോവുന്നു. ഞാൻ ഈ സംബന്ധവും കണ്ടുംകൊണ്ട് ഇവിടെ ഇരിക്കില്ലാ. ഞാൻ വാലിയക്കാരെ വിളിക്കട്ടെ.

ചെറുശ്ശേരിനമ്പൂതിരി: എന്താണ് ഈ സംബന്ധം കണ്ടാൽ കറുത്തേടത്തിനു വിരോധം.

കേശവൻനമ്പൂതിരി: നല്ല ശിക്ഷ-ശിക്ഷ ശിക്ഷ! ബുദ്ധി തന്നെപ്പോലെ ഇല്ലെങ്കിലും ഞാൻ അത്ര ശപ്പനാണെന്നു താൻ വിചാരിക്കേണ്ട. ഞാൻ ഈ സംബന്ധം നടക്കുന്ന ദിവസം ഇവിടെ താമസിക്കുന്നതു ബഹുയോഗ്യത, അല്ലേ?

ചെറുശ്ശേരിനമ്പൂതിരി: ഇത് എന്തു കഥയാണു ഹേ!-നമ്പൂതിരി കല്യാണിക്കുട്ടിക്കു സംബന്ധം തുടങ്ങുന്ന സമയം കറുത്തേടം ഇവിടെ നിന്നാൽ കറുത്തേടം ശപ്പനായിപ്പോവുമോ?

കേശവൻനമ്പൂതിരി വല്ലാതെ ആശ്ചര്യപ്പെട്ടു വായ പിളർന്നു പോയി.

കേശവൻനമ്പൂതിരി: കല്യാണിക്കുട്ടിക്കോ?-കല്യാണിക്കുട്ടിക്കാണു സംബന്ധം?

ചെറുശ്ശേരിനമ്പൂതിരി: അതെ, കല്യാണിക്കുട്ടിക്കാണ്.

കേശവൻനമ്പൂതിരി: ശിവ! ശിവ! നാരായണ! നാരായണ! ഞാൻ വല്ലാതെ അന്ധാളിച്ചു! ശിവ! ശിവ! ചെറുശ്ശേരി എന്നെ കഠിനമായി വ്യസനിപ്പിച്ചു.

ചെറുശ്ശേരിനമ്പൂതിരി: ഞാൻ ഒന്നും വ്യസനിപ്പിച്ചില്ലാ. കറുത്തേടം വെറുതെ വ്യസനിച്ചതാണ്. അതിനു ഞാൻ എന്തു ചെയ്യട്ടെ? ഇന്ന ആൾക്കാണു സംബന്ധം എന്നു ഞാൻ പറഞ്ഞുവോ? എന്നോടു കറുത്തേടം ചോദിച്ചുവോ?-ഇല്ലാ, ഇന്ദുലേഖയ്ക്ക് അല്ല സംബന്ധം എന്നല്ലേ ഞാൻ പറഞ്ഞുള്ളൂ. വെറുതെ അന്ധാളിച്ചു. കറുത്തേടത്തിന്റെ ഭാര്യയ്ക്കാണെന്നു വിചാരിച്ചു വ്യസനിച്ചാൽ ഞാൻ എന്തു ചെയ്യും?

കേശവൻനമ്പൂതിരിക്കു ജീവൻ നേരെയായി. രണ്ടുപേരും കൂടി നമ്പൂതിരിപ്പാട് ഇരിക്കുന്നിടത്തേക്കു ചെന്നു.

ഉടനെ നമ്പൂതിരിപ്പാടും ചെറുശ്ശേരിനമ്പൂതിരിയും കേശവൻനമ്പൂതിരിയും മറ്റും പൂവരങ്ങിലേക്ക് വന്നു. കുറേനേരം പഞ്ചുമേനോനുമായി സംസാരിച്ചശേഷം "എനി അങ്ങട്ട് എഴുന്നെള്ളാം," എന്നു പഞ്ചുമേനവൻ പറഞ്ഞപ്രകാരം നമ്പൂതിരിപ്പാട്, ചെറുശ്ശേരിനമ്പൂതിരി, കേശവൻനമ്പൂതിരി, തന്റെ ഭൃത്യവർഗ്ഗങ്ങൾ ഇവരെല്ലാവരോടും കൂടി പൂവള്ളിവീട്ടിലേക്കു പോയി. സാധാരണ സമ്പ്രദായപ്രകാരം നമ്പൂതിരിപ്പാടു കാൽ കഴുകി അകത്തേക്കു കടന്നു പടിഞ്ഞാറ്റ അറയിൽ അതിവിശേഷമായി വിരിച്ച പട്ടുകിടക്കയിൽ കിടന്നു. ആ അകത്തിന്റെ കിഴക്കെ വാതിലടച്ചു. അപ്പോൾ ആ വീട്ടിൽ ഉള്ള സ്ത്രീകളെല്ലാം കൂടി തിക്കിത്തിരക്കി പടിഞ്ഞാറ്റയുടെ പടിഞ്ഞാറെവാതിലിൽക്കൂടി ഒരു ജീവനുള്ള പന്നിയേയോ മറ്റോ പിടിച്ചു കൂട്ടിലാക്കുന്നതുപോലെ സാധു കല്യാണിക്കുട്ടിയെ പിടിച്ചു തിരക്കി തള്ളി പടിഞ്ഞാറ്റയിൽ ഇട്ടു. പടിഞ്ഞാറേ വാതിലും ബന്ധിച്ചു. സംബന്ധവും കഴിഞ്ഞു. ഗോവിന്ദൻ അതിജാഗ്രതയോടെ ഹമാലന്മാരേയും മറ്റും ശട്ടംചെയ്തു പല്ലക്ക്, മഞ്ചൽ മുതലായതു രാത്രി തന്നെ എടുത്തു പുറത്തുവെപ്പിച്ച് ലേശം ഉറങ്ങാതെ നിന്നു. വഴിയിൽ വെച്ചോ മറ്റോ ആരെങ്കിലും ചോദിച്ചാൽ ഇന്ദുലേഖയെത്തന്നെയാണു സംബന്ധം ചെയ്തുകൊണ്ടുപോവുന്നത് എന്നു പറയണം എന്നു നമ്പൂതിരിപ്പാട്ടിലെ കൂടെയുള്ള ശേഷം എല്ലാവരോടും താക്കീതുചെയ്തു ഭദ്രമായി ഉറപ്പിച്ചു. വെളിച്ചാവാൻ ഒരു പത്തുനാഴിക ഉള്ളപ്പോൾതന്നെ പടിഞ്ഞാറ്റയിലെ വാതുക്കൽ ചെന്നുനിന്ന് ഗോവിന്ദൻ ചുമച്ചും ഒച്ച ഇട്ടും നമ്പൂതിരിപ്പാട്ടിലെ ഉണർത്തി. ഉടനെ വീട്ടിൽ എല്ലാവരും ഉണർന്നു. പൂവരങ്ങിൽ നിന്നു പഞ്ചുമേനവനും കേശവൻനമ്പൂതിരിയും വന്നു. പെണ്ണിനെ പിടിച്ച് ഒരു പല്ലക്കിൽ ഇട്ടുപൂട്ടി. നമ്പൂതിരിപ്പാട് അദ്ദേഹത്തിന്റെ പല്ലക്കിൽ കയറി. കേശവൻനമ്പൂതിരി അനുയാത്ര ചെയ്‌വാൻ നിശ്ചയിച്ച് ഒരു മഞ്ചലിലും ചെറുശ്ശേരി ചിറിച്ചുംകൊണ്ടു തന്റെ മഞ്ചലിലും കയറി. ആട്ടും തുപ്പും നിലവിളിയുമായി പുറപ്പെട്ടുപോകയും ചെയ്തു.

15

ഒരു ആപത്ത്

നമ്പൂതിരിപ്പാട്ടിലെ ഘോഷയാത്ര വെളിച്ചാവുമ്പോഴയ്ക്ക് ശാസ്ത്രികളും നമ്പൂതിരിമാരും കിടന്നുറങ്ങുന്ന ഊട്ടുപുരയുടെ സമീപം എത്തി. ആ ഊട്ടുപുര പഞ്ചുമേനവന്റെ വകയും രണ്ടു വഴികൾ കൂടുന്ന സ്ഥലത്തുണ്ടാക്കപ്പെട്ടിട്ടുള്ളതുമാണ്. അതിൽ ഒരു വഴി നമ്പൂതിരിപ്പാട്ടിലെ പ്രദേശങ്ങളിൽ നിന്നു വരുന്ന വഴിയും ആണ്. ഇവിടെ പൂവള്ളിവീടു വകയായ ഒരു സത്രം ഉള്ളതിനു പുറമെ ഒരു പത്തായപ്പുരമാളികയും കളപ്പുരമാളികയും മറ്റും ഉണ്ട്. ഇവിടെ കയറി ഭക്ഷണം കഴിച്ചു പോവാമെന്നു പഞ്ചുമേനവനും കേശവൻനമ്പൂതിരിയും കൂടി പറഞ്ഞതിനെ നമ്പൂതിരിപ്പാടു ഗോവിന്ദന്റെ ഉപദേശപ്രകാരം അശേഷം കൈകൊണ്ടില്ല.വഴിയിലെങ്കിലും ഇന്ദുലേഖയെയാണു കൊണ്ടുപോവുന്നത് എന്നു പ്രസിദ്ധമാവട്ടെ എന്നു നമ്പൂതിരിപ്പാടും ഗോവിന്ദനും ഉറച്ചിരുന്നു. ഘോഷയാത്ര ഊട്ടുപുരയുടെ ഉമ്മത്തെത്താറായമുതൽ ഗോവിന്ദന്റെ ഉത്സാഹത്താൽ പല്ലക്കുകൾ കുറെ അധികം വേഗത്തിൽ നടത്തിച്ചു. ഭൃത്യവർഗ്ഗങ്ങളെയും മറ്റും മുമ്പിൽ ഓടിച്ചു ശബ്ദങ്ങളും കലശലാക്കി ഗോവിന്ദൻ പിന്നാലെയും ഓടി. ഈ ഘോഷമെല്ലാം കേട്ടു ശാസ്ത്രികളും നമ്പൂതിരിമാരും ഊട്ടുപുരയിൽനിന്നു പുറത്തേക്ക് എറങ്ങുമ്പോഴേയ്ക്കു പല്ലക്കുകളും മഞ്ചലുകളും കടന്നുപൊയ്ക്കഴിഞ്ഞു. ശാസ്ത്രികൾ ഗോവിന്ദനെ മാത്രം കണ്ടു. ഗോവിന്ദനെ മുമ്പു കണ്ടുപരിചയമായിട്ടുണ്ടല്ലോ. കണ്ട ഉടനെ കൈകൊണ്ടു വിളിച്ചു. ഗോവിന്ദൻ ശാസ്ത്രികളുടെ സമീപം ചെന്നു.

ശാസ്ത്രികൾ: എന്താണു ഗോവിന്ദാ! ഇത് അവിടുത്തെ വക ഊട്ടുംമാളികയുമാണല്ലോ. ഇവിടെ കയറി ഊണു കഴിഞ്ഞുപോവുന്നതല്ലായിരുന്നുവോ നല്ലത്?

ഗോവിന്ദൻ: അങ്ങനെയാണു കേശവൻനമ്പൂരിയും മറ്റും പറഞ്ഞത്. തമ്പുരാൻ തിരുമനസ്സിലേക്കും ചെറുശ്ശേരിനമ്പൂരിക്കും അതുതന്നെയാ

യിരുന്നു മനസ്സ്. അപ്പോഴേയ്ക്കു വേറെ ഒരാൾക്കു നേരെ ഉണ്ണാൻ മനയ്ക്കൽത്തന്നെ എത്തണം എന്നു പിടിത്തം. അവിടെ സകലം പിടിത്തമല്ലെ.

ശാസ്ത്രികൾ: ആർക്ക്-ഇന്ദുലേഖയ്ക്കോ?

ഗോവിന്ദൻ: അതെ.

ശാസ്ത്രികൾ: ഒരു പിടുത്തവും ഇല്ലാ. ഇത്ര ദുഷ്ടബുദ്ധിയായിട്ട് ഒരു സ്ത്രീയെ ഞാൻ കണ്ടിട്ടില്ലാ.

ഗോവിന്ദൻ; മഹാദുഷ്ടയാണ്. എനിക്കു സംശയമില്ലാ. എന്തു ചെയ്യും! തമ്പുരാന് അതിപ്രേമം. അങ്ങിനെതന്നെ ഇന്ദുലേഖയ്ക്ക് അങ്ങോട്ടും. പിന്നെ എന്താണ് നിവൃത്തി? എനി ഞങ്ങൾ ഇന്ദുലേഖയുടെ ദാസന്മാർ തന്നെ-എന്തുചെയ്യാം!

ശാസ്ത്രികൾ: ഇന്ദുലേഖയുടെ പ്രേമം പണം പിടുങ്ങണമെന്നുള്ള പ്രേമം തന്നെ-മറ്റൊരു പ്രേമവും അല്ലാ.

ഗോവിന്ദൻ: അതെ; അതിനാർക്കാണു സംശയം? ഞാൻ പോവുന്നു. പല്ലക്കു വളരെ ദൂരത്തായി.

എന്നു പറഞ്ഞു ഗോവിന്ദൻ ഓടിപ്പോയി. ശാസ്ത്രികളും നമ്പൂതിരിമാരും തീവണ്ടിസ്റ്റേഷനിലേക്കുള്ള വഴിക്കും പുറപ്പെട്ടു.

മാധവൻ മദിരാശിയിൽനിന്ന് അയച്ച കത്തുപ്രകാരം ഈ സംബന്ധം നടന്നതിന്റെ തലേ ദിവസം വണ്ടിക്കു പുറപ്പെട്ട്, നമ്പൂതിരിപ്പാട്ടിലെ ഘോഷയാത്ര ഉണ്ടായ ദിവസം പതിനൊന്നരമണിക്കു ശാസ്ത്രികളും മറ്റും വണ്ടികയറാൻ പോകുന്ന സ്റ്റേഷനിൽ എറങ്ങി. സ്റ്റേഷനു സമീപം രണ്ടുമൂന്നു ചോറ്റുകച്ചവടം ചെയ്യുന്ന മഠങ്ങൾ ഉണ്ട്. ക്ഷീണം നിമിത്തം അതിൽ ഒരു മഠത്തിൽ കയറി ഊണുകഴിച്ചു വൈകുന്നേരത്തേക്ക് വഴിയിലുള്ള തന്റെവക സത്രത്തിൽ താമസിച്ചു പിറ്റേന്ന് ഊണിനുതക്കവണ്ണം ഭവനത്തിൽ എത്താമെന്നു നിശ്ചയിച്ചു. (തന്റെ കൂടെ ഒരു ഭൃത്യൻമാത്രം ഉണ്ട്. ശിന്നനേയും മറ്റൊരു ഭൃത്യനേയും മദിരാശിയിൽതന്നെ നിർത്തി എട്ടു ദിവസത്തെ കല്പനവാങ്ങി പോന്നതാണ്) ചോറ്റുകച്ചവടം ചെയ്യുന്ന മഠത്തിൽ കയറിച്ചെന്നപ്പോൾ അവിടെ വഴിയാത്രക്കാർ ഒരു രണ്ടുമൂന്നു നമ്പൂതിരിമാരും രണ്ടു നാലു പട്ടന്മാരും തമ്മിൽ സംസാരമാണ്. ഇവർ തലേദിവസം പകലത്തെ വാരത്തിൽ ചെമ്പാഴിയോട്ടു ക്ഷേത്രത്തിൽ ഭക്ഷണം കഴിച്ചുപോന്നവരാണ്. അന്നത്തെ രാവിലത്തെ വണ്ടി കിട്ടാതെ താമസിക്കുന്നതാണ്. എല്ലാവരും ഊണുകഴിഞ്ഞിരിക്കുന്നു. എന്നിട്ടു വെടി പറയുന്നു. മാധവൻ ചെന്നു കയറുമ്പോൾ:

ഒരു നമ്പൂതിരി: ഇന്ദുലേഖയുടെ ഭാഗ്യംതന്നെ, എന്ന് എനിക്കു തോന്നുന്നു.

മാധവൻ: 'ഇന്ദുലേഖ' എന്ന പേർ കേട്ടപ്പോൾ ഒന്നു ഞെട്ടി ഭ്രമിച്ചു. ഇത് എന്തു കഥയാണ് എന്നു വിചാരിച്ചു.

മാധവൻ "ഏത് ഇന്ദുലേഖ" എന്ന് ആ മിറ്റത്തുനിന്നു കൊണ്ടുതന്നെ ആ വാക്കു പറഞ്ഞ നമ്പൂതിരിയോടു ചോദിച്ചു.

നമ്പൂതിരി: ചെമ്പാഴിയോട്ട് ഇന്ദുലേഖ എന്ന ഒരു പെണ്ണ്. എന്താണ്, അവളെ അറിയുമോ?

മാധവൻ: എന്താണ് ഇന്ദുലേഖയ്ക്ക് ഒരു ഭാഗ്യം വന്നത്? കേൾക്കട്ടെ.

നമ്പൂതിരി: ഇന്ദുലേഖയ്ക്ക് ഇന്നലെ സംബന്ധമായിരുന്നു.

മാധവൻ ഇടിതട്ടിയ മരംപോലെ ഒരു ക്ഷണം നിന്നു. പിന്നെ ഒച്ച വലിച്ചിട്ടു വരുന്നില്ലാ. എന്തു ചെയ്തിട്ടും വരുന്നില്ലാ. ഒരു മിനിട്ടു കഴിഞ്ഞിട്ട്, "ആര്-ആര്?" എന്ന് (ഒരു ശവം സംസാരിക്കാറുണ്ടെങ്കിൽ ആമാതിരി എന്നു പറയാം) ചോദിച്ചു.

മാധവൻ: ആര്?-ആര്? ആരാണു സംബന്ധം തുടങ്ങിയത്?

മാധവന്റെ ഭാവം കണ്ടിട്ടു നമ്പൂരിമാരൊക്കെക്കൂടി ഒന്നു ഭ്രമിച്ചുവശായി. ആരും ഒന്നും മിണ്ടാതെ അന്യോന്യം മുഖത്തോടു മുഖം നോക്കിക്കൊണ്ടിരുന്നു.

മാധവൻ: ആര്?-ആര്? പറയൂ-പറയൂ. എന്താണു പറയാൻ മടിക്കുന്നത്? പറയൂ-പറയൂ. എന്താണ് മടിക്കുന്നത്? പറയരുതേ? ആരാണു സംബന്ധം തുടങ്ങിയത്? കേൾക്കട്ടെ.

ഒരു നമ്പൂതിരി: എന്താണു ഹേ, വല്ലാതെ ഒരു പരിഭ്രമം? എന്താണിത്ര ദേഷ്യം? ഞങ്ങൾ വിവരം ഒന്നും അറിയില്ലാ.

മാധവൻ: വിവരം ഒന്നും അറിയാതെ തുമ്പില്ലാതെ വല്ലതും പറഞ്ഞാൽ?

ഒരു പട്ടർ: എന്താണു ഭാവം? എന്താണു ഞങ്ങളെ ശിക്ഷിച്ചു കളയുമോ?

മാധവൻ: അതു കാണണോ?

എന്നു ചോദിച്ചു മാധവൻ നിന്നിടത്തുനിന്ന് ഒന്നെളകി.

അപ്പോൾ മറ്റൊരു നമ്പൂതിരി എണീട്ടു സമാധാനപ്പെടുത്തി: "ഹേ, കോപം അരുത്, ഇരിക്കൂ, വണ്ടി എറങ്ങിവന്നതായിരിക്കും. മദിരാശിയിൽനിന്നു വരുന്നതായിരിക്കും. ക്ഷീണം മുഖത്തു നന്നെ കാണാനുണ്ട്. ഇരിക്കൂ. എന്നിട്ടു വിശേഷം പറയാം.

മാധവൻ: ആരാണു സംബന്ധം ചെയ്തത്? അത് എനിക്കു കേൾക്കണം.

പട്ടർ: മൂർക്കില്ലാത്ത മനയ്ക്കൽ നമ്പൂതിരിപ്പാടാണ്.

മാധവൻ: എന്നാണു സംബന്ധം നടന്നത്?

പട്ടർ: ഇന്നലെയായിരിക്കണം. ഞങ്ങൾ നേർത്തെ പോന്നിരിക്കുന്നു. ഇന്നലെ രാത്രിക്കാണു സംബന്ധം നിശ്ചയിച്ചിരുന്നത്. അതു ഞങ്ങൾ അറിയും. അതു സൂക്ഷ്മമായി ഞങ്ങൾ അറിയും.

മാധവൻ: എങ്ങനെ സൂക്ഷ്മമായി അറിഞ്ഞു?

പട്ടർ: അമ്പലത്തിൽ സകല ആളുകളും പറഞ്ഞു. അവിടുത്തെ സംബന്ധക്കാരൻ ശീനുപട്ടരും പറഞ്ഞു-എന്നോടുതന്നെ പറഞ്ഞു.

മാധവൻ നിർജ്ജീവനായി എറയത്ത് ഇരുന്നു.

ആ മഠത്തിലെ ചോറ്റുകച്ചവടക്കാരി ഒരു കിഴവി ബ്രാഹ്മണസ്ത്രീ

ഈ അതിസുന്ദരനായ കുട്ടിയെ വളരെ പരവശനായി കണ്ടിട്ടു വേഗം പുറത്തു വന്ന് ഒരു പായ എടുത്തുകൊടുത്ത്, "ഇതിലിരിക്കാം," എന്നു പറഞ്ഞു. "കുറെ സംഭാരം കുടിച്ചാൽ ക്ഷീണത്തിനു ഭേദം ഉണ്ടാവും, കൊണ്ടുവരട്ടെ?" എന്നു ചോദിച്ചു. മാധവൻ ഈ വാക്കുകൾ ഒന്നും കേട്ട തേയില്ല, നിലത്തുതന്നെ ഇരുന്നു. കുറെ കഴിഞ്ഞപ്പോൾ ഇന്നാളോടാ ണെന്നില്ല "എനിക്കു കുടിപ്പാൻ കുറെ വെള്ളം വേണം" എന്നു പറഞ്ഞു. ഒരു നമ്പൂതിരി വേഗം വെള്ളം എടുത്തുകൊണ്ടുവന്നു. മാധവൻ വെള്ളം കുടിച്ചു പായ നീർത്തി അതിൽ കിടന്നു. അതികോമളനായിരിക്കുന്ന ഈ കുട്ടിയുടെ വ്യസനവും സ്ഥിതിയും കണ്ട് ആ മഠത്തിൽ ഉണ്ടായിരുന്നവ രെല്ലാം ഒരുപോലെ വ്യസനിച്ചു. കുറെ കിടന്നശേഷം എഴുനീറ്റു തന്റെ എഴുത്തുപെട്ടി തുറന്ന് തനിക്ക് അച്ഛൻ ഗോവിന്ദപ്പണിക്കർ നമ്പൂതിരിപ്പാ ട്ടിലെ സംബന്ധത്തെപ്പറ്റി മദിരാശിക്ക് എഴുതിയിരുന്ന എഴുത്തു വായിച്ചു. ആ വായിച്ച ഭാഗം താഴെ ചേർക്കുന്നു.

"കാരണവരും കേശവൻനമ്പൂരിയും ഇന്ദുലേഖയ്ക്കു മൂർക്കില്ലാത്ത മനയ്ക്കൽ നമ്പൂതിരിപ്പാട്ടിലെക്കൊണ്ടു സംബന്ധം നടത്തിക്കുവാൻ അത്യുത്സാഹം ചെയ്തുവരുന്നു. ഈ നമ്പൂതിരിപ്പാടു വലിയ ഒരു ദ്രവ്യ സ്ഥനാണ്. എങ്കിലും എനിക്ക് ഈ കാര്യം നടക്കുമെന്നു തോന്നുന്നില്ല. കുട്ടന് ഇതിൽ വിഷാദം ഒട്ടും വേണ്ടാ."

ഇതു വായിച്ച് എഴുത്ത് പെട്ടിയിൽതന്നെ വെച്ച്, മാധവൻ പിന്നെയും അവിടെ കിടന്നു വിചാരം തുടങ്ങി.

'ഇങ്ങിനെ വരാമോ? ഒരിക്കലും വരാൻ സംഗതിയില്ല. എന്നാൽ ഈ നമ്പൂതിരിപ്പാട്ടിലെപ്പറ്റി മാധവി എനിക്ക് ഒരു എഴുത്തയച്ചു കണ്ടില്ലല്ലൊ. മാധവിയുടെ ഒരു എഴുത്തും ഞാൻ പോന്നതിൽപിന്നെ എനിക്കു കിട്ടീ ട്ടില്ല. ഇങ്ങിനെ എഴുതാതിരിക്കാറില്ല മുമ്പ്. ഇരിക്കട്ടെ-വേറെ സംഗതി വശാലും അങ്ങിനെ വരാം. എന്നാൽ ശീനുപട്ടർ വർത്തമാനങ്ങൾ ഒന്നും അറിയാതെ ഈ കാര്യത്തിൽ ഭോഷ്ക് പറയാൻ സംഗതി ഇല്ലാ. എന്തൊരു കഥയാണ് ഇത്! സ്ത്രീകളുടെ മനസ്സ് ഇങ്ങിനെ ആയിരിക്കാം. നമ്പൂതിരിപ്പാട് എന്നെക്കാൾ യോഗ്യനായിരിക്കാം. എന്നെക്കാൾ അധികം സമർത്ഥനും രസികനും ആയിരിക്കാം. ഇന്ദുലേഖ ഭ്രമിച്ചിരിക്കാം. അമ്മാ മന്റെ നിർബ്ബന്ധവും ഉണ്ടായിരിക്കാം'-എന്നൊക്കെ ഒരിക്കൽ ആലോചി ക്കും. പിന്നെ അതെല്ലാം തെറ്റാണെന്നു വിചാരിക്കും. 'എന്റെ മാധവി അന്യപുരുഷനെ ഒരിക്കലെങ്കിലും കാംക്ഷിക്കുമോ? ഞാൻ എന്തൊരു ശപ്പനാണ്! ഛീ! എന്തോ ഒരു ഭോഷ്കു ഉണ്ടാക്കിയത് ഇക്കൂട്ടർ കേട്ടു വന്നതാണ്'-ഇങ്ങിനെ കുറെ ആലോചിക്കും. 'എന്നാൽ ശീനുപട്ടർ പറഞ്ഞു എന്നു പറവാൻ എന്തു സംഗതി-അതിനു സംഗതി ഇല്ലല്ലൊ.' എന്നു ഓർത്തു വ്യസനിക്കും. ഇങ്ങിനെ മനസ്സ് അങ്ങോട്ടും ഇങ്ങോട്ടും ചലിച്ചുകൊണ്ടു മാധവൻ കിടക്കുമ്പോൾ അഞ്ചാറു വഴിപോക്കർ പിന്നെയും എത്തി. അവർ നമ്പൂതിരിപ്പാടിന്റെ സമീപവാസികളാണ്. വഴി യിൽവെച്ചു നമ്പൂതിരിപ്പാട്ടിലെ ഘോഷയാത്ര കണ്ടവരാണ്. അവർ വന്ന്

എത്തിക്കൂടുമ്പോൾ അതിൽ ഒരാൾ, ഇരിക്കുന്നതിൽ താനുമായി മുമ്പു പരിചയമുള്ള ഒരാളോടു പറയുന്നു:

"ഇന്നു വഴിയിൽ ഞങ്ങൾ ഒരു ഘോഷയാത്ര കണ്ടു"

ഇതു പറയുന്നതു കേട്ടപ്പോൾ തന്നെ മാധവനു കാര്യം മനസ്സിലായി. എലക്ട്രിക് ബാറ്ററി എന്ന വിദ്യുച്ഛക്തിയന്ത്രപ്പെട്ടി കൈകൊണ്ടു പിടിച്ചവന് ആ യന്ത്രം തിരിച്ചാൽ ശരീരത്തിൽ ആകപ്പാടെ എന്തൊരു വ്യാപാരം ഉണ്ടാവുമോ അതുപോലെ മനസ്സിനെന്നുമാത്രമല്ല, സർവ്വാവയവങ്ങൾക്കും ഒരു തരിപ്പോ ദുസ്സഹമായ വേദനയോ തോന്നി.

ഒരു നമ്പൂതിരി: എന്താണ് ഘോഷം? ആരുടെ യാത്രയാണ്?

മാധവനെ മുമ്പു സമാധാനപ്പെടുത്തിയ നമ്പൂതിരി: എടോ, ഒന്നും ചോദിക്കണ്ടാ, ആ കിടക്കുന്ന വിദ്വാൻ എനിയും ശണ്ഠ കൂട്ടും.

മറ്റൊരു നമ്പൂരി: ഇതെന്തൊരു കഥയാണ്! നോക്ക് ഒന്നും സംസാരിച്ചുകൂടാ എന്നോ? ശണ്ഠകൂടട്ടെ-എന്താണു ഘോഷം പറയൂ.

ഒടുവിൽവന്ന വഴിയാത്രക്കാരിൽ ഒരുവൻ: മൂർക്കില്ലാത്ത മനയ്ക്കൽ നമ്പൂതിരിപ്പാട്ടിലെ യാത്ര. ചെമ്പാഴിയോട്ടുനിന്ന് ഇന്നലെ സംബന്ധം കഴിഞ്ഞപെണ്ണ് ഒരു പല്ലക്കിൽ; ചെറുശ്ശേരി ഗോവിന്ദൻനമ്പൂതിരി ഒരു മഞ്ചലിൽ; കറുത്തേടത്തു കേശവൻനമ്പൂരി ഒരു മഞ്ചലിൽ; വളരെ ഭൃത്യന്മാർ-വാളും പരിശയും നിലവിളിയും ആർപ്പും, ഘോഷം-മഹാഘോഷം!

മുമ്പു സമാധാനം പറഞ്ഞ നമ്പൂതിരി മറ്റൊരു നമ്പൂരിയോട്: അതാ എണീട്ടു-ഇപ്പോൾ ശണ്ഠകൂട്ടും എന്നു തോന്നുന്നു. അതാ നോക്കൂ; പുറപ്പാടു നോക്കൂ.

മാധവൻ: ഇല്ല ഹേ, ഞാൻ ഒരു ശണ്ഠയും കൂട്ടുന്നില്ലാ.

എന്നു പറഞ്ഞു മഠത്തിന്റെ മിറ്റത്ത് എറങ്ങി അങ്ങോട്ടും ഇങ്ങോട്ടും നടന്നുകൊണ്ടിരുന്നു. അപ്പോൾ ശങ്കരശാസ്ത്രികളും മറ്റും അതിന്റെ നേരെ തെക്കേ മഠത്തിലേക്കു ചെന്നു കയറുന്നതു കണ്ട് "ശങ്കരശാസ്ത്രികളല്ലേ അത്?" എന്നു മാധവൻ ചോദിച്ചു. ശാസ്ത്രികൾ തിരിഞ്ഞു നോക്കി വല്ലാതെ ഭ്രമിച്ചു. 'മഹാപാപം! ഇതും ഇത്രക്ഷണം എനിക്കു സംഗതി വന്നുവോ! ഈ കുട്ടിയെ ഞാൻ എങ്ങനെ കാണും? എന്തു പറയും? ഞാൻ മഹാപാപിതന്നെ,' എന്നു വിചാരിച്ചു.

ശങ്കരശാസ്ത്രികൾ: അതെ; ഞാൻ തന്നെ.

എന്നു പറയുമ്പോഴേക്ക് മാധവൻ എറങ്ങി അദ്ദേഹത്തിന്റെ അടുക്കെ എത്തിയിരുന്നു.

മാധവൻ: ഞാൻ ഇപ്പോൾ ഇവിടെവെച്ചു മാധവിയെക്കുറിച്ചു കേട്ട വർത്തമാനം ശരിതന്നെയോ?

ശങ്കരശാസ്ത്രികൾ: അതെ.

ആ 'അതെ' എന്ന വാക്ക് ഇടിത്തീയിനു സമം; ഇടിത്തീതന്നെ. മാധവൻ മുഖവും ദേഹവും കരിഞ്ഞു കരുവാളിച്ചു പോയി. കാർക്കോടകൻ കടിച്ചപ്പോൾ നളനു വൈരൂപ്യം വന്നതുപോലെ എന്നു പറയാം. പിന്നെ ശാസ്ത്രികളോട് ഒന്നും ഉരിയാടിയിട്ടില്ലാ. നേരെ കിഴക്കോട്ടു നോക്കിയ

പ്പോൾ ഒരു വലിയ കുളവും ആൽത്തറയും കണ്ടു. ആ ഭാഗത്തേക്കു നടന്നു. ശാസ്ത്രികളും പിന്നാലെതന്നെ നടന്നു. അത് മാധവൻ അറിഞ്ഞില്ല. കുളവക്കിൽ അരയാൽത്തറചാരി അന്ധനായി നിർവ്വികാരനായി ഒരു അരമണിക്കൂറുനേരം നിന്നു. അപ്പോഴേക്കു മനസ്സിന്ന് അല്പം ശാന്തത വന്നു. തിരിഞ്ഞു നോക്കിയപ്പോൾ ശാസ്ത്രികൾ അടുക്കെ നില്ക്കുന്നതു കണ്ടു. ശാസ്ത്രികളെ കണ്ടപ്പോൾ സാധു മാധവൻ കരഞ്ഞുപോയി. കണ്ണിൽനിന്നു ജലധാര നിന്നില്ല. ശാസ്ത്രികളും കരഞ്ഞു. ഇങ്ങിനെ കഴിഞ്ഞു അല്പനേരം. സാധു ശാസ്ത്രികൾക്ക് മാധവനെക്കാളും വ്യസനം. ഒരു വാക്കുപോലും പറവാൻ സാധിച്ചില്ല. ഒടുവിൽ മാധവനുതന്നെ ഇതു വലിയ അവമാനമാണെന്നു തോന്നി. താൻ കണ്ണുനീർ തുടച്ചു ധൈര്യം നടിച്ചു ശാസ്ത്രികളോടു സംസാരിച്ചു.

മാധവൻ: ശാസ്ത്രികൾ എന്തിനു വിഷാദിക്കുന്നു? വിഷാദിക്കരുത്. ലോകത്തിൽ ഇതെല്ലാം ഉണ്ടാവുന്ന കാര്യങ്ങളാണല്ലോ.

ശാസ്ത്രികൾക്കു പിന്നേയും ഒരക്ഷരം മിണ്ടിക്കൂടാ. എടത്തൊണ്ട വിറച്ചും കണ്ണുനീരൊഴുക്കിക്കൊണ്ടും ഇരുന്നു. ഇദ്ദേഹം നല്ല പഠിപ്പുള്ള രസികനായ ഒരു ബ്രാഹ്മണനാണ്. മാധവനെ കണ്ണിനുമുമ്പിൽ കണ്ടപ്പോഴാണ് ഇദ്ദേഹം ധരിച്ചപ്രകാരം ഇന്ദുലേഖയുടെ ദുഷ്ടയായുള്ള പ്രവൃത്തി ഓർത്ത് അധികം സങ്കടപ്പെട്ടത്. മാധവന് ഈ ശാസ്ത്രികളെ വളരെ താല്പര്യമാണ്. ഇന്ദുലേഖയ്ക്കും അങ്ങനെതന്നെ ആയിട്ടാണ് മാധവൻ കണ്ടിട്ടുള്ളത്.

മാധവൻ: എന്തിനു ശാസ്ത്രികൾ വെറുതെ വ്യസനിക്കുന്നു? എനിക്ക് അശേഷം വ്യസനമില്ല. പിന്നെ മാധവി, അല്ല ഇന്ദുലേഖയ്ക്കോ വളരെ സന്തോഷമായ കാലവുമല്ലെ? നിങ്ങളുടെ സ്നേഹിതന്മാരായ എനിക്കും ഇന്ദുലേഖയ്ക്കും വ്യസനമില്ലാത്ത കാര്യത്തിൽ എന്നെക്കുറിച്ച് എന്തിനു നിങ്ങൾ വ്യസനിക്കുന്നു?

ശങ്കരശാസ്ത്രികൾ: ഇന്ദുലേഖ എന്റെ സ്നേഹത്തിന്ന് എനിമേൽ യോഗ്യയല്ലാ. ഞാൻ അവളെ വെറുക്കുന്നു.

ഇതു കേട്ടപ്പോൾ മാധവനു രണ്ടാമതും കണ്ണിൽ ജലം നിറഞ്ഞു. കുറെനേരം ഒന്നും മിണ്ടാതെ നിന്നു. പിന്നെ–

മാധവൻ: അവളെ എന്തിന് അത്ര കുറ്റം പറയുന്നു! അമ്മാവന്റെ പിടുത്തമായിരിക്കണം.

ശങ്കരശാസ്ത്രികൾ: എന്നാൽ വേണ്ടതില്ലല്ലോ, ഇന്ദുലേഖയുടെ സ്വന്ത ഇഷ്ടപ്രകാരംതന്നെ ഉണ്ടായതാണ് ഇത്. അവളും നമ്പൂതിരിപ്പാടുമായി ബഹു ഇഷ്ടമായി മനസ്സുലയിച്ചപോലെയാണ് എല്ലാം കണ്ടത്. എന്നാൽ നമ്പൂതിരിപ്പാടോ?–പടുവിഡ്ഢി എന്നു ലോകപ്രസിദ്ധൻ. കണ്ടാൽ ഒരു അശ്വമുഖൻ.

മാധവൻ: മതി; മതി. എനിക്ക് ഇതൊന്നും കേൾക്കണ്ടാ. ഞാൻ ഇന്നത്തെ വൈകുന്നേരത്തെ വണ്ടിക്കുതന്നെ മദിരാശിക്കു മടങ്ങിപ്പോവുന്നു.

ശങ്കരശാസ്ത്രികൾ: അതാണ് ഇപ്പോൾ നല്ലത് എന്ന് എനിക്കും തോന്നുന്നു. എന്നാൽ വേഗം ഊണു കഴിക്കണ്ടേ?

മാധവൻ: ഊണു കഴിക്കണമെന്നില്ലാ.

ശങ്കരശാസ്ത്രികൾ: അങ്ങിനെ പോരാ. മഠത്തിൽ വന്ന് ഇരിപ്പാനും മറ്റും സുഖമില്ലെങ്കിൽ ചോറ് ഞാൻ ഇങ്ങട്ടു കൊണ്ടുവരാമല്ലോ? ആൽത്തറ വിജനമായിരിക്കുന്നു. നല്ല തണുപ്പും ഉണ്ട്.

മാധവൻ: എന്നാൽ നിങ്ങൾ ഭക്ഷണം കഴിഞ്ഞിട്ടു കുറെ ചോറ് ഇവിടെ കൊണ്ടുവന്നുതന്നേക്കിൻ.

ശാസ്ത്രികൾ ഉണ്ണാൻ പോയി. മാധവൻ അരയാൽത്തറയിൽ ഇരുന്ന് വിചാരവും തുടങ്ങി. അതെല്ലാം ഇവിടെ പറയുന്നത് നിഷ്ഫലം. ചില തെല്ലാം ചെയ്‌വാൻ നിശ്ചയിച്ചു വച്ചു. അത് ഈ കഥയിൽ എനി കാണാ മല്ലോ.

ഊൺ കഴിഞ്ഞു വണ്ടിയിൽ കയറി. ശാസ്ത്രികൾ കൂടെ വരാമെന്നു പറഞ്ഞതിനെ സമ്മതിച്ചില്ലാ.

പിറ്റേദിവസം മദിരാശി എത്തിയ ഉടനെ ഗിൽഹാം സായ്‌വിനെ കാണാൻ പോയി. അദ്ദേഹം അന്ന് കച്ചേരിക്കു പോയിട്ടില്ലാ. ആപ്പീസു മുറിയിൽ ഇരിക്കുന്നു. മാധവന്റെ കാർഡ് കണ്ടപ്പോൾ ഒന്നാശ്ചര്യപ്പെട്ടു. എട്ടുദിവസം കല്പന വാങ്ങി തലേദിവസത്തിന്നു മുമ്പത്തെ ദിവസം മല യാളത്തിലേക്കു കല്യാണം കഴിപ്പാനാണെന്നു പറഞ്ഞു പോയ മാധവൻ മടങ്ങി വന്നുവോ എന്ന് ആശ്ചര്യപ്പെട്ടു വിളിക്കാൻ പറഞ്ഞു.

മാധവൻ അകത്തേക്കു വന്നു. സായ്‌വ് മുഖത്തേക്കു നോക്കിയപ്പോൾ വളരെ വ്യസനിച്ചുപോയി. ഈ ഗിൽഹാം സായ്‌വ് മാധവനിൽ വളരെ പ്രിയമുള്ള ഒരാളായിരുന്നു. മാധവനെ സിവിൽസർവ്വീസിൽ എടുപ്പാൻ അദ്ദേഹം തീർച്ചപ്പെടുത്തിവെച്ചിരിക്കുന്നു. വണ്ടിയിൽ രണ്ടുമൂന്നു ദിവ സത്തെ വഴിയാത്രയും മനസ്സിന്റെ വ്യസനവും നിമിത്തം മാധവന്റെ മുഖം കഠിനമായി വാടിയിരുന്നു. മുമ്പു കാർഡ് അയച്ചിട്ടില്ലായിരുന്നുവെങ്കിൽ സായ്‌വ് മാധവനെ കണ്ടറിവാൻ പക്ഷേ, പ്രയാസപ്പെട്ടുമായിരുന്നു എന്നു പറയാം. കണ്ട ഉടനെ-

ഗിൽഹാംസായ്‌വ്: മാധവാ എന്താണ് ഇത്? കുടുംബത്തിൽ ആരെ ങ്കിലും മരിച്ചുവോ? എന്താണു നീ ബദ്ധപ്പെട്ടു മടങ്ങിയത്? നിന്റെ മുഖവും ഭാവവും വല്ലാതിരിക്കുന്നു-ഇരിക്കൂ.

മാധവൻ: എന്റെ കുടുംബത്തിലും സ്നേഹിതന്മാരിലും ആരും മരി ച്ചിട്ടില്ലാ. എന്നാൽ എനിക്കു മനസ്സിന്നു വലുതായ വ്യസനം വന്നിട്ടുണ്ട്. അത് എന്റെമേൽ ഇത്ര വാത്സല്യമുള്ള താങ്കളെ ഗ്രഹിപ്പിക്കാൻ ഞാൻ മടിക്കുന്നില്ലാ.

ഇതുകേട്ട ഉടനെ ബുദ്ധിമാനായ സായ്‌വിന് ഏകദേശ കാര്യം മന സ്സിലായി. കല്യാണത്തിനാണ് മാധവൻ പോകുന്നത് എന്നു പറഞ്ഞു കല്പന വാങ്ങിപ്പോയതു തനിക്ക് ഓർമ്മയുണ്ട്. അതിനു വല്ല തകരാറും വന്നിരിക്കാം. ആ കാര്യം തന്നോടു പറയുന്നതിന് മാധവനു മടിയുണ്ടാ

കയില്ലെങ്കിലും പറയുമ്പോൾ ഒരു സമയം ലജ്ജ ഉണ്ടാവുമായിരിക്കും. അതാണു ക്ഷണേന പറയാതെ 'പറയാം' എന്നൊരു പീഠികവെച്ചു പറഞ്ഞത് എന്നു സായ്‌വ് വിചാരിച്ചു.

ഗിൽഹാംസായ്‌വ്: എനിക്കു കാര്യം ഇപ്പോൾ അറിയണമെന്നില്ലാ. പിന്നെ സാവകാശത്തിൽ പറഞ്ഞാൽ മതി. എന്നാൽ നിണക്കു വല്ലതും വേണ്ടതുണ്ടെങ്കിൽ ചെയ്‌വാൻ ഞാൻ ഒരുക്കമാണ്.

മാധവൻ: എനിക്കു ദയവുചെയ്ത് ഒരു കൊല്ലത്തെ കല്പന തരാൻ ഞാനപേക്ഷിക്കുന്നു. എനിക്കു കുറെ രാജ്യസഞ്ചാരം ചെയ്യണമെന്ന് ആഗ്രഹമുണ്ട്.

കുറെ ആലോചിച്ചിട്ടു സായ്‌വ് മറുപടി പറഞ്ഞു.

ഗിൽഹാംസായ്‌വ്: മനസ്സിന്നു വല്ല സുഖക്കേടും ഉണ്ടെങ്കിൽ രാജ്യസഞ്ചാരം ചെയ്യുന്നതുപോലെ അതിന്റെ നിവൃത്തിക്കു വേറെ ഒന്നുമില്ലാ. നിന്റെ വിചാരം എനിക്കു പൂർണ്ണ ബോദ്ധ്യമായിരിക്കുന്നു. വിശേഷിച്ചു നീ പഠിപ്പു കഴിഞ്ഞശേഷം എങ്ങും സഞ്ചരിച്ചിട്ടില്ലാ. ഞങ്ങൾ ബിലാത്തിയിൽ യൂനിവർസിട്ടി വിട്ടാൽ ഒരു സഞ്ചാരം കഴിച്ചിട്ടേ വല്ല ഉദ്യോഗത്തിലും പ്രവേശിക്കാറുള്ളൂ എന്നു നിണക്കുതന്നെ അറിയാമല്ലോ. ഏതു രാജ്യത്തു സഞ്ചരിപ്പാനാണു വിചാരിക്കുന്നത്? കഴിയുമെങ്കിൽ യൂറോപ്പിലേക്കാണ് പോവേണ്ടത്. എന്നാൽ തല്ക്കാലം വരുന്ന മാസംമുതൽ മൂന്നുമാസം അവിടെ വളരെ ശീതവും സുഖക്കേടും ഉള്ള കാലം. അതു കഴിഞ്ഞാൽ വളരെ സുഖമുള്ള കാലമാണ്. ഇപ്പോൾ എങ്ങോട്ടു പോവാനാണു വിചാരിക്കുന്നത്?

മാധവൻ: ഇപ്പോൾ യൂറോപ്പിൽ സുഖമില്ലെങ്കിൽ വടക്കേ ഇൻഡ്യയിലും ബർമ്മയിലും ഒന്നു സഞ്ചരിച്ചു ദിക്കുകൾ കാണാമെന്നാണ് വിചാരിക്കുന്നത്.

ഗിൽഹാംസായ്‌വ്: എന്നാൽ നീ ഇപ്പോൾ ഒരു നാലു മാസത്തെ കല്പന എടുത്താൽ മതി എന്നു ഞാൻ വിചാരിക്കുന്നു. പിന്നെ അധികം വേണമെങ്കിൽ എഴുതി അയച്ചാൽ ഞാൻ അനുവദിക്കാം. നിണക്കു ക്ഷീണം വളരെ കാണുന്നു. വേഗം പോയി ഭക്ഷണം കഴിക്കൂ.

എന്നു പറഞ്ഞു സായ്‌വ് എഴുനീറ്റു. മാധവനും എഴുനീറ്റു നിന്നു. സായ്‌വ് മാധവന്റെ കൈപിടിച്ച്, "നിണക്കു സർവ്വ ശുഭവും ഉണ്ടാവട്ടെ. നിന്റെ വ്യസനങ്ങൾ എല്ലാം തീർന്ന് ഉടനെ എനിക്കു നിന്നെ കാണാൻ സംഗതി വരട്ടെ." എന്നു പറഞ്ഞപ്പോൾ സായ്‌വിനും മാധവനും ഒരുപോലെ കണ്ണിൽ വെള്ളം നിറഞ്ഞുപോയി.

മാധവൻ ഉടനെ പാർക്കുന്നേടത്തു വന്നു കുളിച്ചു ഭക്ഷണം കഴിച്ചു എന്നു പേരുവരുത്തി.

അച്ഛന് ഒരു കത്ത് എഴുതി ശിന്നനേയും വാലിയക്കാർ രണ്ടാളേയും കത്തോടുകൂടി മലയാളത്തിലേക്ക് അയച്ചു. പിറ്റേദിവസം വൈകുന്നേരത്തെ വണ്ടിക്കു ബൊമ്പായിലേക്കു ടിക്കറ്റുവാങ്ങി മദിരാശി വിടുകയും ചെയ്തു.

എനി എനിക്കു പറയുവാനുള്ള കഥ. മഹാകഷ്ടമായ കഥയാണ്. ഇത്രനേരം എഴുതിയതിലും കഷ്ടമാണ്. എങ്കിലും പറയാതെ നിവൃത്തിയില്ലല്ലൊ.

ശിന്നനും രണ്ടു വാലിയക്കാരുംകൂടി പിറ്റേദിവസം ഉച്ചയ്ക്കു വണ്ടി എറങ്ങി പട്ടരുടെ മഠത്തിൽ കയറി ഊണുകഴിച്ച് അവിടെനിന്നുപോന്നു ചെമ്പാഴിയോട്ടുവക ഊട്ടുപുരയിൽ കയറി അന്ന് അവിടെ താമസിച്ചു. പിറ്റേദിവസം രാവിലെ പത്തുമണിക്കു ചെമ്പാഴിയോട്ട് എത്തി. ശിന്നനും ഒരു വാലിയക്കാരനും പൂവള്ളിവീട്ടിലേക്കും മറ്റേവൻ ഗോവിന്ദപ്പണിക്കരുടെ വീട്ടിലേക്കും പോയി. ഇവൻ ചെല്ലുമ്പോൾ ഗോവിന്ദപ്പണിക്കരും ഗോവിന്ദൻകുട്ടിമേനവനുംകൂടി രണ്ടു കസാലയിൽ ഇരുന്നു വെടി പറയുന്നു. വാലിയക്കാരൻ പടികടന്നതു കണ്ട ഉടനെ ഗോവിന്ദപ്പണിക്കർ എഴുനീറ്റു മാധവൻ എത്തിയോ എന്നു ചോദിച്ചുംകൊണ്ടു കോലായിന്റെ വക്കിൽ നിന്നു. "കുട്ടൻമേനോൻ എജമാനൻ വന്നിട്ടില്ല-ഒരു എഴുത്തുണ്ട്," എന്നു പറഞ്ഞു. അപ്പോൾതന്നെ ഗോവിന്ദപ്പണിക്കർക്ക് ഒരു സുഖക്കേടുതോന്നി, "ദീനം ഒന്നും ഇല്ലല്ലൊ?" "ഇല്ല" എന്നു വാലിയക്കാരൻ പറഞ്ഞശേഷം എഴുത്തു തുറന്നു വായിച്ചു. അദ്ദേഹം വായിച്ച എഴുത്തു താഴെ ചേർക്കുന്നു:

"വർത്തമാനങ്ങൾ എല്ലാം ശങ്കരശാസ്ത്രികളും മറ്റും പറഞ്ഞറിഞ്ഞു. എന്റെ അഭിപ്രായംപോലെതന്നെ അച്ഛനും ഇന്ദുലേഖയുടെ മേൽ അഭിപ്രായമായിരുന്നു എന്നു ഞാൻ അറിയുന്നതുകൊണ്ടു ഞാൻ അങ്ങിനെ അഭിപ്രായപ്പെട്ടുപോയതിൽ എന്നെ വളരെ നിന്ദിക്കുന്നില്ല. മനുഷ്യരുടെ കൗടില്യം എത്രയെന്നും ഏതുവിധമെന്നും ഒരാൾക്കു ഗണിക്കാൻ കഴികയില്ലല്ലൊ. എനിക്കു മനസ്സിന്ന് അശേഷം സുഖമില്ലാത്തതിനാൽ രാജ്യസഞ്ചാരത്തിന്നു പോവുന്നു. കുറെനാൾ കഴിഞ്ഞു സുഖമായാൽ മടങ്ങിവന്ന് അച്ഛനേയും അമ്മയേയും കാണും. അച്ഛൻ ഇതുനിമിത്തം ഒട്ടും വ്യസനിക്കണ്ടാ. ഞാൻ ആത്മഹത്യ മുതലായ ദുഷ്പ്രവൃത്തികൾ ഒന്നും ചെയ്തുകളയും എന്നു സംശയിക്കരുത്. രാജ്യസഞ്ചാരം കഴിച്ചു നിശ്ചയമായി മടങ്ങിവരാനാണു ഞാൻ ഇപ്പോൾ വിചാരിച്ചിട്ടുള്ളത്. എന്നാൽ അത് എത്രകാലംകൊണ്ടാണെന്ന് ഞാൻ ഉറപ്പിച്ചിട്ടില്ലാ. അച്ഛനും എന്റെ അമ്മയ്ക്കും ഞാൻ എത്രയോ പ്രിയപ്പെട്ട മകനാണെന്ന് എനിക്കു നല്ല അറിവുണ്ട്. ഞാൻ എന്തുതന്നെ എഴുതിയാലും അച്ഛൻ വ്യസനിക്കാതെ ഇരിക്കയില്ലാ. എന്നാൽ അമ്മയെ വിചാരിച്ച് അച്ഛൻ വ്യസനം കഴിയുന്നേടത്തോളം പുറത്തു കാണിക്കരുതേ. അച്ഛൻ സ്വല്പം വ്യസനം കാണിച്ചാൽ അമ്മ വളരെ വിഷാദിക്കും. ഞാൻ നാളെ മദിരാശി വിടുന്നു. എന്ന് എന്റെ അച്ഛനെ ഗ്രഹിപ്പിപ്പാൻ-മാധവൻ."

ഈ എഴുത്തു വായിച്ച ഉടനെ, "അയ്യോ! എന്റെ കുട്ടാ! നീ എന്നെ ആക്കീട്ട് ഓടിപ്പോയി," എന്നു പറഞ്ഞു മാറിൽ അടിച്ചു ഗോവിന്ദപ്പണിക്കർ ബോധംകെട്ടുവീണു.

ഗോവിന്ദൻകുട്ടിമേനവൻ അതൊന്നും നോക്കാതെ ക്ഷണത്തിൽ

എഴുത്തെടുത്തു വായിച്ചു മനസ്സിലാക്കി. കുറെ വെള്ളം കൊണ്ടുവന്നു ഗോവിന്ദപ്പണിക്കരുടെ മുഖത്തു തളിച്ച് അദ്ദേഹത്തിന്നു ബോധം വന്ന ക്ഷണം വളരെ ദേഷ്യത്തോടുകൂടി പറയുന്നു.

ഗോവിന്ദൻകുട്ടിമേനോൻ: ഇതെന്താണ് ഈ കാണിച്ചത്? കഷ്ടം-കഷ്ടം! ഇത്ര ബുദ്ധിയുണ്ടായിട്ട് ഈ വിധം കാണിച്ചുവല്ലൊ. കഷ്ടം-മഹാകഷ്ടം! ഈ ഗോഷ്ഠി കണ്ടപ്പോൾ മാധവൻ മരിച്ചുപോയോ എന്നു ഞാൻ ശങ്കിച്ചുപോയി. ജ്യേഷ്ഠനും ബുദ്ധിയും അറിവും ഇല്ലാഞ്ഞിട്ടല്ലാ. മാധവനോടുള്ള അതിപ്രേമംകൊണ്ടായിരിക്കും ഇങ്ങനെ അനാവശ്യമായി വ്യസനിച്ചത്. മാധവന് എന്താണ് ഇപ്പോൾ ഒന്നു വന്നത്? മനസ്സിന്നു സുഖമില്ലെന്നു തോന്നി കുറെദിവസം രാജ്യസഞ്ചാരത്തിന്നു നിശ്ചയിച്ചു മദിരാശിയിൽ നിന്നുപോയി എന്ന് അറിയിച്ചിരിക്കുന്നു. എന്താണ് ഇതിൽ ഇത്ര വ്യസനിപ്പാനുള്ളത്? ഇൻഡ്യാരാജ്യം എങ്ങും തീവണ്ടിയുണ്ട്-യൂറോപ്പിലേക്കു പോവുന്നതായാൽ അതു സുഖമായി എളുപ്പത്തിൽ സാധിക്കും. നുമ്മൾക്ക് അയാളുടെ വർത്തമാനം പണം ചിലവിട്ടാൽ എങ്ങിനെ എങ്കിലും അറിയാം. പക്ഷേ, നുമ്മൾക്കുതന്നെ തിരഞ്ഞുപോവാം.

ഗോവിന്ദപ്പണിക്കർ: അതിന് എന്താണു സംശയം? ഞാൻ എനി ഭക്ഷണം കഴിക്കുന്നത് ഈ മലയാളം വിട്ടിട്ട്-അതിനു സംശയമില്ല.

ഗോവിന്ദൻകുട്ടിമേനോൻ: ആവട്ടെ; പോവുന്നതിന്ന് എന്തു വിരോധം? നിശ്ചയമായി ഞാനും വരാം. ഇങ്ങിനെ തുമ്പില്ലാതെ വ്യസനിക്കുന്നത് എന്തു കഷ്ടം! ജ്യേഷ്ഠന്റെ ഈ വ്യസനം കണ്ടാൽ മാധവന്റെ അമ്മ എങ്ങിനെ ജീവിക്കും?

ഇത്രത്തോളം പറയുമ്പോഴേക്ക് ശുദ്ധ വെയിലിൽ ഇന്ദുലേഖ കയറിവരുന്നതു കണ്ടു. ഉടനെ ഗോവിന്ദപ്പണിക്കർ കണ്ണീർ തുടച്ചു. എണീട്ടു നിന്നു. ഇന്ദുലേഖാ വെയിലത്തു നടന്നു വിയർത്തു മുഖവും മറ്റും രക്തവർണ്ണമായിരിക്കുന്നു. തലമുടി മുഴുവനും അഴിഞ്ഞുവീണ് എഴയുന്നു. “എന്താണു മദിരാശി വർത്തമാനം?” എന്ന് ചോദിക്കുമ്പോഴേയ്ക്കു പിന്നാലെ ഇന്ദുലേഖയുടെ അമ്മ, മുത്തശ്ശി, പാർവ്വതിഅമ്മ, അഞ്ചാറു ദാസിമാർ ഇവരും കയറി വരുന്നതു കണ്ടു. എല്ലാംകൂടി അവിടെ ഒരു തിരക്ക് എന്നേ പറവാനുള്ളൂ.

ഇന്ദുലേഖ: എന്താണു മദിരാശി വർത്തമാനം; എന്നോടു പറയരുതേ?

ഗോവിന്ദൻകുട്ടിമേനോൻ: ഇന്ദുലേഖ അകത്തു പോവൂ, ഒന്നും ഭ്രമിക്കേണ്ട; വ്യസനിക്കാൻ ഒന്നുമില്ല.

പാർവ്വതിഅമ്മ: അയ്യോ! എന്റെ കുട്ടി എവിടെ പൊയ്ക്കളഞ്ഞു? അയ്യയ്യോ!-ഞാൻ എനി അരനാഴിക ജീവിച്ചിരിക്കയില്ല!

ഇന്ദുലേഖ: എഴുത്തു കൊണ്ടുവന്നു എന്നു ശിന്നൻ എന്നോടു പറഞ്ഞുവല്ലൊ. ആ എഴുത്ത് എവിടെ?

ഗോവിന്ദപ്പണിക്കർ എഴുത്ത് ഇന്ദുലേഖയുടെ കൈയിൽ കൊടുത്തു.

ഇന്ദുലേഖ എഴുത്തുവായിച്ച ഉടനെ അകത്ത് ഒരു മുറിയിൽ പോയി

ഒരു കട്ടിലിന്മേൽ വീണു കരഞ്ഞുതുടങ്ങി. പാർവ്വതിഅമ്മയുടെ നിലവിളി സഹിച്ചുകൂടാതായി.

"എന്റെ മകനെ, നിന്നെ എനി എന്നു ഞാൻ കാണും? എന്റെ മകനെപ്പോലെ ഒരു കുട്ടിയെ ഈ ഭൂമിയിൽ കാണാനില്ലല്ലൊ ഈശ്വരാ? ഞാൻ എനി എന്തിനു ജീവിച്ചിരിക്കുന്നു ഈശ്വരാ! എന്റെ കുട്ടീ, നിന്നെ ആരു നോക്കി രക്ഷിക്കും? എനിക്കു വേറെ ഒരു മക്കളും ഇല്ലെന്നു നീ അറിഞ്ഞുംകൊണ്ട് നീ ഇങ്ങിനെ എന്ന ഇട്ടേച്ചു പോയല്ലോ, ഉണ്ണീ! ഈശ്വരാ!"

എന്നു പറഞ്ഞു കഠിനമായി മാറത്തടിച്ചു നിലവിളിക്കുന്ന കേട്ടുകൊണ്ടു നില്ക്കുന്ന ഒരാൾക്കെങ്കിലും ഒരക്ഷരവും ഈ അമ്മയോടു പറവാൻ ധൈര്യം വന്നില്ല.

അപ്പോഴയ്ക്കു പൂവള്ളിയിൽനിന്നു ശങ്കരമേനോൻ, ചാത്തരമേനോൻ മുതലായവർ എല്ലാവരും എത്തി.

ശങ്കരമേനോൻ: (പാർവ്വതിഅമ്മയോട്) എന്തിനാണു നീ ഇങ്ങനെ കരയുന്നത്? മാധവന് ഒന്നും വന്നിട്ടില്ലാ.

ഇത്രത്തോളം പറയുമ്പോഴയ്ക്കു ശങ്കരമേനോനും കരഞ്ഞുപോയി. ഇദ്ദേഹത്തിന്നു മാധവന്റെമേൽ അതിവാത്സല്യമായിരുന്നു.

ശങ്കരമേനോൻ: (കണ്ണീർ തുടച്ചുംകൊണ്ട്) പത്തു ദിവസത്തിലകത്തു മാധവൻ ഇവിടെ എത്തും. അവൻ ഏതു ദിക്കിൽ ഉണ്ടെങ്കിലും ഞങ്ങൾ പോയി കൊണ്ടുവരും. പിന്നെ നീ എന്തിനു വിഷാദിക്കുന്നു?

പാർവ്വതിഅമ്മ: ജ്യേഷ്ഠൻ പോവുന്നുണ്ടെങ്കിൽ ഞാൻ കൂടെ വരാം. എനിക്ക് എന്റെ കുട്ടിയെ കാണാതെ ഇവിടെ ഇരിപ്പാൻ കഴിയില്ല. നിശ്ചയം.

ശങ്കരമേനോൻ: ആട്ടെ, പാർവ്വതിക്കു വരാം. പൂവള്ളിപോയി സ്വസ്ഥമായിരിക്കൂ. എണീക്കൂ-കാര്യം ഒക്കെ ശരിയായി വരും. മാധവന് ഒരു ദോഷവും വരികയില്ല.

ഗോവിന്ദപ്പണിക്കർ: പാർവ്വതി പൊയ്ക്കൊള്ളൂ-ഞാനും ഗോവിന്ദൻകുട്ടിയും ഈ നിമിഷം മാധവനെ തിരയാൻ പോവുന്നു. പത്തുദിവസത്തിനകത്തു മാധവനോടു കൂടി ഞങ്ങൾ ഇവിടെ എത്തും. ഒട്ടും വിഷാദിക്കേണ്ട.

എന്നും മറ്റും പറഞ്ഞു പാർവ്വതിഅമ്മയെ കുറെ സമാശ്വസിപ്പിച്ച് പൂവള്ളി വീട്ടിലേക്ക് അയച്ചു.

ഇന്ദുലേഖയോട് ആർക്കും ഒന്നും പറവാൻ ധൈര്യം വന്നില്ല. ഒടുക്കം ഗോവിന്ദൻകുട്ടിമേനവനും ശങ്കരമേനവനും നിർബ്ബന്ധിച്ചതിനാൽ ഗോവിന്ദപ്പണിക്കർ ഇന്ദുലേഖ കിടക്കുന്ന അകത്തു കടന്നുചെന്നു.

ഗോവിന്ദപ്പണിക്കർ: (ഇന്ദുലേഖയോട്) എന്താണ് ഇങ്ങിനെ വ്യസനിക്കുന്നത്? ഇങ്ങിനെ വ്യസനിപ്പാൻ ഒരു സംഗതിയും നുമ്മൾക്ക് ഇപ്പോൾ വന്നിട്ടില്ലാ. ഇന്ദുലേഖാ ഇങ്ങിനെ വ്യസനിച്ചു കിടക്കുകയാണെങ്കിൽ

ഞാനും ഗോവിന്ദൻകുട്ടിയും മാധവനെ തിരഞ്ഞുപോവാൻ നിശ്ചയിച്ചിട്ടുള്ളതു മുടങ്ങും.

ഇതുകേട്ടപ്പോൾ ഇന്ദുലേഖാ എണീട്ടിരുന്നു.

ഇന്ദുലേഖ: തിരഞ്ഞുപോവാൻ ഉറച്ചുവോ?

ഗോവിന്ദപ്പണിക്കർ: എന്തു സംശയമാണ്? ഞാൻ പോവുന്നു.

ഇന്ദുലേഖ: ഇന്നലെയോ ഇന്നോ ബൊമ്പായിൽനിന്നു കപ്പൽ കയറിയിരിക്കും. എന്നാലോ?

അപ്പോഴയ്ക്കു ഗോവിന്ദൻകുട്ടിമേനവൻ അകത്തേക്കു കടന്നു വന്നു.

ഗോവിന്ദൻകുട്ടിമേനോൻ: ഞങ്ങൾക്ക് എന്താണ്, ബിലാത്തിക്കു പോവാൻ കപ്പൽ കിട്ടുകയില്ലേ? നീ ഒന്നുകൊണ്ടും വ്യസനിപ്പാനില്ലാ. ഞങ്ങൾ ജീവനോടുകൂടി ഇരുന്നുവെങ്കിൽ മാധവനെ ഞങ്ങൾ ഒന്നിച്ചു കൊണ്ടുവരും.

എന്നും പറഞ്ഞു ഗോവിന്ദൻകുട്ടിമേനവൻ അമ്മയെ വിളിച്ച് തനിക്കു പുറപ്പെടാൻ വേണ്ടുന്നതെല്ലാം ഒരുക്കാൻ പൂവരങ്ങിലേക്കു പോയി.

ഇന്ദുലേഖ: (ഗോവിന്ദപ്പണിക്കരോട്) ഇങ്ങിനെ ഒരു ചതി ചെയ്തത് ആർ? അദ്ദേഹത്തിന്നും എനിക്കും ഒരു വിരോധികളും ഉള്ളതായി ഞാൻ അറിയുന്നില്ലാ.

ഗോവിന്ദപ്പണിക്കർ: ഇതിൽ എന്തോ ഒരു അബദ്ധമായ ധാരണ ജനങ്ങൾക്കു വന്നുപോയിട്ടുണ്ട്. നമ്പൂതിരിപ്പാട് ഇന്ദുലേഖയുടെ മാളികയിന്മേൽ വെച്ചു പാട്ടുകേട്ട് അവിടെത്തന്നെ ആയിരുന്നു രണ്ടു രാത്രിയും ഉറങ്ങിയത് എന്നും മറ്റും ഈ ദിക്കിൽ എല്ലാം ധാരാളം ഒരു ഭോഷ്ക് നടക്കുന്നുണ്ട്. ഞാൻ പൊല്പായി ഇങ്ങിനെ പറയുന്നതു കേട്ടു. പിന്നെ നമ്മുടെ ശാസ്ത്രികളും കുട്ടിയോടു വേണ്ട വിഡ്ഢിത്തം എല്ലാം ചെന്നു പറഞ്ഞു എന്നല്ലേ കേട്ടത്? എന്തുചെയ്യാം! നുമ്മളുടെ ഗ്രഹപ്പിഴ-എന്റെ കുട്ടിയെ കാണാതെ ഞാൻ മടങ്ങുകയില്ല. കണ്ടില്ലെങ്കിൽ ഞാൻ പിന്നെ ജീവിച്ചിരിക്കയുമില്ല.

എന്നു പറയുമ്പോഴേക്ക് കണ്ണിൽനിന്ന് വെള്ളം ധാരാളമായി ചാടിഞ്ഞുടങ്ങി.

ഇന്ദുലേഖ: വ്യസനിക്കരുതേ. അദ്ദേഹത്തെ കാണും. നുമ്മൾക്കു സുഖമായിരിക്കാനും സംഗതിവരും. എന്നാൽ എനിക്കു മുഖ്യമായ വ്യസനം എന്റെ സ്വഭാവം ഇത്ര വെടുപ്പായി മനസ്സിലായിട്ടു ഞാൻ ഇത്ര അന്തസ്സാരമില്ലാത്തവളാണെന്ന് ഇത്രവേഗം നിശ്ചയിച്ചുകളഞ്ഞുവല്ലോ എന്നുള്ളതാണ്. ഈ വ്യസനം എനിക്കു സഹിക്കുന്നില്ല.

എന്നു പറഞ്ഞ് ഇന്ദുലേഖാ കരഞ്ഞു.

ഗോവിന്ദപ്പണിക്കർ: മാധവൻ ഇക്കുറി മദിരാശിക്കു പോവുമ്പോൾ ഞാൻ തന്നെ ഇന്ദുലേഖയുടെ തന്റേടത്തെക്കുറിച്ചും മറ്റും വളരെ പറഞ്ഞിരുന്നു. ഗ്രഹപ്പിഴയ്ക്ക് എന്റെ കുട്ടിക്ക് അതൊന്നും തോന്നീല. ഞാൻ പുറപ്പെടാൻ ഒക്കെ ഒരുക്കട്ടെ.

എന്നു പറഞ്ഞു ഗോവിന്ദപ്പണിക്കർ പുറപ്പാടിനുള്ള ശ്രമങ്ങൾ

തുടങ്ങി. ഇന്ദുലേഖയെ ഒരുവിധമെല്ലാം സാന്ത്വനം ചെയ്ത്, അമ്മ ലക്ഷ്മി ക്കുട്ടിഅമ്മയോടുകൂടി പൂവരങ്ങിലേക്ക് അയയ്ക്കുകയും ചെയ്തു. ഗോവി ന്ദപ്പണിക്കർ തന്റെ ഭാര്യയേയും സമാശ്വസിപ്പിച്ചു, പുറപ്പെടാൻ ഒരുങ്ങി. പഞ്ചുമേനവന് ഈ വർത്തമാനം കേട്ടപ്പോൾ ബഹുസന്തോഷമായി. 'കുരുത്തംകെട്ടവന് അങ്ങിനെയെല്ലാം പറ്റും' എന്നു പറഞ്ഞു സന്തോ ഷിച്ചു. എന്നാൽ തനിക്കു മാധവൻ എന്തു സംഗതിയിലാണു പൊയ്ക്ക ളഞ്ഞത് എന്നു വെളിവായി മനസ്സിലായിട്ടില്ലാ. തന്റെ ശപഥം കേട്ടിട്ടു ഭയപ്പെട്ടിട്ടോ മറ്റോ ആയിരിക്കാമെന്ന് ഒരു ഊഹം മാത്രം ഉണ്ട്. പഞ്ചു മേനവനോടു ഗോവിന്ദൻകുട്ടിമേനവൻ യാത്ര ചോദിച്ചപ്പോൾ അത് അശേഷം തനിക്കു രസമായില്ലെങ്കിലും വിരോധിച്ചാൽ ഫലമുണ്ടാവുക യില്ലെന്നു നിശ്ചയിച്ച് മൗനാനുവാദമായി സമ്മതിച്ചു എന്നുതന്നെ പറയാം. അന്ന് അത്താഴം കഴിഞ്ഞു ഗോവിന്ദപ്പണിക്കരും ഗോവിന്ദൻകുട്ടിമേന വനും ഒരു നാലു വാലിയക്കാരുംകൂടി മാധവനെ തിരയുവാൻ പുറപ്പെടു കയും ചെയ്തു.

16

മാധവന്റെ രാജ്യസഞ്ചാരം

മാധവൻ മദിരാശിയിൽനിന്നു വണ്ടികയറുമ്പോൾ ബൊമ്പായിലേക്കാണു ടിക്കറ്റു വാങ്ങിയത് എന്നു പറഞ്ഞിട്ടുണ്ടല്ലോ. തന്റെകൂടെ ഭൃത്യന്മാർ ആരും ഇല്ല. ഉടുപ്പ് ഇടുന്ന തോൽപ്പെട്ടിയിൽ കുറെ വസ്ത്രങ്ങൾ (അധികവും ഇംഗ്ലീഷ് മാതിരി ഉടുപ്പുകൾ), വേറെ ഒരു പെട്ടിയിൽ തന്റെ വിശേഷമായ തോക്കുകൾ, തിരകൾ, ഒരു ചെറിയ എഴുത്തുപെട്ടിയിൽ തന്റെവക പണം, ഒരു എട്ടുപത്തു പുസ്തകങ്ങൾ-ഇത്രമാത്രമേ ഒന്നിച്ചെടുത്തിട്ടുള്ളൂ. വഴിയാത്രയിൽ മുഴുവൻ നല്ല യൂറോപ്യൻ ഡ്രസ്സും ബൂട്സും ആണു നിശ്ചയിച്ച് ഇട്ടുവന്നത്. ആറു കുഴലുകൾ ഉള്ള ഒരു റിവോൾവർ കാൽക്കുപ്പായത്തിന്റെ വലിയ പോക്കറ്റിൽ ഇട്ടിട്ടു പലപ്പോഴും നടക്കാറുള്ള സമ്പ്രദായം വഴിയാത്ര ആരംഭിച്ചമുതൽ മാധവൻ എല്ലായ്പോഴും ചെയ്തുവന്നു. "യൂറോപ്പിലേക്കു തല്ക്കാലം പോവേണ്ട," എന്നുള്ള സായ്വിന്റെ ഉപദേശവും കൈയിൽ ധാരാളം പണമില്ലായ്കയും നിമിത്തം മാധവൻ അരയാൽച്ചുവട്ടിൽവെച്ചു സഞ്ചരിപ്പാൻ നിശ്ചയിച്ചിരുന്ന സ്ഥലങ്ങളെ എല്ലാം മനസ്സുകൊണ്ടു വിട്ട്, വടക്കെ ഇൻഡ്യയിലും ബർമ്മായിലും സഞ്ചരിക്കാമെന്നുറച്ചു. ബൊമ്പായിൽ എത്തിയ ഉടനെ അച്ഛൻ കൊടുത്ത ചുകപ്പുകടുക്കൻ രണ്ടും വിറ്റു. അപ്പോൾ വില്ക്കേണമെന്നില്ലായിരുന്നു. കൈയിൽ ഏകദേശം ഇരുനൂറ്റി അമ്പത് ഉറുപ്പിക നാണ്യമായും നോട്ടായും ഉണ്ടായിരുന്നു. എങ്കിലും തന്റെ ആ കാതിൽ കിടക്കുന്ന കടുക്കൻ രണ്ടും അപ്പോൾ തനിക്കു വളരെ ഭാരമായിട്ടും ഉപദ്രവകരമായും തോന്നി അഴിച്ചു വിറ്റു. ഒരു പെരുംകള്ളൻ കച്ചവടക്കാരൻ നൂറ്റമ്പത് ഉറുപ്പികയ്ക്ക് സാധു മാധവനോടു കടുക്കൻ തട്ടിപ്പറിച്ചു. മാധവൻ ഒരു ഹോട്ടലിൽ ഭക്ഷണം കഴിച്ച് ഉച്ചതിരിഞ്ഞു മൂന്നരമണിക്കു കപ്പൽ കയറുന്ന ബന്തറിൽ പോയി. കടലിലേക്കു നോക്കിക്കൊണ്ടുനിന്നു.

മാധവനു മനസ്സിന്നു വളരെ സുഖം തോന്നി. നമ്മുടെ മലയാളത്തിൽ കോഴിക്കോടു മുതലായ ദിക്കിലെ കടപ്പുറങ്ങൾ മാത്രം കണ്ടവർക്കു ബൊമ്പായി ബന്തറിന്റെ സ്വഭാവം എങ്ങിനെ എന്നു മനസ്സിൽ യാതൊരു അനുമാനവും ചെയ്‌വാൻ കഴികയില്ല. ഇൻഡ്യയിൽനിന്നു ബിലാത്തിയിലേക്കും ബിലാത്തിയിൽനിന്ന് ഇൻഡ്യയിലേക്കും നടക്കുന്ന സകല വ്യാപാരക്കപ്പലുകളും പടക്കപ്പലുകളും ഒന്നാമത് എത്തുന്നതു ബൊമ്പായിൽ ആണ്. എല്ലാ സമയവും ഈ ബന്തറിൽ അതിഗംഭീരങ്ങളായ കപ്പലുകൾ നിറഞ്ഞു നിന്നുകൊണ്ടേ ഇരിക്കും. ബിലാത്തിയിൽ നിന്നു വരുന്ന മഹാന്മാരായ സകല ജനങ്ങളും ഇവിടെയാണ് ഒന്നാമത് ഇറങ്ങുന്നത്. അങ്ങിനെതന്നെ ഇൻഡ്യയിൽനിന്നു ബിലാത്തിക്കു പോകുന്നവരും ഇവിടെനിന്നാണ് സാധാരണയായി കപ്പൽ കയറുന്നത്. പിന്നെ പ്രായേണ സകലവിധ വിശേഷചരക്കുകളും ഇൻഡ്യയിലേക്കു ബിലാത്തിയിൽ നിന്നു വരുന്നത് ഒന്നാമത് ഇറക്കുന്നതും ഈ മഹത്തായ ബന്തറിലാണ്. അങ്ങിനെയുള്ള ഒരു സ്ഥലത്തിന്റെ മഹിമയെക്കുറിച്ചു ഞാൻ വല്ലതും വർണ്ണിക്കേണ്ടതുണ്ടോ?

വൈകുന്നേരം നാലുമണിമുതൽ ഏഴുമണിവരെ ഈ ബന്തറിൽ നടന്നു നോക്കിയാൽ കാണാവുന്ന കാഴ്ച വേറെ ഭൂമിയിൽ ഒരേടത്തും കാണാൻ പാടില്ലെന്നു പറവാൻ പാടില്ലെങ്കിൽ ഇൻഡ്യയിൽ വേറെ ഒരു സ്ഥലത്തും ഇല്ലെന്നു തീർച്ചയായും ഞാൻ പറയുന്നു.

പാൽനുരപോലെ അതിധവളങ്ങളായും നീരുണ്ട മേഘംപോലെ ശ്യാമളങ്ങളായും കുങ്കുമവർണ്ണങ്ങളായും അരുണവർണ്ണങ്ങളായും മിശ്രവർണ്ണങ്ങളായും ഉള്ള പല മാതിരി അത്യുന്നതങ്ങളായ ആറും നാലും രണ്ടും കുതിരകളാൽ വലിക്കപ്പെടുന്നതും മഞ്ഞവെയിലിൽ അതിമനോഹരമായി മിന്നിത്തിളങ്ങിക്കൊണ്ടു കണ്ണുകളെ മയക്കുന്നതും ആയ ഗാഡികൾ അസംഖ്യം അന്യോന്യം തിക്കുതിരക്ക് ഇല്ലാതെ ഓടുന്നതുകളുടെയും ചിത്രത്തിൽ നില്ക്കുന്നതുപോലെ ബഹുസജ്ജമായിട്ടു സമുദ്രതീരത്തിൽ ചിലേടങ്ങളിൽ നിർത്തീട്ടുള്ളതുകളുടെയും കാഴ്ച; പിന്നെ ആ ഗാഡികളിൽത്തന്നെ ഇരുന്നു കടൽക്കാറ്റു കൊള്ളുന്നവരുടേയും പുറത്ത് എറങ്ങി നടന്നിട്ടും കടൽവക്കത്തുകെട്ടി ഉണ്ടാക്കീട്ടുള്ള അതിമനോഹരങ്ങളായ ഇരിപ്പിടങ്ങളിൽ ഇരുന്നിട്ടും കാണാവുന്ന മഹാന്മാരായ പുരുഷന്മാരുടെയും ചന്ദ്രമുഖികളായ സ്ത്രീകളുടെയും വികസിച്ചു നില്ക്കുന്ന ചെന്താമരകളെപ്പോലെ ശോഭിച്ചുകാണുന്ന മുഖങ്ങളോടു കൂടിയ ചെറിയ കിടാങ്ങളുടെയും സംഘം സമുദ്രത്തിൽനിന്നു വരുന്ന മന്ദസമീരണനെ ഏറ്റു രസിച്ചു സല്ലപിച്ചിരിക്കുന്നതിനെ കാണുന്ന ആനന്ദകരമായ ഒരു കാഴ്ച; നിരന്ന് ഞാനോ നിയ്യോ വലിയത് എന്നുള്ള ശൺഠയോടുകൂടി എന്നു തോന്നും, വരിവരിയായി നില്ക്കുന്ന ഇംക്ലീഷ് സ്റ്റീമർ, ഫ്രെഞ്ച്സ്റ്റീമർ, ജർമ്മൻസ്റ്റീമർ, മറ്റോരോ വലിയ യൂറോപ്യൻ രാജ്യത്തിലുള്ള കപ്പലുകൾ ഇവകളുടെ കാഴ്ച; അങ്ങിനെ ഇരിക്കുമ്പോൾ അതിൽ ചില കപ്പലുകൾ യാത്രയ്ക്കു പുറപ്പെട്ട് ധൂമം വലിയ കുഴലുകളിൽക്കൂടി തള്ളി

ത്തള്ളി ആകാശത്തിലേക്കു വിടുന്നതു നോക്കിനോക്കിയിരിക്കെ ആ കപ്പലുകളേയും ധൂമത്തേയും ക്രമേണ ക്രമേണ കാണാതെ ആയി വരുന്ന ഒരു കാഴ്ച; അങ്ങിനെതന്നെ ബന്തറുകളിലേക്കു വരുന്ന കപ്പലുകൾ ക്രമേണ ക്രമേണ അതുകളുടെ വലുപ്പത്തെ കാണിച്ചും കൊണ്ടു കരയോട് അടുക്കുന്നതു കാണുന്ന കാഴ്ച; വയ്യുമ്പാടുള്ള മഞ്ഞവെയിൽ തട്ടി ഉളിയുന്നതായ അതിഭംഗിയുള്ള ചെറിയ പിച്ചളക്കഴുത്തുകൾ വെച്ച കുഴലുകളിൽക്കൂടി പുകവിട്ടുവിട്ടു ബഹുമനോഹരമാകുംവണ്ണം കപ്പലുകളുടെ സമീപത്തിൽ നിന്നു പീയറിലേക്കും പീയറിൽനിന്നു കപ്പലുകളുടെ സമീപത്തേക്കും അതിമേദുരങ്ങളായി നില്ക്കുന്ന ആ കപ്പലുകളുടെ ചെറുകിടാങ്ങൾ പാഞ്ഞുകളിക്കുന്നതോ എന്നു മനസ്സിൽ തോന്നിക്കുംവിധം അങ്ങട്ടും ഇങ്ങട്ടും ഓടുന്ന ചെറിയ തീ ബോട്ടുകളുടെ അതികൗതുകമായ വ്യാപാരങ്ങളെ കാണുന്ന ഒരു കാഴ്ച.

ഒരേടത്തു സമുദ്രസഞ്ചാരത്തിനു പുറപ്പെട്ടുവന്ന അതിമഹാന്മാരായ ജനങ്ങളും പരിവാരങ്ങളും കപ്പലിൽ കയറുവാൻ പുറപ്പെടുന്നതും അനുയാത്രയ്ക്കു വന്നവർ ആശീർവ്വചനങ്ങളോടുകൂടി യാത്രപറഞ്ഞു വ്യസനിച്ചും കൊണ്ടു പിരിഞ്ഞുപോവുന്നതും കാണാം. മറ്റൊരേടത്ത് അധികം കാലമായി ബിലാത്തിയിൽ സംഗതിവശാൽ പോയി താമസിക്കേണ്ടിവന്നവളും തന്റെ പ്രാണപ്രിയയും ആയ ഭാര്യ കപ്പലിൽ നിന്ന് എറങ്ങുമ്പോൾ അത്യന്തം ആഗ്രഹത്തോടെ എതിരേല്ക്കാൻ ചെന്നുനില്ക്കുന്ന ഭർത്താവ് ഭാര്യയെ ബോട്ടിൽ നിന്ന് എറക്കി ഗാഢാലിംഗനം ചെയ്തു വിമാനസദൃശമായ ഗാഡിയിൽ കയറ്റി അതിസന്തോഷത്തോടുകൂടി ഓടിച്ചുംകൊണ്ടു പോവുന്നതു കാണാം. മറ്റൊരേടത്ത് അപ്പോൾ കപ്പലിൽനിന്ന് എറങ്ങിയവരും നാലും അഞ്ചും കൊല്ലങ്ങൾ അച്ഛനമ്മമാരെ ഒരു നോക്കു കണ്ടിട്ടില്ലാത്തവരും ആയ കിടാങ്ങളെ അച്ഛനമ്മമാർ വന്ന് എടുത്ത് അത്യന്തഹർഷത്തോടുകൂടി ചുംബിച്ചു സന്തോഷാശ്രുക്കളോടും ഗൽഗദാക്ഷരങ്ങളായ വാക്കുകളോടുംകൂടി അന്യോന്യം പ്രേമപരവശന്മാരായി നില്ക്കുന്നതും കാണാം. ഇതിനെല്ലാം പുറമെ ജനങ്ങളുടെ വിനോദത്തിനുവേണ്ടി അവിടെവച്ചു പ്രയോഗിക്കുന്ന ബാൻഡുവാദ്യത്തിന്റെ സുഖമായ സംഗീതകോലാഹലം. പിന്നെ ഈ സകല കാഴ്ചകൾക്കും വിനോദങ്ങൾക്കും ജീവനും അതിശോഭയും കൊടുക്കുന്നതും വാചാമഗോചരമായി നിസ്തുല്യമായിരിക്കുന്നതും ആയ സൂര്യാസ്തമനശോഭ. ഇതുകളെ എല്ലാം കണ്ടുകണ്ടു മാധവൻ ആനന്ദിച്ചു നിന്നുപോയി. പഴഞ്ചൊല്ലായി പറയുംപ്രകാരം ചങ്ങലവീട്ടിയ മനുഷ്യൻ എന്നവനെപ്പോലെ തനിക്ക് അപ്പോൾ എന്തും യഥേഷ്ടം പ്രവർത്തിക്കാമെന്നുള്ള ഒരു സ്വാതന്ത്ര്യം ഉണ്ടായതുകൊണ്ടും മാധവനു മനസ്സിൽ വളരെ സുഖം തോന്നി. മുമ്പിൽക്കണ്ട ഏതെങ്കിലും കപ്പലിൽ ഒന്നു കയറി അല്പം സമുദ്രയാത്ര ചെയ്യണമെന്ന് മാധവന് ഒരു മോഹം തോന്നി. അന്ന് അസ്തമിച്ച് ഒൻപതുമണിക്ക് കല്ക്കത്തായിലേക്കു പുറപ്പെടുന്ന

സ്റ്റീമർ 'മെറീനാ' എന്ന കപ്പലിലേക്കു ടിക്കറ്റുവാങ്ങി രാത്രി എട്ടുമണിക്കു കപ്പൽ കയറുകയും ചെയ്തു.

ആപൽക്കാലത്ത് ഒന്നും സുഖമായി വരാൻ പാടില്ലല്ലോ. താൻ കയറിയ കപ്പൽ എന്നേക്കു കല്ക്കത്താവിൽ എത്തേണ്ടതാണെന്നുള്ള അന്വേഷണം മാധവൻ ചെയ്തിട്ടില്ലായിരുന്നു. ഈ കപ്പൽ കല്ക്കത്താവിലേക്ക് എത്തുന്നതിന്നു മുമ്പു പലേ ബന്തറുകളിലും താമസിക്കാൻ ഏർപ്പെട്ടതായിരുന്നു. രണ്ടു ദിവസംകൊണ്ടു മാധവനും സമുദ്രയാത്രയിലെ മോഹം തീർന്നു. എന്നല്ലാ ശരീരത്തിന്നു കുറേശ്ശ സുഖക്കേടും തുടങ്ങി. മലബാറിന്നു നേരെ കപ്പൽ എത്തിയപ്പോൾതന്നെ പുറപ്പെട്ടിട്ട് ഒമ്പതുദിവസമായിരിക്കുന്നു. മലബാർ രാജ്യം കപ്പലിൽനിന്നു കുഴൽവച്ചു നോക്കിക്കണ്ടപ്പോൾ ക്ഷണേന മാധവനുവന്ന വ്യസനത്തെക്കുറിച്ച് എങ്ങിനെ പറയും? തന്റെ അമ്മയേയും അച്ഛനേയും, ഓർത്തു കണ്ണിൽ വെള്ളം വന്നു. ഇതിന് അല്പം വിശേഷവിധി കാരണവും അപ്പോൾ ഉണ്ടായിരുന്നു. തനിക്ക് അപ്പോൾ കുറേശ്ശ പനിയും തുടയിന്മേൽ ഒരു വലിയ കുരുവും ഉണ്ടായിരുന്നു. എണീപ്പാനും നടപ്പാനും പ്രയാസം. കപ്പലിലെ ആഹാരം ഒന്നും തനിക്കു പിടിക്കുന്നില്ല. തനിക്ക് ഇഷ്ടപ്പെട്ടിട്ടുള്ള ഒരു മുഖവും എങ്ങും കാണ്മാനില്ലതന്നെ. അതിപുച്ഛത്തോടെ നോക്കുന്ന ചില യൂറോപ്യന്മാരും ചില താടിക്കാരായ തുലുക്കരും മറ്റും അല്ലാതെ കപ്പലിൽ വേറെ ഒരാളുമില്ല. തനിക്ക് ഒരു ഭൃത്യൻകൂടി ഇല്ല. ഇങ്ങിനെയെല്ലാമിരിക്കുമ്പോഴാണു മലയാളത്തിന്നു നേരെ തൂക്കിൽ കപ്പൽ എത്തിയത്. കപ്പലിൽനിന്നു കുഴൽവെച്ചു നോക്കിയപ്പോൾ രാജ്യം നല്ലവണ്ണം കണ്ടു. തന്റെ പ്രിയപ്പെട്ട അച്ഛനേയും അമ്മയേയും ഓർത്തു കണ്ണിൽ വെള്ളംവന്നു. 'കഷ്ടം! ദൈവമേ! എന്നെ ഈ സ്ഥിതിയിൽ ആക്കിയല്ലോ' എന്ന് ഓർത്തുംകൊണ്ടു കുറെ കരഞ്ഞു. ഉടനെ ഇന്ദുലേഖയുടെ ഓർമ്മ വന്നു. കുഴൽ അവിടെയിട്ടു. താൻ മരിച്ച ശവം കടലിൽ ഇട്ടുപോയാലും മലയാളത്തിൽ അത്രവേഗം താൻ ചവിട്ടുകയില്ലെന്നു ധീരതയോടെ നിശ്ചയിച്ചു തന്റെ വിരിപ്പിൽതന്നെ കിടന്നു. കപ്പൽ അതിസാവധാനത്തിൽതന്നെയാണു പിന്നെയും യാത്ര. ചുരുക്കിപ്പറയാം. കല്ക്കത്താവിൽ കപ്പൽ എത്തുമ്പോൾ ബൊമ്പായി വിട്ടിട്ട് ഇരുപത്തുമൂന്നു ദിവസമായിരിക്കുന്നു. എന്നാൽ കപ്പലിൽനിന്ന് ഇറങ്ങുമ്പോൾ മാധവനു ശരീരത്തിനു നല്ല സുഖമായിരിക്കുന്നു. അധികം ദിവസം പരിചയിച്ചതിനാൽ സമുദ്രത്തിലെ കാറ്റും കപ്പലിലെ ആഹാരവും മാധവനു പിടിച്ചതിനാലായിരിക്കാം ഈ സുഖം ഉണ്ടായത്. എങ്കിലും കരയിൽ എറങ്ങിയ ഉടനെ, 'ആവൂ! ഈശ്വരാധീനം, കരയ്ക്കിറങ്ങിയല്ലോ,' എന്നാണു മാധവന് ഒന്നാമതു തോന്നിയത്. കൽക്കത്താ പട്ടണം കണ്ടു മാധവൻ വിസ്മയിച്ചു. വിസ്മയിച്ച പ്രകാരം പറയാൻ ഞാൻ ഭാവിക്കുന്നില്ല. രണ്ടു ദിവസം കൽക്കത്താവിൽ താമസിച്ചതിന്റെ ശേഷം ഒരു ദിവസം അവിടുത്തെ പാർക്ക് (മൃഗങ്ങളെ കാഴ്ചക്കായിവെച്ചിട്ടുള്ള സ്ഥലം) കാണ്മാൻ പോയി. ഓരോ വിശേഷങ്ങൾ കണ്ടുനടന്നുകൊണ്ടിരിക്കുമ്പോൾ വലിയ വിശേഷമായ ഉടുപ്പു

കൾ ഇട്ടിട്ടുള്ള മൂന്നുനാല് ആളുകൾ തനിക്ക് അഭിമുഖമായി വരുന്നതു കണ്ടു. അവർ മാധവന്റെ സമീപം എത്തി. മാധവൻ അപ്പോൾ നിന്നിരുന്നതു പാർക്കിൽ 'ചീട്ടാ' എന്ന് ഇംഗ്ലീഷിൽ പറയുന്ന ഒരുതരം ചെറുവക നരിയെ ഇട്ടിട്ടുള്ള ഒരു ഇരുമ്പഴിക്കൂട്ടിന്റെ സമീപമായിരുന്നു. അവിടെത്തന്നെയാണ് ഈ യോഗ്യരായ നാലുപേരും വന്നുംനിന്നത്. ഈ ചെറുനരിക്ക് എര കൊടുക്കുന്ന സമയമായതിനാൽ അതു കാണ്മാൻ ഇവർ എല്ലാവരുംകൂടി കൂട്ടിന്ന് അടുത്തുപോയി നിന്നു. അങ്ങിനെ ഇരിക്കുമ്പോൾ എര തിന്നാൻ കൊടുക്കുന്ന കൂടുസൂക്ഷകൻ കൂട്ടിന്റെ ഒന്നാമത്തെ വാതിൽ ഊരി അതിൽ കുറെ മാംസം ഇട്ടു. പിന്നെ ആ വാതിൽ അടയ്ക്കാൻ അന്ധാളിച്ചു കൂട്ടിന്റെ മദ്ധ്യത്തിലുള്ള വാതിൽ തുറന്നു. ക്ഷണത്തിൽ ഒരു ചാട്ടത്തിന്ന് ഈ ചെറുനരി കൂട്ടിന്റെ പുറത്തായി. ഈ വന്ന നാലുപേരും ഭയപ്പെട്ടു നിലവിളിച്ച് ഓടി. ആ ക്ഷണം മാധവൻ തന്റെ പോക്കറ്റിൽ നിന്നു റിവോൾവർ എടുത്ത് ഒരു വെടിവെച്ചു. ചെറുനരി ഒന്നുചാടി. രണ്ടാമത് ഒരു വെടിവെച്ചു; മൃഗം ചത്തുവീണു. ഉടനെ അവിടെനിന്ന് ഓടിപ്പോയ ശൂരന്മാരെല്ലാം തിരിയെത്തന്നെ വന്നു. നാലുപേർ ഒന്നായി വന്നവരിൽ ഒരാൾ മാധവന്റെ കൈപിടിച്ച്, ഇംക്ലീഷിൽ, "മിടുക്കൻ-മിടുക്കൻ" എന്നു പറഞ്ഞു-പിന്നെ ഇങ്ങിനെ ചോദിച്ചു:

"താങ്കൾ മലബാറിൽനിന്നു വരുന്നാളാണെന്നു ഞാൻ വിചാരിക്കുന്നു"

(ഈ ചോദ്യത്തിന്നു സംഗതി ഉണ്ടായി, ചെറുനരിയുമായുണ്ടായ പിണക്കത്തിൽ മാധവന്റെ തലയിൽ ഉണ്ടായിരുന്ന തൊപ്പി താഴത്തു വീണപ്പോൾ അതിദീർഘമുള്ള മാധവന്റെ കുടുമ പുറത്തുവീണു കണ്ടതിനാലാണ് ഈ ചോദിച്ച ആൾ മാധവൻ മലബാർ രാജ്യക്കാരനാണെന്ന് ഊഹിച്ചത്. ഈ ചോദിച്ച മനുഷ്യൻ മദിരാശിയിൽവെച്ചു ചില മലയാളികളെ കണ്ടു പരിചയമുള്ളാളായിരുന്നു.)

മാധവൻ: അതെ.

"ഈ രാജ്യത്ത് എപ്പോൾ വന്നു?"

മാധവൻ: രണ്ടു ദിവസമായി

"എവിടെ താമസിക്കുന്നു?"

മാധവൻ: ഒരു ഹോട്ടലിൽ

"രാജ്യം കാണാൻ വന്നതായിരിക്കും?"

മാധവൻ: അതെ.

"താങ്കളുടെ മലബാർരാജ്യക്കാരെ എനിക്കു വളരെ ബഹുമാനമാണ്. താങ്കളുടെ ചെറുപ്പവയസ്സും കോമളാകൃതിയും അതിധൈര്യവും മിടുക്കും കണ്ടു ഞങ്ങൾ വളരെ സന്തോഷിക്കുന്നു. ഞാൻ ഈ ദിക്കിൽ ഒരു കച്ചവടക്കാരനും ഗൃഹസ്ഥനുമാണ്. എന്റെ പേർ ബാബു ഗോവിന്ദസേൻ എന്നാണ്. എന്റെ അടുക്കെ നില്ക്കുന്ന ഇയാളുടെ പേർ ഗോപീനാഥ ബാനർജ്ജി എന്നാണ്. ഇദ്ദേഹം എന്റെ കൂട്ടുകച്ചവടക്കാരനാണ്. ഈ നില്ക്കുന്നാളുടെ പേർ ബാബു ചിത്ര പ്രസാദസേൻ എന്നാണ്.

ഇദ്ദേഹം എന്റെ അനുജനാണ്. ഈ ചെറുപ്പക്കാരൻ എന്റെ മകനാണ്. ഗവൺമെന്റുദ്യോഗമായി ബൊമ്പായിൽ താമസമാണ്. ബാബു കേശവ ചന്ദ്രസേൻ എന്നാണ് പേർ. താങ്കൾ വേറെ പ്രകാരം നിശ്ചയങ്ങൾ ഒന്നും ചെയ്തുപോയിട്ടില്ലെങ്കിൽ ഈ കല്ക്കത്തായിൽ താമസം ഉള്ള ദിവസങ്ങളിൽ ഞങ്ങളുടെ ആതിഥ്യം ദയവുചെയ്തു സ്വീകരിച്ചു ഞങ്ങളുടെ ബങ്കളാവുകളിൽ താമസമാക്കാൻ ഞങ്ങൾ വളരെ അപേക്ഷിക്കുന്നു. എന്റെ മകൻ കേശവചന്ദ്രസേൻ ഒരാഴ്ചവട്ടത്തിനുള്ളിൽ ബൊമ്പായിലേക്കു പോവുന്നുണ്ട്. ആ സമയത്തിനുള്ളിൽ താങ്കളും മലബാറിലേക്കു തിരിയെപ്പോവാൻ വിചാരിക്കുന്നുവെങ്കിൽ രണ്ടുപേർക്കുംകൂടി സുഖമായി ബൊമ്പായിവരെ പോവുകയും ചെയ്യാമല്ലൊ.

സവിനയം ഒന്നാന്തരം ഇംഗ്ലീഷിൽ അത്യാദരവോടെ ഈ മഹായോഗ്യനായ മനുഷ്യൻ പറഞ്ഞ വാക്കു മാധവന്റെ മനസ്സിനെ ലയിപ്പിച്ചു.

മാധവൻ: താങ്കളുടെ ആതിഥ്യം ഞാൻ ആദരവോടുകൂടി സ്വീകരിക്കുന്നു. എനിക്ക് ഈ രാജ്യത്തു യാതൊരു ബന്ധുക്കളും പരിചയക്കാരും ഇല്ലാ. താങ്കൾക്ക് അകാരണമായി ഈ ആദരവ് എന്നിൽ ഉണ്ടായത് എന്റെ ഭാഗ്യമാണെന്നു ഞാൻ വിചാരിക്കുന്നു.

ചത്ത നരിയുടെ ശവം കുറേനേരം നോക്കിനിന്നു വിവരങ്ങൾ എല്ലാം പാർക്കുകീപ്പറെ അറിയിച്ചു. എല്ലാവരുംകൂടി പാർക്കുഗേറ്റിലേക്കു വന്നു. അവിടെ നില്ക്കുന്ന നാല് അത്യുന്നതങ്ങളായ കുതിരകളെ കെട്ടിയ ഒരു തുറന്ന ബഹുവിശേഷമായ വണ്ടിയിൽ ബാബുമാരും മാധവനും കയറി ബാബു ഗോവിന്ദസേന്റെ വീട്ടിലേക്കു പോകയും ചെയ്തു.

ബാബു ഗോവിന്ദസേനും അനുജൻ ചിത്രപ്രസാദസേനും കല്ക്കത്താവിൽ ഉള്ള കോടീശ്വരന്മാരിൽ അഗ്രഗണ്യന്മാരായിരുന്നു. അവരുടെ ബങ്കളാവിന്റെ പേർ അമരാവതി എന്നാണ്. പ്രത്യേകിച്ചു തെരുക്കളിൽ നിന്നുവിട്ടു നാലുഭാഗവും അതിമനോഹരങ്ങളായ പുഷ്വാടികളെക്കൊണ്ടു ചുറ്റപ്പെട്ടിട്ടാണു ബങ്കളാവുകൾ നില്ക്കുന്നത്. ഈ വലിയ തോട്ടത്തിലേക്ക് ഏകദേശം അടുക്കാറായപ്പോഴേക്കുതന്നെ മാധവന്റെ മനസ്സിൽ ബഹു ആശ്ചര്യരസമാണ് ഉണ്ടായത്. നാലഞ്ച് അത്യുന്നതങ്ങളായ മാളികകൾ ദൂരത്തുനിന്നു വെളുവെളെ ആകാശത്തിലേക്കു ഗോപുരങ്ങളോടുകൂടി ഉയർന്നു നില്ക്കുന്നതു കണ്ടു മാധവൻ വിസ്മയിച്ചുപോയി. ഇത്ര ഉയരമുള്ള മാളികകൾ ഇതിൽ മുമ്പു താൻ കണ്ടിട്ടില്ലെന്ന് ഉള്ളിൽ മാധവൻ നിശ്ചയിച്ചു. ഈ ബങ്കളാവുകളുടെ ഉന്നതങ്ങളായ ഗേറ്റുവാതിലുകൾ കടന്നമുതൽ മാധവനു കാണപ്പെട്ട സകല സാധനങ്ങളും അത്യാശ്ചര്യകരമായിരുന്നു. ഇതു സാക്ഷാൽ ദേവേന്ദ്രന്റെ അമരാവതി തന്നെ ആയിരിക്കുമോ എന്നു തോന്നിപ്പോയി. ദ്രവ്യം നിർദ്ദാക്ഷിണ്യമായി ചിലവുചെയ്തു ചെയ്യിപ്പിച്ചിട്ടുള്ള വേലകളല്ലാതെ അവിടെ ഒന്നും മാധവൻ കണ്ടില്ല. അത്യുന്നതങ്ങളായി അനല്പങ്ങളായ ശില്പവേലകളോടുകൂടിയ ഗേറ്റുവാതിൽ കടന്നപ്പോൾ ബങ്കാവുകളുടെ ഉമ്രത്തേക്ക് അർദ്ധചന്ദ്രാകാരമായ ഒരു വഴിയാണു കണ്ടത്. വിശേഷമായ ചരൽ, പൂഴി ഇതു

കൾ ഇട്ട് ഇടിച്ച നിരത്ത്. അതിവിസ്താരത്തിൽ കിടക്കുന്ന ആ വഴിയും അതിന്റെ രണ്ടു ഭാഗങ്ങളിലും വലക്കെട്ടുമാതിരിയിൽ വെള്ളിപ്പച്ചായ ചെമ്പ് അഴികളെക്കൊണ്ടു വിചിത്രതരമായ പണിത്തരത്തിൽ വേലികൾ വെച്ച് അതുകളിൽ അതിസുരഭികളായും മനോഹരങ്ങളായും ഉള്ള പൂവള്ളികൾ പിടിപ്പിച്ചിരിക്കുന്നതും അതുകൾക്കു സമീപം അയ്യഞ്ച് ആറു ഫീറ്റ് ദൂരമായി റോഡിൽ മനോജ്ഞമായ ആകൃതികളിൽ മാർബിൾ എന്ന കല്ലുകൊണ്ട് അവിടവിടെ ഉണ്ടാക്കിവെച്ച കൃത്രിമ ജലാശയങ്ങളും കണ്ടാൽ ആരുടെ മനസ്സു വിനോദിക്കയില്ല. ആ അമരാവതിയിലെ എല്ലാ വാസ്തവങ്ങളും പറയുന്നതായാൽ ഞാൻ ഈ എഴുതുന്ന മാതിരിയിൽ നാലഞ്ചു പുസ്തകങ്ങൾ എഴുതേണ്ടിവരും. ബങ്കളാവുകളുടെ ഉമ്രത്തു വണ്ടിയിൽനിന്ന് ഇറങ്ങി നാലുഭാഗവും നോക്കിയപ്പോൾ താൻ എന്തോ ഒരു സ്വപ്നമോ മറ്റോ കാണുന്നതോ എന്നു മാധവനു തോന്നിപ്പോയി. മനസ്സിന്ന് അതികൗതുകകരമല്ലാത്ത ഒരു സാധനവും എങ്ങും മാധവൻ കണ്ടില്ലാ. ബങ്കളാവിലെ ഓരോ മുറികളും അതിൽ ശേഖരിച്ചു ഭംഗിയായി വെച്ചിട്ടുള്ള സാമാനങ്ങളും കണ്ടിട്ടു മാധവൻ അത്ഭുതപ്പെട്ടു. പലേ മാതിരിയിൽ സ്വർണ്ണഗിൽട്ടിട്ട പച്ചവില്ലൂസ്, നീരാളപ്പട്ട് മുതലായ വിശേഷമാതിരി തുണികൾകൊണ്ടു വേലചെയ്ത കിടക്കകൾതറച്ചതും പലേവിധം അതിമോഹനമായ കൊത്തുവേലകളോടുകൂടിയതും ആയ കസാലകൾ, കോച്ചുകൾ, ഓരോ വിസ്തീർണ്ണങ്ങളായി അത്യുന്നതങ്ങളായ മുറികളിൽ നിരത്തി വരിവരിയായി വെച്ചവ അസംഖ്യം. മാർബൾ എന്ന വെള്ളക്കല്ലുകൊണ്ടും വിശേഷമായ മരത്തരങ്ങൾകൊണ്ടും ദന്തംകൊണ്ടും മറ്റും ഇംക്ലീഷ് മാതിരിയായി ഉണ്ടാക്കിയ അതികൗതുകമായ പലേവിധം മേശകൾ. നാലുകോൽ ആറുകോൽ ദീർഘത്തിൽ തങ്കക്കൂടുകൾ ഇട്ടതും അതുകൾക്ക് എതിരേ സമീപം വെച്ചിട്ടുള്ള അതിമനോഹരങ്ങളായ പലേവിധ സാധനങ്ങൾ അതുകളിൽ പ്രതിഫലിക്കുന്നതിനാൽ ആവക സകല സാധനങ്ങളെയും എരട്ടിപ്പിച്ചു കാണിച്ചുംകൊണ്ടു പരിചയമില്ലാത്ത മനുഷ്യനെ പരിഭ്രമിപ്പിക്കുന്നതും ആയ വലിയ നിലക്കണ്ണാടികൾ അസംഖ്യം. നാനൂറും അഞ്ഞൂറും ദീപങ്ങൾ വെവ്വേറെ കത്തിക്കാൻ ഉള്ള വെള്ളിക്കുഴലുകളിൽ ഗോളാകൃതിയായി ചെറിയ ചില്ലിന്റെ കൂടുകൾവെച്ചു സ്വതേ അതിധവളങ്ങളാണെങ്കിലും സൂര്യപ്രഭയോ അഗ്നിപ്രഭയോ തട്ടുമ്പോൾ അനേകവിധമായ വർണ്ണങ്ങളെ ഉജ്ജ്വലിപ്പിച്ചുകൊണ്ടു തൂങ്ങുന്നതും അനേകവിധ കൊത്തുവേലയുള്ളതുമായ സ്ഫടികത്തൂക്കുമാലകളോടുകൂടി വിസ്താരത്തിൽ വൃത്തത്തിൽ നില്ക്കുന്നവകളും വിളക്കുവെച്ചാൽ ചന്ദ്രപ്രഭാപൂരംതന്നെ എന്നു തോന്നിക്കുന്നതും ആയ ലസ്റ്റർവിളക്കുകൾ, അവിടവിടെ തങ്കവാർണ്ണീസ്സും, പച്ചരെക്ക, മഞ്ഞരെക്ക മുതലായ പലേവിധ വർണ്ണച്ഛായങ്ങളെ പിടിപ്പിച്ചു മിന്നിത്തിളങ്ങിക്കൊണ്ടു നില്ക്കുന്ന അത്യുന്നതങ്ങളായ മച്ചുകളിൽ നിന്നും വെള്ളിച്ചങ്ങലകളിൽ തൂക്കിവിട്ടവ അനവധി. അത്യുന്നതങ്ങളായ ചുമരുകളിൽ പതിച്ചിട്ടുള്ള അത്യാശ്ചര്യകരങ്ങളായ ചിത്രക്കണ്ണാടിക്കൂടുകളുടെ ഇടയ്ക്കിടെ സ്വർണ്ണ

വർണ്ണങ്ങളായും രൂപ്യമയമായും ഉള്ള തണ്ടുകളിൽ എറക്കി ചുമരിൽ പതിച്ചുനിർത്തീട്ടുള് വാൾസെറ്റ് എന്ന് ഇംക്ലീഷിൽ പറയുന്ന വിളക്കുകൾ, സ്ഫടികത്തൂക്കുകളോടുകൂടി വെളുത്തും നീലവർണ്ണങ്ങളായും മഞ്ഞ നിറത്തിലും ഉള്ള ചായങ്ങളും വാർണ്ണീസ്സുകളും കൊടുത്ത് അതിഗംഭീരങ്ങളായി നില്ക്കുന്ന ചുമരുകളെ അലങ്കരിച്ചുംകൊണ്ടു നില്ക്കുന്നവ അനവധി. ചിലേടങ്ങളിൽ മുഴുവൻ പട്ടു പരവതാനികൾ വിരിച്ചും ചിലേടങ്ങളിൽ മാർബൾകൽ കടഞ്ഞുണ്ടാക്കിയ പലകകൾ പതിച്ചും ഉള്ള നിലങ്ങൾ. അത്യുന്നതങ്ങളായ സൗധങ്ങളിൽ കയറുവാൻ പത്മാകൃതിയിലും നാഗാകൃതികളിലും മറ്റും അതിമനോഹരമാംവണ്ണം ഉണ്ടാക്കപ്പെട്ടിട്ടുള്ളതും അതിഗംഭീരങ്ങളായും ഉള്ള കോണികൾ. കഴുത്തിന്നും അടിക്കുംമാത്രം സ്വർണ്ണരെക്ക കൊടുത്തശേഷം മുഴുവനും വെള്ളച്ചായമോ പച്ചച്ചായമോ മഞ്ഞച്ചായമോ ഇട്ടു പീവരങ്ങളായി അത്യുന്നതങ്ങളായി നില്ക്കുന്ന സ്തംഭങ്ങൾ! മനോഹരങ്ങളായ ജാലകങ്ങൾ, വാതിലുകൾ, വിലയേറിയ പട്ടുവളകൾകൊണ്ട് ഉണ്ടാക്കിയ തിരകൾ, വെള്ളികൊണ്ടും സ്വർണ്ണംകൊണ്ടും ഗിൽട്ട് ഇട്ടു നീരാളപ്പട്ടുതിരയിട്ട വില്ലൂസ്സുകൊണ്ടും പട്ടുകൊണ്ടും ഉള്ള കിടക്കകൾ, ഉപധാനങ്ങൾ, വെള്ളിമേക്കട്ടി ഇതുകളോടു ഉള്ള കട്ടിലുകൾ, ഈവക ഓരോ സാധനങ്ങൾ മാധവൻ കണ്ടതുകളെക്കുറിച്ചു ശരിയായി വർണ്ണിക്കാൻ ആരാൽ കഴിയും!

മേല്ക്കുമേൽ അതിഗംഭീരങ്ങളായി നില്ക്കുന്ന സൗധങ്ങളുടെ അഗ്രത്തിൽ കാണപ്പെടുന്ന ചന്ദ്രശാലകളെ കണ്ടാൽ ആരുടെ മനസ്സു കുതൂഹലപ്പെടാതിരിക്കും! അഞ്ച്ആറ് നില മാളികകൾ മേല്ക്കുമേൽ കഴിഞ്ഞാൽ അതുകളുടെ ഉപരി ഓരോ ചന്ദ്രശാലകൾ എന്നു പറയപ്പെടുന്ന മേപ്പുരയില്ലാത്ത വെണ്മാടമേടകളെ കാണാം. ഈ ചന്ദ്രശാലകളുടെ സ്ഥലങ്ങൾ ചിലേടങ്ങളിൽ ശുദ്ധസ്ഫടികം പടുത്തും, ചിലേടങ്ങൾ കുപ്പിക്കിണ്ണക്കൂട്ട് ഉരുക്കി മെഴുകി ഉരപ്പിച്ച് പലേവിധമായ ചായങ്ങളിൽ അതിന്മേൽ ലതാകൃതികളായും പുഷ്പാകൃതികളായുമുള്ള ചിത്രങ്ങളെക്കൊണ്ട് അലങ്കരിക്കപ്പെട്ടും, ചിലേടങ്ങൾ ശുദ്ധ മുത്തുശിപ്പി കടഞ്ഞു പലകയാക്കി പടുത്തും ചിലേടങ്ങൾ വിശേഷവിധിയായി ഭംഗിയുള്ള പട്ടുപായകളെക്കൊണ്ടു മൂടിയും കാണാം. ചന്ദ്രശാലകളുടെ നാലുവക്കുകളിലും മുട്ടിനിന്ന് ഉയരം പൊങ്ങി നില്ക്കുന്ന ഓരോവിധം വേലികളുടെ മാതിരികളിലുള്ള ആവരണങ്ങളുടെ ഭംഗി വാചാമഗോചാരമെന്നുതന്നെ പറയാം. ചില സ്ഥലങ്ങളുടെ നാലു വക്കുകളും പൂവ്വുകൊടുത്തതിനാൽ നിറത്തിന്നു മങ്ങൽ വരാത്ത തങ്കവർണ്ണമായ ചെറിയ പിച്ചളക്കമ്പികൾകൊണ്ട് അവിടവിടെ രജതവർണ്ണമായ കുമിഴുകൾ അടിച്ചുള്ള വേലികൾ ലതാകൃതിയിലും പുഷ്പാകൃതിയിലും വേലചെയ്തതുകളെക്കൊണ്ടു ചുറ്റപ്പെട്ടിട്ടു കാണാം. ചില സ്ഥലങ്ങൾ ശുദ്ധ മാർബൾ എന്ന ഉളയുന്ന വെള്ളക്കല്ലുകൾകൊണ്ടു കടഞ്ഞുണ്ടാക്കിയ അസംഖ്യം അഴികളെക്കൊണ്ടു ചുറ്റപ്പെട്ടിട്ടു കാണാം. ചില മേടകളുടെ നാലു വക്കിലും ലോഹങ്ങളെക്കൊണ്ടു വാർത്തതും, മാർബൾ കുഴിച്ചുണ്ടാക്കിയതും

വിശേഷമായി മണ്ണുകൊണ്ട് ഉണ്ടാക്കി കടഞ്ഞെടുക്കപ്പെട്ടിട്ടുള്ളതുമായ പലേവിധം പാത്രങ്ങളിൽ അതിസുരഭികളായും മനോഹരങ്ങളായും ഉള്ള പുഷ്പച്ചെടികൾ നട്ടുവളർത്തിയവകളെ നിരത്തി വരിവരിയായി വെച്ചിരിക്കുന്നതു കാണാം. ചിലസ്ഥലങ്ങളിൽ യന്ത്രപ്പണിയാൽ ചെമ്പുകുഴലിൽക്കൂടി വളരെ അഗാധത്തിൽനിന്ന് വലിച്ചുകൊണ്ടു വരുന്ന ജലം മാർബൾ, സ്ഫടികം, ഇതുകളെക്കൊണ്ട് പത്മാകൃതിയിലും ഓരോ മൃഗങ്ങളുടെ മുഖാകൃതിയിലും ചക്രാകൃതിയിലും മറ്റും ഉണ്ടാക്കപ്പെട്ടിട്ടുള്ള ഓരോ ദ്വാരങ്ങളിൽക്കൂടി നേത്രങ്ങളേയും ശ്രോത്രങ്ങളേയും ഒരുപോലെ ആനന്ദിപ്പിക്കുന്നവിധമുള്ള ആകൃതിയിലും ശബ്ദത്തോടും അനർഗ്ഗളമായി പതിച്ചുകൊണ്ട് ഇരിക്കുന്നതു കാണാം. ഇങ്ങിനെ ആ അമരാവതി ബങ്കളാവിൽ മാധവനാൽ കാണപ്പെട്ട സാധനങ്ങളുടെ അവസ്ഥയെപ്പറ്റി പറഞ്ഞു മനസ്സിലാക്കുവാനുള്ള വാഗ്മിത്വം എനിക്ക് ഇല്ലെന്നു ഞാൻ വിചാരിക്കുന്നതിനാൽ എനി ചുരുക്കി പറയാം.

മേൽകാണിച്ചവിധമുള്ള ചന്ദ്രശാലകൾ മുതലായതും ഇതു കൂടാതെ വാപികൾ, മണിമയമഞ്ചങ്ങൾ, പുസ്തകശാലകൾ, തോട്ടങ്ങൾ മുതലായ അനേകസാധനങ്ങളും കണ്ട് മാധവൻ അത്യാന്ദപ്പെട്ടു എന്നേ പറവാനുള്ളു. മാധവന് ഈ ഭൂമി വിട്ട് ഏതോ ഇതുവരെ അനുഭവിക്കാത്ത സുഖങ്ങളോടു കൂടിയ ഒരു സ്വർഗ്ഗലോകത്തോ മറ്റോ തന്നെ കൊണ്ടാക്കിയതുപോലെ തോന്നി.

മാധവൻ, ബാബു ഗോവിന്ദസേന്റെ ആതിഥ്യം പരിഗ്രഹിച്ച് ഈ സ്വർഗ്ഗതുല്യമായ അമരാവതിയിൽ എട്ടുപത്തുദിവസം സുഖമായി താമസിച്ചു.

ഗോവിന്ദപ്പണിക്കരും ഗോവിന്ദൻകുട്ടിമേനവനും പുറപ്പെട്ടിട്ട് ഇരുപതിൽ അധികം ദിവസമായല്ലോ. അവരുടെ കഥ എന്തായി എന്ന് അറിവാൻ എന്റെ വായനക്കാർ ചോദിക്കുന്നതായാൽ എനിക്ക് അല്പമേ പറവാനുള്ളു. "ഇന്ത്യ എങ്ങും തീവണ്ടി, കമ്പിത്തപാൽ-മാധവനെ കണ്ടുപിടിപ്പാൻ എന്തു പ്രയാസം?" എന്നു ധാർഷ്ട്യംപറഞ്ഞു പുറപ്പെട്ട ഗോവിന്ദൻകുട്ടിമേനവന്റെ സകല ഗർവ്വും ശമിച്ചു. ബുദ്ധി ക്ഷയിച്ചു; തീവണ്ടിയും ടെല്ലിഗ്രാഫും തീക്കപ്പലുകളും എന്തെല്ലാമുണ്ടായിരുന്നാലും ഭാഗ്യം ഇല്ലാതെ യാതൊന്നും മനുഷ്യനു വിചാരിക്കുംപോലെയും ആഗ്രഹിക്കുംപോലെയും സാധിക്കുകയില്ലെന്നു ഗോവിന്ദൻകുട്ടി മേനവന്ന് ഉള്ളിൽ നല്ല ബോദ്ധ്യമായി. കുറെശ്ശ പുറത്തേക്കു പറഞ്ഞുതുടങ്ങി. മദിരാശിയിൽ എത്തിയ ഉടനെ ഗോവിന്ദൻകുട്ടിമേനവൻ ഗിൽഹാം സായ്‌വിനെ ചെന്നു കണ്ടു. മാധവൻ അദ്ദേഹത്തെ കണ്ടതുവരെയുള്ള വിവരങ്ങൾ അറിഞ്ഞു ഗോവിന്ദൻകുട്ടിമേനവനും ഗോവിന്ദപ്പണിക്കർക്കും മനസ്സിന്ന് അപ്പോൾ കുറെ സമാധാനമായി. പിന്നെ അവർ നേരെ ബൊമ്പായിക്കു വന്നു. ബൊമ്പായിൽനിന്ന് അന്വേഷിച്ചുംകൊണ്ട് കാശിക്കുവന്നു. കാശിയിൽവെച്ചു ഗോവിന്ദപ്പണിക്കർക്കു ശരീരത്തിനു സുഖക്കേടായി ഒരു പത്തുദിവസം അവിടെ താമസിക്കേണ്ടിവന്നു. മാധവൻ ബിലാത്തിക്കു

തന്നെ പോയിരിക്കേണമെന്ന് അസംഗതിയായി ഗോവിന്ദൻകുട്ടിമേനവന്ന് ഒരു ഉദയം തോന്നി. ഭ്രാന്തൻമാരെപ്പോലെ പിന്നെയും ബൊമ്പായിലേക്കു ഗോവിന്ദൻകുട്ടിമേനവനും ഗോവിന്ദൻപ്പണിക്കരും മടങ്ങിപ്പോയി. പലേ വിധ അന്വേഷണങ്ങളും അതിസൂക്ഷ്മമായി അഞ്ചാറുദിവസം ചെയ്തതിൽ മുൻകുടുമയുള്ള ചെറുപ്പക്കാരനായ ഒരാൾ കുറെ ദിവസങ്ങൾക്കു മുമ്പു കപ്പൽ കയറീട്ടുണ്ടെന്നറിഞ്ഞു. ഉടനെ ബിലാത്തിക്കു കപ്പൽകയറിയവരുടെ പേരുവിവരം പോർട്ടാപ്പീസിലും മറ്റും പോയി സൂക്ഷ്മമായി അറിഞ്ഞു. അതിൽ ഒന്നും മാധവന്റെ പേർ കാണ്മാനില്ലാ. പക്ഷേ, മാധവൻ പേരു മാറ്റിപ്പറഞ്ഞിരിക്കാം എന്നു ശങ്കിച്ചു. എന്നാൽ സൂക്ഷ്മത്തിൽ അങ്ങിനെ അല്ലാ, മാധവൻ ശരിയായ പേര് പറഞ്ഞിട്ടു തന്നെയാണു കപ്പൽ കയറിയത്. എന്നാൽ അതു കല്ക്കത്താവിലേക്കുള്ള കപ്പലുകളിൽ കയറിയ ആളുകളുടെ പേർ കാണുന്ന പുസ്തകത്തിലാണു ചേർത്തിട്ടുള്ളത്. പിന്നെ ബ്രീൻഡ്സിവഴിക്കും മാർസെയിൽസ്വഴിക്കും ബിലാത്തിക്കുള്ള കപ്പലുകൾ കയറിയ ആളുകളുടെ പേർലിസ്ത് നോക്കിയാൽ മാധവന്റെ പേർ കാണുമോ? ചെറുമനുഷ്യാ, നിന്റെ അവസ്ഥ എത്ര നിസ്സാരം. ഗോവിന്ദൻകുട്ടിമേനവൻ പാസൻജർമാരുടെ ലിസ്ത് ഏതു ബുക്കിൽ നിന്നു വായിച്ചുവോ അതിൽ മറ്റൊരേടത്ത് മാധവന്റെ പേർ വെളിവായി എഴുതീട്ടുണ്ട്. അവിടെ ഗോവിന്ദൻകുട്ടിമേനവൻ നോക്കാൻ ഭാവമില്ല. എന്തുചെയ്യും! ഭാഗ്യത്തോടുകൂടിത്തന്നെ ഇരിക്കണം ബുദ്ധിസാമർത്ഥ്യം-അല്ലെങ്കിൽ കാര്യസിദ്ധി പ്രയാസം. ഗോവിന്ദപ്പണിക്കർക്കു ബനാറീസ്സിൽനിന്നു ബൊമ്പായിൽ മടങ്ങിയെത്തിയപ്പോൾ പിന്നെയും ശരീരത്തിന്നു സുഖക്കേടായി. കൽക്കത്താവിലേക്കു പോയി അവിടെ നിന്നു ബർമ്മയിലേക്കു പോവണമെന്നാണ് ഇവർ ഉറച്ചത്. തല്ക്കാലം ഗോവിന്ദപ്പണിക്കർക്കു പുറപ്പെടാൻ തക്ക സുഖമില്ലാത്തതിനാൽ രണ്ടു നാലുദിവസം കഴിഞ്ഞു പോവാമെന്നുവെച്ച് ബൊമ്പായിൽത്തന്നെ താമസിച്ചു.

ഗോവിന്ദൻകുട്ടിമേനവനു പലേ വിദ്യകളും തോന്നിയതിൽ ന്യൂസ് പേപ്പറിൽ പ്രസിദ്ധപ്പെടുത്തണം എന്നു തോന്നി. ആദ്യത്തിൽ ഒന്നുരണ്ടു പ്രാവശ്യം ചില ന്യൂസ്പേപ്പറുകളിൽ ഇന്ദുലേഖയെപ്പറ്റി ഉണ്ടാക്കിയ കളവായ വർത്തമാനങ്ങളെക്കുറിച്ച് എഴുതിയിരുന്നു. ആ പ്രസിദ്ധപ്പെടുത്തിയ ദിവസങ്ങളിൽ മാധവൻ കപ്പലിൽ കിടന്നു വിഷമിക്കുന്ന കാലമായിരിക്കും എന്നു ഞാൻ വിചാരിക്കുന്നു. ഏതുവിധമായാലും മാധവൻ ഈ പ്രസിദ്ധപ്പെടുത്തിയ പേപ്പർ യാതൊന്നും കണ്ടതേ ഇല്ല. നിശ്ചയംതന്നെ.

17

മാധവനെ കണ്ടെത്തിയത്

ധനംകൊണ്ട് കുബേരതുല്യനായിരിക്കുന്ന ബാബു ഗോവിന്ദസേന്റെ ആതിഥ്യത്തെ പരിഗ്രഹിച്ചു സ്വർല്ലോകത്തിലെ അമരാവതിയോടു തുല്യ മായ അമരാവതിബങ്കളാവിൽ മാധവൻ അതിസുഖത്തോടെ ഒരു പത്തു ദിവസം താമസിച്ചു. അതിന്റെശേഷം പുറപ്പെടാനായി യാത്ര ചോദിച്ചു. താൻ യാത്രചോദിച്ചതിനു നാലുദിവസം മുമ്പു ഗോവിന്ദസേന്റെ മകൻ കേശവചന്ദ്രസേൻ കല്പന അവസാനിച്ചതിനാൽ ബൊമ്പായിലേക്കു മട ങ്ങിപ്പോയിരിക്കുന്നു. ബാബു ഗോപീനാഥ ബാനർജി കൂട്ടുകച്ചവടത്തിലെ ഒരു ബ്രാഞ്ച് കച്ചവടസ്ഥലത്തിലേക്കും അന്നുതന്നെ പോയി. അദ്ദേഹ ത്തിന്റെ സ്ഥിരമായ താമസം ആ ബ്രാഞ്ച് കച്ചവടം നടക്കുന്ന സ്ഥല ത്തായിരുന്നു. മാധവൻ മലബാറിലേക്കു തല്ക്കാലം മടങ്ങുന്നില്ലെന്നും ബർമ്മാ, കാശി, അല്ലഹബാദ്, ആഗ്രാ, ഡെൽഹി, ലാഹൂർ മുതലായ സ്ഥലങ്ങളിൽ രണ്ടുമാസം സഞ്ചരിച്ചതിനുശേഷമേ മടങ്ങുന്നുള്ളൂ എന്നും പറഞ്ഞതിനാൽ കേശവചന്ദ്രസേനും ഗോപീനാഥബാനർജിയും മാധവ നോടു താൻ എപ്പോഴെങ്കിലും മടങ്ങിപ്പോവുന്നതിന്നുമുമ്പു ഗോപിനാഥ ബാനർജി താമസിക്കുന്നേടത്തു രണ്ടു ദിവസവും, മടക്കത്തിൽ, ബൊമ്പാ യിൽ എത്തിയാൽ കേശവചന്ദ്രസേന്റെ കൂടെ രണ്ടു ദിവസവും താമസി ച്ചിട്ടേ പോകയുള്ളൂ എന്നുള്ള വാഗ്ദത്തം വാങ്ങീട്ടാണ് അവർ പുറപ്പെട്ടു പോയത്. അവർ പോയി നാലു ദിവസം കഴിഞ്ഞശേഷം മാധവനും യാത്ര പുറപ്പെട്ടു ഗോവിന്ദസേനെ അറിയിച്ചു. ഈ ബാബു ഗോവിന്ദസേൻ ധന ത്തിൽതന്നെയല്ല; മര്യാദ, വിനയം, ഔദാര്യം, ദയ ഇതുകളിലും ആരാലും ജയിക്കപ്പെട്ടവനല്ല.

ഈ പുസ്തകത്തിൽ ഞാൻ പഞ്ചുമേനവനെയും മൂർക്കില്ലാത്ത നമ്പൂതിരിപ്പാട്ടിനേയും മഹാധനികന്മാർ എന്നും ഒന്നും രണ്ടുദിക്കിൽ

മൂർക്കില്ലാത്ത നമ്പൂതിരിപ്പാടിനെ 'കുബേരൻ' എന്നും പറഞ്ഞിട്ടുണ്ട്. ഇപ്പോൾ ബാബു ഗോവിന്ദസേനേയും ധനികൻ, കുബേരൻ എന്നെല്ലാം പറയുന്നുണ്ട്. എന്നാൽ എന്റെ വായനക്കാർ ഇവരെല്ലാം ധനത്തിൽ ഏക ദേശം ഒരുപോലെ എന്നു വിചാരിച്ചുപോവരുത്. ബങ്കാളിലെ കുബേരനും മദിരാശി സംസ്ഥാനത്തിലെ കുബേരനും തമ്മിൽ വളരെ അന്തരമുണ്ട്. തമ്മിൽ ഉള്ള വ്യത്യാസം ദ്രവ്യത്തിനെ ഗുണിക്കുന്നതുകൊണ്ടറിയാം. മദിരാശിയിൽ ഒരു അഞ്ചുലക്ഷം ഉറുപ്പികയ്ക്കു സ്ഥിതിയുള്ളവൻ നല്ല വലിയ ഒരു പ്രഭുവായി. ബങ്കാളത്ത് അഞ്ചുലക്ഷക്കാർ നാലാംക്ലാസ്സ് ധനി കന്മാരാണ്. അവിടെ അഞ്ചുകോടി ദ്രവ്യസ്ഥന്മാർ ഒരുവക നല്ല പ്രഭുക്ക ളായി. മഹാധനികൻ, കുബേരൻ എന്നു സംശയംകൂടാതെ ബങ്കാളത്തിൽ ഒരുവനെ പറയേണമെങ്കിൽ അയാൾക്ക് ഒരു പതിനഞ്ചു കോടിക്കുമേലെ ദ്രവ്യം വേണം. ഗോവിന്ദസേനും അനുജൻ ചിത്രപ്രസാദസേനും ഇങ്ങിനെ പതിനഞ്ചുകോടിക്കുമേലെ ദ്രവ്യം ഉള്ളവരിൽ അഗ്രഗണ്യന്മാ രായിരുന്നു.

മാധവൻ യാത്ര പറഞ്ഞു പിരിയാറായപ്പോൾ ഗോവിന്ദസേൻ വളരെ വ്യസനിച്ചു.

ഗോവിന്ദസേൻ: നോം തമ്മിൽ വളരെ സ്നേഹിച്ചുപോയി. താങ്കൾ പിരിഞ്ഞുപോവുന്നത് ഇപ്പോൾ എനിക്കു വളരെ വ്യസനമായിരിക്കുന്നു. നിവൃത്തിയില്ലല്ലൊ. താങ്കളുടെ യോഗ്യതയും സാമർത്ഥ്യവും മര്യാദയും എനിക്ക് അറിവായേടത്തോളം ഓർക്കുമ്പോൾ താങ്കൾ മദിരാശി ഗവർമ്മേണ്ടു കീഴിൽ വളരെ യോഗ്യതയായ ഒരു ഉദ്യോഗത്തിൽ വരു മെന്നു ഞാൻ വിശ്വസിക്കുന്നു. എന്റെ മകനെ എനിയത്തെ കൊല്ലം സിവിൽസർവ്വീസിൽ എടുപ്പാൻ ഭാവിച്ചിട്ടുണ്ട്. എന്നാൽ എനിക്ക് അവൻ ഉദ്യോഗത്തിൽ ഇരിക്കേണമെന്ന് അത്ര മനസ്സില്ലാ. എങ്കിലും അവന് ഉദ്യോഗത്തിലാണ് രുചിയുള്ളത്. ഗൃഹസ്ഥവൃത്തിയും കാര്യാന്വേഷ ണവും കച്ചവടവും അവന് അത്ര രസമില്ലാ. താങ്കൾക്കു മനസ്സിന്നുണ്ടായ വ്യസനമെല്ലാം തീർന്നു താങ്കളും അവനും ഒരേ കൊല്ലം സിവിൽസർവ്വീ സിൽ ആയി എന്ന് അറിവാനും താങ്കൾ നാട്ടിൽ എത്തി പ്രിയപ്പെട്ട കുടും ബത്തോടു ചേർന്ന് സുഖമായിരിക്കുന്നു എന്നു കേൾക്കാനും ഞാൻ സർവ്വശക്തനായിരിക്കുന്ന ദൈവത്തെ പ്രാർത്ഥിക്കുന്നു.

എന്നുപറഞ്ഞു ഗോവിന്ദസേൻ മാധവനെ പിടിച്ച് മാറത്ത് അണച്ച് ആലിംഗനം ചെയ്ത് വിശേഷമായ ഒരു പൊൻഗഡിയാളും, പൊൻചങ്ങ ലയും, തങ്കനീരാളത്തിന്റെ ഒരു സൂട്ട് ഉടുപ്പും, ആനക്കൊമ്പ്, വെള്ളി ഇതുകളെക്കൊണ്ടു വേലചെയ്തിട്ടുള്ള അതിമനോഹരമായ ഒരു എഴു ത്തുപെട്ടിയും സമ്മാനമായി കൊടുത്തു. ഗോപീനാഥബാനർജിയുടെ ബ്രാഞ്ച് കച്ചവടരാജ്യത്തിലേക്കു വണ്ടികയറുന്ന തീവണ്ടിസ്റ്റേഷനിലേക്കു തന്റെ ഗാഡിയിൽ കയറ്റി ഗോവിന്ദസേൻ മാധവനെ കൊണ്ടുപോയി. വണ്ടി കയറാറായപ്പോൾ രണ്ടുപേർക്കും കണ്ണിൽ ജലംവന്നു.

മാധവൻ: എന്തോ ഒരു കാരണം നിമിത്തം ഇത്ര മഹാഭാഗ്യവാനും

യോഗ്യനും ആയ താങ്കൾക്ക് എന്നിൽ ഈ ദയയും ആദരവും തോന്നി. ഇത് എനിക്ക് ഈ ജന്മത്തിൽ സാദ്ധ്യമായ ഒരു മഹാഭാഗ്യം എന്നുതന്നെ ഞാൻ എന്റെ ജീവനുള്ളേടത്തോളം വിചാരിക്കും. സർവ്വഭാഗ്യ സമ്പൂർണ്ണ നായിരിക്കുന്ന താങ്കൾക്ക് അല്പനായ എന്നാൽ എന്തൊരു പ്രത്യുപകാരമാണ് ഉണ്ടാവാൻ പോകുന്നത്. ഒന്നുംതന്നെ ഇല്ല. ഉണ്ടാവണമെന്ന് ആഗ്രഹിക്കുന്നതുമില്ല. എന്നാൽ താങ്കൾക്ക് എന്നിൽ ഉണ്ടായിട്ടുള്ള ഈ അധികമായ വാത്സല്യത്തിന്റെ വിലയെ ഞാൻ വിശ്വാസത്തോടെ അറിയുന്നുണ്ടെന്നും എല്ലായ്പോഴും, ഈ ദേഹം ഉള്ള നാളോളം താങ്കളുടെ സ്മരണ എനിക്കു വിടുന്നതല്ലെന്നും താങ്കൾ എന്നെക്കുറിച്ചു വിശ്വസിപ്പാൻ ഞാൻ ആഗ്രഹിക്കുന്നു. ഞാൻ എന്റെ രാജ്യസഞ്ചാരം കഴിഞ്ഞു മടങ്ങി നാട്ടിൽ എത്തിയാൽ വിവരങ്ങൾക്ക് എല്ലാം എഴുതി അയച്ചുകൊള്ളാം. താങ്കളുടെ ആശ്രിതന്മാരിൽ ഒരുവനാണെന്ന് എന്നെ ദയയോട് എല്ലായ്പോഴും വിചാരിക്കുവാൻ വീണ്ടും ഞാൻ അപേക്ഷിക്കുന്നു.

ഗോവിന്ദസേൻ: കേശവചന്ദ്രസേന്റെ അഭ്യുദയത്തിൽ ഞാൻ എങ്ങിനെ കാംക്ഷിക്കുന്നുവോ അപ്രകാരം താങ്കളുടെ അഭ്യുദയത്തിലും ഞാൻ കാംക്ഷിക്കുന്നു.

എന്നു പറഞ്ഞപ്പോഴേയ്ക്കു ബാബു ഗോവിന്ദസേന്ന് ഗൽഗദാക്ഷരങ്ങളായിപ്പോയി. ഏതെങ്കിലും തീവണ്ടിയിൽ മാധവനെ കയറ്റി കുണ്ഠിതത്തോടുകൂടി ഗോവിന്ദസേൻ മടങ്ങി. മാധവന്റെ മലയാളത്തിലേയും മദിരാശിയിലേയും വാസസ്ഥലവിവരങ്ങൾ എല്ലാം നോട്ടുബുക്കിൽ ഗോവിന്ദസേൻ കുറിച്ച് എടുത്തു. വണ്ടിയിൽ കയറുമ്പോൾ തന്റെ ഒരു ഛായാചിത്രം എടുത്ത് മാധവനു കൊടുത്തു.

ഗോവിന്ദസേൻ പോയി, തീവണ്ടിയും ഇളകി. മാധവൻ അപ്പോൾ ഗോപീനാഥബാനർജി താമസിക്കുന്ന ദിക്കിലേക്കാണ് ടിക്കറ്റു വാങ്ങിയിരിക്കുന്നത്. ഗോപീനാഥബാനർജിയോടു പറഞ്ഞപ്രകാരം അദ്ദേഹത്തിനെ കാണാതെ പോവാൻ പാടില്ലല്ലോ. പലേ സംഗതികളും വിചാരിപ്പാനുണ്ടായതുകൊണ്ടു മാധവനു വഴി പോവുന്നത് ഒന്നും അറിഞ്ഞില്ല. അങ്ങിനെ ഇരിക്കുമ്പോൾ ഒരു വലിയ സ്റ്റേഷനിൽ എത്തി. പിന്നെ അവിടെനിന്നു ഗോപീനാഥബാനർജിയുടെ വാസസ്ഥലത്തേക്ക് അറുപത്തെട്ടു മൈൽസ് ദൂരമാണ് ഉള്ളത്. ആ സ്റ്റേഷനിൽ നിന്ന് അല്പം പലഹാരങ്ങളും മറ്റും കഴിച്ചു മാധവൻ അവിടെ നിന്നും പോന്നു.

ആ വലിയ സ്റ്റേഷന്റെ അടുത്ത് അപ്പുറമുള്ള സ്റ്റേഷനിൽ എത്തിയ ഉടനെ ചെറുപ്പക്കാരനായ ഒരു സുന്ദരപുരുഷൻ താൻ ഇരിക്കുന്ന വണ്ടിയുടെ വാതിൽ തുറന്ന് ആ വണ്ടിയിൽ തനിക്ക് അല്പനേരം ഇരിക്കുന്നതിന് ആർക്കെങ്കിലും വിരോധമുണ്ടോ എന്ന് ഇംക്ലീഷിൽ മാധവന്റെ മുഖത്തേക്കു നോക്കിക്കൊണ്ടു ചോദിച്ചും യാതൊരു വിരോധവുമില്ലെന്നു മാധവൻ മറുപടി പറഞ്ഞും അതിൽ ഉള്ള രോഷം വഴിയാത്രക്കാർ ഇംക്ലീഷ് പരിചയമില്ലാഞ്ഞിട്ടായിരിക്കും ഒന്നും പറഞ്ഞില്ല. ഈ സുന്ദരപുരുഷൻ വണ്ടിയിൽ മാധവന്റെ അടുക്കെ പോയി ഇരുന്നു.

അയാൾ കാഴ്ചയിൽ അതിസുമുഖനായും, അയാളുടെ ഉടുപ്പും പുറപ്പാടും ബഹുഭംഗിയായും ഇരുന്നു. ജാതിയിൽ ഒരു മുസൽമാനായി കാണപ്പെട്ടു. തലമുടി വളർത്തി ചുമലിന് അല്പം മീതെവെച്ചു നിരത്തിമുറിച്ചിരിക്കുന്നു. അതിഭംഗിയുള്ള മേൽമീശകൂടാതെ മുഖത്തു രണ്ടുഭാഗത്തും സൈഡ്‌ലോക്സ് എന്ന് ഇംക്ലീഷിൽ പറയുന്ന മാതിരിയിൽ രോമം കുറെ നീട്ടി നിരത്തി വെട്ടിമുറിച്ചിട്ടുണ്ട്. വർണ്ണം നല്ല പഴുത്ത നാരങ്ങായുടേതു തന്നെ. മുഖം ആകപ്പാടെ കണ്ടാൽ ബഹുഭംഗി. തലയിൽ മൂർദ്ധാവു മാത്രം നല്ലവണ്ണം മൂടുന്നമാതിരി മുഴുവൻ കട്ടിക്കസവായി ഒരു തൊപ്പി വെച്ചിരിക്കുന്നു. ആ തൊപ്പിയും അതിനു ചുറ്റും ഉള്ള കറുത്ത തലമുടിയും വെളുത്ത മുഖവും മേൽമീശയുംകൂടി കാഴ്ചയിൽ അതിമനോഹരം എന്നേ പറവാനുള്ളൂ. ശരീരത്തിൽ അതിവിശേഷമായ വെളുത്ത മിന്നുന്ന കട്ടിവില്ലൂസ്സുകൊണ്ട് ഒരു അംഗർക്കാക്കുപ്പായം, അതു മുട്ടു കഴിഞ്ഞു നാലഞ്ചുവിരൽ താണുനില്ക്കുന്നു. വെള്ളവില്ലൂസ് അംഗർക്കാ മുഴുവനും സ്വർണ്ണവർണ്ണങ്ങളായും കഴുത്തുമുതൽ കടിപ്രദേശംവരെ അടുത്തടുത്തു വെച്ചിട്ടുള്ളവയും ആയ കുടുക്കുകളാൽ കുടുക്കപ്പെട്ടിരിക്കുന്നു. കാലിൽ ഒന്നാന്തരം തിളങ്ങുന്ന ബൂട്ട്സ്; മാറത്തു സ്വർണ്ണവർണ്ണമായി മിന്നുന്ന ഒരു ഗഡിയാൾ ചങ്ങലയും തൂങ്ങുന്നുണ്ട്. ഇങ്ങിനെയാണ് ഇയാളുടെ വേഷം. ഇദ്ദേഹം മാധവന്റെ അടുത്തിരുന്നപ്പോൾത്തന്നെ മാധവന് അതികലശലായ ഒരു പരിമളം ഉണ്ടായതായി തോന്നി. ലെവൻഡറിന്റെയോ പനീരിന്റെയോ ബഹുകലശലായ പരിമളം. ഈ മഹാരസികനായ മനുഷ്യൻ ഇരുന്ന ഉടനെ തന്റെ പോക്കറ്റിൽനിന്നു സ്വർണ്ണവർണ്ണമായ ഒരു ചുരുട്ടുകേസ് (ചെറിയ പെട്ടി) എടുത്തു തുറന്ന് ഒരു ചുരുട്ടു താൻ എടുത്തു കേസ്സു മാധവനു വെച്ചുകാണിച്ചു. താൻ ചുരുട്ടു വലിക്കാറില്ലെന്ന് ഇംക്ലീഷ് സമ്പ്രദായപ്രകാരം ഉപചാരത്തോടെ മാധവൻ പറഞ്ഞപ്പോൾ തനിക്കു വലിക്കുന്നതിന്നു വിരോധമുണ്ടോ എന്നു ചോദിച്ചതിന്ന് ഒട്ടും ഇല്ലെന്നു മാധവൻ ആദരവോടെ പറകയും അദ്ദേഹം ഉടനെ ചുരുട്ടു വലിക്കാൻ തുടങ്ങുകയും ചെയ്തു. കുറെ കഴിഞ്ഞശേഷം അയാൾ മാധവനോട്; 'താങ്കൾ എവിടെനിന്നു വരുന്നു? എങ്ങോട്ടു പോവുന്നു? ഈ ദിക്കിൽ മുമ്പു സഞ്ചരിച്ചിട്ടില്ലെന്നു തോന്നുന്നു.'

മാധവൻ: ഞാൻ ഇപ്പോൾ കല്ക്കത്താവിൽനിന്നാണു വരുന്നത്. ഒരു സ്നേഹിതനെ കാണാൻ പോവുന്നു. എന്റെ രാജ്യം മലയാളമാണ്-മദിരാശിസംസ്ഥാനത്തിൽ. ഈ വടക്കേ ഇൻഡ്യാ സഞ്ചരിച്ചു കാണാൻ വന്നതാണ്. താങ്കളുമായി പരിചയമാവാൻ എടവന്നത് എന്റെ ഒരു ഭാഗ്യം എന്നു ഞാൻ വിചാരിക്കുന്നു.

സുന്ദരപുരുഷൻ: അതെ, ഞാനും അങ്ങിനെതന്നെ വിചാരിക്കുന്നു. താങ്കളുടെ വല്ല സ്നേഹിതന്മാരോ ആൾക്കാരോ ഉണ്ടോ; അല്ല, താനേ പുറപ്പെട്ടുവോ?

മാധവൻ: ഒരാളുമില്ല; ഞാൻ താനേ ഉള്ളൂ.

സുന്ദരപുരുഷൻ: ശരി, ഞാൻ അലഹാബാദിൽ ഒരു സബോർഡി

നേറ്റ് ജഡ്ജിയാണ്. എന്റെ അച്ഛനെ കാണ്മാൻ എന്റെ സ്വന്തരാജ്യത്തേക്കു പോവുകയാണ്. എന്റെ അച്ഛൻ ഒരു വലിയ വർത്തകനാണ്. അദ്ദേഹത്തിന്ന് ഞാൻ ഉദ്യോഗം ചെയ്യുന്നത് അത്ര ഇഷ്ടമില്ല. എന്റെ സ്വന്ത മനസ്സാൽ ഈ ഉദ്യോഗത്തിൽ ഇരിക്കുന്നതാണ്. ഞാൻ ഒന്നാം ക്ലാസ്സു വണ്ടിക്കാണ് ടിക്കറ്റു വാങ്ങീട്ടുള്ളത്. എന്റെ ഭാര്യയും രണ്ടു മക്കളും ആ വണ്ടിയിൽ ഉണ്ട്. വണ്ടിയിൽ ഇരുന്നു മുഷിഞ്ഞ് ഓരോ സ്റ്റേഷനിൽ എത്തിയാൽ എല്ലായ്പോഴും ഞാൻ പ്ലാട്ടുഫോറമിൽ എറങ്ങി നടന്നുകൊണ്ടിരിക്കുകയാണ്. എനിക്ക് ഈ വണ്ടിയിൽ ദൂരയാത്ര ചെയ്യുന്നത് ബഹു ഉപദ്രവാണ്. താങ്കൾ ഈ വണ്ടിയിൽ ഇരിക്കുന്നതു കണ്ടു. കണ്ടപ്പോൾതന്നെ എനിക്കു സംസാരിക്കേണമെന്നു തോന്നി. മുഖം നോക്കിയപ്പോൾ തന്നെ ഇംക്ലീഷ് അറിയാം എന്നു ഞാൻ നിശ്ചയിച്ചു. ഇപ്പോൾ വളരെ സന്തോഷമായി. എന്റെ പേർ ഷിയർ ആലിഖാൻ എന്നാണ്. നിങ്ങൾ ഒരു ബി.എ ആയിരിക്കുമെന്നു ഞാൻ ഊഹിക്കുന്നു.

മാധവൻ: അതെ.

ഷിയർ ആലിഖാൻ: എനിയും ലക്ഷണം പറയട്ടെ? ബി.എൽ. കൂടിയാണ്; അല്ലേ?

മാധവൻ: (ചിറിച്ചുംകൊണ്ട്) അതെ.

ഷിയർ ആലിഖാൻ: ഞാനും ഒരു ഗ്രാഡ്യുവെറ്റാണ്. നിങ്ങൾക്കു നിങ്ങളുടെ സ്നേഹിതനോടുകൂടി എത്രദിവസം താമസമുണ്ട്?

മാധവൻ: ഒരു ദിവസം.

ഷിയർ ആലിഖാൻ: വിശേഷവിധി ആവശ്യം ഒന്നും ഇല്ലെങ്കിൽ നുമ്മൾക്ക് ഒന്നായി എന്റെ രാജ്യത്തേക്കു പോവുക. രാജ്യസഞ്ചാരത്തിന്നു വന്നതല്ലേ? ഇന്ന ദിക്കിൽതന്നെ ഒന്നാമതു പോവേണമെന്നില്ലല്ലൊ. എന്റെ ഭവനത്തിൽ ഒരാഴ്ച താമസിച്ച് ആ രാജ്യത്തിൽ ഉള്ള വിശേഷങ്ങൾ എല്ലാം കണ്ടു പിന്നെ ഇഷ്ടംപോലെ ഏതെങ്കിലും ദിക്കിലേക്കു പോകാമല്ലൊ.

മാധവൻ: ഞാൻ ഒരു സ്നേഹിതനെ കാണാമെന്നുവെച്ചിട്ടുണ്ട്. അതുകൊണ്ട് അദ്ദേഹത്തിന്റെ വാസസ്ഥലത്ത് ഒന്നാമതു പോവണം എന്നു പറഞ്ഞതാണ്.

ഷിയർ ആലിഖാൻ: നിങ്ങൾക്ക് ഈ ദിക്കുകളിൽ ആരും പരിചയമില്ലെന്നു ഞാൻ ധരിച്ചു. ആരാണു സ്നേഹിതൻ?

മാധവൻ: ഗോപീനാഥബാനർജി: അദ്ദേഹത്തിനെ ഞാൻ ഇയ്യടെ കല്ക്കത്താവിൽനിന്ന് യദൃച്ഛയാ കണ്ടു പരിചയമായതാണ്. അദ്ദേഹം കല്ക്കത്താ വിടുമ്പോൾ എന്നെ ക്ഷണിച്ചിട്ടുണ്ടായിരുന്നു. അതുപ്രകാരം പോവുന്നതാണ്.

ഷിയർ ആലിഖാൻ: ഓ! മിസ്ര ഗോപീനാഥബാനർജി എന്റെ വലിയ ഒരു ഇഷ്ടനാണ്. എന്റെ അച്ഛന്റെയും ഇഷ്ടനാണ്. ഞാൻ കുറെ ദിവസമായി അദ്ദേഹത്തിനെ കണ്ടിട്ടില്ലാ. അദ്ദേഹം വളരെ നല്ല മനുഷ്യനാണ്. വലിയ വർത്തകനാണ്. താങ്കൾ അദ്ദേഹത്തിന്റെ സ്നേഹിതനാണെന്ന്

അറിയുന്നതിൽ എനിക്കു സന്തോഷം. എന്നാൽ ഞാൻ അദ്ദേഹത്തിന് ഒരു എഴുത്തു തരാം. അദ്ദേഹത്തെയും ക്ഷണിച്ചുകളയാം. നിങ്ങൾ രണ്ടു പേരും കൂടി ഒന്നായി എന്റെ രാജ്യത്തേക്കു വരുന്നത് എനിക്കു വലിയ സന്തോഷം. ഞാൻ നാലുമാസത്തെ കല്പനയെടുത്തു പോവുന്നതാണ്. നാലുമാസങ്ങൾക്കുള്ളിൽ എപ്പോഴെങ്കിലും നിങ്ങൾ വരുന്നതായാൽ എനിക്കു വളരെ സന്തോഷം.

മാധവൻ: അങ്ങിനെതന്നെ-വരാം.

ഇങ്ങിനെ അവർ വർത്തമാനങ്ങൾ പറഞ്ഞുകൊണ്ടിരിക്കുമ്പോഴേക്കു വണ്ടി വേറെ ഒരു വലിയ സ്റ്റേഷനിൽ എത്തി. ആ സ്റ്റേഷനിൽ ഉള്ള തിരക്ക് ഏതുപ്രകാരം എന്നു പറഞ്ഞുകൂടാ. വണ്ടി ഇവിടെ എത്തുമ്പോഴെയ്ക്കു സൂര്യാസ്തമനമായിരിക്കുന്നു. സ്റ്റേഷനിൽ പ്ലാറ്റുഫോറത്തിൽ എങ്ങും ജനങ്ങളും സാമാനങ്ങളും നിറഞ്ഞിരിക്കുന്നു. അന്യോന്യം നിലവിളിച്ചു പറഞ്ഞാൽകൂടി കേൾപ്പാൻ പ്രയാസം. വണ്ടി സ്റ്റേഷനിൽ നിന്ന ഉടനെ സബോർഡിനേറ്റ് ജഡ്ജി ഷിയർ ആലിഖാൻ അവർകൾ മാധവന്റെ കൈയും പിടിച്ചു വണ്ടിയിൽ നിന്നു പ്ലാറ്റുഫോറത്തിലേക്ക് എറങ്ങി. “പിയോൻ, പിയോൻ” എന്ന് ഉറക്കെ വിളിച്ചു അപ്പോൾ ഒരു കുപ്പായവും പിഗിഡിയും അരപ്പട്ടയും മറ്റും ഇട്ടു മുറുക്കിയ ഒരു താടിക്കാരൻ അതികൂറ്റൻ പട്ടാണി അടുത്ത ഒരു വണ്ടിയിൽ നിന്നു പുറത്തു ചാടി. “സാബ്ബ്” എന്ന് അതിഭയഭക്തിയോടെ പറഞ്ഞുകൊണ്ട് സബ്ബ ജഡ്ജി അവർകളുടെ അടുക്കെ വന്നുനിന്നു.

ഷിയർ ആലിഖാൻ: “നീ ഈ വണ്ടിയിൽ കയറി ഇദ്ദേഹത്തിന്റെ ഈ സാമാനങ്ങൾ എല്ലാം നോക്കി ബന്തോവസ്തായി ഇവിടെ ഇരിക്കണം. ഞങ്ങൾ റിപ്രെഷമണ്ട് റൂമിൽ (പലഹാരങ്ങൾ മുതലായതു സായ്വന്മാർക്കും മറ്റും തെയ്യാറാക്കിവെച്ചിരിക്കുന്ന മുറിയിൽ) പോയിവരട്ടെ” എന്നു പറഞ്ഞു.

“ഹോ-സാബ്ബ്,” എന്നു പറഞ്ഞ് അവൻ മാധവൻ ഇരുന്ന വണ്ടിക്കകത്തുപോയി സാമാനങ്ങളുടെ അടുക്കെ ബഹുജാഗ്രതയോടെ നിന്നു.

സബോർഡിനേറ്റ് ജഡ്ജി അവർകൾ മാധവന്റെ കൈവിടാതെ പിടിച്ചും കൊണ്ട് ഓരോ നേരംപോക്കും പറഞ്ഞു റിപ്രെഷമെണ്ട് റൂമിലേക്കു കടന്നു.

ഷിയർ ആലിഖാൻ: എന്താണ് നമ്മൾ തിന്നുന്നത്? (എന്നു മാധവനോട്)

മാധവൻ: താങ്കളുടെ ഇഷ്ടംപോലെ.

ഷിയർ ആലിഖാൻ: മാംസാഹാരങ്ങൾക്കും വൈനിനും താങ്കൾക്കു വിരോധമില്ലായിരിക്കും.

മാധവൻ: വിരോധമില്ലാ.

ഷിയർ ആലിഖാൻ: ശരി; ബോയി ബോയി. എന്നു വിളിച്ചു.

ബോയി, “എസ്സാർ” എന്നു നിലവിളിച്ചുകൊണ്ട് ഓടിയെത്തി.

ഷിയർ ആലിഖാൻ: "മട്ടൻചോപ്പ്സ്, കട്ട്ളസ്റ്റ്, ബ്രെഡ്, ചീസ്സ്, ഷെറി വയിൻ ഇതുകൾ കൊണ്ടുവാ" എന്നു കല്പിച്ചു.

ബോയി, "എസ്സാർ" എന്നു പറഞ്ഞു കല്പിച്ച സാധനങ്ങൾ കൊണ്ടു വരാൻ ഓടിപ്പോയി.

സബ്ബ്ജഡ്ജി അവർകളും മാധവനും ഓരോ കസാലയിന്മേൽ ഇരുന്നു. ഉടനെ സബ്ബ്ജഡ്ജി അവർകൾ കസാലമേൽനിന്ന് എഴുനീറ്റ് "ഓ, എന്റെ മകനെക്കൂടി ഞാൻ കൂട്ടിക്കൊണ്ടുവരട്ടെ. അവൻ ഒന്നാം ക്ലാസ്സ് വണ്ടിയിൽ അവന്റെ അമ്മയോടുകൂടി ഇരിക്കുന്നു. ഞാൻ ആ വണ്ടിയിൽനിന്ന് എറങ്ങുമ്പോൾതന്നെ അവൻ ശാഠ്യം പിടിച്ച് ഒന്നിച്ചു വരാൻ കരഞ്ഞു. എന്നോടു കൂടിയല്ലാതെ ആ ചെക്കൻ ഭക്ഷണം കഴിക്കയില്ലാ. ഞാൻ ഒരു നിമിഷത്തിലകത്തു വരും," എന്നു പറഞ്ഞ് ഗഡിയാൾ ഒന്ന് എടുത്തു നോക്കി, "എനി വണ്ടിപുറപ്പെടാൻ പതിനാലു മിനിട്ട് ഉണ്ട്," എന്നു പറഞ്ഞു സബ്ബ്ജഡ്ജി വേഗം പുറത്തേക്കുപോയി. കുട്ടിയെ കൊണ്ടുവരാൻ പോയതു മാധവന് അതിസന്തോഷമായി. മാധവൻ അവിടെ ഇരുന്നു. അപ്പോഴേയ്ക്കു ബട്ട്ളർ കല്പനപ്രകാരം ഓരോ സാധനങ്ങൾ കൊണ്ടുവന്നു വെച്ചുതുടങ്ങി. മാധവൻ സബ്ബ്ജഡ്ജിയുടെ വരവും കാത്തിരുന്നു. അഞ്ചുമിനിട്ടു കഴിഞ്ഞു-ആറു കഴിഞ്ഞു-എഴ്-എട്ട്-ഒമ്പത്-പത്തുമിനിട്ടായി. അപ്പോൾ മാധവൻ എണീട്ട് 'അദ്ദേഹം എന്താണു വരാത്തത്' എന്ന് ആലോചിച്ചു. അടുക്കെ നില്ക്കുന്ന ബട്ട്ളർ "എനി നാലു മിനിട്ടേ ഉള്ളു. ഈ സാധനങ്ങൾ എല്ലാം ആറി ചീത്തയായിത്തുടങ്ങി," എന്നു പറഞ്ഞു.

മാധവൻ, "അദ്ദേഹം വന്നില്ലല്ലൊ," എന്നു പറഞ്ഞു പുറത്തേക്ക് ഇറങ്ങി-ആദ്യം ഒന്നാംക്ലാസ്സുവണ്ടികൾ കെട്ടിയ ദിക്കിലേക്കു ഓടി. ആ വണ്ടികളുടെ വാതുക്കൾ എല്ലാം പോയി, "മിസ്റ്റർ ഷിയർ ആലിഖാൻ സബ്ബജഡ്ജി!-ഷിയർ ആലിഖാൻ സബ്ബ് ജഡ്ജി!" എന്ന് ഉറക്കെ വിളിച്ചു. ആരും ഉരിയാട്ടില്ല. മാധവൻ വല്ലാതെ ഒന്നു പരിഭ്രമിച്ചു. താൻ കയറിയ വണ്ടിയിൽ വന്നുനോക്കുമ്പോൾ അവിടെ വെച്ചിരുന്ന തന്റെ വകയാതൊരു സാമാനങ്ങളേയും കണ്ടില്ല. പിയാനുമില്ലാ സബ്ബ്ജഡ്ജിയുമില്ലാ. സാമാനങ്ങൾ എല്ലാം ആ തടിച്ച പ്യൂൺ എടുത്തു കൊണ്ടുപോയി എന്ന് വണ്ടിയിൽ ഉണ്ടായിരുന്ന ഇംക്ലീഷ് അറിഞ്ഞുകൂടാത്ത ചില വഴിയാത്രക്കാർ കൈകൊണ്ടും മറ്റും കാണിച്ചു മാധവനെ മനസ്സിലാക്കി. മാധവൻ പിന്നെയും എന്തിനാണെന്നും എവിടേക്കാണെന്നും മാധവനുതന്നെ നിശ്ചയമില്ലാതെ പ്ലാട്ടുഫോറത്തിൽ അങ്ങോട്ടും ഇങ്ങോട്ടും ഒരു ഭ്രാന്തന്റെ മാതിരി ഓടി. അപ്പോഴേക്കും വണ്ടി എളകി പോകയും ചെയ്തു.

മാധവന് അപ്പോൾ ഉണ്ടായ പരിഭ്രമവും വ്യസനവും മതിയാകും വണ്ണവും ശരിയാകുംവണ്ണവും പറഞ്ഞ് എന്റെ വായനക്കാരെ ധരിപ്പിപ്പാൻ എന്നാൽ പ്രയാസം. താൻ അപ്പോൾ ഇട്ടിട്ടുള്ള കുപ്പായവും തൊപ്പിയും കാലൊറയും ബൂട്ട്സും ഒരു ചെറിയ ഉറുമാലും രണ്ട് ഉറുപ്പികയ്ക്കോ മറ്റോ ചില്ലറയും ഒരു റിവോൾവർ പോക്കറ്റിൽ ഉണ്ടായിരുന്നതും താൻ

എല്ലായ്പോഴും ധരിച്ചുവരുന്ന ഒരു സാധാരണ ഗഡിയാളും ഒരു റെയിൽവെടിക്കറ്റും ഒഴികെ മറ്റു സകലസാധനങ്ങളും പോയി. പോയ സാധനങ്ങളിൽ ഏറ്റവും വിലപിടിച്ച സാധനങ്ങൾ, ബാബു ഗോവിന്ദസേൻ കൊടുത്ത പൊൻഗഡിയാളും ചങ്ങലയും ഒരു വിലയുള്ള ദന്തത്തിന്റെ എഴുത്തുപെട്ടിയും വിശേഷമായ നീരാളത്തിന്റെ ഉടുപ്പുകളും ആണ്. പാവം! സാധു മാധവൻ അന്ധനായി പ്ലാട്ടുഫോമിൽ കുറെ നിന്നു-വണ്ടിയും പോയി. സ്വത്തുക്കൾ സകലവും അലഹബാദിലെ സബ്ബ് ജഡ്ജിയും കൊണ്ടുപോയി.

ഈ ഷിയർ ആലിഖാൻ എന്നു കള്ളപ്പേർ പറഞ്ഞ പെരുങ്കള്ളൻ ഈവക പ്രവൃത്തിയിൽ വളരെ പണം തട്ടിപ്പറിച്ചവനാണ്. മാധവനെ ഇവനും ഇവന്റെ കൂട്ടരുംകൂടി വൈകുന്നേരം പലഹാരം കഴിപ്പാൻ എറങ്ങിയ സ്റ്റേഷനിൽവെച്ചു കണ്ടു. ദിക്കു പരിചയമില്ലാത്തവനാണെന്നു മനസ്സിലായി, തന്റെ കൂറ്റുകള്ളന്മാർ രണ്ടാളോടുകൂടി മുമ്പു പറഞ്ഞ വേഷം കെട്ടി പുറപ്പെട്ടു നുമ്മടെ മഹാശുദ്ധാത്മാവായ മാധവനെ ഇങ്ങിനെ ചതിച്ചതാണ്. ആ കള്ളന്മാർ മാധവന്റെ വണ്ടിയിൽനിന്നു സാമാനവും എടുത്തു സ്റ്റേഷനിൽനിന്നു കുതിച്ച് ഓടിപ്പൊയ്ക്കളകയും ചെയ്തു.

എനി എന്തു നിവൃത്തി ഈശ്വരാ! എന്നു വിചാരിച്ചു മാധവൻ ഓടി സ്റ്റേഷൻമാസ്റ്ററുടെ മുറിയിൽ ചെന്നു.

മാധവൻ: ഇതാ എന്റെ സാമാനങ്ങൾ എല്ലാം കളവുപോയിരിക്കുന്നു. ഞാൻ അന്യരാജ്യക്കാരനാണ്. എന്നെ ദയവുചെയ്തു സഹായിക്കണേ!

സ്റ്റേഷൻമാസ്റ്റർ: പൊല്ലീസ്സുകാരോടു പോയി പറയൂ.

മാധവൻ: പൊല്ലീസ്സുകാരെ ആരെയും കാണുന്നില്ലാ.

സ്റ്റേഷൻമാസ്റ്റർ: അതിനു ഞാനെന്തുചെയ്യും?

മാധവൻ: ഞാൻ അന്യദിക്കുകാരനാണ്.

സ്റ്റേഷൻമാസ്റ്റർ: അതിനു ഞാനെന്തുചെയ്യും?

മാധവൻ: എനിക്ക് ഈ ദിക്കിൽ ആരും പരിചയമില്ല.

സ്റ്റേഷൻമാസ്റ്റർ: അതിനു ഞാനെന്തുചെയ്യും?

മാധവൻ: നിങ്ങൾ എനിക്കു വല്ല സഹായവും ചെയ്യാഞ്ഞാൽ ഞാൻ വളരെ കുഴങ്ങിപ്പോവുമല്ലോ.

സ്റ്റേഷൻമാസ്റ്റർ: പൊല്ലീസ്സുകാരോടു പോയി പറയൂ. പോട്ടർ, ഈ മനുഷ്യനു പൊല്ലീസ്സുകാരെ കാണിച്ചു കൊടുക്കൂ. ഇവിടെ പൊല്ലീസ്സുകാർ ആരും ഇല്ലെങ്കിൽ പൊല്ലീസ്സുകച്ചേരി കാണിച്ചുകൊടുക്കൂ.

പ്ലാട്ടുഫോറത്തിൽ പൊല്ലീസ്സുകാരെ കണ്ടില്ലാ. പൊല്ലീസ്സുകച്ചേരിയിൽ ചെന്നപ്പോൾ അവിടെ വാതിൽ അടച്ചിരിക്കുന്നു. ആ ദിക്കിൽ നുമ്മളുടെ ബ്രിട്ടീഷ് ഇൻഡ്യയിലെ പൊല്ലീസ്സുകാർ അല്ല. ഈ കളവു പോയതും ബ്രിട്ടീഷ് ഇൻഡ്യയ്ക്കു പുറത്ത് ഒരു രാജ്യത്തുവെച്ചാണ്. മാധവന്റെ പിന്നാലെ തന്നെ ഹോട്ടലിലെ ബട്ളർ കൂടിയിരിക്കുന്നു. “സാമാനം ഉണ്ടാക്കിയതിന്ന് ഒന്നര ഉറുപ്പിക ചാർജ്ജുണ്ട്-വേണമെങ്കിൽ തിന്നോളണം, പണം തരണം.” എന്നു പറഞ്ഞു പിന്നാലെ വരുന്നു.

മാധവൻ: ഞാൻ സാധനങ്ങൾക്കൊന്നും ആവശ്യപ്പെട്ടിട്ടില്ല. ആ കള്ളനല്ലേ പറഞ്ഞത്? ഞാൻ എന്തിനാണു പണം തരുന്നത്?

ബട്ളർ: നിങ്ങളാണു പറഞ്ഞത്. നിങ്ങൾ പണം തരണം. എന്നു പറഞ്ഞു പിന്നെയും പിന്നാലെ വിടാതെ കൂടി.

പൊലീസ്സുകാരെ ഒരാളെയും കാണാത്തതിനാൽ മാധവൻ പിന്നെയും തീവണ്ടിസ്റ്റേഷനിലേക്കുതന്നെ മടങ്ങിവന്നു. സ്റ്റേഷൻമാസ്റ്ററുടെ അടുക്കെ പോയി.

മാധവൻ: പൊല്ലീസ്സുകാരെ ആരെയും കാണുന്നില്ല.

സ്റ്റേഷൻമാസ്റ്റർ: അതിനു ഞാൻ എന്തുചെയ്യും?

ബട്ളർ: (സ്റ്റേഷൻമാസ്റ്ററോട്) അദ്ദേഹം ഹോട്ടലിൽ വന്നു സാമാനങ്ങൾക്കു കല്പനകൊടുത്തു. ഉണ്ടാക്കിക്കൊണ്ടുവന്നശേഷം ഇപ്പോൾ വില തരുന്നില്ലാ.

സ്റ്റേഷൻമാസ്റ്റർ: (മാധവനോട്) അത് എന്താണു കൊടുക്കാത്തത്?

മാധവൻ: നിങ്ങൾ കല്പിച്ചാൽ കൊടുക്കാം. എന്റെ കൈയിൽ ഉള്ള മുഴുവൻ പണവും കൊടുക്കാം. എന്നാൽ നിങ്ങൾ എനിക്ക് ഒരു ഉപകാരം മാത്രം ചെയ്യണം. ഞാൻ ഇങ്ങിനെ സങ്കടത്തിൽപ്പെട്ട ഒരു മനുഷ്യനല്ലേ-എന്റെ സ്നേഹിതന് ഒരു ടെലിഗ്രാം (കമ്പിവർത്തമാനം) അയച്ചുതരണം.

സ്റ്റേഷൻമാസ്റ്റർ: നേരം ആറുമണി കഴിഞ്ഞുവല്ലൊ. ആരാണ് സ്നേഹിതൻ?

മാധവൻ: മിസ്റ്റർ ഗോപീനാഥബാനർജി എന്റെ ഒരു സ്നേഹിതനാണ്. അദ്ദേഹത്തിനെ കാണ്മാനാണു ഞാൻ പോവുന്നത്. അദ്ദേഹത്തിന്ന് ഒരു കമ്പി ഇപ്പോൾതന്നെ അയച്ചുതരണം.

'ഗോപീനാഥബാനർജി' എന്ന പേരുകേട്ടപ്പോൾ എന്തോ സ്റ്റേഷൻമാസ്റ്ററുടെ പ്രകൃതം ഒന്നു വല്ലാതെ മാറി. ആ കോടീശ്വരന്റെ സ്വന്തം ആളാണ് ഈ സ്റ്റേഷൻമാസ്റ്റർ. ബഹുവിധമായ സാമാനങ്ങൾ ഈ സ്റ്റേഷനിൽകൂടി അദ്ദേഹത്തിന്നുവേണ്ടി ദിവസംപ്രതി വന്നും പോയിക്കൊണ്ടും ഇരിക്കും. വളരെ പണം സ്റ്റേഷൻമാസ്റ്റർക്ക് അദ്ദേഹത്തോടു സമ്മാനമായിട്ടും മറ്റും കിട്ടിവരുന്നുണ്ട്. അത്രയുമല്ല, ഒരു കുറി എന്തോ ഒരു വികടം കാണിച്ചതിനാൽ ഈ സ്റ്റേഷൻമാസ്റ്ററുടെ കാല്ക്കു ചങ്ങലവരാൻ പോയത് അദ്ദേഹത്തിന്റെ ദയയാൽ ഇല്ലാതെ ആയിരിക്കുന്നു. ഗോപീനാഥബാനർജി എന്നുവെച്ചാൽ ആ സ്റ്റേഷൻമാസ്റ്റർക്ക് ഒരു ഈശ്വരനെപ്പോലെയാണ്, ആ പേരു പറഞ്ഞുകേട്ട ഉടനെ അദ്ദേഹം ഇരിപ്പിടത്തിൽ നിന്ന് എണീട്ടു.

സ്റ്റേഷൻമാസ്റ്റർ: താങ്കൾ അദ്ദേഹത്തിന്റെ സ്നേഹിതനോ? അദ്ദേഹത്തിന്റെ അടുക്കലേക്കു പോവുന്നുവോ? പോട്ടർ, കസാല കൊണ്ടുവാ. ഇരിക്കിൻ. ടെലിഗ്രാം ഈ നിമിഷം അയയ്ക്കാം. അദ്ദേഹത്തിന്റെ ഒരു ടെലിഗ്രാമിന് ഇപ്പോൾ ഞാൻ മറുവടി അയച്ചതേ ഉള്ളൂ. അദ്ദേഹം

അദ്ദേഹത്തിന്റെ സ്ഥലത്തുള്ള റെയിൽവേസ്റ്റേഷനിൽത്തന്നെ ഇപ്പോൾ ഉണ്ടായിരിക്കണം. ടെലിഗ്രാം വേഗം എഴുതിത്തരികേ വേണ്ടൂ.

മാധവൻ ഉടനെ ടെലിഗ്രാം എഴുതി സ്റ്റേഷൻമാസ്റ്റൻവശം കൊടുത്തു.

സ്റ്റേഷൻമാസ്റ്റർ അഞ്ചുനിമിഷത്തിലകത്തു മറുപടി വരുത്തിത്തരാമെന്നു പറഞ്ഞു ടെലിഗ്രാം അടിച്ചു. മാധവനു കുറെ ചായയും മറ്റും ക്ഷണം വരുത്തിക്കൊടുത്തു. ഉടനെ പൊലീസ്സുകാരുടെ അടുക്കെ ആളെ അയച്ചു. വേണ്ടതെല്ലാം ചെയ്തു. പണത്തിന്നു ചോദിച്ച ഹോട്ടെൽ ബട്ളറെ തല്ക്കാലം കണ്ടതേ ഇല്ലാ. കഷ്ടിച്ച് ഒരുഅരമണിക്കൂർ കഴിഞ്ഞപ്പോൾ മറുവടി ടെലിഗ്രാം എത്തി. സ്റ്റേഷൻമാസ്റ്റർക്ക്, നേരെ താഴെ പറയുന്നപ്രകാരമായിരുന്നു ടെലിഗ്രാം.

“മലബാറിൽ നിന്നു വരുന്ന മാധവന്റെ ടെലിഗ്രാം കിട്ടി. ഇദ്ദേഹം എന്റെ പ്രാണപ്രിയനായ ഒരു മനുഷ്യനാണ്. ഇദ്ദേഹത്തിന്നു വേണ്ട സകല ഉപചാരങ്ങളും ചെയ്ത് വളരെ സുഖമാക്കി താങ്കൾ ഇന്നു രാത്രി അവിടെ പാർപ്പിക്കണം. മാധവന്റെ ടെലിഗ്രാം ഇവിടെ കിട്ടുമ്പോൾ ഇവിടുന്ന് അങ്ങോട്ടുള്ള ഒടുവിലത്തെ വണ്ടി പോയിരിക്കുന്നു. അല്ലെങ്കിൽ ‘ഈ രാത്രിയിൽതന്നെ’ ഞാൻ അവിടെ എത്തുമായിരുന്നു. മാധവനോട് അശേഷം വ്യസനിക്കരുതെന്നു താങ്കൾ പറയണം. താങ്കൾ അയാളുടെ കൂടെത്തന്നെ സകല ഉപചാരങ്ങളും ചെയ്തു ഞാൻ എത്തുന്നവരെ ഇരിക്കണം. ഞാൻ നാളെ ഒന്നാമത്തെ വണ്ടിക്ക് അവിടെ എത്തും. പൊലീസ്സിന്ന് ഇപ്പോൾതന്നെ അറിവുകൊടുക്കണം. അതൊന്നും മാധവനറിയേണ്ട-വേണ്ടത് സകലം നിങ്ങൾ തന്നെ ചെയ്യണം.”

ഈ ടെലിഗ്രാം എത്തിയശേഷം സ്റ്റേഷൻമാസ്റ്റർ മാധവനു ചെയ്ത ഉപചാരങ്ങളും ആദരവുകളും ഒരു രാജാവിനോ വലിയ പ്രഭുവിനോകൂടി അദ്ദേഹം ചെയ്യുമോ എന്നു സംശയമാണ്.

ഉടനെ പൊലീസ്സിന്ന് ആളെ അയച്ചു. മാധവനു ഹോട്ടലിൽ കിടക്ക, കട്ടിൽ, മേശ, കസാല മുതലായ പലേ സാമാനങ്ങൾ ഉള്ള ഒരു വലിയ മുറി ഒഴിച്ചു അതിൽ ഇരിപ്പാൻ ശട്ടമാക്കി. ഒരു കാൽമണിക്കൂറിന്നുള്ളിൽ ആ ദിക്കിലെ പൊലീസ്സിന്റെ ഒരു ഹെഡ്ഡാപ്സരും കുറെ ശിപായിമാരും കൂടി എത്തി. ഹെഡ്ഡാപ്സർ ഒരു മുസൽമാനാണ്; അതിഭയങ്കരവേഷം, സ്റ്റേഷനിൽ എത്തിയ ഉടനെ സ്റ്റേഷൻമാസ്റ്ററോട്,

ഹെഡ്ഡാപ്സർ: കളവുപോയത് ആർക്കാണ്? എത്ര മുതൽ പോയി?

സ്റ്റേഷൻമാസ്റ്റർ: മലയാളത്തിൽനിന്ന് ഒരു രാജാവു വന്നിരിക്കുന്നു. അദ്ദേഹത്തിന്റെ വക ഒരുലക്ഷം ഉറുപ്പികയ്ക്കു മുതൽ പോയിപ്പോയി. ഗോപീനാഥബാനർജിയുടെ ഇഷ്ടനാണ് ഈ രാജാവ്. ഈ അകത്തിരിക്കുന്നുണ്ട്-വലിയ രാജാവാണ്. വിവരത്തിന്ന് ഗോപീനാഥബാനർജിക്ക് അദ്ദേഹംതന്നെ ടെലിഗ്രാം അയച്ചു. അതിനുവന്ന മറുവടി എനിക്കാണ്. ഇതാ നോക്കിൻ.

എന്നു പറഞ്ഞു ടെലിഗ്രാം ഹെഡ്ഡാപ്സറെ പക്കൽ കൊടുത്തു.

സ്റ്റേഷൻമാസ്റ്റർ പറഞ്ഞതെല്ലാം മാധവൻ അകായിൽനിന്നു കേട്ടു. വളരെ വ്യസനത്തിലാണ് തന്റെ അപ്പോഴത്തെ സ്ഥിതി എങ്കിലും, താൻ മലയാളത്തിലെ ഒരു രാജാവാണെന്നും ലക്ഷം ഉറുപ്പികയുടെ മുതൽ കളവുപോയി എന്നും സ്റ്റേഷൻമാസ്റ്റർ പറഞ്ഞതു കേട്ടപ്പോൾ മാധവൻ ഉറക്കെ ചിരിച്ചുപോയി.

ഹെഡാപ്സർ ടെലിഗ്രാം വായിച്ചു തല ഒന്നു കുലുക്കി സ്റ്റേഷൻമാസ്റ്ററോട്,

ഹെഡാപ്സർ, "എനിക്കു രാജാവിനെ ഒന്നു കാണണം. അന്യായത്തിന്റെ വിവരം കുറിച്ചെടുക്കണം" എന്നു പറഞ്ഞു.

സ്റ്റേഷൻമാസ്റ്റർ അകത്തുപോയി ഹെഡാപ്സരോട് അകത്തേക്കു വരാമെന്നു പറഞ്ഞശേഷം അതികൂറ്റനായ ഈ തുലുക്കൻ ഉദ്യോഗസ്ഥൻ അകത്തേക്കു കടന്നു വളരെ ഭക്തിയോടെ മാധവന് ഒരു സെലാം ചെയ്തു കൈകൾ രണ്ടും താഴ്ത്തി ഡ്രിൽ ചെയ്‌വാൻ നില്ക്കുമ്പോലെ മാധവന്റെ മുമ്പാകെ നിന്നു.

മാധവൻ വേഗം കസാലയിൽമ്മേൽനിന്ന് എണീറ്റ് ഇദ്ദേഹത്തിന്റെ കൈ പിടിച്ച്, "താങ്കളെ കണ്ടത് വളരെ സന്തോഷമായി," എന്നു പറഞ്ഞ് അടുക്കെ കസാലമേൽ ഇരുത്തി വളരെ താഴ്മയോടെ സംസാരിച്ചു. ഈ ഉദ്യോഗസ്ഥനു മാധവനെപ്പറ്റി വളരെ ബഹുമാനവും സന്തോഷവും തോന്നി.

ഉദ്യോഗസ്ഥൻ: രാജാവവർകൾക്ക് ഈ വ്യസനം വന്നതിൽ ഞാൻ വളരെ വ്യസനിക്കുന്നു. എന്നാൽ കഴിയുന്നതു ശ്രമിച്ച് ഈ കുറ്റം തുമ്പുണ്ടാക്കാൻ നോക്കാം.

മാധവൻ: ഞാൻ രാജാവല്ലാ.

ഇതു പറഞ്ഞു കേട്ടപ്പോൾ സ്റ്റേഷൻമാസ്റ്റർക്ക് വളരെ ദേഷ്യം തോന്നി-കുറ്റമല്ലാ ഈ പൊട്ടച്ചാരുടെ മുതൽ കട്ടുപോയത് എന്നു മനസ്സിൽ നിശ്ചയിച്ചു.

മാധവൻ: ഞാൻ രാജാവല്ല, മലയാളത്തിലെ ഒരു നായരാണ്. ഗവർമ്മേണ്ടിൽ ഉദ്യോഗമാണ്.

ഉദ്യോഗസ്ഥൻ: ശരി, മുതൽ എത്ര പോയിട്ടുണ്ട്?

മാധവൻ: വില തിട്ടമായി പറവാൻ സാധിക്കയില്ല.

സ്റ്റേഷൻമാസ്റ്റർ: വളരെ മുതൽ പോയിട്ടുണ്ട്. വളരെ വളരെ.

മാധവൻ: ഏറെയും കുറയുമായി ഒരു രണ്ടായിരം ഉറുപ്പികയുടെ മുതൽ ഉണ്ടായിരിക്കാം. പോയ സാധനങ്ങളിൽ വില ഏറിയത് എല്ലാം എനിക്കു കല്ക്കത്താവിൽനിന്നു പുറപ്പെടുമ്പോൾ മഹാരാജശ്രീ ഗോവിന്ദസേൻ സമ്മാനമായി തന്നതായിരുന്നു. അതുകളുടെ വില എനിക്കു നിശ്ചയമില്ലാ.

ഉദ്യോഗസ്ഥൻ: ഗോവിന്ദസേനും ഇവിടുത്തെ സ്നേഹിതനോ?

മാധവൻ: അതെ.

ഉദ്യോഗസ്ഥൻ: കളവുണ്ടായ വിവരം ഒന്നു പറഞ്ഞുകേട്ടാൽ കൊള്ളാമായിരുന്നു.

മാധവൻ ഉണ്ടായ സംഗതികൾ എല്ലാം വിവരമായി പറഞ്ഞു. ഉദ്യോഗസ്ഥൻ കേട്ടശേഷം ഒരു പത്തുമിനിട്ട് ഒന്നും മിണ്ടാതെ യോഗീശ്വരന്മാർ ധ്യാനത്തിന്ന് ഇരുന്നാലത്തെ സമ്പ്രദായത്തിൽ നിശ്ചഞ്ചലനായി ആലോചിച്ചു. ആലോചനയുടെ അവസാനത്തിൽ ഒരു മന്ദഹാസം ചെയ്തു. വാതുക്കൽ നില്ക്കുന്ന തന്റെ പ്രധാന ശിപായിയുടെ മുഖത്തേക്ക് ഒന്നു നോക്കി പിന്നെയും ഒരു മന്ദഹാസം ചെയ്തു. തനിക്കു സകല സൂക്ഷ്മവും കിട്ടി എന്നു നടിച്ചുകൊണ്ട്:

ഉദ്യോഗസ്ഥൻ: ഈ കളവുണ്ടായതു ഹോട്ടൽ ബട്ളരുടെ അറിവോടുകൂടിയാണെന്നുള്ളതിലേക്ക് എനിക്ക് ലേശംപോലും സംശയമില്ലാ.

സ്റ്റേഷൻമാസ്റ്റർ: ശരി-ശരി.

പ്രധാനശിപായി: ശരി-ശരി; എനിക്ക് ഒരു അണുമാത്രം സംശയമില്ലാ. അന്യോന്യം മുഖത്തോടുമുഖം നോക്കി. കളവ് ഇത്ര വേഗം തങ്ങളുടെ യജമാനൻ തുമ്പുണ്ടാക്കിയത് ഓർത്തു വളരെ ആശ്ചര്യപ്പെട്ടു. തങ്ങൾക്കു കല്പന കിട്ടാൻ വൈകിയെന്ന ഭാവത്തോടെ ഉദ്യോഗസ്ഥന്റെ മുഖത്തേക്കു നോക്കിക്കൊണ്ടു നിന്നു.

മാധവൻ: ഹോട്ടൽബട്ളരുടെ അറിവ് ഉണ്ടാവാൻ സംഗതി ഉണ്ടെന്ന് എനിക്കു തോന്നുന്നില്ലാ.

സ്റ്റേഷൻമാസ്റ്റർ: (ബഹുദേഷ്യത്തോടെ) താങ്കൾ എനി ഈ കാര്യത്തിൽ ഒന്നും ചെയ്യേണ്ടതില്ലാ. വേണ്ടതെല്ലാം ഉദ്യോഗസ്ഥന്മാർ ചെയ്തു കാര്യം തുമ്പുണ്ടാക്കട്ടെ. ഏകദേശം ലക്ഷം കാര്യങ്ങൾ ഇങ്ങിനെയുള്ളവ തുമ്പുണ്ടാക്കിയ മഹാന്മാരാണ് ഇവർ. അവരുടെ പ്രവൃത്തി അവർ ചെയ്തുകൊള്ളട്ടെ.

മാധവൻ, "അങ്ങനെതന്നെ. എനി ഞാൻ ഒന്നും പറയുന്നില്ല." എന്നു പറഞ്ഞു.

പ്രധാന ഉദ്യോഗസ്ഥൻ ഉടനെ അവിടുന്ന് എഴുനീറ്റു പുറത്തേക്കു വന്നു ഹോട്ടൽ ബട്ളരെ വിളിക്കാൻ പറഞ്ഞു. ബട്ളർ വളരെ ഭയപ്പെട്ടു വിറച്ചുംകൊണ്ട് ഉദ്യോഗസ്ഥന്റെ അടുക്കെ വന്നുനിന്നു.

ഉദ്യോഗസ്ഥൻ: അദ്ദേഹത്തിന്റെ വക മുതൽ നീ കട്ടത് എവിടെ വെച്ചിരിക്കുന്നു? എടുക്ക്.

ബട്ളർ: ഞാനോ, ആരുടെ മുതൽ? കഷ്ടം, ഞാൻ കട്ടുവോ?

ഉദ്യോഗസ്ഥൻ: (ഒരു ശിപായിയോട്) ആ നായിനെ ഇടി.

ബട്ളർ: അയ്യോ!

ഉദ്യോഗസ്ഥൻ: ഇനിയും ഇടി.

ബട്ളർ: അയ്യയ്യോ! അയ്യയ്യോ! ഞാൻ ഒന്നും അറിയില്ലാ.

ഉദ്യോഗസ്ഥൻ: നല്ലവണ്ണം ഇടി-കഴുതെ. നിണക്കു ബലം ഇല്ലെ. പ്രധാന ശിപായീ! നീ ഇടി, ഇടി. തലയ്ക്കു ഇടി.

ബട്‌ളർ: അയ്യോ! അപ്പാ! അപ്പപ്പാ! അപ്പപ്പാ! ചത്തു-ചത്തു-ഞാൻ ചത്തു-ദൈവമേ! എന്നെ കൊന്നു!

ഉദ്യോഗസ്ഥൻ: ഇടിക്ക്. എനിയും ആ നായിനെ ഇടിച്ചു കൊല്ല്.

ബട്‌ളർ: അപ്പാ! എനിക്കു വെള്ളം കുടിക്കണം. ഞാൻ മരിക്കാറായി.

ഉദ്യോഗസ്ഥൻ: അവന്റെ കയ്യി പിടിച്ചു പിന്നോക്കം മുറുക്കിക്കെട്ടി മേലോട്ടു വലിച്ചുപൊന്തിക്ക. മറ്റൊരു ശിപായി അവന്റെ കാൽ മുന്നോട്ടു ബലത്തോടെ വലിക്കട്ടെ.

കല്പിച്ചപ്രകാരം ചെയ്തപ്പോൾ:

ബട്‌ളർ: (വേദന സഹിക്കാൻ പാടില്ലാതെ) അയ്യോ! അയ്യോ! ഞാൻ മുതൽ എടുത്തു തരാം-എടുത്തു തരാം.

ഉദ്യോഗസ്ഥൻ: എവിടെ വെച്ചിരിക്കുന്നു?

ബട്‌ളർ: അവിടെ എങ്ങാനും വെച്ചിട്ടുണ്ട്. എന്നെ ഒന്ന് അഴിച്ചു വിടണം!

ഉദ്യോഗസ്ഥൻ: എവിടെ വെച്ചിരിക്കുന്നു?

ബട്‌ളർ: അയ്യയ്യോ! ഞാൻ കിടക്കുന്ന മുറിയിൽ വെച്ചിട്ടുണ്ട്. കെട്ട് അഴിക്കണേ!

സ്റ്റേഷൻമാസ്റ്റർ: (മാധവനോട്) കണ്ടില്ലേ-കള്ളൻ, ഇവനാണു കട്ടത്. താങ്കൾ മഹാ ദയാബുദ്ധിയാണ്. ഇപ്പോൾ മുതൽ വരുന്നതു കാണാം.

മാധവന് ഇത് അശേഷം ബോദ്ധ്യമായില്ലാ. അവൻ വേദന സഹിക്കാൻ പാടില്ലാത്തതുകൊണ്ടു പറഞ്ഞതാണെന്നു തീർച്ചയായും വിശ്വസിച്ചു! കാര്യവും അതുപോലെതന്നെ. അകത്തേക്കു പോയി ബട്‌ളർ വെറുതെ നിന്നു. അയാൾവശം ഇല്ലാത്ത മുതൽ അയാൾ എങ്ങിനെ എടുത്തു കൊടുക്കും? ഏതെങ്കിലും പിന്നെയും കുറെ അന്വേഷണങ്ങളും മറ്റും ചെയ്തു. ചില പോർട്ടർമാരെയും കൂലിക്കാരെയും എല്ലാം വളരെ അടിച്ചു. ഒന്നും തുമ്പാവാത്തതിനാൽ ഏകദേശം പന്ത്രണ്ടുമണിയായപ്പോൾ ഉദ്യോഗസ്ഥൻന്മാർ വെളിച്ചാവുമ്പോൾ വരാമെന്നു പറഞ്ഞു പോകയും ചെയ്തു.

രാവിലെ ഒന്നാമത്തെ വണ്ടിക്കു ഗോപീനാഥബാനർജി വന്നു. കളവു കാര്യത്തെക്കുറിച്ചു കുറെ അന്വേഷിച്ചു. ഒന്നും തുമ്പുണ്ടായില്ല. പിന്നെയും അന്വേഷിപ്പാൻ ഉദ്യോഗസ്ഥന്മാരെയും മറ്റും ഏല്പിച്ചു മാധവനേയുംകൂട്ടി തന്റെ രാജ്യത്തേക്കു പോന്നു. ഈ വിവരങ്ങൾക്ക് എല്ലാം തന്റെ രാജ്യത്ത് എത്തിയ ഉടനെ ഗോവിന്ദസേന്നു കമ്പി അയച്ചു. അതിന്നു ഗോപീനാഥബാനർജിക്കു വന്ന മറുവടിക്കമ്പി താഴെ ചേർക്കുന്നു:

“മാധവനു നേരിട്ട നിർഭാഗ്യത്തെപ്പറ്റി ഞാൻ വ്യസനിക്കുന്നു. മാധവനു വടക്കൻഇന്ത്യയിൽ സഞ്ചാരത്തിന്നും മടങ്ങി മദിരാശിക്കു പോവാനും ഉള്ള സകല ചിലവുകൾക്കും ആയി രണ്ടായിരം ഉറുപ്പിക മാധവന്റെ അധീനത്തിൽ നിർത്തണം. എന്നാൽ ഉറുപ്പിക ഒന്നായി കൈയിൽ കൊണ്ടുപോവണ്ടാ. തൽക്കാലം ആവശ്യമുള്ളതുമാത്രം

കൈയിൽ രൊക്കം നാണ്യമായി ഇരുന്നോട്ടെ. ശേഷം ആവശ്യമുള്ളത് അല്ലഹാബാദ്, ആഗ്രാ, ഡെൽഹി, ലാഹൂർ ഈ ബാങ്കുകളിൽനിന്ന് അതാതു സമയം വാങ്ങാൻ ചെക്കുകൾ കൊടുക്കണം. മാധവൻ ബൊമ്പായിൽ മടങ്ങിയെത്തുന്നതുവരെ കൂടെസഞ്ചരിക്കാൻ നമ്മുടെ ബൈരാം ഖാനെക്കൂടി അയയ്ക്കണം. അവൻ സഞ്ചരിച്ചു നല്ല പരിചയമുള്ളവനാണ്. മുതലുകൾ പോയതിൽ മാധവൻ അശേഷം വ്യസനിക്കേണ്ടാ എന്നു തീർച്ചയായി മാധവനോടു പറയണം."

ഈ ടെലിഗ്രാം വായിച്ചപ്പോൾ മാധവനു മനസ്സിൽ ഗോവിന്ദസേനെ കുറിച്ച് ഉണ്ടായ ഒരു ബഹുമാനവും ഭക്തിയും എന്റെ വായനക്കാർക്കു തന്നെ അനുമാനിക്കാവുന്നതാണല്ലൊ. എന്നാലും ഗോവിന്ദസേനെക്കൊണ്ട് എനി ഒരു കാശുപോലും തനിക്കുവേണ്ടി ചിലവിടിയിക്കുന്നത് മാധവനു പ്രാണസങ്കടമായി തോന്നി, ഗോപീനാഥബാനർജിയോടു പറയുന്നു.

മാധവൻ: മഹാ ഔദാര്യശാലിയായ ഗോവിന്ദസേൻ അധികംകാലം ലോകത്തിലെ ഗുണത്തിന്നായി ജീവിച്ചിരിക്കട്ടെ. ഞാൻ ഇപ്പോൾ മദിരാശിക്കു മടങ്ങാനാണു വിചാരിക്കുന്നത്. അവിടെ പോയിട്ടു കുറെ ദിവസം കഴിഞ്ഞു ഇങ്ങട്ടു വീണ്ടും വന്നു ഗോവിന്ദസേൻ അവർകളെയും താങ്കളെയും കണ്ടു കൊള്ളാം. എനിക്ക് ഇവിടെനിന്നു മദിരാശിയിലേക്കു വഴിയാത്രയ്ക്കുള്ള പണംമാത്രം ഇപ്പോൾ കിട്ടിയാൽ മതി.

ഗോപീനാഥബാനർജി: അങ്ങിനെതന്നെ. എന്നാൽ ഒരു നാലഞ്ചു ദിവസം എന്റെകൂടെ ഇവിടെ താമസിച്ചിട്ടുപോവാം. എന്നാലേ എനിക്കു സുഖമുള്ളു.

എന്നുപറഞ്ഞതിനെ അനുവദിച്ചു നാലഞ്ചുദിവസംകൂടി അവിടെ താമസിച്ചു.

ഗോവിന്ദപ്പണിക്കരും ഗോവിന്ദൻകുട്ടിമേനോനും ബൊമ്പായിൽ താമസിക്കുന്നതായി മുമ്പത്തെ അദ്ധ്യായത്തിൽ പറഞ്ഞിട്ടുണ്ടല്ലോ. ഗോവിന്ദപ്പണിക്കർക്കു ശരീരത്തിന്ന് ഇപ്പോഴും നല്ല സുഖമായില്ല. ബർമ്മയിലേക്കു പുറപ്പാട് ഇന്ന്, നാളെ, മറ്റെന്നാൾ എന്നുവെച്ചു കഴിയുന്നു. അങ്ങിനെ ഇരിക്കുമ്പോൾ ഒരു ദിവസം ഗോവിന്ദൻകുട്ടിമേനവൻ ബൊമ്പായിൽ എസ്പ്ലെനെഡിനു സമീപം കാറ്റുംകൊണ്ടു നില്ക്കുമ്പോൾ സമീപത്തുകൂടി ബാബു കേശവചന്ദ്രസേൻ കടന്നുപോയി. കേശവചന്ദ്രസേൻ ഗോവിന്ദൻകുട്ടിമേനോന്റെ മുഖം കണ്ടപ്പോൾ മാധവന്റെ മുഖച്ഛായപോലെ തോന്നി. തിരിയെ ഇങ്ങട്ടുതന്നെ മടങ്ങി ഗോവിന്ദൻകുട്ടിമേനവന്റെ അടുക്കെ വന്നു ചോദിക്കുന്നു:

കേശവചന്ദ്രസേൻ: താങ്കൾ ഏതു രാജ്യക്കാരനാണ്?

ഗോവിന്ദൻകുട്ടിമേനോൻ: മലബാർ രാജ്യക്കാരനാണ്.

കേശവചന്ദ്രസേൻ: ശരി, അങ്ങിനെ കണ്ടപ്പോൾ എനിക്കുതോന്നി. മലബാറിൽ മാധവൻ എന്നൊരാളെ താങ്കൾ അറിയുമോ?

ഇതു കേട്ടപ്പോൾ ഗോവിന്ദൻകുട്ടിമേനോൻ ഒന്നു ഞെട്ടി. വല്ലാതെ

പരിഭ്രമിച്ചു. സന്തോഷവും സന്താപവും ആശ്ചര്യവും ഒക്കെക്കൂടി മനസ്സിൽ തിക്കിത്തിരക്കി വലഞ്ഞുപോയി. ഉടനെ-

ഗോവിന്ദൻകുട്ടിമേനോൻ: അദ്ദേഹം എവിടെ ഉണ്ട്? ഞാൻ അദ്ദേഹത്തിന്റെ ഒരു സംബന്ധിയാണ്. അദ്ദേഹം ഞങ്ങടെ രാജ്യം വിട്ടു പൊയ്ക്കളഞ്ഞിട്ട് രണ്ടു മാസത്തോളമായി. അദ്ദേഹത്തിന്റെ അച്ഛനും ഞാനുംകൂടി പലേ ദിക്കിലും അദ്ദേഹത്തെ തിരഞ്ഞു കാണാതെ വ്യസനിച്ചു വലഞ്ഞു നടക്കുന്നു. ഇവിടെ എട്ടുപത്തു ദിവസമായി ഞങ്ങൾ എത്തീട്ട്.

ഉടനെ കേശവചന്ദ്രസേൻ വിവരങ്ങൾ എല്ലാം പറഞ്ഞു. ഒടുവിൽ-

കേശവചന്ദ്രസേൻ: ഇപ്പോൾ അദ്ദേഹം കൽക്കത്താ വിട്ടിരിക്കാം. എന്നാൽ അച്ഛനു ഞാൻ ഒരു കമ്പി അയച്ചു അതിന്റെ വിവരം അറിയാം.

എന്നു പറഞ്ഞു കേശവചന്ദ്രസേനും ഗോവിന്ദൻകുട്ടിമേനവനും കൂടെ ടെലഗ്രാഫ് ആഫീസിൽ പോയി കമ്പിഅയച്ചു. ഉടനെ കൂടെ ഗോവിന്ദപ്പണിക്കരുടെ അടുക്കെ കേശവചന്ദ്രസേൻ ഗോവിന്ദൻകുട്ടിമേനവനോടുകൂടെ പോയി. അദ്ദേഹത്തെയും ആൾക്കാരെയും ഒന്നിച്ചു കൂട്ടിക്കൊണ്ടുവന്നു തന്റെ വീട്ടിൽ താമസിപ്പിക്കുകയും ചെയ്തു.

ഏകദേശം രാത്രി എട്ടുമണിക്കു മറുവടി കമ്പി എത്തി: "മാധവൻ കൽക്കത്ത വിട്ടിരിക്കുന്നു. ഗോപീനാഥബാനർജിയുടെ അടുക്കെ ഉണ്ടായിരിക്കണം. അദ്ദേഹത്തെപ്പറ്റി അദ്ദേഹത്തിന്റെ അച്ഛൻ ഒന്നും വ്യസനിപ്പാൻ ആവശ്യമില്ലാ. ഉടനെ സുഖമായി വന്നുചേരും." എന്നാണു മറുവടി. അതുകിട്ടി. ഉടനെ ഗോപീനാഥബാനർജിക്ക് അദ്ദേഹത്തിന്റെ രാജ്യത്തിലേക്കു രാത്രിതന്നെ കമ്പി അടിച്ചു. മാധവൻ അവിടെ ഉണ്ടോ എന്നു മാത്രമാണു കമ്പിയിൽ ചോദിച്ചത്. അതിനു പ്രഭാതത്തിൽ മറുവടി കിട്ടി.

മറുവടി-"മാധവൻ ഇന്നു വൈകുന്നേരം ആറുമണിക്ക് ഇവിടെ നിന്നു ബൊമ്പായിക്കു വണ്ടി കയറി. സുഖക്കേടു യാതൊന്നുമില്ലാ. ബൊമ്പായിൽ എത്തിയ ഉടനെ താങ്കളെ കാണും."

ഈ കമ്പി വായിച്ചുകേട്ടപ്പോൾ ഗോവിന്ദപ്പണിക്കർക്കും ഗോവിന്ദൻകുട്ടിമേനവനും ഉണ്ടായ സന്തോഷത്തെക്കുറിച്ചു ഞാൻ എന്താണു പറയേണ്ടത്?

ബൊമ്പായിൽ മാധവൻ കയറിയ വണ്ടി എത്തുന്ന ദിവസം കേശവചന്ദ്രസേൻ സ്റ്റേഷനിൽ എതിരേല്ക്കാൻ ഗാഡിയുമായി തയ്യാറായി നിന്നു. എന്നാൽ ഒരു നേരമ്പോക്ക് ഉണ്ടാക്കണം എന്നു കേശവചന്ദ്രസേൻ നിശ്ചയിച്ചു. ഗോവിന്ദപ്പണിക്കരോടും ഗോവിന്ദമേനവനോടും അവരുടെ ആൾക്കാരോടും സ്റ്റേഷനിലേക്കു വരണ്ടാ എന്നും താനും മാധവനും കൂടി വീട്ടിലേക്കു വരുമ്പോൾ അവരെ പുറത്തു കാണരുതെന്നും താൻ മാധവനെ പെട്ടെന്നു കൊണ്ടുവന്നു കാണിക്കുമെന്നും പറഞ്ഞു ശട്ടം ചെയ്തിട്ടാണു കേശവചന്ദ്രസേൻ സ്റ്റേഷനിലേക്കു പോയത്. സ്റ്റേഷനിൽ എത്തുമ്പോഴേക്കു വണ്ടിയും എത്തി. മാധവൻ വണ്ടിയിൽനിന്ന് എറങ്ങിക്കൂടുമ്പോൾ കേശവചന്ദ്രസേനെ കണ്ടു. ഉടനെ കൈകൊടുത്തു രണ്ടുപേരുംകൂടി വണ്ടിയിൽ കയറി കേശവചന്ദ്രസേന്റെ ബങ്കളാവിൽ എത്തി പുറത്തു

ബ്രാന്തയിൽ ഇരുന്നു. കേശവചന്ദ്രസേൻ കൽക്കത്താ വിട്ടശേഷം നടന്ന വാസ്തവങ്ങൾ എല്ലാം മാധവൻ പറഞ്ഞു. കേശവചന്ദ്രസേൻ എല്ലാം കേട്ടു. ഒടുവിൽ-

കേശവചന്ദ്രസേൻ: ആട്ടെ, അലഹബാദിലെ സബ്ബ്ജഡ്ജിയുമായി പരിചയമായല്ലൊ. കുറെ ദ്രവ്യനാശം വന്നാലും തരക്കേടില്ല-നല്ല ഒരു സ്നേഹിതനെ കിട്ടിയല്ലോ!

എന്നും മറ്റും പറഞ്ഞു രണ്ടുപേരും വളരെ ചിരിച്ചു.

കേശവചന്ദ്രസേൻ: എനിയത്തെ ഉദ്ദേശം എന്താണ്? മലബാറിലേക്കു തന്നെ മടങ്ങുകയല്ലേ നല്ലത്?

മാധവൻ: ഇല്ലാ. മലബാറിലേക്ക് ഇപ്പോൾ മടങ്ങുന്നില്ലാ. എന്നാൽ നാളെ ഞാൻ മദിരാശിക്കു പോയി എട്ടുപത്തു ദിവസത്തിനകത്ത് ഇങ്ങട്ടുതന്നെ മടങ്ങും.

കേശവചന്ദ്രസേൻ: മദിരാശിയോളംമാത്രം പോയി മടങ്ങുന്നുവോ? മലബാറിലേക്കുകൂടി പോവരുതോ? അച്ഛനേയും മറ്റും ഒന്നു കാണാമല്ലോ.

അച്ഛൻ എന്നു പറഞ്ഞപ്പോൾ മാധവനു ബഹു വ്യസനം തോന്നി. എങ്കിലും മറ്റെ സംഗതി ഓർത്തപ്പോൾ മലബാറിനെ മനസ്സുകൊണ്ട് ഒന്നു ശപിച്ചുംകൊണ്ട്:

മാധവൻ: അച്ഛനെ കാണ്മാൻ എനിക്കു വളരെ ആഗ്രഹമുണ്ടായിരുന്നു. തല്ക്കാലം സാധിക്കയില്ലെന്നു തോന്നുന്നു.

കേശവചന്ദ്രസേൻ: എന്നാൽ ഇനി നമുക്കു ഭക്ഷണം കഴിക്കാറായല്ലൊ. കുളിക്കണ്ടേ?

മാധവൻ: കുളിക്കാം.

എന്നു പറഞ്ഞു മാധവൻ എണീട്ടു.

കേശവചന്ദ്രസേൻ: ഞാൻ ഇന്ന് എന്റെ സ്നേഹിതന്മാരിൽ രണ്ടാളേക്കൂടി താങ്കളുടെ പ്രീതിക്കായി ഭക്ഷണത്തിന്നു വരാൻ ക്ഷണിച്ചിട്ടുണ്ട്. താങ്കൾക്ക് അവരെ കാണാൻ സന്തോഷമുണ്ടായിരിക്കുമെന്നു ഞാൻ വിശ്വസിക്കുന്നു.

മാധവൻ: താങ്കളുടെ സ്നേഹിതന്മാർ എന്റെയും സ്നേഹിതന്മാർ തന്നെ. അവരെ ക്ഷണിച്ചത് എനിക്ക് അത്യന്തം സന്തോഷമായി.

എന്നു പറഞ്ഞു മാധവൻ കുളിപ്പാൻ പോയി. കുളിപ്പാൻ പോയ ഉടനെ കേശവചന്ദ്രസേൻ ഗോവിന്ദപ്പണിക്കരേയും ഗോവിന്ദൻകുട്ടിമേനവനേയും ഭക്ഷണം ചെയ്യുന്ന മുറിയിലേക്കു വിളിച്ചു തീൻമേശയുടെ അടുക്കെ ഇരുത്തി. താനും ഇരുന്നു. കുറേ കഴിഞ്ഞപ്പോൾ മാധവൻ കുളികഴിഞ്ഞ് വരുന്നതുകണ്ടു കേശവചന്ദ്രസേൻ എതിരേറ്റ് ഈ മുറിയിലേക്കു കൂട്ടിക്കൊണ്ടു വന്നു.

കേശവചന്ദ്രസേൻ: ഇതാ ഈ ഇരിക്കുന്ന രണ്ടുപേരേയാണു ഞാൻ ക്ഷണിച്ചത്. താങ്കളുമായി മുമ്പു പരിചയമുണ്ടോ? ഞാൻ അറിയില്ലാ.

മാധവൻ നോക്കി. പിന്നെ ഉണ്ടായത് എന്താണെന്നു പറയേണ്ടതി

ല്ലല്ലൊ. “ഓ–അച്ഛനെ ഞാൻ കണ്ടത് എന്റെ ഭാഗ്യം?” എന്നു പറയുമ്പോഴേക്കു ഗോവിന്ദപ്പണിക്കർ എഴുനീറ്റു മാധവനെ ആലിംഗനം ചെയ്തു. “അയ്യോ! എന്റെ കുട്ടാ! നീ എന്നെ ഇങ്ങിനെ വ്യസനിപ്പിച്ചു വല്ലൊ.” എന്നു ഗൽഗദാക്ഷരമായി കരഞ്ഞുകൊണ്ടു പറഞ്ഞു.

കേശവചന്ദ്രസേൻ ഉടനെ ആ മുറിയിൽ നിന്നു മറ്റൊരു മുറിയിലേക്കു പോയി.

ഈ ആലിംഗനവും കരച്ചിലും ഒക്കെ കഴിഞ്ഞശേഷം ഒന്നാമതു ഗോവിന്ദപ്പണിക്കർ പറഞ്ഞത്:

“ഗോവിന്ദൻകുട്ടി ഉടനെ നാട്ടിലേക്ക് ഒരു കമ്പി അടിക്കണം. ഇവന്റെ അമ്മയും പെണ്ണും വ്യസനിച്ചു മരിച്ചിരിക്കുമോ എന്നറിഞ്ഞില്ലാ.”

മാധവൻ: ഏതു പെണ്ണ്? ഏതു പെണ്ണാണ് എന്നെക്കുറിച്ചു വ്യസനിച്ചു മരിക്കാൻ?

ഗോവിന്ദൻകുട്ടിമേനോൻ: എന്റെ മരുമകൾ ഇന്ദുലേഖ. ഭ്രാന്താ! എന്തൊരു കഥയാണ് ഇതെല്ലാം? എന്തെല്ലാം ഗോഷ്ഠിയാണ് ഈ കാണിച്ചത്?

ഇയ്യടെ മാധവനു പലപ്പോഴും വിചാരിയാതെ പെട്ടെന്നു പലേ ആപത്തുകളും നേരിട്ടിട്ടുണ്ടായിരുന്നു. ചില സന്തോഷങ്ങളും ഇടയിൽ ഉണ്ടായിട്ടില്ലെന്നില്ലാ. എന്നാൽ അതിനാൽ ഒന്നും ഇപ്പോൾ ഉണ്ടായതുപോലെ ഉള്ള ഒരു സ്തബ്ധത മാധവന് ഉണ്ടായിട്ടില്ലാ.

ഗോവിന്ദൻകുട്ടിമേനോൻ പറഞ്ഞതു കേട്ടപ്പോൾ മാധവന്റെ സർവ്വാംഗം തരിച്ചു മരംപോലെ ആയിപ്പോയി.

ഗോവിന്ദപ്പണിക്കർ: എന്തു കഷ്ടമാണു കുട്ടാ നീ ചെയ്തത്? നിന്റെ അമ്മയേയും ആ പെണ്ണിനേയും ഞങ്ങളേയും നീ ഇങ്ങിനെ വ്യസനിപ്പിച്ചുവല്ലോ. നീ നാട്ടിൽ വന്നിട്ട് ഒരു പൊള്ളും കേട്ട് അന്ധാളിച്ച് ഓടിപ്പോയല്ലോ. വിവരങ്ങൾ എല്ലാം ഞങ്ങൾ അറിഞ്ഞു, കഷ്ടം! നിണക്ക് എന്തോ ഒരു ശനിപ്പിഴ ഉണ്ടായിരുന്നു. അതു തീർന്നുവായിരിക്കാം.

മാധവൻ ഒരക്ഷരവും ശബ്ദിപ്പാൻ വയ്യാതെ കസാലമേൽ ഇരുന്നു.

ഉടനെ കേശവചന്ദ്രസേൻ വന്ന് ഇതെല്ലാം കണ്ടിട്ട് എന്തൊക്കെയോ ചില അപകടം ഉണ്ട് എന്ന് അദ്ദേഹത്തിനു തോന്നിയെങ്കിലും മാധവനോട് ഒന്നും ചോദിച്ചില്ല. എല്ലാവരും ഭക്ഷണത്തിന്ന് ആരംഭിച്ചു. മാധവനും ഭക്ഷണം കഴിക്കുന്നപോലെ കാട്ടിക്കൂട്ടി. ഭക്ഷണം കഴിഞ്ഞ് ഉടനെ ഗോവിന്ദൻകുട്ടിമേനവൻ വിവരത്തിന്ന് ഒരു ടെലിഗ്രാം മലബാറിലേക്ക് അയച്ചു.

കേശവചന്ദ്രസേൻ വേറെ മുറിയിലേക്കു പോയശേഷം.

ഗോവിന്ദപ്പണിക്കർ: എന്താണു കുട്ടാ, നീ ഒന്നും മിണ്ടാത്തത്?

ഗോവിന്ദൻകുട്ടിമേനോൻ; ഇത്ര വിഡ്ഢിത്തം കാണിച്ചിട്ട് എങ്ങനെയാണു മിണ്ടുന്നത്?

മാധവൻ: അച്ഛാ! എനിക്ക് ഇതെല്ലാം കേൾക്കുമ്പോൾ, അറബിയൻ നൈറ്റ്സിൽ ഉള്ള ഒരു കഥ വായിച്ചുകേൾക്കുമ്പോലെ തോന്നുന്നു.

ഗോവിന്ദപ്പണിക്കർ: നല്ല കഥയാണ് ഇത്. ഇന്ദുലേഖയെ നീ ഇങ്ങിനെ വ്യസനിപ്പിച്ചുവല്ലോ. നിന്റെ അമ്മ ജീവിച്ചിരിക്കുന്നുണ്ടോ എന്നു സംശയം, അത്ര പരവശയായിരിക്കുന്നു.

മാധവൻ കണ്ണുനീർ വാർത്തുകൊണ്ട് മുഖം താഴ്ത്തി.

ആ ദിവസം കേശവചന്ദ്രസേന്റെകൂടെ താമസിച്ച്, പിറ്റേ ദിവസത്തെ വണ്ടിക്കു മലയാളത്തിലേക്കു പുറപ്പെടുവാൻ നിശ്ചയിക്കുകയും ചെയ്തു.

ബാബു കേശവചന്ദ്രസേന്റെ ഉന്നതമായ ഒരു വെണ്മാടസൗധത്തിൽ വിശേഷമായ ചന്ദ്രികയിൽ ഗോവിന്ദപ്പണിക്കരും മാധവനും ഗോവിന്ദൻകുട്ടിമേനവനുംകൂടി അന്നു രാത്രി കാറ്റുകൊള്ളുവാൻ ഇരുന്നപ്പോൾ ഇവർ തമ്മിൽ ഉണ്ടായ മുഖ്യമായ ചില സംഭാഷണങ്ങളെക്കുറിച്ചുകൂടി എന്റെ വായനക്കാരെ അറിയിപ്പാൻ എനിക്കു താല്പര്യമുണ്ടാകയാൽ അതിന്റെ വിവരം എനിയത്തെ അദ്ധ്യായത്തിൽ കാണിപ്പാൻ നിശ്ചയിക്കുന്നു.

18

ഒരു സംഭാഷണം

ബാബു കേശവചന്ദ്രസേന്റെ അത്യുന്നതമായ വെണ്മാടമേടയിൽ ഹിമശുഭ്രമായ ചന്ദ്രികയിൽ ഗോവിന്ദപ്പണിക്കരും മാധവനും ഗോവിന്ദൻകുട്ടിമേനവനുംകൂടി ഇരുന്നശേഷം ഗോവിന്ദപ്പണിക്കർ താഴെ പറയുന്ന സംഭാഷണം തുടങ്ങി:

ഗോവിന്ദപ്പണിക്കർ: കുട്ടികളേ! എന്റെ അഭിപ്രായത്തിൽ നിങ്ങളെ പുതിയമാതിരി ഇംഗ്ലീഷ് പഠിപ്പിച്ച് അറിവു വരുത്തുന്നതിൽ പലേ ഗുണങ്ങളും നിങ്ങൾക്ക് ഉണ്ടാവുന്നുണ്ടെങ്കിലും ഒന്നുരണ്ടു വലിയ ദോഷങ്ങൾകൂടി ഇതിൽനിന്നു നിങ്ങൾക്കു സംഭവിക്കുന്നതായി ഞാൻ കാണുന്നു. സാധാരണ നിങ്ങൾക്കുണ്ടാവുന്ന ഗുണങ്ങളെ ഈ ദോഷങ്ങൾ പലപ്പോഴും നശിപ്പിച്ചു നിങ്ങളെ വഷളാക്കിത്തീർക്കുന്നതായി ഞാൻ വ്യസനത്തോടുകൂടി കാണുന്നു. ഇതിന്റെ സംഗതികളെ ഞാൻ വിവരമായി പറയാം. ഒന്നാമത്, ഈ ലോകത്തിൽ കാണുന്ന സ്വഭാവാനുസൃതമായ അനേകവിധ ഗുണദോഷങ്ങളുടെ പരിചയത്തിൽനിന്നു കാലക്രമംകൊണ്ടുമാത്രം സൂക്ഷ്മമായി ആലോചിച്ചു താന്താങ്ങൾതന്നെ ഗ്രഹിക്കേണ്ടതായ പലേവിധ കാര്യങ്ങളേയും ബുദ്ധിയുടെ ചാപല്യംതീരാത്ത ബാലന്മാരായ നിങ്ങൾ ഒരുവിധം പുസ്തകങ്ങൾ വായിച്ചും മറ്റും അറിഞ്ഞ് അന്ധാളിച്ചു ലൗകികാചാരങ്ങളേയും മതങ്ങളേയും കേവലം വിട്ട് എന്തും പറയാമെന്നും ചെയ്യാമെന്നും ഉള്ള ഒരു ധൈര്യം നിങ്ങളിൽ വന്നു ചേരുന്നു. രണ്ടാമത്, ഇതുനിമിത്തം നിങ്ങളുടെ ഗുരുജനങ്ങളിലും ബന്ധുവർഗ്ഗങ്ങളിലും നിങ്ങൾക്ക് എല്ലായ്പോഴും ഉണ്ടാകേണ്ടുന്ന ഭക്തി, വിശ്വാസം, സ്നേഹം ഇതുകൾ നിങ്ങൾക്കു ക്രമേണ നശിച്ചു കേവലം ഇല്ലാതായി വരുന്നു. മാധവൻ ഇപ്പോൾ ചെയ്ത പ്രവൃത്തി വിചാരിച്ചുനോക്കുമ്പോൾ ഇംഗ്ലീഷ് പഠിപ്പുനിമിത്തം മാധവന് ഇപ്പോൾ ഉള്ള അറിവും ആലോചനകളും ഹേതുവായി അങ്ങിനെ ചെയ്‌വാൻ എടയായതാണെന്നു ഞാൻ

അഭിപ്രായപ്പെടുന്നു. നാടുവിട്ടു പോവാൻ ഉറച്ചപ്പോൾ മാധവനു പ്രിയപ്പെട്ട അച്ഛൻ, അമ്മ ഇവരെക്കുറിച്ചു യാതൊരു സ്മരണയും ഉണ്ടായില്ലല്ലോ. തന്റെ മനസ്സിന്നു സംഗതിവശാൽ ഒരു സുഖക്കേടു തോന്നി അതിന്റെ നിവൃത്തിക്കു രാജ്യംവിട്ട് ഓടിപ്പോയി. മാധവൻ ഇങ്ങിനെ ചെയ്യുന്നതിൽ ഞാനും മാധവന്റെ അമ്മയും എത്ര വ്യസനിക്കുമെന്നു ലേശം പോലും മാധവൻ ഓർത്തില്ല. ഇതിനു കാരണം, ഞങ്ങളോടു മാധവന് ഉള്ള ഭക്തിയുടേയും സ്നേഹത്തിന്റേയും വിശ്വാസത്തിന്റേയും കുറവു തന്നെ. അതിനു കാരണം ഇംക്ലീഷ് പഠിച്ചത് എന്നു ഞാൻ പറയുന്നു. ഒന്നാമത്, മനുഷ്യർക്ക് ദൈവവിശ്വാസവും ഭക്തിയും വഴിപോലെ ഉണ്ടാവണം. അതു ലേശംപോലും നിങ്ങൾ ഇംക്ലീഷ് പഠിച്ചവർക്ക് ഇല്ലാ. ആ ദൈവവിശ്വാസത്തേയും ഭയത്തേയും അനുസരിച്ചിട്ടാണ് ഗുരുജനവിശ്വാസവും ഭക്തിയും ഉണ്ടാവേണ്ടത്. ദൈവവിശ്വാസംതന്നെ ഇല്ലെങ്കിൽ പിന്നെ എന്തു ഗുരുജനവിശ്വാസം? കാര്യം എല്ലാം തകരാറുതന്നെ. എന്തു ചെയ്യാം?

മാധവൻ: കഷ്ടം! അച്ഛൻ ഇങ്ങിനെ തെറ്റായി എന്നെക്കുറിച്ചു ധരിച്ചതു വിചാരിച്ചു ഞാൻ വ്യസനിക്കുന്നു. ഇംക്ലീഷു പഠിച്ചിരുന്നില്ലെങ്കിലും ഞാൻ ഈ കാര്യത്തിൽ ഇതുപ്രകാരംതന്നെ ചെയ്യുമായിരുന്നു. ഇംക്ലീഷു പഠിക്കാത്തവർ ആരും രാജ്യംവിട്ടു പോവുന്നില്ലേ?

ഗോവിന്ദപ്പണിക്കർ; ഈവിധം സംഗതികളിൽ അച്ഛനമ്മമാരെ ഇങ്ങിനെ വ്യസനിപ്പിച്ചു നിങ്ങളെപ്പോലെ പഠിപ്പുള്ളവരല്ലാതെ ഇത്ര ക്രൂരതയോടെ ചെയ്യുമാറില്ല. നിങ്ങളുടെ പുതുമാതിരി അറിവുകൊണ്ടും ആലോചനകൾകൊണ്ടും എന്തെല്ലാം നാശങ്ങൾ ഉണ്ടായിത്തീരുന്നു! അനവധി അനവധി കാലമായി നാം ഹിന്തുക്കൾ ആചരിച്ചുവരുന്ന പലേവിധമായ സൽക്കർമ്മങ്ങളേയും അതുനിമിത്തം നുമ്മൾക്കു സിദ്ധിച്ചുവരുന്ന ഗുണങ്ങളേയും നിങ്ങൾ കേവലം ത്യജിച്ച് ആവക യോഗ്യമായ സകല കാര്യങ്ങളെപ്പറ്റിയും സൂക്ഷ്മാലോചന ഒന്നുംകൂടാതെ അതികലശലായ പുച്ഛരസത്തോടെ പരിഹസിക്കുന്നതു ഞാൻ കാണുന്നു. ഈ സന്മാർഗ്ഗ സദാചാരവിദ്വേഷം ഇംക്ലീഷുപഠിപ്പിനാൽ ഉണ്ടാവുന്നതാണ്. മനുഷ്യർക്ക് പഠിപ്പും അറിവും ഉണ്ടാവുന്നതു ദൈവവിചാരത്തിന്നു പ്രതികൂലമായി വന്നാൽ ആ പഠിപ്പും അറിവും കേവലം നിസ്സാരമായുള്ളതാണ്. അവനവന്റെ പൂർവ്വികന്മാർ ഏതു മതം ആചരിച്ചു വന്നുവോ അതിൽ അവനവന്നു വിശ്വാസം ഉണ്ടാവണം. നിങ്ങൾക്കു ഹിന്തുമതം കേവലം നിസ്സാരമെന്നുള്ള അഭിപ്രായമായിരിക്കാം ഇപ്പോൾ ഉള്ളത് എന്ന് എനിക്കു തോന്നുന്നു. ക്ഷേത്രത്തിൽ മാധവൻ തൊഴുവാൻ പോകുന്നത് ഇയ്യടെ എങ്ങും ഞാൻ കണ്ടിട്ടേ ഇല്ല. ഗോവിന്ദൻകുട്ടിയും പോവാറില്ല. ചന്ദനം ഭംഗിക്കുവേണ്ടി തൊടുന്നുണ്ട്. ഭസ്മം തൊടാറേ ഇല്ലെന്നു തോന്നുന്നു. കഷ്ടം! നിങ്ങൾ ഇങ്ങിനെ ആയിത്തീർന്നുവല്ലൊ.

മാധവൻ: അച്ഛന് ആ വിഷാദം അശേഷം വേണ്ട. എനിക്കു നിരീശ്വരമതമല്ല. ഈശ്വരൻ ഉണ്ടെന്നുതന്നെയാണു ഞാൻ പലേ സംഗതികളെ

ആലോചിച്ചതിൽ തീർച്ചയായും വിശ്വസിക്കുന്നത്. അമ്പലത്തിൽ പോവേണ്ട എന്നും ഞാൻ വെച്ചിട്ടില്ല. ഭസ്മം കിട്ടിയാൽ കുറി ഇടുന്നതിന്നും എനിക്കു വിരോധം യാതൊന്നുമില്ലാ. എന്നാൽ ചന്ദനവും ഭസ്മവും അമ്പലവും ഈശ്വരനും തമ്മിലുള്ള സംബന്ധം എന്താണെന്ന് ഞാൻ അറിയുന്നില്ല! അത് എന്താണെന്ന് അച്ഛൻ പറഞ്ഞു ബോദ്ധ്യമാക്കിയാൽ അമ്പലത്തിൽ പോവുന്നതും ഭസ്മക്കുറി ഇടുന്നതും സാരമായ പ്രവൃത്തികളാക്കിവെച്ചു ഞാൻ മേലിൽ ആചരിച്ചുവരാം.

ഗോവിന്ദപ്പണിക്കർ: ഗോവിന്ദൻകുട്ടിയുടെ അഭിപ്രായമോ?

ഗോവിന്ദൻകുട്ടിമേനോൻ: മനുഷ്യർക്ക് അറിവു വർദ്ധിക്കുന്നേടത്തോളം ദൈവവിചാരത്തിന്നു ന്യൂനത സംഭവിക്കുമെന്നു ഞാൻ വിചാരിക്കുന്നു. മതം എന്നു പറയുന്നത് ഓരോ മനുഷ്യർ ഉണ്ടാക്കിയതാണ്. അതിന്റെ ഗുണദോഷങ്ങളെപ്പറ്റി ചിന്തിപ്പാൻ എല്ലാ മനുഷ്യർക്കും അവകാശമുള്ളതാണ്; മതത്തിന്റെ ഗുണദോഷത്തെപ്പറ്റി ഒന്നും ചിന്തിക്കാതെ പൂർവ്വികന്മാർ ആചരിച്ചുവന്നതാകയാൽ നോം ആചരിച്ചുവരണം എന്നു പറയുന്നതു കേവലം തെറ്റാണ്.

ഗോവിന്ദപ്പണിക്കർ: ഈവക അധികപ്രസംഗം ചെയ്‌വാനാണ് ഇംക്ലീഷു പഠിപ്പ് ഒന്നാമതു നിങ്ങളെ ഉത്സാഹിപ്പിക്കുന്നത്. ഗോവിന്ദൻകുട്ടിക്കു ദൈവം ഉണ്ടെന്നോ ഇല്ലെന്നോ അഭിപ്രായം?

ഗോവിന്ദൻകുട്ടിമേനോൻ: എനിക്ക് ഈശ്വരൻ എന്നൊരു പ്രത്യേക ശക്തി ഉണ്ടെന്നു വിശ്വാസമില്ല. ജഗത്ത് എല്ലാം സ്വഭാവാനുസരണമായി ഉണ്ടാവുകയും സ്ഥിതിചെയ്കയും വർദ്ധിക്കുകയും നശിക്കുകയും ചെയ്യുന്നു എന്നു ഞാൻ അറിയുന്നു. അതിലധികം ഒന്നും എനിക്കറിവില്ല. ഈശ്വരൻ എന്നൊരു സാധനത്തേയോ ആ സാധനത്തിന്റെ വിശേഷവിധിയായ ഒരു ശക്തിയേയോ ഞാൻ എങ്ങും കാണുന്നില്ല. പിന്നെ ഞാൻ അതുണ്ടെന്ന് എങ്ങിനെ വിശ്വസിക്കും?

ഗോവിന്ദപ്പണിക്കർ: ശിക്ഷ! മാധവനേക്കാൾ ഒന്നു കവിഞ്ഞുവോ? മാധവന് ഈശ്വരൻ ഉണ്ടെന്നുള്ള വിചാരമെങ്കിലും ഉണ്ട്. ഗോവിന്ദൻകുട്ടിക്ക് അതുംകൂടി ഇല്ലാ. നിങ്ങൾ രണ്ടാളുംകൂടി ഒരു സ്കൂളിൽ അല്ലേ പഠിച്ചത്? പിന്നെ എന്താണ് ഇങ്ങിനെ രണ്ടഭിപ്രായം? ഏതെങ്കിലും, കുട്ടികളെ, നിങ്ങളുടെ മാതിരി വിശേഷംതന്നെ. മാധവന് ഈശ്വരൻ ഉണ്ടെന്നുള്ള വിചാരമെങ്കിലും ഉണ്ടല്ലോ-പൊറുതി. ഗോവിന്ദൻകുട്ടിക്ക് അതും ഇല്ല, അല്ലേ?

ഗോവിന്ദൻകുട്ടിമേനോൻ: അതെ; ഈശ്വരൻ ഉണ്ടെന്നു വിചാരിപ്പാൻ ഞാൻ സംഗതി ഒന്നും കാണുന്നില്ല.

മാധവൻ: ആട്ടെ, അമ്പലത്തിൽ പോവുന്നതും ചന്ദനം, ഭസ്മം തൊടുന്നതും ഈശ്വരവിചാരത്തിലേക്ക് ആവശ്യമാണെന്ന് അച്ഛൻ പറഞ്ഞതിന്നുള്ള സംഗതി കേട്ടാൽകൊള്ളാമായിരുന്നു.

ഗോവിന്ദപ്പണിക്കർ: ഞാൻ പറയാം. നിങ്ങൾക്കു ബോദ്ധ്യമാവുമോ എന്നു ഞാൻ അറിയുന്നില്ല. നിങ്ങളുടെ ബുദ്ധി എനി നേരേവരുത്താൻ

പ്രയാസം. എങ്കിലും ഞാൻ പറയാം. ക്ഷേത്രം നുമ്മൾ ഹിന്ദുക്കൾക്കു ദൈവവന്ദനം ചെയ്യേണ്ടതിലേക്കു നിയമിക്കപ്പെട്ടിട്ടുള്ള സ്ഥലമാണ്. ദൈവം എല്ലാടവും നിറഞ്ഞു സർവ്വാന്തര്യാമിയായി ഇരിക്കുന്നുണ്ടെങ്കിലും സാധാരണ മനുഷ്യർക്ക് ആ തത്ത്വബോധം ഇല്ലായ്കയാൽ അവർക്കു ദൈവത്തെക്കുറിച്ചുള്ള വിചാരവും ഭക്തിയും ഉണ്ടാവാൻവേണ്ടി ബുദ്ധിമാന്മാരായ നമ്മുടെ പൂർവ്വികന്മാർ പണ്ടുപണ്ടേ ഏർപ്പെടുത്തീട്ടുള്ളതാണ് ക്ഷേത്രങ്ങളും അതുകളിൽ പോയി ചെയ്യേണ്ടുന്ന പൂജാക്രമങ്ങളും വന്ദനകളുടെ സമ്പ്രദായങ്ങളും സ്വഭാവങ്ങളും എന്നു ഞാൻ പറയുന്നു. ഭസ്മവും ചന്ദനവും ധരിക്കുന്നതു ദൈവവന്ദനകൾ ചെയ്യുന്നതിൽ ചെയ്യേണ്ടതായി നിയമിക്കപ്പെട്ട ഒരു പ്രവൃത്തിയാണ്. ഇതാണ് ഇവകൾ തമ്മിലുള്ള സംബന്ധം.

മാധവൻ: അച്ഛൻ ഇപ്പോൾ പറഞ്ഞതിൽ ക്ഷേത്രവും ഭസ്മവും ചന്ദനവും തമ്മിലുള്ള സംബന്ധം മനസ്സിലായി. ഈ മൂന്നു സാധനങ്ങളും ഈശ്വരനും തമ്മിൽ സൂക്ഷ്മസ്ഥിതിയിൽ എന്തു സംബന്ധമാണ് ഉള്ളതെന്ന് എനിയും എനിക്കു മനസ്സിലായില്ലാ.

ഗോവിന്ദപ്പണിക്കർ: ശരി, അവിടെയാണു ദുർഘടം. ക്ഷേത്രം ദൈവവന്ദനസ്ഥലമാണെന്നു ഞാൻ പറഞ്ഞില്ലേ?

മാധവൻ: അതെ; അച്ഛൻ പറഞ്ഞത്, പണ്ടുപണ്ടേ ബുദ്ധിമാന്മാരായ നമ്മുടെ പൂർവ്വികന്മാർ സാധാരണ മനുഷ്യർക്കു ദൈവവിചാരവും ഭക്തിയും ഉണ്ടാവാൻവേണ്ടി ഏർപ്പെടുത്തിയതാണ് ക്ഷേത്രങ്ങൾ എന്നല്ലേ? എന്നാൽ ക്ഷേത്രങ്ങളിൽ പോവുമ്പോൾമാത്രം ദൈവവിചാരവും ഭക്തിയും തോന്നത്തക്കവിധം ബുദ്ധിയുള്ളവരും അന്യത്ര ഈ വിചാരവും ഭക്തിയും ഉണ്ടാവാത്തവരും അല്ലേ ക്ഷേത്രത്തിൽ പോയി വന്ദനം ചെയ്യേണ്ടത്? ക്ഷേത്രത്തിൽ പോവാതേയും ചന്ദനം, ഭസ്മം ധരിക്കാതേയും ദൈവത്തെക്കുറിച്ചു ഭക്തിയും സ്മരണയും ഉള്ളാളുകൾ ക്ഷേത്രത്തിൽ പോണമെന്നില്ലെന്നും അച്ഛൻ പറഞ്ഞപ്രകാരമാണെങ്കിൽ സ്വതേ ബുദ്ധിയില്ലാത്ത മനുഷ്യരുടെ ഉപകാരത്തിന്നു ബുദ്ധിമാന്മാർ ചെയ്തുവെച്ച, ഒരു വ്യാജം എന്നല്ലാതെ ക്ഷേത്രവും ദൈവവും ആയി വാസ്തവത്തിൽ യാതൊരു പ്രത്യേക സംബന്ധവും ഇല്ലെന്നും ഇപ്പോൾ സ്പഷ്ടമല്ലേ.

ഗോവിന്ദപ്പണിക്കർ: അദ്വൈതികളായി ആഹാരനിദ്രാവിഹാരാദി പ്രപഞ്ചവ്യാജങ്ങളിൽനിന്നു മുക്തന്മാരായിട്ടുള്ള പരമഹംസന്മാർക്കു മാത്രമേ ക്ഷേത്രത്തിൽ പോവാതെ ഇരിക്കാൻ പാടുള്ളൂ എന്നു ഞാൻ വിചാരിക്കുന്നു. പ്രപഞ്ചത്തെ അനുസരിച്ചു നടക്കുന്ന നുമ്മൾ പ്രത്യക്ഷമായി ക്ഷേത്രങ്ങൾ, വിഗ്രഹങ്ങൾ മുതലായ സാധനങ്ങളുടെ സഹായം കൂടാതെ ഈശ്വരങ്കൽ ഭക്തി ഉണ്ടാവാനും ഈശ്വരസ്മരണ ചെയ്വാനും മഹാപ്രയാസമാണ്. സാധിക്കുകയില്ലെന്നുതന്നെ പറയാം.

മാധവൻ: അച്ഛൻ പറഞ്ഞപ്രകാരം അദ്വൈതികളായി പ്രപഞ്ച വ്യാജങ്ങളിൽനിന്നു മുക്തന്മാരായിട്ടുള്ള മനുഷ്യർ ഇല്ലെന്നു ഞാൻ വിചാരി

ക്കുന്നു. മനുഷ്യനെ പ്രപഞ്ചത്തെ അനുസരിച്ചു നടക്കാൻ ദൈവം സൃഷ്ടിച്ച ഒരു ജന്തുവാണ്. അപ്പോൾ പ്രപഞ്ചത്തെ കേവലം വിടാൻ മനുഷ്യനു ശക്തി ഒരിക്കലും ഉണ്ടാവാൻ പാടില്ല. ഉണ്ടെന്നു ചിലർ നടിക്കുന്നുണ്ടെങ്കിൽ അത് അവരുടെ വെറും ധിക്കാരമായ ഭോഷത്വമാണ്. അങ്ങിനെയുള്ളവരുടെ നാട്യത്തിൽ യാഥാർത്ഥ്യം ഉണ്ടെന്നു മറ്റു ചിലർ വിശ്വസിക്കുന്നുണ്ടെങ്കിൽ അതു ശുദ്ധമേ തെറ്റാണ്. ആഹാരം, നിദ്ര, കാമക്രോധലോഭമോഹങ്ങൾ ഇവകൾ ഇല്ലാത്ത മനുഷ്യരെ അച്ഛൻ കാണിച്ചുതന്നാൽ അവരെ പ്രപഞ്ചവ്യാജങ്ങളിൽനിന്നു മുക്തന്മാരാണെന്നു ഞാൻ സമ്മതിക്കാം. അങ്ങിനെയുള്ള മനുഷ്യർ ഇല്ലെന്നാണ് എന്റെ തീർച്ചയായ വിശ്വാസം. പിന്നെ മനുഷ്യർ എല്ലാം സാധാരണ സ്വഭാവങ്ങളിൽ ഒരുപോലെയാണ്. പഠിപ്പുകൊണ്ടും അറിവുകൾകൊണ്ടും ഓരോ സംഗതികളിൽ പരസ്പരം ഭേദങ്ങൾകാണാമെങ്കിലും സൂക്ഷ്മ സ്വഭാവങ്ങളിൽ അത്ര വലിയ ഭേദങ്ങൾ വരാൻപാടില്ലാ. അതുകൊണ്ട് അച്ഛൻ പറഞ്ഞപ്രകാരം ആഹാരം, നിദ്ര മുതലായത് ഉപേക്ഷിച്ച ആളുകൾ മനുഷ്യരുടെ കൂട്ടത്തിൽ ഇല്ലാ. അച്ഛൻ ആദ്യം പറഞ്ഞപ്രകാരം സാധാരണ അറിവില്ലാത്ത മനുഷ്യരുടെ ഉപയോഗത്തിലേക്കുവേണ്ടി ക്ഷേത്രങ്ങൾ ഏർപ്പെടുത്തിയതാണെങ്കിൽ അതുകളെ ഉപയോഗിപ്പാൻ ആവശ്യമുള്ളവരല്ലേ അതുകളിൽ പോയി ദേവവന്ദനം ചെയ്യേണ്ടൂ. അച്ഛൻ പറഞ്ഞപ്രകാരം ദൈവം സർവ്വചരാചരത്തിലും കാണപ്പെടുന്നതും, സർവ്വജഗൽസൃഷ്ടിസ്ഥിതി സംഹാരശക്തിയുള്ള ഈശ്വരനുമാണെന്നു ഞാൻ സമ്മതിക്കുന്നു. എന്റെ മനസ്സിന് ഈ ബോദ്ധ്യമുണ്ടെങ്കിൽ പിന്നെ ഞാൻ അമ്പലത്തിൽ പോയി അവിടെ ഉണ്ടാക്കിവെച്ചിരിക്കുന്ന ബിംബമാണ് എന്റെ ഈശ്വരൻ എന്നു ഞാൻ ഭാവിച്ചു തൊഴുതുകുമ്പിടുന്നതു വലിയ ഒരു വ്യാജമായ പ്രവൃത്തിയായി വരുന്നതല്ലേ?

ഗോവിന്ദപ്പണിക്കർ: കുട്ടൻ പറയുന്നതു കേട്ടാൽ ദൈവവിചാരം ഉണ്ടാവുന്നതു വലിയ എളുപ്പമായി തോന്നുന്നു. ശിവ ശിവ! കുട്ടന് ദ്വൈതാദ്വൈത വിചാരത്തെക്കുറിച്ച് എന്തു നിശ്ചയമുണ്ട്? ദൈവം സർവ്വവ്യാപിയാണ് എന്ന് ഒരു വാക്കുപറഞ്ഞാൽ അമ്പലത്തിൽ പോവേണ്ട എന്നു വെയ്ക്കാറായോ? പ്രപഞ്ചവ്യാപാരങ്ങളിൽ നിന്നു മുക്തന്മാരായിട്ടുള്ള ആളുകൾ ഇല്ലെന്നു കുട്ടൻ പറയുന്നുവോ?

മാധവൻ: അതെ; ആഹാരനിദ്രാമൈഥുനാദികളിൽ വല്ല രോഗം നിമിത്തമല്ലാതെ പ്രിയവും സക്തിയും ഇല്ലാത്ത ആളുകൾ ഇല്ലെന്നു ഞാൻ തീർച്ചയായി പറയുന്നു.

ഗോവിന്ദപ്പണിക്കർ: ശിവ ശിവ! എനിക്കു കേട്ടതുമതി. എത്ര മഹർഷിമാർ ഈ വക ചാപല്യങ്ങളെ ജയിച്ചവരുണ്ട്?

മാധവൻ: ഉണ്ടെന്നു ഞാൻ വിശ്വസിക്കുന്നില്ലാ.

ഗോവിന്ദപ്പണിക്കർ: എന്നാൽ ശുദ്ധനിരീശ്വരമതമാണ് കുട്ടന് ഉള്ളത്.

മാധവൻ: എനിക്കു നിരീശ്വരമതമല്ലാ-ഈശ്വരൻ ഉണ്ടെന്നു തന്നെയാണ് ഞാൻ വിശ്വസിക്കുന്നത്.

ഗോവിന്ദപ്പണിക്കർ: മഹർഷിമാരോ?

മാധവൻ: മനുഷ്യർ അച്ഛൻ പറഞ്ഞ മാതിരിക്കാരല്ലാ. മഹർഷിമാരായാലും മറ്റ് ആരായാലും വേണ്ടതില്ലാ.

ഗോവിന്ദപ്പണിക്കർ: ഏഴുമണി കുരുമുളകും ഏഴു വേപ്പിൻ ചപ്പും ഒഴികെ വേറെ യാതൊരു ആഹാരവും കഴിക്കാത്ത ഒരു യോഗീശ്വരനെ ഞാൻ കണ്ടിട്ടുണ്ട്.അദ്ദേഹത്തിനു ജലപാനംകൂടി ഇല്ലാ.

ഗോവിന്ദൻകുട്ടിമേനോൻ: അയാൾ വലിയ സമർത്ഥനായ ഒരു കള്ളനായിരിക്കണം ജ്യേഷ്ഠനെ അയാൾ തോല്പിച്ചു. എനിക്കു സംശയമില്ലാ.

ഗോവിന്ദപ്പണിക്കർ: അയാൾ മഠത്തിൽ എന്റെ കൂടെ ഒൻപതു ദിവസം താമസിച്ചു. ഒൻപതു ദിവസവും യാതൊന്നും ഭക്ഷിച്ചിട്ടില്ല.

ഗോവിന്ദൻകുട്ടിമേനോൻ: യാതൊന്നും ഭക്ഷിക്കുന്നതു ജ്യേഷ്ഠൻ കണ്ടിട്ടില്ല. യാതൊന്നും ഭക്ഷിക്കയില്ലെന്നു ജ്യേഷ്ഠനെ വിശ്വസിപ്പിച്ചു. ഇത്ര മാത്രമേ ഉണ്ടായിട്ടുള്ളു. ആഹാരം ഇല്ലാതെ മനുഷ്യനു ജീവിപ്പാൻ പാടില്ലാ. അതു ശാസ്ത്രീയമായ ഒരു അവസ്ഥയാണ്. പിന്നെ ഭോഷ്കു പറഞ്ഞിട്ട് എന്തു ഫലം?

ഗോവിന്ദപ്പണിക്കർ: ഇതാണല്ലൊ ഇംക്ലീഷുകാരോടു പറഞ്ഞാലത്തെ വൈഷമ്യം. ഞങ്ങൾ പറയുന്നത് ഒന്നും നിങ്ങൾ വിശ്വസിക്കയില്ലാ. പിന്നെ ഞങ്ങൾ എന്തു ചെയ്യും! ആ യോഗീശ്വരൻ ഒമ്പതു ദിവസവും ഞാൻ പറഞ്ഞത് ഒഴികെ ഒരാഹാരവും ചെയ്തിട്ടില്ലെന്നു ഞാൻ സത്യം ചെയ്യാം. അയാൾ നമ്മുടെ മഠത്തിലാണു താമസിച്ചത്. പുലർച്ചെ ഏഴര നാഴിക ഉള്ളപ്പോൾ കുളിച്ചു യോഗാനുഷ്ഠാനങ്ങൾ കഴിഞ്ഞാൽ പന്ത്രണ്ടു മണി വരെ പഞ്ചാഗ്നി മദ്ധ്യത്തിൽ ജപമാണ്. അതു കഴിഞ്ഞാൽ പിന്നെ ഏഴു മണി കുരുമുളകും ഏഴു വേപ്പിൻ ചപ്പും ഞങ്ങൾ എല്ലാവരുടേയും മുമ്പാകെ തിന്നും. പിന്നെ യാതൊരു ആഹാരവും കഴിക്കാറില്ല. ഇങ്ങിനെ ഒമ്പതു ദിവസം കഴിച്ചു. ഞാൻ കൂടെനിന്നും കണ്ടറിഞ്ഞ അനുഭവസ്ഥനാണ്; എന്നിട്ടും നിങ്ങൾക്കു വിശ്വാസമില്ലാഞ്ഞാൽ–

മാധവൻ: അച്ഛൻ കളവുപറഞ്ഞു എന്നു ഞാനും ഗോവിന്ദൻകുട്ടിയും ഈ ജന്മം പറയുന്നതല്ല. അച്ഛന്റെ വാക്കിനേക്കാൾ ഞങ്ങൾക്കു വിശ്വാസം ഈ ഭൂമണ്ഡലത്തിൽ ആരുടെ വാക്കും ഇല്ലാ. എന്നാൽ അച്ഛനെ തെറ്റായി ധരിപ്പിച്ചതിനാൽ അച്ഛൻ ഇങ്ങിനെ പറയാൻ ഇടയായതാണെന്നു മാത്രമാണു ഞങ്ങൾ പറയുന്നത്. ആ യോഗീശ്വരൻ ഈ ഒമ്പതു ദിവസങ്ങൾക്കുള്ളിൽ എത്ര സമയം അച്ഛനേയും മറ്റാരേയും കാണാതെ രഹസ്യമായി ഇരുന്നിട്ടുണ്ട്. യോഗാനുഷ്ഠാനങ്ങൾക്ക് എന്നു പറഞ്ഞു വാതിൽ അടച്ച് അകത്ത് ഇരിക്കുമ്പോൾ അയാൾക്കു നല്ല വണ്ണം തിന്നുകൂടെ? തിന്നേണ്ട സാധനങ്ങൾ എന്തെല്ലാം കൈയടക്കമായി വലിയ ഭാണ്ഡങ്ങളിലും മറ്റും വെയ്ക്കാം? അയാളുടെ കൈയിൽ അങ്ങിനെ സൂക്ഷിച്ചിട്ടില്ലെന്ന് എന്താണു നിശ്ചയം? അയാളുടെ ശരീരവും സാമാനങ്ങളും അച്ഛൻ ശോധനചെയ്തിട്ടില്ലല്ലൊ. പിന്നെ രാത്രി ഉറങ്ങാൻ എല്ലാവരും പോയാൽ അയാൾക്കു തിന്നാൻ എത്ര തരമുണ്ട്? ഒമ്പതുദിവസം ഒന്നും

അയാൾ തിന്നിട്ടില്ലെന്നു തീർത്തുപറയണമെങ്കിൽ ഒമ്പതു ദിവസങ്ങളിലും രാവുപകൽ അയാളുടെ കൂടെത്തന്നെ ഒരു മിനിട്ടു നേരം പിരിയാതെ പാറാവായി സമർത്ഥന്മാരായ മനുഷ്യരെ കാവൽ നിർത്തി തിന്നുന്നുണ്ടോ എന്നു പരീക്ഷിച്ചിട്ടു വേണം. അങ്ങിനെ പരീക്ഷ ചെയ്തിട്ടില്ലല്ലോ.

ഗോവിന്ദപ്പണിക്കർ: എനിക്ക് ആ യോഗീശ്വരൻ കള്ളനാണെന്നു തോന്നിയിട്ടില്ല. ഈ ജന്മം തോന്നുകയുമില്ലാ. സകല കാര്യങ്ങളും നിങ്ങൾ കണ്ടതേ വിശ്വസിക്കുന്നുള്ളൂ. മാധവൻ എന്റെ അച്ഛനെ കണ്ടിട്ടുണ്ടോ? ഇല്ല. എനിക്ക് അച്ഛനുണ്ടായിരുന്നു. അദ്ദേഹം മാധവന്റെ മുത്തച്ഛനാണെന്നു മാധവൻ, ഞാൻ പറഞ്ഞാൽ വിശ്വസിക്കുന്നില്ലേ?

മാധവൻ: (ചിറിച്ചുംകൊണ്ട്) എന്താണ് അച്ഛൻ ഇങ്ങിനെ പറയുന്നത്? ഇതു സ്വഭാവാനുസൃതമായ ഒരു അവസ്ഥയല്ലേ? ഇത് അച്ഛൻ പറഞ്ഞിട്ടില്ലെങ്കിലും ഞാൻ വിശ്വസിക്കുന്ന ഒരു കാര്യമാണല്ലോ.

ഗോവിന്ദപ്പണിക്കർ: ആട്ടെ, അത് അങ്ങിനെ ഇരിക്കട്ടെ. മാധവന് നിരീശ്വരമതമല്ലാ എന്നല്ലേ പറഞ്ഞത്. ഈശ്വരനെ അപ്പു കണ്ടിട്ടുണ്ടോ? പിന്നെ കാണാത്ത വസ്തുവെ എന്തിനു വിശ്വസിക്കുന്നു?

മാധവൻ: ശരി; അച്ഛന്റെ ഈ ചോദ്യം ഒന്നാന്തരംതന്നെ. ഞാൻ ഇതിനു സമാധാനം പറയാൻനോക്കാം. ഗോവിന്ദൻകുട്ടി എന്നെ തർക്കിച്ചു തോല്പിക്കുമായിരിക്കും. എങ്കിലും ഞാൻ പറയാം. ഈശ്വരനെ ഞാൻ കണ്ടിട്ടില്ലാ. എന്താണ്, എങ്ങിനെയാണ് ഈശ്വരൻ എന്നതും എനിക്കു വെളിവായി പറയാൻ സാധിക്കയില്ലാ. എന്നാൽ ഞാൻ ഈ ജഗത്തിൽ എങ്ങും വലുതായി അനിർവ്വചനീയമായി ഒരു ശക്തിയെ അന്തർഭവിച്ചു കാണുന്നുണ്ട്. ആ ശക്തിയെയാണു ഞാൻ ഈശ്വരൻ എന്നു വിചാരിക്കുന്നതും പറയുന്നതും. ആ ശക്തി ഇന്നതാണെന്നു വ്യക്തമായി അറിവാനും പറവാനും പ്രയാസം. അതിനെക്കുറിച്ച് ഒന്നുമാത്രം ഞാൻ പറയാം. ആ ശക്തിയുടെ അഭാവത്തിൽ ജഗത്തിന്ന് ഇപ്പോൾ കാണപ്പെടുന്ന സ്ഥിതി ഉണ്ടാവാൻ പാടില്ലെന്നു ഞാൻ വിചാരിക്കുന്നു. ഈ ശക്തി സർവ്വ ചരാചരങ്ങളിലും കാണപ്പെടുന്നു. മനുഷ്യൻ മുതൽ പിപീലികാകൃമിവരെയുള്ള ജംഗമങ്ങളിലും പർവ്വതങ്ങൾ മുതൽ തൃണപര്യന്തം ഉള്ള സ്ഥാവരങ്ങളിലും സൂര്യൻമുതല്ക്കുള്ള ആകാശചാരികളായി കാണപ്പെടുന്ന സകലഗ്രഹങ്ങളിലും ഗോളങ്ങളിലും നക്ഷത്രങ്ങളിലും സകല കാലങ്ങളിലും കാണ്മാനോ സ്പർശനത്താലറിവാനോ കേൾപ്പാനോ മനസ്സിൽ ഗ്രഹിപ്പാനോ പാടുള്ളതായ സകല സാധനങ്ങളിലും വിഷയങ്ങളിലും ഈ ഒരു ശക്തിയെ സൂക്ഷ്മമായി ആലോചിച്ചു നോക്കുമ്പോൾ ഞാൻ എല്ലായ്പോഴും കാണുന്നു. ഈ ശക്തിയെയാണ് ഞാൻ ദൈവം എന്നു വിചാരിക്കുന്നത്.

ഗോവിന്ദപ്പണിക്കർ: വരട്ടെ; ദൈവം ഇല്ലെന്നല്ലേ ഗോവിന്ദൻകുട്ടി പറഞ്ഞത്. അതിന്നുള്ള സംഗതികൾ ഒന്നാമതു പറഞ്ഞു കേൾക്കട്ടെ. ഈ

ചരാചരങ്ങൾ എല്ലാം മനുഷ്യരടക്കം താനെ ഉണ്ടായി എന്നാണ് ഗോവിന്ദൻകുട്ടി പറയുന്നത്; അല്ലേ? അതിന്റെ സംഗതികൾ ഒന്നാമത് ഒന്നു പറഞ്ഞുകേൾക്കട്ടെ-പിന്നെ മാധവൻ പറയുന്നതു കേൾക്കാം.

ഗോവിന്ദൻകുട്ടിമേനോൻ: പറയാം, ഒന്നാമത് ഈശ്വരൻ ഇല്ലെന്നല്ല ഞാൻ പറഞ്ഞത്. ഈശ്വരൻ ഉണ്ടെന്ന് ഇതുവരെ ജഗത്തിൽ കാണപ്പെട്ട വ്യാപാരങ്ങളാൽ വിശ്വസിപ്പാനോ ഊഹിപ്പാനോ പാടില്ലെന്നു മാത്രമാണ്. യൂറോപ്പിൽ ഉള്ള ശാസ്ത്രവിദഗ്ദ്ധന്മാരായ അനേകം മഹാപുരുഷന്മാർ ഈ സംഗതിയെക്കുറിച്ചു പലപ്പോഴും ആലോചിച്ച് എഴുതീട്ടുള്ള ചില പുസ്തകങ്ങൾ ഞാൻ വായിച്ചിട്ടുണ്ട്. ഇതിൽ ചിലരുടെ അഭിപ്രായങ്ങളിൽ മുഴുവനുമായി ഞാൻ യോജിക്കുന്നില്ലെങ്കിലും മറ്റു ചിലരുടെ അഭിപ്രായങ്ങളിൽ ഞാൻ പൂർണ്ണമായി യോജിക്കുന്നു. ഈ സംഗതിയിൽ ഞാൻ വായിച്ച പുസ്തകങ്ങളിൽ അതിബുദ്ധിമാനായ ചാർലസ്സ് ബ്രാഡ്ളാ എന്ന സായ്വ് ഇയ്യെടെ എഴുതീട്ടുള്ള ഒരു പുസ്തകമാണ് എനിക്കു വളരെ ബോദ്ധ്യമായത്. ഇതിൽ പലേ ബുദ്ധിമാന്മാരായ ആളുകൾ എഴുതീട്ടുള്ള പലേ പുസ്തകങ്ങളിൽനിന്നും മറ്റും ഓരോ അഭിപ്രായങ്ങളും വിവരങ്ങളും വളരെ യുക്തിയോടെ എടുത്തു ചേർത്തിട്ടുണ്ട്. ആ പുസ്തകം എന്റെ തോല്പെട്ടിയിൽ ഇപ്പോൾ ഉണ്ട്. അതിൽ ചില ഭാഗങ്ങൾ ഞാൻ മലയാളത്തിൽ തർജ്ജമയായി വായിച്ചു കേൾപ്പിക്കാം. എന്നാൽ ജ്യേഷ്ഠന് എന്റെ അഭിപ്രായം ശരിയെന്നു ബോദ്ധ്യപ്പെടും എന്നു ഞാൻ വിശ്വസിക്കുന്നു.

ഗോവിന്ദപ്പണിക്കർ: നീ എന്തുപറഞ്ഞാലും ഏതു ബുക്കു വായിച്ചാലും ഞാൻ ഈ ജന്മം ഈശ്വരൻ ഇല്ലെന്നു വിചാരിക്കയില്ല.

ഗോവിന്ദൻകുട്ടിമേനോൻ: ഞാൻ എന്തു പറഞ്ഞാലും ഏതു ബുക്കു വായിച്ചാലും ജ്യേഷ്ഠൻ നിരീശ്വരമതത്തെ കൈക്കൊള്ളണ്ടാ. എന്നാൽ ഞാൻ പറയാൻ പോകുന്ന സംഗതികൾ നല്ല സംഗതികളായാൽ അതു സമ്മതിക്കുമോ?

ഗോവിന്ദപ്പണിക്കർ: പറഞ്ഞുകേൾക്കട്ടെ.

ഗോവിന്ദൻകുട്ടിമേനോൻ; സിദ്ധാന്തമായി അഭിപ്രായപ്പെടരുത്. സംഗതികളുടെ ഗുണദോഷങ്ങൾ ആലോചിക്കണം. എന്നാൽ ഞാൻ പറയാം.

ഗോവിന്ദപ്പണിക്കർ: പറയൂ; കേൾക്കട്ടെ.

ഗോവിന്ദൻകുട്ടിമേനവൻ ബ്രാഡ്ളാവിന്റെ ബുക്കു തോല്പെട്ടിയിൽ നിന്ന് എടുത്തുകൊണ്ടുവന്നു ചെറിയ ഒരു മെഴുത്തിരിവിളക്കു കത്തിച്ച് അടുക്കെ വെച്ചു കുറെ കടലാസ്സുകൾ നോക്കി. എന്നിട്ട്,

ഗോവിന്ദൻകുട്ടിമേനോൻ: ഈ പുസ്തകത്തിൽ ഓരോ ദിക്കു വായിച്ചു പറയുന്നതിനുമുമ്പ് എന്താണു നിരീശ്വരമതക്കാരുടെ സിദ്ധാന്തം എന്ന് ആകപ്പാടെ ജ്യേഷ്ഠനോട് ഒന്നു പറയാം: അവരുടെ അഭിപ്രായം ഈ ജഗത്തു മുഴുവനും കാര്യകാരണസംബന്ധന്യായേന പദാർത്ഥങ്ങളുടെ സ്വാഭാവികമായ വികാരങ്ങളാലും ചേഷ്ടകളാലും അന്യോന്യം സംശ്രയങ്ങളാലും സംശ്രയാഭാവങ്ങളാലും അനവധിയായ കാലംകൊണ്ടു

ക്രമേണ ക്രമേണ താനെ ഉണ്ടായിവന്നതാണെന്നാകുന്നു. സർവ്വപദാർത്ഥങ്ങൾക്കും ആദ്യകാരണങ്ങളായി പൃഥിവ്യപ്തേജോവായ്വാകാശങ്ങളെയോ അതുകളുടെ ഏതെങ്കിലും ഭാഗങ്ങളെയോ സംഗ്രഹിച്ച് അതുകളിൽനിന്ന് ക്രമേണ അതുകളുടെ അന്യോന്യസംശ്രയങ്ങളിലും സംശ്രയാഭാവങ്ങളിലും മറ്റു പദാർത്ഥങ്ങളെ ഗ്രഹിച്ച് ഇപ്രകാരം ക്രമേണ ക്രമേണ അനന്തകോടി പദാർത്ഥങ്ങളുടെ ഉത്ഭവങ്ങളെ അനുമാനിക്കുകയും ഗുണിക്കുകയും ചെയ്യുന്നു. ഇതിന് അതിയുക്തിയുള്ള കാരണങ്ങളെയും കാണിക്കുന്നു. ഈശ്വരൻ ഉണ്ടെന്ന് അവരെ പറഞ്ഞു ബോദ്ധ്യപ്പെടുത്താൻ ആരാലും കഴിയുമെന്ന് എനിക്കു തോന്നുന്നില്ല. ദൈവം ഉണ്ടെന്നു പറയുമ്പോൾ ഇല്ലെന്നു കാണിപ്പാൻ ലക്ഷം സംഗതികൾ അവർ കാണിക്കുന്നു. അതാതിന്റെ സ്വഭാവത്തെ വിട്ട് ഒരു പദാർത്ഥവും ഒരിക്കലും ലോകത്തിൽ കാണുന്നില്ലാ. ഹിന്തുക്കളോ ബുദ്ധന്മാരോ മഹമ്മദീയരോ ക്രിസ്ത്യാനികളോ മറ്റ് ഏതുവിധ മതക്കാരോ അവരുടെ വേദങ്ങൾപ്രകാരം ദൈവത്തെക്കുറിച്ചു പറയുന്നത് ഒന്നുംതന്നെ വാസ്തവത്തിൽ ബുദ്ധിമാന്മാരായ മനുഷ്യർക്ക് ഒത്തുകാണുന്നതുമില്ല. ഞാൻ കൈയിൽ പിടിച്ചിരിക്കുന്ന ഈ പുസ്തകകർത്താവ് ബ്രാഡ്ളാസായ്‌വ് അദ്ദേഹത്തിന്റെ സ്വജാതിമതത്തെപ്പറ്റിത്തന്നെ വളരെ പറഞ്ഞിട്ടുണ്ട്.

ഗോവിന്ദപ്പണിക്കർ: എന്താണ്, സ്വന്തവേദവും കളവാണെന്നോ?

ഗോവിന്ദൻകുട്ടിമേനോൻ: ക്രിസ്ത്യാനിവേദത്തിൽ ജഗൽസൃഷ്ടി ചെയ്ത ക്രമത്തെയും സ്വഭാവത്തെയുംകുറിച്ചു പറഞ്ഞതുമുഴുവനും യുക്തിഭംഗമായ വിധത്തിലാണെന്നും ഇപ്പോൾ മനുഷ്യനു കിട്ടീട്ടുള്ള അറിവുകൾ പ്രകാരം നോക്കുമ്പോൾ ഈ വേദപുസ്തകത്തിൽ പറഞ്ഞ സൃഷ്ടിക്രമം അശേഷം വിശ്വസിപ്പാൻ പാടില്ലാത്തതാണെന്നും ആകുന്നു ബ്രാഡ്ളാവിന്റെ അഭിപ്രായം.

ഗോവിന്ദപ്പണിക്കർ: ഈ സായ്‌വ് മഹാപാപിയാണ്.

ഗോവിന്ദൻകുട്ടിമേനോൻ: ആയിരിക്കാം; എന്നാൽ മഹാബുദ്ധിമാൻ കൂടിയാണ്.

ഗോവിന്ദപ്പണിക്കർ: ദൈവം ഇല്ലെന്നു പറയുന്നതുകൊണ്ട് മഹാബുദ്ധിമാൻ: അല്ലേ?

ഗോവിന്ദൻകുട്ടിമേനോൻ: ദൈവം ഉണ്ടെന്നു വിശ്വസിപ്പാൻ പാടില്ലെന്നുള്ളതിന് അദ്ദേഹം പറയുന്ന സംഗതികളെ വായിച്ചാൽ അദ്ദേഹം അതിബുദ്ധിമാനാണെന്നു ബുദ്ധിയുള്ളവർ എല്ലാവരും പറയും.

ഗോവിന്ദപ്പണിക്കർ: ദൈവം ഇല്ലെന്നു വരുത്തേണ്ടത് ഈ ലോകത്തിലേക്കു വളരെ ആവശ്യമായ ഒരു കാര്യമായിരിക്കും. അതുകൊണ്ട് ഈ ബുദ്ധിമാൻസായ്‌വ് ഇതിൽ ഇത്ര ബുദ്ധി കാണിച്ചതായിരിക്കും; അല്ലേ?

ഗോവിന്ദൻകുട്ടിമേനോൻ: ഈ ലോകത്തിൽ കളവായോ തെറ്റായോ മനുഷ്യർക്കു സാധാരണ ഓരോ സംഗതികളിൽ ഉണ്ടാവുന്ന അഭിപ്രായങ്ങളും വിശ്വാസങ്ങളും വിചാരങ്ങളും തങ്ങൾക്കു കഴിയുന്നെടത്തോളം

ബുദ്ധിമാന്മാരായ ആളുകൾ ഇല്ലായ്മ ചെയ്‌വാനും ശരിയായ അറിവുകൾ കൊടുപ്പാനും എല്ലായ്പോഴും ബാദ്ധ്യസ്ഥരാണ് എന്നു ഞാൻ വിചാരിക്കുന്നു.

ഗോവിന്ദപ്പണിക്കർ: ബുദ്ധിമാന്മാരുടെ ഇപ്പോഴത്തെ അറിവോ പണ്ടത്തെ അറിവോ ശരിയായിട്ടുള്ളത് എന്നു നിശ്ചയം വന്നുവോ?

ഗോവിന്ദൻകുട്ടിമേനോൻ: അതിനാണ് ഇപ്പോൾ ബുദ്ധിമാന്മാരായുള്ളവർ പറയുന്ന സംഗതികൾ ആലോചിക്കണം എന്നു പറയുന്നത്.

ഗോവിന്ദപ്പണിക്കർ: എന്നാൽ പറഞ്ഞോളൂ; സംഗതികൾ കേൾക്കട്ടെ.

ഗോവിന്ദൻകുട്ടിമേനോൻ: നിരീശ്വരമതം എന്താണെന്നു ബ്രാഡ്‌ളാ ചെയ്തിട്ടുള്ള വിവരണത്തിന്റെ സാരം ഞാൻ മലയാളത്തിൽ പറയാം. നിരീശ്വരമതക്കാരൻ പറയുന്നത്:

"ഞാൻ ദൈവം ഇല്ലെന്നു പറയുന്നില്ല; നിങ്ങൾ ദൈവം എന്നു പറയുന്നതിന്റെ അർത്ഥം എനിക്കു മനസ്സിലാവുന്നില്ല എന്നു ഞാൻ പറയുന്നു. ദൈവം ഇല്ലെന്ന് പറയേണമെങ്കിൽ നിങ്ങൾ പറയുന്ന ദൈവം എന്ന സാധനം എന്താണെന്നറിഞ്ഞിട്ടുവേണ്ടേ? തനിക്ക് ഒന്നും അറിവില്ലാത്ത ഒരു സാധനത്തെപ്പറ്റി ഉണ്ടെന്നോ ഇല്ലെന്നോ എങ്ങിനെ ഒരുവൻ പറയും? പിന്നെ ഈ കാണുന്ന ചരാചരങ്ങളെ ഒക്കെ വെവ്വേറെ സൃഷ്ടി ചെയ്തു രക്ഷിച്ചും സംഹരിച്ചുംകൊണ്ട് ഒരു പ്രത്യേകസ്രഷ്ടാവ് മനുഷ്യന്റെ മാതിരിയിലോ മറ്റോ ഒരു ദിക്കിൽ എങ്ങാനും ഉണ്ടെന്നു നിങ്ങൾ പറയുന്നതായാൽ അതു കേവലം ഇല്ലാത്തതാണ്, ശുദ്ധഭോഷ്കാണ് എന്നു ഞാൻ പറയും; സംശയമില്ല. ഇങ്ങിനെ അല്ലാതെ മനസ്സിലാവാത്തവിധമുള്ള വാക്കുകളെക്കൊണ്ടു ദൈവം ഉണ്ടെന്നു പറയുന്നതായാൽ എനിക്കു മനസ്സിലായില്ല. അതുകൊണ്ട് അതിന് ഉത്തരം പറയാൻ പാടില്ലെന്നും പറയും. മനസ്സിലാവാത്ത ഒരു സാധനം ഉണ്ടെന്നു ഞാൻ ഒരിക്കലും വിശ്വസിക്കുകയും ഇല്ലാ."

ഇങ്ങിനെയാണ് നിരീശ്വരമതക്കാരുടെ സിദ്ധാന്തം.

ഗോവിന്ദപ്പണിക്കർ: ഇത്ര വഷളായ ഒരു സിദ്ധാന്തം ഞാൻ ഇതുവരെ കേട്ടിട്ടില്ലാ. ഇതെല്ലാം വായിച്ചാൽ നിങ്ങളുടെ ബുദ്ധി എങ്ങിനെ വഷളാവാതിരിക്കും? ലോകത്തിൽ എവിടെ നോക്കിയാലാണു മഹത്തായ ദൈവശക്തി കാണാതിരിക്കുന്നത്? എത്ര സുഖത്തിലും വെടുപ്പിലും ഈ ലോകത്തെ ദൈവം വെച്ചിരിക്കുന്നു! ദൈവം ഇല്ലാതെ ഈ സൂര്യനും ചന്ദ്രനും എങ്ങിനെ ഉണ്ടായി? നുമ്മൾ ഇങ്ങിനെ സുഖമായി ആഹാരനിദ്രാദികളായ അവസ്ഥകളോടുകൂടി പ്രപഞ്ചത്തിൽ കഴിച്ചുകൂട്ടുന്നത് ആരുടെ ശക്തിയാണ്? ഓരോ കാലം വേണ്ടപോലെയുള്ള എല്ലാ കാര്യങ്ങളും ശരിയായി ലോകത്തിൽ ചെയ്തു കാണുന്നുണ്ടല്ലോ. ഇത് ആരുചെയ്യുന്നു? കരുണാകരനായ ദൈവമല്ലേ? മഴ ആവശ്യമുള്ളപ്പോ ഉണ്ടാവുന്നില്ലേ? ഈ ചരാചരങ്ങളുടെ ദാഹത്തെ തീർക്കുന്നില്ലേ? സൂര്യൻ ദിവസംപ്രതി ഉദിക്കുന്നില്ലേ? സർവ്വചരാചരങ്ങളെയും സുഖിപ്പിക്കുന്നില്ലേ? ചന്ദ്രൻ ക്രമംപോലെ ഉദിച്ചു ജഗത്തിനെ ആഹ്ലാദിപ്പിക്കുന്നില്ലേ? ഭൂമിയിൽ

വഴിപോലെ ധാന്യങ്ങളും സസ്യാദികളും ഉണ്ടാവുന്നില്ലേ? ഇങ്ങിനെ എന്തെല്ലാം സുഖങ്ങൾ കാലോചിതമായി നുമ്മൾ അനുഭവിക്കുന്നു! ഇതെല്ലാം ദൈവശക്തിയില്ലാതെ എങ്ങിനെ ഉണ്ടാവും? കഷ്ടം! ദൈവമില്ലെന്നു ഭ്രാന്തന്മാർ പറയും.

ഗോവിന്ദൻകുട്ടിമേനോൻ: ശരി; ജ്യേഷ്ഠൻ പറഞ്ഞതെല്ലാം ശരി- എന്നാൽ ജ്യേഷ്ഠൻ ഒരു ഭാഗമേ പറഞ്ഞുള്ളൂ. ഈ ജഗത്തിൽ എല്ലാ കാര്യങ്ങളും ജഗത്തിന്നു സുഖമായും ആഹ്ലാദകരമായും ആവശ്യമുള്ള വിധവും തന്നെയാണ് എല്ലായ്പോഴും ഉണ്ടാവുന്നത് എന്നുവന്നാൽ കരുണാകരനായ ഒരു ദൈവം ഉണ്ടെന്നു സമ്മതിക്കാം. എന്നാൽ വാസ്തവത്തിൽ കാര്യം അങ്ങിനെ അല്ലല്ലോ കാണുന്നത്. എത്ര കഠിനമായ ആപത്തുകൾ ലോകത്തിൽ കാണുന്നു. ഒരേടത്തും ദൈവത്തിന്റെ ശക്തി പ്രത്യക്ഷത്തിൽ കാണുന്നതുമില്ല. ജലം കുടിപ്പാൻ കിട്ടാതെ ചരാചരങ്ങൾ വെന്തു നശിച്ചുപോവുന്ന ദിക്കിൽ പലപ്പോഴും ഒരുതുള്ളി മഴ കിട്ടുന്നില്ല. മഴ ഉണ്ടാവുന്നതിൽ ദൈവികമായ ഒരു ശക്തി ഉണ്ടെങ്കിലും ആ ശക്തി ദൈവത്തിൽ വിശ്വാസമുള്ളവർ പറയുന്നതുപോലെ ജഗത്തിൽ കരുണാവത്തായുള്ളതാണെങ്കിലും എന്തുകൊണ്ടു കാലോചിതമായ മഴ ഉണ്ടാവുന്നില്ല? സൂര്യരശ്മിയുടെ കാഠിന്യത്താലും തൈക്ഷ്ണ്യത്താലും കത്തുന്ന മണലിൽ കുഴഞ്ഞു പലേ ജന്തുക്കളും വെന്തു നശിച്ചുപോവുന്നു. കൊടുംകാട്ടുതീയിൽ പെട്ടു ചിലപ്പോൾ സാധുക്കളായ മൃഗങ്ങൾ ആബാലവൃദ്ധം വെന്തു പെടഞ്ഞു കഠിനവേദന അനുഭവിച്ചു നശിക്കുന്നു. ദ്രവ്യാഗ്രഹികളായ കള്ളന്മാരുടെ കട്ടാരംകൊണ്ടു കുത്തുകൊണ്ട് അതിഭക്തന്മാരായ ഹിന്തുവും ക്രിസ്ത്യാനിയും ബൗദ്ധനും ഒരുപോലെ വേദനപ്പെട്ടു നിലവിളിച്ചു വായ് പിളർക്കുന്നു. കള്ളസാക്ഷി പറഞ്ഞു നിർദ്ദോഷിയായവനെ തൂക്കിക്കൊല്ലിക്കുന്നു. കടൽ അതിക്രമിച്ചു രാജ്യങ്ങൾ മുക്കി തദ്ദേശവാസികളെ ആബാലവൃദ്ധം വെള്ളത്തിൽ ശ്വാസംമുട്ടിച്ചു കൊല്ലുന്നു. കപ്പൽ മുങ്ങി ജനങ്ങൾ ചാവുന്നു. ശേഷിച്ചവർ വെള്ളം കുടിക്കാൻ കിട്ടാതെ അന്തർദ്ദാഹം പിടിച്ച് ഒരുത്തൻ മറ്റൊരുത്തന്റെ കഴുത്തു കടിച്ചുമുറിച്ചു രക്തം കുടിക്കുന്നു. വിശപ്പു സഹിക്കാൻ പാടില്ലാതെവന്നു തന്റെ സ്നേഹിതനെ കൊന്നു പച്ചമാംസം തിന്നുന്നു. ഇടിത്തീ വീണു നിർദ്ദോഷികളായ ചെറുകുട്ടികൾ നശിക്കുന്നു. നിരപരാധിയായ ഒരുവനെ അവൻ ഉറങ്ങിക്കിടക്കുമ്പോൾ പാമ്പു വന്നു കടിച്ചു കൊല്ലുന്നു. ജാത്യാന്ധനായുള്ളവൻ വിശപ്പു സഹിക്കാൻ പാടില്ലാതെ ഒരെറക്കു കഞ്ഞിക്കു വേണ്ടി തപ്പിക്കൊണ്ടു നടക്കുമ്പോൾ പൊട്ടക്കിണറ്റിൽ വീണു കഴുത്തും കാലും ഒടിഞ്ഞു പ്രാണവേദനയെ അനുഭവിച്ചു മരിക്കുന്നു. പകരുന്ന വ്യാധികളും യുദ്ധങ്ങളും ക്ഷാമങ്ങളും നിമിത്തം അസംഖ്യം ജനം ആബാലവൃദ്ധം ക്ഷണത്തിൽ കഠിനപ്രാണവേദനയോടെ "ഈശ്വരാ! ദൈവമേ! രക്ഷിക്കണേ!" എന്നു നിലവിളിച്ചുകൊണ്ട് ഇരിക്കുന്ന മദ്ധ്യേ പ്രാണവേദന സഹിച്ചുംകൊണ്ട് ഒരു നിവൃത്തിയും കിട്ടാതെ മരിക്കുന്നു. ഇവിടെ എല്ലാം എന്തുകൊണ്ടു ദൈവത്തിന്റെ കരു

ണാവത്തായ ശക്തി തന്റെ സൃഷ്ടികളെ സങ്കടത്തിൽ നിന്നു രക്ഷിക്കുന്നില്ലാ? പിന്നെ വല്ല സമയങ്ങളിലും ഈ വക ആപത്തുകളിൽനിന്ന് നിവൃത്തികൾ സാധാരണ അറിയപ്പെടുന്ന കാരണങ്ങളാൽ കിട്ടുമ്പോൾ അതു ദൈവകൃപയാലാണെന്നും മറ്റും പറയുന്നു. ഇതിനെ ആരു വിശ്വസിക്കും? എന്നാൽ പ്രപഞ്ചത്തിൽ ഇങ്ങിനെ ഉണ്ടാവുന്ന സങ്കടങ്ങളെ ദൈവികമായ ശക്തികൊണ്ടു നിവൃത്തിച്ചുകാണുന്നില്ലാത്തതിനെക്കുറിച്ചു നുമ്മൾ ഹിന്തുക്കളും വേറെ മതക്കാരും പറയുന്ന കാരണങ്ങൾ എത്രയും നിസ്സാരമാണ്. ഒന്നാമത് ഓരോ ആൾക്കു വരുന്ന ദുഃഖങ്ങൾ കഴിഞ്ഞ ഒരു ജന്മം അയാൾ ചെയ്ത പാപത്തിന്നു ദൈവം കൊടുക്കുന്ന ശിക്ഷയാണെന്നു ഹിന്തുമതത്തിൽ പറയുന്നു. ഒരു തെറ്റിന്നു ചെയ്യുന്ന ശിക്ഷ തെറ്റുകാരനെ തന്റെ തെറ്റിന്റെ ശിക്ഷയാണെന്ന് അറിയിച്ചിട്ടു ചെയ്യുന്നതാണ് എല്ലായ്പോഴും നല്ലത്. അതുവിട്ട് ഇന്ന സംഗതിക്കാണു താൻ കഷ്ടം അനുഭവിക്കുന്നത് എന്ന് അറിയിപ്പിക്കാതെ ഒരു കഷ്ടം അനുഭവിപ്പിക്കുന്നതിൽ എന്താണു ഫലം? ശിക്ഷ പാപനിവാരണത്തിന്നുവേണ്ടിയാണെങ്കിൽ പാപിയെ അറിയിച്ചിട്ടുതന്നെ ചെയ്യേണ്ടതല്ലേ? ഇതിനെപ്പറ്റി വലിയ ഒരു ശാസ്ത്രജ്ഞൻ ഇയ്യെടെ ഒരു ഗ്രന്ഥം ഉണ്ടാക്കിയതിൽ പറഞ്ഞിട്ടുള്ളതിന്റെ സാരം ആ പുസ്തകത്തിൽ നിന്നു വായിച്ചു ഞാൻ പറയാം. നേർതർജ്ജമയായി പറഞ്ഞാൽ ജ്യേഷ്ഠനു മനസ്സിലാക്കാൻ പ്രയാസപ്പെടും. സാരം പറയാം. ഈ മഹാവിദ്വാൻ പറയുന്നു:

"തന്റെ സമസൃഷ്ടികൾക്കു നാശമോ ഉപദ്രവമോ അസഹ്യതയോ വരുത്തിയ ഒരു കുറ്റക്കാരന്റെ സ്വാഭാവികമായ ദുഷ്ടബുദ്ധിയെ കളഞ്ഞ് അവനെ സന്മാർഗ്ഗിയാക്കി തന്റെ സമസൃഷ്ടികളുമായി സമാധാനമായും സുഖമായും ഇരുത്താൻവേണ്ടി വേറെ യാതൊരു പ്രകാരത്തിലും കഴിവില്ലാതെ ഇരിക്കുന്നതുകൊണ്ടുമാത്രമാണ് മനുഷ്യർ ഉണ്ടാക്കിയ ശാസ്ത്രപ്രകാരം കുറ്റക്കാരനെ ദണ്ഡിപ്പിക്കുന്നതും ശിക്ഷയിൽ പെടുത്തുന്നതും ബന്തോവസ്തിൽവെച്ചു സന്മാർഗ്ഗോപദേശങ്ങളെ ചെയ്യുന്നതും. എന്നാൽ ദൈവം തന്നെ തന്റെ സൃഷ്ടികളെ ഇങ്ങിനെ ദണ്ഡിപ്പിക്കുന്നതിന്ന് എന്തൊരു സംഗതി ഉണ്ടെന്നാണു നോം പറയേണ്ടത്. ദൈവം ഉണ്ടെന്നോ ഇല്ലെന്നോ ഉള്ള വാദത്തെ മുഴുവനും തള്ളി ഉണ്ടെന്നുതന്നെ തീർച്ചയാക്കുക. ദുഃഖങ്ങളുടെ ഉത്ഭവത്തെപ്പറ്റിയുള്ള സർവ്വ സിദ്ധാന്തങ്ങളെയും തൽക്കാലം ഇല്ലെന്നു വിചാരിക്കുക. സർവ്വശക്തിയുള്ള ഒരു സ്രഷ്ടാവ് ഉണ്ടെന്നുള്ള സിദ്ധാന്തത്തെപ്പറ്റിയും തൽക്കാലം തർക്കിക്കാതിരിക്കുക. എന്നിട്ടു ദൈവത്തെ ഈ ജഗത്തിനെ മുഴുവനും ഭരിക്കുന്ന വിശ്വംഭരൻ എന്ന സ്ഥിതിയിൽ മാത്രം ഓർക്കുക. ഈ നിലയിൽ ഈ വിശ്വംഭരന് താൻ തന്റെ സൃഷ്ടികളെ ഇങ്ങിനെ ദണ്ഡിപ്പിക്കുന്നതിനെ നീതീകരിപ്പാൻ എന്തു കാരണങ്ങളെയാണു കാണിപ്പാൻ കഴിയുന്നത്? തന്റെ സ്വയരക്ഷയ്ക്കുവേണ്ടി ഇങ്ങിനെ ഈ സാധുക്കളായ തന്റെ സൃഷ്ടികളെ ശിക്ഷിക്കുന്നതോ, അതല്ല കുറ്റം ചെയ്തവരുടെ നന്മയ്ക്കുവേണ്ടി അവരെ ദണ്ഡിപ്പിക്കുന്നതോ ഇതിൽ രണ്ടിൽ ഏതു സംഗതി

ക്കായാലും ഈ ദണ്ഡനം കൂടാതെ കാര്യം സാധിപ്പാൻ ആ ദൈവത്തിന്നു കഴിയുന്നതല്ലേ? ഒരു മനുഷ്യനെ വേദനയോ സങ്കടമോ അനുഭവിപ്പുക്കുന്ന പ്രവൃത്തി നുമ്മൾ മനുഷ്യർക്കുതന്നെ വ്യസനകരമായ ഒരു പ്രവൃത്തിയാണ്. അങ്ങിനെ ചെയ്യേണ്ടിവരുന്നതു നിവൃത്തിയില്ലാത്ത ഒരു ദോഷകർമ്മം തന്നെയാണെന്നാകുന്നു നാം മനുഷ്യരുതന്നെ അഭിപ്രായപ്പെടുന്നത്. പഠിപ്പുള്ള മനുഷ്യര് ഇല്ലാത്തവരെ പഠിപ്പിച്ചിട്ടും മനുഷ്യവർഗ്ഗങ്ങൾ അന്യോന്യം സ്നേഹിച്ചും ഐക്യമായി ഇരിക്കേണ്ടതിന്നുള്ള വഴികൾ എടുത്തും പലേ സന്മാർഗ്ഗോപദേശങ്ങൾ ചെയ്തും വരുന്നു. ഈ ഉപദേശങ്ങൾകൊണ്ടു ഗുണപ്പെടാത്ത ചിലർ പിന്നെയും ദുർവൃത്തിയിൽ ചാടുന്നു. അവരെ ദണ്ഡിപ്പിക്കുകയും ചെയ്യുന്നു. ഇങ്ങിനെ ദണ്ഡനംചെയ്യുന്നതു മനുഷ്യരിൽതന്നെ ഒരു ദുര്യശസ്സിന്നു ഹേതുവാണെങ്കിൽ ദൈവത്തിങ്കൽ അത് എത്ര അധികം ദുര്യശസ്സിന്നു കാരണമായിത്തീരുന്നു. നുമ്മളുടെ രാജ്യം ഭരിക്കുന്ന മനുഷ്യരാജാക്കന്മാർക്കു കുറ്റക്കാരുടെ ദുർബുദ്ധിയെ നീക്കംചെയ്തു ഗുണബുദ്ധി കൊടുപ്പാൻ ഒരു ശക്തി ഉണ്ടായിരുന്നുവെങ്കിൽ ആ ശക്തിയെ ഉപയോഗിച്ചു ദുർമ്മര്യാദയും ദുഷ്പ്രവൃത്തിയും മനുഷ്യരിൽ ഇല്ലാതെ ആക്കിക്കളയുന്നതല്ലാതെ പിന്നെയും കുറ്റംചെയ്യുന്നതു വിരോധിക്കാതെ നോക്കിക്കൊണ്ടു നിന്ന്, ചെയ്ത ഉടനെ കുറ്റക്കാരെ പിടിച്ചു ഹിംസിച്ചു ദണ്ഡിപ്പിക്കുവാനായി കാത്തിരിക്കുമോ? ഒരിക്കലും ചെയ്കയില്ല. എന്നാൽ നുമ്മൾ മനുഷ്യർക്കു ഭവിഷ്യദ്വർത്തമാനങ്ങളെയോ പ്രവൃത്തികളെയോ അറിവാനുള്ള ശക്തിയില്ലാ. കരുണാകരൻ എന്നു പറയപ്പെടുന്ന ആ ദൈവത്തിനോ നിങ്ങൾ പറയുംപ്രകാരം നിശ്ചയമായി ഈ ശക്തി ഉണ്ടാവാതെ ഇരിപ്പാൻ പാടില്ലതാനും. മനുഷ്യനെ സൃഷ്ടിച്ചതു ദൈവം, മനുഷ്യന്റെ മനസ്സിൽനിന്ന് ഉണ്ടാവുന്ന സകല വാസനകളും ദൈവത്തിൽനിന്ന് ആദ്യത്തിൽ ഉത്ഭവിച്ചത്, അല്ലെങ്കിൽ ദൈവത്തിന്ന് ഇഷ്ടംപോലെ ഇല്ലാതാക്കുവാനോ കുറയ്ക്കാനോ അധികരിപ്പാനോ കഴിയുന്നവ. കാര്യം ഇങ്ങിനെ ഇരിക്കുമ്പോൾ ദൈവം പാപകർമ്മങ്ങൾ ചെയ്‌വാൻ ഒരു മനുഷ്യന്ന് ഉണ്ടാവുന്ന ഉത്സാഹങ്ങളേയോ വാസനയേയോ നിർത്താതെ അതു ചെയ്യിപ്പിച്ചശേഷം അവനെ കഠിനമായി ശിക്ഷിച്ചു വേദനപ്പെടുത്തി നശിപ്പിക്കുന്നത് എന്തിന്? ഇതു മഹാകഷ്ടമല്ലേ? ദൈവം ഇത്ര ബുദ്ധിഹീനതയായും ക്രൂരമായും ചെയ്യുമോ? ഇപ്പോൾ ക്രിസ്ത്യാനിവേദപുസ്തകത്തിൽ പറയുംപ്രകാരം ദൈവം ചെയ്ത ശിക്ഷകളെത്തന്നെ നാം നോക്കുന്നതായാൽ ദൈവം എത്ര കഠോരമായും നിർദ്ദയമായും അതിക്രൂരമായും മനുഷ്യനെ ശിക്ഷിച്ചതായി കാണുന്നു. തെറ്റുകാരൻ പിന്നെ എന്തുതന്നെ ഗുണകർമ്മം ചെയ്താലും പശ്ചാത്താപപ്പെട്ടാലും ദൈവം ഒരുവിധത്തിലും ദയ കാണിക്കാത്തമാതിരിയിലാണു ക്രിസ്ത്യാനിവേദത്തിൽതന്നെ കാണുന്നത്. ആദാം ഒരു കുറ്റം ഒരുപ്രാവശ്യം ചെയ്തുപോയി. അതിന് അയാളെയും അയാളുടെ സർവ്വസന്താനങ്ങളെയും പരമ്പരയായി എന്നെന്നും നരകകൂപത്തിൽനിന്ന് ഒരിക്കലും കയറാൻ പാടില്ലാത്തവിധം ഇട്ടു കള

ഞ്ഞു. ആദാം തെറ്റുചെയ്തതിന് അവന്റെ സന്താനങ്ങൾകൂടി എന്തിന് ഈ മഹാപാപം അനുഭവിക്കുന്നു? ദൈവം ഇങ്ങിനെ എല്ലാം ചെയ്തിട്ടുണ്ടെങ്കിൽ പിന്നെ എവിടെയാണ് അദ്ദേഹത്തിന്റെ കരുണയും നീതിയും?"– ഇങ്ങിനെയാണ് ഈ മഹായുക്തിമാനായ ശാസ്ത്രജ്ഞൻ പറയുന്നത്.

ഗോവിന്ദപ്പണിക്കർ: ആദാം എന്നൊരാളുണ്ടായി എന്നു നമ്മുടെ ഹിന്തുപുരാണങ്ങളിൽ ഒന്നും പറയുന്നില്ല. ഞാൻ ഇതു വിശ്വസിക്കയില്ലാ.

ഗോവിന്ദൻകുട്ടിമേനോൻ: ആദാമിനെ വിശ്വസിക്കേണ്ടാ. നുമ്മളുടെ പുരാണങ്ങളിൽ ഈ ആദാമിന് ഉണ്ടായതായി പറയപ്പെടുന്നമാതിരി ശാപങ്ങളും ദൈവകോപംകൊണ്ടു വന്ന പലേമാതിരി ദുഃഖങ്ങളും ക്രിസ്ത്യാനിവേദത്തിൽ കാണുന്നതിനേക്കാൾ വളരെ അധികം കാണാം. നുമ്മളുടെ പുരാണങ്ങളിൽ ദൈവകോപംകൊണ്ടു മാത്രമല്ലാ ദൈവഭക്തന്മാരായ മഹർഷിമാരുടെ കോപംകൊണ്ട്, ദേവന്മാരുടെ കോപംകൊണ്ട്, ബ്രാഹ്മണ കോപംകൊണ്ട് എന്നു വേണ്ട പതിവ്രതമാരായ സ്ത്രീകളുടെ കോപം കൊണ്ടുകൂടി ദേവകളും മനുഷ്യരും മൃഗങ്ങളും പലപ്പോഴും കുഴങ്ങി ബുദ്ധിമുട്ടി അനേകജന്മങ്ങൾ എടുത്തു പലേമാതിരി സങ്കടങ്ങളും സന്താപങ്ങളും അനുഭവിച്ചതായി പറയപ്പെടുന്നുണ്ട്. ഇത്ര അധികം വിഡ്ഢിത്തങ്ങളും ഭോഷത്വങ്ങളും ക്രിസ്ത്യാനിവേദപുസ്തകത്തിൽ കാണുകയില്ലാ.

ഗോവിന്ദപ്പണിക്കർ: അങ്ങിനെ പറയരുത്. നുമ്മളുടെ പുരാണങ്ങൾ ഗോവിന്ദൻകുട്ടി എന്തു കണ്ടു. വിഡ്ഢിത്തം, ഭോഷത്വം എന്ന് എത്രയോ പ്രാചീനമായ നുമ്മളുടെ പുരാണങ്ങളെക്കുറിച്ച് ഇന്നലെ ഉണ്ടാക്കിയ ഒരു ഇങ്കിരീസ്സു ബുക്കു വായിച്ചിട്ടു പറഞ്ഞാൽ ആരു വിശ്വസിക്കും? അതിരിക്കട്ടെ. അപ്പോൾ ദൈവമില്ലെങ്കിൽ മനുഷ്യൻ താനേ ഉണ്ടായി എന്നാണു ഗോവിന്ദൻകുട്ടി പറയുന്നത്?

ഗോവിന്ദൻകുട്ടിമേനോൻ: മനുഷ്യർ എന്നുവേണ്ടാ ഈ കാണുന്ന സകലചരാചരങ്ങളും പലേവിധ കാരണങ്ങളിൽനിന്നും ശക്തികളിൽ നിന്നും താനേ ഉത്ഭവിച്ചു നിറയുന്നതാണെന്നാകുന്നു ഞാൻ പറയുന്നത്.

ഗോവിന്ദപ്പണിക്കർ: അപ്പോൾ ഒരു മനുഷ്യൻ മരിച്ചാലോ? അവന്റെ ജീവൻ എങ്ങട്ടു പോവുന്നു?

ഗോവിന്ദൻകുട്ടിമേനോൻ: എങ്ങട്ടും പോവുന്നില്ലാ, അതില്ലാതാവുന്നു. ഒരു കത്തുന്ന തിരി കെടുത്തിയാൽ അഗ്നി എവിടേക്കു പോവുന്നു? എവിടേക്കും പോവുന്നില്ല. അത് ഇല്ലാതെ പോവുന്നു-അതുപോലെ ജീവനും.

ഗോവിന്ദപ്പണിക്കർ: അപ്പോൾ, മനുഷ്യനു വേറെ ഗതിയൊന്നുമില്ല; മരിച്ചാൽ എല്ലാം തീർന്നു. അല്ലേ? നിന്റെ ഈ മതം പിശാചുക്കൾക്കു കൊള്ളാം-മറ്റാർക്കും കൊള്ളരുത്. മനുഷ്യന് എങ്ങിനെ ഈ കൈകാലുകൾ, കണ്ണ്, മൂക്ക്, ചെവി മുതലായ ഇന്ദ്രിയങ്ങൾ എല്ലാം ഉണ്ടായി?

ഇതെല്ലാം ഇത്ര ശരിയായും വെടുപ്പായും എന്തു കാര്യകാരണങ്ങളാണ് ഉണ്ടാക്കിയത്?

മാധവൻ: ശരി; അച്ഛന്റെ ചോദ്യം ഒന്നാന്തരം. അച്ഛൻ ഗോവിന്ദൻകുട്ടിയോടു ചെയ്ത ചോദ്യം അല്പം ചില ഭേദങ്ങൾ ചെയ്താൽ നല്ല ഒരു ഇംഗ്ലീഷ് ശാസ്ത്രജ്ഞൻചെയ്തപോലെയുള്ള ഒരു ചോദ്യമായി വരും. ആ ചോദ്യം ഞാൻ ചെയ്യാം; ജഗത്തു മുഴുവനും താനേ ഒരു പ്രത്യേക സ്രഷ്ടാവ് ഇല്ലാതെ ഉണ്ടായിവന്നത് എന്നോ ഗോവിന്ദൻകുട്ടിയുടെ സിദ്ധാന്തം?

ഗോവിന്ദൻകുട്ടിമേനോൻ: അതെ; ഒരു പ്രത്യേക സ്രഷ്ടാവ് ഉണ്ടാക്കിയതാണെന്നു വിചാരിപ്പാൻ സംഗതി ഇല്ലെന്നു ഞാൻ പറയുന്നു.

മാധവൻ: അങ്ങിനെ അഭിപ്രായപ്പെടുന്നതിനുള്ള കാരണങ്ങൾ ചുരുക്കത്തിൽ സ്പഷ്ടമായി പറയൂ.

ഗോവിന്ദൻകുട്ടിമേനോൻ: ചുരുക്കത്തിൽ സ്പഷ്ടമായി പറയാൻ പ്രയാസം. മാധവൻ എന്നെപ്പോലെതന്നെ ഈ സംഗതിയെപ്പറ്റി പലേ പുസ്തകങ്ങളും വായിച്ചിട്ടുണ്ടല്ലൊ. അതുകൊണ്ട് ഞാൻ ജ്യേഷ്ഠൻ അറിയാൻമാത്രം ചുരുക്കി പറയാം. ചുരുക്കി പറയുന്നതിൽ എന്റെ താല്പര്യം സ്പഷ്ടമായി കാണിപ്പാൻ കഴിയുമോ എന്ന് എനിക്കു സംശയം. എന്റെ കൈയിൽ ഇപ്പോൾ ഉള്ള ഈ പുസ്തകത്തിൽതന്നെ ഓരോ ഭാഗങ്ങൾ വായിച്ചു പറയാം.

‘‘മിസ്റ്റർ ബ്രാഡ്ളാവിന്റെ പുസ്തകത്തിൽ അധികവും ഭാഗം ക്രിസ്ത്യാനിവേദത്തിൽ ജഗൽസൃഷ്ടി ഉണ്ടായ സ്വഭാവത്തെയും കാലത്തെയും പറയുന്നത് എല്ലാം ശുദ്ധമേ കളവും അസംഭവ്യവുമാണെന്നു കാണിപ്പാനുള്ള സംഗതികളെയാണു പറഞ്ഞിട്ടുള്ളത്. എന്നാൽ അതുകളെക്കുറിച്ച് ഇവിടെ പറഞ്ഞിട്ട് ആവശ്യമില്ല. വാള്ളെസ്സ്, ഡാർവ്വിൻ മുതലായ പലേ ശാസ്ത്രജ്ഞന്മാർ ജഗദുൽപത്തിയെപ്പറ്റി പറഞ്ഞിട്ടുള്ളതു സൂക്ഷ്മമായി ആലോചിച്ചാൽ ഈ കാണുന്ന സകല ചരാചരങ്ങളും ‘ഇവെല്ല്യൂഷൻ’ എന്ന ഉൽപ്പത്തിസമ്പ്രദായപ്രകാരം താനേ ഉത്ഭവിച്ചു വന്നതാണെന്നു കാണാം. ഡാർവ്വിൻ പറയുന്നു: ‘സാധാരണ സാധനങ്ങൾക്ക് പകർച്ച, വളർച്ച, നാശം ഇതുകൾ സ്വഭാവേന ഉള്ളതാകുന്നു. ഓരോ സാധനം ഒരു പ്രകാരത്തിലും ഗുണത്തിലും ഇരിക്കുന്നത് കാലാന്തരംകൊണ്ട് മറ്റൊരു പ്രകാരത്തിലും ഗുണത്തിലും ആയിവരുന്നു. പിന്നെയും മാറുന്നു. പിന്നെയും വളരുന്നു. ഇങ്ങിനെ അനന്തകോടി സംവത്സരങ്ങളാൽ ഒരു സാധനം വേറെ സാധനങ്ങളുമായുള്ള ചേർച്ചയാലോ ആവശ്യങ്ങളാലോ അതിന്റെ ഒന്നാമത്തെ ഗുണവും സ്വഭാവവും വിട്ടു ക്രമേണക്രമേണ മറ്റൊരു സ്വഭാവത്തിലും ഗുണത്തിലുമായി വരുന്നു. ഇതു സാധാരണ സർവ്വപദാർത്ഥങ്ങളിലും താനേ ഉള്ള ഒരു ശക്തിയാണ്. ഇതുപ്രകാരം തന്നെയാണു മനുഷ്യന്റെ ഉല്പത്തിയും. ആദ്യത്തിൽ എത്രയോ അണുമാത്രമായ ഒരു ജീവജന്തു ക്രമേണ അനവധി അനവധി കാലംകൊണ്ടും ജീവന്റെ ആവശ്യപ്രകാരവും ആഗ്രഹപ്രകാരവും

അതിനൊത്ത ദേഹാകൃതികളെ സ്വല്പംസ്വല്പം ഭേദമായി അതാതു കാലത്തു മാറി കാലക്രമേണ ഇപ്പോൾ നാം കാണുന്നതുപോലെ മനുഷ്യന്റെ ദേഹാകൃതിയിലും സ്വഭാവത്തിലും വന്നുചേർന്നിരിക്കുന്നു.' ഇതിനു ദൃഷ്ടാന്തമായി പലേ സംഗതികളേയും ഡാർവ്വിൻ എന്ന ശാസ്ത്രജ്ഞൻ പറഞ്ഞിരിക്കുന്നു. പ്രത്യേകം ഒരു സ്രഷ്ടാവ് ഈ ജഗത്തിലുള്ള എല്ലാ പദാർത്ഥങ്ങളെയും വെവ്വേറെ ഉണ്ടാക്കിയതല്ലെന്നു കാണിപ്പാൻ പലേ ദൃഷ്ടാന്തങ്ങളും ഉണ്ട്. നനവുള്ള പുതുമണ്ണിൽ കുറെ തീയിട്ടോ മറ്റോ ചൂടുപിടിപ്പിച്ചശേഷം തണുപ്പുള്ളതായ ഒരു സാധനംകൊണ്ടു സാധാരണ വായുവിനു സ്പർശിപ്പാൻ പാടില്ലാത്തവിധം ഒരു നാലഞ്ചു മണിക്കൂറ് ആ സ്ഥലത്തെ അടച്ചുമൂടിയതിൽ പിന്നെ ആ അടപ്പ് എടുത്തുനോക്കിയാൽ പലപ്പോഴും ആ സ്ഥലത്തു ലക്ഷോപലക്ഷം ചെറിയ സ്വരൂപങ്ങളുള്ള ചിതൽ എന്നു പറയുന്ന വെളുത്ത ഒരുവക പ്രാണികൾ എളകി പതച്ചുനടക്കുന്നതു കാണുന്നു. എവിടെനിന്നാണ് ഇത്ര അനവധി ചിതലുകൾ ഇത്ര ക്ഷണംകൊണ്ട് ഉണ്ടായത്? ദൈവം അപ്പോൾ ഉണ്ടാക്കിയതോ, ഇതു പെറ്റുണ്ടായതോ, അതല്ല ചില കാരണങ്ങൾ അന്യോന്യം സംശ്രയിച്ചപ്പോൾ താനേ ഉണ്ടായിവന്നതോ? പിന്നെ അതിൽ ഒരു ചിതലിനെയോ അല്ലെങ്കിൽ അതിൽ അല്പം വലിയ ഒരു പുഴുവിനെയോ വേട്ടാളൻ എന്നു പറയുന്ന ഒരു പ്രാണി എടുത്ത് അതിന്റെ കൂട്ടിൽ വയ്ക്കുന്നു. പത്തു പതിനഞ്ചുദിവസം ആ വേട്ടാളനുമായി സമ്പർക്കിച്ചിരിക്കുമ്പോഴയ്ക്ക് ആ പുഴു താനേ വേട്ടാളനായിത്തീരുന്നു. ഇങ്ങിനെയുള്ള ചില്ലറയായ സാധനങ്ങൾ നോക്കിയാൽ ഒന്നിൽനിന്നു മറ്റൊന്ന് ഉണ്ടാവുന്ന സ്വഭാവം അറിയാം. ഈ ജഗത്ത് എല്ലാം അനാദിയായ കാലശക്തിയാലും ഓരോ വസ്തുക്കളുടെ സംശ്രയങ്ങളാലും സംശ്രയാഭാവങ്ങളാലും താനേ ഉണ്ടായി നിറഞ്ഞുവന്നതും താനേ നശിച്ചുപോവുന്നതും ആകുന്നു എന്നേ വിചാരിപ്പാൻ വഴിയുള്ളു. ഹക്സലി എന്ന ഒരു മഹാവിദ്വാൻ പറയുന്നു: 'ജീവനുള്ള സകല ജന്തുക്കളുടേയും, അല്ലെങ്കിൽ പഞ്ചേന്ദ്രിയവികാരങ്ങളോടു സംയുതങ്ങളായ സകലശരീരങ്ങളുടേയും ഉല്പത്തിയെ നോം സൂക്ഷ്മമായി ശാസ്ത്രസിദ്ധാന്തമായ അറിവോടുകൂടി നോക്കുമ്പോൾ ഓരോ ജന്തു ആദിയിൽ ഉത്ഭവിച്ചത് ഓരോ പ്രത്യേക കാരണങ്ങളിൽ നിന്നാണെന്നു വെളിവായി കാണാം. നുമ്മൾ ചുറ്റും കാണുന്ന അനന്തകോടി ജീവജാലങ്ങൾ ഈ കാരണങ്ങളിൽ താനേ ഉത്ഭവിച്ചും വളർന്നും പരന്നും നശിച്ചും കാണാതെയായും വരുന്നതും കാണുന്നു. ഇതു സാധാരണ പല ജീവജാലങ്ങളിൽ സ്വതസ്സിദ്ധമായ ഒരു ശക്തിയാകുന്നു. അങ്ങിനെയുള്ള ശക്തി ഇല്ലാതെ ജീവജാലങ്ങൾ ഒന്നുംതന്നെ ഇല്ല. ഇങ്ങിനെയാണ് ഹക്സലി എന്ന മഹാവിദ്വാന്റെ അഭിപ്രായം. ബ്രാഡ്ളാ എന്നാൾ പറയുന്നു: 'നമുക്ക് ഇതുവരെ കിട്ടിയേടത്തോളമുള്ള അറിവുകളിൽനിന്ന് ആദിയിൽ മനുഷ്യരെ കണ്ട കാലത്തിൽ അവർ ഇപ്പോൾ കാണുന്ന പ്രകൃതവും സ്വഭാവവും ഉള്ള മനുഷ്യരെപ്പോലെ ആയിരുന്നില്ലാ. ആദ്യത്തിൽ കണ്ടതായി അറിയപ്പെ

ടുന്ന കാലത്തു മനുഷ്യൻ ഏതാണ്ട് ഒരു മൃഗംപോലെ ശുദ്ധമൃഗങ്ങളുമായി തമ്മിൽ തല്ലി മല്ലിട്ടുംകൊണ്ടു ഗുഹാവാസം ചെയ്തു കഴിച്ചിരുന്ന ഒരു ജന്തുതന്നെയായിരുന്നു. എന്നാൽ ക്രമേണ ഇപ്പോൾ മനുഷ്യൻ എത്ര ശക്തനും ബുദ്ധിമാനും സർവവിദഗ്ദ്ധനും ആയിത്തീർന്നിരിക്കുന്നു. ഇതുപ്രകാരംതന്നെ, ഇപ്പോൾ നമുക്ക് അറിവു കിട്ടീട്ടുള്ളതിന്നും പ്രാചീനമായി വളരെ കോടി സംവത്സരങ്ങൾ മുമ്പുള്ള സ്ഥിതി എനി നോക്കി അറിവാൻ സാധിക്കുന്നുവെങ്കിൽ ഇന്ദ്രിയനിഷ്ഠമായ ജീവനെ വഹിക്കുന്നതിന്നുമുമ്പു പലേവിധ ജീവദശകളിൽ ഇപ്പോൾ കാണുന്ന സമർത്ഥനായ ഈ മനുഷ്യർ കിടന്നിരുന്നു എന്ന് ഒരു സമയം കാണാൻ കഴിയുമെന്നു ഞാൻ വിചാരിക്കുന്നു.' എന്നിങ്ങനെയാണ് ബ്രാഡ്‌ലാ പറയുന്നത്.

ഗോവിന്ദപ്പണിക്കർ: മനുഷ്യർ ആദ്യം ഗുഹയിൽ മൃഗത്തിനെപ്പോലെ കിടന്നു എന്ന് ആരു വിശ്വസിക്കും? പക്ഷേ, ബിലാത്തിയിൽ അങ്ങിനെ ആയിരുന്നുവായിരിക്കാം. അതുപോലെ മൃഗപ്രായമായ മനുഷ്യൻ ഇപ്പോഴുമുണ്ട്-ഇല്ലേ മാധവാ?

മാധവൻ: ഉണ്ട്. ആഫ്രിക്കാരാജ്യത്ത് സാമാന്യം മൃഗങ്ങളെപ്പോലെ ഉള്ള മനുഷ്യർ ഇപ്പോഴും ഉണ്ട്.

ഗോവിന്ദൻകുട്ടിമേനോൻ: പണ്ടു ഞാൻ പറഞ്ഞ കാലം ഞാൻ പറഞ്ഞമാതിരിയേ അതിന് മനുഷ്യർ ഉണ്ടായിരുന്നുള്ളു.

ഗോവിന്ദപ്പണിക്കർ: അതിന് എന്തു പ്രമാണം?

ഗോവിന്ദൻകുട്ടിമേനോൻ: ശാസ്ത്രപ്രകാരം ഉള്ള അറിവുതന്നെ.

ഗോവിന്ദപ്പണിക്കർ: എന്തു ശാസ്ത്രം? നീ പേർപറഞ്ഞ സായ്‌വന്മാരുണ്ടാക്കിയ ശാസ്ത്രമോ?

ഗോവിന്ദൻകുട്ടിമേനോൻ: അവരും അവരെപ്പോലെയും അതിലധികവും ശാസ്ത്രപരിജ്ഞാനമുള്ള ആളുകൾ എഴുതി പലേ ഗ്രന്ഥങ്ങളിൽ നിന്നാണു ഞാൻ പറയുന്നത്.

ഗോവിന്ദപ്പണിക്കർ: എന്നാൽ നീ ഇപ്പോൾ പറഞ്ഞതിൽ ഒരവസ്ഥമാത്രം ഹിന്ദുശാസ്ത്രപ്രകാരം അല്പം ഒക്കുന്നുണ്ട്. നീ പറഞ്ഞ പ്രകാരംതന്നെ, നുമ്മളുടെ ശാസ്ത്രത്തിലും ആദ്യം തൃണംമുതൽ പലേ ജന്മങ്ങളും കഴിഞ്ഞിട്ടുവേണം മനുഷ്യജന്മം കിട്ടാൻ എന്നു പറയുന്നുണ്ട്. പക്ഷേ, അങ്ങിനെ എല്ലാം വരുന്നതു വാസനാരൂപമായി ദൈവകല്പനയാൽ ആണെന്നാകുന്നു നുമ്മടെ ശാസ്ത്രം.

ഗോവിന്ദൻകുട്ടിമേനോൻ: ശരി; ജ്യേഷ്ഠൻ അത്രത്തോളം സമ്മതിച്ചുവോ?

ഗോവിന്ദപ്പണിക്കർ: ഞാൻ എന്തു സമ്മതിച്ചു? നീ പറഞ്ഞതു യാതൊന്നും ഞാൻ സമ്മതിച്ചിട്ടില്ലാ. ഒരിക്കലും സമ്മതിക്കുകയുമില്ലാ. ഈശ്വരനില്ലെന്നല്ലേ നീ പറയുന്നത്? അത് ഈ ജന്മം സമ്മതിപ്പാൻ പാടില്ലാ. മഹാ അബദ്ധമായ സിദ്ധാന്തമാണ് ഈശ്വരൻ ഇല്ലെന്നുള്ളത്. സർവ്വജഗദന്തര്യാമിയായി കാരുണ്യമൂർത്തിയായുള്ള ഒരു സ്രഷ്ടാവ് ഈ ജഗത്തിന്ന് ഇല്ലെന്നു ശുദ്ധഭ്രാന്തൻ മാത്രമേ പറയുകയുള്ളു.

ഗോവിന്ദൻകുട്ടിമേനോൻ: ഞാൻ ഒരു കാരുണ്യമൂർത്തിയേയും ജഗദന്തര്യാമിയേയും കാണുന്നില്ലാ.

ഗോവിന്ദപ്പണിക്കർ: ആട്ടെ, ഈ നിരീശ്വരസിദ്ധാന്തികൾ ഇയ്യെടെ ഈവിധം ഓരോ ബുക്ക് എഴുതിത്തുടങ്ങിയതല്ലേ ഉള്ളു. ഇതിന് എത്രയെത്രയോ മുമ്പും ഇപ്പോഴും എനി എത്രയോ കാലവും ഈ കാണുന്ന സകല മനുഷ്യരും ദൈവവന്ദനം ഓരോ പ്രകാരത്തിൽ ചെയ്തുവന്നിരിക്കുന്നു എന്നും ചെയ്തുവരുമെന്നും എനിക്ക് ഉറപ്പുണ്ട്. നിരീശ്വര മതക്കാർ ആകപ്പാടെ പത്താളുകളുണ്ടാവുമോ ഗോവിന്ദൻകുട്ടീ?

ഗോവിന്ദൻകുട്ടിമേനോൻ: അനവധി ലക്ഷം ആളുകൾ ഇപ്പോൾ നിരീശ്വരമതക്കാരുമുണ്ട്. അതു പക്ഷേ, പുറത്തറിയുന്നില്ലാ. ഭൂമിയിലുള്ള ജനങ്ങളെക്കുറിച്ചു കണക്ക് എടുക്കുന്നത് എല്ലാം ഓരോ മതത്തിൽ ഉള്ള ആളുകൾ ഇത്രയിത്ര എന്നാണ്. ഇതിൽ ഓരോ മതത്തിൽ നിരീശ്വരമതക്കാർ വളരെ ഉണ്ടായിരിക്കും. എന്നാൽ അതു കണക്കിൽ കാണിക്കാറില്ലാ. ഈ ഭൂമിയിലെ ആകെ ജനങ്ങളിൽ നാനൂറ്റഞ്ചുകോടി ആറുലക്ഷം പേർ ബുദ്ധമതക്കാരും മുന്നൂറ്റിതൊണ്ണൂറ്റൊമ്പതുകോടി രണ്ടുലക്ഷംപേർ ക്രിസ്ത്യാനിമതക്കാരും ഇരുനൂറ്റിനാലുകോടി രണ്ടുലക്ഷംപേർ മഹമ്മദീയമതക്കാരും നൂറ്റിഎഴുപത്തിനാലുകോടി രണ്ടുലക്ഷംപേർ ഹിന്തുമതക്കാരും അമ്പതുലക്ഷം പേർ ജൂതന്മാരും മറ്റോരോപ്രകാരം വിഗ്രഹാരാധനക്കാരായ പലവകയായി നൂറ്റിപതിനെട്ടുകോടി മനുഷ്യരും ഉണ്ടെന്നു ബ്രാഡ്‌ളാവിന്റെ പുസ്തകത്തിൽ കാണുന്നു. എന്നാൽ മതത്തിന്മേൽ സ്ഥാപിച്ച് എടുത്തിട്ടുള്ള ഈ കണക്ക് എത്രയും തെറ്റാണെന്ന് അദ്ദേഹം കാണിക്കുന്നു. പഠിപ്പും അറിവും അധികമായുള്ള യൂറോപ്പു രാജ്യനിവാസികളിലും അമേരിക്കാരാജ്യനിവാസികളിലും അനവധി മഹാന്മാരായ ആളുകൾ നിരീശ്വരമതക്കാരാണെങ്കിലും പ്രോട്ടസ്റ്റന്റ് അല്ലെങ്കിൽ റോമൻ കത്തോലിക്കാമതക്കാരായി കണക്കിൽ തെറ്റായി ചേർത്തിരിക്കുന്നു എന്നാണ് അയാളുടെ അഭിപ്രായം. അതു ശരിയാണെന്നുള്ളതിലേക്കു ലേശം സംശയമില്ലാ. ഇപ്പോൾ മലയാളത്തിൽ കാനേഷുമാരി കണക്ക് എടുത്തതിൽ എന്നെ ഹിന്തുമതക്കാർ എന്നല്ലേ ചേർത്തിരിക്കുന്നത്. എന്നാൽ ഞാൻ വാസ്തവത്തിൽ ഹിന്തുമതക്കാരനല്ലെല്ലൊ. ഈ തെറ്റു സർവ്വസാധാരണയായി ഉണ്ടാവുന്നതാണ്. അതുകൊണ്ട് ദൈവം ഉണ്ടെന്നുവിചാരിക്കാതെയും വന്ദിക്കാതെയും ഉള്ളവർ വളരെ ഈ ലോകത്തിൽ ഉണ്ടെങ്കിലും എത്ര ഉണ്ടെന്ന് ഇപ്പോൾ കണക്കാക്കാൻ പ്രയാസമായി വരുന്നു.

ഗോവിന്ദപ്പണിക്കർ: മഹാപാപം ഇതു കേൾക്കുന്നത്. കലിയുഗധർമ്മം എന്നേ പറയുന്നുള്ളു.

ഗോവിന്ദൻകുട്ടിമേനോൻ: എന്നാൽ പിന്നെ ഇതിനെക്കുറിച്ച് എന്തിനു ജ്യേഷ്ഠൻ വ്യസനിക്കുന്നു? കലിയുഗത്തിൽ മനുഷ്യർ നിരീശ്വരമതക്കാരായി വരണമെന്നു ജ്യേഷ്ഠൻ പറയുന്ന ദൈവം കല്പിച്ചിട്ടുള്ളതാണെങ്കിൽ പിന്നെ ഞങ്ങൾ നിരീശ്വരമതക്കാരായത് ആശ്ചര്യമോ? ഹിന്തുക്ക

ളുടെ ശാസ്ത്രത്തെപ്പോലെ ഇത്ര അയുക്തിയായി എന്തെങ്കിലും ഉണ്ടോ? ഒരെടത്തു പറയുന്നു മനുഷ്യൻ ജനിക്കുമ്പോൾ തന്നെ അവനു ഭാവിയായി ഉണ്ടാവാൻ പോവുന്ന സകല അവസ്ഥകളെയും തലയിലോ മറ്റോ ബ്രഹ്മാവ് എഴുതിവെച്ചിരിക്കുന്നു എന്ന്. ഇങ്ങിനെ എഴുതി തീർച്ചയാക്കിയ കാര്യത്തിൽ പിന്നെ മനുഷ്യന് എന്തൊരു ശക്തിയാണ് ഉള്ളത്? “നീ ഇന്നപ്രകാരത്തിൽ ജീവിക്കണം; നീ ഇത്ര മനുഷ്യരെ കൊല്ലണം; നീ ഇത്ര മനുഷ്യരെ രക്ഷിക്കണം; നീ ഇന്നിന്ന കർമ്മങ്ങൾ ചെയ്യണം.” എന്നു വെളിവായും തീർച്ചയായും എഴുതി വിട്ടിട്ടാണത്രെ മനുഷ്യന്റെ ഉത്ഭവം. പിന്നെ ആ സാധുവായ മനുഷ്യന് എന്തു സ്വശക്തിയാണ് ഉള്ളത്? അവനോടു കല്പിച്ചതിനെ അവൻ ചെയ്യുന്നു. പിന്നെ അവനെ, അവൻ ചെയ്യുന്ന തെറ്റിനെക്കുറിച്ചോ ഗുണകർമ്മത്തെക്കുറിച്ചോ എന്തിനു പാപി എന്നും സുകൃതി എന്നും പറയുന്നു? കലിയുഗത്തിൽ ജനങ്ങൾക്ക് ഈശ്വരസ്മരണ ഉണ്ടാകയില്ല. അനേകവിധ പാപകർമ്മങ്ങൾ ചെയ്യും. മഴ വേണ്ടപോലെ ഉണ്ടാവുകയില്ലാ. ഭൂമി വിളയുകയില്ലാ. ശുദ്ധാശുദ്ധമില്ലാതെ ആവും. ബ്രാഹ്മണരെ ഹിംസിക്കും. ഗോവധം ചെയ്യും. നീചന്മാർക്കു മഹത്വം വരും. ഇങ്ങിനെ പലേവിധ കല്പനകളും ചെയ്തുവെച്ചതായി പറയുന്നു. പിന്നെ ഈ കല്പനകൾ പ്രകാരം ഓരോ കാര്യം കാണുമ്പോൾ എന്താണ് ഇത്ര എല്ലാം ജ്യേഷ്ഠൻ ആക്ഷേപിക്കുന്നത്? ജ്യേഷ്ഠൻ കലിയുഗമനുഷ്യനല്ലേ? ജ്യേഷ്ഠന് ഈ കല്പനകൾ സംബന്ധിക്കില്ലേ? മഹാകഷ്ടം! ഇങ്ങിനത്തെ വിഡ്ഢിത്തം ഉണ്ടോ? ഇങ്ങിനത്തെ അയുക്തി ഉണ്ടോ? ബ്രാഹ്മണരുടെ പ്രാധാന്യതയ്ക്കും യോഗ്യതയ്ക്കുംവേണ്ടി മാത്രം അവരിൽ ചിലർ എഴുതീട്ടുള്ള പുസ്തകങ്ങളല്ലാതെ ഹിന്തുക്കൾക്ക് ഈവക സംഗതികളെപ്പറ്റി അറിവിന്നു വേറെ യാതൊരു മാർഗ്ഗവും ഇല്ലല്ലൊ. പിന്നെ എന്തു ചെയ്യും? വിഡ്ഢിത്തം എഴുതിക്കാണുന്നത് എല്ലാം സാധുക്കൾ വിശ്വസിക്കുന്നു.

മാധവൻ: ഗോവിന്ദൻകുട്ടി ഇപ്പോൾ പറഞ്ഞതു വലിയ ഭോഷത്വമാണ്. ബ്രാഹ്മണർ എഴുതീട്ടുള്ള ചില വിലപിടിച്ച പുസ്തകങ്ങളെക്കുറിച്ചു സ്വല്പമെങ്കിലും ഗോവിന്ദൻകുട്ടിക്ക് അറിവുണ്ടായിരുന്നുവെങ്കിൽ ഈവിധം പറയുന്നതല്ല. ഇംക്ലീഷുമാത്രം പഠിച്ച ബ്രാഡ്ളാവിന്റെ ബുക്കും, ഡാർവ്വിൻ, വാള്ളെസ്സ്, ഹക്സലി, ഹർബർട്ട് സ്പെൻസർ മുതലായവരുടെ ബുക്കുകളും വായിച്ച് അതിലുള്ള യോഗ്യതകളെമാത്രം അറിഞ്ഞതിനാൽ യോഗ്യതയുള്ള ഗ്രന്ഥങ്ങൾ ഹിന്ദുക്കൾ ആരും ഉണ്ടാക്കീട്ടില്ലെന്നു ഗോവിന്ദൻകുട്ടി എങ്ങനെ പറയും?

ഗോവിന്ദൻകുട്ടിമേനോൻ: ഡാർവ്വിൻ മുതലായ മഹാശാസ്ത്രജ്ഞന്മാർ ഉണ്ടാക്കിയ പുസ്തകങ്ങളും നുമ്മളുടെ സംസ്കൃതത്തിൽ അയുക്തികളാലും അസംഭവ്യാവസ്ഥകളാലും നിറയപ്പെട്ടിട്ടുള്ളതായ ഭാരതം, ഭാഗവതം, രാമായണം, സ്കാന്ദം മുതലായ പുരാണങ്ങളും ഒരുപോലെയാണെന്നു മാധവൻ പറയുന്നുവോ?

മാധവൻ: അസംബന്ധമായി ധൃതഗതിയായി സംസാരിക്കരുത്. സാവ

ധാനത്തിൽ ആലോചിച്ചു പറയൂ. ഹർബർട്ട് സ്പെൻസർ മുതലായവർ എഴുതിയത് ഇയ്യിടെയാണ്. നുമ്മളുടെ ഹിന്തുക്കളുടെ ഇടയിൽ മഹാന്മാരായ ഗ്രന്ഥകർത്താക്കന്മാരും അദ്വൈതികളും ഉണ്ടായിട്ട് ഇപ്പോഴയ്ക്ക് ഒന്നുരണ്ടായിരം സംവത്സരങ്ങൾ കഴിഞ്ഞു. ഈ ഒന്നുരണ്ടായിരം സംവത്സരങ്ങളിൽ കിട്ടിയ അറിവുകൾകൂടി ഇപ്പോഴത്തെ ഇംക്ലീഷുവിദ്വാന്മാർക്ക് ഉണ്ട്. അവർ മുമ്പുള്ള വിദ്വാന്മാരെക്കാൾ അധികം അറിവുള്ളവർതന്നെ. അതിന്റെ കാരണം, അവർ പിമ്പുള്ള വിദ്വാന്മാരാകയാൽ. എന്നാൽ ഗോവിന്ദൻകുട്ടി ഹിന്തുമതത്തെ ദുഷിക്കുന്നതിന്മേൽ ഞാൻ ആക്ഷേപിക്കുന്നില്ല. ഹിന്തുമതം ഇപ്പോൾ ആചരിച്ചുവരുന്നമാതിരി വളരെ അയുക്തിയായും പൂർവ്വാപരവിരോധങ്ങളായും ഉള്ള ഉപദേശങ്ങളിന്മേൽ ആണെന്നുള്ളതിലേക്ക് എനിക്കു സംശയമില്ല. അങ്ങിനെതന്നെയാണ് പ്രായേണ ലോകത്തിൽ ഉള്ള മറ്റെല്ലാ മതങ്ങളും.

ഗോവിന്ദൻകുട്ടിമേനോൻ: പിന്നെ, മാധവൻ, ഞാൻ അതു പറഞ്ഞതിന്മേൽ എന്തിന് ആക്ഷേപിച്ചു?

മാധവൻ: പറയാം. ഗോവിന്ദൻകുട്ടി പറഞ്ഞതു ഹിന്തുക്കൾക്കു സംസ്കൃതത്തിൽ ഉള്ള സകല ബുക്കുകളും ഒരുപോലെ പൂർവ്വാപരവിരോധങ്ങളായുള്ള സംഗതികളെക്കൊണ്ടു നിറഞ്ഞിരിക്കുന്നു; വേറെ ഈ സാധുക്കൾക്കു യാതൊരു ബുക്കുകളും ഇല്ലെന്നാണ്. പിന്നെ ഈ വക ബുക്കുകൾ ഏതെല്ലാമാണു സംസ്കൃതത്തിൽ ഉള്ളതെന്നു ഗോവിന്ദൻകുട്ടി പറഞ്ഞു കേട്ടതിലും എനിക്ക് ആശ്ചര്യം തോന്നി. ഭാരതം, ഭാഗവതം, സ്കാന്ദപുരാണം-അല്ലേ? ഇതാണു ഹിന്തുക്കളുടെ പ്രധാനഗ്രന്ഥങ്ങൾ, അല്ലേ? വിചിത്രം തന്നെ.

ഗോവിന്ദൻകുട്ടിമേനോൻ: അല്ലേ? ഈ ഗ്രന്ഥങ്ങളെ അല്ലേ മുഖ്യമായി പറയുന്നത്?

മാധവൻ: അതെ. ഈ ഗ്രന്ഥങ്ങളെ മുഖ്യമായി പറയുന്നുണ്ട്. അതുപ്രകാരം തന്നെ ഇംക്ലീഷിൽ മിൽട്ടന്റെ ‘പാരഡൈസ് ലോസ്റ്റ്’, ഷേക്സ്പിയരുടെ നാടകങ്ങൾ, ഇതുകളെയും പറയുന്നുണ്ട്. മിൽട്ടൻ, ഷേക്സ്പിയർ ഇവരെല്ലാം എഴുതിയ കാര്യങ്ങൾ വേറെ. ഡാർവ്വിൻ, വാള്ളെസ്സ് മുതലായവർ എഴുതിയ കാര്യം വേറെ. സോക്രട്ടീസ്, സെനക്കാ മുതലായവരുടെ സിദ്ധാന്തങ്ങളെ കാണിക്കുന്ന പുസ്തകങ്ങളും മിൽട്ടന്റെയും ഷേക്സ്പിയറിന്റെയും ബുക്കുകളും തമ്മിൽ എന്തു സംബന്ധമാണ്? അതുപോലെ ഇപ്പോൾ നോം സംസാരിക്കുന്ന സംഗതിയിൽ ഹിന്തുക്കൾക്കുള്ള പുസ്തകങ്ങൾ രാമായണവും ഭാരതവുമല്ല.

ഗോവിന്ദൻകുട്ടിമേനോൻ: പിന്നെ ഏതാണ്?

മാധവൻ: ഇപ്പോൾ ഗോവിന്ദൻകുട്ടി എന്തു വാദം ചെയ്യുന്നുവോ അതായത് നിരീശ്വരമതസിദ്ധാന്തം തന്നെ അതിമഹാന്മാരായ ഹിന്തുക്കൾ എത്രയോ മുമ്പ്-ഏകദേശം രണ്ടായിരം സംവത്സരങ്ങൾക്കു മുമ്പെ -ചെയ്തിട്ടും ഒരുവിധം സ്ഥാപിച്ചിട്ടും ഉണ്ടെന്നു ഞാൻ കാണിച്ചാലോ?

ഗോവിന്ദൻകുട്ടിമേനോൻ: അങ്ങിനെ ഉണ്ടോ?

മാധവൻ: പിന്നെയോ? ഒന്നും അറിയാതെ ബദ്ധപ്പെട്ട് എന്തെങ്കിലും പറയാതെ സാവധാനത്തിൽ കേൾക്കൂ.

ഗോവിന്ദപ്പണിക്കർ: എന്താണു കുട്ടാ നീ പറയുന്നത്? ഹിന്തുക്കൾക്കു നിരീശ്വരമതം എപ്പോഴെങ്കിലും ഉണ്ടായിട്ടുണ്ടോ?

മാധവൻ: സംശയംകൂടാതെ ഉണ്ടായിരുന്നു. ഇപ്പോഴും ഉണ്ട്. സാംഖ്യം എന്നു പറയുന്ന കപിലമഹർഷിയുടെ സിദ്ധാന്തം എന്തായിരുന്നു? ആറുവിധമാണ് ഹിന്തുക്കൾക്കു സിദ്ധാന്തങ്ങൾ ഉണ്ടായിരുന്നത്.

ഒന്നാമത്, കപിലന്റെ നിരീശ്വരസാംഖ്യ സിദ്ധാന്തം.

രണ്ടാമത്, പതഞ്ജലിയുടെ യോഗവും ഭഗവൽഗീതയും.

മൂന്നാമത്, ജയിമിനിയുടെ പൂർവ്വമീമാംസ.

നാലാമത്, വ്യാസന്റെ ഉത്തരമീമാംസ-അല്ലെങ്കിൽ വേദാന്തം.

അഞ്ചാമത്, ഗൗതമന്റെ നൈയായികസിദ്ധാന്തം.

ആറാമത്, കണാദന്റെ വൈശിഷ്യകസിദ്ധാന്തം.

ഇതിൽ കപിലന്റെ സാംഖ്യം ശുദ്ധനിരീശ്വരത്തെ ഉപദേശിക്കുന്നു.

ഗോവിന്ദൻകുട്ടിമേനോൻ: അങ്ങിനെയോ; അങ്ങിനെ ഉണ്ടോ?

ഗോവിന്ദപ്പണിക്കർ: നിരീശ്വരമതമില്ലാ നമ്മുടെ ശാസ്ത്രത്തിൽ; ഇല്ലാ.

മാധവൻ: ഉണ്ട്, എന്നാൽ ആ സിദ്ധാന്തം ശുദ്ധ അദ്വൈതികൾ പറയുംപ്രകാരം തന്നെത്താൻ അറിയുന്നതാണ് ദൈവത്തെ അറിയുന്നത്, എന്നുമാത്രമാണ്. ഏതു പ്രകാരമായാലും ഇതെല്ലാം യുക്തിയുക്തമായി പറഞ്ഞു ബോദ്ധ്യപ്പെടുത്താൻ പ്രയാസം. ഈ സംഗതിയെപ്പറ്റി എത്ര വാദിച്ചാലും ഒരു ഫലവും ഉണ്ടാവുന്നതല്ലെന്ന് എനിക്കു തോന്നുന്നു. ഈ നിരീശ്വരസിദ്ധാന്തത്തെപ്പറ്റി ഗോവിന്ദൻകുട്ടിതന്നെ പറഞ്ഞ ഹക്സലി എന്ന ശാസ്ത്രജ്ഞന്റെ സ്വന്തമായ അഭിപ്രായംതന്നെ, ഒരേടത്ത് അദ്ദേഹം പറഞ്ഞിട്ടുള്ളത് എനിക്കു മനഃപാഠമായി തോന്നും. അതിന്റെ തർജ്ജമ ഞാൻ പറയാം. അച്ഛൻ അത് ആലോചിച്ച് ഹക്സലി എന്ന മഹാവിദ്വാൻ നിരീശ്വരമതക്കാരനോ എന്നു തീർച്ചയാക്കുകേ വേണ്ടു. ആ മഹാവിദ്വാൻ പറയുന്നു: "നിർഭാഗ്യവശാൽ ഇതുവരെ ഞാൻ വായിക്കേണ്ടി വന്നുപോയിട്ടുള്ള യുക്തിശൂന്യമായും സാരമില്ലാത്തതായുമുള്ള ചില പ്രസംഗങ്ങളിലും കവനങ്ങളിലും വച്ചു ദൈവത്തിന്റെ സ്വഭാവത്തേയും ചേഷ്ടകളേയും സ്വരൂപത്തേയും അവസ്ഥയേയും കുറിച്ചു ചില വിദ്വാന്മാർ അറിഞ്ഞു എന്നു നടിച്ച് അതുകളെ തെളിയിക്കുന്നവയാണെന്ന് ഉദ്ദേശിച്ച് എഴുതീട്ടുള്ള ചില സംഗതികളെപ്പോലെ അബദ്ധമായും അയുക്തിയായും പരിഹാസയോഗ്യമായും ഞാൻ വേറെ ഒരു സാധനം മാത്രമേ വായിച്ചിട്ടുള്ളു. അതു ദൈവം ഇല്ലെന്നു തെളിയിപ്പാൻ മുൻപറഞ്ഞവരുടെ പ്രതികൂലതന്ത്രക്കാരായ ചില നിരീശ്വരമതക്കാർ എഴുതീട്ടുള്ള ഭോഷത്വങ്ങളേയും ദുര്യുക്തികളേയും ആകുന്നു. ഈ ദുര്യു

ക്തികൾ ഞാൻ മുൻപിൽ പറഞ്ഞ വിദ്വാന്മാരുടെ ദുര്യുക്തികളേക്കാൾ പക്ഷേ, അധികരിക്കുമോ എന്നു ഞാൻ സംശയിക്കുന്നു."

ഇങ്ങിനെയാണ് ഹക്സലി എന്ന മഹാവിദ്വാന്റേയും മറ്റ് അനവധി അതിബുദ്ധിമാന്മാരായ ബിലാത്തിക്കാരുടേയും അഭിപ്രായം ഇപ്പോൾ നില്ക്കുന്നത്. ഇവർക്ക് ഒന്നും നിരീശ്വരമതമല്ലതന്നെ. ഹിന്ദു സിദ്ധാന്തങ്ങളിൽനിന്നു തന്നെ ദൈവം എന്നത് അറിവാനും ഗുണിപ്പാനും സാധാരണ മനുഷ്യനു കഴിവില്ലാത്ത ഒരു ശക്തി എന്നാണു നോം അറിയുന്നത്. ഇതിനു പലേ പ്രമാണങ്ങളും ഉണ്ട്. അത് എല്ലാം ഇപ്പോൾ പറഞ്ഞിട്ട് ആവശ്യമില്ല.

യൂറോപ്പിലും മറ്റുമുള്ള പല വിദ്വാന്മാർ (ഡാർവ്വിൻ മുതലായവർ) പറഞ്ഞ ജീവോൽപത്തിക്രമങ്ങളേയും മറ്റും ബുദ്ധിമാന്മാരായ പലരും അശേഷം വിശ്വസിച്ചിട്ടില്ല. എന്റെ അഭിപ്രായത്തിൽ ഒന്നാമതു നിരീശ്വരമതം സാധാരണ ഐഹികസുഖത്തിന്നും സന്മാർഗ്ഗാചാരത്തിന്നുംതന്നെ ഏറ്റവും ദോഷകരമായ ഒരു മതമാണെന്നാകുന്നു. നിരീശ്വരമതം പ്രപഞ്ചത്തിൽ ഉണ്ടാക്കിവയ്ക്കുന്നതുകൊണ്ട് യാതൊരു പ്രയോജനവും ഇല്ലെന്നു മാത്രമല്ല സാധാരണ മനുഷ്യജീവികൾക്കു വളരെ ദോഷങ്ങളും കഷ്ടങ്ങളും ഉണ്ടായിവരുവാൻ കാരണമായി വരുമെന്നുകൂടി ഞാൻ ഭയപ്പെടുന്നു. അതിന്നുള്ള സംഗതികളെയാണ് ഒന്നാമതു ഞാൻ പറയാൻ പോവുന്നത്. പിന്നെ എന്റെ സ്വന്തവിശ്വാസത്തെക്കുറിച്ചു പറയാം.

തങ്ങളുടെ സമസൃഷ്ടികൾക്കു ഗുണത്തേയും ശ്രേയസ്സിനേയും സുഖത്തേയും വരുത്താനായിട്ടാണ് ബുദ്ധിമാന്മാരായ ജനങ്ങൾ എല്ലായ്പോഴും ശ്രമിക്കേണ്ടത്. ദൈവം ഉണ്ടെന്നോ ഇല്ലെന്നോ ഉള്ള സൂക്ഷ്മസ്ഥിതി ആർക്കും അറിവാൻ കഴികയില്ലെന്നു ബുദ്ധിമാന്മാരായ ശാസ്ത്രജ്ഞന്മാർ സമ്മതിക്കുന്നതായാൽതന്നെ പിന്നെ അവർ ചെയ്യേണ്ടത് ഈ സംശയത്തെ ഏതു നിലയിൽ നിർത്തുന്നതാണ് മനുഷ്യർക്കു പരക്കെ ഉപകാരമായി വരുന്നത് എന്നുള്ള ആലോചനയാകുന്നു. ദൈവം ഇല്ലെന്നു സ്ഥാപിപ്പാൻ ഉള്ള സംഗതികൾ എല്ലാം ശരിയാണെന്നും സത്യമാണെന്നും ഉള്ള ഒരു ബോധം മനുഷ്യർക്കു വന്നുപോയാൽ അതുനിമിത്തം അവർക്കുണ്ടാകുന്ന സങ്കടങ്ങളെ ഓർക്കുമ്പോൾ ആ ഒരു സംഗതിതന്നെ അങ്ങിനെ ഒരു നിരീശ്വരത്വം പൊതുവിൽ മനുഷ്യർക്കു വരുത്തരുതെന്നു ബുദ്ധിയുള്ള എല്ലാ മനുഷ്യനേയും അഭിപ്രായപ്പെടുത്തും എന്നുള്ളതിലേക്ക് എനിക്കു ലേശംപോലും സംശയമില്ല. ദൈവം ഉണ്ടെന്നു കാണിപ്പാൻ പത്തു സംഗതികളെ പറയുന്നു. ആ പത്തു സംഗതികളേയും നിരീശ്വരമതവാദം ചെയ്യുന്നവനു തീരെ ഖണ്ഡിപ്പാൻ കഴിയാത്ത പക്ഷം ദൈവം ഇല്ലെന്നു കാണിപ്പാൻ വേറെ പത്തു സംഗതികളെ പകരം പറഞ്ഞു സാധാരണ മനുഷ്യരുടെ മനസ്സിന്നു ഭ്രാന്തിവരുത്തി മനുഷ്യനെ വ്യസനത്തിൽ വിടുന്നതു കഷ്ടമല്ലയോ! ദൈവവിശ്വാസം ഉണ്ടാവുന്നതുകൊണ്ടു പ്രപഞ്ചത്തിൽ ഗുണമല്ലാതെ ദോഷം ഒന്നും ഉണ്ടാകുന്നതല്ലെന്നു കാണുമ്പോൾ ആ വിശ്വാസത്തെ സംശയരഹിതങ്ങളല്ലാത്ത സംഗ

തികളെ പറഞ്ഞുപിടിപ്പിക്കാൻ എന്തിനായിട്ടു ശ്രമിക്കുന്നു? കളവു പറഞ്ഞാലോ അന്യന്റെ മുതൽ അപഹരിച്ചാലോ, പരദാരസംഗം ചെയ്താലോ, തന്റെ സമസൃഷ്ടികളേയോ മറ്റുള്ള ജീവജന്തുക്കളേയോ ഹിംസിച്ചാലോ ധർമ്മത്തെ വെടിഞ്ഞാലോ, ഈ ലോകത്തിൽ ഉണ്ടാവുന്ന ദണ്ഡനയ്ക്കോ ശിക്ഷയ്ക്കോ അവമാനത്തിന്നോ പുറമേ മരണശേഷം ദൈവം മുമ്പാകെക്കൂടി താൻ കുറ്റക്കാരനാകുമെന്നുള്ള ഒരു ഭയം ഒരു മനുഷ്യന്ന് ഉണ്ടാവുന്നത് ഈ ദുഷ്പ്രവൃത്തികൾക്ക് ഒരു അധിക നിവാരണഹേതുവായി വരുന്നതായിരിക്കെ അത് ഇല്ലായ്മചെയ്യേണ്ടുന്ന ആവശ്യം എന്താണ്? ദൈവം എന്നൊരു ശക്തിയില്ലെന്നു കേവലം സംശയരഹിതങ്ങളായ സംഗതികളെക്കൊണ്ടു കാണിച്ചു ബോദ്ധ്യമാക്കുവാൻ ഒരുവനു കഴിയുമെങ്കിൽ അങ്ങിനെ ചെയ്യുന്നതിൽ ഞാൻ ആക്ഷേപിക്കുന്നില്ല. അങ്ങിനെ തീർച്ചയായി കാണിപ്പാൻ കഴിയാതിരിക്കുമ്പോൾ വല്ല സംഗതികളും പറഞ്ഞ് മനുഷ്യരുടെ ബുദ്ധിയെ വഷളാക്കുന്നത് എന്തിന്?

'സയൻസ്സ്' എന്ന് ഇംക്ലീഷിൽ സാധാരണ പേരുപറയപ്പെടുന്ന ശാസ്ത്രവിദ്യകളാൽ ഇതുവരെ പലേപ്രകാരവും സംശയത്തിൽ കിടന്നിരുന്ന പലേവിധ സാധനങ്ങളുടേയും വസ്തുതകളുടേയും സ്വഭാവത്തേയും ഉത്ഭവകാരണത്തേയും വ്യാപാരത്തേയും ശക്തിയേയും കുറിച്ചുള്ള തത്ത്വങ്ങളെ നമുക്ക് അറിവാൻ കഴിഞ്ഞിട്ടുണ്ടെങ്കിലും ആ 'സയൻസ്സു'കളാൽ ഒരു പരാശക്തി ഈ ലോകത്തിൽ കാണപ്പെടുന്ന സർവ്വചരാചരങ്ങൾക്കും ആദ്യകാരണമായി ഇല്ലെന്നു നോം ഒരിക്കലും അറിയുന്നതല്ല. അയസ്കാന്തവും ലോഹവും തമ്മിലുള്ള ആകർഷണശക്തിയെ നോം അറിയുന്നതിനാൽ അതിൽനിന്നു സയൻസ്സുകളെക്കൊണ്ടു പലേ വിദ്യകളും നോം ആലോചിച്ച് ഉണ്ടാക്കുന്നു. എന്നാൽ ഈ വസ്തുക്കൾക്കു സ്വതസ്സിദ്ധമായി കാണപ്പെടുന്ന ശക്തിയുടെ ആദ്യകാരണം എന്താണെന്നു സയൻസ്സു പറയുന്നില്ല. പറയുവാൻ സയൻസ്സിന്ന് ആവശ്യവും ഇല്ല. സയൻസ്സ് ദൈവം ഇല്ലെന്നുള്ള ഉപദേശത്തെ ചെയ്യുന്നില്ല. ഭൂമിയിലുള്ള പലേവിധ സാധനങ്ങൾക്ക് അന്യോന്യം സംശ്രയങ്ങളേയും സംശ്രയാഭാവങ്ങളേയും വരുത്തിയും അതുകളുടെ സൂക്ഷ്മതത്ത്വങ്ങളേയും അതുകളുടെ ശക്തി, വികാരം ഇതുകളേയും അറിഞ്ഞ് അവകളെ മനുഷ്യർക്കും മറ്റും പ്രയോജനയോഗ്യമായി തീർത്തും ജീവജന്തുക്കൾക്ക് ഐഹികസുഖാനുഭവങ്ങളെ ഉപര്യുപരി വർദ്ധിപ്പിക്കേണ്ടതിലേക്കാണു സയൻസ്സുകളുടെ ഉദ്ദേശം. മനുഷ്യന്റെ ആത്മാവിന് ഐഹികസുഖം വിട്ടാൽ കിട്ടാൻ പാടുള്ള സുഖത്തെക്കുറിച്ചോ, സ്ഥിതിയെക്കുറിച്ചോ സയൻസ്സുകൾ നൊമ്മെ യാതൊന്നും അറിയിക്കുന്നതും പഠിപ്പിക്കുന്നതും അല്ല.

'അഗ്നോസ്റ്റിസിസം' എന്ന് ഇംക്ലീഷിൽ പറയപ്പെടുന്ന ഒരുമാതിരി വിശ്വാസക്കാരുടെ അതിയുക്തിയുള്ള സിദ്ധാന്തം നോക്കിയാൽ ദൈവം ഇല്ലെന്നുള്ളതിന്നു നിരീശ്വരമതക്കാർ പറയുന്ന സാധാരണ സംഗതികളെല്ലാം അയുക്തിയായുള്ളതും അവിശ്വാസയോഗ്യമായുള്ളതും

ആണെന്നു കാണാം. മനുഷ്യർക്കു സന്മാർഗ്ഗാനുഷ്ഠാനത്തിന്നും അന്യോന്യവാത്സല്യമുണ്ടാവാനും ക്രൗര്യകർമ്മങ്ങൾ ചെയ്യുന്നതിൽ ഭയത്തെ ജനിപ്പിക്കുവാനും ഇഹലോകത്തിൽ മനുഷ്യസമുദായത്തിന്നു സുഖമായ സ്ഥിതിയിലുള്ള നിവാസത്തിന്നുവേണ്ടി ആചരിച്ചുവരുന്ന ഓരോ നിബന്ധനകളേയും നടപ്പുകളേയും ശട്ടങ്ങളേയും സമ്പ്രദായങ്ങളേയും നിലനിർത്തുവാനും പിന്നെ വിശേഷിച്ചു മനുഷ്യന് അനിർവ്വചനീയമായവിധം ഭയങ്കരമായി ഉണ്ടായിവരുന്ന ചരമകാലത്തുള്ള അത്യന്തസങ്കടത്തിന്ന് അല്പം ഒരു ആശ്വാസത്തേയോ നിവൃത്തിയേയോ കൊടുപ്പാനും ദൈവവിശ്വാസംപോലെ മറ്റൊന്നും ഉണ്ടാകയില്ലെന്ന് എനിക്കു നല്ല ബോദ്ധ്യമുണ്ട്. ഈ നിരീശ്വരമതത്തെ ഇത്ര ഘോഷിച്ചു ദൈവം ഇല്ലെന്നു പറയുന്നവരുടെ മരണാന്ത്യകാലത്ത് അവർക്ക് ഉണ്ടാവാൻ പോകുന്ന സങ്കടം, സാധാരണ ദൈവവിശ്വാസമുള്ളവർക്ക് ആ കാലത്ത് ഉണ്ടാവുന്നതിനേക്കാൾ എത്രയും അധികരിച്ചിരിക്കും എന്നുള്ളതിന്നു സംശയമില്ല. മനുഷ്യന്റെ ചരമകാലത്തു ദൈവവിശ്വാസം ഒന്നുകൊണ്ടല്ലാതെ അതിദുഃഖത്താൽ ക്ഷോഭിച്ചിരിക്കുന്ന അവന്റെ മനസ്സിനെ മറ്റൊന്നിനാലും സമാശ്വസിപ്പിപ്പാൻ പാടില്ലെന്നു സ്പഷ്ടമാണ്. അങ്ങിനെ ഇരിക്കുമ്പോൾ ഇത്ര അധികം കാലമായി മനുഷ്യർ ആദരിച്ചുവന്ന ഈ ദൈവവിശ്വാസത്തെ മഹാസംശയഗ്രസ്തങ്ങളായ ചില സംഗതികളെക്കൊണ്ടു നിഷേധിച്ചു ദൈവമില്ലെന്നു സ്ഥാപിക്കാൻ പുറപ്പെടുന്നത് ഏറ്റവും തെറ്റായ ഒരു പ്രവൃത്തി അല്ലയോ?

മനുഷ്യന് മരണകാലത്തുള്ള ഭീതിയെ കഴിയുന്നേടത്തോളം നിവാരണം ചെയ്യാനല്ലേ നോം ശ്രമിക്കേണ്ടത്. തന്റെ സ്വന്തശരീരത്തെക്കൂടി ത്യജിച്ചു പുറപ്പെട്ടുപോവാതെ എനി നിവൃത്തിയില്ലെന്ന് ഒരുവൻ അറിഞ്ഞു പരിഭ്രമിച്ച് അതിദുഃഖത്തിൽ വീഴുന്ന സമയം-

"ഹേ! വേഗം മരിച്ചോളൂ. എനി തനിക്ക് ഒരു സുഖവും ഇല്ല. തന്റെ ജീവൻ ഇതാ തിരി കെടുന്നതുപോലെ ഇപ്പോൾ പോവും. തന്റെ സ്വന്തദേഹത്തേയും മക്കളേയും ഭാര്യയേയും അമ്മയേയും സോദരന്മാരേയും ധനത്തേയും സുഖത്തേയും എല്ലാം വിട്ട് ഇതാ താൻ നശിക്കുന്നു. എനി തനിക്ക് യാതൊന്നുമില്ല."

എന്നുമാത്രം പറയുന്നതുകേട്ട് അനവസാനമായ ദുഃഖത്തിൽപെട്ടു മരിക്കുന്ന ഒരു ജീവിയുടെ അവസ്ഥ വിചാരിച്ചു നോക്കൂ.

ഇതിന്നു പ്രതികൂലമായി മനുഷ്യന്റെ ചരമകാലത്തു തന്റെ ആത്മാവിന് ഒരുവിധം ഗതി, മരണശേഷം ഉണ്ടാവുമെന്ന് ഒരു സംശയമെങ്കിലും, മനസ്സിലുണ്ടായാലത്തെ ഒരു സുഖത്തെക്കുറിച്ച് ഒന്ന് ആലോചിക്കുക. ദൈവമില്ലെന്നും മരണത്തോടുകൂടി സകലം അവസാനിച്ചു എന്നും തീർച്ചയായുള്ള അഭിപ്രായം ഉണ്ടായി അത്യന്ധകാരത്തിൽ അനവസാനമായ ദുഃഖത്തിൽ വീണു ജീവൻ പോവുമ്പോഴത്തെ വ്യസനം ഒന്ന് ഓർത്താൽ മനുഷ്യനു നല്ലതു ദൈവവിശ്വാസം ഉണ്ടായിരിക്കുന്നതാണെന്നു പ്രത്യക്ഷപ്പെടും.

അതുകൊണ്ട്, ഒന്നാമത്, ഈ നിരീശ്വരമതത്തെ സ്ഥാപിക്കാൻ ശ്രമിക്കുന്നതുതന്നെ മനുഷ്യനു വളരെ അയശസ്കരമായി വരുന്നതാണെന്നു ഞാൻ പറയുന്നു.

എനി എന്റെ വിശ്വാസത്തെക്കുറിച്ചു പറയാം. ദൈവവിശ്വാസം എന്നത്, കാരണമുണ്ടായിട്ടുതന്നെയല്ല ഉണ്ടാവുന്നത്. കാരണമില്ലാതെയും ആ വിശ്വാസം വരാം. പക്ഷേ, ഗോവിന്ദൻകുട്ടിയെപ്പോലെ പഠിച്ചിട്ടും വിചാരിച്ചുറച്ചിട്ടും ഉള്ള ഒരു മനുഷ്യന് എങ്ങിനെ ഈ വിധം വിശ്വാസം ഉണ്ടാവുമെന്ന് ഇപ്പോൾ ചോദിക്കുമായിരിക്കാം. അതിന്ന് എന്റെ ഉത്തരം, "പലേ സംഗതികളെക്കൊണ്ടും ഈ പ്രപഞ്ചത്തിൽ മനുഷ്യന്റെ ഇന്ദ്രിയങ്ങൾക്കു സൂക്ഷ്മസ്ഥിതി അഗോചരമായുള്ള വിധത്തിലാണെങ്കിലും അനിർവ്വചനീയമായ ഒരു ശക്തി ഈ ജഗത്തിനെ ഭരിക്കുന്നുണ്ടെന്നു ഗ്രഹിപ്പാൻ ബുദ്ധിയുള്ള മനുഷ്യനു ധാരാളമായി കഴിയുന്നതാണ്" എന്നാകുന്നു. ഇങ്ങിനെയുള്ള ഈ ശക്തിയെ ഞാൻ ദൈവമെന്നു പറയുന്നു. എന്റെ അഭിപ്രായത്തിൽ ജഗത്തിൽ കാണപ്പെടുന്ന സകല സമ്പത്തുകളും ആപത്തുകളും പ്രപഞ്ചരീതിയിൽ ആവശ്യമുള്ളതാണെന്നും നമ്മുടെ സ്രഷ്ടാവിന്റെ ഉദ്ദേശംതന്നെ അങ്ങിനെയായിരിക്കാമെന്നുമാകുന്നു. അങ്ങിനെയാവുന്നു എന്നു ഞാൻ പറയുന്നില്ല. ആയിരിക്കാമെന്നു ഞാൻ ഊഹിക്കുന്നു. ഈ ലോകത്തിൽ കാണുന്ന സകലചരാചരങ്ങളും നശ്വരങ്ങളായിട്ടാണു കാണപ്പെടുന്നത്. അങ്ങിനെ നശ്വരങ്ങളായിട്ടല്ലാതിരുന്നാൽ ഈ പ്രപഞ്ചം ദീർഘകാലം നടക്കുമോ എന്നു സംശയമാണ്. കഴിഞ്ഞ അമ്പതിനായിരം സംവത്സരങ്ങൾക്ക് ഇപ്പുറമുണ്ടായിട്ടുള്ള ചരങ്ങളായും അചരങ്ങളായും ഉള്ള ജീവജാലങ്ങൾ നശിക്കാതേയും ഇപ്പോൾ കാണുന്ന ക്രമപ്രകാരം വർദ്ധിച്ചുകൊണ്ടും വന്നിരുന്നു എങ്കിൽ ഈ ഭൂഗോളം ഈ ജീവികൾക്കു സുഖേന നിവസിപ്പാൻ പോരാത്തതായി വരുമെന്നു സ്പഷ്ടമാണ്.

ഒരു നൂറ്റിഅൻപതു വർഷം മുമ്പുണ്ടായിരുന്ന ഒരു മനുഷ്യനെ ഒരെടത്തും ഇപ്പോൾ നോം കാണുന്നില്ല. ഈ നൂറ്റിഅൻപതുകൊല്ലം മുമ്പു പ്രസവിച്ച സ്ത്രീപുരുഷന്മാർ സകലതും നശിച്ചുപോയിരിക്കുന്നു. അങ്ങിനെ എത്ര കോടി നൂറ്റിഅമ്പതുസംവത്സരങ്ങൾ കഴിഞ്ഞു. എത്ര കോടി മനുഷ്യർ ആ കാലത്തിന്നുള്ളിൽ ജനിച്ചു, എത്ര മരിച്ചു. അസംഖ്യംതന്നെ ഇങ്ങിനെയുള്ള വർദ്ധനവിൽ അതിന്ന് ഏകദേശം സമമായ നാശത്തെക്കൂടി നിയമിച്ചിട്ടുണ്ടായിരുന്നില്ലെങ്കിൽ പ്രപഞ്ചം ഈവിധം നടക്കുന്നതല്ലാത്തതാണെന്നു സ്പഷ്ടമാകയാൽ നമ്മുടെ സ്രഷ്ടാവിന്റെ കല്പനയാൽതന്നെയാണു നാശങ്ങൾ ജഗത്തിൽ സംഭവിക്കുന്നത് എന്നും അങ്ങിനെ നാശങ്ങൾ സംഭവിക്കാതിരിക്കുന്നതാണു പ്രപഞ്ചത്തിന്റെ നാശത്തിന്നു കാരണമായിവരുന്നത് എന്നും ഞാൻ പറയുന്നു. ഇങ്ങിനെയാണ് മനുഷ്യരുടെ സ്ഥിതി എന്ന് ഇപ്പോൾ അറിവുള്ള എല്ലാ മനുഷ്യർക്കും ബോദ്ധ്യമുണ്ട്. എന്നിട്ടും ഏതൊരു മനുഷ്യനെങ്കിലും മരണത്തിൽ ഭയമില്ലാതെ കാണുന്നുണ്ടോ? ഈ ഭൂനിവാസം പര്യവസാന

മായി എന്നു പറയുന്നതു കേൾക്കുമ്പോൾ എന്തോ, ഇത് ഉണ്ടാവാത്ത ഒരു കാര്യമെന്നതുപോലെ പെട്ടെന്നു ഞെട്ടിവിറച്ചു ഭ്രമിച്ചു പോവാത്തവൻ ആര്? ഇവിടെ അനിർവ്വചനീയമായ ഒരു ശക്തി മനുഷ്യരെ പ്രപഞ്ചത്തിൽ രമിപ്പിക്കുന്നതും ലയിപ്പിക്കുന്നതും നോം കാണുന്നു. ഇഹലോകസുഖങ്ങൾ ഒന്നും സാരമില്ലെന്ന് ഓരോ സമയങ്ങളിൽ കാണുന്ന ചില ദുഃഖങ്ങളെക്കൊണ്ടും ആപത്തുകളെക്കൊണ്ടും പ്രത്യക്ഷപ്പെട്ടു കാണുന്നു. അങ്ങിനെയാണെന്നു നാം എല്ലാവരും ദിവസം സമ്മതിക്കുന്നു. ചിലപ്പോൾ ഈ സംഗതികളെക്കുറിച്ചുതന്നെ വളരെ ആലോചിക്കുന്നു. ഇങ്ങിനെ എന്തുതന്നെ ചെയ്താലും കലാശത്തിൽ നുമ്മൾ പ്രപഞ്ചത്തിൽതന്നെ വീണു ലയിക്കുന്നു. പ്രപഞ്ചം ക്ഷണഭംഗുരമാണ്, നിസ്സാരമാണ് എന്നുള്ള വിചാരം കേവലം നശിക്കുന്നു. ഇങ്ങിനെ വരാനുള്ള കാരണം നമുക്കു വിവരമായി അറിയാൻ കഴിയാത്തതായ ഒരു മഹാശക്തി ഈ പ്രപഞ്ചത്തെ ഭരിക്കുന്നതിനാലാണെന്ന് ഞാൻ വിചാരിക്കുന്നു. ആ ശക്തിയെ ഞാൻ ദൈവമെന്നു വിചാരിക്കുന്നു. പ്രപഞ്ചത്തിൽ ആപത്തുകൾ പലവിധമായി നേരിടട്ടെ, മഴയില്ലാതെ ദിക്കുകൾ വേവട്ടെ, ഇടിത്തീ വീണു ദഹിക്കട്ടെ, സമുദ്രം അതിക്രമിച്ചു രാജ്യങ്ങളെ മുക്കട്ടെ, ഭൂകമ്പങ്ങൾ ഉണ്ടാവട്ടെ, യുദ്ധങ്ങൾ ഉണ്ടാവട്ടെ, എങ്ങിനെയെല്ലാമായാലും പര്യവസാനത്തിൽ കണക്കുനോക്കുമ്പോൾ ഒരായിരം വത്സരം മുമ്പുള്ളതിനെക്കാൾ പ്രപഞ്ചവ്യാപാരങ്ങൾ അഞ്ഞൂറുകൊല്ലങ്ങൾക്കു മുമ്പാണ് അധികരിച്ചു കാണപ്പെടുന്നത്. ഇരുന്നൂറു കൊല്ലങ്ങൾ മുമ്പത്തെക്കാൾ നൂറുകൊല്ലങ്ങൾ മുമ്പു കാണപ്പെടുന്നു. അമ്പതു കൊല്ലങ്ങൾ മുമ്പത്തേക്കാൾ ഇരുപത്തഞ്ചു കൊല്ലങ്ങൾ മുമ്പു കാണുന്നു. കഴിഞ്ഞ കൊല്ലത്തെക്കാൾ ഇക്കൊല്ലം, ഇന്നലെത്തെക്കാൾ ഇന്ന്. ഇതിനെന്തു കാരണം? പ്രപഞ്ചത്തെ നശിപ്പിക്കാതെ നിലനിർത്തുവാൻ ഒരു പരാശക്തി ഉണ്ട്. അതുകൊണ്ട് ഈ നാശങ്ങളാലും സങ്കടങ്ങളാലും ഒന്നുംതന്നെ ഭേദപ്പെടാതെ ഈ പ്രപഞ്ചം ശരിയായിത്തന്നെ പിന്നെയും നടക്കുന്നു. ആ പരാശക്തിക്കു ഞാൻ ദൈവമെന്നു പറയുന്നു. പിന്നെ നിരീശ്വരമതക്കാർ പറയുമ്പോലെ കാര്യകാരണസംബന്ധങ്ങളാൽ ഈ ജഗത്തു താനേ ഉണ്ടായിവരുന്നതും ഒരു വിശേഷചൈതന്യത്തെ അവലംബിച്ചു നില്ക്കുന്നില്ലാത്തതുമാണെങ്കിൽ ആ അചേതനമായ കാര്യകാരണസംബന്ധവികാരത്തിൽ നിന്നു മാത്രം പ്രപഞ്ചത്തിൽ കാണുന്ന എല്ലാ പദാർത്ഥങ്ങളും ജന്തുക്കളും സാധാരണ അന്യോന്യം ഇത്ര ചേർച്ചയായും പരസ്പരം ആശ്രയിച്ചും തന്നെ എല്ലായ്പോഴും നില്ക്കേണമെന്നില്ല; നില്ക്കുന്നതുമില്ല.

സൂര്യനെ ദൈവം സൃഷ്ടിച്ചതാണെന്നു ഞാൻ പറയുന്നു. അല്ല, അതു താനേ കാര്യകാരണങ്ങൾ സംബന്ധമായി ഉണ്ടായിവന്ന ഒരു ഗോളമാണെന്നു നിരീശ്വരമതക്കാർ പറയുന്നു. എങ്ങിനെയാണു സൂര്യൻ കാര്യകാരണസംബന്ധങ്ങളെക്കൊണ്ട് ഇത്ര പ്രകാശത്തോടുകൂടി ഈ ഭൂമിക്ക് ഇത്ര രക്ഷയായി ക്ഷണത്തിൽ ഭൂമിയെ ദഹിപ്പിച്ചു വെണ്ണീറാക്കുവാനുള്ള

തന്റെ സ്വതസ്സിദ്ധമായ ദഹനശക്തി പറ്റാത്തവിധമുള്ള കൃത്യമായ ദൂരത്തിൽ എപ്പോഴും നിന്നുകാണുന്നത് എന്ന് എനിക്കും നിരീശ്വരമതക്കാരനും വഴിപോലെ പറവാൻ സാധിക്കുന്നില്ല. ഇവിടെ പൊതുവിൽ മനുഷ്യർക്കു ദൈവസൃഷ്ടിയാണു സൂര്യൻ എന്ന് അഭിപ്രായമുണ്ടാവുന്നുണ്ടെങ്കിൽ ആ അഭിപ്രായത്തെ കളവാൻ ശ്രമിക്കുന്നതു ന്യായമോ? ആ അഭിപ്രായത്തിൽനിന്ന് എന്തൊരു വൈഷമ്യമാണു മനുഷ്യർക്കുണ്ടാവുന്നത്? സൂര്യന്റെ തേജസ്സിനെ കാണുമ്പോൾ അതിന് ആദികാരണമായി വേറെ അതിലും മഹത്തായുള്ള ഒരു ശക്തിയെ മനസ്സുകൊണ്ടു മനുഷ്യൻ അനുമാനിക്കുന്നു. അങ്ങിനെ അല്ലാതെ വേറെ ഒരു പ്രകാരത്തിൽ അനുമാനിക്കാൻ ബോദ്ധ്യപ്പെടത്തക്ക ഒരു സംഗതിയും നിരീശ്വരമതക്കാരൻ പറയുന്നതുമില്ല. ഇങ്ങിനെ ഇരിക്കുമ്പോൾ നിരീശ്വരമതക്കാരന്റെ അഭിപ്രായത്തെ സ്വീകരിക്കുന്നത് എന്തിന്? സയൻസ്സുശാസ്ത്രങ്ങളെക്കൊണ്ടു സൂര്യന്റെ ഗോളാകൃതിയേയും ഉഷ്ണശക്തിയേയും ആകർഷണശക്തിയേയും കുറേശ്ശ അറിവാൻ കഴിയും. അല്ലാതെ അങ്ങിനെ ഒരു ഗോളം ഈ ഭൂമിയേയും അതിലുള്ള ജീവികളേയും ഇങ്ങിനെ രക്ഷിച്ചുംകൊണ്ട് എന്തിന് ഉണ്ടായി, എപ്പോൾ ഉണ്ടായി, എന്തിന് ഭൂമിക്ക് ഇത്രയെല്ലാം ഗുണങ്ങൾ ചെയ്തുംകൊണ്ടു നില്ക്കുന്നു എന്നു സയൻസ്സിനാൽ അറിവാൻ കഴിയുന്നതല്ല. ഇവലൂഷൻ എന്ന ഉൽപത്തിക്രമ പ്രകാരം കാര്യകാരണങ്ങളെ പറഞ്ഞു പറഞ്ഞു പോയാൽതന്നെ പര്യവസാനത്തിൽ ഇവലൂഷൻ ഉണ്ടായതിന് ഒരു സമാധാനം കിട്ടാതെ നിർത്തേണ്ടിവരും എന്നുള്ളതിനു സംശയമില്ല. കാര്യം ഇങ്ങിനെ ഇരിക്കെ ഈശ്വരൻ ഉണ്ടെന്നു വിചാരിക്കുന്നതല്ലേ യോഗ്യമായ വിചാരം? ഉഷ്ണം, ശീതം, വൃഷ്ടി, വായു, മുതലായ പ്രപഞ്ചദൃഷ്ടമായ അചേതനമായ മഹച്ഛക്തികൾ എല്ലാം അതാതുകളുടെ പ്രവൃത്തികളെ ഈ ഇഹലോകവാസികളുടെ സുഖത്തിന്നും ഗുണത്തിന്നും ഒത്തവണ്ണം ഇത്ര കൃത്യമായി താനേ തന്നെ ചെയ്തുവരുന്നു എന്ന് ഊഹിക്കുന്നതിനേക്കാൾ നല്ലത് ആ അചേതനങ്ങളായ സാധനങ്ങളെ ഇത്ര കൃത്യമായും ശരിയായും നടത്തി വരുവാൻ സചേതനമായി ഇരിക്കുന്ന ഒരു മഹച്ഛക്തി ഉണ്ടെന്നു വിചാരിക്കുന്നതല്ലേ?

ഒരു പശു, സാധാരണ ബുദ്ധിശൂന്യമായ ഒരു ജന്തു, തന്റെ ഉദരപൂർത്തി ഒന്നല്ലാതെ വേറെ യാതൊരു വിചാരവും ഇല്ലാത്ത മൃഗം, കിടാവിനെ പ്രസവിച്ച ഉടനെ കാണിക്കുന്ന ചേഷ്ടകളെക്കുറിച്ച് ആലോചിച്ചുനോക്കുക. എന്തായിരുന്നു പ്രസവസമയം വരെ തന്റെ വയറ്റിൽ ഭാണ്ഡമാക്കിക്കൊണ്ടു നടന്നിരുന്നത് എന്നും എന്താണു തന്റെ മൂത്രദ്വാരത്തിൽക്കൂടി പുറത്തേക്കു വന്നത് എന്നും ആ പശു ആ നിമിഷം വരെ അറിയുന്നില്ല. പുറത്തു കുട്ടി ചാടിയ ഉടനെ അതിനെക്കുറിച്ച് ഈ സാധുമൃഗം കാണിക്കുന്ന വാത്സല്യത്തേയും അതിന്റെ രക്ഷയ്ക്കുവേണ്ടി ആ പശു ചെയ്യുന്ന പ്രയത്നങ്ങളേയും ഉത്സാഹങ്ങളേയും കണ്ടാൽ എത്ര അത്യത്ഭുതമായി തോന്നുന്നു. ഈ സംഗതികളെയെല്ലാം നിരീശ്വ

രമതക്കാർ ഖണ്ഡിച്ചു പറയുന്നുണ്ട്. എന്നാൽ ഞാൻ അവർ പറയുന്ന സംഗതികളെ അശേഷം സാരമാക്കുന്നില്ല. വിശേഷബുദ്ധി ഇല്ലാത്ത സർവ്വ മൃഗങ്ങളും തങ്ങളുടെ അതാതു വർഗ്ഗങ്ങളിൽ ജന്തുക്കൾ അഭിവൃദ്ധിയായി വന്നുകൊണ്ടിരിപ്പാൻ തൽക്കാലസദൃശങ്ങളായ പ്രവൃത്തികൾ വിശേഷബുദ്ധിയുള്ള മനുഷ്യനെപ്പോലെ പ്രവർത്തിക്കുന്നതു കാണുമ്പോൾ ഈ പ്രപഞ്ചത്തെ സ്ഥിതിചെയ്യിക്കാനായിക്കൊണ്ട് ഒരു പരാശക്തി ഉണ്ടെന്നുള്ളതിന്നു വാദമുണ്ടാവാൻ പാടുണ്ടോ? അങ്ങിനെയുള്ള ശക്തിയുടെ സൂക്ഷ്മസ്വഭാവങ്ങളെക്കുറിച്ച് ഒന്നും എനിക്ക് അറിവാൻ കഴികയില്ലെങ്കിലും ഉണ്ടെന്ന് അറിവാൻ കഴിയും. ആ പരാശക്തിയെ ഞാൻ ദൈവം എന്ന് അനുമാനിക്കുന്നു. ഈ പ്രപഞ്ചത്തിലുള്ള ദുഃഖങ്ങളെക്കുറിച്ച് ഗോവിന്ദൻകുട്ടി ഇത്രയെല്ലാം പ്രസംഗിച്ചുവല്ലോ. സുഖങ്ങളെക്കുറിച്ച് ആലോചിച്ചുനോക്കൂ. ഓരോ കൊല്ലത്തിൽ വർഷമില്ലാതെ ദാഹം പിടിച്ചു വേവുന്ന ദിക്ക് എത്രയെന്ന് ഒരു കണക്കുണ്ടാക്കിയാൽ ഭൂമിയുടെ ലക്ഷത്തിൽ ഒരംശംകൂടി ഇങ്ങിനെ തപിക്കുന്നുണ്ടെന്നു കാണുമോ? സംശയം. ഈ ജഗത്തിൽ യഥാർത്ഥമായി വരുന്ന ആപത്തുകളെയും വരാൻപാടുള്ള ആപത്തുകളെയും തമ്മിൽ ഒന്നു ചേർത്തു നോക്കുക. വിഷൂചികാ എന്ന ദീനം ചിലപ്പോൾ ഓരോ ദിക്കിൽ ബാധിച്ചു മനുഷ്യരെ കൊല്ലുന്നു. ലക്ഷംപേർ നിവാസിക്കുന്ന ഒരു സ്ഥലത്ത് ഈ ദീനം വന്നു പിടിപെട്ടാൽ എത്രപേർ ശരാശരിക്കു സാധാരണ നശിച്ചു പോവുന്നുണ്ടെന്നു കണക്കുനോക്കൂ. എന്താണ് ഈ ദീനം ഇത്ര ക്ഷണത്തിൽ പകരുന്നതും നാശകരവും ആയിരിക്കെ ഒരു പ്രാവശ്യം ഇൻഡ്യയിലോ മറ്റേതെങ്കിലും ജനപുഷ്ടിയുള്ള രാജ്യത്തോ പരക്കുന്ന കാലത്ത് ആബാലവൃദ്ധം സകല ജീവികളേയും കൊല്ലരുതേ? രാജ്യം നിർജ്ജനമാക്കി വിടരുതേ? എന്താണ് അങ്ങിനെ സാധാരണ സംഭവിച്ചു കാണാത്തത്? ഓടുന്ന കപ്പലുകളിൽ എത്ര ഓരോ കൊല്ലം മുങ്ങിപ്പോവുന്നുണ്ട്? എത്ര ആളുകൾ വെള്ളം കുടിപ്പാൻ കിട്ടാതെ ഗോവിന്ദൻകുട്ടി പറയുമ്പോലെ തങ്ങളുടെ സ്നേഹിതന്മാരുടെ കഴുത്തുകടിച്ചു രക്തംകുടിച്ചു ദാഹനിവൃത്തി ചെയ്യുന്നു? ഇതെല്ലാം സൂക്ഷ്മമായി ആലോചിച്ചുനോക്കിയാൽ പ്രപഞ്ചത്തിലുള്ള ജീവികൾക്കു സാധാരണ ഉണ്ടാവുന്ന സുഖങ്ങൾ അഖണ്ഡമായി ഇരിപ്പാൻ പാടില്ലെന്ന് ഓർമ്മപ്പെടുത്തുവാൻവേണ്ടിയോ എന്നു തോന്നും. ചിലപ്പോൾ ചില കഷ്ടങ്ങളെ കാണുന്നുണ്ടെങ്കിലും, ആകപ്പാടെ സർവ്വ ജീവികൾക്കും ഈ പ്രപഞ്ചത്തിൽ ഉള്ള നിവാസംപോലെ സുഖകരമായി വേറെ ഒന്നുമില്ലെന്ന് എളുപ്പത്തിൽ അറിവാൻ കഴിയും. ഞാൻ ഇതിനെപ്പറ്റി എനി അധികം പറയുന്നില്ലാ. അത്യുന്നതങ്ങളായ സൗധങ്ങളിൽ ഇരുന്ന് ഇഷ്ടപ്രകാരമുള്ള സർവ്വഭോഗങ്ങളെയും നിഷ്പ്രയാസേന അനുഭവിച്ചു സുഖിച്ചു മദിച്ചിരിക്കുന്ന മഹാരാജാവിനും, അന്നന്നും കൂലിപ്പണി ചെയ്ത് ആഹാരമാത്രം നിവൃത്തിച്ചു വല്ല ചാളകളിലോ കുടികളിലോ പാർത്തു ദിവസം കഴിക്കുന്ന ദരിദ്രനായ ഒരു മനുഷ്യനും ഈ ഭൂമിയിൽ ഇരിപ്പാനുള്ള ഒരു താല്പര്യം ഒരുപോലെ അധി

കരിച്ചുതന്നെ കാണുന്നു. എത്ര വയസ്സായാലും മരണം എന്നത് ബഹു സങ്കടത്തെ ഇവർ രണ്ടുപേർക്കും ഒരുപോലെ ഉണ്ടാക്കുന്നു. അതിനുള്ള കാരണങ്ങൾ ആലോചിച്ചാൽ എളുപ്പത്തിൽ അറിയാം. ഈ മഹാരാജാവിനും ഈ ദരിദ്രനും പലേ മുഖ്യമായ സംഗതികളിലും ഒരുപോലെയുള്ള സുഖങ്ങളെയാണ് ദൈവം കൊടുത്തിട്ടുള്ളത് എന്നു കാണാം. ഉറക്കുണർന്നു മഹാരാജാവു കണ്ണുമിഴിക്കുമ്പോൾ അത്യുന്നതങ്ങളായ സൗധങ്ങളിലെ ജാലകങ്ങളിൽക്കൂടി അകത്തേക്കു പ്രവേശിച്ചവയും തന്റെ സ്വർണ്ണമയമായ കട്ടിലിന്മേൽനിന്നു സ്വർണ്ണനീരാളത്തിരകളിൽക്കൂടി രക്തങ്ങളായും പിംഗളങ്ങളായും കാണാവുന്നതുമായ ബാലാർക്കന്റെ മനോഹരങ്ങളായ രശ്മികളെ മഹാരാജാവ് എങ്ങിനെ കണ്ടുമോദിക്കുന്നുവോ അതുപ്രകാരം തന്നെ ഒരു ദരിദ്രനും ആ രശ്മികളെ തന്റെ മിറ്റത്തുള്ള വാഴക്കൂട്ടങ്ങളിൽക്കൂടി അതിഭംഗിയായി പ്രകാശിച്ചു പ്രകാശിച്ചുവരുന്നതു കണ്ടു മോദിക്കുന്നു. ഇവിടെ ആ രശ്മികൾ ജീവജന്തുക്കൾക്ക് എല്ലാം ഒരുപോലെ ആഹ്ലാദത്തെ ചെയ്യുന്നു. അതിമനോഹരങ്ങളായ കനകത്താമ്പാളങ്ങളിൽ നിറച്ചുവെച്ചിട്ടുള്ള അതിസ്വാദുക്കളായ പലേവിധ ഭോജ്യസാധനങ്ങളെ നേത്രേന്ദ്രിയം, ശ്രോത്രേന്ദ്രിയം, ത്വഗിന്ദ്രിയം ഇതുകളെക്കൂടി ഏകകാലത്തിൽ ഒരുപോലെ രൂപം, ഗാനം, മന്ദവായു മുതലായവകളെക്കൊണ്ടു രമിപ്പിച്ചുകൊണ്ടു ഭക്ഷിക്കുന്ന രാജാവിനു ഭക്ഷണം കഴിഞ്ഞശേഷം ഉണ്ടാവുന്ന തൃപ്തിതന്നെ ഈ ദരിദ്രനു വെള്ളച്ചോറുതിന്നും വെള്ളം കുടിച്ചും വയർനിറച്ചാൽ ഉണ്ടാവുന്നു. രാജാവിനു തന്റെ പുഷ്പതല്പത്തിൽ കിടന്നുറങ്ങുമ്പോൾ ഉള്ള നിർവൃതിതന്നെ ഈ ദരിദ്രനു കൊട്ടപ്പായയിൽ കിടന്നുറങ്ങുമ്പോഴും ഉണ്ടാവുന്നു. അതുകൊണ്ട് ഈ പ്രപഞ്ചത്തിലെ ജീവജാലങ്ങളുടെ സുഖത്തെ ഏർപ്പെടുത്തിയ ഒരു യുക്തി കൗശലം നോക്കുമ്പോൾ ഈ പ്രപഞ്ചത്തിനു ഹേതു ഭൂതമായി പ്രപഞ്ചത്തെ ഭരിച്ചു നിലനിർത്തുന്നതായ ഒരു മഹാച്ഛക്തി ഉണ്ടെന്നുള്ളതിന്നു വാദമുണ്ടാവാൻ പാടില്ല.

ഗോവിന്ദൻകുട്ടി പറഞ്ഞപ്രകാരമുള്ള സങ്കടങ്ങൾ ചിലപ്പോൾ ഉണ്ടാകുന്നുണ്ടെങ്കിലും ജഗത്തിൽ സന്തോഷസന്താപങ്ങളുടെ കൃത്യമായ ഒരു കണക്ക് എടുത്താൽ സന്തോഷം എത്രയോ അധികരിച്ചു നില്ക്കുമെന്നും അതിന്നു കാരണം സംശയംകൂടാതെ നമുക്കു വിവരമായി അറിയാൻ കഴിയാത്ത ഒരു മഹച്ഛക്തിയാണെന്നും ആ മഹച്ഛക്തിയെ ഞാൻ ദൈവമെന്ന് ഉറപ്പിച്ച് ഭക്തിപ്പെടുമെന്നുംമാത്രം ഞാൻ പറയുന്നു.

ഗോവിന്ദപ്പണിക്കർ: എനി ഈ സംഗതിയെക്കുറിച്ചു പറഞ്ഞതു മതി. വേദാന്തവാദം ചെയ്‌വാൻ നുമ്മൾക്ക് ആർക്കും ഒന്നും അറിഞ്ഞുകൂടാ. ആദ്യം ഞാൻ ഇതിനെക്കുറിച്ചു കുട്ടികളായ നിങ്ങളോടു ചോദിച്ചതുതന്നെ കുറെ തെറ്റിപ്പോയി എന്ന് എനിക്കു തോന്നുന്നു.

ഗോവിന്ദൻകുട്ടിമേനോൻ: ഇങ്ങിനെയാണു ജ്യേഷ്ഠന്റെ അഭിപ്രായം. ഞങ്ങൾ ഇത്രയൊക്കെ പറഞ്ഞിട്ടും.

ഗോവിന്ദപ്പണിക്കർ: എന്താണു നിങ്ങൾ പറഞ്ഞത്? രണ്ടാളും വളരെ

വിഡ്ഢിത്തം പറഞ്ഞു. നിങ്ങൾക്കു മതത്തെക്കുറിച്ച് എന്തറിയാം? നിങ്ങളോട് ഈവക സംസാരംചെയ്തത് എന്റെ വിഡ്ഢിത്വം. മതവിശ്വാസവും ഗുരുജനവിശ്വാസവും കേവലം നിങ്ങൾക്ക് ഇല്ലാതായിത്തീർന്നു. മാധവന് ഈശ്വരൻ ഉണ്ടെന്നു വിശ്വാസമുണ്ടെങ്കിലും ആ വിശ്വാസത്തിന്റെ സ്വഭാവവും പ്രകൃതവും നോക്കുമ്പോൾ മാധവനു നിരീശ്വരമതക്കാരനായ ഗോവിന്ദൻകുട്ടിയേക്കാൾ വിശേഷവിധിയായ ഒരു ഭക്തിയും വിശ്വാസവും ഭയവും ദൈവത്തിൽ ഉണ്ടെന്ന് എനിക്കു തോന്നുന്നില്ല. എനി നമുക്ക് കിടന്ന് ഉറങ്ങുക. ഇവിടെത്തന്നെ കിടക്കാം.

ഗോവിന്ദപ്പണിക്കരും മാധവനും ഗോവിന്ദൻകുട്ടിമേനവനും ആ വെണ്മാടത്തിൽത്തന്നെ ഉറങ്ങാൻ ഭാവിച്ചു കിടന്നു. ഇന്ദുലേഖയുടെ വർത്തമാനങ്ങളെക്കുറിച്ചു പലതും തനിക്കു ചോദിക്കാനുണ്ടായിരുന്നു. അച്ഛനോടും ഗോവിന്ദൻകുട്ടിയോടും ഈ സംഗതിയിൽ സംസാരിപ്പാൻ മടിച്ചു മാധവൻ ഒന്നും ചോദിച്ചില്ലെങ്കിലും ഗോവിന്ദപ്പണിക്കർ ഇന്ദുലേഖയുടെ വ്യസനത്തെപ്പറ്റിയും നമ്പൂതിരിപ്പാടിന്റെ അവസ്ഥയെപ്പറ്റിയും മറ്റും മാധവനോടു കുറേനേരം സംസാരിച്ചു. കുറേനേരം ഈ സംസാരത്തിൽ നേരം കഴിഞ്ഞ് അങ്ങിനെ ഇരിക്കുമ്പോൾ ഗോവിന്ദൻകുട്ടി മാധവനോട് ഒരു ചോദ്യം ചെയ്തു.

ഗോവിന്ദൻകുട്ടിമേനോൻ: ഇക്കുറി കോൺഗ്രസ്സിനു മാധവന്റെ ഇഷ്ടന്മാരായ ബാബുമാർ വരുമായിരിക്കും. ബാബു ഗോവിന്ദസേനും ചിത്രപ്രസാദസേനും മറ്റും കോൺഗ്രസ്സിന്റെ ജയത്തിന്നു കൊണ്ടുപിടിച്ച് ഉത്സാഹിച്ചു വരുന്നവരാണെന്നു തോന്നുന്നു. ഈ സംഗതിയെപ്പറ്റി അവർ മാധവനോടു വിശേഷവിധിയായി വല്ലതും ചെയ്‌വാൻ ആവശ്യപ്പെട്ടിട്ടുണ്ടോ?

മാധവൻ: എന്നോട് ഒന്നും ആവശ്യപ്പെട്ടിട്ടില്ല. കോൺഗ്രസ്സിന്റെ സ്നേഹിതൻതന്നെയാണു ബാബു ഗോവിന്ദസേൻ അവർകൾ. ഞാൻ അദ്ദേഹത്തിന്റെകൂടെ പാർത്തിരുന്ന കാലം ഒരു ദിവസം ഒരു സഭ അദ്ദേത്തിന്റെ ബങ്കളാവിൽവച്ച് ഉണ്ടായിരുന്നു. അന്നു ഞാനും അതിൽ സംസാരിച്ചു.

ഗോവിന്ദപ്പണിക്കർ: ഇംക്ലീഷ്‌രാജാവിന്റെ രാജ്യഭാരത്താൽ നമ്മൾക്കു ചില ഗുണങ്ങൾ എല്ലാം ഉണ്ടായിട്ടുണ്ടെങ്കിലും പലേ ഉപദ്രവങ്ങളും ഉണ്ടാവുന്നുണ്ടെന്നും അതുകൾ നിർത്തൽ ചെയ്യേണമെന്നും ഇയ്യടെ നാട്ടുകാർ ഒരു സഭകൂടി കൊല്ലംതോറും പ്രസംഗിച്ചുവരുന്നുണ്ടെന്നും മറ്റും ഞാൻ കേട്ടു. ഈ സഭയെക്കുറിച്ചുതന്നെയോ ഗോവിന്ദൻകുട്ടി ചോദിക്കുന്നത്?

മാധവൻ: അതെ.

ഗോവിന്ദൻകുട്ടിമേനോൻ: അതെ; ഈ സഭയെക്കുറിച്ചു തന്നെയാണ്. ഈ കോൺഗ്രസ്സ്‌സഭ ഇന്ത്യയുടെ ഇപ്പോഴത്തെ സ്ഥിതിക്കു കേവലം നിഷ്പ്രയോജനമായതാണ്. ഒരു സാരവുമില്ല-വെറും ഗോഷ്ഠി എന്നു ഞാൻ വിചാരിക്കുന്നു.

മാധവൻ: ഇതു വലിയ ആവലാതിതന്നെ. ഗോവിന്ദൻകുട്ടിയുടെ ധൃത

ഗതി കുറെ അധികംതന്നെ. കോൺഗ്രസ്സ് എന്ന സഭ എന്താണെന്നും അതിന്റെ ഉദ്ദേശ്യങ്ങൾ എന്തെല്ലാമാണെന്നും അച്ഛനെ ശരിയായി മനസ്സിലാക്കിയ ശേഷമല്ലേ അതിനെക്കൊണ്ട് ഉണ്ടായ പ്രയോജനത്തെപ്പറ്റി ഗോവിന്ദൻകുട്ടിക്കുള്ള അഭിപ്രായത്തെ പറയേണ്ടത്? ആ സഭയുടെ സ്വഭാവവും ഉദ്ദേശവും ഇന്നതാണെന്നു പറയൂ.

ഗോവിന്ദൻകുട്ടിമേനോൻ: ഓഹോ, പറയാം. ജ്യേഷ്ഠൻ കേൾക്കട്ടെ. ഇംക്ലീഷ് പഠിച്ചു നല്ലവണ്ണം ഇംക്ലീഷ് സംസാരിക്കാറായ ചില ദ്രവ്യസ്ഥന്മാരായ ഹിന്തുക്കളും മുസൽമാന്മാരും ബിലാത്തിയിൽ ഉള്ള ഗവർമ്മേണ്ടുപോലെ ഇൻഡ്യാഗവർമ്മേണ്ടിനെ ആക്കിവെപ്പാനാണെന്നുള്ള ഭാവത്തോടുകൂടി ഒരധികാരവും കൂടാതെ തങ്ങൾതന്നെ ഒരു സഭയായി ചേർന്ന് അന്യോന്യം സ്തുതിച്ചും വലിയ ഭാവം നടിച്ചും വൃഥാ കണ്ഠക്ഷോഭം ചെയ്തും കാലംകളയുന്ന ഒരു സഭയാണ് കോൺഗ്രസ്സ് സഭ. ഒരവസ്ഥ കൊണ്ടും ബിലാത്തിക്കാരോടു നുമ്മൾ ഇന്ത്യാരാജ്യക്കാർ എനിയും സമന്മാരായിട്ടില്ലാ. തുല്യത വരാൻ ശ്രമിച്ചാൽ എളുപ്പത്തിൽ സാധിക്കാവുന്നതും എത്രയോ പ്രയോജനമുള്ളതും ആയ വേറെ പലേ കാര്യങ്ങളും ഉണ്ട്. അതിൽ ഒന്നും ശ്രമം ചെയ്യാതെ എല്ലാറ്റിന്റേയും അഗ്രഹത്തിൽ ഇരിക്കുന്നതും ബഹുപ്രയാസമായതും ആയ ഒരു വലിയ കാര്യത്തെ ഉദ്ദേശിച്ച് അനാവശ്യമായി ചെയ്യുന്ന ശ്രമമാണ് ഇത് എന്നുള്ളതിലേക്കു യാതൊരു സംശയവുമില്ല. ബിലാത്തിക്കാർക്ക് ഇപ്പോൾ കിട്ടീട്ടുള്ള സ്വതന്ത്രതകൾ എല്ലാം ഇങ്ങിനെ കോൺഗ്രസ്സു കൂടീട്ടു കിട്ടിയതല്ലാ. ഒന്നാമത്, ഇത്ര സ്വതന്ത്രതയ്ക്ക് ആഗ്രഹമുള്ള ഈനേടീ വാചാലന്മാർ 'ഘടപടാ' എന്ന് ഇംക്ലീഷിൽ ശബ്ദഘോഷം ചെയ്യുന്നത് എല്ലാം സൂക്ഷ്മമായ ആലോചന കൂടാതെയാണെന്ന് എനിക്കു സ്പഷ്ടമായി തോന്നുന്നു. ഇവർ യഥാർത്ഥത്തിൽ ഇത്ര സ്വജാത്യാഭിമാനവും സ്വാതന്ത്ര്യ കാംക്ഷയും ഉള്ളവരാണെങ്കിൽ ഒന്നാമത് ഒരു അന്യരാജാവിന്റെ കീഴിൽ എന്തിന് ഇവർ ഇരിക്കുന്നു? യുദ്ധംചെയ്തു ഇംക്ലീഷ്കാരെ ഓടിക്കട്ടെ. ബാബുമാർ രാജ്യം ഭരിക്കട്ടെ. ഇപ്പോൾ ഇംഗ്ലാണ്ടുരാജ്യം ജർമ്മനിക്കാരു പിടിച്ചാൽ ഇംക്ലീഷുകാർ കോൺഗ്രസ്സുകൂടി അവരുടെ രാജ്യഭാരത്തിന്റെ ഗുണത്തിലേക്ക് ഓരോ ദയയ്ക്കായി ജർമ്മൻകാരോട് എരക്കുമോ? ഇല്ലെന്നു ഞാൻ വിചാരിക്കുന്നു. യുദ്ധം ചെയ്തു ജർമ്മൻകാരെ തോല്പിച്ച് ഓടിക്കുവാൻ നോക്കും. അതു സാധിക്കുന്നതുവരെ അവർ ആ ശ്രമംതന്നെ ചെയ്തുകൊണ്ടിരിക്കും. അഭിമാനമുണ്ടെങ്കിൽ അങ്ങിനെയാണു ചെയ്യേണ്ടത്. അഭിമാനം നടിച്ചുംകൊണ്ട് എരക്കുന്നതു വെടിപ്പുണ്ടോ? ധനവും ശക്തിയും വലിപ്പവും രാജ്യഭാരവും എല്ലാം ഇംക്ലീഷുകാരിൽ ഇരിക്കുമ്പോൾ അവരുടെ നേരേ ഇങ്ങിനെ കൊരച്ചിട്ടും നിലവിളിച്ചിട്ടും ഫലമെന്ത്? ഹിന്തു, മുഹമ്മദീയർ എന്ന ഈ രണ്ടു ജാതികളേയും ഒരു പോലെ ഇംക്ലീഷുകാർ കീഴടക്കിവെച്ചിരിക്കുന്നു. ഈ നിലയിൽ നുമ്മൾ ഇത്ര വലിയ നാട്യം എന്തിനു നടിക്കുന്നു? ധനമില്ലാ, ധൈര്യമില്ലാ, ശരീരമിടുക്കില്ലാ, ഒരുമയില്ലാ, സത്യമില്ലാ, ഔദാ

ര്യമില്ലാ, സംഘബലമില്ലാ, വിദ്യയില്ലാ, അറിവില്ലാ, ഉത്സാഹമില്ലാ. ഇങ്ങിനെ കിടക്കുന്നവർ ഒന്നാമത് ഇൻഡ്ധ്യയ്ക്കു പാർലിയമെണ്ട് ഉണ്ടാക്കുവാൻ ആണോ ശ്രമിക്കേണ്ടത്? ഒരേ ജാതിയായി ഏറ്റവും ഐക്യമായിരിക്കുന്ന ഇംക്ലീഷുകാർതന്നെ പാർലിയമെണ്ടു സഭ ശരിയായി നടത്തിവരാൻ കുഴങ്ങുന്നു. അപ്പോൾ ഈ പതിനായിരം വിധം മതക്കാരും അന്യോന്യം കീരിയും പാമ്പുംപോലെ വിരോധികളും ആയ പലേ ജാതിക്കാരായ ഇൻഡ്ധ്യാ നിവാസികളെ എല്ലാം കുറെ ഇംക്ലീഷ് പഠിച്ചു തൊള്ളയിടുന്ന താടിക്കാർ ബാബുമാരും അയ്യരും മുതലികളുംകൂടി പാർലിയമെണ്ടുപോലെ സഭചേർന്നു പരിപാലനം ചെയ്തുകളയാം എന്നോ ഉദ്ദേശം? ഇത്ര വിഡ്ഢിത്തമായ വിചാരം മറ്റൊന്നുമില്ല. ഉണ്ടകൊണ്ടു മറിഞ്ഞു വീണു കണ്ണുമിഴിച്ചുപോവുമെന്നുള്ള ഒരു ഭയംകൊണ്ടും അശക്തന്മാരാകയാലും മാത്രമാണ് ഇംക്ലീഷുകാർ വന്നതിന്റെ ശേഷം ഹിമവൽസേതുപര്യന്തമുള്ള ജനങ്ങൾ അന്യോന്യം ഇത്ര സമാധാനമായിത്തന്നെ കാണുന്നത്. ആ ഇംക്ലീഷുകാർ നാളെ ഇന്ത്യ വിടുന്നുവെങ്കിൽ അപ്പോൾ കാണാം ബാബുമാരുടെ മിടുക്കും ശൗര്യവും. ഒരു നിമിഷനേരമെങ്കിലും ഈ വായ്പടക്കാർക്കു രാജ്യം രക്ഷിപ്പാൻ സാധിക്കുമോ? ഒന്നാമത്, ഇവർക്ക് വാക്കു പറയുമ്പോൾ കാണുന്ന ഈ അഭിമാനം സ്വതേ ഉണ്ടെങ്കിൽ ഇവർ ഇപ്പോൾ കിട്ടുവാൻ ആഗ്രഹിക്കുന്ന പലേ പദവികളും ഇതിന് എത്രമുമ്പ് ഇവർക്കു കിട്ടുമായിരുന്നു. വാസ്തവത്തിൽ ഇവർക്ക് ഒരു ധൈര്യവും മിടുക്കും ഉത്സാഹവും ക്ഷമയും ഇല്ല; കുറെ എല്ലാം നിലവിളിക്കണം. ഇംക്ലീഷിൽ വിശേഷമായി പ്രസംഗംചെയ്തു എന്നു വരുത്തണം. ഇത്രമാത്രമേ ഇവർക്കുള്ളിൽ തീർച്ചയായ ആഗ്രഹമുള്ളു. ഇംക്ലീഷ് ഗവർമ്മേണ്ട് ഇപ്പോൾ നടക്കുന്നപ്രകാരം ഉള്ളതുതന്നെ, ഇൻഡ്ധ്യയിലേക്ക് എനിയും ഒരു പുരുഷാന്തരകാലത്തേക്കു കാലാനുസൃതമായ അല്പാല്പഭേദങ്ങളേയും പരിഷ്കാരങ്ങളേയും ചെയ്തുവന്നും കൊണ്ടിരുന്നാൽ ധാരാളം മതിയാവുന്നതാണ്. ഇന്ത്യയിലേക്ക് ഇപ്പോൾ അശേഷം പോരാത്തതും ലജ്ജാകരമാകുംവണ്ണം വഷളായിട്ടുള്ളതുമായ എന്തെല്ലാം കാര്യങ്ങളെ പരിഷ്കരിക്കാൻ ഉണ്ട്. എന്താണ് അതെല്ലാം വിട്ടുകളഞ്ഞ് ഒന്നാമതു രാജ്യഭാരസംഗതിയിൽ ഇവർ കടന്നുപിടിക്കുന്നത്? ഒന്നാമത് ജാതിഭേദങ്ങൾ ഇത്ര അധികം അനാവശ്യമായി ജനങ്ങളുടെ അഭിവൃദ്ധിക്കു മുടക്കമായി തടയുന്നതിനെ നീക്കം ചെയ്‌വാൻ ശ്രമിക്കരുതേ? ഇന്ത്യാരാജ്യം ക്രമേണ ദാരിദ്ര്യത്തിൽപെടുന്നതു നിർത്താൻ അന്യരാജ്യങ്ങളുമായുള്ള കച്ചവടങ്ങൾ, കൃഷി, കൈവേലപ്രവൃത്തികൾ, യന്ത്രപ്പണികൾ മുതലായത് ഇന്ത്യക്കാർ പഠിപ്പിക്കാൻ ശ്രമിക്കരുതേ? സ്ത്രീകളെ വിദ്യാഭ്യാസം ധാരാളമായി ചെയ്‌വാൻ ശ്രമിക്കരുതേ? നമ്മളുടെ അതി മാലിന്യമായ ചില ഗൃഹവൃത്തികളെയും അപരിഷ്കൃതാഹാരവിഹാരാദികളെയും ഭേദംചെയ്‌വാൻ നോക്കരുതേ? എത്ര കാലമായി തീവണ്ടി, ടെലിഗ്രാഫ് മുതലായ പലേ അത്ഭുതകരങ്ങളായ വിദ്യകൾ ഇന്ത്യയിൽ വന്നിട്ട്. ഈവക യന്ത്രങ്ങളെ ഉണ്ടാക്കുവാനും ഉപയോഗി

ക്കുവാനും പഠിപ്പാൻ ഹിന്തു-മുസൽമാന്മാർക്കു ശ്രമിക്കരുതേ? യൂറോപ്പിൽ ഉള്ള വലിയ രാജ്യങ്ങളിലെ എല്ലാ നാട്ടുകാരും ഈവക പലേ വിദ്യകളും പഠിക്കുന്നില്ലേ? നുമ്മൾക്ക് ഇരുമ്പുകൊണ്ട് നല്ലതായ ഒരു ചക്രം വേണമെങ്കിൽ ഇംഗ്ലാണ്ടിൽനിന്നു വരുത്തണ്ടേ? ഒരു ഇരുമ്പുചങ്ങല വേണമെങ്കിൽ ഇംഗ്ലാണ്ടിൽനിന്നു വരുത്തണ്ടേ? നല്ല ഒരു തൂശി വേണമെങ്കിൽ ഇംഗ്ലണ്ടിൽ നിന്നു വരുത്തണ്ടേ? ഒരു തൂശി മുതൽ പടക്കപ്പലുവരെയുള്ള സകല സാധനങ്ങളും നല്ലതായി കിട്ടേണമെങ്കിൽ നുമ്മൾ ഇംഗ്ലണ്ടിൽനിന്നു വരുത്തണ്ടേ? ഇതിൽ ഈ നാട്ടുകാർക്ക് അവമാനമില്ലേ? ഈവക പലേ കാര്യങ്ങളിലും ഇന്ത്യയെ ഇംഗ്ലാണ്ടിനു സമത വരുത്തുവാനല്ലേ ഒന്നാമതു ശ്രമിക്കേണ്ടത്? ജനസമുദായത്തിന്നു സ്വരാജ്യഭരണത്തിൽ സ്വതന്ത്രത കൊടുക്കേണ്ടത് ഈവക അനവധി കാര്യങ്ങളിൽ, ഇപ്പോൾ ഇന്ത്യയിൽ പ്രത്യക്ഷമായി ലജ്ജാകരമായി കാണുന്ന പലേവിധമുള്ള വീഴ്ചകളെയും അറിവില്ലായ്മകളെയും തെറ്റുകളെയും തീർത്തു പരിഷ്കരിച്ചതിന്റെ ശേഷം വേണ്ടതല്ലേ? ഈ വക പരിഷ്കാരങ്ങൾ ഒന്നും ചെയ്യാതെ ഈ രാജ്യഭാരവിഷയങ്ങളിൽ ഒന്നാമതു പ്രവേശിച്ച കുറെ ആളുകൾ എല്ലാം കൂടി നിലവിളിച്ചാൽ ആരു ബഹുമാനിക്കും? വേറെ ഉള്ള എല്ലാ സംഗതികളിലും കേവലം അധോമുഖന്മാരായിരിക്കുന്നവർ ഈ ഒരു സംഗതിയിൽ മാത്രം തലപൊന്തിച്ചു നിലവിളിച്ചാൽ നിവൃത്തിയാവുന്നതു പ്രയാസമല്ലേ? എനിക്ക് ഈ കോൺഗ്രസ്സിനെപ്പറ്റി വലിയ പുച്ഛമാണ് ഉള്ളത്. സർ ലപ്പൽ, ഗ്രിഫിൻ മുതലായ അനേകം സായ്വന്മാർ ഇന്ത്യാനിവാസികളെപ്പറ്റി ഓരോ സമയം ചെയ്യുന്ന പ്രസംഗങ്ങൾ കേൾക്കുമ്പോൾ എനിക്കു ലജ്ജ തോന്നുന്നു. പലേ സംഗതികളും അവർ പറയുന്നത് ശരിയാണ്. പലേ സ്ഥിതികളിലും നുമ്മളുടെ അവസ്ഥ വളരെ ലജ്ജാകരമായിരിക്കുന്നു. ഇതെല്ലാം മൂടിവെച്ചു രാജ്യഭാരകാര്യത്തിൽ മാത്രം ഇംക്ലീഷുകാരോടു സമത വരുത്തണം എന്ന് ഇച്ഛിച്ചാൽ അതു സാധിക്കുമോ? ഈ വക സഭ ഉണ്ടാവുന്നതിനാൽ വൃഥാ കണ്ഠക്ഷോഭവും ദ്രവ്യനാശവും ഫലം എന്നു ഞാൻ പറയുന്നു.

ഗോവിന്ദപ്പണിക്കർ: ഗോവിന്ദൻകുട്ടി പറഞ്ഞതു ശരിയാണ്. ഇതിൽ ഞാൻ ഗോവിന്ദൻകുട്ടിയോടു യോജിക്കുന്നു. ഇപ്പോൾ നമ്മുടെ രാജ്യഭാരം മുമ്പുണ്ടായിരുന്നതിനേക്കാൾ വളരെ നന്ന്. ഇപ്പോൾ ഇതു മതി. എന്നാൽ ജാതിഭേദം ഇല്ലാതാക്കണം എന്നൊരു വിഡ്ഢിത്തം ഗോവിന്ദൻകുട്ടി പറഞ്ഞതിൽ ഞാൻ ചേരുന്നില്ല.

ഗോവിന്ദൻകുട്ടിമേനോൻ: അതു ഞാൻ സമ്മതിച്ചേക്കാം. എന്നാൽ രാജ്യഭാരത്തിന്റെ കാര്യം ഞാൻ പറഞ്ഞതു ജ്യേഷ്ഠനു ബോദ്ധ്യമായെല്ലൊ.

ഗോവിന്ദപ്പണിക്കർ: എന്താണു മാധവൻ ഒന്നും പറയാത്തത്?

മാധവൻ: എനിക്ക് ഒന്നും പറയാൻ തോന്നുന്നില്ല. പൂർത്തിയായ വിദ്യാഭ്യാസം ഉണ്ടായി, ബി.എ. പാസ്സായ ഗോവിന്ദൻകുട്ടി ഇങ്ങിനെ അസംബന്ധം സംസാരിച്ച വ്യസനമാണ് എനിക്ക് ഇപ്പോൾ ഉള്ളത്.

ഗോവിന്ദൻകുട്ടിമേനോൻ: ഒരു അസംബന്ധവും സംസാരിച്ചില്ല ഞാൻ. ഏതേതാണ് അസംബന്ധം എന്നു കാണിച്ചു തരൂ.

മാധവൻ: പറഞ്ഞതു മുഴുവൻ അസംബന്ധം. ആകവേ അസംബന്ധം. ഒന്നാമത്, ഇന്ത്യയിൽ പാർലിമേണ്ട് ഉണ്ടാക്കുവാനല്ല കോൺഗ്രസ്സിന്റെ ഉദ്ദേശ്യം. പിന്നേ ഇംക്ലീഷുകാരോടു സമന്മാരാണ് ഇന്ത്യക്കാർ എന്നും സഭക്കാരിൽ യോഗ്യരായവർ അഭിപ്രായപ്പെട്ടിട്ടില്ല.

ഇന്ത്യയിൽ പലേ സംഗതികളും പരിഷ്കരിപ്പാൻ ഉണ്ടെന്നു പറഞ്ഞതു ശരി. പക്ഷേ, ആ സംഗതികൾ ഉള്ളതുകൊണ്ട് ഈ രാജ്യഭാര സംഗതിയിൽ ഒന്നാമതായി പ്രവേശിച്ചുകൂടാ എന്നു പറയുന്നതു ഭോഷത്വമാണ്. രാജ്യസ്നേഹവും അഭിമാനവും ഉണ്ടെങ്കിൽ ഇംക്ലീഷുകാരോടു രാജ്യം യുദ്ധംചെയ്തു തിരിയെ വാങ്ങണം. എന്നാൽ മാത്രമേ അഭിമാനം ഉണ്ടെന്നു വിചാരിപ്പാൻ പാടുള്ളൂ എന്നു പറഞ്ഞതും വലിയ ഭോഷത്വം തന്നെ. ഗോവിന്ദൻകുട്ടി യൂറോപ്പു രാജ്യങ്ങളിലെ ചരിത്രങ്ങൾ പലതും വായിച്ചിട്ടുള്ളതിൽ ഇങ്ങിനെയോ അഭിപ്രായമായത്? ഇംക്ലീഷു ബിലാത്തിയിലെ ആദ്യത്തെ കഥതന്നെ വിചാരിച്ചുനോക്കൂ. ബ്രിട്ടീഷ് ദ്വീപിൽ അനാദിയായി ഉണ്ടായിരുന്നവരെ ഒന്നാമതു റോമൻകാർ പോയി ജയിച്ചു. ബ്രിട്ടീഷ്‌രാജ്യം അവരുടെ രാജ്യമാക്കി കുറേക്കാലം വെച്ചു. പിന്നെ സാക്സൻകാരുടെ കാലമായി. പിന്നെ ഡെയിൻകാരുടെ വാഴ്ച. ഒടുവിൽ നോർമ്മൻ രാജാക്കന്മാരായ ഫ്രഞ്ചുരാജ്യക്കാർ ബ്രിട്ടീഷുരാജ്യം പിടിച്ചു. എന്നിട്ടുണ്ടായ കഥ ഓർമ്മയില്ലേ? ഈ രാജാക്കന്മാർ അതിശക്തന്മാരാകയാൽ അവർക്കു ബ്രിട്ടീഷുകാർ കീഴടങ്ങേണ്ടിവന്നില്ലേ?

ഗോവിന്ദൻകുട്ടിമേനോൻ: ഒരിക്കലും കീഴടങ്ങീട്ടില്ല. പുറത്തു നിന്നു വന്ന ഈ രാജാക്കന്മാർ ഇംക്ലീഷുകാരുമായി യോജിച്ച് അവരുടെ ജാതിയോടു ചേർന്നു. പരന്ത്രീസ്സ് രാജ്യം കേവലം വിട്ടു. അതുപോലെ മഹാരാജ്ഞിയും മറ്റുംവന്ന് ഇവിടെ താമസിച്ചു നുമ്മളുടെ കൂട്ടത്തിൽ ചേർന്നിരിക്കുന്നതുവരെ എന്തിന് ഇംക്ലീഷുകാരെ രാജ്യഭാരം ചെയ്‌വാൻ സമ്മതിക്കുന്നു?

മാധവൻ: ശരിതന്നെ; സമ്മതിച്ചു. ഇംക്ലീഷുകാർ ഇങ്ങട്ടു വരുന്നതും നുമ്മൾ അങ്ങട്ടു പോവുന്നതും എല്ലാം ഒരുപോലെ. ഇംക്ലീഷ് രാജ്യഭാരം തുടങ്ങിയമുതൽ നുമ്മളുടെ രാജ്യത്തു പലേ ശ്രേയസ്സുകളും അഭിവൃദ്ധിയും സുഖവും മേല്ക്കുമേൽ വർദ്ധിച്ചു കാണുന്നതുകൊണ്ടു ഞങ്ങൾ കോൺഗ്രസ്സുകാരുടെ അഭിപ്രായവും ഉദ്ദേശ്യവും ക്രമേണ ക്രമേണ ഇംക്ലീഷ് ഗവർമ്മേണ്ടും ഇന്ത്യാഗവർമ്മേണ്ടും അന്യോന്യം യോജിപ്പിച്ച് ഏകീകരിക്കേണമെന്നു മാത്രമാണ്. അതിലേക്കാണ് ഈ ശ്രമങ്ങൾ എല്ലാം ചെയ്യുന്നത്. നോർമ്മൻ രാജാക്കന്മാർ എങ്ങിനെ ബ്രിട്ടീഷ് രാജാക്കന്മാരായോ അതുപ്രകാരം തന്ന ഇംക്ലീഷ് രാജാക്കന്മാരും ഇംക്ലീഷ് ഗവർമ്മേണ്ടും ഇന്ത്യയുടെ സ്വന്തം രാജാക്കന്മാരും ഇന്ത്യയുടെ ഗവർമ്മേണ്ടും ആക്കണം എന്നു തന്നെയാണ് ഞങ്ങൾ കോൺഗ്രസ്സുകാരുടെ ഉദ്ദേശ്യവും കാംക്ഷയും. നോർമ്മൻകാർ ഇംഗ്ലണ്ടിൽ വന്ന

കാലാവസ്ഥയ്ക്ക് അനുസരിച്ചു ബ്രിട്ടീഷ് രാജ്യക്കാരും അവരും തമ്മിൽ അന്യോന്യം കൊന്നിട്ടും ഹിംസിച്ചിട്ടും സഹിക്കാൻപാടില്ലാതെ ആയ ശേഷം എണങ്ങി യോജിച്ച് ഏകീകരിച്ചു. ഈ കാലാവസ്ഥയ്ക്ക് അനുസരിച്ചു ഞങ്ങളും ഇംക്ലീഷുകാരും തമ്മിൽ ബുദ്ധികൊണ്ടു യുദ്ധംചെയ്യുന്നു. ഇംക്ലീഷുകാർക്കു ഞങ്ങളിൽ ഇപ്പോൾ ഉള്ളിൽ അധികം വിശ്വാസവും പ്രേമവും ബഹുമാനവും ഉണ്ടാവാനും ഇംഗ്ലീഷുഗവർമ്മേണ്ടു ഞങ്ങളേയും ഇംക്ലീഷുകാരേയും യാതൊരു ഭേദമായി വിചാരിക്കാതിരിക്കാൻവേണ്ടിയും ഞങ്ങൾ യത്നിക്കുന്നു. ഞങ്ങൾ തോക്കുകൊണ്ടു വെടിവെച്ചിട്ടല്ല ഈ കാര്യം സാധിക്കാൻ പോവുന്നത്. വാക്കുകൊണ്ടു ന്യായം പറഞ്ഞിട്ടു ബുദ്ധിമാന്മാരായ ഇംക്ലീഷുകാരെ സ്വാധീനമാക്കാൻ പോവുന്നു. എന്റെ മനസ്സിൽ ഉദ്ദേശിച്ച വിധത്തിൽതന്നെ നടക്കുന്നുവെങ്കിൽ കോൺഗ്രസ്സുപോലെ ഇത്ര യോഗ്യമായ ഒരു സഭാ ഇതുവരെ ഇന്ത്യയിൽ ഉണ്ടായിട്ടില്ല എന്നു പറയാം. എന്നാൽ ചില സംഗതികളെ ഈ സഭക്കാർ ഭേദപ്പെടുത്തി പരിഷ്കരിക്കേണ്ടതുണ്ടെന്നു ഞാൻ സമ്മതിക്കുന്നു. ചിലപ്പോൾ സഭക്കാരിൽ ചിലർ അനാവശ്യമായും തക്കതായ സംഗതി കൂടാതേയും ബ്രിട്ടീഷ് ഗവർമ്മേണ്ടിനെ ദുഷിച്ചു എന്നു വന്നിട്ടുണ്ടായിരിക്കാം. ഇതു മഹാകഷ്ടമാണെന്നു ഞാൻ സമ്മതിക്കുന്നു. എങ്കിലും കോൺഗ്രസ്സ് സഭക്കാരിൽ യോഗ്യരായവർ ഏകീകരിച്ച് ഇതുവരെ ഉണ്ടായിട്ടുള്ള ഒരു പ്രസംഗത്തിലും ഇംക്ലീഷുകാരുടെ ഗവർമ്മേണ്ടിനെ ഒരു വിധത്തിലും ആകപ്പാടെ വെറുത്തു പറഞ്ഞിട്ടില്ല. ഓരോ സങ്കടങ്ങൾ ഉണ്ടാവുന്നതു തീർത്തു പരിപാലിക്കാനേ ആവശ്യപ്പെട്ടിട്ടുള്ളൂ. പിന്നെ ഗോവിന്ദൻകുട്ടി ഇങ്ങിനെ ഭോഷത്വം പറഞ്ഞാലോ? ഇന്ത്യയിൽ പരിഷ്കാരങ്ങൾ ചെയ്വാനുള്ള കാര്യങ്ങളെ ചെയ്യേണ്ടാ എന്നു കോൺഗ്രസ്സുകാർ വെച്ചിട്ടില്ല. പലേ രോഗങ്ങളും പിടിച്ചു കിടക്കുന്ന ഒരു രോഗിയുടെ സകല രോഗങ്ങളും ഒന്നായിട്ട് ഒരു ഔഷധം കൊണ്ട് ഒരു സമയം മാറ്റാൻ കഴിയുന്നതല്ല. ഓരോന്നായി ഭേദംവരുത്തേണ്ടിവരും. അങ്ങിനെ ഭേദം വരുത്താൻ പാടില്ല. എല്ലാംകൂടി ഒന്നായിട്ടു തന്നെ ഭേദമാക്കുന്ന മരുന്നു മാത്രമേ സേവിക്കയുള്ളു എന്ന് ആ രോഗി ഉറച്ചാൽ എല്ലാ രോഗങ്ങളിൽ നിന്നും രോഗി സങ്കടപ്പെടുകയേ ഉള്ളൂ. ഇന്ത്യയിൽ ജാതിഭേദം ഇല്ലാതാക്കുവാൻ ഒരു സഭ കൂടേണ്ട കാലം ഇനിയും ആയിട്ടില്ല. ഇതിനാണു സമയം ആവാത്തത്. ഗവർമ്മേണ്ടിന്റെ മാതിരിയും ചട്ടങ്ങളും നന്നാക്കുന്നതു നാളെത്തന്നെ ചെയ്താലും ഗുണമേ ഉണ്ടാകയുള്ളൂ. അതിനുള്ള സംഗതി പറയാം. ജാതി എന്ന് ഇന്ത്യയിൽ പറയുന്നത് എല്ലാം ഓരോ മതത്തെ ആശ്രയിച്ചിട്ടാണു മുഖ്യമായി നില്ക്കുന്നത്. ആ മതവിശ്വാസം ഒന്നുമാത്രമാണ് ഈ ഇംക്ലീഷുകാരിൽ എനിയും ഇന്ത്യയിൽനിന്നു കളവാൻ കഴിയാത്ത ഒരു സാധനം. ദൈവവിശ്വാസവും വന്ദനയും ഓരോ പ്രകാരത്തിൽ ചെയ്യുന്നതിനെ ആശ്രയിച്ചു ജാതി നില്ക്കുന്നതുകൊണ്ട് ആ വിശ്വാസം കളവാൻ കഴിയുമ്പോളല്ലാതെ ജാതിഭേദം കേവലം വിടുർത്താൻ കഴിയുമോ എന്നു ഞാൻ സംശയിക്കുന്നു.

ആ വിശ്വാസം ഇന്ത്യയിൽനിന്നു വിടുർത്തേണമെങ്കിൽ ഇന്ത്യക്കാരായ ഹിന്തുമുസൽമാന്മാരുടെ മതാചരണങ്ങളെ ജയിക്കുന്നതായ ഒരു വിശേഷവിധിമതം അവർക്കു കാണിച്ചുകൊടുത്ത് അതിൽ ശീലിപ്പിക്കണം. അങ്ങിനെ ഒരു വിശേഷവിധിയായ മതം കാണ്മാനില്ല. അതുകൊണ്ട് ഇന്ത്യാരാജ്യത്തിൽ ഉള്ള മതങ്ങൾക്ക് അനുസരിച്ചു നില്ക്കുന്ന ജാതിക്രമങ്ങൾ ഭേദംചെയ്‌വാൻ ഇപ്പോൾ ശ്രമിച്ചാൽ സാധിക്കുമോ? സംശയം. എന്നാൽ കാലക്രമംകൊണ്ട് അറിവ് അധികം വർദ്ധിക്കുമ്പോൾ ജാതിസിദ്ധാന്തങ്ങൾ ക്രമേണ കുറഞ്ഞുവരും. ഒടുവിൽ കേവലം നശിച്ചു എന്നും വരാം. ഇന്ത്യയിൽ ഇപ്പോൾ ഉള്ള സ്ഥിതിയിൽ ജാതിഭേദം ഇല്ലാതാക്കുവാൻ ശ്രമിക്കുന്നതു കേവലം തെറ്റായി വന്നുകൂടുമെന്നു ഞാൻ വിചാരിക്കുന്നു. എന്നാൽ രാജ്യഭാരസംഗതിയെ ഒന്ന് ഓർത്തുനോക്കുക. ഇംഗ്ലീഷുകാർ ഹിമവൽസേതുപര്യന്തം രാജ്യഭാരം തുടങ്ങീട്ട് ഇപ്പോൾ ഏതാണ്ട് ഒരു നൂറു സംവത്സരമായിട്ടേ ഉള്ളൂ. എങ്കിലും രാജ്യഭാരനീതികളെക്കുറിച്ചു ജനങ്ങൾക്ക് ഒരു നൂറുസംവത്സരങ്ങൾക്കുള്ളിൽ എത്ര അധികം അറിവും രുചിയും ഉണ്ടായിട്ടുണ്ടെന്ന് ഗോവിന്ദൻകുട്ടി ഓർത്തു നോക്കൂ. വഴിപോവുന്ന ഒരു കൂലിക്കാരനോടോ മീൻ പിടിക്കുന്ന ഒരു മുക്കുവനോടോ സംസാരിച്ചാൽ കൂടി ഇപ്പോഴത്തെ ഭേദം അറിവാൻ കഴിയും. അവനു സിവിൽശാസ്ത്രതന്ത്രങ്ങളും ക്രിമിനൽ ശാസ്ത്രതന്ത്രങ്ങളും അറിയാമെന്നല്ല ഞാൻ പറയുന്നത്. ഇംക്ലീഷ് രാജ്യഭാരത്തിൽ തന്റെ ശരീരത്തിന്നും മനസ്സിന്നും തന്റെ ഇഷ്ടപ്രകാരം കുറ്റകരമല്ലാത്ത യാതൊന്നിലും വ്യാപരിക്കുന്നതിന്നു സ്വാതന്ത്ര്യമുണ്ടെന്നുള്ള അറിവു നിശ്ചയമായി അവന് ഇപ്പോൾ ഉണ്ട്. മുമ്പ് അങ്ങിനെ അല്ല. സാധാരണ ഇത്ര അറിവ് ഉണ്ടായാൽ മതി. സകല സ്വതന്ത്രേഭോഗങ്ങൾ അനുഭവിക്കുന്ന ഇംഗ്ലണ്ടിലും അമേരിക്കയിലും മറ്റും ഉള്ള സാധാരണ ജനസമുദായത്തിൽ ഇന്ത്യയിലുള്ള സാധാരണജനങ്ങൾക്കുള്ള അറിവുകൾതന്നേ ഈ രാജ്യഭാരവിഷയത്തിൽ ഉള്ളൂ. സ്വതന്ത്രരാജ്യഭാരത്തിന്നിച്ഛിക്കുന്ന രാജ്യനിവാസികൾ മുഴുവനും ഗ്ലാഡ്സ്റ്റൻ മുതലായവരെപ്പോലെ രാജ്യഭാരതന്ത്രങ്ങൾ ഗ്രഹിച്ചിരിക്കണം എന്നു പറയുന്നതു ഭോഷത്വമല്ലേ? രാജ്യഭാരം ബിലാത്തിയിലെപ്പോലെ ഇന്ത്യയിൽ ചെയ്യേണമെങ്കിൽ സ്ത്രീകളെ മുഴുവൻ ഇംക്ലീഷ് പഠിപ്പിച്ചിട്ടും ബിലാത്തിയിലെ യന്ത്രങ്ങൾ ഇവിടെ പണിയാറായിട്ടും മറ്റും വേണമെന്നു പറയുന്നതും ഭോഷത്വമാണ്. പിന്നെ ഗോവിന്ദൻകുട്ടി പറയുന്നു, ഹിമവൽസേതുപര്യന്തമുള്ള ജനങ്ങൾ ഇംക്ലീഷ് രാജാവിനെ അടങ്ങിനില്ക്കുന്നത്, അങ്ങിനെ നിന്നില്ലെങ്കിൽ വെടി കൊണ്ടു കണ്ണുമിഴിച്ചുപോവും എന്നു ഭയപ്പെട്ടിട്ടാണെന്ന്. ഇത് ഏറ്റവും തെറ്റായ ഒരു അഭിപ്രായമാണ്. ഇംക്ലീഷുകാരുടെ ശക്തി ഇന്ത്യയിൽ ഉള്ള കള്ളന്മാർക്കും ദുഷ്ടന്മാർക്കും അസത്തുക്കൾക്കും ഭയത്തെയും, നല്ല ജനങ്ങളുടെ ഉള്ളിൽ ബഹുമാനത്തെയും ജനിപ്പിക്കുന്നതു ശരിയാണെങ്കിലും രാജ്യം മുഴുവനും ഇങ്ങിനെ ഒതുങ്ങിനില്ക്കുന്നത് ഇംക്ലീഷ് ഗവർമ്മേണ്ടു പ്രജാപരിപാലനം ചെയ്യുന്നതിലുള്ള യോഗ്യത ഹേതുവായി

പ്രജകൾക്ക് ആ ഗവർമ്മേണ്ടോടുള്ള പ്രിയംനിമിത്തമാണെന്നുള്ളതിലേക്ക് എനിക്കു സംശയമില്ല. ഇംക്ലീഷ് ഗവർമ്മേണ്ടു മുമ്പ് നുമ്മൾക്കുണ്ടായിരുന്ന രാജാക്കന്മാരെപ്പോലെ അനീതിയും അക്രമവും കാണിച്ചു ജനോപദ്രവം ചെയ്തിരുന്നുവെങ്കിൽ ഇതിന് എത്രയോ മുമ്പ് ഇംക്ലീഷ് ഗവർമ്മേണ്ട് ഇന്ത്യയിൽ ഇല്ലാതെവരുമായിരുന്നു! അതിനു സംശയമില്ല. പിന്നെ ഗോവിന്ദൻകുട്ടി പറയുന്നത്, ഞങ്ങൾ ഇംക്ലീഷിൽ പ്രസംഗിക്കുന്നതും മറ്റും പ്രസംഗക്കാർ എന്ന കീർത്തിക്കുവേണ്ടി മാത്രം എന്നാണ്. അങ്ങിനെയുള്ള കീർത്തി ഉണ്ടാവണമെന്നു ഞങ്ങൾക്ക് ആഗ്രഹം ഇല്ലെന്നില്ല. പക്ഷേ, അതിനു മാത്രമായി പ്രസംഗിക്കുന്നതാണെന്നു പറയുന്നതാണ് അബദ്ധം. ഈ പ്രസംഗങ്ങൾ എല്ലാം എത്രയോ ആവശ്യമായിട്ടുള്ളതാണെന്നു മാത്രമല്ലാ, അതുകളെക്കൊണ്ടു പലേവിധ പ്രയോജനങ്ങൾ ഇന്ത്യയ്ക്ക് ഈ ചുരുങ്ങിയ കാലത്തിനുള്ളിൽ തന്നെ ഉണ്ടായിട്ടുമുണ്ട്. ഓരോന്നായി ഞാൻ എണ്ണി പറഞ്ഞുതരാം. ഒന്നാമത്, ഇപ്പോൾ ബിലാത്തിയിലുള്ള നിഷ്പക്ഷവാദികളായ മഹാന്മാർക്ക് ഇന്ത്യയിൽ നല്ല പഠിപ്പും സാമർത്ഥ്യവും ഉള്ളവർ പലരും ഉണ്ടെന്നു പൂർണ്ണബോദ്ധ്യമായിരിക്കുന്നു. ഇത് ഈവക പ്രസംഗങ്ങൾ ഉണ്ടാക്കിയ ബോദ്ധ്യമാകുന്നു.

രണ്ടാമത്, ഈ ബോദ്ധ്യം ഉണ്ടായതിനാൽ കോൺഗ്രസ്സ് സഭയെ രക്ഷപ്പെടുത്തി നിലനിർത്തേണമെന്നുള്ള ആഗ്രഹം പലേ ഇംക്ലീഷുകാർക്കും ഉണ്ടായിത്തീർന്നിരിക്കുന്നു.

മൂന്നാമത്, പ്രസംഗങ്ങളുടെ വിശേഷതകൊണ്ട് ഇന്ത്യയിലുള്ള ബഹുയോഗ്യരായ ജനങ്ങൾ മുമ്പു കോൺഗ്രസ്സിനോട് അനിഷ്ടത്തേയോ അനാസ്ഥയേയോ കാണിച്ചതിനെ മാറ്റി കോൺഗ്രസ്സിനെ ബഹുമാനിച്ചു കോൺഗ്രസ്സിന്റെ ഇഷ്ടന്മാരായിത്തീർന്നിരിക്കുന്നു.

ഇങ്ങിനെ പലേവിധ ഗുണങ്ങൾ ഇത്ര ക്ഷണത്തിൽ ഇന്ത്യയ്ക്കുവേണ്ടി സമ്പാദിച്ചതു യുക്തിമാന്മാരും സമർത്ഥന്മാരും ആയ വാഗ്മികളുടെ അതിവിശേഷമായ പ്രസംഗങ്ങളാണ്. ന്യായമായവിധം കുറേക്കാലം ഈ കോൺഗ്രസ്സ് നടക്കുന്നുവെങ്കിൽ സംശയംകൂടാതെ ഇംഗ്ലണ്ടിൽ പ്രജകൾക്കു ഗവർമ്മേണ്ടിൽനിന്ന് ഉണ്ടാവുന്ന ഗുണങ്ങൾ ഇന്ത്യയ്ക്കും ഉണ്ടാവും എന്നുള്ളതിന് എനിക്കു സംശയമില്ല. പിന്നെ ഈ പ്രസംഗങ്ങളെപ്പറ്റി വൃഥാ കണ്ഠക്ഷോഭം എന്നു ഗോവിന്ദൻകുട്ടി പറയുന്നത് എത്ര ഭോഷത്വമാണ്. എന്നാൽ ചിലപ്പോൾ ഈ കോൺഗ്രസ്സ് സഭക്കാരിൽ ചിലരും ചില ന്യൂസ്പേപ്പറുകളും സഭക്കാരോ അവരുടെ സ്നേഹിതന്മാരോ എഴുതീട്ടുള്ള ചില പുസ്തകങ്ങളും അനാവശ്യമായും അസത്യമായും ഇന്ത്യയിൽ ഇപ്പോൾ നടക്കുന്ന ഗവർമ്മേണ്ടിനെക്കുറിച്ചു ദൂഷ്യാരോപം ചെയ്യുന്നുണ്ടെന്നു ഞാൻ സമ്മതിക്കുന്നു. ഇതു വലിയ ഒരു തെറ്റാണ്. ഇത് ഇന്ത്യയുടെയും കോൺഗ്രസ്സിന്റെയും വലിയ നിർഭാഗ്യമെന്നേ പറവാനുള്ളൂ. ഇതു വർദ്ധിച്ചുവരുന്നുണ്ടെങ്കിൽ കോൺഗ്രസ്സിനുതന്നെ ഒടുവിൽ ഇതു നാശകരമായിത്തീരുന്നുതുമാണ്. മഹാബുദ്ധിശാലിയായ സർ ഒക്ലണ്ട് കോൾവിൻ സായ്വ് അവർകൾ മിസ്റ്റർ എം.ഓ.

ഹ്യൂം സായ്‌വ് അവർകൾക്ക് കോൺഗ്രസ്സുകാർ ചിലപ്പോൾ ഇന്ത്യാഗവർമ്മേണ്ടിനെക്കുറിച്ചു ചെയ്ത ദോഷാരോപണങ്ങളെക്കുറിച്ചു വളരെ യുക്തിയായും ഭംഗിയായും എഴുതിയ ഒരു കത്തിനെ ഞാൻ വായിച്ചിരുന്നു. ആ മഹാനായ സായ്‌വവർകൾ ആ കത്തിൽ കാണിച്ച സംഗതികളെ വായിച്ച് ഞാൻ വ്യസനിച്ചുപോയി. നുമ്മൾക്ക് ഇപ്പോൾ ഉള്ള ഇന്ത്യാ ഗവർമ്മേണ്ടു നുമ്മൾക്കു കഴിയുന്ന ഗുണം എല്ലാം ചെയ്യേണമെന്നു വളരെ താല്പര്യത്തോടും ശ്രദ്ധയോടും ഇരിക്കുമ്പോൾ അവർ ചെയ്യുന്നത് അനാസ്ഥയായും ദുഷ്ടവിചാരത്തോടുകൂടിയും ആണെന്നു ചിലർ പറയുന്നതു കഷ്ടമല്ലേ? ഇംഗ്ലീഷ് ഗവർണ്ണർമാരും രാജ്യഭാരാധികാരികളും വളരെ ക്ഷമാഗുണമുള്ളവരല്ലായിരുന്നുവെങ്കിൽ ഇങ്ങിനെയുള്ള അവമാനകരമായ പ്രസ്താവങ്ങൾ കേട്ട് അവർ എങ്ങിനെ സഹിക്കും? നുമ്മളെ എങ്ങിനെ സ്നേഹിക്കും? ഈ വക ചില ദോഷങ്ങൾ നുമ്മടെ ചില ആളുകൾക്ക് ഉണ്ടായിരുന്നില്ലെങ്കിൽ കോൺഗ്രസ്സ് ഇതിനുമുമ്പ് ഇതിലും ശക്തിയുള്ളതായിത്തീരുമായിരുന്നു.

ലോർഡ് ഡഫ്രീൻ എന്ന പ്രഭു ഗവർണ്ണർ ജനറാളായിരുന്ന കാലത്ത് ആദ്യത്തിൽ അദ്ദേഹത്തിന്നു കോൺഗ്രസ്സിനെ അതിപ്രീതിയായിരുന്നു. ഒടുവിൽ ഗവർമ്മേണ്ടിനെക്കുറിച്ച് കോൺഗ്രസ്സിലെ ചില കൂട്ടർ അനാവശ്യമായും അസംഗതിയായും ദോഷങ്ങൾ പറയുന്നതു കേട്ടുകേട്ട് അദ്ദേഹം വിഷാദിക്കേണ്ടിവന്നു. എന്റെ എല്ലായ്പോഴും ഉള്ള വിചാരവും ദൈവത്തോടുള്ള പ്രാർത്ഥനയും നുമ്മടെ ഈ കോൺഗ്രസ്സ് സഭക്കാർ ഇപ്പോൾ ഇന്ത്യയുടെ ഭാഗ്യവശാൽ കിട്ടീട്ടുള്ള ഈ ഇംക്ലീഷ് ഗവർമ്മേണ്ടിനെ അനാവശ്യമായും അസംഗതിയായും അസത്യമായും ദുഷിക്കാതെ ഇന്ത്യയുടെ അഭിവൃദ്ധിക്കുവേണ്ടിയുള്ള യത്നങ്ങൾ ചെയ്ത് ഇന്ത്യയെ ഇംഗ്ലണ്ടുപോലെ സ്വതന്ത്രതയുള്ള രാജ്യമാക്കിത്തീർക്കേണമേ എന്നാകുന്നു. ഇപ്പോഴത്തെ ഗവർമ്മേണ്ടിനെ അനാവശ്യമായും അസത്യമായും ദുഷിക്കാതെ ഈ കാര്യം സാധിക്കാൻ പലേ വഴികളും ഞാൻ കാണുന്നുണ്ട്. ഇന്ത്യക്കാർക്കു ഗുണംവരരുത് എന്നോ, ഇന്ത്യക്കാർ എല്ലായ്പോഴും ഇംക്ലീഷുകാരുടെ അടിമകളായി ഇരിക്കേണമെന്നോ ഇംക്ലീഷ് ഗവർമ്മേണ്ടിന് ഒരു കാലത്തും വിചാരമുണ്ടാകയില്ല. അതു പ്രത്യക്ഷമായ കാര്യമാണ് ഇതായിരുന്നു അവരുടെ വിചാരമെങ്കിൽ നുമ്മൾക്ക് അവരെപ്പോലെ പഠിപ്പും അറിവും ഉണ്ടാക്കിവയ്പാൻ കഴിഞ്ഞ നൂറുകൊല്ലങ്ങളായി ഇത്രയെല്ലാം അവർ ഉത്സാഹിക്കുന്നതല്ലായിരുന്നു. അതുകൊണ്ട് അവരുടെ ഉദ്ദേശ്യം നുമ്മളെ അവരെപ്പോലെതന്നെ യോഗ്യരാക്കിവെയ്ക്കേണമെന്നാണെന്നു കുട്ടികൾക്കുകൂടി ബോദ്ധ്യമാവുന്നതാണ്. എന്നാൽ അങ്ങിനെയാണ് അവരുടെ ഉദ്ദേശ്യം എന്ന് ഓർത്ത് നുമ്മളിൽ പഠിപ്പും അറിവും ഉള്ളവർ ഗുണങ്ങൾ താനേ വരുമെന്നു നിശ്ചയിച്ചു സ്വസ്ഥന്മാരായിരിക്കരുത്. നുമ്മളുടെ സ്ഥിതി മേല്ക്കുമേൽ നന്നാക്കുവാൻ ന്യായമായവിധം എല്ലാ ശ്രമങ്ങളും എല്ലായ്പോഴും ചെയ്തുവരേണ്ടതാണ്. അതിനാണ് ഈ കോൺഗ്രസ്സ് സഭ കൂടീട്ടുള്ളത്. ഇങ്ങിനെ

ഒരു സഭ ഏറ്റവും ആവശ്യമായിട്ടുള്ളതാണ്. ഗവർമ്മേണ്ടു ചെയ്യുന്ന സകല പ്രവൃത്തികളും ഇന്ത്യയ്ക്കു ദോഷകരമായിട്ടാണെന്ന് ഈ സഭ ഒരിക്കലും പറയുകയില്ല. ആരെങ്കിലും അതിൽ ചിലപ്പോൾ പറയുന്നുവെങ്കിൽ അവൻ ഭ്രാന്തനാണെന്നു ഞാൻ പറയും. ഗവർമ്മേണ്ടിനെ സ്നേഹിച്ചും ആദരിച്ചുംകൊണ്ടു ഗവർമ്മേണ്ടു ചെയ്യുന്ന ഓരോ പ്രവൃത്തികളുടെ ഗുണദോഷങ്ങളെപ്പറ്റി യഥേഷ്ടം നുമ്മൾക്കു വ്യവഹരിപ്പാൻ സകല സ്വാതന്ത്ര്യങ്ങളും ഇംക്ലീഷ് ഗവർമ്മേണ്ടു തന്നിരിക്കെ ആ ഗവർമ്മേണ്ടിന്റെ പ്രവൃത്തിയിൽ ഉള്ള സത്യത്തെയും ഉത്തമവിശ്വാസത്തെയും സംശയിച്ചുകൊണ്ടു വല്ലതും പറയുന്നതു മഹാകഷ്ടമാണെന്നുള്ളതിനു സംശയമില്ല. അതുകൊണ്ട് ഈ കോൺഗ്രസ്സ് ഗവർമ്മേണ്ടിന്റെ ഉത്തമവിശ്വാസ്യതയെയും നിഷ്കന്മഷതയെയുംപറ്റി ദുഷിക്കുന്നുണ്ടെങ്കിൽ അതു സഭയുടെ നാശത്തിനുമാത്രമാണെന്നു ഞാൻ തീർച്ചയായും സമ്മതിക്കുന്നു. എല്ലാ പ്രവൃത്തിയും സത്യത്തോടുകൂടി ചെയ്യണം. സത്യമില്ലാഞ്ഞാൽ പിന്നെ ഒരു പ്രവൃത്തിയും ശ്രേയസ്കരമായി വരാൻപാടില്ല.

പിന്നെ ഗോവിന്ദൻകുട്ടി പറയുന്നത്, ഇന്ത്യക്കാർക്കു ധനമില്ല, ഒരുമയില്ല, സത്യമില്ല, ഉത്സാഹമില്ല എന്നും മറ്റുമാണ്. ഇതിൽ ചിലതിൽ കുറെ നേരുണ്ടായിരിക്കാം. ഒരുമയില്ലെങ്കിൽ ഈ കോൺഗ്രസ്സ് ഇങ്ങിനെ നടക്കുന്നതല്ല. ഇത്ര വലുതായ ഒരു രാജ്യത്ത് ഇപ്പോൾ കാണുന്നതുപോലെയുള്ള ഒരുമയും ചേർച്ചയും ഇംക്ലീഷ് ഭാഷനിമിത്തം ഉണ്ടായതാണ്. എനിയും ഈ ഭാഷ പരക്കുന്നതോടുകൂടി ഒരുമ വർദ്ധിച്ചുവരും. ജനങ്ങൾക്ക് ഒരുമ ഉണ്ടാവുന്നത് ഓരോ കാര്യങ്ങളെക്കുറിച്ച് അവർക്ക് ഉണ്ടാവുന്ന അഭിപ്രായങ്ങൾ ഒരുപോലെ ഉണ്ടാവുന്നതിൽനിന്നാണ്. അറിവ് ഉണ്ടാവുമ്പോൾ മുഖ്യമായ സംഗതികളിൽ എല്ലാം അഭിപ്രായങ്ങൾ സാമാന്യം ഒരുപോലെതന്നെ ഉണ്ടാവാനേ പാടുള്ളൂ. 'സത്യമില്ല' എന്നു ഗോവിന്ദൻകുട്ടി പറഞ്ഞതുകൊണ്ട് ഇന്ത്യാനിവാസികളെ അനാവശ്യമായി അപകീർത്തിപ്പെടുത്തി എന്നുമാത്രം ഞാൻ പറയുന്നു. എത്ര സത്യവാന്മാരെ, ഇന്ത്യയിൽ ഇപ്പോൾ ഉള്ളവരെത്തന്നെ ഗോവിന്ദൻകുട്ടി അറിയും. പിന്നെ പുരാണങ്ങൾപ്രകാരം ഹരിശ്ചന്ദ്രൻ, അശ്വത്ഥാമാ, ദശരഥൻ മുതലായവരെക്കുറിച്ച് വായിച്ചിട്ടില്ലേ? ഇന്ത്യാരാജ്യം അനാദിയായേ സത്യത്തിൽ ബഹുതൃഷ്ണയും നിഷ്കർഷയും ഉള്ള രാജ്യമാണെന്നു പലേ സംഗതികളെക്കൊണ്ടും നിശ്ചയിക്കാൻ കഴിയുന്നതാണ്. അങ്ങിനെ ഇരിക്കുമ്പോൾ ധൃതഗതിയായി സത്യമില്ലാത്തവരാണു നുമ്മൾ എന്നു ഗോവിന്ദൻകുട്ടി പറഞ്ഞുകളഞ്ഞതു കേട്ട് എനിക്കു വളരെ വ്യസനം തോന്നുന്നു. 'ഉത്സാഹമില്ലെ'ന്നു ഗോവിന്ദൻകുട്ടി പറഞ്ഞതും നേരല്ലാ. പഠിപ്പാനും അറിവുകൾ കിട്ടുവാനും ഉള്ള ഉത്സാഹം ഇന്ത്യയിൽ ക്രമേണ വർദ്ധിച്ചുവരുന്നു എന്നുള്ളതിന് എനിക്ക് സംശയമില്ല. ഇന്ത്യാക്കാർക്കു ധൈര്യവും ശരീരമിടുക്കും ഇല്ലെന്നോ ഉണ്ടെന്നോ ഇന്ത്യയിൽ ഇപ്പോൾ ഏർപ്പെടുത്തീട്ടുള്ള നേറ്റീവ് പട്ടാളക്കാരെ പോയിനോക്കി അവരുടെ സ്ഥിതി അറി

ഞ്ഞതിന്റെശേഷം പറയേണ്ടതാണ്. ഗോവിന്ദൻകുട്ടി പക്ഷേ, ഒരു ഭീരുവായിരിക്കാം. മറ്റെല്ലാവരും തന്നെപ്പോലെതന്നെ ഭീരുക്കളാണെന്നു ഭീരുത്വമുള്ളവനു തോന്നുന്നതു സാധാരണയാണ്. കോൺഗ്രസ്സിൽ 'തൊള്ള ഇടുന്നു' എന്ന് അവമാനകരമായി ഗോവിന്ദൻകുട്ടിയാൽ പറയപ്പെട്ടിട്ടുള്ള പലേ ബാബുമാരും അയ്യന്മാരും മുതലികളും അവരുടെ ജീവനേയും സർവ്വധനത്തേയും ഇന്ത്യയുടെ അഭ്യുദയത്തിന്നും ഗുണത്തിന്നുംവേണ്ടി ത്യജിപ്പാൻ ഒരുക്കമുള്ളവരാണെന്ന് ഞാൻ വിശ്വസിക്കുന്നു. പക്ഷേ, ബുദ്ധികൗശലത്താൽ ജയിക്കേണ്ട ദിക്കിൽ തോക്ക് എടുത്തുവെടിവച്ചു ജയിക്കേണമെന്നു പറഞ്ഞാൽ ആൾ കേൾക്കും? ധൈര്യമുണ്ടെങ്കിൽ പത്തു ബാബുമാരും അയ്യന്മാരുംകൂടി ഇംക്ലീഷ് ഗവർമ്മേണ്ടിന്റെ നേരെ യുദ്ധം ചെയ്തുകാണണം എന്നൊരു വിഡ്ഢി പറഞ്ഞാൽ ആരെങ്കിലും സമ്മതിക്കുമോ? സർലഫിൻ, ഗ്രിഫിൻ മുതലായവർ ഇന്ത്യയെക്കുറിച്ചു ദുഷിക്കുന്നതിൽ ഗോവിന്ദൻകുട്ടിക്കു ബഹുരസമാണെന്നു പറഞ്ഞു. അതിൽ എനിക്കും വളരെ രസമാണ്. യോഗ്യരായ ആളുകൾ ശത്രുപക്ഷത്തിൽ ചേർന്നു നമ്മളുടെ അവസ്ഥകളെപ്പറ്റി ദുഷിച്ചാൽ മാത്രമേ നുമ്മൾക്കു നുമ്മളുടെ ഗുണദോഷങ്ങളെ ശരിയായി അറിവാനും ആവശ്യമായ ഭേദങ്ങളെ ചെയ്‌വാനും കഴികയുള്ളു. ഇവർ സൂക്ഷ്മത്തിൽ ഇന്ത്യയ്ക്കു വളരെ ഗുണമാണു ചെയ്യുന്നത്. വാചാലന്മാരായ ബാബുമാരും അയ്യരും മുതലിയും ഒരു മുസൽമാനോട് എതിർക്കാൻ ശക്തിയില്ല. ഭീരുക്കളാണ് എന്നും മറ്റും അവമാനമായി എപ്പോഴും പറഞ്ഞു കേൾക്കുന്നതു നുമ്മൾക്കു ചൊടി ഉണ്ടാവാനും നുമ്മടെ ധൈര്യശൗര്യങ്ങളുടെ വർദ്ധനവിനും വിശേഷകാരണങ്ങളായി വരും. അതുകൊണ്ട് അവർ അങ്ങിനെതന്നെ പറഞ്ഞുകൊള്ളട്ടെ.

ഗോവിന്ദൻകുട്ടി പറഞ്ഞതിനെല്ലാം ഞാൻ ഒരുവിധം സമാധാനം പറഞ്ഞു. എനി കോൺഗ്രസ്സ്സഭയുടെ ഉദ്ദേശ്യം എന്താണെന്നു ചുരുക്കമായി ഞാൻ പറഞ്ഞ് അച്ഛനെ ധരിപ്പിക്കാം. ഞാൻ പറയുന്ന ഉദ്ദേശത്തിൽനിന്നു വിട്ടിട്ട് ഈ സഭ നില്ക്കുന്നത് എപ്പോഴെങ്കിലും കാണുന്ന ക്ഷണം ഞാൻ അതിൽനിന്ന് ഒഴികയും ചെയ്യും.

ഇംക്ലീഷ്‌രാജ്യഭാരം ഈ രാജ്യത്തിൽ തുടങ്ങിയമുതൽ പലേ നാശങ്ങളും നേരിടുന്നതിനാൽ അതുകളെ ഇല്ലായ്മചെയ്‌വാൻവേണ്ടി വ്യവഹരിപ്പാൻ കൂടിയ ഒരു സഭയാണ് ഇത് എന്ന് അച്ഛൻ ധരിച്ചതു കേവലം തെറ്റാണ്. ഇംക്ലീഷ്ഗവർമ്മേണ്ടു തുടങ്ങിയമുതൽ ഇന്ത്യയ്ക്കു വാചാമഗോചരമായ ഗുണങ്ങളാണ് ഉണ്ടായിട്ടുള്ളത്. എന്നാൽ ആ ഗുണങ്ങളെ എനിയും വർദ്ധിപ്പിക്കാൻ ഉള്ള ശ്രമങ്ങൾ ചെയ്‌വാൻ കൂടിയ സഭയാണു കോൺഗ്രസ്സ് എന്നു പറയുന്ന സഭ. ഇംക്ലീഷ്കാരോളം ബുദ്ധിസാമർത്ഥ്യം ഉണ്ടായിട്ടു മറ്റൊരു ജാതിക്കാരെ കാണ്മാൻ കഴിയുമോ? സംശയം. ഈ ബുദ്ധിസാമർത്ഥ്യത്തിന്റെ ലക്ഷണങ്ങൾ അവരിൽ കാണുന്നത് ഒന്നാമതു നീതിജ്ഞത; രണ്ടാമതു നിഷ്പക്ഷപാതിത്വം; മൂന്നാമതു ദയ; നാലാമതു ധീരത; അഞ്ചാമത് ഉത്സാഹം; ആറാമതു ക്ഷമ ഇതുകളാണ്.

ഇങ്ങിനെ ആറു സാധനങ്ങളെക്കൊണ്ടാണ് ഇംക്ലീഷുകാർ ഇത്ര അധികം രാജ്യങ്ങൾ ഈ ലോകത്തിൽ സ്വാധീനമാക്കി രക്ഷിച്ചു വരുന്നത്. ഇങ്ങിനെ ഉൽകൃഷ്ടബുദ്ധികളായ മനുഷ്യരാൽ ഭരിക്കപ്പെടുവാൻ സംഗതിവന്നത് ഇന്ത്യയുടെ ഒരു മഹാഭാഗ്യമാണെന്നുള്ളതിനു സംശയമില്ല. ഇവരുടെ രാജ്യഭാരം തുടങ്ങിയമുതൽ ഇന്ത്യക്കാർക്ക് അറിവും വർദ്ധിച്ചുതുടങ്ങി. ആ അറിവിന്നു സദൃശമായ യോഗ്യതകൾ ലഭിക്കേണമെന്നുള്ള ഇച്ഛയും ഇന്ത്യക്കാർക്കു തുടങ്ങി. ആ ഇച്ഛകളെ നിവർത്തിപ്പാൻ ഇംക്ലീഷ്കാരോട് ആവശ്യപ്പെട്ടാൽ അവർ ന്യായാനുസൃതമായി ചെയ്യുമെന്നുള്ള പൂർണ്ണ വിശ്വാസം ഞങ്ങൾക്കുണ്ടാകയാൽ ആ അപേക്ഷകളെ യുക്തിയുക്തങ്ങളായ സംഗതികളോടുകൂടി ചെയ്‌വാൻവേണ്ടി ചേർന്നിട്ടുള്ള സഭയാണു കോൺഗ്രസ്സ്സഭ.

ഇംക്ലീഷുകാർ എല്ലായ്പോഴും എല്ലാം സംഗതികളിലും മനുഷ്യർക്ക് സ്വാതന്ത്ര്യം ഉണ്ടായിരിക്കേണ്ടതാണെന്നുള്ള അഭിപ്രായക്കാരാണ്. ആ അഭിപ്രായം വളരെ സംഗതികളിൽ മനുഷ്യസമുദായത്തിലെ ക്ഷേമത്തിന്ന് അനുസരിച്ച് അവർ നടത്തിയും വരുന്നുണ്ട്. ഇപ്പോൾ ഇംക്ലീഷ് ബിലാത്തിയിൽ ഒരു മനുഷ്യനും മറ്റൊരു മനുഷ്യന്റെ അടിമയാണെന്നു വിചാരിക്കുകയില്ല. ഒരു മനുഷ്യനും ഏകശാസനമായി ഒന്നും മറ്റുള്ള മനുഷ്യരെപ്പറ്റി ചെയ്‌വാൻ കഴികയില്ല. ഇംഗ്ലാണ്ടിൽ ഒരു മനുഷ്യനും തന്റെ ശക്തിക്കും ഇഷ്ടത്തിന്നും അനുസരിച്ചു കുറ്റകരമല്ലാത്ത യാതൊരു പ്രവൃത്തിയും ചെയ്യുന്നതിൽ മറ്റൊരാളെ ഭയപ്പെടുകയില്ല. ഇതിന്നുള്ള മുഖ്യകാരണം ഇംഗ്ലാണ്ടിൽ രാജ്യഭരണക്രമം അതിമഹാന്മാരായ ആളുകൾ ഏർപ്പെടുത്തിയതിന്റെ ഒരു വിശേഷതതന്നെയാണ്. ആ മാതിരി മുഴുവനും ഒന്നായിട്ടു കിട്ടുന്നില്ലെങ്കിൽ ഏതാനും ഏതാനും അപ്പപ്പോഴായിട്ടെങ്കിലും നുമ്മൾക്കും കിട്ടേണമെന്നുള്ള അപേക്ഷയെയാണ് കോൺഗ്രസ്സ് ചെയ്തുവരുന്നത്. ഇതിൽ എന്താണ് ഒരു ദോഷം? ഇന്ത്യയിൽ എന്നുവേണ്ടാ ആഫ്രിക്കയിൽ ഉള്ള കാപ്പിരി ജാതിക്കാരെക്കൂടി കഴിയുമെങ്കിൽ ഈ വിധം തന്ത്രങ്ങൾ ഏർപ്പെടുത്തിയമാതിരിയിലുള്ള രാജ്യഭരണത്തിൽ കൊണ്ടുവന്നാൽ നല്ലതാണെന്നു ഞാൻ വിചാരിക്കുന്നു. ഇന്ത്യയിൽ സാധാരണജനങ്ങൾക്കും പഠിപ്പും അറിവും നല്ലവണ്ണം എനിയും ഉണ്ടായിട്ടില്ലാത്തതിനാൽ ഈ മാതിരി രാജ്യഭരണത്തിന്നു സമയമായിട്ടില്ലെന്നു ചില ദുഷ്ടന്മാർ പറയുന്നുണ്ട്. ഇതു വെറും ദുഷ്ടതയാണ്. രാജ്യഭാരം ഈ അറിവില്ലാത്താളുകളെക്കൊണ്ടു നേരിട്ടു ചെയ്യിക്കേണമെന്ന് ആരും പറകയില്ലാ. എത്ര അറിവില്ലാത്താളുകൾക്കും സുഖദുഃഖങ്ങളെ അറിവാൻ കഴിയും. ഇന്ത്യാരാജ്യക്കാർക്ക് അത് അറിവാൻ കഴികയില്ലെന്നു പറയുന്നതു ഭോഷത്വമല്ലേ? മുമ്പേത്തെമാതിരി നാടുവാഴികൾ ശിക്ഷാരക്ഷകൾ ചെയ്തുവന്നപ്പോൾ ഉണ്ടായിരുന്ന സുഖദുഃഖങ്ങളും ഇപ്പോഴത്തെ രാജ്യഭരണത്തിൽ ഉണ്ടാകുന്ന സുഖദുഃഖങ്ങൾ ഇന്ത്യയിൽ ഉള്ള എത്രയോ താണതരം മനുഷ്യർകൂടി മുഖ്യമായ സംഗതികളിൽ അറിയുന്നു. മനുഷ്യർ പോട്ടെ, ചില മൃഗങ്ങൾകൂടി അതുകളെ

ദയയോടെ സംരക്ഷിക്കുന്നെന്നും അതിനോടു ക്രൂരത കാട്ടുന്നെന്നും ആളുകളെ വേർതിരിച്ചറിയുന്നു. ഇപ്പോൾ കോൺഗ്രസ്സ് ആവശ്യപ്പെടുന്നത് മുഖ്യമായി ഈ രാജ്യത്തെ ഭരിക്കുന്നതിൽ വിദ്യകൊണ്ടും അറിവുകൊണ്ടും ഇംക്ലീഷുകാരോടു സമന്മാരായ ഈ രാജ്യക്കാരെ അധികം ചേർത്ത് അവരുടെ അഭിപ്രായങ്ങളെ ആലോചിച്ചും അനുസരിച്ചും വേണമെന്നാണ്. ഇതിൽ എന്താണ് അബദ്ധം? ഇങ്ങിനെ ആയാൽ അല്ലേ പ്രജകൾക്ക് അധികം ഗുണം? രാജ്യഭരണതന്ത്രങ്ങളെ അറിഞ്ഞു നടത്താൻ കഴിയുന്നവർ പലരും നുമ്മടെ നേറ്റീവാളുകളുടെ ഇടയിൽ ഇപ്പോൾ ഇന്ത്യയിൽ എല്ലായിടവും ഉണ്ടെന്നു സമ്മതിക്കുന്നു. അങ്ങിനെ ആളുകളെ ഉണ്ടാക്കിച്ചതും ഇംക്ലീഷ്കാർതന്നെ. അങ്ങിനെ ഇരിക്കുമ്പോൾ പഠിപ്പുള്ള യോഗ്യന്മാരായ ആളുകളെ അവരവരുടെ അവസ്ഥാനുസാരം ഇംക്ലീഷുകാരോടുകൂടി രാജ്യഭരണത്തിൽ ചേർത്തു രാജ്യഭാരം ചെയ്യേണമെന്ന് നോം ആവശ്യപ്പെടേണ്ടതല്ലയോ? ഈ വിധം ഉള്ള ഒരോ സംഗതികളെയാണു കോൺഗ്രസ്സ് മുഖ്യമായി ആലോചിക്കുന്നതും.

ഇന്ത്യയിൽ പഠിപ്പില്ലാത്തവർ പഠിപ്പുള്ളവരേക്കാൾ വളരെ അധികം എന്നു സമ്മതിക്കുന്നു. ഇംഗ്ലണ്ട്, അമേരിക്ക, ജർമ്മനി, ഫ്രാൻസ് മുതലായ രാജ്യങ്ങളിലെ സ്ഥിതിയും ഈ സംഗതിയിൽ ഇന്ത്യയിലെപ്പോലെതന്നെയാണ്. സാധാരണ കച്ചവടം, കൃഷി, കൈവേല, കൂലിപ്പണി ഇതുകളെക്കൊണ്ടു കാലക്ഷേപംകഴിക്കുന്ന അധികജനങ്ങൾക്ക് എല്ലാ രാജ്യങ്ങളിലും രാജ്യഭാരകാര്യത്തെക്കുറിച്ചുള്ള അറിവ് ഏറയും കുറയുമായി ഒരുപോലെതന്നെയിരിക്കും. ദൃഷ്ടാന്തത്തിനു പാർലിയമെണ്ടു സഭയിലേക്കു മെംബർമാരെ തിരഞ്ഞെടുക്കുമ്പോൾ ഇംഗ്ലണ്ടിൽ ഉണ്ടാവുന്ന കോലാഹലങ്ങൾ പോയി നോക്കിയാൽ മതിയാവുന്നതാണ്. എന്നിട്ടും പാർലിയമെണ്ടിൽ മെംബർമാരായി എത്തിച്ചേരുന്നതു മിക്കവാറും യോഗ്യരായ ആളുകൾതന്നെയാണ്. ഇവിടെ ഒരു സൂക്ഷ്മമാണു വിചാരിക്കാനുള്ളത്. ജനങ്ങൾ പൊതുവിൽ എല്ലാവരും അറിവുള്ളാളുകൾ അല്ലെങ്കിലും തങ്ങളുടെ ഇടയിൽ ഉള്ള അറിവുള്ള മനുഷ്യരുടെ ചൊല്പടിക്കും ഉപദേശത്തിന്നും അനുസരിച്ചു ക്രമമായവിധം പ്രവർത്തിക്കുമെന്ന് ഊഹിക്കേണ്ടതാണ്.

ജാതിമതധർമ്മങ്ങളും സ്ത്രീകൾക്കു വിദ്യാഭ്യാസമില്ലായ്മയും മറ്റും കോൺഗ്രസ്സുകാരുടെ അപേക്ഷകളെ നിരാകരിക്കുന്നതിനു കാരണമായിവരാൻ പാടില്ല.

ഇന്ത്യാരാജ്യത്തിൽ നികുതികെട്ടുക, ജനങ്ങളെ ശിക്ഷാരക്ഷ ചെയ്യുക, രാജ്യശ്രീയെ പോഷിപ്പിക്കുക, ഈ വക പലേവിധമായ രാജ്യഭാരകാര്യപ്രവൃത്തികളിൽ ഇന്ത്യക്കാരെത്തന്നെ അധികം ഉപയോഗിക്കേണ്ടതാണെന്നു നിഷ്പക്ഷപാതികളായ ഇംക്ലീഷുകാർക്കുതന്നെ ബിലാത്തിയിൽ ഇപ്പോൾ പൂർണ്ണാഭിപ്രായം ഉണ്ടായി അവർതന്നെ ആ അഭിപ്രായം നടത്തുവാൻ പലേശ്രമങ്ങളും ചെയ്തുവരുന്നു. ഇതെല്ലാം കോൺഗ്രസ്സ് കഴിഞ്ഞ നാലു കൊല്ലങ്ങളിൽ ചെയ്ത ഉത്സാഹങ്ങളുടെ

ഫലമാണെന്നു വിശ്വസിക്കാം.

ഇംക്ലീഷ് ഗവർമ്മേണ്ടിന് ഇന്ത്യയിൽ ഒന്നാമത്തെ രക്ഷ ആ ഗവർമ്മേണ്ടുനിമിത്തം ഉണ്ടായിട്ടുള്ള ഇപ്പോൾ കാണുന്ന പഠിപ്പുള്ള ജനങ്ങളാണെന്നു ഞാൻ വിശ്വസിക്കുന്നു. പഠിപ്പുള്ള ജനങ്ങൾക്കു മാത്രമേ ഇംക്ലീഷുഗവർമ്മേണ്ടിന്റെ ഗുണദോഷങ്ങൾ വിവരമായി അറിവാൻ കഴികയുള്ളു. പഠിപ്പില്ലാത്തവർക്കു സൂക്ഷ്മസ്ഥിതി ഒന്നും അറിവാൻ കഴികയില്ലാ. 1857-ൽ ഇന്ത്യയിൽ ഉണ്ടായ അതിഭയങ്കരമായ ലഹള ആമാതിരിയുള്ള കാരണങ്ങളിന്മേൽ എനി ഒരു പ്രാവശ്യം ഇന്ത്യയിൽ ഉണ്ടാവാൻ പാടുള്ളതല്ലെന്നു ഞാൻ വിചാരിക്കുന്നു. ഇങ്ങിനെ ഉണ്ടാവാൻ പാടില്ലെന്നു ഞാൻ വിചാരിക്കുന്നതിന്നു മുഖ്യകാരണം ഇന്ത്യയിൽ ഇപ്പോൾ വർദ്ധിച്ചുവരുന്ന പഠിപ്പും അറിവും നിമിത്തമാണെന്നു ഞാൻ പറയുന്നു. പട്ടാളങ്ങൾ അധികരിപ്പിച്ചതിനാലും കോട്ടകൾ അധികം ഉണ്ടാക്കിയതിനാലും മറ്റും അല്ല ഇങ്ങിനെ ഇംക്ലീഷ് ഗവർമ്മേണ്ടിന്ന് ഇന്ത്യയിൽ ബലം വർദ്ധിച്ചത്. ഒരു ഗവർമ്മേണ്ടിന്റെ ബലം അതിന്റെ പ്രജകളുടെ അറിവിലും പഠിപ്പിലും സ്നേഹത്തിലുംനിന്ന് ഉത്ഭവിച്ചു വർദ്ധിച്ചുവരണം. അല്ലാതെ ഉണ്ടാവുന്ന ബലം നിലനില്ക്കുന്ന ബലമല്ല. 1857-ൽ മൃഗങ്ങളുടെ ശവത്തിൽനിന്ന് എടുത്ത നെയ്യ് പെരട്ടിയ വെടിമരുന്നുതിരകൾ കടിപ്പിച്ചു പട്ടാളക്കാരുടെ ജാതി കളവാൻപോവുന്നു എന്ന് ഉണ്ടാക്കിയ ആ കിംവദന്തി എത്രക്ഷണം കാട്ടുതീപോലെ രാജ്യത്ത് എല്ലാം പരന്നു. എത്ര ക്ഷണേന ജനങ്ങൾ വിശ്വസിച്ചു. ഇംക്ലീഷ് ഗവർമ്മേണ്ട് അങ്ങിനെ ദുഷ്ടതയായി പ്രവർത്തിക്കുന്ന ഒരു ഗവർമ്മേണ്ടല്ലെന്നു പറഞ്ഞു സാധാരണ ജനങ്ങളെ ധരിപ്പിക്കാൻ അന്ന് അറിവുള്ളവർ ഇന്ത്യയിൽ വളരെ ചുരുക്കമായിപ്പോയതിനാൽ ദുഷ്ടന്മാരുണ്ടാക്കിത്തീർത്ത ഈ ഭോഷ്ക് ക്ഷണേന ജനങ്ങൾ വിശ്വസിച്ചു. ഇക്കാലം ഇംക്ലീഷ് ഗവർമ്മേണ്ടിനെക്കൊണ്ട് ഇങ്ങിനെ ഒരു നുണ പറഞ്ഞാൽ എത്ര ക്ഷണം അതു കളവാണെന്നു ജനങ്ങൾക്കു ബോദ്ധ്യപ്പെടും. ഇതിന് എന്തു കാരണം? ജനങ്ങളുടെ ഇടയിൽ ഇംക്ലീഷ് ഗവർമ്മേണ്ടിന്റെ സൂക്ഷ്മതത്വങ്ങൾ അറിയുന്ന പലരും ഇപ്പോൾ ഇന്ത്യയിൽ പലേടങ്ങളിലും ഉണ്ടാകയാൽ ഈവക നുണകൾ ഒന്നും പരക്കാൻ അവർ സമ്മതിക്കുകയില്ല. ഇതു തന്നെ കാരണം. ഇങ്ങിനെയാണു കാര്യത്തിന്റെ സൂക്ഷ്മസ്ഥിതി. എന്നിട്ടും ദുഷ്ടന്മാരായ അല്പം ചില മനുഷ്യർ ഇംക്ലീഷ് ഗവർമ്മെണ്ടിനെ അസത്യമായി ദുഷിക്കുന്നതുകൊണ്ടു പഠിപ്പുള്ള എല്ലാവരും ഇംക്ലീഷ് ഗവർമ്മേണ്ടിനോടു വിരോധമാണെന്ന ഒരു ധാരണ ഉണ്ടായിത്തീരുന്നതു കണ്ടു ഞാൻ വ്യസനിക്കുന്നു. ഇംക്ലീഷ്കാരെ നുമ്മൾ ന്യായമല്ലാതെ ബഹുമാനിക്കുകയും ഭയപ്പെടുകയും ചെയ്യേണമെന്നു യോഗ്യന്മാരായ ഇംക്ലീഷുകാർ ആരും ആവശ്യപ്പെടുന്നില്ല. രാജ്യത്ത് ഇപ്പോൾ ഉള്ള ഗവർമ്മേണ്ടു തന്നെ മതി എന്ന് അച്ഛൻ പറയുന്നതിൽ ഞാൻ യോജിക്കുന്നില്ല. ഇംക്ലീഷുകാരെപ്പോലെതന്നെ വിദ്യാഭ്യാസം ചെയ്ത നുമ്മൾക്കു സാമർത്ഥ്യവും യോഗ്യതയും ഉണ്ടായശേഷം നുമ്മൾ സാധാരണ മനുഷ്യസ്വഭാവത്തിന്ന്

അനുസരിച്ച് ആ യോഗ്യതാനുസരണം ഓരോ സ്ഥിതികളിൽ ഇരിപ്പാൻ കാംക്ഷിക്കുന്നതു തെറ്റാണെന്നു പറയുന്നതു നീതിയല്ല. ദുഷ്ടന്മാരല്ലാതെ ഇതു തെറ്റാണെന്ന് ആരു പറയും? ഇംക്ലീഷ് ബിലാത്തിയിൽ മുക്കാലേ മൂന്നു വീതവും ജനങ്ങൾക്ക് ഈ കോൺഗ്രസ്സിനെ വളരെ ബഹുമാന മാണ് ഉള്ളത്. ഇപ്പോൾ ഇംക്ലീഷ് പഠിച്ച് ഉയർന്നതരം പരീക്ഷകൾ ജയിച്ചു രാജ്യഭാരതന്ത്രത്തിൽ പരിശ്രമിച്ച് അതിൽ സമർത്ഥന്മാരായി ഇംക്ലീഷു കാരോടു സമന്മാരായിരിക്കുന്ന നുമ്മളുടെ ആളുകൾ തങ്ങളുടെ ശ്ലാഘ്യ തയ്ക്കനുസരിച്ച പദവിക്കു ഗവർമ്മേണ്ടോടാവശ്യപ്പെടുമ്പോഴും.

ഇന്ത്യാരാജ്യത്ത് ഇപ്പോൾ നടക്കുന്ന രാജ്യഭാരക്രമങ്ങളിൽ ജനസ മുദായത്തിന്റെ ഗുണത്തിൽ ചില ചില ഭേദങ്ങൾ ചെയ്യേണമെന്നു പറ യുമ്പോഴും ദാരിദ്ര്യദശയിൽ എത്താൻപോവുന്ന ഒരു രാജ്യത്തിലെ പണം ഗവർമ്മേണ്ടു ചിലവിടുന്നതിലും പണം എടുപ്പിക്കുന്നതിലും ഇപ്പോൾ വെച്ചിട്ടുള്ള ശട്ടവട്ടങ്ങളിൽ ചില ചില ഭേദങ്ങൾ ചെയ്യാതിരുന്നാൽ അത് രാജ്യത്തിന്നു നാശകരമായിവരുമെന്നു യുക്തിയുക്തങ്ങളായ സംഗതി കളോടുകൂടി രാജ്യത്തിൽ പ്രമാണപ്പെട്ടും ജനസമ്മതന്മാരായും ഉള്ള പഠി പ്പുള്ളവർ ഒരു സഭയായി കൂടി ഗവർമ്മേണ്ടിനോടു പറയുമ്പോഴും.

"നിങ്ങൾ എല്ലാം ജാതി ഒന്നല്ലാ. ഒന്നാമതു ജാതി ഒന്നാക്കിൻ. രണ്ടാ മതു നിങ്ങളുടെ പെണ്ണുങ്ങളെ വിദ്യപഠിപ്പിക്കിൻ. തീനും കുളിയും ആചാ രങ്ങളും പഴേ മാതിരിയുള്ളതെല്ലാം കളയുവിൻ. ഇരുമ്പുചക്രങ്ങളും തൂശിയും ഉണ്ടാക്കാൻ പഠിക്കിൻ. എന്നിട്ട് ഈ സംഗതിയെക്കുറിച്ചു സംസാരിച്ചാൽമതി." എന്നു ഗോവിന്ദൻകുട്ടിയെപ്പോലെയുള്ള വിഡ്ഢി കൾ മറുവടി പറയുന്നതായാൽ അതു നിസ്സാരമായ മറുവടിയാണെന്ന് അച്ഛനുതന്നെ തോന്നുകയില്ലയോ?

ഗോവിന്ദൻകുട്ടിമേനോൻ: മാധവൻ ഇപ്പോൾ പറഞ്ഞമാതിരിയാണു കോൺഗ്രസ്സിന്റെ സ്വഭാവമെങ്കിൽ ഞാൻ പറഞ്ഞതിൽ അധികം ഭാഗവും തെറ്റാണെന്നു ഞാൻ സമ്മതിക്കാം. എന്നാൽ സൂക്ഷ്മസ്ഥിതി അങ്ങിനെ അല്ലെന്നു ഞാൻ വിചാരിക്കുന്നു. കോൺഗ്രസ്സുകാരുടെ പലേ പ്രസംഗ ങ്ങളും ഞാൻ വായിച്ചിട്ടുണ്ട്. ആ പ്രസംഗങ്ങളിൽ മുക്കാലേമൂന്നു വീശവും ഇപ്പോഴുള്ള ബ്രിട്ടീഷ് ഗവർമ്മേണ്ടിനെ വളരെ സ്നേഹത്തോടും പ്രേമ ത്തോടും ശ്ലാഘിച്ചതായി ഞാൻ കണ്ടിട്ടില്ല. അതുകൾ വായിച്ചപ്പോൾ ഇംക്ലീഷുകാരോടു സഭക്കാർക്ക് ഒരു വെറുപ്പ് ഉള്ളതുപോലെ തോന്നി.

മാധവൻ: അതു ഗോവിന്ദൻകുട്ടി വായിച്ചു മനസ്സിലാക്കിയെടത്തെ തെറ്റാണ്. ഇംക്ലീഷുകാരെ വെറുത്തിട്ടാണെങ്കിൽ ഇപ്പോൾ ബിലാത്തി യിൽ ഈ കോൺഗ്രസ്സിനെ ഇത്ര ബഹുമാനമുണ്ടാവുമോ?

ഗോവിന്ദൻകുട്ടിമേനോൻ: ബിലാത്തിയിൽ കോൺഗ്രസ്സിന്റെ സ്ഥിതി അറിവില്ലാത്തവർക്കേ അതിനെപ്പറ്റി ബഹുമാനമുള്ളു. ലോർഡ് ഡഫ്രീൻ മുതലായ മഹാന്മാർക്കു കോൺഗ്രസ്സിനെ ബഹുപുച്ഛമാണ്.

മാധവൻ: ഒരിക്കലും അല്ല. എന്നാൽ ഞാൻ മുമ്പു പറഞ്ഞപ്രകാരം ചില ധൃതഗതിക്കാരുടെ തുമ്പില്ലാത്ത പ്രസംഗങ്ങളാലും മറ്റും ലോർഡ്

ഡഫ്രീനു കുറെ മുഷിച്ചിൽ ഉണ്ടായി എങ്കിലും കോൺഗ്രസ്സിനെ ഞാൻ പറഞ്ഞവിധമുള്ള സ്ഥിതിയിൽ ലോർഡ് ഡഫ്രീനു വളരെ ബഹുമാനമാണ് ഉള്ളത് എന്നു ഞാൻ വിചാരിക്കുന്നു. അധികം ഗുണങ്ങൾ കിട്ടാൻവേണ്ടി അതുവരെ കിട്ടിയ ഗുണങ്ങൾ ഒന്നും സാരമില്ലെന്ന് ഒരുവൻ തന്റെ യജമാനനോടു പറയുമ്പോൾ അദ്ദേഹത്തിനു സുഖക്കേട് ഉണ്ടാവുന്നതു മനുഷ്യസ്വഭാവമല്ലേ? ഇത്രമാത്രമേ ലോർഡ് ഡഫ്രീൻ മുതലായ പ്രഭുക്കൾക്ക് അനിഷ്ടമുള്ളൂ. ഇന്ത്യയിലെ നിവാസികളിൽ യോഗ്യരായ ആളുകളെ രാജ്യഭാരകാര്യങ്ങളിൽ ഇപ്പോൾ ഉള്ളതിൽ അധികം പ്രവേശിപ്പിച്ചു പരിശ്രമിപ്പിക്കേണമെന്നുതന്നെയാണു യോഗ്യരായ സകല ഇംഗ്ലീഷുകാരുടേയും അഭിപ്രായം. ലോർഡ് ഡഫ്രീനും ഇതുതന്നെയാണ് അഭിപ്രായം. അങ്ങിനെ ഇരിക്കുമ്പോൾ കോൺഗ്രസ്സ് അവർക്ക് അനിഷ്ടമായി വരാൻ പാടില്ല. എന്നാൽ ഞാൻ പറഞ്ഞ സ്ഥിതിയിൽനിന്നു കോൺഗ്രസ്സ് വിട്ട് അനാവശ്യമായും അസത്യമായും ബ്രിട്ടീഷ് ഗവർമ്മേണ്ടിനെ നിന്ദിക്കുന്ന കാലം ഞാൻ കോൺഗ്രസ്സിന്റെ ഒരു സ്നേഹിതൻ ആയിരിക്കയില്ല, നിശ്ചയം. സർ ഓക്ലണ്ട് കൊൾവിൻ സായ്‌വവർകളുടെ കത്തിൽ പറയുന്ന പ്രകാരമുള്ള ചീത്തയായ നടവടികൾ ഈ സഭയ്ക്ക് എനിയും ഉണ്ടാവുന്നുണ്ടെങ്കിൽ അതു സഭയുടെ അധഃപതനത്തിന്റെ ഹേതുവായിവരുമെന്നു ഞാൻ വിചാരിക്കുന്നു.

ഗോവിന്ദപ്പണിക്കർ: നേരം കുറെ അധികമായി എന്നു തോന്നുന്നു. എനിക്ക് ഉറക്കു വരുന്നു.

അങ്ങിനെതന്നെ മാധവനും ഗോവിന്ദൻകുട്ടിമേനവനും പറഞ്ഞ് ഉറങ്ങുകയും പിറ്റേദിവസത്തെ വണ്ടിക്കു ബൊമ്പായിൽനിന്നു മലയാളത്തിലേക്കു പുറപ്പെടുകയും ചെയ്തു.

19
മാധവന്റെ സഞ്ചാരകാലത്തു വീട്ടിൽ നടന്ന വാസ്തവങ്ങൾ

മാധവൻ മദിരാശി വിട്ടുപോയമുതൽ ഇന്ദുലേഖയ്ക്കുണ്ടായ വ്യസനത്തിന്റെ അവസ്ഥയെക്കുറിച്ച് അല്പം ഇവിടെ പറയാതെ നിവൃത്തിയില്ലാ. മാധവൻ നാടുവിട്ടു പൊയ്ക്കളഞ്ഞു എന്നു കേട്ടതിൽ മാധവന്റെ അമ്മ മുതലായവർക്കുണ്ടായ ഒരു വ്യസനംപോലെ അല്ല ഇന്ദുലേഖയ്ക്ക് ഉണ്ടായ വ്യസനം. ഇന്ദുലേഖ മുഖ്യമായി വ്യസനിച്ചതു രണ്ടു സംഗതിയിലാണ്. ഒന്നാമത്, മാധവൻ തന്നെക്കുറിച്ച് ഒരു ഭോഷ്കു കേട്ടത് ഇത്ര ക്ഷണേന വിശ്വസിച്ചുവല്ലൊ; തന്റെ ബുദ്ധിയുടെ സ്വഭാവം മാധവന് ഇത്ര അറിവില്ലാതെപോയല്ലൊ എന്ന്. രണ്ടാമത്, മാധവനും ബുദ്ധിക്കു കുറെ പ്രസരിപ്പ് അധികമായാലും തന്നോടു സ്വന്ത പ്രാണനേക്കാൾ അധികം പ്രീതിയാണെന്നു താൻ അറിയുന്നതുകൊണ്ടും തന്റെ വിയോഗംനിമിത്തം ഉള്ള കഠിനമായ വ്യസനത്തിൽ സ്വന്തജീവനെത്തന്നെ മാധവൻ നശിപ്പിച്ചുകളഞ്ഞുവെങ്കിലോ എന്നും ഒരു ഭയം. ഇങ്ങിനെ രണ്ടു സംഗതികളെ ഓർത്തിട്ടാണ് ഇന്ദുലേഖ വ്യസനിച്ചത്. രാജ്യസഞ്ചാരത്തിന്നു പോയതുകൊണ്ട് ഒരു വൈഷമ്യവുമില്ല. പഠിപ്പു കഴിഞ്ഞശേഷം ഒരു രാജ്യസഞ്ചാരം കഴിക്കേണ്ടതാവശ്യമാണ്, അതിൽ ഒന്നും ഭയപ്പെടാനില്ലെന്നായിരുന്നു ഇന്ദുലേഖയുടെ വിചാരം. മേല്പറഞ്ഞ സംഗതികളിൽ തനിക്കു കഠിനമായ വ്യസനമുണ്ടായിരുന്നുവെങ്കിലും അതൊക്കെയും മനസ്സിൽ അടക്കി ഗോവിന്ദപ്പണിക്കരുംമറ്റും തിരയാൻപോയതിന്റെ മൂന്നാം ദിവസം എന്നു തോന്നുന്നു, ഇന്ദുലേഖ റെയിൽവേസ്റ്റേഷനിൽ വല്ല കമ്പിവർത്തമാനവും എത്തിയാൽ കൊണ്ടുവരാൻ ഏല്പിച്ച് സ്റ്റേഷന്റെ സമീപം പോയി താമസിച്ച് ദിവസം സ്റ്റേഷനിൽ പോയി വർത്തമാനം അന്വേഷിക്കാൻ ഒരാളെ നിയമിച്ചയച്ചു. ഇന്ദുലേഖാ പിന്നെ ദിവസം കഴിച്ചുപോയത് എങ്ങിനെ എന്നു പറയാൻകൂടി പ്രയാസം. പാർവ്വതിഅമ്മ

യുടെ വ്യസനശാന്തിക്ക് എല്ലാ സമയവും ആ അമ്മയുടെകൂടെത്തന്നെ ഇരുന്നു. മാധവൻ പോയി എന്നു കേട്ടതുമുതൽ പാർവ്വതി അമ്മയെ എന്തോ തന്റെ അമ്മയെക്കാൾ സ്നേഹമായി. ഇന്ദുലേഖ ഒരു നേരമെങ്കിലും പിരിഞ്ഞിരിക്കാറില്ലാ. കുളിയും ഭക്ഷണവും കിടപ്പും ഉറക്കും എല്ലാം ഒരുമിച്ചുതന്നെ. എന്നാൽ പാർവ്വതിഅമ്മയ്ക്ക് ഇന്ദുലേഖയും മാധവനുമായുള്ള സ്ഥിതി മുഴുവൻ മനസ്സിലായിട്ടുണ്ടായിരുന്നില്ലാ. തമ്മിൽ വളരെ സ്നേഹമാണെന്നു മനസ്സിലാക്കീട്ടുണ്ട്. ഇവർ തീർച്ചയായി ഭാര്യാഭർത്താക്കന്മാരുടെ നിലയിൽ വരാൻപോവുന്നു എന്നും ഇന്ദുലേഖയ്ക്കു മാധവൻ അല്ലാതെ വേറെ ആരും ഭർത്താവാകാൻ പാടില്ലെന്നും പാർവ്വതിഅമ്മയ്ക്കു ലേശം പോലും തോന്നീട്ടില്ല. അങ്ങിനെ ഇരിക്കുമ്പോൾ മാധവനെത്തന്നെ ഓർത്തുംകൊണ്ട് ഒരു രാത്രിയിൽ ഇന്ദുലേഖയുടെ മാളികയിൽ ഇന്ദുലേഖയുടെ സമീപം പാർവ്വതിഅമ്മ ഉറങ്ങാനായി കിടക്കുന്നു. രാത്രി ഏകദേശം ഒരു മണി കഴിഞ്ഞിരിക്കുന്നു. പാർവ്വതിഅമ്മ തന്റെ കോച്ചിന്മേൽ എണീട്ടിരുന്ന് ഇന്ദുലേഖ ഉറങ്ങുന്നുവോ എന്നു ചോദിച്ചു. ഇല്ലെന്നു പറഞ്ഞ് ഇന്ദുലേഖയും എഴുനീറ്റ് ഇരുന്നു.

പാർവ്വതിഅമ്മ: മകളെ, ഞാൻ നിന്നോട് ഒന്നു ചോദിക്കട്ടെ, നീ എന്നോടു നേരു പറയുമോ?

ഇന്ദുലേഖ: എന്താണു സംശയം?

പാർവ്വതിഅമ്മ: നീ മാധവനു വിരസമായി വല്ല എഴുത്തോ മറ്റോ എഴുതിയിരുന്നുവോ?

ഇന്ദുലേഖ: ഇതുവരെ ഇല്ല.

പാർവ്വതിഅമ്മ: നിന്നെക്കുറിച്ചുള്ള വ്യസനംകൊണ്ടാണ് അവൻ പോയത്.

ഇന്ദുലേഖ: ആയിരിക്കണം.

പാർവ്വതിഅമ്മ: എന്റെ മകൾ മാധവനെ ഭർത്താവാക്കി എടുക്കുമെന്ന് ഒരെഴുത്ത് ഇങ്കിരീസ്സിൽ എഴുതി അയച്ചാൽ രണ്ടു ദിവസത്തിലകത്ത് എന്റെ മകൻ ഇവിടെ എത്തുമായിരുന്നു. അതിനിപ്പോൾ അമ്മാമന്റെ സമ്മതമില്ലെല്ലൊ. എന്തു ചെയ്യും? എന്റെ കുട്ടിയുടെ തലയിൽ എഴുത്ത്.

എന്നു പറഞ്ഞു പാവം കരഞ്ഞുതുടങ്ങി.

ഇന്ദുലേഖ: അതിനെക്കുറിച്ച് ഒന്നും നിങ്ങൾ വ്യസനിക്കേണ്ട. അദ്ദേഹത്തെയല്ലാതെ വേറെ ഈ ജന്മം ഒരാളെയും ഞാൻ ഭർത്താവാക്കി എടുക്കയില്ലെന്ന് അദ്ദേഹം നല്ലവണ്ണം അറിയും.

പാർവ്വതിഅമ്മ: എന്റെ മകളുടെ വിചാരം അങ്ങിനെയാണെന്നു മാധവൻ അറിഞ്ഞിട്ടുണ്ടോ?

ഇന്ദുലേഖ: ശരിയായിട്ട്-വെടുപ്പായിട്ട്.

പാർവ്വതിഅമ്മ: എന്നാൽ എന്റെ മകൻ എങ്ങും പോവില്ല. മടങ്ങി വരും.

ഇന്ദുലേഖ: മടങ്ങിവരാതിരിപ്പാൻ കാരണമില്ല. എന്നാൽ നുമ്മളുടെ നിർഭാഗ്യത്താൽ എന്തെല്ലാം വരുന്നു എന്ന് അറിവാൻ പാടില്ല.

എന്നുംമറ്റും പറഞ്ഞു രണ്ടുപേരും രാത്രി മുഴുവനും ഉറങ്ങാതെ കഴിച്ചു എങ്കിലും പാർവ്വതിഅമ്മയ്ക്ക് അന്ന് ഒരു കാര്യം തീർച്ചയായി മനസ്സിലായി-ഇന്ദുലേഖാ മാധവന്റെ ഭാര്യയായിട്ടിരിപ്പാനാണു നിശ്ചയിച്ചിരിക്കുന്നത് എന്ന്.

ഇങ്ങിനെ ദിവസങ്ങൾ കുറെ കഴിഞ്ഞു. 'മാധവൻ നാടുവിട്ടു പൊയ്ക്കളഞ്ഞുപോൽ!' എന്നു നാട്ടിലെല്ലാം പ്രസിദ്ധമായി. ശങ്കരശാസ്ത്രികൾ ഇന്ദുലേഖയെക്കൊണ്ടു നുണ പറഞ്ഞിട്ടാണ് എന്നാണ് വർത്തമാനമായത്. ഒരു മാസം കഴിഞ്ഞശേഷം ശങ്കരശാസ്ത്രികൾ ചെമ്പാഴിയോട്ടു വന്നപ്പൊഴേക്ക് അദ്ദേഹത്തിന്നു ശകാരം കേട്ടിട്ടു പുറത്തിറങ്ങാൻ വയ്യാതെ ആയിത്തീർന്നു. അമ്പലത്തിൽതന്നെ ലജ്ജിച്ചു വ്യസനിച്ച് ഇരുന്നു. ശാസ്ത്രികൾ വന്നിട്ടുണ്ടെന്ന് ആരോ ഇന്ദുലേഖയോടു പറഞ്ഞു. ഉടനെ വിളിക്കാൻ ആളെ അയച്ചു. ആൾ ചെന്നു വിളിക്കുന്നു എന്നു പറഞ്ഞപ്പോൾ ശാസ്ത്രികളുടെ ജീവൻ ഞെട്ടി. 'ഹാ, കഷ്ടം! ഞാൻ ഇത്ര യോഗ്യരായ രണ്ടുപേർക്ക് അത്യാപത്തു വരുത്താൻ കാരണമായല്ലൊ' എന്ന് ഓർത്ത് കരഞ്ഞുപോയി. പിന്നെ ഇന്ദുലേഖയ്ക്കു തന്റെമേൽ എത്ര ദേഷ്യമുണ്ടായിരിക്കും; എന്തൊക്കെ പറയും എന്നറിഞ്ഞില്ലാ എന്നു വിചാരിച്ച് അതിയായിട്ട് ഒരു ഭയം. പിന്നെ ഈ വ്യസനത്തിൽ ഇന്ദുലേഖയെ കാണാതിരിക്കുന്നതു മഹാ അയോഗ്യമല്ലേ എന്ന് ഒരു വിചാരം 'എന്തെങ്കിലുമാവട്ടെ, ഞാൻ അസത്യമായി ഒന്നും പ്രവർത്തിച്ചിട്ടില്ലാ. ഇന്ദുലേഖയ്ക്കും മാധവനും ഹിതമായിട്ടല്ലാതെ ഞാൻ ഒന്നും ഒരിക്കലും മനഃപൂർവ്വം ചെയ്കയുമില്ല. അതിന്നു സർവ്വാന്തര്യാമിയായ ജഗദീശ്വരൻ സാക്ഷിയുണ്ടല്ലൊ' എന്നൊരു ധൈര്യം. ഇങ്ങിനെ മനസ്സിന്നു പലേ ചേഷ്ടകളോടുകൂടി ജീവശ്ശവമെന്നപോലെ ശാസ്ത്രികൾ ഇന്ദുലേഖയുടെ മുമ്പിൽ പോയി നിന്നു.

എന്നാൽ ഇന്ദുലേഖയ്ക്കു ശാസ്ത്രികളോടു യാതൊരു സുഖക്കേടും ഉണ്ടായിരുന്നില്ല. ഇന്ദുലേഖ അന്വേഷിച്ചു സകല വിവരങ്ങളും മനസ്സിലാക്കിയിരിക്കുന്നു. ഗോവിന്ദൻ വഴിയിൽ സത്രത്തിന്റെ ഉമ്രത്തു വെച്ചു ശാസ്ത്രികളോടു പറഞ്ഞതുകൂടി അറിഞ്ഞിരിക്കുന്നു. ശാസ്ത്രികൾക്കു തന്നോടുള്ള സ്നേഹംനിമിത്തം ഈ ദുസ്സഹമായ ഭോഷ്കു കേട്ടു നേരാണെന്നു ധരിച്ചു കഠിനമായി വ്യസനിച്ചതിനാൽ അന്നു പുറപ്പെട്ടുപോവാൻതന്നെ കാരണമായതാണെന്നുകൂടി ഇന്ദുലേഖയ്ക്കു മനസ്സിലായിരിക്കുന്നു. എന്നാൽ ശാസ്ത്രികളെ അപ്പോൾ വിളിക്കാൻ പറഞ്ഞതിന്റെ കാരണം, മാധവനെ ഒടുവിൽ കണ്ടു സംസാരിച്ചാൽ അദ്ദേഹമായതുകൊണ്ട് ആ വർത്തമാനം ചോദിപ്പാൻ മാത്രമാണ്.

ശാസ്ത്രികളെ മുമ്പിൽ കണ്ട ഉടനെ ഒരു കസാല നീക്കിവെച്ച് ഇരിക്കാൻ പറഞ്ഞു:

ശാസ്ത്രികൾ ആ നിന്നദിക്കിൽ നിന്നുതന്നെ കലശലായി കരഞ്ഞും കൊണ്ടു പറഞ്ഞു:

"ഈ മഹാപാപിയായ എന്നെ എന്തിനു വിളിച്ചു കാണുന്നു? നിങ്ങൾ രണ്ടുപേരും എനിക്ക് എന്റെ പ്രാണനു സമമാണ്. ജഗദീശ്വരാ! അറിയാതെ അബദ്ധമായി ഞാൻ നിങ്ങൾക്ക് ഈ ആപത്തിനു കാരണമായല്ലോ" എന്നു പറഞ്ഞപ്പോൾ,

ഇന്ദുലേഖ: ഇരിക്കൂ. ഞാൻ സകല വിവരങ്ങളും അറിഞ്ഞിരിക്കുന്നു. എന്നോടും മാധവനോടും ശാസ്ത്രികൾക്കുള്ള സ്നേഹശക്തിയാൽ മാത്രം ആപത്തിന്നു കാരണമായതാണ്. പിന്നെ ശാസ്ത്രികൾക്കുമാത്രമല്ല ഈ തെറ്റായ ധാരണ ഉണ്ടായത്. വേറെ പലേ ആളുകളും തെറ്റായി ധരിച്ചിട്ടുണ്ട്. ഇതിൽ ഒന്നും എനിക്ക് അത്ര ആശ്ചര്യമില്ല. എന്റെ ആശ്ചര്യവും വ്യസനവും അദ്ദേഹംകൂടി ഈ വർത്തമാനം ഇത്ര ക്ഷണം വിശ്വസിച്ചുവല്ലോ എന്നറിഞ്ഞതാണ്.

എന്നു പറയുമ്പോഴെയ്ക്ക് ഇന്ദുലേഖയ്ക്ക് കണ്ണിൽ ജലം നിറഞ്ഞുപോയി.

ശങ്കരശാസ്ത്രികൾ: (ഗൽഗദാക്ഷരമായി) കഷ്ടം! കഷ്ടം! ഇങ്ങിനെ ശങ്കിക്കരുതെ, ഇതാണു കഷ്ടം! ഞാൻ അദ്ദേഹത്തോടു പറഞ്ഞ വാക്ക് ഇന്ദുലേഖ കേട്ടിരുന്നാൽ ഇന്ദുലേഖതന്നെ ഒരു സമയം വിശ്വസിച്ചുപോവും. അങ്ങിനെ ഉറപ്പായിട്ടാണ് ഞാൻ പറഞ്ഞത്. പിന്നെ ഞാൻ ഇന്ദുലേഖയുടെ വലിയ സ്നേഹിതനാണെന്നു മാധവനു നല്ല അറിവ് ഉണ്ടല്ലൊ. അങ്ങിനെയുള്ള ഞാൻ ഇന്ദുലേഖയെ കഠിനമായി ചീത്തവാക്കുകൾ പറഞ്ഞു മാറത്ത് അടിച്ചു കരയുന്നതു മാധവൻ കണ്ടു. നമ്പൂതിരിപ്പാടും ഇന്ദുലേഖയും ഞാനും പകുതി വഴിയോളം ഒന്നായി വന്നു എന്നു പറയുകയും അതോടുകൂടി വേറെ അസംഖ്യം ആളുകൾ ഈ ദിക്കിൽനിന്നു വരുന്നവർ എല്ലാവരും അതിനു ശരിയായി അതേപ്രകാരം തന്നെ പറയുകയും ചെയ്താൽ വിശ്വസിക്കുന്നത് ഒരു ആശ്ചര്യമോ? കഷ്ടം! മാധവനെ യാതൊരു ദൂഷ്യവും പറയരുതെ.

ഇന്ദുലേഖയ്ക്ക് ഇതു കേട്ടപ്പോൾ മനസ്സിന്നു കുറെ സുഖമാണു തോന്നിയത്. മാധവൻ തെറ്റായി ഒന്നും പ്രവർത്തിച്ചിട്ടില്ലെന്നു കേൾക്കുന്നതു തനിക്ക് എല്ലായ്പോഴും ബഹുസന്തോഷമാണ്. താൻ തെറ്റു ചെയ്തു എന്നുവന്നാലും വേണ്ടതില്ലാ.

ഇന്ദുലേഖ: ശാസ്ത്രികൾ ഇങ്ങിനെ പറഞ്ഞപ്പോൾ മാധവൻ എന്തു ചെയ്തു?

ശങ്കരശാസ്ത്രികൾ: ഞാൻ ആദ്യം പറഞ്ഞത് ഒരു എടവഴിയിൽ വെച്ചാണ്. അതിന്നു മുമ്പുതന്നെ പലരും പറഞ്ഞിരിക്കുന്നു. കേട്ടതു ശരിയോ എന്നു ചോദിച്ചതിന് അതെ അതെ എന്നു ഞാൻ പറഞ്ഞപ്പോഴെയ്ക്കു മാധവനു ബോധക്ഷയംപോലെ ആയി.

ഇത്രത്തോളം പറഞ്ഞപ്പോഴെയ്ക്ക് ഇന്ദുലേഖയ്ക്കു കേൾക്കാൻ വയ്യാതെയായി കട്ടിലിന്മേൽ പോയി കിടന്നു കരഞ്ഞുതുടങ്ങി.

ശങ്കരശാസ്ത്രികൾ: ഛീ! വ്യസനിക്കരുതെ, വ്യസനിക്കരുതെ. ഉടനെ എല്ലാം സന്തോഷമായി വരും. ഞാൻ ദിവസം ത്രികാലപൂജയായി ഭഗവതിസേവ കഴിക്കുന്നുണ്ട്. എല്ലാം ഈശ്വരി ശുദ്ധമായി വരുത്തും.

എന്നും മറ്റും പറഞ്ഞു ശാസ്ത്രികൾ ഒരുവിധത്തിൽ മാളികയിൽ നിന്നും കണ്ണുനീർ വാർത്തുംകൊണ്ട് എറങ്ങിപ്പോയി.

ഇന്ദുലേഖ ദിവസം നേരം വെളിച്ചായാൽ പിന്നെ അസ്തമനംവരെ നല്ല ആളുകളും കത്തുംകൊണ്ടു സ്റ്റേഷനിൽനിന്നു വരുന്നുണ്ടോ എന്നു മാളികയിൽനിന്നു നോക്കിക്കൊണ്ടു പകൽ മുഴുവൻ കഴിക്കും. കുളി, ഊണു മുതലായതൊക്കെ പുറത്ത് ആളുകൾക്കു പരിഹസിപ്പാൻ എട കൊടുക്കാത്തവിധം കഴിച്ചുകൂട്ടി എന്നുവരുത്തും. ഇങ്ങിനെ കഴിയുന്നു. അങ്ങിനെ ഇരിക്കുമ്പോൾ ഒരുദിവസം പകൽ നാലുമണിസമയത്ത് ഇന്ദു ലേഖ മാളികയിൽ കോച്ചിന്മേൽ കിടന്നേടത്തുനിന്നു താനെ ഉറങ്ങിപ്പോ യി. രാത്രി ഉറക്കമില്ലാത്തതിനാൽ എന്തോ ഒരു ക്ഷീണംകൊണ്ട് ഈ സമയത്ത് ഉറങ്ങിപ്പോയതാണ്. നേരം ഏകദേശം ആറരമണി ആയപ്പോൾ വല്ലാതെ ഉറക്കത്തുനിന്നു ഞെട്ടി ഉണർന്ന്, "അയ്യോ! അയ്യോ! എന്റെ ഭർത്താവിനെ ഈ മുസൽമാൻ കുത്തിക്കൊന്നു കളഞ്ഞുവോ! കഷ്ടം! എന്റെ ഭർത്താവും മരിച്ചു. എനി എനിക്ക് ഇരുന്നതുമതി." എന്നു കുറേ ഉച്ചത്തിൽ ഒന്നു വിളിച്ചു. ഈ നിലവിളി പൂവരങ്ങിൽ ചുവട്ടിലെ നിലയി ലുള്ളവർക്കു കേൾക്കാം. ഉടനെ പഞ്ചുമേനവൻ, ലക്ഷ്മിക്കുട്ടിഅമ്മ മുത ലായവരും ദാസികൾ വാലിയക്കാരും തിക്കിത്തിരക്കി ബദ്ധപ്പെട്ടു മാളി കയിലേക്ക് ഓടിക്കയറിനോക്കിയപ്പോൾ ഇന്ദുലേഖാ കോച്ചിന്മേൽ ബഹു ക്ഷീണത്തോടെ കിടക്കുന്നു. ഉടനെ ലക്ഷ്മിക്കുട്ടിഅമ്മ ചെന്നു കൈകൊണ്ടു പിടിച്ചു. അപ്പോഴയ്ക്കു പഞ്ചുമേനവൻ ചെന്നെടുത്തു മടി യിൽ വെച്ചു. ശരീരം തൊട്ടപ്പോൾ നല്ല തീക്കൊള്ളി കൈകൊണ്ടു പിടി ച്ചതുപോലെ തോന്നി. എന്താണ് ഈശ്വരാ! പെണ്ണിന് ഇങ്ങിനെ പനിക്കു ന്നത് എന്നു പറഞ്ഞുംകൊണ്ട് ഇന്ദുലേഖയോടു പഞ്ചുമേനവൻ, "മകളേ! നീ എന്താണ് നിലവിളിച്ചുവോ?" എന്നുചോദിച്ചു.

ഇന്ദുലേഖയ്ക്ക് ഒച്ച വലിച്ചിട്ടു വരുന്നില്ലാ. കുറെ വെള്ളം കുടിക്കണം എന്നു പറഞ്ഞു. വെള്ളം കൊണ്ടുവന്നു കുടിച്ചശേഷം അകത്തു വളരെ ആളുകൾ നില്ക്കുന്നതുകണ്ടു.

ഇന്ദുലേഖ: എല്ലാവരും പുറത്തുപോട്ടെ. അമ്മമാത്രം ഇവിടെ നില്ക്കട്ടെ. അമ്മയോടു വർത്തമാനം ഞാൻ സ്വകാര്യം പറഞ്ഞു വലിയ ച്ഛന്റെ അടുക്കെ അയയ്ക്കാം. വലിയച്ഛനോട് എനിക്കു നേരെ പറഞ്ഞു കൂടാ.

എന്നു പറഞ്ഞതു കേട്ടു പരിഭ്രമത്തോടുകൂടി ലക്ഷ്മിക്കുട്ടിഅമ്മ ഒഴികെ മറ്റുള്ള എല്ലാവരും താഴത്ത് എറങ്ങിപ്പോന്നു.

ഇന്ദുലേഖ: അമ്മേ! ഞാൻ ചീത്തയായി ഒരു സ്വപ്നം കണ്ടു ഭയ പ്പെട്ടു നിലവിളിച്ചതാണ്. മാധവൻ ബങ്കാളത്തിന്നു സമീപമായ ഒരു

സ്ഥലത്തു സഞ്ചരിക്കുമ്പോൾ ഒരു മുസൽമാൻ മാധവന്റെ നെഞ്ഞത്ത് ഒരു കട്ടാരംകൊണ്ടു കുത്തി മാധവനെ കൊന്ന് മുതൽ എല്ലാം കളവു ചെയ്തുകൊണ്ടു പോയി എന്നൊരു സ്വപ്നം കണ്ടു. മാധവൻ മുറി ഏറ്റ് 'അയ്യോ! എന്റെ ഇന്ദുലേഖാ എനി എങ്ങിനെ ജീവിക്കും,' എന്ന് എന്നോട് എന്റെ മുഖത്തു നോക്കിക്കൊണ്ടുപറഞ്ഞു പ്രാണൻപോയി. ഇങ്ങിനെ കണ്ടപ്പോൾ വല്ലാതെ നിലവിളിച്ചുപോയി. എന്തോ മാധവന് ഒരു അപകടം പറ്റീട്ടുണ്ട്, എന്ന് എന്റെ മനസ്സിൽ എപ്പോഴും തോന്നുന്നു.

ലക്ഷ്മിക്കുട്ടിഅമ്മ ഇതുകേട്ടപ്പോൾ കരഞ്ഞുപോയി. ഉടനെ കണ്ണു നീരെല്ലാം തുടച്ചു.

ലക്ഷ്മിക്കുട്ടിഅമ്മ: എന്റെ മകൾ വ്യസനിക്കേണ്ട. സ്വപ്നത്തിൽ എന്തെല്ലാം അസംഭവ്യങ്ങളെ കാണും? അത് അശേഷം സാരമാക്കാനില്ലാ. മാധവൻ സുഖമായി ഉടനെ എത്തും. എന്റെ മകൾക്കു സുഖമായി മാധവനോടുകൂടി ഇരിക്കാൻ സാധിക്കും.

ഇന്ദുലേഖ: എന്തോ! അമ്മേ! എനിക്ക് ഒന്നും അറിഞ്ഞുകൂടാ. സ്വപ്നം ശരിയായി ഭാവിവർത്തമാനങ്ങളെ കാണിക്കുമെന്ന് എനിക്ക് അശേഷം വിശ്വാസമില്ലാ; എന്നാൽ യാദൃച്ഛയാ ഒത്തുവരാം. അത് എങ്ങിനെയായാലും എന്റെ മനസ്സു വ്യസനിച്ചുപോയി.

ലക്ഷ്മിക്കുട്ടിഅമ്മ: എന്റെ മകൾക്ക് നന്നെ പനിക്കുന്നുവെല്ലൊ. പുതച്ചു കിടക്കണം.

എന്നുപറഞ്ഞു കട്ടിലിന്മേൽ കൂട്ടിക്കൊണ്ടുപോയി കിടത്തി പുതപ്പിച്ചു അടുക്കെ ഇരുന്നു.

ഇന്ദുലേഖ: അമ്മ പോയി ഈ വിവരം വലിയച്ഛനോടു പറയൂ.

ലക്ഷ്മിക്കുട്ടിഅമ്മ: ഇപ്പോൾ പറയണോ? നീ ഉറക്കത്തു മാധവനെക്കുറിച്ചു പറഞ്ഞ വാക്ക് ഓർമ്മയുണ്ടോ?

ഇന്ദുലേഖ: ഇല്ലാ എന്താണു പറഞ്ഞത്?

ലക്ഷ്മിക്കുട്ടിഅമ്മ: 'ഭർത്താവേ,' എന്നാണു നിലവിളിച്ചത്. അതു സകല ആളുകളും കേട്ടിരിക്കുന്നു.

ഇന്ദുലേഖ: അതുകൊണ്ട് എന്താണ്? അദ്ദേഹം എന്റെ മനസ്സു കൊണ്ടു ഞാൻ ഭർത്താവാക്കി നിശ്ചയിച്ച ആളല്ലെ? എനിക്ക് ഈ ജന്മം അദ്ദേഹമല്ലാതെ വേറെ ഒരാളും ഭർത്താവായിരിക്കയില്ലെന്നും ഞാൻ തീർച്ചയാക്കിയ കാര്യമല്ലെ. പിന്നെ എന്നെത്തന്നെ ആഗ്രഹിച്ചു സർവ്വസ്വവും ഉപേക്ഷിച്ചു ഞാൻ നിമിത്തം ഈ സങ്കടങ്ങളെല്ലാം അനുഭവിച്ച അതികോമളനായ അദ്ദേഹം ഏതു ദിക്കിൽ കിടന്നു വലയുന്നുണ്ടോ അറിയില്ല. അങ്ങിനെയുള്ള അദ്ദേഹത്തെ ഭർത്താവ് എന്നു ഞാൻ വിളിക്കുന്നതിലും അത് എനി സർവ്വജനങ്ങളും അറിയുന്നതിലും എനിക്കു മനസ്സിന്നു സന്തോഷമല്ലേ ഉണ്ടാവാൻ പാടുള്ളു. അദ്ദേഹത്തിനു നാശം സംഭവിച്ചിട്ടുണ്ടെങ്കിൽ അത് അറിയുന്ന ക്ഷണം എന്റെ മരണമാണെന്നുള്ളതിന് എനിക്കു സംശയമില്ലാ. ഇതാ, ഈ നിമിഷത്തിൽതന്നെ എനിക്ക്

ഒരു ജ്വരം വന്നുപിടിച്ചതു കാണുന്നില്ലേ? മാധവൻ തിരിയെവന്ന് എനിക്കു കാണാൻ കഴിയുന്നുവെങ്കിൽ ഈ രോഗത്തിൽനിന്നു ഞാൻ നിവൃത്തിക്കും. ഇല്ലെങ്കിൽ-

ഇത്രത്തോളം പറയുമ്പോഴയ്ക്കു ലക്ഷ്മിക്കുട്ടിഅമ്മ പൊട്ടിക്കരഞ്ഞു: "എന്റെ മകൾ ഇങ്ങിനെ ഒന്നും പറയരുതേ" എന്നു പറഞ്ഞു കട്ടിലിന്മേൽ അവിടെ വീണു.

ഇന്ദുലേഖ: പോയി പറയൂ അമ്മേ, വലിയച്ഛനോടു പറയൂ. അദ്ദേഹം അമ്മയെ കാത്തുനില്ക്കുന്നുണ്ട് ചുവട്ടിൽ. എനിക്ക് എനി ഒന്നുകൊണ്ടും ഭയമില്ലാ. എന്റെ മനസ്സിന്ന് ഇപ്പോൾ ആകപ്പാടെ ഒരു ഭ്രാന്തിയാണ് ഉള്ളത്. വലിയച്ഛന് ഞാൻ എന്റെ ഭർത്താവിനെ ഭർത്താവ് എന്നു വിളിച്ചുപോയതിൽ രസമാകയില്ലായിരിക്കാം. അങ്ങിനെ ആയിക്കൊള്ളട്ടെ. കൊച്ചുകൃഷ്ണമ്മാമൻ എന്നെ അതിവാത്സല്യത്തോടുകൂടി വളർത്തി എന്നെ എന്റെ അവസ്ഥപോലെ വെപ്പാൻ കഴിയുന്നതിന്നുമുമ്പ് അദ്ദേഹം മരിച്ചു. എനിക്ക് ഇഹലോകനിവാസത്തിൽ അദ്ദേഹത്തിന്റെ മരണശേഷം അത്ര കാംക്ഷ ഉണ്ടായിരുന്നില്ലാ. ദൈവഗത്യാ എന്റെ യൗവനമായപ്പോൾ എന്റെ മനസ്സിന്നു സർവ്വസുഖവും കൊടുക്കുമെന്ന് എനിക്കു വിശ്വാസമുള്ള അതിയോഗ്യനായ ഒരു പുരുഷനെ ഭർത്താവായി മനസ്സിൽ വരിപ്പാൻ എനിക്കു ഭാഗ്യമുണ്ടായി. അത് എനിക്ക് ഇപ്പോൾ സാധിക്കാതെ പോവുമോ എന്ന് എനിക്കു ഭയം തോന്നുന്നു. ഞാൻ ഭാഗ്യമില്ലാത്തവളാണ്. അതുകൊണ്ടാണ് ഇങ്ങിനെ എല്ലാം വന്നത്. ഏതായാലും എന്റെ കൊച്ചുകൃഷ്ണമ്മാമന്റെ അച്ഛനോടു ഞാൻ ഒരു കാര്യവും മറച്ചുവെയ്ക്കയില്ലാ. അമ്മ പോയി വിവരമായി പറഞ്ഞ് ഇങ്ങട്ടുതന്നെ വരൂ. എന്റെ കൂടെത്തന്നെ കിടക്കണം.

ലക്ഷ്മിക്കുട്ടിഅമ്മ പതുക്കെ എണീട്ടു കരഞ്ഞുംകൊണ്ട് മാളികയിൽ നിന്നിറങ്ങി.

ഇവിടെ എന്റെ വായനക്കാരെ അല്പം ഒരു വിവരം വിശേഷവിധിയായി അറിയിപ്പാനുണ്ട്.

ഇന്ദുലേഖ വൈകുന്നേരം ആറരമണിക്കു സ്വപ്നം കണ്ടതും മാധവന്റെ മുതൽ സ്റ്റേഷനിൽനിന്ന് 'അല്ലഹബാദിലെ സബ്ജഡ്ജി' മാധവനെ ചതിച്ചു കട്ടുകൊണ്ടുപോയതും ഒരേ ദിവസം ഒരേ കാലത്തായിരുന്നു, എന്നു മാധവൻ വന്നശേഷം ഇന്ദുലേഖയും മാധവനുംകൂടി ദിവസങ്ങളുടെ കണക്കുനോക്കി തീർച്ചയാക്കിയിരിക്കുന്നു. ഈ കഥ ഞാൻ വെളിവായി പറഞ്ഞതിൽ എന്റെ വായനക്കാർ എനിക്കു സ്വപ്നങ്ങൾ ഭൂതഭവിഷ്യദ്വർത്തമാനങ്ങളെ ശരിയായി സൂചിപ്പിക്കുന്നവകളാണെന്നുള്ള വിശ്വാസമുണ്ടെന്നു വിചാരിച്ചുപോവരുതേ. മനുഷ്യരുടെ മനസ്സ് സാധാരണ ഇന്ദ്രിയഗോചരങ്ങളല്ലാത്ത വിവരങ്ങൾ അറിവാൻ ശക്തിയുള്ളതാണെന്നോ അല്ലെന്നോ ഉള്ള തീർച്ചവിശ്വാസവും എനിക്കു വന്നിട്ടില്ല. തിയോസോഫിസ്റ്റസ്സ് ഈ സംഗതിയിൽ പറയുന്നത് ഒന്നും ഞാൻ

എനിയും വിശ്വസിച്ചുതുടങ്ങീട്ടില്ല. എന്നാൽ എനിക്ക് ആകപ്പാടെ ഒരു വിശ്വാസം ഉണ്ട്. അതു മനുഷ്യന്റെ ശരീരം അതിന്റെ സൃഷ്ടിസ്വഭാവത്തെയും വ്യാപാരത്തെയും ഓർക്കുമ്പോൾ പക്ഷേ, ഒരു നാഴികമണിയുടെയോ മറ്റു യന്ത്രങ്ങളുടെയോ മാതിരിയിൽ പലേ സാധനങ്ങളേയും അന്യോന്യം സംബന്ധിപ്പിച്ച് അന്യോന്യം ആശ്രയമാക്കിയ മാതിരിയിൽ ശരിയായി പ്രവർത്തിപ്പാൻ ഉണ്ടാക്കിവെച്ച ഒരു യന്ത്രം എന്നുതന്നെ പറയാമെങ്കിലും, മനുഷ്യരിൽ അന്തർഭവിച്ചു കാണുന്ന ചില അവസ്ഥകളെ നോക്കുമ്പോൾ നമുക്ക് ഇതുവരെ വിവരമായി അറിവാൻ കഴിയാത്ത ചില ശക്തികൾ മനുഷ്യന്റെ ആത്മാവിന് ഉണ്ടെന്നു ഞാൻ വിചാരിക്കുന്നു. സ്വപ്നം മനസ്സിന്ന് ഉണ്ടാവുന്ന ഭ്രാന്തിയാണ്. സോമനാംബ്യൂലിസം, മെസ്മറിസം എന്നിങ്ങനെ ബിലാത്തിക്കാർ പറയുന്ന വിദ്യകളെപ്പോലെ സാധാരണ സൃഷ്ടിസ്വഭാവത്തിൽ മനുഷ്യന്റെ മനസ്സിന്ന് ഉറക്കത്തിൽ ചിലപ്പോൾ ഉണ്ടാവുന്ന ഒരു വികാരം എന്നേ പറയാനുള്ളു. എന്നാൽ ആ വികാരം ചിലപ്പോൾ നമുക്ക് അറിവാൻ കഴിയുന്ന ഒന്നാന്തരം കാരണത്തെ ആശ്രയിച്ചുവരാം. ചിലപ്പോൾ നമുക്ക് അറിവാൻ കഴിയുന്ന യാതൊരു കാരണവും ഇല്ലാതെയും വരാം. ചിലപ്പോൾ ശുദ്ധ അസംഭവ്യങ്ങളായ അവസ്ഥകളെ കാണാം. ഒരു സർപ്പം തന്റെ അടുക്കെ വന്നു തന്നെ കൊത്താൻ ഫണം വിരുത്തി ഉയർത്തി ഭാവിക്കുന്നു. കടിച്ചുപോയി എന്നു നായാട്ടു കഴിഞ്ഞു ക്ഷീണിച്ച് ഒരു തമ്പിൽ കിടന്ന് ഉറങ്ങുന്ന ഒരു സായ്‌വ് സ്വപ്നം കണ്ടു ഞെട്ടി കണ്ണുമിഴിച്ചു നോക്കിയപ്പോൾ യഥാർത്ഥത്തിൽ ഒരു സർപ്പം തമ്പിൽ തന്റെ ഇരിമ്പുകട്ടിലിന്റെ ഒരു നാലുവാര ദൂരെ സ്വസ്ഥമായി എഴയുന്നതു കണ്ടതായും, മറ്റൊരു സായ്‌വ് വളരെ കാലമായി തനിക്കു കാണ്മാൻ സാധിക്കാത്ത തന്റെ ഒരു വലിയ സ്നേഹിതൻ യദൃച്ഛയായി തന്റെ ഭവനത്തിൽ ഒരു ദിവസം വന്നതായും അദ്ദേഹം തന്റെ കൂടെ രണ്ടു മൂന്നു ദിവസം സുഖമായി താമസിച്ചതായും രാത്രി സ്വപ്നം കണ്ടതിന്റെ പിറ്റേദിവസം രാവിലെ യഥാർത്ഥത്തിൽ ആ സ്നേഹിതൻ സ്വപ്നത്തിൽ കണ്ടതിനു സദൃശമായി തന്റെ ഭവനത്തിൽ വന്നു കണ്ടതായും മറ്റും പലേ സ്വപ്നവിശേഷങ്ങളെക്കുറിച്ചു ഞാൻ വായിച്ചിട്ടുണ്ട്. അതുകൊണ്ട് ഇന്ദുലേഖയ്ക്ക് ഉണ്ടായ സ്വപ്നത്തെപ്പറ്റി ഞാൻ അത്ര ആശ്ചര്യപ്പെടുന്നില്ല. നമ്മുടെ ഈ കഥ അവസാനിച്ചു രണ്ടു മൂന്നു കൊല്ലങ്ങൾ കഴിഞ്ഞശേഷം ഗോപീനാഥബാനർജിയുടെ ഒരു കത്തിൽ മാധവന്റെ മുതൽ കളവുചെയ്ത കള്ളന്മാരിൽ രണ്ടുമൂന്നാളെ വേറെ ഒരു കൊലയോടുകൂടിയ കളവിൽ പിടിച്ചു തൂക്കിക്കൊൽവാൻ വിധിച്ചിരിക്കുന്നു എന്നും എന്നാൽ അതിൽ സുന്ദരനായ ഒരു ചെറുപ്പക്കാരൻ കള്ളൻ പലേ കുറ്റസമ്മതങ്ങൾ ചെയ്തിരുന്നു എന്നും പലേ പ്രാവശ്യവുമായി പതിനേഴു മനുഷ്യരെ മുതൽ അപഹരിപ്പാൻ വേണ്ടി അവൻതന്നെ കത്തികൊണ്ടു കുത്തീട്ടും വെടിവെച്ചിട്ടും വിഷം കൊടുത്തിട്ടും മറ്റും കൊന്നതായിട്ടും കൂട്ടത്തിൽ മാധവന്റെ മുതൽ എടുത്ത

കാര്യവും സമ്മതിച്ചതായും അന്ന് ആവിധം കക്കാൻ തരമായിരുന്നില്ലെങ്കിൽ ആ ദുഷ്ടൻ മാധവനെ കൊന്നുകളയുമായിരുന്നു എന്നും മറ്റും വ്യസനത്തോടുകൂടെ എഴുതീട്ടുണ്ടായിരുന്നു.

ലക്ഷ്മിക്കുട്ടിഅമ്മ കരഞ്ഞുംകൊണ്ടു കോണി എറങ്ങുമ്പോൾ പഞ്ചുമേനവനും മറ്റും കോണിയുടെ ചുവട്ടിൽ ബഹുവ്യസനത്തോടുകൂടി നില്ക്കുന്നതു കണ്ടു. ലക്ഷ്മിക്കുട്ടിഅമ്മയെ കണ്ടപ്പോൾ പഞ്ചുമേനോൻ വേഗം വിളിച്ചു സ്വകാര്യമായി ചോദിക്കുന്നു:

പഞ്ചുമേനോൻ: എന്താണു കുട്ടി നിലവിളിച്ചത്?

ലക്ഷ്മിക്കുട്ടിഅമ്മ: (കരഞ്ഞുംകൊണ്ട്) അവൾ സ്വപ്നത്തിൽ മാധവനെ ആരോ വഴിയാത്ര ചെയ്യുമ്പോൾ കുത്തിക്കൊന്നതായി കണ്ടുവത്രെ. അപ്പോൾ കലശലായ വ്യസനം തോന്നി നിലവിളിച്ചു. ഇപ്പോൾ വല്ലാതെ പനിക്കുന്നു. ഞാൻ വേഗം മുകളിലേക്കു പോവട്ടെ.

പഞ്ചുമേനോൻ കുറേനേരം ആ നിന്നേടത്തുതന്നെ നിന്നു വിചാരിച്ചു-പിന്നെ:

പഞ്ചുമേനോൻ: ഛീ! സ്വപ്നം എന്തെല്ലാം കാണും? മാധവന്റെ നേരെ ഈ പെണ്ണിന് ഇത്ര പ്രീതിയോ? ശിവ-ശിവ! ഞാൻ ഇതൊന്നും അറിഞ്ഞില്ലാ. അന്ന് ഞാൻ ഒരു സത്യം ചെയ്തുപോയതു കുട്ടി അറിഞ്ഞിരിക്കുന്നുവോ?

ലക്ഷ്മിക്കുട്ടിഅമ്മ: അറിഞ്ഞിരിക്കുന്നു.

പഞ്ചുമേനോൻ: എന്നാൽ അതുകൊണ്ടും വ്യസനമുണ്ടായിരിക്കും.

ലക്ഷ്മിക്കുട്ടിഅമ്മ: വളരെ വ്യസനമുണ്ട്, അതുകൊണ്ടും എന്നു തോന്നുന്നു.

പഞ്ചുമേനോൻ: എന്നാൽ ആ വ്യസനമെങ്കിലും ഇപ്പോൾ തീർത്താൽ മനസ്സിന്നു കുറെ സുഖമാവുമായിരിക്കും. കേശവൻ നമ്പൂതിരിയെ വിളിക്കൂ. ലക്ഷ്മിക്കുട്ടി വേഗം മുകളിൽ ചെല്ലൂ. ഞാൻ ക്ഷണം വരുന്നു എന്നു പറയൂ. കുട്ടിയെ അശേഷം വ്യസനിപ്പിക്കരുതെ.

ഉടനെ കേശവൻനമ്പൂതിരി പഞ്ചുമേനോന്റെ അടുക്കെചെന്നു.

“ഇന്ദുലേഖാ ചില ദുഃസ്വപ്നങ്ങൾ കണ്ടു ഇപ്പോൾ അവർക്കു കലശലായി പനിക്കുന്നു. എന്തൊക്കെയാണ്, അറിഞ്ഞില്ല. എന്റെ കൊച്ചുകൃഷ്ണൻ പോയതു ഞാൻ അറിയാതെ ഇരിക്കുന്നത് ഈ കുട്ടി ഉണ്ടായിട്ടാണ്.”-എന്നു പറഞ്ഞു ശുദ്ധനായ വൃദ്ധൻ വല്ലാതെ ഒന്നു കരഞ്ഞുപോയി.

കേശവൻനമ്പൂതിരി: ഛെ, ഛെ. കരയരുത്.

എന്നു പറഞ്ഞുംകൊണ്ടു ശുദ്ധാത്മാവായ നമ്പൂതിരിയും കരഞ്ഞു.

പഞ്ചുമേനോൻ: ഇന്ദുലേഖയ്ക്കു മാധവനോടുള്ള താല്പര്യം കൊണ്ടാണ് ഈ ദീനവും മറ്റും. മാധവനു ഞാൻ ഇവളെ കൊടുക്കില്ലെന്നു സത്യംചെയ്തതും കേട്ടിട്ടു വ്യസനിക്കുന്നുണ്ടത്രെ. ആ സത്യത്തിനു വല്ല പ്രായശ്ചിത്തവും ചെയ്താൽ പിന്നെ ദോഷമുണ്ടാവുമോ?

കേശവൻനമ്പൂതിരി: പ്രായശ്ചിത്തം ചെയ്താൽ മതി. ഞാൻ വാദ്ധ്യാരോട് ഒന്നു ചോദിച്ചുകളയാം.

എന്നു പറഞ്ഞ് അണ്ണാത്തിരവാദ്ധ്യാരെ വരുത്തി അന്വേഷിച്ചതിൽ സത്യംചെയ്തതിന്നു പ്രായശ്ചിത്തം ചെയ്താൽ, പിന്നെ അതു ലംഘിക്കുന്നതിൽ ദോഷമില്ലെന്ന് അദ്ദേഹം വിധിച്ചു. വിവരം പഞ്ചുമേനവനോടു പറഞ്ഞു.

പഞ്ചുമേനോൻ: എന്താണു പ്രായശ്ചിത്തം?

അണ്ണാത്തിരവാദ്ധ്യാർ സ്വർണ്ണംകൊണ്ടോ വെള്ളികൊണ്ടോ, സത്യം ചെയ്തപ്പോൾ ആ സത്യവാചകത്തിൽ ഉപയോഗിച്ച അക്ഷരങ്ങളുടെ ഓരോ പ്രതിമ ഉണ്ടാക്കിച്ചു വേദവിത്തുകളായ ബ്രാഹ്മണർക്കു ദാനം ചെയ്കയും അന്ന് ഒരു ബ്രാഹ്മണസദ്യയും അമ്പലത്തിൽ ചുരുക്കത്തിൽ വല്ല വഴിപാടും ചെയ്താൽ മതി. എന്നാൽ അക്ഷരപ്രതികൾ സ്വർണ്ണം കൊണ്ടുതന്നെ ആയാൽ അത്യുത്തമം. അതിനു നിവൃത്തിയില്ലാത്ത ഭാഗം വെള്ളിയായാലും മതി.

പഞ്ചുമേനോൻ: സ്വർണ്ണംകൊണ്ടുതന്നെ ഉണ്ടാക്കട്ടെ.

കേശവൻനമ്പൂതിരി: എന്തു സംശയം; സ്വർണ്ണം തന്നെ വേണം.

അങ്ങിനെതന്നെ എന്നു നിശ്ചയിച്ച് ആ നിമിഷംതന്നെ പെട്ടി തുറന്നു സ്വർണ്ണം എടുത്തു പരിശുദ്ധാത്മാവായ പഞ്ചുമേനവൻ തൂക്കി തട്ടാൻവശം ഏല്പിച്ചു. സത്യംചെയ്ത വാക്കുകൾ കണക്കാക്കി. എ-ന്റെ-ശ്രീ-പോ-ർക്ക-ലി-ഭ-ഗ-വ-തി-യാ-ണെ-ഞാ-ൻ-ഇ-ന്ദു-ലേ-ഖ-യെ-മാ-ധ-വ-നു-കൊ-ടു-ക്കു-ക-യി-ല്ലാ. ഇരുപത്തൊമ്പത് അക്ഷരങ്ങൾ. അതിൽ ൻ-ന്റെ-ഇത് അക്ഷരങ്ങളായി കൂട്ടണമോ എന്നു ശങ്കരമേനോൻ സംശയിച്ചതിൽ കൂട്ടണം എന്നുതന്നെ അണ്ണാത്തിര വാദ്ധ്യാർ തീർച്ചയാക്കി. ഓരോ അക്ഷരം ഈരണ്ടു പണത്തൂക്കത്തിൽ ഉണ്ടാക്കിക്കൊണ്ടു വരാൻ ഏല്പിച്ചശേഷം പഞ്ചുമേനവൻ ഇന്ദുലേഖയുടെ മാളികയിൽ വന്നു വിവരം എല്ലാം ഇന്ദുലേഖയുടെ അടുക്കെ ഇരുന്നു പറഞ്ഞു.

പഞ്ചുമേനോൻ: എന്റെ മകൾ എനി ഒന്നുകൊണ്ടും വ്യസനിക്കേണ്ടാ. മാധവൻ എത്തിയ ക്ഷണം അടിയന്തിരം ഞാൻ നടത്തും.

ഇന്ദുലേഖ "എല്ലാം വലിയച്ഛന്റെ ശുദ്ധമനസ്സുപോലെ സാധിക്കട്ടെ"-എന്നുമാത്രം പറഞ്ഞു.

ഇന്ദുലേഖയ്ക്ക് അന്നും അതിന്റെ പിറ്റേന്നും കഠിനമായി പനിച്ചു. പിന്നെ പനി അല്പം ആശ്വാസമായി. ഒരു കുര, തലതിരിച്ചൽ, മേൽ സർവ്വാംഗം വേദന-ഈ ഉപദ്രവങ്ങളാണു പിന്നെ ഉണ്ടായത്. അതിന് എന്തെല്ലാം ഔഷധങ്ങൾ പ്രവർത്തിച്ചിട്ടും അശേഷം ഭേദമില്ലാ. അങ്ങിനെ അല്പദിവസങ്ങൾ കഴിഞ്ഞു. അപ്പോഴേക്കു ശപഥത്തിന്റെ അക്ഷരപ്രതിമകൾ തെയ്യാറാക്കിക്കൊണ്ടുവന്നു. ഇന്ദുലേഖയ്ക്കു കാണിക്കണമെന്നു വെച്ചു പഞ്ചുമേനവൻ ഈ അക്ഷരങ്ങളെ ഒരു അളവിൽ ഇട്ട് ഇന്ദുലേഖ

യുടെ മാളികയിൽ കൊണ്ടുപോയി തുറന്നുകാണിച്ചപ്പോൾ വളരെ വ്യസനത്തോടും ക്ഷീണത്തോടും കിടന്നിരുന്ന ഇന്ദുലേഖ ഒന്നു ചിറിച്ചുപോയി.

പഞ്ചുമേനോൻ: എന്റെ മകൾക്കു സന്തോഷമായി എന്നു തോന്നുന്നു. എനി ദീനത്തിന്ന് ആശ്വാസം ഉണ്ടാവും.

ഇന്ദുലേഖ: അതേ വലിയച്ഛാ, സന്തോഷമായി. എന്റെ വലിയച്ഛന്റെ മനസ്സിന്ന് എല്ലാം സന്തോഷമായി വരുത്തട്ടെ എന്നു പറഞ്ഞിരിക്കുമ്പോൾ ലക്ഷ്മിക്കുട്ടിഅമ്മ, കേശവൻനമ്പൂരി, ശങ്കരമേനവൻ മുതലായി വീട്ടിലുള്ള എല്ലാവരും തീവണ്ടിസ്റ്റേഷനു സമീപം വർത്തമാനങ്ങൾ അറിയുവാൻ താമസിപ്പിച്ചിരുന്ന ആളുംകൂടി തെരക്കി കയറിവരുന്നതു കണ്ടു.

ഇന്ദുലേഖ തന്റെ ആളെ കണ്ട ഉടനെ കട്ടിലിന്മേൽ ക്ഷണത്തിൽ എണീട്ടിരുന്നു. തലതിരിച്ചൽകൊണ്ടു കൈപിടിക്കാതെ മുമ്പ് എണീക്കാറില്ലാ.

ഇന്ദുലേഖ: എന്താണ്, വല്ല കമ്പിയും ഉണ്ടോ?

ലക്ഷ്മിക്കുട്ടിഅമ്മ: കമ്പി ഉണ്ട്, ഇതാ സന്തോഷവർത്തമാനമാണെന്നു സ്റ്റേഷൻമാസ്റ്റർ പറഞ്ഞിരിക്കുന്നുവത്രെ.

എന്നു പറഞ്ഞു കമ്പിവർത്തമാനലക്കോട്ട് ഇന്ദുലേഖവശം കൊടുത്തു. ഇന്ദുലേഖ തുറന്ന് ഉറക്കെ മലയാളത്തിൽ വായിച്ചു-താഴെ പറയും പ്രകാരം.

ബൊമ്പായി...ന്

“മാധവനെ ഇവിടെവച്ച് ഇന്നു കണ്ടു. സുഖക്കേട് ഒന്നുമില്ല. ഞങ്ങൾ എല്ലാവരും നാളത്തെ വണ്ടിക്ക് അങ്ങട്ടു പുറപ്പെടുന്നു.”

ഇതു വായിച്ചുകേട്ടപ്പോൾ അവിടെ കൂടിയവരിൽ സന്തോഷിക്കാത്ത ആൾ ആരുമില്ലാ. ഇന്ദുലേഖയുടെ സന്തോഷത്തെക്കുറിച്ചു ഞാൻ എന്താണു പറയേണ്ടത്? ഇന്ദുലേഖയുടെ തലതിരിച്ചൽ, കുര, മേൽവേദന ഇതെല്ലാം എതിലെ പോയോ- ഞാൻ അറിഞ്ഞില്ല.

പഞ്ചുമേനോൻ: (കേശവൻനമ്പൂതിരിയോട്) നോക്കൂ, തിരുമനസ്സിന്നെ; ഞാൻ സത്യം ചെയ്തുപോയതിൽ വന്ന ആപത്തും അതിന് ഇപ്പോൾ പ്രായശ്ചിത്തം ചെയ്യുവാൻ പ്രതിമ ഉണ്ടാക്കി എത്തിയപ്പഴയ്ക്കു തന്നെ വന്ന സന്തോഷവും.

കേശവൻനമ്പൂതിരി: അതിന് എന്താ സംശയം? എല്ലാം ദൈവകൃപയും ബ്രാഹ്മണരുടെ അനുഗ്രഹവുംതന്നെ.

ഇന്ദുലേഖ ചിറിച്ചു. സത്യത്തിന്റെ പ്രായശ്ചിത്തവും കമ്പിവർത്തമാനവും തമ്മിൽ ഒരു സംബന്ധവും ഓർത്തിട്ട് ഇന്ദുലേഖ കണ്ടില്ല. വേറെ അവിടെ കൂടിയതിൽ പക്ഷേ, ലക്ഷ്മിക്കുട്ടിഅമ്മ ഒഴികെ എല്ലാവരും പഞ്ചുമേനോന്റെ അഭിപ്രായം ശരി എന്നുതന്നെ വിചാരിച്ചു. എല്ലാവർക്കും മനസ്സിന്നു സന്തോഷമായി. അന്നുതന്നെ പഞ്ചുമേനവൻ പ്രതിമകൾ ദാനം ചെയ്തു. അണ്ണാത്തിരവാദ്ധ്യാർക്ക് ഒരു ഏഴെട്ടക്ഷരങ്ങൾ കിട്ടി. നാലഞ്ചു നമ്മുടെ ശങ്കരശാസ്ത്രികൾക്കും കിട്ടി. ബ്രാഹ്മണസദ്യയും

മറ്റും കഴിഞ്ഞു പഞ്ചുമേനവൻ ഇന്ദുലേഖയുടെ അടുക്കെവന്നപ്പോഴേക്ക് ഇന്ദുലേഖയുടെ ശരീരസുഖക്കേട് വളരെ ഭേദമായി കണ്ടു. കഞ്ഞി നല്ല വണ്ണം കുടിച്ചിരിക്കുന്നു. കുരയും തലതിരിച്ചിലും ഇല്ലെന്നുതന്നെ പറയാം. ശരീരത്തിലെ വേദനയും വളരെ ഭേദം. ക്ഷീണത്തിന്നും വളരെ കുറവ്. ഇതെല്ലാം കണ്ടു വൃദ്ധൻ വളരെ സന്തോഷിച്ചു. തന്റെ പ്രായശ്ചിത്തത്തിന്റെ ഫലമാണ് ഇത് എന്ന് അസംബന്ധമായി തീർച്ചയാക്കി. ഇന്ദുലേഖയോട് ഓരോ വിശേഷങ്ങളും പറഞ്ഞ് ഇരുന്നു.

20

കഥയുടെ സമാപ്തി

ഗോവിന്ദപ്പണിക്കരും മാധവനും ഗോവിന്ദൻകുട്ടിമേനവനും കൂടി ബൊമ്പായിൽനിന്നു പുറപ്പെട്ടു മദിരാശിയിൽ വന്നു. മാധവൻ ഗിൽഹാം സായ്‌വിനെ പോയി കണ്ടു വിവരങ്ങൾ എല്ലാം ഗ്രഹിപ്പിച്ചു. അദ്ദേഹം വളരെ ചിറിച്ചു. ഉടനെ മാധവനെ സിവിൾ സർവ്വീസിൽ എടുത്തതായി ഗസറ്റിൽ കാണുമെന്നു സായ്‌വ് അവർകൾ വാത്സല്യപൂർവ്വം പറഞ്ഞതിനെ കേട്ടു സന്തോഷിച്ച് അവിടെനിന്നും പോന്നു. അച്ഛനോടും ഗോവിന്ദൻകുട്ടിയോടുംകൂടി മലബാറിലേക്കു പുറപ്പെട്ടു. പിറ്റേദിവസം വീട്ടിൽ എത്തിച്ചേർന്നു. മാധവൻ എത്തി എന്നു കേട്ടപ്പോൾ ഇന്ദുലേഖയ്ക്കുണ്ടായ സന്തോഷത്തെക്കുറിച്ചു പറയേണ്ടതില്ലല്ലോ.

മാധവൻ വന്ന ഉടനെ തന്റെ അമ്മയെ പോയികണ്ടു. വർത്തമാനങ്ങൾ എല്ലാം അറിഞ്ഞു. ശപഥപ്രായശ്ചിത്തത്തിന്റെ വർത്തമാനവുംകൂടി കേട്ടു. ഉടനെ അമ്മാമനേയും പോയികണ്ടതിന്റെ ശേഷം മാധവൻ ഇന്ദുലേഖയുടെ മാളികയുടെ ചുവട്ടിൽ വന്നുനിന്നു. അപ്പോൾ ലക്ഷ്മിക്കുട്ടി അമ്മ മുകളിൽ നിന്നു കോണി എറങ്ങുന്നു. മാധവനെ കണ്ട് ഒരു മന്ദഹാസം ചെയ്തു വീണ്ടും മാളികമേലേക്കുതന്നെ തിരിയെപോയി. മാധവൻ വരുന്നു എന്ന് ഇന്ദുലേഖയെ അറിയിച്ചു മടങ്ങിവന്നു മാധവനെ വിളിച്ചു. മാധവൻ കോണികയറി പൊറത്തളത്തിൽ നിന്നു. ലക്ഷ്മിക്കുട്ടി അമ്മ ചിറിച്ചുംകൊണ്ടു താഴത്തേക്കും പോന്നു.

ഇന്ദുലേഖ: (അകത്തുനിന്ന്) ഇങ്ങട്ടു കടന്നുവരാം. എനിക്ക് എണീട്ട് അങ്ങട്ടു വരാൻ വയ്യ.

മാധവൻ പതുക്കെ അകത്തു കടന്നു. ഇന്ദുലേഖയെ നോക്കിയപ്പോൾ അതിപരവശയായി കണ്ടു. കണ്ണിൽനിന്നു വെള്ളം താനെ ഒഴുകി. ഇന്ദുലേഖയുടെ കട്ടിലിന്മേൽ ചെന്ന് ഇരുന്നു. രണ്ടുപേരും അന്യോന്യം കണ്ണുനീർ കൊണ്ടുതന്നെ കുശലപ്രശ്നം കഴിച്ചു.

ഇങ്ങിനെ രണ്ടുപേരുംകൂടി ഓരോ സല്ലാപങ്ങളെക്കൊണ്ട് അന്നു പകൽ മുഴുവനും കഴിച്ചു. വൈകുന്നേരം പഞ്ചുമേനവൻ മുകളിൽ വന്ന് ഇന്ദുലേഖയുടെ ശരീരസുഖവർത്തമാനങ്ങളെല്ലാം ചോദിച്ചതിൽ വളരെ സുഖമുണ്ടെന്നറിഞ്ഞു സന്തോഷിച്ചു. മാധവൻ വീട്ടിൽ എത്തിയതിന്റെ ഏഴാംദിവസം ഇന്ദുലേഖയെ മാധവൻ സ്വയംവരം ചെയ്തു. യഥാർത്ഥത്തിൽ സ്വയംവരമാകയാൽ ആ വാക്കുതന്നെ ഇവിടെ ഉപയോഗിക്കുന്നതിൽ ഞാൻ ശങ്കിക്കുന്നില്ല. സ്വയംവരദിവസം പഞ്ചുമേനോൻ അതിഘോഷമായി ബ്രാഹ്മണസദ്യയും മറ്റും കഴിച്ചു. ആ ദിവസംതന്നെ ഗോവിന്ദസേൻ ബങ്കാളത്തുന്ന് അയച്ച ഒരു ബങ്കി കിട്ടി. മുമ്പു സമ്മാനംകൊടുത്ത സാധനങ്ങളേക്കാൾ അധികം കൗതുകമുള്ളതും വില ഏറിയതും ആയ പലേ സാമാനങ്ങളും അതിൽ ഉണ്ടായിരുന്നു. അതുകളെ എല്ലാം കണ്ട് ഇന്ദുലേഖയ്ക്കും മറ്റും വളരെ സന്തോഷമായി. ഇന്ദുലേഖയുടെ പാണിഗ്രഹണം കഴിഞ്ഞു കഷ്ടിച്ച് ഒരു മാസം ആവുമ്പോഴേയ്ക്കു മാധവനെ സിവിൽ സർവ്വീസിൽ എടുത്തതായി കല്പന കിട്ടി. ഇന്ദുലേഖയും മാധവനും മാധവന്റെ അച്ഛനമ്മമാരോടുകൂടി മദിരാശിക്കു പോയി സുഖമായി ഇരുന്നു. ഈ കഥ ഇവിടെ അവസാനിക്കുന്നു.

അനുബന്ധം

To
    W.DUMERGUE Esq. M.C.S., & c., &c., &c.,
    HOSUR.

Sir,
    I respectfully beg to submit herewith a copy of my Malayalam novel for your kind acceptance and persual.

The reasons that induced me to write a novel in Malayalam are fully set forth in the Preface.

Briefly stated, they are as follows -

First, my wife's oft-expressed desire to read in her own language a novel written after the English fashion, and secondly, a desire on my own part to try whether I should be able to create a taste amongst my Malayalee readers, not conversant with English, for that class of literature represented in the English language by novels, of which at present they (comed as they are to read and admire works of fiction in Malayalam abounding in events and incidents foreign to nature and often absurd ad impossible) have no idea, and to see whether they could accpreciate a story that contains only such facts and incidents as may happen in their own households under a given state of circumstances to illustrate to my Malayalee brethren the position, power and influence that our Nair women, who are noted for thier natural intelligence and beauty, would attain in society, if they are given a good English educationN and finally-to contribute my mite towards the improvement of Malayalam literature, which I regret to observe is fast dying out by disuse as well as by abuse.

The book is written generally in the style of Malayalam which I speak at home with such Sanskrit words as I might use in conversation with an educated Malayalee.

It will be seen that my story commences with a conversation between Madhavan, the hero of the novel, and his relations (all members of a Nair Tarawad) about a quarrel that Madhavan had with his Karanavan or chief of his house concerning the education of a juvenile member of the Tarwad. The events are supposed to have taken place in our own times in some part of South Malabar. THe scene of the principal events in the story may not inappropriately be fixed at some place not far away from native Cochin.

The following is a list of the Chief characters in the novel -

1. Panchu Menon, The Karanavan or chief of the Chembhazhiyot Puvalli house.
2. Panchu Menon's younger brother Sangara Menon.
3. Panchu Menon's direct sister's daughter Parvathi Amah.
4. Parvathi Amah's son Madhavan, B.A., B.L.
5. Pachu Menon's grandmother's sister's grand-daughter Kummini Amah.
6. Kummini Amah's son Chather Menon.
7. Kummini Amah's son Gopalan
8. Kummini Amah's daughter Kalliani Kutty
6. Kummini Amah's son Shinnan (a boy 9 or 10 years old)
10. Panchu Menon's wife Kunhi Kutty Amah.
11. Panchu Menon's daughter Lakshmi Kutty Amah.
12. Panchu Menon's son Govinda Kutty Menon.
13. Lakshmi Kutty Amah's daughter and Panchu Menon's grand daughter Indulekha.

14. Kesavan Nambudri, the 2nd husband of Lakshmi Kutty Amah, who was first married to Killimanut Rajah (since deceased) the father of Indulekha.
15. Madhavan's father Govinda Panicker.

Chapter 1 opens, as stated above, with a conversation between Chather Menon and Madhavan. Chather Menon, though ignorant of English, is a very intelligent and a prudent young man, and, although Madhavan was advocating the cause of Chather Menon's own direct brother, did not approve of what Madhavan said to his Karanavan. The cause of the quarrel was this -

Madhavan wished that his Karanavan, Panju Menon, should educate the little boy Shinnan, but Panju Menon, who was a narrow minded old man of 70 years of age, did not agree with Madhavan's views and refused to pay for the boy's schooling, where upon harsh words passed between the old Karanavan and the young graduate. The Karanavan was exceedingly wrath with what he considered Madhavan's impertinence. Madhavan too, was exasperated at Panju Menon's conduct, for that honest, brave young man detested his Karnavan's partiality for his direct Anandravans. Panju Menon would have spent any amount of money in educating Shinnan if the boy had been a direct Anandravan of his like Madhavan, but the boy (though in truth he had as good a right to be educated at Tarwad expense as Madhavan or any other member of the Tarwad) happened to be a distant relation of Panju Menon, and as not unfrequently is the case in Malabar Tarwards, the old, ignorant, self-willed Karanavans educate only their direct nephews and bring up their distant Anandravers as agriculturists or as servant boys in the Tarwad house. The high spirited and honest young man considered such conduct on the part of his Karanavan extremely reprehensible and shameful, and consequently spoke to his Karanavan on the subject strongly, with no great reverence for the high position of the latter in the Tarwad. The chapter concludes with a further conversation on the same subject between Madhavan and his junior uncle Sankara Menon and his mother Parvathi Amah. This chapter also contains a detailed description of Madhavan both as to his physical appearance and intellectual attainments. Madhavan is a graduate both in Arts and Law. He is extremely handsome in appearance and extraordinarily intelligent, and a good Sanskrit scholar. He excelled in sports and English games, such as cricket and lawn tennis.

The 2nd chapter is syled "Induleka", and is devoted to our heroine. The chapter opens with a few observations on female beauty in general considered relatively, and then goes on describing Indulekha's personal charms, her intelligence, her education, her manners, her dress, &c., and finally shows how Madhavan and Indulekha became engaged.

It must be remarked here that my story commences with the events that happened a few months after they had plighted their troth, but in this 2nd chapter I have given some incidents of Madhavan's courtship which took place before the commencement of out story. As stated at the outset, my object is to write a novel after the English fashion, and it is evident that no ordinary Malayalee lady can fill the role of the heroine of such a story. My Indulekha is not, therefore, an ordinary Malayalee lady. She knows English, Sanskrit, Music&c., and is at once a very beautiful and a very accomplished young lady of about 17 years of age when our story opens. Some of my readers may object that ir would be impossible to find a young Nair lady of Indulekha's intellectual attainments in Malabar. To this objection my answer is that those who make it are not acquainted with the educated women now existing in Malabar. I myself know two or three respectable Nair ladies, now living, who is intellectual culture (save and except in the knowledge of English), strength of character and general knowledge, can well hold comparison with Indulekha. As for beauty, personal charms, refined manners, simplicity of taste, conversational powers, wit and humour, I can show hundreds of young ladies in respectable Nair Tarwads who would undoubtedly come up to the standard of my Indulekha. The only thing which my readers might reasonably take exception to is Indulekha's knowledge of English, but as one of my objects in writing this book is to illustrate how a young Malayalee woman, possessing, in addition to her natural personal charms and intellectual culture, a knowledge of the English language would conduct herself in matters of supreme interest to her, such as the choosing of a partner in life, I have thought it necessary that my Indulekha should be conversant with the richest language of the world.

It will be seen that I have related the circumstances under which Indulekha happened to acquire a knowledge of the English language and various other accomplishments found in her, and I shall leave it to my readers to decide whether there is any improbability suggesting itself in the narrative in connection with her education.

As regards the story of Madhavan's love and courtship itself contained in this chapter, there is, in my humble opinion, nothing in the conversation of the manners of the lovers which can be construed as strange in a pair of the educated class of Nairs. There are many Nair ladies in Malabar who would talk like Indulekha to their lovers, and as for the way the engagement was brought about, I think there is nothing strange or uncommon in the incident. I know of several cases of educated and accomplished Nair ladies of respectable Tarawads having married for love in utter defiance of the wishes of their Karanavans or parents. Love is the same whether in England or India. In Malabar it is true that women are more or less subject to the tyranny of their Karanavans or parents in matters relating to matrimony; yet in my opinion there are no women in India who enjoy, as a class, greater freedom in the selection of their husbands than the Nair women of Malabar. Even before the Western civilization began to spread its influence in Malabar, there were many Nair women who were learned in Sanskrit, who would compose Sanskrit verses and were good musicians. Twenty years hence there may be found hundreds of Indulekas in Malabar who would be able to choose their own husbands for pure and sweet love. My narrative of the love and courtship of Madhavan is intended to show to the young ladies of Malabar how happy they can be if they have the freedom to choose their partners, and how supremely enjoyable a thing it would be for a young educated lady, at a time when she attains a marriageable ate, to observe, to study, to admire and to love a well educated, handsome, young man of unblemished moral character like Madhavan, who becomes first her companion and friend, gets gradually closer and closer in friendship, and finally falls in love with her, adoring her as the source of all his happiness in this world, as the person without whom he does not care to live, and for whose happiness he would sacrifice everything in his power. Alliances arising out of such pure, sweet, reciprocal love only deserve to be called marriage, and it is my earnest desire that this shoyld be the way in which the Nair ladies, who already enjoy much greater freedom in respect of matrimony than other Hindu women, should take their husbands.

The chapter concludes with an observation that though Panju Menon know enough to suspect Indulekha's inclination to marry Madhavan, he did not at the time actually wish to prevent such a marriage. It will be observed that the quarrel between Panju Menon and Madhavan took place a few months after their engagement. It was after tghe quarrel that Panju Menon resolved to break off the match.

Of course it will be impossible to give even a concise summary of the story contained in the 20 chapters (498 pages of closely printed matter) within the limits of an ordinary letter.

The events which follow Panju Menon's resolution to break off the intended marriage of Indulekha with Madhavan are such as may ordinarilly happen in a Nair Tarwad in Malabar under the state of circumstances given, and call for no particular explanation. They are intended to delineate the characters of various kinds of people in Malabar. How far I have succeeded in this is a question which my readers will of course decide. I have brought in various characters, Nairs of high and low social status, Nambudries of different positions, putter Brahmins, &c., and have not even omitted to touch on what might, in my opinion, be the relations between high European officials and their native friends if they understood each other thoroughly. In order to introduce all therse subjects, I have had to extend the scene of the story sometimes beyond Malabar.

It will be seen the Panju Menon suspected that not only Indulekha but her mother (who is his own daughter) was also anxious that Madhavan should marry Indulekha, and secretly helped Indulekha and Madhavan in fartherance of their object. The old man becomes almost mad with rage on knowing this, and takes an oath on his family goddess that he would never allow Madhavan to marry Indulekha, but the narrow-minded Karanavan soon finds himself unable to persuade his grand-daughter Indulekha to give up Madhavan. He makes various attempts to break off the match. He makes Indulekha associate with a very rich and influential Nambudripad (who represents a rich, licentious, profligate, unsteady Nambudripad so after found in Malabar) in the hope that the rich man would be able to win Indulekha's heart, fails shamefully in his attempt, but Panju Menon, in order to please the Nambudripad, gives a niece of his (an ignorant helpless girl) in marriage to the licentious, unprincipled man, who while he was making love to Indulekha, was also doing the same thing towards some other ladies in Panju Menon's house, including Indulekha's own mother. After the marriage with Panju Menon's niece, the Nambudripad, in order to spite Indulekha, circulates a false rumour that Indulekha has become his concubine. A cunning and mischievous Kariasten or steward of the Nambudripad succeeds in making various people believe this false report. Madhavan, while returning form Madras (where he had been residing ever since he left his Tarwad house after the quarrel with his uncle) to marry Indulekha, openly disregarding the old man's opposition, is informed on his way that his Indulekha has become the wife or concubine of the Nambudripad. Various reasons, all false but apparently plausible, unfortunately compel Madhavan to believe in the story and, having believed it, he of course feels so miserable and so aggrieved that he leaves the country as an exile, without making further enquiries, or even visiting his home in Malabar. Madhavan goes to Northern India. Various incidents that happened during Madhavan's sojourn there are related. Indulekha, true to her lover, finally succeeds in her endeavours to find the whereabouts of Madhavan. Madhavan learns the real state of thing, and at once returns to Malabar and marries Indulekha, the old Karnavan Panju Menon, (who, though narrow-minded, was not altogether a bad-hearted man, and was excessively fond of his grand-daughter, Indulekha) yielding to the pressure of circumstances, and retracting his oath by a penance prescribed by the a varicious Brahmin priests for their own good, and the story concludes.

(Chapter 18 was written at the special request of some of my Malayalee friends.) One half of it is devoted to a consideration of atheism, or the modern irreligion, as it prvails among the educated Malayalees, and the other half to a discussion as to the merits and demerits of the National Congress. This is brought in as a conversation between Madhavan, his father and a cousin of Madhavan, who is also a graduate, but an anti-congressionist and atheist. Madhavan is a moderate congressionist and not an athiest. Madhavan's father is a begoted Hindu, and the conversation of course shows how each of the three thought of religion, and how Govinda Kutti despised the Congress while Madhavan was a moderate supporter of it, though he finds various faults in the present constitution and action of the Congress which he would advise the Congress to remove.

I am afraid I have already transgressed the limits of an ordinary letter, and would beg to conclude with hope that, whatever may be the merits of teh book I have written, you will readily recognise that in writing it I was actuated solely by a desire to improve the status and position of my countrywomen generally.

                                      I beg to remain,
                                            Sir,

Parapanangadi   Your most obedient sevant,
19th December 1889   O CHANDU MENON

Milton Keynes UK
Ingram Content Group UK Ltd.
UKHW040657200923
428965UK00020B/463

9 789382 167372